ഗ്രീൻ ബുക്സ്

കണ്ണൂർ കരാറിനകത്തിന്റെ പുരാവൃത്തം

പവിത്രൻ ആയാടത്തിൽ

1949-മെയ് പത്തിനു ജനനം.
വിദ്യാഭ്യാസം എസ്.എസ്.എൽ.സി.
23 വർഷത്തെ പ്രവാസജീവിതത്തിനു ശേഷം
നാട്ടിൽ സ്ഥിരതാമസം
അച്ഛൻ : ആയത്താൽ രാമുണ്ണി,
തോണിയോട്ടു ക്ഷേത്രത്തിലെ കഴകക്കാരൻ
അമ്മ : ആയാടത്തിൽ ജാനകി,
എടക്കാട് കാരാക്കുനി കേളൻ ഗുരുക്കളുടെ മകൾ.

ചരിത്രം

കണ്ണൂർ കരാറിനകത്തിന്റെ പുരാവൃത്തം

പവിത്രൻ ആയാടത്തിൽ

ഗ്രീൻ ബുക്സ്

green books private limited
little road, ayyanthole, thrissur- 680 003
ph: 0487-2361038
website: www.greenbooksindia.com
e-mail: info@greenbooksindia.com

(malayalam)
kannur kararinakathinte puravrutham
(history)
by
pavithran ayadathil

first published march 2015

cover design : rajesh chalode

branches:
thrissur 0487-2422515
palakkad 0491-2546162
kannur 0497-2763038

isbn : 978-81-8423-395-7

GBPL/642/2015

ഉള്ളടക്കം

മുഖവുര

സംഭവബഹുലമായ ഒരു ഭൂതകാലംതന്നെയാണ് ഏതൊരു നാടിന്റെയും, ചരിത്രനിർമ്മിതിക്ക് മുതൽക്കൂട്ടാകുന്നത്. ഈ പുസ്തകത്തിൽ പ്രതിപാദിക്കുന്ന 'കരാറിനകം ദേശ'ങ്ങൾക്കും പ്രക്ഷുബ്ധവും കോലാഹലം നിറഞ്ഞതുമായ ഒരു ഭൂതകാലമുണ്ടായിരുന്നു. ഇരുളടഞ്ഞുകിടന്നിരുന്ന ആ ഭൂതകാലങ്ങളിലേക്ക് അന്വേഷണത്വരയുടെ റാന്തലുമായി കടന്നുചെന്നപ്പോഴാണ്, മലബാറിന്റെ മുഖ്യധാരാചരിത്രവുമായി ബന്ധപ്പെട്ടുള്ള എത്രയോ നിർണ്ണായകസംഭവങ്ങൾക്ക് വേദിയായിത്തീർന്ന പ്രദേശങ്ങളാണ് കരാറിനകമെന്നു ബോധ്യമാകുന്നത്. അന്വേഷിക്കുംതോറും ഈ നാടിനെ സംബന്ധിച്ചിടത്തോളം ഡാവിഞ്ചിക്കോഡു പോലെ ദുരൂഹമായിക്കിടന്നിരുന്ന പുരാതനചരിത്രസംഭവങ്ങളുടെ രഹസ്യനിലവറകൾ ഒന്നിൽ നിന്നും മറ്റൊന്നിലേക്കു തുറന്നുകിട്ടുകയായിരുന്നു.

പ്രക്ഷുബ്ധവും കോലാഹലം നിറഞ്ഞതുമായ ആ ഭൂതകാലസംഭവങ്ങളിൽ, കയ്യേറ്റങ്ങളുണ്ടായിരുന്നു. വെട്ടിപ്പിടുത്തങ്ങളുണ്ടായിരുന്നു, യുദ്ധങ്ങളുണ്ടായിരുന്നു, കൂട്ടക്കുരുതികളുണ്ടായിരുന്നു, എല്ലാമിട്ടെറിഞ്ഞുള്ള പലായനങ്ങളുണ്ടായിരുന്നു. ശക്തിയുള്ളവൻ ശക്തി കുറഞ്ഞവനെ, ശക്തി ഉപയോഗിച്ച് കീഴ്പ്പെടുത്തുന്ന അധീശത്വത്തിന്റെ പ്രത്യയശാസ്ത്രമുണ്ടായിരുന്നു. "കോഴിക്കോട്ടങ്ങാടി കത്തിയതൊന്നും കോയസ്സൻ അറിഞ്ഞില്ല" എന്ന പഴഞ്ചൊല്ലുപോലെ, നമ്മുടെ പൂർവ്വികർക്ക് ഇതേക്കുറിച്ച് യാതൊരു അറിവും ഉണ്ടായിരുന്നില്ല. ഉണ്ടായിരുന്നെങ്കിൽ അവർ അതിന്റെ സൂചനയെങ്കിലും നമുക്ക് തരുമായിരുന്നില്ലേ? പിലാച്ചപ്പും കെട്ടി കണ്ണൂരിൽ പോയതും, ആടിനു തണ്ണീം കൊടുത്തു കാലം കഴിച്ചതുമൊക്കെയല്ലേ അവർ നമുക്ക് പറഞ്ഞുതന്നിട്ടുള്ളത്?

കരാറിനകം എന്നു പേരുണ്ടാകുന്നതുതന്നെ, ലോകത്തിലെ ഒരു വലിയ അധീശശക്തി, കേരളത്തിലെ ഏക മുസ്ലീം രാജവംശത്തെ ആക്രമിച്ചു കീഴടക്കിയതുമായി ബന്ധപ്പെട്ടായിരുന്നു

1792ൽ നടന്ന ആ കീഴ്പ്പെടുത്തലിനുമുമ്പും ഈ നാട് പല തരത്തിലുള്ള ആക്രമണങ്ങൾക്കും വെട്ടിപ്പിടുത്തങ്ങൾക്കും പാത്രീഭൂതമായിട്ടുണ്ട്.

മറ്റു നാടുകളുമായി താരതമ്യം ചെയ്യുമ്പോൾ കരാറിനകത്തെക്കുറിച്ച് എടുത്തുപറയേണ്ടുന്ന ഒരു പ്രത്യേകത, ഇവിടെ ഹിന്ദുസമൂഹത്തിലെ നായർ, നമ്പ്യാർ, നമ്പൂതിരി തുടങ്ങിയ ഉയർന്ന ജാതിക്കാരാരും അധിവസിക്കുന്നില്ല എന്നതായിരുന്നു. എന്നാൽ കരാറിനകത്തിന്റെ തെക്ക് കിഴക്കൻ പ്രദേശങ്ങളിലെല്ലാം ആ വിഭാഗക്കാർ ധാരാളമായി അധിവസിച്ചുവരുന്നുമുണ്ട്. പുരാതനകാലത്ത് ആ വിഭാഗക്കാർ അധിവസിച്ചിരുന്നതായും തെളിവുകളുണ്ട്. ഇത് സൂചിപ്പിക്കുന്നത് ആ സവർണ്ണവിഭാഗക്കാർക്ക് ഒരു സന്നിഗ്ധഘട്ടത്തിൽ ഒഴിഞ്ഞുപോകേണ്ടിവന്നു എന്നും ആ ഒഴിഞ്ഞുപോക്ക് ഒരു അധിനിവേശത്തിന്റെ ഫലമായിരുന്നു എന്നുമാണ്.

മേൽജാതിക്കാരുടെ ആ ഒഴിഞ്ഞുപോക്ക് ഈ നാടിന്റെ ജാതിഘടനയെ സമൂലം മാറ്റിമറച്ചു. അതോടെ ഇവിടെ തീയ്യർ മേലാളരായി. തീയ്യർക്ക് ദാസ്യവേല ചെയ്യുന്ന ചില താണസമുദായക്കാരുമുണ്ടായിരുന്നു. ജമാരികൾ എന്നു വിളിക്കപ്പെട്ടിരുന്ന ആ താണജാതിക്കാർ തീയ്യരെ അച്ഛൻ എന്നാണ് സംബോധന ചെയ്തിരുന്നത്. ഇതിൽ നിന്നും മനസ്സിലാകുന്നത് ഇവിടെ അടിമത്തവും നിലനിന്നിരുന്നു എന്നും ആ അടിമത്തത്തിന്റെ ഗുണഭോക്താക്കൾ തീയ്യരായിരുന്നു എന്നുമാണ്. പ്രാദേശികചരിത്രനിർമ്മിതിക്ക് അവലംബമാക്കാനാകുക, ആ നാട്ടിലെ സ്ഥലനാമങ്ങൾ, പഴഞ്ചൊല്ലുകൾ, ആചാരാനുഷ്ഠാനങ്ങൾ, മുത്തശ്ശിക്കഥകൾ പേടിപ്പെടുത്തലുകൾ, ഉച്ചാരണഭേദങ്ങൾ തുടങ്ങിയവയൊക്കെയായിരിക്കും. “പണ്ടു പാതിരി സായ്പും പടയും വന്നിട്ടുപോലും ഞാൻ മാറീട്ടില്ല” എന്നത് ഇവിടെ കേട്ടുതഴമ്പിച്ച ഒരു ചൊല്ലാണ്. ഒരു കാര്യത്തോടുള്ള വ്യക്തിയുടെ ഉറച്ച നിലപാടു വ്യക്തമാക്കുവാനാണ് ഈ പഴഞ്ചൊല്ല് പ്രയോഗിക്കുന്നത്. പണ്ടു നടമാടിയ ഒരു സാംസ്കാരികാധിനിവേശത്തിന്റെ കറുത്തചിത്രം ഈ പഴഞ്ചൊല്ലിൽ ഒളിഞ്ഞിരിപ്പില്ലേ? ഇവിടെ വന്ന പോർച്ചുഗീസുകാർ ഒരു കൈയ്യിൽ ബൈബിളും മറുകൈയ്യിൽ തോക്കുമായി നാട്ടുകാരെ മതം മാറ്റാൻ ശ്രമിച്ചതിന്റെ പച്ചയായ വിവരണമല്ലേ ആ പഴഞ്ചൊല്ല്. എന്നു മാത്രമല്ല. ഈ നാട്ടുകാരുടെ ധൈര്യവും സ്ഥൈര്യവും ആത്മാഭിമാനവും സാംസ്കാരികബോധവുമെല്ലാം ആ പഴഞ്ചൊല്ലിലൂടെ അനാവൃതമാകുകയും ചെയ്യുന്നുണ്ട്.

ഇവിടെ ചില വഴിസ്ഥലങ്ങൾ അശുദ്ധമാക്കാതെ വെയ്ക്കണമെന്നും ആ സ്ഥലങ്ങളിലൂടെ ബ്രഹ്മരക്ഷസ്സിന്റെ പോക്കുവരവുണ്ടെന്നും മുത്തശ്ശിക്കഥകളുണ്ടായിരുന്നു. ഈ മുത്തശ്ശിക്കഥയുടെ പൊരുൾ, പുരാതനകാലത്ത് ഈ നാട്ടിലൂടെ ബ്രാഹ്മണർ വഴി പോകാറുണ്ടെന്നും

ആ സ്ഥലങ്ങളിൽ മറ്റുള്ളവർ പ്രവേശിക്കരുത് എന്നുമല്ലേ? വിചിത്ര മായ ഒരു കാര്യം, ഇവിടെ "അമ്പലത്തിൽ" എന്നു പേരുള്ള ഒരു മുസ്ലീം തറവാടുണ്ട്. അതുപോലെ 'മനയുള്ളതിൽ' എന്ന പേരിലും ഒരു മുസ്ലീം തറവാട് നിലവിലുണ്ട്. ഈ തറവാട്ട് പേരുകൾ സൂചിപ്പിക്കുന്നത് ഇവിടെ പണ്ടുകാലത്തു സവർണ്ണഹിന്ദുക്കൾ പ്രതികൂല സാഹചര്യം വന്ന പ്പോൾ മതം മാറി എന്നല്ലേ? ഇത്തരത്തിലുള്ള പരോക്ഷതെളിവുകളും, മലബാറിന്റെ മുഖ്യാധാരാചരിത്രത്തിൽ രേഖപ്പെടുത്തിയിട്ടുള്ളതും എന്നാൽ ചിന്നിച്ചിതറിക്കിടക്കുന്നതുമായ മറ്റു തെളിവുകളും ചേർത്ത് വെച്ചുകൊണ്ട് മേൽസൂചിപ്പിച്ച പുരാതനചരിത്രത്തിന്റെ ചുരുളഴിക്കു വാനുള്ള ശ്രമമാണ് ഈ പുസ്തകത്തിന്റെ തുടക്കത്തിൽ നടത്തിയി രിക്കുന്നത്.

1792-ൽ ബ്രിട്ടീഷുകാർ കീഴടക്കിയ അറയ്ക്കലിന്റെ സ്ഥലങ്ങ ളെല്ലാം 'കരാറിനകം ഗ്രാമങ്ങൾ' എന്നാണു അറിയപ്പെട്ടിരുന്നത്. എന്നാൽ പിൽക്കാലത്ത് പ്രത്യേകിച്ചും നവോത്ഥാനകാലമായതോടെ അഞ്ചു പ്രദേശങ്ങൾ മാത്രമാണു കരാറിനകം എന്ന പേരിൽ ചിര പ്രതിഷ്ഠ നേടുന്നത്. തോട്ടടയുടെ പടിഞ്ഞാറൻ ഭാഗങ്ങൾ, കുറുവ, കാഞ്ഞിര, കടലായി, അവേര എന്നിവയായിരുന്നു ആ അഞ്ചു ദേശ ങ്ങൾ. അതിന്റെ പ്രധാനകാരണം നവോത്ഥാനകാലത്തു കണ്ണൂർ ടൗൺ കേന്ദ്രീകരിച്ചു നടന്നിട്ടുള്ള എല്ലാ പൊതുപ്രവർത്തനങ്ങളിലും, ടൗണിന്റെ പരിസരപ്രദേശമെന്ന നിലയിൽ ഈ അഞ്ചു ദേശങ്ങളും ഒറ്റക്കെട്ടായി നൽകിയ മൂല്യവത്തായ സംഭാവനകളായിരുന്നു. മത പരിഷ്കരണപ്രവർത്തനങ്ങളായാലും ദേശീയ സ്വാതന്ത്ര്യസമരപ്ര വർത്തനങ്ങളായാലും, തൊഴിലാളികളുടെ അവകാശസമരപ്പോരാട്ട മായാലും ആ കാലത്തു കണ്ണൂരിൽ നടന്നിട്ടുള്ള എല്ലാ പുരോഗമന പ്രവർത്തനങ്ങളിലും കരാറിനകക്കാർ മുന്നിലുണ്ടായിരുന്നു. കരാറിനക ക്കാർ കാനാമ്പുഴ കടന്ന് മുഷ്ടി ചുരുട്ടി മുദ്രാവാക്യം വിളിച്ചു സിറ്റിയി ലൂടെ നടന്നു ടൗണിലെത്തിച്ചേർന്നാൽ മാത്രമേ അവിടെ ഏതു പൊതു പരിപാടിയും തുടങ്ങുമായിരുന്നുള്ളൂ. സാമൂഹികമാറ്റത്തിനുവേണ്ടി എന്തു ത്യാഗവും ചെയ്യാൻ സന്നദ്ധരായ ഒരു സംഘടിതസമൂഹം അന്ന് കരാറിനകത്തുണ്ടായിരുന്നു. ചുരുക്കിപ്പറഞ്ഞാൽ അന്ന് കണ്ണൂർ ടൗൺ ചൂടാകണമെങ്കിൽ കരാറിനകത്തെ തീപ്പൊരികൾ എത്തിച്ചേരണമാ യിരുന്നു.

അതുപോലെ ആ കാലത്ത് ദേശീയതലത്തിലായാലും സംസ്ഥാന തലത്തിലായാലും ആഹ്വാനം ചെയ്യപ്പെട്ടിട്ടുള്ള എല്ലാ പ്രക്ഷോഭങ്ങളും പൊതുപരിപാടികളും സ്വന്തം മണ്ണിൽ ഏറ്റെടുത്തുനടത്തിയവരാ യിരുന്നു കരാറിനകക്കാർ. ക്ഷേത്രങ്ങളിലെ മൃഗബലിക്കെതിരെയും അയിത്താചാരണത്തിനെതിരെയും വൻപ്രക്ഷോഭങ്ങൾ കരാറി നകത്തും സംഘടിപ്പിച്ചിരുന്നു. താണ ജാതിക്കാർക്കു ക്ഷേത്രങ്ങളിൽ ആരാധനാസ്വാതന്ത്ര്യം നൽകുന്നതിനുവേണ്ടിയും തൊഴിലാളികളുടെ

അവകാശസമരങ്ങളിലും കരാറിനകക്കാർക്ക് നേതൃത്വപരമായ പങ്കുണ്ടായിരുന്നു. ഒരു കാലത്തു ഈ നാട്ടിൽ പടർന്നുപിടിച്ച വസൂരി, കോളറ എന്നീ പകർച്ചവ്യാധികളെ നേരിടുന്നതിനും, ആ രോഗങ്ങളുടെ കെടുതികളിൽ വീർപ്പുമുട്ടിയ ജനങ്ങളെ സംരക്ഷിക്കുന്നതിനും ഇവിടെ വലിയ ശ്രമങ്ങൾ നടന്നിട്ടുണ്ട്.

മറ്റുള്ളവരുടെ നന്മയ്ക്കുവേണ്ടി സ്വന്തം ജീവിതം സമർപ്പിച്ച എത്രയോ മഹാന്മാരെപ്പറ്റി നാം ചരിത്രത്തിൽ വായിച്ചിട്ടുണ്ട്. ക്രിമിയ യുദ്ധം നടക്കുന്ന ഘട്ടത്തിൽ മുറിവേറ്റ ഭടന്മാരെ ആസ്പത്രിയിൽ വിളക്കുമായി ചെന്നു പരിചരിച്ച ഫ്ളോറൻസ് നൈറ്റിംഗെയിൽ, ഹവായി ദ്വീപിൽ പോയി കുഷ്ഠരോഗികളെ പരിചരിച്ചതിന്റെ ഫലമായി കുഷ്ഠരോഗം വന്നുമരിച്ച ഫാദർ ഡാമിയൻ, സ്വാതന്ത്ര്യപ്രാപ്തിയുടെ ആഘോഷങ്ങൾ ഡൽഹിയിൽ നടക്കുമ്പോൾ വർഗ്ഗീയലഹള നടക്കുന്ന നവഖാലിയിൽ പോയി ഹിന്ദുക്കളേയും മുസ്ലീംങ്ങളേയും ആശ്വസിപ്പിച്ച മഹാത്മാഗാന്ധി, ഇവരൊക്കെ ലോകം അറിയപ്പെടുകയും ആദരിക്കുകയും ചെയ്യുന്ന മഹാത്മാക്കളാണ്. ആ മഹാത്മാക്കൾ എന്നും അറിയപ്പെടേണ്ടവരും ആദരിക്കപ്പെടേണ്ടവരുമാണ്. ആ മഹാത്മാക്കൾ ചെയ്ത സേവനങ്ങളുടെ ചെറു ചെറു പതിപ്പുകൾ ഈ നാട്ടിലുമുണ്ടായിട്ടുണ്ട്. ആ സേവനങ്ങൾക്കൊക്കെ നേതൃത്വം കൊടുത്ത ഈ നാട്ടിലെ ത്യാഗിവര്യന്മാരെക്കുറിച്ചു നാമെങ്കിലും അറിഞ്ഞിരിക്കേണ്ടതല്ലേ? മേൽസൂചിപ്പിച്ച നവോത്ഥാനകാലരാഷ്ട്രീയ പ്രവർത്തനങ്ങളും, ആ പ്രവർത്തനങ്ങൾക്കെല്ലാം നേതൃത്വം നൽകിയ ഇവിടുത്തെ ത്യാഗിവര്യന്മാരായ ആളുകളെക്കുറിച്ചുമുള്ള ചെറുചെറുവിവരണങ്ങളുമാണ്, ഈ പുസ്തകത്തിൽ തുടർന്നു രേഖപ്പെടുത്തിയിരിക്കുന്നത്. കൂടാതെ ഈ നാട്ടിൽ നടന്നിട്ടുള്ള ചില കൗതുകകരമായ സംഭവങ്ങളും, വിവാഹം, ക്ഷേത്രോത്സവം തുടങ്ങിയ ആഘോഷങ്ങളും കലാസാംസ്കാരിക പ്രവർത്തനങ്ങളും കായിക വിനോദവുമെല്ലാം സന്ദർഭോചിതമായി ചേർത്തുകൊണ്ടാണു കണ്ണൂർ കരാറിനകത്തിന്റെ പുരാവൃത്തം എന്ന ഗ്രന്ഥം തയ്യാറാക്കിയിട്ടുള്ളത്. നവോത്ഥാനകാലത്തെ സംഭവവിവരണങ്ങൾ മുതിർന്നവരിൽനിന്നും കിട്ടിയിട്ടുള്ള അറിവാണ്. പന്ത്രണ്ടു കൊല്ലത്തോളം നീണ്ട പരിശ്രമമാണു ഇങ്ങനെ ഒരു പുസ്തകം തയ്യാറാക്കുവാൻവേണ്ടി വന്നത്. ഒരുപാടു പേർ ഇതിനുവേണ്ടുന്ന വിവരങ്ങളും തന്നു സഹായിച്ചിട്ടുണ്ട്. അവരിൽ പലരും ഇന്നു നമ്മോടൊപ്പമില്ല. അവരുൾപ്പെടെ മറ്റെല്ലാവരോടുമുള്ള നന്ദിയും കടപ്പാടും മനസ്സിൽ സൂക്ഷിച്ചുകൊണ്ടു ഈ പുസ്തകം നാടിനു സമർപ്പിക്കുകയാണ്.

■

അവതാരിക

ദേശചരിത്രം - ഒരു വേറിട്ട മാതൃക

ഉമേഷ് ബാബു കെ.സി.

മനുഷ്യജീവിതത്തിൽ, ഓർമ്മകളേക്കാൾ വലുതായി എന്തെങ്കിലുമുണ്ടാകാനുള്ള സാധ്യത കുറവാണ്. മുതിർന്ന ഓരോ മനുഷ്യനും ഓർമ്മകളുടെ ഒരു അതിവിപുലമായ സഞ്ചയം കൂടിയാണ്. ഓരോരുത്തരുടെയും സാമൂഹ്യബോധത്തിന്റെ സ്വഭാവവും ഇടപെടലുകളുടെ പ്രത്യേകതയും ചേർന്നാണ് അവരുടെ ഓർമ്മകളുടെ ഉള്ളടക്കവും വൈപുല്യവും നിശ്ചയിക്കപ്പെടുക. ഒരു മനുഷ്യനും ഒറ്റപ്പെട്ട ഒരു തുരുത്തല്ലാത്തതിനാൽ എല്ലാവരുടെയും എത്ര വ്യക്തിപരമെന്നു പറയാവുന്ന ഓർമ്മകൾക്കും സാമൂഹ്യമായ ഒരു തലമുണ്ട്. വേറൊരാളോടോ വേറൊന്നിനോടോ ബന്ധപ്പെട്ടതാണ് എല്ലാ ഓർമ്മകളും. ഓർമ്മകളെല്ലാം സാമൂഹികമാണെന്നു നിർവ്വചിക്കപ്പെടുന്നതിന്റെ കാരണമതാണ്.

വാമൊഴിയായോ വരമൊഴിയായോ വസ്തുതയായോ സാന്നിദ്ധ്യമായോ തെളിവായോ ഊഹമായോ നിലനിൽക്കുന്ന ഓർമ്മകളുടെ ഒരു പാരാവാരമാണ് ചരിത്രം. അതുകൊണ്ടുതന്നെ അതെല്ലാം പ്രത്യയശാസ്ത്രപരവുമാണ്. അങ്ങനെ നിലനിൽക്കുന്ന ചരിത്രത്തിനും ഒരു പ്രത്യയശാസ്ത്രമുദ്രയുണ്ട്. അതുകൊണ്ട്, ഒരുപക്ഷേ, ഒരു ചരിത്രവും ഒരു യഥാർത്ഥചരിത്രമല്ല, പല ചരിത്രങ്ങളിലൊന്നു മാത്രമാണെന്നു പറയേണ്ടി വരും. ആധുനികകാലത്ത് രൂപപ്പെട്ടുവന്ന പല മാനവരീതികൾ മുൻനിർത്തി നിർമ്മിക്കപ്പെടുന്ന ചരിത്രമാണ് പലപ്പോഴും യാഥാർത്ഥ്യത്തോട് ഏതാണ്ട് അടുത്തുനിൽക്കുന്നത്. അത് പ്രൊഫഷണൽ ചരിത്രരചനയുടെ മേഖലയാണ്. പക്ഷേ, അപ്പോഴും പൂർണ്ണമായും അനാവൃതമായിത്തീരുന്ന യാഥാർത്ഥ്യമെന്നത് അതിവിരളമായി മാത്രമേ സംഭവിക്കുന്നുള്ളൂ. സാമൂഹ്യമായ ഓർമ്മകളുടെ ഒരു കടൽ പൂർണ്ണമായും വീണ്ടെടുക്കുന്നതിലെ അസാദ്ധ്യത, മനുഷ്യാസ്തിത്വത്തിന്റെ പല മൗലിക പരിമിതികളിലൊന്നായിരിക്കാം.

എന്നാൽ, കാര്യം ഇതൊക്കെയാണെങ്കിലും, ചരിത്രരചനയ്ക്കുള്ള ഒരു വെമ്പൽ, ആധുനിക മനുഷ്യനാഗരികതയുടെ പ്രധാന ശീലങ്ങളിലൊന്നായിത്തീർന്നിട്ടുണ്ട്. പാരമ്പര്യം തിരിച്ചറിയുന്നതിനും,

സ്വയം കണ്ടെത്തുന്നതിനുമുള്ള ഒരു പ്രധാന ഉപാധിയായി അതു സമൂഹത്തിൽ ഇടം പിടിച്ചു. ജനതയുടെ അസ്തിത്വസംബന്ധിയായ സമസ്യകളുടെ ഉത്തരം തേടലായും ഈ പ്രവർത്തനം പ്രസക്തി യാർജ്ജിച്ചുകൊണ്ടിരുന്നു. നമുക്കു ചുറ്റിലുമുള്ള ലോകം മുമ്പെങ്ങ നെയായിരുന്നുവെന്നറിയുന്നതിനുള്ള ഉദ്വേഗം സഹജാവബോധ ത്തിന്റെതന്നെ പ്രശ്നമാകയാൽ ഇതൊട്ടും ആശ്ചര്യകരമല്ല. അതു കൊണ്ടാകണമിപ്പോൾ, പൊതുചരിത്രരചനാസമ്പ്രദായങ്ങൾകൊണ്ടു മതിയാകാതെ, ദേശചരിത്രരചനയുടെയും പ്രാദേശിക ചരിത്രരചന യുടെയുമെല്ലാമായ വികേന്ദ്രീകൃത ചരിത്രരചനാപദ്ധതികളിലേക്ക് ശക്തി വ്യാപരിക്കാനാരംഭിച്ചിട്ടുള്ളത്.

ആഗോളീകൃത നവമുതലാളിത്ത വ്യവസ്ഥയുടെ വളർച്ച ഉണ്ടാക്കി ത്തീർത്തിട്ടുള്ള ഒരു പ്രധാന പ്രത്യാഘാതം, ജീവിതത്തിന്റെ ഏറ്റവും പ്രാദേശികമായ തലങ്ങൾപോലും സാംസ്കാരികമായി വളരെ ഉത്തേജിതമായിത്തീർന്നുവെന്നതാണ്. മതം, ജാതി, കുടുംബപാരമ്പര്യം തുടങ്ങിയവ ഏറ്റവും ശക്തമായി ഉണർത്തിയെടുത്തിട്ടു എന്നുള്ളതു മാണ്. ചരിത്രത്തിലെ ഏറ്റവും വലിയ രാഷ്ട്രീയമതമായ ഇസ്ലാമി നകത്തു സാർവ്വദേശീയമായി സംഭവിച്ചുകൊണ്ടിരിക്കുന്ന ബഹുവിധ മായ വിചിത്രപരിണാമങ്ങൾ കണ്ടാലറിയാം, ഈ പുതിയ ഉത്തേജന ത്തിന്റെ സ്വഭാവം. എല്ലാ നവോത്ഥാനപ്രകൃതങ്ങളിൽനിന്നും പുനരു ദ്ധാരണത്തിന്റെ ഏറ്റവും അന്ധവും നീചവും ചരിത്രവിരുദ്ധവുമായ മാർഗ്ഗങ്ങളിലേക്കു മനുഷ്യരെല്ലാം പിന്മടങ്ങുന്നതിന്റെ വലിയ ഘോഷണ ങ്ങളാണ് എവിടെയും ഉയർന്നുകൊണ്ടിരിക്കുന്നത്. എല്ലാ പ്രാകൃതത്വ ങ്ങളെയും എത്ര ബുദ്ധിമുട്ടിയും പുനരുദ്ധരിക്കുക എന്നതൊരു നാട്ടു നടപ്പായിത്തീർന്നിരിക്കുന്നു. ഇതിനിടയിൽ സാമൂഹികമായി തോല്പി ക്കപ്പെടുന്നത് നവോത്ഥാനമൂല്യങ്ങളുടെ മാനവികമായ നന്മകളാണെ ന്നതുകൊണ്ട്, അതുകൊണ്ടുതന്നെ, ഈ നടക്കുന്ന കാര്യങ്ങൾ സമൂഹ ത്തിന്റെ ജനാധിപത്യവൽക്കരണത്തിന് ഒട്ടും സഹായകമല്ലെന്നുമാത്ര മല്ല, ഫാസിസവൽക്കരണത്തിന്റെ അടിത്തറയായിത്തീരുക മാത്രം ചെയ്യുന്നതുമാണ്. പുത്തൻ ആരാധനാലയനിർമ്മാണങ്ങൾ മുതൽ തറവാട്ടുസംഗമങ്ങൾവരെ ഇപ്പോൾ നടക്കുന്നവയെല്ലാം സാമൂഹിക മായി ഈയൊരു ചീത്ത ദൗത്യത്തിന്റെ ഭാഗമായിത്തീരുകയാണ് ചെയ്യുന്നത്. അതുകൊണ്ട്, ചരിത്രപരമായ പഴമയുടെ ഏതുനിലയി ലുള്ള വീണ്ടെടുപ്പും പുരോഗമനവാദികൾ, വളരെ സൂക്ഷിച്ചേ ചെയ്യാവൂ എന്നാണിതിനർത്ഥം.

പുതിയ കാലത്ത് ചരിത്രരചനയുടെ ഏറ്റവും വലിയ വെല്ലുവിളി പഴമകളെ ഏതുള്ളടക്കത്തിൽ കണ്ടെത്താമെന്നായിത്തീർന്നിരിക്കു ന്നുവെന്നതിന് ദുരന്തം നിറഞ്ഞ ഒരു പശ്ചാത്തലമുണ്ട്. ജനാധിപത്യ ബോധത്തെ ഒരു വിപരീതമാർഗ്ഗത്തിൽ പരാജയപ്പെടുത്താനായി പഴമയെ അങ്ങേയറ്റം വിഭാഗീയമായി വർത്തമാനകാലത്തിനു മുകളിൽ പ്രതിഷ്ഠിക്കുന്നുവെന്നതാണ് പ്രശ്നം. അതുകൊണ്ട്, ദേശചരിത്രമോ,

പ്രാദേശികചരിത്രമോ ഒന്നുംതന്നെ ഇനിയങ്ങോട്ട്, ആഹ്ലാദകരമായി വീണ്ടെടുക്കപ്പെടുന്ന ഒരു നാട്ടുപഴമയുടെ ആവിഷ്കാരമായിമാത്രം സ്വീകരിക്കാനാവില്ല. അത്തരം രചനകൾ പ്രത്യയശാസ്ത്രപരമായി, വർത്തമാനകാലത്തെ മുന്നോട്ടു നയിക്കുന്ന തരം യാഥാർത്ഥ്യ ബോധവും കരുതലും പുലർത്തുന്നുണ്ടോ എന്ന പരിഗണനയിൽ മാത്രമേ അവ സ്വീകരിക്കാനാകൂ, വ്യക്തിപരവും സാമൂഹ്യപരവുമായ ഓർമ്മകളുടെ സമാഹരണം കൊണ്ടുമാത്രം ഒരു പ്രാദേശികചരിത്ര ത്തിനും ഇനിയങ്ങോട്ട് പ്രസക്തമായി നിലനിൽക്കാനാകില്ല എന്നു കൂടിയാണ് ഇതിനർത്ഥം. വർത്തമാനകാല രാഷ്ട്രീയത്തിന്റെ ദുർവഹ മായ ഭാരം, ചരിത്രരചനയുൾപ്പെടെ എല്ലാറ്റിനെയും വളച്ചൊടിക്കുകയും തകർത്തു കളയുകയും ചെയ്യുന്നതിന്റെ മാത്രം പ്രശ്നമാണിത്. അതു കൊണ്ട്, ഇക്കാലത്തൊരാൾ ഒരു പ്രാദേശിക ചരിത്രമെഴുതാൻ പുറ പ്പെട്ടാലും, എഴുതിത്തീരുമ്പോൾ ആ കൃതി വർത്തമാനകാല രാഷ്ട്രീയ വിഭാഗീയതയുടെ ഒരു സംസ്കാരിക സേവാപ്രവർത്തനമായിത്തീർന്നു പോകുന്നു. വളരെ വലിയൊരു പ്രതിസന്ധി തന്നെയാണിത്.

പക്ഷേ, ഈ പ്രതിസന്ധിയെ മറികടക്കാവുന്നതേയുള്ളൂ. ചരിത്ര രചനയെ വിപ്ലവകരമായി ഉപയോഗിക്കാനുള്ള സാദ്ധ്യത അടഞ്ഞു പോകുകയില്ല ഒരിക്കലും. ഒരു ജനതയുടെ ഓർമ്മയിൽ പടർന്നു കിട ക്കുന്ന അവരുടെ പഴമയെ അതിന്റെ വസ്തുതയാഥാർത്ഥ്യത്തിലും ചരിത്രപരമായ പശ്ചാത്തലത്തിലും സത്യസന്ധമായി അവതരിപ്പിക്കുക വഴി, ചരിത്രരചനകൾക്ക് അതിന്റെ പുരോഗമനമൂല്യം ഇനിയും നില നിർത്താനാവുമെന്ന കാര്യം ഉറപ്പാണ്. സത്യത്തിന് ബദലുകളില്ല എന്ന താണ് വിപ്ലവകാരിത്വത്തിന്റെ തത്ത്വം. വളരെ വളരെ സരളമായൊരു കാര്യമാണത്. സത്യത്തിനും യാഥാർത്ഥ്യത്തിനും അഭിമുഖം നിൽക്കുന്ന ഒരു ജനതയ്ക്ക് ഏതു പഴമയെയും വിഭാഗീയതയുടെ അടിസ്ഥാന മാക്കാതിരിക്കാനുള്ള വിവേകം കാണിക്കാനാകും. ചരിത്രമെന്നത് ഭക്തി പൂർവ്വം പൂജിക്കാനുള്ള ഒരു വിഗ്രഹമല്ല, എടുത്തുപയോഗിക്കാനുള്ള ഒരായുധമല്ല, യുക്തിപൂർവ്വം അപഗ്രഥിച്ചു മനസ്സിലാക്കാനുള്ള സാമൂഹ്യജീവിതത്തിന്റെ പഴമ പടവുകളാണെന്ന കാര്യം അങ്ങനെ കണ്ടെത്താനാകും. ഏതു പ്രാദേശിക ചരിത്രരചനയ്ക്കും ഇങ്ങനെ യൊരു ഉത്തരവാദിത്വം കാണിക്കുക ഇക്കാലത്തും പ്രയാസകരമായ ഒരു കാര്യമല്ല.

രണ്ട്

ശ്രീ പവിത്രൻ ആയാടത്തിൽ എഴുതിയിട്ടുള്ളത് ഒരു പ്രാദേശിക ചരിത്രമാണ്. നൂറ്റാണ്ടുകളായി, ചരിത്രത്തിന്റെ അതിക്രൂരവും നിർദ്ദയവു മായ ഏറ്റിറക്കങ്ങൾ നിരന്തരം ഉഴുതുമറിച്ചുകൊണ്ടിരുന്ന, കണ്ണൂർ നഗര പാർശ്വത്തിലെ അഞ്ച് ഗ്രാമങ്ങളുടെ ചരിത്രം, കണ്ണൂർ കരാറിനകത്തിന്റെ ചരിത്രം. സ്തോഭജനകവും, സംഭവബഹുലവും, ഉദ്വേഗപൂർണ്ണവുമായ

ഒരു അസാധാരണ ചരിത്രപാഠം. അറയ്ക്കൽ രാജവംശത്തിന്റെയും പിന്നീട് ബ്രിട്ടീഷ് അധിനിവേശത്തിന്റെയും തുടർന്ന് ഇന്ത്യൻ ഭരണത്തിന്റെ കീഴിൽ ഈ ചെറിയ പ്രദേശം കടന്നുവന്ന രണ്ടു നൂറ്റാണ്ടിലധികം കാലത്തിന്റെ ചരിത്രം. ഒഴുക്കോടെ വിവരിച്ചുപോകുന്ന ഒരു കൃതി. ചരിത്രകുതുകിയായ ഒരാൾ, ദീർഘകാലം, അന്വേഷിച്ചും സമാഹരിച്ചും, പഠിച്ചും ഒറ്റയ്ക്ക് രചിച്ച പ്രാദേശിക ചരിത്രമെന്ന പ്രത്യേകതയും ഈ കൃതിക്കുണ്ട്.

ഭൂമിശാസ്ത്രപ്രത്യേകതകൾ, അതുമായി ബന്ധപ്പെട്ട ദേശവിശേഷങ്ങൾ, ചരിത്രാവശിഷ്ടങ്ങളും അവയിലൂടെ സ്ഥാപിച്ചെടുക്കുന്ന പഴയ ചരിത്രസംഭവങ്ങളും, സാംസ്കാരികവിശേഷങ്ങൾ വെളിപ്പെടുത്തുന്ന ചരിത്ര ഗതിവിഗതികൾ, തൊഴിലും മറ്റ് ഉല്പാദനപ്രവർത്തനങ്ങളും, ജാതിമതം, നവോത്ഥാനം, സാക്ഷരത, കല, കായികപ്രവർത്തനങ്ങൾ, സ്വകാര്യജീവിതത്തിന്റെ പ്രത്യേകതകൾ, ദേശീയ പ്രസ്ഥാനം, കമ്മ്യൂണിസം, വ്യക്തികൾ, സംഘടനകൾ, സ്ഥാപനങ്ങൾ, ഫോക്‌ലോറുകൾ, നാട്ടറിവുകൾ എന്നിങ്ങനെ ദേശചരിത്രസംബന്ധിയായ ഏത് സാമ്പ്രാദായിക ചരിത്രകൃതിയിലും നിർബന്ധമായും കടന്നുവരുന്ന ഘടകങ്ങളെല്ലാം ഈ പുസ്തകത്തിലുണ്ട്. രണ്ടു നൂറ്റാണ്ടിലധികം കാലം കരാറിനകത്തെ ജനങ്ങൾ ജീവിച്ചിരുന്ന വിധങ്ങളെയും, അവരെ ചൂഴ്ന്നുനിന്ന രാഷ്ട്രീയ അധികാരബന്ധങ്ങളെയും കുറിച്ചുള്ള അത്യന്തം കൗതുകകരവും ആധികാരികവുമായ വിവരങ്ങൾ ഈ കൃതിയെ വളരെ ഗൗരവത്താക്കുന്നു. സരളവും നാടോടിയും പ്രസന്നവും കഥാത്മകവുമായ ഭാഷാശൈലി ഈ പുസ്തകത്തിന്റെ മറ്റൊരു പ്രധാന പ്രത്യേകതയാണ്. മുന്നൂറിലധികം പേജ് വരുന്ന ഈ കൃതി, അതുകൊണ്ടുതന്നെ ഒട്ടും വിരസമല്ല.

ഒരു കരാറിനകത്തുകാരൻ തന്റെ നാടിന്റെ ചരിത്രം അന്വേഷിച്ചെഴുതിയ ഒരു ദേശചരിത്രമെന്നത് കണ്ടുകൊണ്ട്, അങ്ങനെ രൂപം കൊള്ളുന്ന പല കൃതികളിലൊന്നു മാത്രമായി ഈ പുസ്തകത്തെ പരിഗണിക്കാനാണ് സാദ്ധ്യതയുള്ളത്. എന്നാൽ അതു ശരിയാകുമെന്നു തോന്നുന്നില്ല. കാരണം, ഉത്തരകേരളത്തിന്റെ ചരിത്രം പഠിക്കുമ്പോൾ നിർണ്ണായക സ്ഥാനത്തു വരുന്ന ഒന്നാണ് കോലത്തരചന്മാർ എന്ന ചിറയ്ക്കൽ രാജവംശവും അതിനെ ചുറ്റിപ്പറ്റി വളർന്നുവന്ന ഭാഷാപരവും സാംസ്കാരികവുമായ വലിയ പൈതൃകവും വരെ. ഈ രാജവംശത്തിന്റെ ആസ്ഥാനം കരാറിനകത്തെ 'കടലായി' ആയിരുന്നെന്ന വസ്തുത ഇപ്പോൾ അംഗീകൃതമാണ്. പല പുരാവൃത്തങ്ങളിലെയും പ്രമുഖസാന്നിദ്ധ്യമായ കടലായി കോട്ടയും കടലായി അമ്പലവുമെല്ലാം അവിടെത്തന്നെയായിരുന്നു. പക്ഷേ, ഉത്തരകേരളത്തെയും മലയാളഭാഷയെയും മറ്റും സംബന്ധിച്ചു നിർണ്ണായകമായ ഈ ചരിത്രവസ്തുതകളെ മുൻനിർത്തി, പഠനഗവേഷണങ്ങൾക്കോ, പര്യവേഷണങ്ങൾക്കോ ഇതുവരെയും കേരളത്തിലെ മുഖ്യധാരാ ചരിത്രപഠന ലോകം തയ്യാറായിട്ടില്ല. പട്ടണപ്രദേശത്തു നടന്നുവരുന്ന

പര്യവേക്ഷണത്തെ ആധാരമാക്കി കേരളചരിത്രപഠനത്തിന്റെ പുതിയ ചുവടുവെപ്പുകളെപ്പറ്റി വാതോരാതെ പറയുന്നവർക്ക്, അത്യുത്തര കേരള ചരിത്രത്തെ സംബന്ധിച്ച് അപാരമായ സാദ്ധ്യതകൾ നൽകുവാനിടയുള്ള ഒരു കടലായി പര്യവേക്ഷണത്തെപ്പറ്റി സങ്കല്പിക്കാൻ പോലും തുനിഞ്ഞിട്ടില്ലെന്നുള്ളത്, കേരളത്തിലെ ചരിത്രപഠന വിഭാവനങ്ങളുടെ ശോചനീയാവസ്ഥയാണ് സൂചിപ്പിക്കുന്നത്. കേരളത്തിലായിരിക്കുമ്പോൾ ചരിത്രപഠനങ്ങൾ പോലും വിഭാഗീയമായി ത്തീർന്നു പോകുന്നു. അതുകൊണ്ട് ചരിത്രത്തെ എവിടെയെല്ലാം അന്വേഷിക്കണമെന്ന കാര്യത്തിലും ഇവിടെ ശരിയായ തീർപ്പുകൾ ഉണ്ടാകുന്നില്ല. ചരിത്രപഠനങ്ങളുടെ കാര്യത്തിൽ കണ്ണൂർ കടലായി നേരിട്ടുവന്ന അവഗണന അങ്ങനെ ഉണ്ടായതാണ്. ഇപ്പോൾ പ്രചാരത്തിലുള്ള കേരള ചരിത്രങ്ങളെല്ലാം അസമഗ്രമായിത്തീർന്നതിന്റെ കാരണമതാണ്. ഉത്തരകേരളത്തിന്റെ ഒരു സമഗ്രചരിത്രം രൂപപ്പെടുംവരെ അത് തുടരും. അത്തരമൊന്നു രൂപപ്പെടുത്തണമെങ്കിൽ, അന്വേഷിക്കപ്പെടേണ്ട ഒരു പ്രധാന ഇടം കണ്ണൂർ കരാറിനകമാണ്.

അങ്ങനെയുള്ള കണ്ണൂർ കരാറിനകത്തിന്റെ ചരിത്രപ്പഴമയും സംഭവബഹുലതയും ശ്രദ്ധയിൽകൊണ്ടുവരാനുള്ള വാചാലമായ ഒരാദ്യ പരിശ്രമമെന്ന പ്രത്യേകത ഈ കൃതിക്കുണ്ട്. പ്രമുഖരും പണ്ഡിതന്മാരും ചെയ്യേണ്ടിയിരുന്ന കാര്യത്തിന് ഒരു സാധാരണക്കാരൻ എളിയ തുടക്കമിടുന്നു. ഒരുപക്ഷേ വളരെ യാദൃച്ഛികമായി സംഭവിച്ചതാകാമെങ്കിലും, ഈ പുസ്തകത്തിന്റെ നിലവിലുള്ള പ്രത്യേക പ്രസക്തി എടുത്തു പറയാതെ വയ്യ. കേരളചരിത്രത്തിൽ പ്രമുഖമായി ഇടം പിടിക്കാനുള്ള കരാറിനകം പ്രദേശത്തിന്റെ അർഹത ആദരിക്കപ്പെടുകയാണിവിടെ. 'കൃഷ്ണഗാഥ' പോലൊരു മലയാളകാവ്യം രചിക്കപ്പെട്ടത് ഈ പ്രദേശത്തുവച്ചാണെന്ന ചരിത്രസത്യം പോലും ഓർക്കപ്പെടാതെ പോകുകയും ആധുനിക മലയാള ഭാഷയുടെ അഗ്രഗാമിയായ ആ കവിക്ക് ഒരു സ്മാരകം പോലും ഇല്ലാതെ പോകുകയും ചെയ്ത കേരളത്തിന്റെ വർത്തമാനാവസ്ഥയുടെ പശ്ചാത്തലത്തിലാണ് ഇക്കാര്യം ശ്രദ്ധിക്കേണ്ടത്. തുഞ്ചത്തെഴുത്തച്ഛൻ ഇത്രമേൽ സ്ഥാപനവൽകൃതമായി ആദരിക്കപ്പെടുന്ന ഒരു നാട്ടിൽ തുല്യപ്രാധാന്യം നൽകപ്പെടേണ്ട ഒരു മഹാകവി എങ്ങനെ വിസ്മരിക്കപ്പെട്ടുവെന്ന് അന്വേഷണങ്ങൾക്കു പ്രചോദകമാകാനും കൂടി ഇതുപോലുള്ള സംരംഭങ്ങൾക്ക് കഴിയും. അത്യുത്തര കേരളത്തിന്റെ ചെറുപ്രദേശങ്ങൾക്കുപോലും വളരെ ബൃഹത്തായ ചരിത്രമുണ്ട്. പക്ഷേ, അത് ഏറ്റെടുക്കാൻ ആകില്ല എന്ന ദുരവസ്ഥയുടെ വലുപ്പം കൂടി ഈ സംരംഭം പറഞ്ഞു തരുന്നു.

മൂന്ന്

ഈ ലേഖകന് കരാറിനകമെന്നത് ചരിത്രത്തിലെയോ പുസ്തകത്തിലെയോ ഒരു അനുഭവദേശമല്ല. ജനിച്ചു വളരുകയും നാല്പതു വയസ്സുവരെ താമസിച്ചുപോരികയും ചെയ്ത സ്വന്തം നാടാണത്.

കരാറിനകത്ത് കടലായി, തോട്ടട ഗ്രാമങ്ങൾക്കിടയിലെ വട്ടക്കുളം എന്ന ചെറിയ പ്രദേശത്ത് ജനിച്ചുവളർന്ന ഒരാളാണ് ഈ ലേഖകൻ. കടുത്ത വേനൽക്കാലം വരെ നിറഞ്ഞുകിടക്കുകയും അസാമാന്യമായ വലുപ്പമുണ്ടായിരുന്ന തവളകളുടെ വിഹാരകേന്ദ്രമായിരിക്കുകയും ചെയ്ത രണ്ടുസെന്റ് വിസ്തൃതിയിൽ പ്രകൃതിദത്തമായി ഉണ്ടായിരുന്ന വൃത്താകാരമായ ഒരു പാറക്കുഴിയുടെ സാന്നിദ്ധ്യമാണ് ആ പ്രദേശത്തിന് വട്ടക്കുളം എന്ന പേര് നൽകിയത്. ആ വട്ടക്കുളം പക്ഷേ, ഇന്നില്ല. അതിന്റെ ഒരുവശം ഒരു റോഡും, മറുവശം ഒരു സ്വകാര്യവ്യക്തിയും നിരത്തി. അങ്ങനെ വട്ടക്കുളം പ്രദേശത്ത് വട്ടക്കുളം ഇല്ലാതെയായി. പ്രകൃതിയുടെ നന്മയെ മനുഷ്യരുടെ ആർത്തി, കുഴിച്ചുമൂടുന്നതിന്റെ ഉദാഹരണമാണ് ഈ നിരോധനമെന്ന കാര്യത്തിൽ സംശയമില്ല. പുതിയ കാലത്തെ കരാറിനകത്ത് ചരിത്രാവബോധവും പരിസ്ഥിതിബോധവും തീരെ വറ്റിപ്പോയതിന്റെ തെളിവു കൂടിയാണ് ഈ സംഭവം. അതു രണ്ടും ഈ നാടിനു വീണ്ടുകിട്ടണമെന്നതിന്റെ കാര്യത്തിൽ മാത്രം ഈ ലേഖകന് സംശയമില്ല. ഭൂമിയെന്നത് റിയൽ എസ്റ്റേറ്റ് മാത്രമല്ല, പ്രകൃതിയുടെയും ചരിത്രത്തിന്റെയും മഹത്തായ വരദാനമാണെന്ന കാര്യവും മനുഷ്യർ അംഗീകരിക്കേണ്ടതുണ്ട്.

ഈ പുസ്തകം എന്റെ നാടിന്റെ ദേശചരിത്രമാണ്. ഇതിന്റെ ഉള്ളടക്കം മുഴുവനും എനിക്ക് പൂർണ്ണമായ പരിചയമുള്ള ഒന്നാണ്. നേരിട്ടറിഞ്ഞും അന്വേഷിച്ചും ഞാൻ കൂടി മനസ്സിലാക്കിയിട്ടുള്ള ആ വലിയ ചരിത്രത്തിൽ അഭിമാനം കൊള്ളുന്ന ഒരാളുമാണ് ഈ ലേഖകൻ. വളരെ വലിയ ഐക്യബോധമുണ്ടായിരുന്ന, കലകൾക്കും സംസ്കാരത്തിനും വായനയ്ക്കും വലിയ വേരോട്ടമുണ്ടായിരുന്ന, അങ്ങേയറ്റം സെക്കുലറായിരുന്ന പുരോഗമനവാദത്തിന്റെ കളിത്തൊട്ടിലായിരുന്ന, ദീർഘകാലത്തെ നേരിട്ടുള്ള യൂറോപ്യൻകുടിയേറ്റത്തിന്റെ സ്വാധീനം കൊണ്ടാകണം വലിയ കോസ്മോപോളിറ്റൻ മനോഭാവം പുലർത്തിയിരുന്ന ഒരു ചെറുപ്രദേശത്തെ മനുഷ്യരുടെ ഈ സ്ഥൂല ചരിത്രത്തിന്റെ വായന ആർക്കും ഒരനുഭവമായിരിക്കും. കഴിഞ്ഞ ചില നൂറ്റാണ്ടുകളിൽ കേരളത്തിലുണ്ടായി വന്ന സാമൂഹ്യചലനങ്ങളുടെ ലക്ഷണമൊത്ത ഒരു പരിച്ഛേദവുമാണ് ഈ ദേശചരിത്രം. പ്രൊഫഷണൽ ചരിത്രാന്വേഷകരുടെയും അത്തരം ഔദ്യോഗിക സംവിധാനങ്ങളുടെയും സജീവമായ ശ്രദ്ധ, ഈ കണ്ണൂർ പരിസരത്തിന്റെ ചരിത്രത്തിലേക്കു തിരിയാൻ ഈ പുസ്തകം ഇടയാക്കുമെങ്കിൽ അത് അത്യുത്തര കേരളപഠനത്തിന്റെ കാര്യത്തിൽ വലിയ ചുവടുവെപ്പായിത്തീരും. ഈ ലേഖകന് അങ്ങനെയൊരാവശ്യത്തിന്റെ കാര്യത്തിൽ സംശയമേയില്ല. കരാറിനകത്തിന്റെ ഈ ചരിത്രം, ലോകത്തിന്റെ പല കോണുകളിലുൾപ്പെടെ പരന്നുകിടക്കുന്ന കരാറിനകത്തുകാരും മറ്റു മലയാളികളും വായിക്കുകയും ചർച്ച ചെയ്യുകയും ചെയ്യാനിടവരട്ടെ.

കണ്ണൂർ
17-01-2015

ആശംസകൾ

നെഞ്ചിലേറ്റി നടക്കേണ്ട കൈപ്പുസ്തകം

ഇതൊരു സത്സംരംഭമാണ്; സാഹസികത നിറഞ്ഞതും. ഇതിലെ കഥാപാത്രങ്ങളോ ബന്ധുക്കളോ ജീവിച്ചിരിപ്പുള്ളവരാണ്. അവരോടൊക്കെ പാവനമായ സ്നേഹാദരങ്ങളോടു കൂടിയാണ് എഴുത്തുകാരൻ തൂലിക ചലിപ്പിച്ചിട്ടുള്ളത്.

നല്ലൊരു ഗൈഡിന്റെ (വഴികാട്ടിയുടെ) പിൻബലത്തോടെ ഡോക്ടറേറ്റ് ഡിഗ്രിക്കുവേണ്ടി ശാസ്ത്രീയമായ രീതിയിൽ ഗവേഷണം നടത്തി കരാറിനകം എന്ന ചെറുപ്രദേശത്തിന്റെ ചരിത്രപരവും സാമൂഹികവും സാംസ്കാരികപരവും വിദ്യാഭ്യാസപരവുമായ നഗ്നത വെളിപ്പെടുത്താനല്ല പവിത്രൻ ആയാടത്തിൽ ശ്രമിച്ചിട്ടുള്ളത്. മറിച്ചു വെറുമൊരു ചരിത്രാന്വേഷിയുടെ നിരീക്ഷണപാടവത്തോടും കൗതുകത്തോടും തന്റെ ഗ്രാമത്തിന്റെ ഇന്നലകളെ വിശദീകരിച്ച് ഇന്നിനെപ്പറ്റി ചിന്തിക്കാൻ പ്രേരിപ്പിക്കാനാണ് ലേഖകൻ ഉദ്യമിച്ചിട്ടുള്ളത്.

മലയാളസാഹിത്യത്തിലെ വാൾട്ടർ സ്ക്കോട്ട് (WALTER SCOTT) ആയ ചരിത്രാഖ്യായികാകാരൻ സി.വി.രാമൻ പിള്ളയുടെ നാലുഗ്രന്ഥങ്ങളിൽ 'പ്രേമാമൃതം' മാത്രമാണ് സാമുദായികനോവൽ. ബാക്കി മൂന്നെണ്ണവും ചരിത്രനോവലുകളാണ്.

ധർമ്മരാജാ, രാമരാജ ബഹദൂർ, മാർത്താണ്ഡവർമ്മ എന്നിവയിലെ മിക്ക കഥാപത്രങ്ങളും രാജാവോ രാജകൊട്ടാരത്തിലെ പ്രഭുക്കളോ ആയിരുന്നു. എഴുത്തിൽ അബദ്ധം പിണഞ്ഞാൽ തലപോകും. എന്നിട്ടും സി.വി. അവരെപ്പറ്റി എഴുതി ആദരം നേടി. മലയാള സാഹിത്യം നിലനിൽക്കുംവരെ സ്ഥിരപ്രതിഷ്ഠയും നേടി. ഇവിടെ പവിത്രൻ ആയാടത്തിലും സാഹസത്തിൽ മുഴുകിയിരിക്കുകയാണ്. അഹിതം എഴുതി അതൃപ്തി നേടാൻ ലേഖകൻ സ്വപ്നേപി ചിന്തിച്ചിട്ടില്ല. ഉള്ളവ മാന്യമായി പറയാനും ശ്രമിച്ചിട്ടുണ്ട്.

കൂരിരുട്ടുള്ള അമാവാസിനാളിൽ ഒരു ടോർച്ചും കൈയിലേന്തി നടക്കുന്ന ലേഖകന്റെ കാലിൽ ഒരു കല്ലു തട്ടിയാൽ, ആ കല്ല് സശ്രദ്ധം നോക്കും.

"ഹൊ, മേൽക്കുമേൽ വെച്ച രണ്ടു കല്ലുകൾ!"

ഇതെവിടെനിന്നു വന്നു? മേൽക്കുമേൽ വെച്ചതാര്? അങ്ങനെ അന്വേഷിച്ച് ചിറയ്ക്കൽ ഭരണകൂടത്തിന്റെ സേനാവിഭാഗത്തിന്റെ ഒരു പരിശീലനക്കളരി കടലായിൽ ഉണ്ടായിരുന്നുവെന്നും അവർക്കു കടലിൽ യാത്രചെയ്യാനായി, കടലിന്നഭിമുഖമായി കൽപ്പടവുകൾ ഉണ്ടാക്കിയതിന്റെ അവശിഷ്ടമാണ് ഇവയെന്നും കണ്ടെത്തുന്നു! ആ അന്വേഷണം അറയ്ക്കൽ ചിറയ്ക്കലിന്റെ ചരിത്രത്തിലേക്കു കടന്നുചെല്ലുന്നു. കൊട്ടാരത്തിന്റെ അകത്തളങ്ങളിൽ കയറി കുടുംബ പരവും സാംസ്കാരികവുമായ സാമ്യവൈജാത്യങ്ങൾ ചികഞ്ഞെടു ക്കാൻ ഉള്ള എളിയ ശ്രമം നടത്തുന്നു.

ഈ പ്രദേശത്തെ തിളക്കമാർന്ന വ്യക്തിത്വമുള്ളവർ അവരുടെ നിസ്വാർത്ഥവും നിഷ്കാമവുമായ സേവനങ്ങൾ വസ്തുനിഷ്ഠമായി രേഖപ്പെടുത്തിയിട്ടുണ്ട്. അവരിൽ രാഷ്ട്രീയക്കാരുണ്ട്, സാമൂഹ്യ പ്രവർത്തകരുണ്ട്. കേരളാന്തരീക്ഷത്തെ പ്രകമ്പനം കൊള്ളിച്ച പാമ്പൻ മാധവേട്ടനെപ്പോലുള്ളവരുടെ സാന്നിധ്യം കരാറിനകത്തെ സുഗന്ധ വാഹിയായ ഉദ്യാനമാക്കിയത് ഒക്കെ നിഷ്പക്ഷമായി രേഖപ്പെടുത്തി യിട്ടുണ്ട്.

മുസ്ലിം പള്ളികളുടെ സമീപത്തിലൂടെ നീങ്ങുന്ന ജാഥകൾ നിശ്ശബ്ദ മായി പോകണമെന്ന, എഴുതപ്പെടാത്ത ഒരു നിയമം നിലവിലുണ്ട്. വിവിധ കാരണങ്ങളാൽ അതനുസരിക്കില്ലെന്ന നിലവന്നപ്പോൾ ചെറു തോതിലെങ്കിലും വർഗ്ഗീയലഹള ഉണ്ടായി. അതു ശമിപ്പിക്കാൻ പാഞ്ഞെ ത്തിയത് വിവിധ മതവിശ്വാസികളാണ്. പ്രസ്തുത നിയമം പാലിക്ക പ്പെട്ടാൽ, മാനിക്കപ്പെടുന്നത് മുസ്ലീംങ്ങളല്ല; ഹിന്ദുക്കൾ തന്നെയാ ണെന്ന പവിത്രൻ ആയാടത്തിലിന്റെ നിരീക്ഷണം പക്വമതിയുടേ താണ്. മാതൃകാപരമാണ്.

സ്വന്തം അമ്മയോടു വാൽസല്യവും ആദരവും ഉള്ളയാൾ അന്യന്റെ അമ്മയെ തെറി വിളിക്കില്ല എന്നതുപോലെ, യഥാർത്ഥഭക്തന് ആരുടെ ദൈവത്തോടും നിന്ദ ഉണ്ടാവില്ല; തീർച്ച.

ഇവിടത്തെ ഓരോ വീടും തറവാടും വിദ്യാലയവും ക്ഷേത്രങ്ങളും വായനശാലകളും ബാങ്കുകളും ചർച്ചാവിഷയമാകുന്നുണ്ട്. ചില തറവാട്ടുകൾക്കു ഇപ്പോഴുള്ള പേര് പരിശോധിച്ചാൽ, ഇന്നലെ അവർ ഏതു മതവിഭാഗത്തിൽപെട്ടവരായിരുന്നു എന്നു കണ്ടെത്താമെന്ന് ഗ്രന്ഥകർത്താവ് വസ്തുനിഷ്ഠമായി പറയുന്നു.

കരാറിനകത്തിന്റെ ഓരം ചേർന്നു നിൽക്കുന്ന തയ്യിൽ, മരയ്ക്കാർ കണ്ടി, ചൊവ്വ, തോട്ടട, കണ്ണോത്തുംചാൽ എന്നീ പ്രദേശങ്ങളുമായി ഈ പ്രദേശത്തുകാർക്കുള്ള ഉറ്റബന്ധം ഹൃദയസ്പൃക്കായി ചർച്ച ചെയ്യു ന്നുണ്ട്. മീൻ വാങ്ങാൻ തയ്യിൽ, റേഷനരി വാങ്ങാൻ മരയ്ക്കാർകണ്ടി, കൂലിപ്പണിക്കു ചൊവ്വ, കണ്ണോത്തുംചാൽ എന്നീ നിലകളിൽ ഈ പ്രദേശത്തുകാർക്ക് അഭേദ്യബന്ധം ഉണ്ടെന്നു ഗ്രന്ഥകർത്താവ് സ്ഥാപി ക്കുന്നു.

കൂലിപ്പണിക്കാരാണ് കരാറിനകത്തുള്ളവരിൽ ഭൂരിപക്ഷം പേരും. പിന്നെ ബീഡി, ചുരുട്ട് തെരുപ്പുകാരാണ്. നെയ്ത്തുകാരും കുറവല്ല. എല്ലാം ദാരിദ്ര്യം അകറ്റാവുന്ന, വരുമാനം കിട്ടാവുന്ന ജോലികളല്ല. ഇവരുടെയൊക്കെ ക്ഷേമം ലക്ഷ്യമാക്കി ട്രേഡ് യൂണിയനുകൾ ഉണ്ടാക്കി. സി.കണ്ണേട്ടനും മറ്റും അഹോരാത്രം പാടുപെട്ടു. അതോടൊപ്പം രാഷ്ട്രീയചിന്തയും പാർട്ടിയും ഉടലെടുത്തു. അതോടെ വസൂരി രോഗിയെ മരിക്കാൻ വിട്ടുകൊണ്ട് പുറത്തൊരു ചാപ്പയിൽ പാർപ്പിക്കുന്ന പതിപ്പു മാറി. അവരെ ശുശ്രൂഷിക്കാൻ ജാതിയും മതവും മറന്ന് ആളുകൾ എത്തി. പാമ്പു കടിച്ചവനെ രക്ഷിക്കാൻ നെട്ടോട്ടം ഓടാൻ ആളുകൾ ഉണ്ടായി, ചുരുക്കത്തിൽ നിസ്വാർത്ഥസേവനത്തിനായി ഒത്തൊരുമിച്ച ഒരു സന്നദ്ധ സംഘടന എന്നതായിരുന്നു ആദ്യകാല രാഷ്ട്രീയ പ്പാർട്ടികൾ. അല്പം സങ്കുചിതത്വം കടന്നുകൂടി എന്നത് ഒഴിച്ചാൽ സന്നദ്ധസംഘടനകളും രാഷ്ട്രീയപ്പാർട്ടികളും ജനക്ഷേമകരംതന്നെ.

ഇതിലെ ചുടുചാണകത്തിന്റെ വർണ്ണന മാത്രം മതി പവിത്രൻ ആയാടത്തിലിന്റെ രചനാകൗശലം ഗ്രഹിക്കാൻ. ചാണകത്തിന് വല്ല മഹത്വവും ഉണ്ടെങ്കിൽ, അതു പൂർണ്ണമായിത്തന്നെ, ഇതിലുണ്ട്. ഒക്കെ കരാറിനകക്കാരുടെ പൈതൃകമായ ധാരണകളാണെന്നു മാത്രം!

അറിയാനും അറിയിക്കാനും ഉള്ള ലേഖകന്റെ ശ്രമം ശ്ലാഘനീയമാണ്. ഇന്നലത്തെ തലമുറയ്ക്കു അറിയുന്നതും മറക്കാൻ ഇടയുള്ളതുമായ വസ്തുതകൾ ക്രോഡീകരിച്ചു കൃതഹസ്തനായിരിക്കയാണ് ഗ്രന്ഥകാരൻ.

ഈ ഗ്രന്ഥം ഓരോ വീട്ടിലും കരുതി വെയ്ക്കുന്നതുകൊണ്ടു സ്വദേശത്തിന്റെ പഴംകഥകൾ പറഞ്ഞറിയിക്കുന്ന, ഒരു മുത്തശ്ശിയുടേയൊ മുത്തച്ഛന്റേയൊ അഭാവം പരിഹരിക്കാം.

ഓരോ വ്യക്തിയും വിശേഷിച്ച് ഓരോ കരാറിനകക്കാരനും നെഞ്ചിലേറ്റി നടക്കേണ്ട കൈപ്പുസ്തകമാണിത്.

ഇവിടെ ജനിക്കാനും ജീവിക്കാനും സൗഭാഗ്യം കിട്ടിയതിൽ പവിത്രൻ ആയാടത്തിൽ ആത്മാഭിമാനം കൊള്ളുന്നുണ്ടെന്ന് ഓരോ വാക്കിലും ദർശിക്കാം.

സൂക്ഷ്മതയും സ്വന്തം ശൈലിയിലുള്ള ആഖ്യാനരീതിയും രചനാകൗശലവും കൊണ്ട് അനുഗ്രഹീതമാണീ ഗ്രന്ഥം.

ചെറുതാണെങ്കിലും ഈ ഗ്രന്ഥത്തിന്റെ രചനയ്ക്കു പിന്നിലുള്ള കഠിനാധ്വാനം സഹൃദയർ ഉൾക്കൊള്ളുമെന്നും ഒരെണ്ണം സ്വന്തമാക്കുന്നതിൽ അഭിമാനം കൊള്ളുമെന്നും ഞാൻ പ്രതീക്ഷിക്കുന്നു.

കൈരളിയെ സേവിക്കാനുള്ള വെമ്പൽ ഇനിയും തുടരാൻ ദൈവാനുഗ്രഹം ഉണ്ടാവട്ടെ.

സർവ്വമംഗളങ്ങളും നേരുന്നു

സ്നേഹാദരങ്ങളോടെ

കെ.പി.അബ്ദുൾ അസീസ്

ഒന്ന്

കരാറിനകം എന്നാൽ എന്ത്?

ആ പേരു തന്നെയാണു കരാറിനകത്തെക്കുറിച്ച് അന്വേഷിക്കുവാനുള്ള കാരണം. അരിമുറുക്ക് ചവയ്ക്കുമ്പോഴുള്ള കറുമുറശബ്ദം പോലെ, ഒരു നാടിനു പേരുണ്ടാകുമ്പോൾ എങ്ങനെ അന്വേഷിക്കാതിരിക്കും? ഒരു പക്ഷേ, ലോകത്തിലെ ഒരേയൊരു ദേശപ്പേരായിരിക്കും കരാറിനകം എന്നത്. മലബാർ ജില്ല, ചിറയ്ക്കൽ താലൂക്ക്, കണ്ണൂർ അംശം, കരാറിനകം ദേശം എന്നാണല്ലോ ഈ നാടിന്റെ പണ്ടത്തെ മേൽവിലാസം. എന്തു നല്ല നല്ല പേരുകളാണു ചില നാടുകൾക്ക് ചാർത്തിക്കിട്ടിയിരിക്കുന്നത്? രാമപുരം, കൃഷ്ണപുരം, റസൂൽപുരം, ഗാന്ധിനഗർ തുടങ്ങി മഹാ പുരുഷന്മാരുമായി ബന്ധപ്പെട്ടവ, താമരശ്ശേരി, ചെമ്പകശ്ശേരി, മുല്ലശ്ശേരി തുടങ്ങിയ നറുമണം പരത്തുന്ന പൂക്കളുമായി ബന്ധപ്പെട്ടവ, തങ്കശ്ശേരി, പൊന്നാപുരം തുടങ്ങിയ പത്തരമാറ്റുള്ള സ്വർണ്ണവുമായി ബന്ധപ്പെട്ടവ, അത്തരം പേരുകളൊന്നും നമുക്ക് വിധിച്ചിട്ടില്ല. നമുക്ക് വിധിച്ചതാകട്ടെ ഗുണവും, മണവുമില്ലാത്ത സൂക്ഷിച്ചില്ലെങ്കിൽ നാവു തന്നെയുളുക്കിപ്പോകുന്ന ഒരു പേര് - കരാറിനകം.

കരാറിനകം എന്നതിന്റെ നിർവ്വചനം കരാറിൽ ഉൾപ്പെടുന്ന അകം എന്നാണ്. "കരാർ" എന്നാൽ വ്യക്തമായ വ്യവസ്ഥകളുടെ അടിസ്ഥാനത്തിൽ ബന്ധപ്പെട്ട കക്ഷികൾ തമ്മിലുണ്ടാക്കുന്ന ഒത്തുതീർപ്പ്, അഥവാ ഉടമ്പടി. അകം എന്നാൽ സന്ദർഭത്തിനനുസരിച്ചു നാട്, ദേശം എന്നൊക്കെ പറയാവുന്നതാണ്. അപ്പോൾ കരാറിനകം എന്നാൽ വ്യവസ്ഥകളുടെ അടിസ്ഥാനത്തിൽ ബന്ധപ്പെട്ട കക്ഷികൾ തമ്മിലുണ്ടാക്കിയ ഒരുടമ്പടിയിൽ ഉൾപ്പെടുന്ന ദേശം എന്നും പറയാം.

ആ ഉടമ്പടിയിൽ ഭാഗഭാക്കുകളായ കക്ഷികൾ ആരൊക്കെയാണെന്നറിയേണ്ടേ? അവർ ആരൊക്കെയാണെന്നറിയുമ്പോഴാണ് പേരിന്റെ പേരിലുള്ള അപകർഷതാബോധം കുറഞ്ഞു വരിക. ആ കരാറിലെ ഒരു കക്ഷി, ഒരു കാലത്ത് ലോകം തന്നെ അടക്കിവാണിരുന്നവരും "സൂര്യനസ്തമിക്കാത്ത സാമ്രാജ്യം" എന്നു കേൾവി കേട്ടവരുമായ ബ്രിട്ടീഷുകാർ, മറ്റൊരു കക്ഷിയാവട്ടെ കേരളത്തിലെ ഏകമുസ്ലീം രാജവംശമായിരുന്ന അറയ്ക്കൽരാജസ്വരൂപവും. ചരിത്രത്തിൽ വലിയ പ്രാധാന്യമുള്ള ഈ രണ്ടുകക്ഷികൾ തമ്മിലുണ്ടാക്കിയ കരാറും ചരിത്രത്തിന്റെ ഭാഗമാകുമല്ലോ? അപ്പോൾ

കരാറിനകമെന്നത് വെറുമൊരു ദേശപ്പേര് മാത്രമല്ലെന്നും അതു കഴിഞ്ഞകാല ചരിത്രത്തിന്റെ ബാക്കിപത്രം കൂടിയാണെന്നും മനസ്സിലാക്കാം.

കാനാമ്പുഴ കാനത്തൂരിന്റെ പുഴ

ചരിത്രത്തിന്റെ ഭാഗമായിത്തീർന്ന ആ കരാറിന്റെ ഉള്ളറയിലേക്കു കടക്കുന്നതിനു മുമ്പ് ഐതിഹ്യവുമായി കെട്ടുപിണഞ്ഞുകിടക്കുന്ന ഈ നാടിന്റെ പുരാതനകാലചരിത്രത്തിലേക്കും കണ്ണോടിക്കേണ്ടതുണ്ട്.

കണ്ണൂരിന്റെ പുരാതന നാമം കാനത്തൂർദേശം എന്നായിരുന്നുവത്രെ! കാനത്തൂർ എന്നതിന്റെ രൂപാന്തരമാണ്, കണ്ണൂർ. ഉത്തരകേരളത്തിലെ ചില കുറുമ്പക്കാവുകളിൽ പാടുന്ന കളംപാട്ടുകളിലും മറ്റു ചില തെയ്യത്തോറ്റങ്ങളിലും കാനത്തൂർഗ്രാമങ്ങളെക്കുറിച്ചു പരാമർശിക്കുന്നുണ്ട്. പുരാതന കോലത്തുനാട്ടിലെ ബ്രാഹ്മണരുടെ ഒരു ചേരിക്കല്ലായിരുന്നു, കാനത്തൂർ എന്നു ശ്രീ.ചിറയ്ക്കൽ ടി.ബാലകൃഷ്ണൻ നായർ രേഖപ്പെടുത്തിയിട്ടുണ്ട്. "ചെറുചേരിക്കല്ല്" എന്ന വാക്കിൽ നിന്നാണ് "ചിറയ്ക്കൽ" എന്ന സ്ഥലപ്പേരുണ്ടായത്. വടക്ക് വളപട്ടണം പുഴയ്ക്കും, തെക്ക് കുറ്റിക്കകം മുനമ്പിനുമിടയിലുള്ള കടലിനോടു ചേർന്നു കിടക്കുന്ന ഗ്രാമങ്ങളായിരുന്നുവത്രെ കാനത്തൂർഗ്രാമം. കാനത്തൂർ ദേശത്തിന്റെ ഒരുകാലത്തെ ആസ്ഥാനം കടലായികോട്ടയായിരുന്നു. കണ്ണൂർ മുൻസിപ്പാലിറ്റിയിൽ കാനത്തൂർ എന്ന പേരിൽ ഒരു വാർഡ് നിലവിലുണ്ട്. ആ വാർഡിൽത്തന്നെ ഒരു കാനത്തൂർ കുറുമ്പക്കാവും, പള്ളിക്കുന്ന് പഞ്ചായത്തിൽ ഒരു കാനത്തൂരമ്പലവും സ്ഥിതി ചെയ്യുന്നുണ്ട്. ഐതിഹ്യവും ചരിത്രവും ഇഴചേർന്നുകിടക്കുന്ന കാനത്തൂർ നാട്ടിലെ പുഴയായിരുന്നുവത്രെ കാനാമ്പുഴ. ഇപ്പോൾ കാപ്പാട്ടുനിന്നു ഒരു തോടിന്റെ വീതിയിൽ ഒഴുകിവന്ന് താഴെ ചൊവ്വ, കിഴുത്തള്ളിപ്പാലങ്ങൾ കടന്ന്, അവേര, കുറുവ, കടലായി മുതലായ കരാറിനകത്തിന്റെ വടക്കുപടിഞ്ഞാറൻ ഭാഗങ്ങളിലൂടെ കടലായി അഴിമുഖത്തെത്തിച്ചേരുന്ന നമ്മുടെ സ്വന്തം കാനാമ്പുഴ തന്നെ. നമ്മുടെ കൺമുന്നിൽനിന്ന് അനുദിനം ഇല്ലാതായിക്കൊണ്ടിരിക്കുന്ന ആ കാനാമ്പുഴ തന്നെ. ഗാർഹികമാലിന്യങ്ങളും, അറവുമാലിന്യങ്ങളും നിക്ഷേപിക്കാൻവേണ്ടി നാം ഇപ്പോൾ ഗാർബേജ് ബോക്സായി ഉപയോഗിക്കുന്ന ആ കാനാമ്പുഴ തന്നെ!

പുരാതനകാലത്ത് ചാലക്കുന്നിൽ നിന്നുതുടങ്ങി ആറ്റടപ്പ, കാപ്പാട്, തിലാന്നൂർ തുടങ്ങിയ ദേശങ്ങളിലൂടെയെല്ലാം കാനാമ്പുഴ ഒഴുകിയിരുന്നു. കാനാമ്പുഴ അടഞ്ഞതാണ് "ആറ്റടപ്പ" എന്ന സ്ഥലപ്പേരുണ്ടാകാൻ കാരണമത്രെ! പുരാതനകാലത്തും കാനാമ്പുഴയുടെ സംഗമസ്ഥാനം കടലായിഅഴി തന്നെയായിരുന്നു. അതിനടുത്തായിരുന്നു കാനത്തൂരിന്റെ ആസ്ഥാനമായിരുന്ന കടലായിക്കോട്ട നിലനിന്നിരുന്നത്. മറ്റൊരു കാര്യം നമ്മുടെ സമീപപ്രദേശമായ "കണ്ണോത്തുംചാൽ" എന്ന ദേശത്തിന് പേരുണ്ടാകുന്നത് "കാനമെത്തും ചാൽ" എന്നതിൽ നിന്നാണത്രെ!

ഈ പറഞ്ഞതിൽ നിന്നൊക്കെ വ്യക്തമാകുന്നത് പണ്ടു കാലത്ത് കാനത്തൂർ നാടിന്റെ പുഴയായിരുന്നു കാനാമ്പുഴ എന്നു തന്നെയാണ്.

ആറടഞ്ഞതിനു ശേഷമായിരിക്കണം കാനാമ്പുഴയുടെ ഉത്ഭവസ്ഥാനം കാപ്പാടായത്. ഇപ്പോൾ കാനാമ്പുഴ കാപ്പാടുനിന്നുതുടങ്ങി മേൽപ്പറഞ്ഞ താഴെചൊവ്വ, കിഴുത്തള്ളിപാലങ്ങൾ കടന്ന് കരാറിനകത്തിന്റെയും കണ്ണൂർ മുൻസിപ്പാലിറ്റിയുടെയും അതിരിലൂടെ കടലായി അഴിമുഖത്ത് എത്തിച്ചേരുന്നു. കാനാമ്പുഴ ചരിത്രാതീതകാലത്തും ഇപ്പോഴും സംഗമിക്കുന്ന സ്ഥലം കടലായി അഴിമുഖമാണെന്നതും ആ പുഴ നഷ്ടപ്രതാപത്തിലും ഒഴുകുന്നതു കരാറിനകത്തിന്റെ അതിരിലൂടെയാണെന്നതും ഒത്തു നോക്കുമ്പോൾ പിൽക്കാലത്ത് കരാറിനകം എന്നറിയപ്പെട്ട സ്ഥലങ്ങൾ പുരാതനകാലത്ത് കാനത്തൂരിന്റെ അവിഭാജ്യഭാഗമായിരുന്നുവെന്നു മനസ്സിലാക്കാം.

മേൽ സൂചിപ്പിച്ചതുപോലെ രേഖപ്പെടുത്തിയതും, പറയപ്പെടുന്നതുമായ ഒരുപാട് ചരിത്രമുള്ള കരാറിനകം നാടുകളിലൂടെ അന്വേഷണാത്മകമായ ഒരോട്ടപ്രദക്ഷിണത്തിന് മുതിരുകയാണ്. പൂർവ്വസൂരികളുടെ ചിന്നിച്ചിതറിയ ഓർമ്മകൾ ഏച്ചുകെട്ടിയ ചൂട്ടുപന്തത്തിന്റെ വെളിച്ചത്തിൽ!

മുസ്ലിം രാജവംശം അഥവാ അറയ്ക്കൽ രാജവംശം

അധിനിവേശശക്തികളുടെ അനേകം പടയോട്ടങ്ങൾക്കും വെട്ടിപ്പിടുത്തങ്ങൾക്കും സാക്ഷിയായ നാടാണ് കോലത്തുനാട്. വടക്ക് ചന്ദ്രഗിരിപ്പുഴ മുതൽ തെക്ക് കോരപ്പുഴ വരെയും കിഴക്ക് കുടക്മല മുതൽ പടിഞ്ഞാറ് അറബിക്കടൽതീരം വരെയും പരന്നുകിടക്കുന്ന ഒരു രാജ്യമായിരുന്നു കോലത്തുനാട്. 12 ാം നൂറ്റാണ്ടിൽ അതുലൻ എന്ന മഹാകവി സംസ്കൃതത്തിലെഴുതിയ മൂഷികവംശം മഹാകാവ്യത്തിൽ കോലത്തുരാജ്യത്തിന്റെ ആവിർഭാവത്തെപ്പറ്റിയും ആ രാജ്യം തുടർച്ചയായി ഭരിച്ചുപോന്ന 116 കോലത്തു രാജാക്കന്മാരെപ്പറ്റിയും വിവരിക്കുന്നുണ്ട്.

ഏഴിമല ആസ്ഥാനമാക്കി രാമഘടമൂഷികൻ സ്ഥാപിച്ച മൂഷികഖണ്ഡാണ് പിൽക്കാലത്ത് കോലത്തുനാടെന്ന പേരിൽ പ്രസിദ്ധമായതത്രെ. തമിഴ്സംഘംകൃതിയായ ചിലപ്പതികാരത്തിലും ആ രാജാക്കന്മാരെപ്പറ്റി വിവരിക്കുന്നുണ്ട്. ഏഴിമല കൂടാതെ മാടായി, വളപട്ടണം, ചിറയ്ക്കൽ, കടലായി എന്നിങ്ങനെ വിവിധദേശങ്ങളിൽ അവർക്ക് ആസ്ഥാനങ്ങളുണ്ടായിരുന്നു. മൂഷികഖണ്ഡ് കോലത്തുനാട്. കൂടാതെ ചിറയ്ക്കൽരാജ്യം എന്നുമൊക്കെ പേരുകളുള്ള ആ രാജ്യപരമ്പരകളിൽ നിന്നാണ് അറയ്ക്കൽ രാജവംശത്തിന്റെ തുടക്കം. ഈ രാജവംശത്തിന്റെ തുടക്കത്തെ സംബന്ധിച്ച് കൃത്യമായ രേഖകളൊന്നും ലഭ്യമല്ല. വിവിധ ചരിത്രഗ്രന്ഥങ്ങളിൽ പലതരത്തിലാണ് ആ രാജവംശത്തിന്റെ ആവിർഭാവത്തെപ്പറ്റി വിവരിച്ചുകാണുന്നത്. ആയതിനാൽ അവയിൽ പ്രധാനപ്പെട്ടവയൊക്കെ വായനക്കാരുടെ സൗകര്യാർത്ഥം ഇവിടെ ഓരോന്നായി വിവരിക്കാം.

അറയ്ക്കൽ രാജവംശത്തിന്റെ ഉത്ഭവത്തെപ്പറ്റി പണ്ടുകാലം മുതലേ ഇവിടെ പ്രചരിച്ചുവന്നിട്ടുള്ളത്, ഒരു പെൺകുട്ടിയുടെ ജീവൻ രക്ഷിച്ചതിന്റെ കഥയാണ്. ചിറയ്ക്കൽ രാജാവിന്റെ ആസ്ഥാനത്തുള്ള ഒരു കുളത്തിൽ നീരാടുകയായിരുന്ന തമ്പുരാട്ടിപ്പെൺകുട്ടി അബദ്ധവശാൽ കയത്തിൽ മുങ്ങി

ത്താഴുന്നു. അപ്പോൾ അതുവഴി വന്ന രാജാവിന്റെ ആശ്രിതനായ ഒരു മുസ്ലീംയുവാവ് തൽക്ഷണം കുളത്തിലിറങ്ങി, ആ പെൺകുട്ടിയെ കൈപിടിച്ച് കരയ്ക്കു കയറ്റി രക്ഷിക്കുന്നു. നാണം മറയ്ക്കാൻ അയാൾ തന്റെ മേൽമുണ്ട് അവൾക്കു നൽകുന്നു. അന്യസമുദായക്കാരനിൽനിന്ന് ഉടുമുണ്ട് സ്വീകരിച്ച പെണ്ണിനെ ഇല്ലത്ത് പ്രവേശിക്കുവാൻ ജാതിനിയമങ്ങൾ അനുവദിച്ചില്ല. മകളെ മരണത്തിൽനിന്ന് രക്ഷിച്ചയാൾക്ക് തന്നെ രാജാവ് അവളെ മംഗല്യം ചെയ്തുകൊടുക്കുകയും, രാജ്യത്തിന്റെ ചില ഭാഗങ്ങൾ അവൾക്ക് ദാനമായി ചാർത്തിക്കൊടുക്കുകയും ചെയ്യുന്നു. പണ്ടത്തെ തമിഴ് സിനിമ പോലെ അത്യന്തം നാടകീയത നിറഞ്ഞു തുളുമ്പുന്ന മേൽവിവരിച്ച സംഭവമാണത്രെ കേരളത്തിലെ ഏക മുസ്ലീംരാജവംശത്തിന് കാരണമായത്!

പരശുരാമൻ മഴുവെറിഞ്ഞ് കേരളമുണ്ടാക്കിയെന്നൊക്കെ വിവരിച്ചിട്ടുള്ള കേരളോൽപ്പത്തി എന്ന ഗ്രന്ഥത്തിലും അറയ്ക്കൽ രാജവംശത്തിന്റെ തുടക്കത്തെപ്പറ്റി ഒരു ചെറിയ വിവരണമുണ്ട്. "ചേരമാൻ പെരുമാൾ മലയാളത്തിൽ 18 അഴിമുഖത്തുനിന്നും കച്ചവടം ചെയ്യണമെന്നു കല്പിച്ചു. പല വർത്തകന്മാരെയും ചോനകരെയും (മാപ്പിളമാർ) വരുത്തിയിരുത്തി. പെരുമാൾ ജനിച്ചുണ്ടായ ഭൂമിയായ ആര്യപുരത്തെ വേളാപുരം എന്ന നഗരത്തിങ്കന്ന്, ഒരു ചോനകനേയും ചോനകസ്ത്രീയെയും വരുത്തി ആര്യപടിക്കൽ ഇരുത്തി, അവരെ ഇരുത്തേണ്ട നല്ല പ്രദേശം നാട്ടിന്നു കണ്ണാക കൊണ്ട് കണ്ണന്നൂർ എന്നും വേളാപുരം എന്നും പേരുമിട്ടു. ചോനകനെ ആഴിരാജാവെന്നും സ്ത്രീയെ ഉമ്മയെന്നും കല്പിച്ചു അരിയിട്ടുവാഴ്ത്തുകയും ചെയ്തു. (കേരളോൽപ്പത്തിയും മറ്റും ഹെർമ്മൻ ഗുണ്ടർട്ട്, പേജ് 178)."

ആദ്യം പറഞ്ഞ അപകടത്തിൽ നിന്നു രക്ഷപ്പെടുത്തിയ കഥയും കേരളോൽപ്പത്തിയിലെ "വരുത്തിഇരുത്തി" എന്ന കഥയും തമ്മിൽ യാതൊരു പൊരുത്തവും ഇല്ലെന്ന് പ്രത്യേകം പറയേണ്ടതില്ലല്ലോ? ഇനി അറയ്ക്കൽ മ്യൂസിയത്തിൽ ആ രാജ്യത്തിന്റെ ഉത്ഭവത്തെക്കുറിച്ച് എഴുതി വച്ചിട്ടുള്ളത് എന്താണെന്നു നോക്കാം.

"അവസാനത്തെ ചേരൻ ചക്രവർത്തിയായിരുന്ന ചേരമാൻ പെരുമാൾ 12-ാം നൂറ്റാണ്ടിൽ മതം മാറി മക്കത്തേക്കു പോയി. പോകുമ്പോൾ രാജ്യം വേണ്ടപ്പെട്ടവർക്കു വീതിച്ചുനൽകി. സഹോദരി ശ്രീദേവിയുടെ മകൻ മഹാബലി മതം മാറി മമ്മാലിയായി. അയളെക്കൊണ്ടു കിരീടധാരണം നടത്തി. ആദ്യത്തെ മുസ്ലീം രാജാവായതുകൊണ്ട് ആദിരാജ എന്നു വിളിച്ചുവന്നു. ഐതിഹ്യം എന്തായാലും മക്കത്തുപോയ കുലകൂടസ്ഥൻ മടങ്ങിവരുന്നതു കാത്ത് വിരിച്ചുവെച്ച മെത്തയും കത്തിച്ചുവെച്ച വിളക്കും അറയ്ക്കൽ കൊട്ടാരത്തിൽ നിലവിലുണ്ട്. ആ വിളക്കിനെ "തമ്പുരാട്ടി വിളക്കെ" ന്നാണ് പറഞ്ഞുവരുന്നത്. വില്ല്യം ലോഗന്റെ മലബാർ മാന്വലിൽ, അറയ്ക്കൽ രാജവംശത്തിന്റെ ഉദയത്തെപ്പറ്റി തികച്ചും വ്യത്യസ്തമായ മറ്റൊരു വിവരണമാണു നൽകുന്നത്. "ആലിരാജ കുടുംബത്തിന്റെ (മാപ്പിളകുടുംബത്തിന്റെ) തുടക്കം ആര്യൻകുളങ്ങര നായർ എന്ന നായർ മുഖ്യനിൽ നിന്നാണ്.

കോലത്തിരിയുടെ മന്ത്രിമാരിൽ ഒരാളായിരുന്നു ഈ നായർ. എ.ഡി 11-ാം നൂറ്റാണ്ടിന്റെ അവസാനത്തിലോ 12-ാം നൂറ്റാണ്ടിന്റെ ആരംഭത്തിലോ ജീവിച്ച ആര്യൻ കുളങ്ങര നായർ ഇസ്ലാം മതം സ്വീകരിച്ചു മുഹമ്മദലിയായി, അഥവാ മമ്മാലി ആയതാണെന്നു പറയപ്പെടുന്നു. മതപരിവർത്തനത്തിനുശേഷവും മമ്മാലിയുടെ കഴിവുകളും സാമർത്ഥ്യവും പരിഗണിച്ച് കോലത്തിരി തന്റെ മന്ത്രിയായി നിയമിച്ചു കോലത്തിരിയുടെ പാരമ്പര്യ മന്ത്രിമാർ മമ്മാലി ക്കിടാവുകൾ എന്നറിയപ്പെട്ടു. മമ്മദലി, ഉസ്സൻ അലി, ആലിമൂസ്സ, കുഞ്ഞി മൂസ്സ എന്നിവരായിരുന്നു അവർ. കോലത്തിരിയുടെ കൈവശമുണ്ടായിരുന്ന ലക്ഷദ്വീപ് ആലിമൂസ്സക്ക് പാട്ടത്തിന് കൊടുത്തുവത്രെ! ആലിമൂസ്സ കോല ത്തിരിക്ക് നൽകിവരുന്ന സേവനങ്ങളെ മുൻനിർത്തി കണ്ണൂർ തുറമുഖവും, കാനത്തൂർ, കണ്ണോത്തുംചാൽ എന്നീ ദേശങ്ങളും ആലിരാജാവിന് തീറെ ഴുതിക്കൊടുത്തു. (വില്യം ലോഗൻ മലബാർ മാന്വൽ പേജ് 393)

അറയ്ക്കൽ രാജവംശത്തിന്റെ തുടക്കത്തെക്കുറിച്ച് മേൽക്കൊടുത്ത നാല് വ്യത്യസ്ത വിവരണങ്ങളും ഐതിഹ്യപ്രധാനങ്ങളാണ്. എന്നാൽ ഐതിഹ്യങ്ങളെ കാലഘട്ടത്തിന്റെ ചരിത്രവുമായി യുക്തിപൂർവ്വം സംയോ ജിപ്പിച്ചുകൊണ്ട് കൂടുതൽ വിശ്വാസയോഗ്യമെന്നു തോന്നാവുന്ന മറ്റു ചില രേഖകളും പരിശോധിക്കേണ്ടതുണ്ട്.

1498-ൽ പോർച്ചുഗീസുകാർ മലബാറിൽ വന്നപ്പോൾ കോലത്തിരി രാജാ വുമായി സഖ്യത്തിലേർപ്പെട്ടു. കോലത്തിരിയുടെ അനുവാദത്തോടെ കണ്ണൂ രിൽ സെന്റ് ആഞ്ചലോസ് കോട്ട സ്ഥാപിച്ചു. സാമൂതിരിയും അറബികളും കൂടി ആ സഖ്യത്തെ ആക്രമിച്ചു. കണ്ണൂർ കേന്ദ്രീകരിച്ചാണ് പോർച്ചുഗീ സുകാർ ഗോവ പിടിച്ചടക്കിയത്. പിന്നീട് കോലത്തിരിയും സാമൂതിരിയും ചേർന്ന് കോട്ട വളയുകയും പോർച്ചുഗീസുകാർക്കു കനത്ത നാശനഷ്ടം വരുത്തുകയും ചെയ്തു. പിന്നീട് ഡച്ചുകാർ കോട്ട കീഴടക്കി. ആ സന്ദർഭ ത്തിലാണ് മൈസൂർ സുൽത്താൻ മലബാറിലെത്തുന്നത്. ഫ്രഞ്ചുകാരോട് അനുഭാവമുണ്ടായിരുന്ന ഹൈദരാലി മലബാറിലെ പല സ്ഥലങ്ങളും കീഴടക്കി. പിന്നീട് വന്ന ടിപ്പുവും പല സ്ഥലങ്ങളും കീഴടക്കി. എന്നാൽ കോലത്തിരിയുടെ പദവികൾ അവർക്കുതന്നെ വിട്ടുകൊടുത്തു. ടിപ്പു സുൽത്താന്റെ മകൻ അറയ്ക്കൽ കുടുംബത്തിൽനിന്നും ഒരു പെൺകുട്ടിയെ കല്യാണം കഴിക്കാൻ തീരുമാനിച്ചു. കോലത്തിരിയുടെ അധികാരം തിരിച്ചു നൽകിയ ടിപ്പുവിന് നാടിന്റെ ചില ഭാഗങ്ങൾ നൽകി.

ഇനി ഡച്ച് ചാപ്ലിൻ ജേക്കബ് വിഷർ പറയുന്നത് എന്താണെന്നു നോക്കാം. മുസൽമാന്മാരിൽ ഏറ്റവും പ്രബലനും ഏതാണ്ട് പൂർണ്ണമായും സ്വതന്ത്രനുമായ രാജാവ് കണ്ണൂരിലുണ്ട്. അയാളെ ദ്വീപുകളുടെ രാജാവെന്നും ആലിരാജാവെന്നുമാണ് വിളിക്കുന്നത്. കോലത്തിരിയാണ് ഈ ദ്വീപുകളുടെ ആധിപത്യം അയാൾക്ക് വിട്ടുകൊടുത്തത്. ഇതിന്റെ ഒരു തെളിവെന്ന നില യിൽ പുതുതായി സ്ഥാനാരോഹണം ചെയ്യുന്ന ആലിരാജാവ്, അയാളുടെ കിരീടം ഭരണാധികാരിയായ കോലത്തിരിയിൽ നിന്ന് സ്വീകരിക്കേണ്ടതുണ്ട്.

എന്നാൽ ഇങ്ങനെ കിരീടം സ്വീകരിക്കുന്ന ചടങ്ങും, ദ്വീപുകളുടെ ജാഗീറിനു കപ്പം കൊടുക്കുന്ന ചടങ്ങും കാലക്രമേണ അവസാനിച്ചു. അവർ പൂർണ്ണമായും സ്വതന്ത്രരായി. ആലിരാജാവിന് ഭംഗിയുള്ള വിശാലമായ വാണിജ്യകേന്ദ്രമുണ്ട്. അവിടെയാണ് മുഹമ്മദലിമാർ താമസിക്കുന്നത്. അവസാനമായി പോർച്ചുഗീസ് രേഖകളെ അവലംബിച്ചുകൊണ്ട് 1975- ൽ ജനിവീവ് ബുഷോൻ എഴുതിയ റീജന്റ് ഓഫ് ദിസീ (ആഴിരാജ) എന്ന ഗ്രന്ഥത്തിലെ ചില പരാമർശങ്ങളും പരിശോധിക്കാം. രാഷ്ട്രീയപ്രാധാന്യമുള്ള രാജകുടുംബമെന്ന നിലയിൽ ഉത്തരകേരളത്തിൽ ആലിരാജവംശത്തിന്റെ പ്രാമാണികത്വം വർദ്ധിച്ചുവരുന്നത് 16-ാം നൂറ്റാണ്ടിന്റെ മധ്യത്തിലാണ്. പോർച്ചുഗീസുകാരുടെ ആഗമനത്തിന്റെ ആദ്യത്തെ രണ്ടു ശതാബ്ദങ്ങളിൽ ഈ കുടുംബത്തിന് അവരുമായി നടത്തേണ്ടിവന്ന ഏറ്റുമുട്ടലുകളും വാണിജ്യപരമായ കിടമത്സരങ്ങളും അനവധിയാണ്. ഈ കുടുംബത്തിൽ നിന്നും മാലിദ്വീപിന്റെ ആധിപത്യം പിടിച്ചെടുക്കാൻ പോർച്ചുഗീസുകാർ നടത്തിയ ശ്രമങ്ങളും ബുഷോൻ വിസ്തരിച്ചു പ്രതിപാദിച്ചിട്ടുണ്ട്. പോർച്ചുഗീസുകാർ കേരളക്കരയിൽ പ്രവേശിക്കുമ്പോൾ, പ്രത്യേകിച്ച് കണ്ണൂരിലെത്തിച്ചേരുമ്പോൾ അവിടുത്തെ കടൽവാണിജ്യത്തിലും, കണ്ണൂരിലെ പ്രാദേശിക ഭരണത്തിലും പ്രധാന മേൽനോട്ടം വഹിച്ചിരുന്നത് മമ്മാലിമാർ എന്നറിയപ്പെടുന്ന ഒരു മുസ്ലീം വർത്തകകുടുംബമായിരുന്നു. മമ്മാലിമാരുടെ തുടർച്ചയാണ് ഈ ആലിരാജാവെന്നും ബുഷോൻ രേഖപ്പെടുത്തിയിട്ടുണ്ട്. (റീജന്റ് ഓഫ് ദിസീ അഥവാ പോർച്ചുഗീസ് വിപുലീകരണത്തിനെതിരെ, കണ്ണൂരിന്റെ പ്രതികരണം- ജനീവീവ് ബുഷോൻ).

അറയ്ക്കൽ രാജവംശത്തെക്കുറിച്ച് ഇത്രയും വിശദമായി പരിശോധിക്കാൻ കാരണം ആ രാജവംശത്തിന്റെ ചരിത്രവുമായി കരാറിനകത്തിനു ഇഴ പിരിയാനാകാത്ത ബന്ധം നിലനിന്നതുകൊണ്ടാണ്.

അറയ്ക്കൽ രാജവംശത്തിന്റെ ചരിത്രത്തിലെ ഏറ്റവും നിർണായകവും ദയനീയവുമായ കഥയാണ് അത്. ഒരു കീഴടങ്ങലിന്റെ ഫലമാണ് കരാറിനകം എന്ന പേർ. പ്രസിദ്ധ ചരിത്രപണ്ഡിതനും, കോഴിക്കോട് സർവ്വകലാശാലയുടെ മുൻ വൈസ്ചാൻസിലറുമായിരുന്ന ഡോക്ടർ കെ.കെ.എൻ. കുറുപ്പ് അറയ്ക്കൽ രാജവംശം എന്ന പേരിൽ ഒരു പുസ്തകം രചിച്ചിട്ടുണ്ട്. ആ പുസ്തകത്തിൽ, അറയ്ക്കൽ രാജവംശത്തിന്റെ മേൽ സൂചിപ്പിച്ച കീഴടങ്ങലുകളും, അതിനോടനുബന്ധിച്ചുണ്ടാക്കിയ ഒരു കരാറും തുടർന്നുണ്ടായ തർക്കങ്ങളും കേസുകളുമൊക്കെ വിശദീകരിക്കുന്നുണ്ട്. കരാറിനെക്കുറിച്ച് ആ പുസ്തകത്തിൽനിന്ന് ലഭിച്ച വിവരങ്ങളും ആ വിഷയത്തിൽ ശ്രീ.കുറുപ്പുമായി നേരിട്ടു സംസാരിച്ചപ്പോൾ കിട്ടിയ അറിവും വെച്ചുകൊണ്ട് കരാറിനകത്തിന്റെ തുടക്കത്തെക്കുറിച്ച് വ്യക്തവും ശക്തവുമായ നിഗമനത്തിലെത്താൻ സാധിച്ചിട്ടുണ്ട്. ഈ വിഷയത്തെക്കുറിച്ചു ശ്രീ.കുറുപ്പുമായി നേരിട്ടു സംസാരിക്കാൻ അവസരമുണ്ടാക്കിത്തന്നത് അറയ്ക്കൽ രാജകുടുംബത്തിലെ ഒരംഗമായ പ്രൊഫസർ അഹമ്മദ്കോയ തങ്ങളാണെന്ന് സന്ദർഭോചിതമായി പറഞ്ഞുകൊള്ളട്ടെ!

അറയ്ക്കൽ രാജവംശത്തിന്റെ പ്രാമാണ്യം കണ്ണൂരിൽ വർദ്ധിക്കുന്നത് 16-ാം നൂറ്റാണ്ടിന്റെ പകുതിയോടുകൂടി ആയിരിക്കാമെന്ന പോർച്ചുഗീസ് രേഖകളിലെ നിഗമനം ഏറക്കുറെ അംഗീകരിക്കാവുന്നതാണ്. 1498-ൽ പോർച്ചുഗീസുകാർ ഇവിടെ എത്തുമ്പോൾ കണ്ണൂരിന്റെ ആധിപത്യം കോലത്തിരിക്കായിരുന്നു. കോലത്തിരിയുടെ മന്ത്രി എന്ന നിലയിലും ലക്ഷദ്വീപുകളുടെ അധിപനെന്ന നിലയിലും കണ്ണൂർ തുറമുഖത്തിന്റെയും പരിസര പ്രദേശങ്ങളുടെയും ഭരണകാര്യങ്ങൾ നിർവ്വഹിച്ചുവന്നിരുന്നത് ആഴിരാജാവായിരുന്നു. പിന്നീടാണ് കോലത്തിരി ആഴിരാജാവിനെ കണ്ണൂർ തുറമുഖത്തിന്റെയും, കാനത്തൂർ, കണ്ണോത്തുംചാൽ അടക്കമുള്ള മുപ്പത്തിരണ്ടു ദേശങ്ങളുടെയും അധികാരം നൽകി സ്വതന്ത്രരാജാവായി വാഴിച്ചത്. ഇതിൽ നിന്നും അറയ്ക്കൽ രാജവംശത്തിന്റെ തുടക്കം 16-ാം നൂറ്റാണ്ടിന്റെ പകുതിയോടെയാണെന്ന് മനസ്സിലാക്കാം. സ്വതന്ത്രരാജ്യമായിത്തീർന്ന അറയ്ക്കൽ രാജവംശം ആദ്യകാലങ്ങളിലൊക്കെ തങ്ങളുടെ മാതൃരാജവംശമായിരുന്ന ചിറയ്ക്കലിനോടു കുടുംബപരമായ ബന്ധം തന്നെ നിലനിർത്തിയിരുന്നു. ഓണം, പെരുന്നാൾ തുടങ്ങിയ നല്ല നാളുകളിൽ കുടുംബങ്ങൾ പരസ്പരം പലഹാരങ്ങളുമായി വിരുന്ന് പോകാറുണ്ടായിരുന്നുവത്രെ! പിന്നീട് പല കാരണങ്ങൾ കൊണ്ടും ഈ രണ്ടു രാജവംശങ്ങൾ തമ്മിൽ അകലാൻ തുടങ്ങി. ആഭ്യന്തരകലഹം മൂലം ചിറയ്ക്കൽ രാജവംശം ക്ഷയിച്ചു. അറയ്ക്കൽ രാജവംശമാകട്ടെ എല്ലാ നിലയിലും അഭിവൃദ്ധി പ്രാപിക്കുകയും ചെയ്തു. പോർച്ചുഗീസുകാരിൽനിന്നും ഡച്ചുകാർ പിടിച്ചെടുത്ത കണ്ണൂർ കോട്ട അറയ്ക്കൽ ബീവി വിലയ്ക്ക് വാങ്ങി. 1763-ൽ ഹൈദരലിയുടെ സഹായത്തോടെ മുഴുവൻ കോയ്മയും അധികാരിയുമായി മാറുക എന്ന ലക്ഷ്യം വെച്ച് ആലിരാജാവ് ചില നീക്കങ്ങൾ നടത്തി. അതുപ്രകാരം ഹൈദരാലിയെ മലബാർ ആക്രമിക്കാൻ ആലിരാജാവ് ക്ഷണിച്ചു വരുത്തുകയും മലബാർ കീഴടക്കാൻ ഹൈദരാലിയെ സഹായിക്കുകയും ചെയ്തു. മലബാറിൽ വന്ന ഹൈദരാലി കോലത്തു നാട് കീഴടക്കുകയും, അത് ആലി രാജാവിനെ ഏൽപ്പിക്കുകയും ചെയ്തു. ഹൈദരാലിക്ക് ശേഷം വന്ന ടിപ്പുവുമായും അറയ്ക്കൽ രാജാവ് വലിയ അടുപ്പത്തിലായിരുന്നു. അറയ്ക്കലിലെ ഒരു പെൺകുട്ടിയെ, ടിപ്പുവിന്റെ മകനെക്കൊണ്ട് വിവാഹം കഴിപ്പിക്കുവാനുള്ള തീരുമാനത്തിൽ വരെ ആ ബന്ധം എത്തിയിരുന്നു.

കരാറും കരാറിനകവും

ഈ കാലഘട്ടത്തിലാണ് 3-ാം ആംഗ്ലോമൈസൂർ യുദ്ധത്തിന്റെ കാർമേഘങ്ങൾ ഉരുണ്ടുകൂടുന്നത്. ടിപ്പുസുൽത്താൻ തിരുവിതാംകൂറിനെ ആക്രമിച്ചതോടെ യുദ്ധം പൊട്ടിപ്പുറപ്പെട്ടു. അപ്പോൾ നാട്ടുരാജ്യങ്ങളെല്ലാം തങ്ങളുടെ കൂടെ നിൽക്കണമെന്ന് ബ്രിട്ടീഷ് കമ്പനി നിർബന്ധം പിടിച്ചു. ടിപ്പുവുമായുള്ള ബന്ധം ഉപേക്ഷിച്ച് ബ്രിട്ടീഷ് ശക്തിയുടെ കൂടെ നിൽക്കാൻ അവർ അറയ്ക്കൽ ബീവിയോടാവശ്യപ്പെട്ടു. എന്നാൽ അറയ്ക്കൽ ബീവി ടിപ്പുവുമായുള്ള ബന്ധം ഒളിഞ്ഞും, തെളിഞ്ഞും തുടർന്നുകൊണ്ടേയിരുന്നു. എന്നു

മാത്രമല്ല, ബ്രിട്ടീഷുകാരുമായി പലപ്പോഴും നേരിട്ടുള്ള സംഘട്ടനത്തിലും അവർ ഏർപ്പെട്ടുകൊണ്ടിരുന്നു. കണ്ണൂരിനടുത്ത് നിലയുറപ്പിച്ചിരുന്ന ഒരു ബ്രിട്ടീഷ് കപ്പലിനു നേർക്ക് ബീവിയുടെ ആൾക്കാർ കോട്ടയിൽ നിന്നു വെടി വെപ്പ് നടത്തി. ഇതോടെ ബീവി കമ്പനിയുടെ ശത്രുവാണെന്ന് ബ്രിട്ടീഷു കാർ മനസ്സിലാക്കി. 1791-ൽ ഡിസംബർ 14-ന് ബോംബെ ഗവർണർ ജനറൽ അമ്പർ ക്രോംബി വലിയ പട്ടാള സന്നാഹത്തോടെ കപ്പലിൽ വന്നു കണ്ണൂ രിനെ ആക്രമിച്ചു. എന്നാൽ ബീവി ആക്രമണത്തെ നേരിടാതെ നാടകീയ മായി ബ്രിട്ടീഷ് സേനയ്ക്ക് മുമ്പിൽ കീഴടങ്ങി. “തങ്ങൾ ഇനി മുതൽ ബ്രിട്ടീഷ് കോയ്മ അംഗീകരിക്കാമെന്നും നാട്ടിൽ നിന്നും നികുതി പിരിച്ച് കപ്പം നൽകാ മെന്നും കരാറെഴുതി ഒപ്പിട്ടു. അതോടെ അറയ്ക്കൽ രാജവംശം കണ്ണൂരിലെ രാജാധികാരത്തിൽ നിന്നും ഒരു ജന്മിയുടെ അധികാരപരിധിയിൽ ഒതുക്ക പ്പെട്ടു. ഈ കീഴടങ്ങലാണ് കരാറിനകം എന്ന പേരിന് കാരണമാകുന്നത്.

അന്ന് അറയ്ക്കൽ ബീവി കീഴടങ്ങിയ സ്ഥലങ്ങൾ കണ്ണൂർ കോട്ടയും, കോട്ടയ്ക്ക് പുറവും കാനത്തൂരും, കണ്ണോത്തുംചാലുമെല്ലാം കരാറിൽ ഉൾപ്പെടുന്ന സ്ഥലങ്ങൾ എന്ന നിലയിൽ കരാറിനകം എന്നു വിളിച്ചുവന്നു. ചുരുക്കിപ്പറഞ്ഞാൽ അറയ്ക്കൽ രാജാവിന് അതിന്റെ തുടക്കത്തിൽ ചിറ യ്ക്കലിൽ നിന്നും ചാർത്തിക്കിട്ടിയതും പിന്നീട് മേൽപറഞ്ഞതുപോലെ 1791-ൽ അവർ ബ്രിട്ടീഷുകാർക്ക് കീഴടങ്ങിയതുമായ സ്ഥലങ്ങളാണ്, കണ്ണൂർ കരാറിനകം ദേശങ്ങൾ. എന്നാൽ പിൽക്കാലത്ത് അവയിൽ ഏതാനും ദേശ ങ്ങൾ മാത്രമേ കരാറിനകം എന്നു ചിരപ്രതിഷ്ഠ നേടിയുള്ളൂ. അതിന്റെ കാരണമാണ് ഇനി പരിശോധിക്കുന്നത്. 1792-ൽ ടിപ്പുവിന്റെ പരാജയത്തെ തുടർന്ന് ശ്രീരംഗപട്ടണം ഉടമ്പടി പ്രകാരം മലബാർ മുഴുവൻ ബ്രിട്ടീഷു കാരുടെ അധീനതയിലായി. 1791-ൽ അറയ്ക്കൽ ബീവി കീഴടങ്ങിയപ്പോൾ വിട്ടുകൊടുത്ത സ്ഥലത്തിന്, കോട്ടയും കോട്ടയ്ക്ക് പുറത്തെ പുരയിടവു മെന്നാണ് രേഖപ്പെടുത്തിയിരുന്നത്. ഈ സ്ഥലങ്ങൾ സർവ്വെ ചെയ്ത് അതിരു കൾ തിട്ടപ്പെടുത്തിയിരുന്നില്ല. കരാറിൽ ഉൾപ്പെട്ട കരകളുടെ സർവ്വേ ചെയ്യാ ത്തതും നിർവ്വചിക്കപ്പെടാത്തതുമായ സ്ഥലങ്ങളെ സംബന്ധിച്ച് അറയ്ക്കൽ ബീവിയും ബ്രിട്ടീഷ് കമ്പനിയും തമ്മിൽ തർക്കമുടലെടുത്തു. കാനത്തൂർ, കണ്ണോത്തുംചാൽ എന്നീ സ്ഥലങ്ങളിലെ ജനങ്ങൾ ബീവിക്കോ കമ്പനിക്കോ നികുതിയൊന്നും കൊടുക്കാതെ ഒഴിഞ്ഞുനിൽക്കുകയായിരുന്നു. ഈ പ്രദേ ശത്തെ ബീവിക്ക് അവകാശപ്പെട്ട തരിശുഭൂമിയിൽ ഗ്രാമീണർ കൃഷി ചെയ്തു. പ്രാദേശിക ബ്രിട്ടീഷ് ഉദ്യോഗസ്ഥന്മാർ ഇത് കൈയേറ്റമായി കണക്കാക്കി. ബീവിയാകട്ടെ ഈ സ്ഥലം തനിക്കവകാശപ്പെട്ടതാണെന്നും 1791 ലെ കരാർ പ്രകാരം നികുതി പിരിക്കാനുള്ള അവകാശം തനിക്കാണെന്നും ബോധിപ്പിച്ചു. 1827 ൽ ഈ കൈയേറ്റത്തെപ്പറ്റി ചിറയ്ക്കൽ തഹസ്സിൽദാർമാർ മലബാർ കലക്ടർക്ക് റിപ്പോർട്ട് നൽകി. ബീവി ഇതിൽ പ്രതിഷേധിച്ചു. തുടർന്ന് ഈ വിഷയത്തെക്കുറിച്ച് അന്വേഷിക്കാൻ ബ്രിട്ടീഷുകാർ അന്നത്തെ മലബാർ കലക്ടറായിരുന്ന കരുണാകരമേനോനെ ചുമതലപ്പെടുത്തി. കോട്ടയ്ക്ക് പുറം എന്നത് അക്ഷരാർത്ഥത്തിൽ കോട്ടയ്ക്ക് പുറത്തുള്ള സ്ഥലമാണെങ്കിലും

അടിസ്ഥാനപരമായി അത് കാനത്തൂരിന്റെ ഭാഗമാണെന്നും, 1791-ൽ അത് ബീവിയുടെ ഗ്രാമമായി പരിഗണിച്ചതാണെന്നും കരാർപ്രകാരം അത് കണ്ണൂരിന് സമീപത്ത് സ്ഥിതിചെയ്യുന്ന പുരയിടങ്ങളാണെന്നും ശിരസ്തദാർമാർ മനസ്സിലാക്കി. തർക്കത്തിലിരിക്കുന്ന സ്ഥലങ്ങളെല്ലാം ബീവിക്കവകാശപ്പെട്ട കോട്ടയ്ക്കു പുറത്തിന്റെ ഭാഗമാണെന്നു ശരിവെച്ചുകൊണ്ടുള്ള റിപ്പോർട്ട് കലക്ടർ അംഗീകരിക്കുകയും കണ്ണൂക്കര, കുറുവ, തോട്ടട, കാഞ്ഞിര, കോട്ടയ്ക്ക് പുറം അവേര, കടലായി എന്നീ സ്ഥലങ്ങൾ ബീബിയുടെ പുരയിടമായി അംഗീകരിക്കുകയും ചെയ്തു. ആയതിനാൽ ഇവിടങ്ങളിൽനിന്ന് പിരിച്ചെടുത്ത നികുതി ബീവിക്ക് കൈമാറാൻ അനുവദിക്കുകയും ചെയ്തു. ഈ ഏഴു സ്ഥലങ്ങളെപ്പറ്റി തർക്കമുടലെടുത്തതാണ് പിൽക്കാലത്ത് അവ മാത്രം കരാറിനകം എന്ന പേരിൽ പ്രസിദ്ധിയാർജ്ജിക്കാൻ കാരണം. മേൽപ്പറഞ്ഞ ഏഴുസ്ഥലങ്ങളിൽ 'കോട്ടയ്ക്ക് പുറം' എന്നത് ഇപ്പോൾ കൊടപ്പറമ്പ് എന്നു വിളിക്കുന്ന കണ്ണൂക്കരക്കടുത്തുള്ള സ്ഥലമാണ്. കോട്ടയ്ക്ക്പുറം എന്നത് കാലക്രമേണ ഉച്ചാരണത്തിൽ വന്ന മാറ്റം കാരണം കൊടപ്പറമ്പായി.

കൊടപ്പറമ്പിനെയും കണ്ണൂക്കരയേയും ആദ്യകാലത്ത് കരാറിനകം എന്നു വിളിച്ചിരുന്നു. എന്നാൽ കുറുവ, കാഞ്ഞിര, അവേര, തോട്ടടയുടെ ഒരു ഭാഗം, കടലായി എന്നീ അഞ്ചു ദേശങ്ങളാണ് കരാറിനകം എന്ന പേരിൽ ഇപ്പോഴും അറിയപ്പെടുന്നത്. അതിനുള്ള പ്രധാനകാരണം കണ്ണൂരിന്റെ നവോത്ഥാന കാലം തൊട്ടുള്ള സാമൂഹ്യ രാഷ്ട്രീയ പ്രവർത്തനങ്ങൾക്ക് ഈ അഞ്ചു ദേശങ്ങൾ ഒറ്റക്കെട്ടായി നൽകിയ മൂല്യവത്തായ സംഭാവനകൾ കൊണ്ടായിരുന്നു.

രാജഭരണവും ബ്രിട്ടീഷ് ഭരണവും എന്നന്നേക്കുമായി അവസാനിക്കുകയും കരാർ കാലഹരണപ്പെടുകയും ചെയ്തുവെങ്കിലും ചരിത്രത്തിന്റെ ബാക്കിപത്രമായി മേൽപ്പറഞ്ഞ അഞ്ചു ദേശങ്ങളും ഇപ്പോഴും കരാറിനകം എന്നറിയപ്പെടുന്നു. തോട്ടട എന്ന വിശാലമായ പ്രദേശത്തിന്റെ ഒരു ഭാഗം മാത്രമാണ് കരാറിനകത്തിലുൾപ്പെടുന്നത്. അതിനെ തോട്ടട വെസ്റ്റ് എന്നാണ് സൗകര്യാർത്ഥം വിളിച്ചുവരുന്നത്. കണ്ണൂരിലെ പ്രമുഖ വിദ്യാഭ്യാസസ്ഥാപനങ്ങളായ എസ്.എൻ.കോളേജ്, ഐ.ടി.ഐ കണ്ണൂർ പോളി, ജെ.ടി.എസ്., എസ്.എൻ ഹയർസെക്കന്ററി സ്കൂൾ തുടങ്ങിയവ കരാറിനകത്തിന്റെ അതിരിലാണ് നിലകൊള്ളുന്നത്. അതുപോലെ കണ്ണൂർ നഗരസഭയുടെ ചില ഭാഗങ്ങളും കരാറിനകത്തിനതിരുകളായുണ്ട്. എടക്കാട് ഗ്രാമപഞ്ചായത്തിലെ അഞ്ചു വാർഡുകളിലൊതുങ്ങുന്ന ഏകദേശം പത്തു കിലോമീററർ ചുറ്റളവിലുള്ള കേരവൃക്ഷനിബിഡമായ ഈ ഹരിത മനോഹരപ്രദേശം വിദേശ വിനോദ സഞ്ചാരികളെപ്പോലും ആകർഷിച്ചുകൊണ്ടിരിക്കുന്നു. കാഞ്ഞിരവയലിൽനിന്നു തുടങ്ങി തോണിയോട്ടു ക്ഷേത്രത്തിന്റെ പിറകുവശത്തിലൂടെ ഒഴുകുന്ന കക്കറ തോട്, തോട്ടട വയലിലെത്തുന്നതോടെ ഒരു പുഴയായി രൂപാന്തരം പ്രാപിക്കുന്നു. പുഴക്കോട്ടപ്പുഴ എന്ന പേരുള്ള ആ ജലാശയം കോട്ടേങ്കണ്ടി വളപ്പിലൂടെ തോട്ടട ബണ്ടുപാലം കടന്ന്, പ്രകൃതിരമണീയവും ഒരു ടൂറിസ്റ്റ് കേന്ദ്രവുമായി വികസിച്ചുകൊണ്ടിരിക്കുന്ന തോട്ടട കടപ്പുറത്ത്

കടലുമായി സന്ധിക്കുന്നു. ആ പുഴക്കോട്ടപ്പുഴയാണ് കരാറിനകത്തിന്റെ കിഴക്കെ അതിര്, കാഞ്ഞിരവയലിന്റെ കിഴക്കെ മൂലയിൽ നിന്നു എളയാവൂർ പഞ്ചായത്തിന്റെ അതിരിലൂടെ അവേര വരെ എത്തുന്ന ഒരിടവഴിയാണ് കരാറിനകത്തിന്റെ വടക്കെ അതിര്. കണ്ണൂർ മുൻസിപ്പാലിറ്റിയേയും എടക്കാട് ഗ്രാമപഞ്ചായത്തിനെയും വേർതിരിക്കുന്ന കാനാമ്പുഴയാണ് കരാറിനകത്തിന്റെ മൂന്നാമത്തെ അതിര്. കടലായി അഴിമുഖം മുതൽ തോട്ടടബണ്ടുപാലം വരെയുള്ള അതിമനോഹരമായ കടലോരമാണ് കരാറിനകത്തിന്റെ നാലാമത്തെ അതിര്.

കാവ്യഭാഷയിൽ പറഞ്ഞാൽ മേൽപ്പറഞ്ഞ നാലതിരുകൾക്കുള്ളിലുള്ള ഈ ഹരിതമനോഹരഭൂമിയെ പ്രകൃതി അതിന്റെ അനന്തബാഹുക്കളാൽ അനുഗ്രഹിച്ചിരിക്കുന്നു. ഈ വരവർണ്ണിനിയുടെ പാദാരവിന്ദങ്ങളെ അറബിക്കടൽ നിരന്തരം അതിന്റെ വെൺനുരകളാൽ തഴുകി തലോടിക്കൊണ്ടിരിക്കുന്നു. ഒരു മാതൃകാഗ്രാമസങ്കൽപ്പത്തിന്റെ പല സവിശേഷതകളും ഇവിടെ ഒത്തുചേരുന്നു. അതിമനോഹരമായ കടലോരം, ചരിത്രമുറങ്ങുന്ന പുഴകൾ, അരഞ്ഞാണം കിലുക്കി ഒഴുകുന്ന തോടുകൾ, തെങ്ങോലകൾ നിഴൽ വിരിക്കുന്ന പഞ്ചാരമണൽപ്പുറങ്ങൾ, കൂറ്റൻകുന്നുകൾ, പച്ചപ്പുൽതാഴ്‌വാരങ്ങൾ, പാറക്കെട്ടുകൾ, നെയ്പ്പുൽ മൈതാനങ്ങൾ മുതലായവയൊക്കെ ഈ നാടിനു പ്രകൃതിയിൽ നിന്നുകിട്ടിയ പുരസ്കാരം പോലെ ഇവിടെ ശോഭിക്കുന്നു. പ്രകൃതി ഒരുക്കിത്തരുന്ന ദൃശ്യസൗന്ദര്യം പോലെതന്നെ ഈ നാടിന് ഒരാന്തരീക സൗന്ദര്യവും സ്വായത്തമായിട്ടുണ്ട്. അതിന്റെ വേരുകൾ തേടിച്ചെന്നാൽ ഒരുപക്ഷേ, നാം എത്തിച്ചേരുന്നത് ലോകത്തു നടക്കുന്ന പല പരിവർത്തനങ്ങളും രണ്ടു കൈയും നീട്ടി സ്വീകരിക്കാൻ മടികാണിക്കാത്ത ഉൽപതിഷ്ണുക്കളായ ഒരുകൂട്ടം മനുഷ്യരുടെ നിറഞ്ഞ സാന്നിദ്ധ്യത്തിലേക്കായിരിക്കും. കേരളസംസ്ഥാനം മുഴുവൻ നിറഞ്ഞുനിന്ന രാഷ്ട്രീയ നേതാക്കൾ, അതുപോലെ പത്രപ്രവർത്തകർ, സാഹിത്യകാരന്മാർ, ശാസ്ത്രപ്രതിഭകൾ, ഐ.എ.എസ്, ഐ.പി.എസ് ഓഫീസർമാർ, നാടകകലാകാരന്മാർ, കഥാപ്രാസംഗികർ, നാട്ടുവൈദ്യൻമാർ, തെയ്യംകലാകാരന്മാർ, ഉപകരണസംഗീതജ്ഞർ, താളവാദ്യ വിദ്വാന്മാർ കൂടാതെ മറ്റനവധി മേഖലകളിൽ പ്രാഗത്ഭ്യം തെളിയിച്ച ഒരുപാട് പേർ ഇവിടെ ജനിച്ചു വളർന്നിട്ടുണ്ട്. ഈ നാട് ഇന്നത്തെ നിലയിൽ എത്തുന്നതിനു വേണ്ടി സ്വയം ഉരുകിത്തീർന്നവരും ധാരാളമുണ്ട്. അവരെയൊക്കെ സന്ദർഭോചിതമായി പരിചയപ്പെടുത്തുന്നതും ഈ പുസ്തകത്തിന്റെ ലക്ഷ്യമാണ്. മേൽ സൂചിപ്പിച്ച ത്യാഗിവര്യന്മാരുടെ സൽപ്രവൃത്തികളാണ് ഈ നാടിന്റെ പുരാവൃത്തത്തിന് അസംസ്കൃത പദാർത്ഥമായി തീർന്നത്.

കടലായി

കണ്ണൂർ പട്ടണത്തിൽനിന്ന് ഏകദേശം മൂന്നു കിലോമീറ്റർ പടിഞ്ഞാറ് മാപ്പിളബേ പൂഴിപ്പരപ്പിനടുത്ത് കടലിന്റെയും കാനാമ്പുഴയുടെയും കുറുവയുടെയും തോട്ടടയുടെയും ഇടയിൽ സ്ഥിതി ചെയ്യുന്ന ഒരു കടലോര

ഗ്രാമമാണ് കടലായി. അനുഭൂതിദായകമായ കടലോരസൗന്ദര്യത്തിന്റെ നേർക്കാഴ്ച ഒരുക്കുന്ന കടലായി, കരാറിനകത്തെ മറ്റു നാലു ദേശങ്ങളെക്കാളും ചരിത്രസംഭവങ്ങൾക്കു വേദിയായിത്തീർന്ന നാടാണ്. ആ ചരിത്രസംഭവങ്ങളുടെ മേൽമണ്ണ് കാലപ്രവാഹത്തിൽ കുത്തിഒലിച്ചുപോയതിനാലാണ് ഈ വർത്തമാനകാലത്ത് കടലായിക്ക് 'ആദികടലായി' എന്നും വിളിപ്പേരുണ്ടാകാൻ കാരണം.

എത്രയെത്ര പ്രക്ഷുബ്ധങ്ങളായ ചരിത്രമുഹൂർത്തങ്ങൾക്കാണ് ദീർഘകാലം, കോലത്തുസ്വരൂപത്തിന്റെ ഒരു ആസ്ഥാനമായിരുന്ന ഈ കടലായി നാട് സാക്ഷിയായിട്ടുള്ളത്. എത്രയെത്ര ആർത്തി പൂണ്ട കഴുകന്മാരാണ് കൊക്കുകൾ കൂർപ്പിച്ച് ഈ കടലോരത്തിന് ചുറ്റും വട്ടമിട്ടു പറന്നിട്ടുള്ളത്! പടയോട്ടങ്ങൾ, കൈയേറ്റങ്ങൾ, യുദ്ധങ്ങൾ, കൂട്ടക്കുരുതികൾ എന്നുമാത്രമല്ല എല്ലാം ഇട്ടെറിഞ്ഞുള്ള കൂട്ടപലായനങ്ങൾക്കുവരെ ഈ നാടിന് സാക്ഷിയാകേണ്ടി വന്നിട്ടുണ്ട്. അധിനിവേശ ശക്തികളുടെ കൊലവിളികൾ മുഴങ്ങുമ്പോഴും, അവരുടെ പീരങ്കിവെടിനാദം കാതുകളെ കിടിലം കൊള്ളിക്കുമ്പോഴും, പടക്കോപ്പുകളിൽനിന്ന് ഉയർന്നു പൊങ്ങിയ ഗന്ധകപ്പുകയിൽ അന്തരീക്ഷം വിഷമയമാകുമ്പോഴും, ഐതിഹ്യങ്ങളുടെ ദശപുഷ്പമാലയണിഞ്ഞ ഈ കടലോരഗ്രാമതമ്പുരാട്ടി താരാട്ടിൻ ഈണമുള്ള കൃഷ്ണഗാഥാശീലുകൾ ലയിച്ചുചേർന്ന പാലാഴിസ്പർശമേറ്റുവാങ്ങി നിത്യവും പള്ളിക്കുറുപ്പ് കൊണ്ടു. ഇന്ത്യയുടെ ചരിത്രഭൂപടത്തിൽ മലബാറിന്റെ സ്ഥാനം വിപുലമാകുന്നതിൽ കടലായിയുമായി ബന്ധപ്പെട്ടു നടന്ന സംഭവങ്ങളും ഒരളവോളം കാരണമായിട്ടുണ്ട്. വാമൊഴിയായും വരമൊഴിയായും ചിന്നിച്ചിതറി കിടക്കുന്ന കടലായിയുടെ ആ പൂർവ്വചരിത്രം മുഴുവനും ക്രമാനുഗതം കോർത്തിണക്കി ആലേഖനം ചെയ്യപ്പെടുകയാണെങ്കിൽ അതൊരു വലിയ ചരിത്രഗ്രന്ഥം തന്നെ ആയിത്തീരും. അത്രയും സംഭവബഹുലമാണ് കടലായിയുടെ പൂർവ്വചരിത്രം.

എ.ഡി 12-ാം നൂറ്റാണ്ടിൽ ജീവിച്ചിരുന്ന അതുലൻ എന്ന മഹാകവിയുടെ മൂഷികവംശം മഹാകാവ്യത്തിലും തമിഴ് സംഘം കൃതിയായ ചിലപ്പതികാരത്തിലുമാണ് കോലത്തുനാടിന്റെ പൂർവ്വിക രാജാക്കന്മാരെപ്പറ്റിയുള്ള വിവരങ്ങൾ ഉള്ളതെന്ന് സൂചിപ്പിച്ചുണ്ട്. ചന്ദ്രഗിരിപ്പുഴ മുതൽ കോരപ്പുഴവരെ നീണ്ടുകിടക്കുന്ന ആ കോലത്തുരാജ്യത്തിന്റെ എട്ടു ആസ്ഥാനങ്ങളിൽ ഒന്നായിരുന്നുവത്രേ കടലായി. ആ രാജാക്കന്മാർ കെട്ടിയ എട്ടു നെടുംകോട്ടകളിൽ ഒന്നുമായിരുന്നു കടലായിക്കോട്ട. വളഭൻ കോലത്തിരി എന്ന രാജാവാണ് ചരിത്രപ്രസിദ്ധമായ കടലായിക്കോട്ടയും കടലായി ക്ഷേത്രവും സ്ഥാപിച്ചതെന്ന് ശ്രീ.ചിറയ്ക്കൽ ടി.ബാലകൃഷ്ണൻ നായർ രേഖപ്പെടുത്തിയിട്ടുണ്ട്. ഇടയ്ക്ക് മറ്റൊരു കാര്യം പറയട്ടെ! പിൽക്കാലത്ത് കടലായിയിൽ മറ്റൊരു കോട്ടയും സ്ഥാപിതമാകുകയുണ്ടായി. ആ സ്ഥലം ഇപ്പോൾ കോട്ടമ്മൽ എന്നാണ് അറിയപ്പെടുന്നത്. കർണ്ണാടക രാജാക്കന്മാർ കെട്ടിയ ആ കോട്ടയെപ്പറ്റി പിന്നീട് വിശദീകരിക്കുന്നുണ്ട്.

കടലും കടലോരവും കപ്പത്തൂണും

മലബാർ ചരിത്രത്തിൽ കരാറിനകത്തിനു സ്ഥാനമുണ്ടായത് മുമ്പ് വിവരിച്ച അറയ്ക്കൽ രാജവംശവും ബ്രിട്ടീഷ് ഗവൺമെന്റും തമ്മിലുണ്ടാക്കിയ ഒരു കരാറും അതിനോടനുബന്ധിച്ചു നടന്ന തർക്കവും കേസ്സും കൊണ്ടു മാത്രമല്ല. അതിന് എത്രയോ മുമ്പേ തന്നെ കടലായിനാട് ചരിത്രത്താളുകളിൽ സ്ഥാനം പിടിച്ചിരുന്നു. അതിന് കടലായിയെ പ്രാപ്തമാക്കിയ പ്രധാന ഘടകം ആ നാട്ടിലെ കടലോരത്തിന്റെ അനിതര സാധാരണമായ ഭംഗിയും ഭൂമിശാസ്ത്രപരമായ തന്ത്രപ്രാധാന്യവുമായിരുന്നു. തോട്ടട ബണ്ടുപാലം മുതൽ കടലായികോട്ടമ്മൽ വരെ നീണ്ടുകിടക്കുന്ന ആ കടലോരം കടലിനഭിമുഖമായി കെട്ടിയ വന്മതിൽ പോലെയാണ് തലയുയർത്തി നിൽക്കുന്നത്. നീലിമയാർന്ന ആകാശച്ചുമരിനു താഴെ പട്ടുപരവതാനി വിരിച്ചതുപോലെ തോന്നിക്കുന്ന പാരാവാരപ്പരപ്പും, നിരന്തരം വെള്ളപ്പായകൾ ചുരുട്ടി കിതച്ചു വന്നു പാറക്കെട്ടുകളിൽ തട്ടിത്തകർന്ന്, പാൽനുര തെറിപ്പിച്ച് തിരിച്ചുപോകുന്ന തിരമാലകളും, ആരെയും ആനന്ദിപ്പിക്കുന്ന കടലായിയിലെ കടൽക്കാഴ്ചയാണ്. തോട്ടട കടപ്പുറത്തു നിന്ന് കോട്ടേങ്കണ്ടി വളപ്പിലൂടെ കടലോര സഞ്ചാരം നടത്തുന്നവർക്ക് കടലും കടലോരവും നൽകുന്ന ആവാച്യമായ ആനന്ദം അനുഭവപ്പെടാതിരിക്കില്ല. കടലോരസൗന്ദര്യം കാരണമായിട്ട് കടൽ പതിന്മടങ്ങ് ആകർഷകമാകുന്ന അപൂർവ്വതയാണ് കടലായിലെ പ്രത്യേകത. മനം കുളിർപ്പിക്കുന്ന ആ കടൽക്കാഴ്ചയെ "മാർവ്വലസ് സൈറ്റ്" എന്നാണു വിദേശികൾ വിശേഷിപ്പിക്കാറ്. ആഴിയുടെ മതിലെന്നോണം പ്രകൃതി കെട്ടിപ്പൊക്കിയ ഈ വന്മതിലിന്റെ അനിതരസാധാരണമായ കാഴ്ചഭംഗിയും തന്ത്രപ്രാധാന്യവും തന്നെയായിരിക്കണം. കോലത്തരചന് ഇവിടെ കോട്ട കെട്ടാനും അതിനുള്ളിൽ അമ്പലം പണിഞ്ഞ് ആസ്ഥാനമാക്കാനും പ്രേരിപ്പിച്ചിട്ടുണ്ടാവുക.

കടൽസഞ്ചാരികൾക്കു സ്ഥലം തിരിച്ചറിയാൻ നൂറ്റാണ്ടുകൾക്ക് മുമ്പ് സ്ഥാപിക്കപ്പെട്ട ഒരു ലൈറ്റ്ഹൗസിന്റെ പടുകൂറ്റൻ തൂൺ ഈ കടലോരത്ത് ഇപ്പോഴും തലയുയർത്തി നിൽക്കുന്നുണ്ട്. നാട്ടുകാർ "കപ്പത്തൂൺ" എന്നു വിളിക്കുന്നതും പള്ളിമിനാരം പോലെ പ്രൗഢഭംഗീരവുമായ ആ സാലഭഞ്ജിക, ജലയാനങ്ങൾക്ക് കണ്ണൂരിനെ തിരിച്ചറിയാനുള്ള ദിശാസൂചികയായി ഇപ്പോഴും വർത്തിക്കുന്നു. "കടലായി കപ്പത്തൂൺ കാണാതെ കപ്പലൊന്നും പോകില്ലെന്ന" ഒരു ചൊല്ല് പണ്ട് ഇവിടെ പ്രചാരത്തിലുണ്ടായിരുന്നു.

കടലഴി – കടലായി

കടലായിയുടെ സംഭവബഹുലമായ ചരിത്രത്തിലേക്കു കടക്കുന്നതിനു മുമ്പ് ആ നാടിന് കടലായി എന്ന പേർ എങ്ങനെ ഉണ്ടായി എന്നു പരിശോധിക്കാം. കടലായി എന്ന പേരു കൊണ്ടുതന്നെ കടലുമായി ബന്ധപ്പെട്ടാണ് ആ പേര് ഉണ്ടായതെന്ന് മനസ്സിലാക്കാമല്ലോ. നേരത്തെ പറഞ്ഞതുപോലെ തന്നെ പണ്ടുകാലത്ത് ഒരു പുഴയായി പല പല ചെറുഗ്രാമങ്ങളിലൂടെയും

കൂലം കുത്തി ഒഴുകിയിരുന്ന കാനാമ്പുഴ, ശോഷിച്ചു ശോഷിച്ച് ഇപ്പോൾ കരാറിനകത്തിന്റെ വടക്കുപടിഞ്ഞാറുഭാഗങ്ങളിലൂടെയാണ് ഒരു പുഴ എന്ന നിലയിൽ ഒഴുകിക്കൊണ്ടിരിക്കുന്നത്. ആ കാനാമ്പുഴ അവേരകോട്ടയുടെയും കടലായി കോട്ടമ്മലിന്റെയും അടിവാരത്തിലൂടെവന്ന് കടലായിപ്പാലം കടന്ന് എത്തിച്ചേരുന്നത് കടലായി അഴിമുഖത്താണ്. കടലോരത്ത് കടലും പുഴയും ചേരുന്നിടത്താണല്ലോ "കടലഴിമുഖം" എന്നു പറയുന്നത്. കടലഴിമുഖത്തിന്റെ മുഖം നാട്ടുകാരുടെ ഉച്ചാരണത്തിന്റെ ശോഷണംകൊണ്ടു നഷ്ടപ്പെട്ടു. അതോടെ "കടലഴി" എന്നു മാത്രമായി 'ഴ' എന്ന ശബ്ദത്തെ ഇവിടെ നാട്ടു വൈദ്യന്മാരും തെയ്യം കെട്ടുന്നവരുമൊഴിച്ച് മറ്റുള്ളവരെല്ലാം 'യ' എന്നാണ് ഉച്ചരിക്കാറ്. 'വായപ്പയം' 'ആയമുള്ള കുയി' എന്നൊക്കെയുള്ള വികലമായ ഉച്ചാരണങ്ങൾ ശ്രദ്ധിക്കുക. അങ്ങനെ "കടലഴി" കടലയി എന്നായി. 'കട ലയി' ഉച്ചാരണത്തിന്റെ നീട്ടലിൽ കടലായി എന്നുമായി. ഇതാണ് കടലായി നാടിന് പേരുണ്ടായതിനെപ്പറ്റിയുള്ള ഒരു നിഗമനം. മറ്റു ചില കാരണങ്ങളും കടലായിക്ക് ആ പേരുണ്ടായതിനെപ്പറ്റി പറഞ്ഞു വരുന്നുണ്ട്. അവയിലൊന്ന് പുരാതനകാലത്ത് ഇവിടെ ഉണ്ടായിരുന്ന കടലായി ക്ഷേത്രവുമായി ബന്ധ പ്പെട്ടുള്ളതാണ്. അടുത്തുള്ളത്, വഴിക്കുള്ളത്, മുൻഭാഗത്തുള്ളത്, വാതിൽക്ക ലുള്ളത് എന്നതിനൊക്കെ ഇവിടെ "വായിക്ക്" എന്നു പറയാറുണ്ട്. പാലമഠ ത്തിന്റെ വായിക്ക്, കൊല്ലക്കുടീന്റെ വായിക്ക്, തപ്പാൽപെട്ടിന്റെ വായിക്ക് എന്നൊക്കെയുള്ള പ്രയോഗം ഓർക്കുക. മേൽപ്പറഞ്ഞ പുരാതന കടലായി ക്ഷേത്രം സ്ഥിതിചെയ്തിരുന്നത് കടലിനടുത്തെന്നും കടൽ വഴിക്കെന്നും കടലിന്റെ മുൻഭാഗത്തെന്നും, പറയാൻ പറ്റുന്ന വിധത്തിലായിരുന്നു. അതിനെ പണ്ടുകാലത്ത് കടലുവായി അമ്പലം എന്നാണത്രെ വിളിച്ചുവന്നിരുന്നത്. കടലുവായി അമ്പലം ക്രമേണ കടലായിഅമ്പലമായി മാറി എന്നും അമ്പല ത്തിന്റെ വിശേഷണം നാടിനു പേരായിത്തീർന്നുവെന്നുമാണ്.

എന്തായാലും കടലഴിമുഖവുമായി ബന്ധപ്പെട്ടുതന്നെയാണ് കടലായിക്ക് ആ പേരു വന്നതെന്ന നിഗമനമാണ് കൂടുതൽ യുക്തിസഹം. കാരണം അഴിമുഖവുമായി ബന്ധപ്പെട്ട് ഒരുപാട് നാടുകൾക്ക് പേരുണ്ടായിട്ടുണ്ട്. അഴീ ക്കോട് എന്ന സ്ഥലപ്പേര് അതിനുദാഹരണമാണ്. മേൽപ്പറഞ്ഞ കാനാമ്പുഴ സന്ധിക്കുന്ന കടലഴിമുഖത്തെ "അയി" (അഴി) എന്നുമാത്രമായി നാട്ടുകാർ ഇപ്പോഴും വിളിച്ചുവരുന്നുണ്ട്. ഈ അഴി കടന്നാണ് പണ്ടുകാലത്ത് തോട്ടട, കിഴുന്ന ഭാഗങ്ങളിലുള്ളവരൊക്കെ കണ്ണൂർ പട്ടണത്തിലേക്കു നടന്നുപോയി രുന്നത്. പണ്ടു വേളാപുരമെന്നും, മാപ്പിളബേ എന്നും അറിയപ്പെട്ടിരുന്ന വില്ലു പോലെ വളഞ്ഞ അതിസുന്ദരമായ കടലോരത്തുകൂടിയായിരുന്നു മേൽ പറഞ്ഞ തെക്കൻ ദിക്കുകളിലെ തൊഴിലാളികൾ ടൗണിലേക്ക് ജോലിക്കു പോയിരുന്നതും തിരികെ വന്നിരുന്നതും. ആ യാത്രപോകലിനു "കണ്ടക്കായി യാത്ര" എന്നു പേര് ലഭിച്ചിരുന്നു. കണ്ടൽമരത്തിന്റെ കായയേയാണ് ഇവിടെ കണ്ടക്കായി എന്നു പറയുന്നത്. പന്തുപോലെ ഉരുണ്ട ആ കായ ചവിട്ടി നീക്കിക്കൊണ്ടായിരുന്നു യാത്രക്കാർ കടപ്പുറത്തുകൂടി പോയിരുന്നത്. ആയി ക്കര എത്തി കടലോരം കയറുന്നത് വരെ കണ്ടക്കായ പന്തുചവിട്ടിക്കളി

തുടർന്ന് കൊണ്ടേയിരിക്കും. വൈകുന്നേരം തിരിച്ചുവരുമ്പോഴും ഇതാവർത്തിക്കും. യാത്രയിലെ വിരസത ഒഴിവാക്കാൻ തൊഴിലാളികൾ കണ്ടെത്തിയ ഒരു വിനോദപരിപാടിയായിരുന്നു 'കണ്ടക്കായി യാത്ര".

കടലഴി കടന്നുള്ള യാത്രപോകലും, കടലായിക്ക് ആ പേരുണ്ടാകുന്നതിന് കാരണമായിട്ടുണ്ടെന്ന് പറയപ്പെടുന്നുണ്ട്. ആ കാര്യം കുറുവയുമായി ബന്ധപ്പെടുത്തി മറ്റൊരു സന്ദർഭത്തിൽ പ്രതിപാദിക്കാം.

കടലായി ക്ഷേത്രത്തിന്റെ തുടക്കം

ഏകദേശം 1793 വരെ ഇവിടെ നിലനിന്നിരുന്ന പഴയ കടലായി ക്ഷേത്രത്തിന്റെ തുടക്കത്തെപ്പറ്റിയും ആ ക്ഷേത്രത്തിലെ ആരാധനാമൂർത്തിയായ കടലായി ശ്രീ ബാലകൃഷ്ണന്റെ മഹിമകളെപ്പറ്റിയും വർണ്ണിക്കുന്ന ഒരുപാടു കഥകൾ പ്രചരിച്ചിട്ടുണ്ട്. വടക്കൻ പാട്ടുകളിലും തെയ്യത്തോറ്റങ്ങളിലും കടലായി ക്ഷേത്രവും കടലായി ബാലകൃഷ്ണസ്വാമിയും പ്രതിപാദ്യ വിഷയങ്ങളാണ്. കടലായി ക്ഷേത്രത്തിന്റെ ആരംഭത്തെപ്പറ്റിയുള്ള ഐതിഹ്യങ്ങൾ ഇപ്രകാരമാണ്.

"കോലത്തുരാജാവായ വളഭൻ വലിയ ഈശ്വരഭക്തനായിരുന്നു. അദ്ദേഹമാണ് കടലായിയിലെ പെരുംകോട്ട നിർമ്മിച്ചത്. കോട്ടയുടെ പണി വർഷങ്ങളോളം നീണ്ടു. കോട്ടയുടെ സമീപത്ത് ഒരു മഹാക്ഷേത്രം പണിയണമെന്ന് വളഭനു ആഗ്രഹമുണ്ടായി. ശ്രീകൃഷ്ണഭക്തനായ വളഭൻ ഒരു കൃഷ്ണവിഗ്രഹത്തിന് തിരച്ചിൽ തുടർന്നുകൊണ്ടേയിരുന്നു. ഒരുനാൾ കടൽക്കരയിൽ ഇരിക്കുകയായിരുന്നു വളഭൻ. നല്ലൊരു സായംസന്ധ്യ. നീലിമയാർന്ന ആകാശത്തിന്റെ മനോഹാരിത അദ്ദേഹത്തിനു ഹരമായി. അപ്പോൾ ഒരു വിഗ്രഹം തീരത്തടുത്തു. അതൊരു കൃഷ്ണവിഗ്രഹമായിരുന്നു. വിഗ്രഹത്തിന്റെ ഇടതുകൈപ്പടം പൊട്ടിയ നിലയിലായിരുന്നു. അന്നു രാത്രി കിനാവിൽ ഒരു ബാലൻ വളഭന്റെ മുന്നിൽ പ്രത്യക്ഷപ്പെട്ടു. ബാലൻ പറഞ്ഞു. "വിഗ്രഹം എന്റേതാണ്. കോട്ടയ്ക്കുള്ളിൽ പ്രതിഷ്ഠിക്കുക." പിറ്റേന്ന് വളഭൻ ജ്യോത്സ്യരെ വിളിച്ചുവരുത്തി സ്വപ്നത്തിന്റെ പൊരുളന്വേഷിച്ചു. ജോത്സ്യന്മാർ പ്രശ്നം വെച്ചതിനുശേഷം പറഞ്ഞു. വിഗ്രഹം ശൂൽക്കരയിൽ നിർമ്മിക്കപ്പെട്ടതാണ്. അനേകായിരം വർഷങ്ങൾക്കു മുമ്പ് ഭഗവാനെ നേരിൽക്കണ്ട ഒരു ഭാഗവതൻ പൂജിച്ചിരുന്ന ഒരു വിഗ്രഹമാണിത്. ക്ഷേത്രപ്രതിഷ്ഠയ്ക്ക് ഇതിൽപ്പരം വിശിഷ്ടമായ മറ്റൊരു വിഗ്രഹം കണ്ടെത്താനാവില്ല. ഇതനുസരിച്ച് വളഭൻ ക്ഷേത്രം നിർമ്മിക്കുകയും ആ വിഗ്രഹം പ്രതിഷ്ഠിക്കുകയും ചെയ്തു.

കൃഷ്ണവിഗ്രഹത്തിന്റെ കൈപ്പടം പൊട്ടിയതിനെക്കുറിച്ചും ഒരു കഥയുണ്ട്. "കൃഷ്ണൻ വീട്ടിലെത്താൻ വൈകിയതിൽ ദുഃഖിച്ച രുഗ്മിണി കൃഷ്ണവിഗ്രഹത്തിന്റെ മുന്നിലിരുന്ന് സ്തുതി വചനങ്ങൾ ഉരുവിടുകയായിരുന്നു. അപ്പോൾ കാർവർണ്ണനെത്തി. രുഗ്മിണി കണ്ണനെ കണ്ടില്ല. അതിനാൽ കണ്ണന് അരിശം തോന്നി വിഗ്രഹത്തെ ചവിട്ടിത്തെറിപ്പിച്ചു. അത് തെറിച്ചുവീണത് കടലിലായിരുന്നു. ആയിരക്കണക്കിന് കൊല്ലങ്ങൾ കടലിൽ

കിടന്ന വിഗ്രഹമാണ് വളഭനു ലഭിച്ചത്. കണ്ണന്റെ ചവിട്ടേറ്റതു കൊണ്ടാണ് വിഗ്രഹത്തിന്റെ കൈപ്പടം മുറിഞ്ഞുപോയതെന്നു ജോത്സ്യന്മാർ പറഞ്ഞു വത്രെ! ഇതുപോലെ കടലായി കൃഷ്ണനെപ്പറ്റിയും ആ ക്ഷേത്രത്തെപ്പറ്റിയും വേറെയും കഥകളുണ്ട്. അതിലൊന്ന് കാപ്പാട്ടുകാവിലെ ദൈവത്താറും കട ലായി കൃഷ്ണനുമായുള്ള സൗഹൃദത്തെപ്പറ്റിയാണ്. കാപ്പാട്ടുകാവിലെ ഉത്സവ നാളുകളിൽ അവിടുത്തെ പ്രധാനതെയ്യമായ ദൈവത്താർ, തിരുമുടി തല യിൽ വെക്കുന്നതിനു മുമ്പ് പടിഞ്ഞാറ് കടലായികൃഷ്ണനു നേരെ തിരിഞ്ഞു, കുറച്ചു സമയം ധ്യാനലീനനായി ഇരിക്കുമത്രെ! അതുകഴിഞ്ഞതിനുശേഷമേ ദൈവത്താർ തിരുമുടി തലയിൽ വെച്ച് ആടാൻ തുടങ്ങുകയുള്ളൂ. കാപ്പാട്ടു കാവിലെ ദൈവത്താർ ശ്രീരാമസങ്കല്പമാണ്. അവതാരമൂർത്തികളായ രണ്ടുപേരും പരസ്പരം ചെന്നുകാണുകയും സൗഹൃദം പുതുക്കാറുമുണ്ടാ യിരുന്നുവത്രെ ! ഒരിക്കൽ ദൈവത്താർ കടലായിൽ വന്നു കൃഷ്ണനെ കണ്ടു തിരിച്ചുപോകുമ്പോൾ കാനാമ്പുഴയിൽ വെച്ച് തോണിയപകടത്തിൽപ്പെടു കയും അപ്പോൾ അതുവഴി വന്ന ഒരു മുസ്ലീം യുവാവ് ദൈവത്താറെ ആ അപകടത്തിൽനിന്നും രക്ഷിക്കുകയും ചെയ്തുവത്രെ! കാപ്പാട്ടുകാവിലെ ഉത്സവത്തിന്റെ നടത്തിപ്പിൽ ഒരു മുസ്ലീം കുടുംബത്തിന് അവകാശം ലഭ്യ മായത് മേൽപ്പറഞ്ഞ അപകടത്തിൽ നിന്നും രക്ഷപ്പെടുത്തിയതിന്റെ നന്ദി സൂചകമായിരുന്നുവെന്നാണ് പറയപ്പെടുന്നത്. രണ്ടു ദൈവങ്ങളും ചങ്ങാതിമാരാണെങ്കിലും അവർ തമ്മിൽ അതിർത്തിതർക്കവും നടന്നതായി കഥയുണ്ട്. ദൈവങ്ങൾ ഓരോരുത്തരും പരിപാലിക്കുന്ന സ്ഥലത്തിന് കൃത്യ മായ അതിരുകൾ വേണമെന്ന് ദൈവത്താർക്ക് തോന്നി. ആ കാര്യം കൃഷ്ണനെ അറിയിച്ചപ്പോൾ നമ്മൾ തമ്മിൽ ഒരതിരിന്റെ ആവശ്യമുണ്ടോ എന്നായിരുന്നുവത്രെ കൃഷ്ണന്റെ പ്രതികരണം. പിന്നീട് രണ്ടു ദൈവങ്ങളും ഒത്തുചേർന്ന് കാപ്പാട്ടെ ഒരു മാവിലാൻപാല നിൽക്കുന്നതിന്റെ ഇപ്പുറം കൃഷ്ണന്റെ സ്ഥലമായും അപ്പുറം ദൈവത്താറുടെ സ്ഥലമായും അംഗീ കരിക്കുകയും ചെയ്തു. പിന്നീട് കൃഷ്ണൻ വേഷം മാറി വന്നു അതിരു മാറ്റി വരച്ചുവെന്നും കഥയുണ്ട്.

ഇത്തരം കെട്ടുകഥകളിൽ നിന്നു മനസ്സിലാകുന്നത് ദൈവമായി കെട്ടി യാടപ്പെടുന്നത് ഇവിടെ ജീവിച്ചു മൺമറഞ്ഞവർ തന്നെയാണെന്നും അവ രുടെ ജീവിതത്തിലെ ചില പ്രധാനപ്പെട്ട സംഭവങ്ങളാണ് തെയ്യത്തിന്റെ പുരാ വൃത്തമാകുന്നതെന്നുമാണ്. അതിനൊക്കെ ദൈവികപരിവേഷം നൽകാ നാണു ശ്രീരാമനെയും ശ്രീകൃഷ്ണനെയും ഒക്കെ കക്ഷികളാക്കുന്നത്. രണ്ടു ദൈവങ്ങൾ തമ്മിലുള്ള തർക്കം നാടുവാഴികൾ തമ്മിൽ നടക്കാറുള്ള അതിർത്തി തർക്കത്തെയാണ് ഓർമ്മപ്പെടുത്തുന്നത്. ഈ കെട്ടുകഥ ഒരു പുനർവായനയ്ക്ക് വിധേയമാകുമ്പോൾ ചില ചരിത്രയാഥാർത്ഥ്യങ്ങൾ തെളിഞ്ഞുവരുന്നതായി കാണാൻ സാധിക്കും. കോലത്തുനാട്ടിലെ കാന ത്തൂർ ഭാഗത്തിന്റെ ഒരു കേന്ദ്രമായിരുന്നു കടലായി. കടലായി കൃഷ്ണനെ മുന്നിൽ നിർത്തിയായിരുന്നു കാനത്തൂർ നാട്ടിലെ കോലത്തധിപൻ ആ നാട് പരിപാലിച്ചുപോന്നിരുന്നത്. കാനത്തൂർ നാട്ടിന്റെ സ്വന്തം പുഴയായ

കാനാമ്പുഴ ഒരു കാലഘട്ടത്തിനുശേഷം കാപ്പാട്ടുനിന്നായിരുന്നു ആ പേരിൽ ഒഴുകിക്കൊണ്ടിരുന്നത്. കാനാമ്പുഴയുടെ ഇങ്ങേ അറ്റം കാനത്തൂരിന്റെ ആസ്ഥാനമായിരുന്ന കടലായിയുമായിരുന്നു. ദൈവത്താറെ (ശ്രീരാമനെ) മുൻനിർത്തി ഭരിക്കുന്ന കാപ്പാട്ടെ നാടുവാഴിയും, കടലായി കൃഷ്ണനെ മുൻനിർത്തി ഭരിക്കുന്ന കാനത്തൂർ നാടുവാഴിയും തമ്മിലുള്ള അതിർത്തി പ്രശ്നങ്ങളായിരിക്കാം ദൈവങ്ങളുടെ പേരിൽ പ്രോക്തമായിട്ടുള്ള മേൽ കൊടുത്ത കെട്ടുകഥകൾ. കാനം ഒഴുകുന്ന നാടാണ് കാനത്തൂർ ആയത് എന്ന നിലയ്ക്കും പിൽക്കാലത്ത് കാനാമ്പുഴ തുടങ്ങുന്നത്, കാപ്പാട്ടുനിന്നു മാണ് എന്ന നിലയ്ക്കും കാനത്തൂരിന്റെ ഒരതിര് കാപ്പാട്ടാണെന്നു വരുന്നു. നാടുവഴികളുടെ അതിർത്തി തർക്കമാണ് മേൽപ്പറഞ്ഞ കെട്ടുകഥയെന്നു വരികൾക്കുള്ളിലൂടെ വായിക്കുമ്പോൾ വ്യക്തമാകും. കടാങ്കോട്ട് മാക്ക ത്തിന്റെ കഥയിലും കടലായി ക്ഷേത്രത്തെപ്പറ്റി പരാമർശിക്കുന്നുണ്ട്. പാതി വ്രത്യം നഷ്ടപ്പെടുത്തിയെന്ന അപവാദകഥയെത്തുടർന്ന് ആങ്ങളമാർ ചേർന്ന് കടാങ്കോട് മാക്കത്തെ അപായപ്പെടുത്താൻ കൂട്ടികൊണ്ടുവരുന്ന വഴിയിൽ മാക്കം കടലായിക്ഷേത്രം സന്ദർശിച്ചതായും കടലായി കൃഷ്ണ നോട് തന്റെ നിരപരാധിത്തം ബോധിപ്പിക്കാൻവേണ്ടി ഉള്ളുരുകി പ്രാർത്ഥി ച്ചതായും മാക്കപ്പൊതിതോറ്റത്തിൽ വിവരിക്കുന്നുണ്ട്.

തറവാട്ടുപേരുകൾ, ചില നിഗമനങ്ങൾ

കടലായിക്ഷേത്രത്തിൽ തൊഴാൻ വന്ന ചിറയ്ക്കൽ രാജാവിനെ അപാ യപ്പെടുത്തുവാൻവേണ്ടി അറയ്ക്കലിന്റെ ആൾക്കാർ നടത്തിയ ഒരു വിഫല ശ്രമത്തെപ്പറ്റിയും ഒരു കഥ പ്രചരിച്ചിട്ടുണ്ട്.

രാജാവ് കടലായി അമ്പലത്തിൽ നിന്നു തൊഴുതു മടങ്ങുമ്പോൾ പടി പ്പുരവാതിൽക്കൽവെച്ചു വധിക്കാൻ അറയ്ക്കൽ നിയോഗിച്ച സിൽബന്ധി കൾ പരിപാടിയിട്ടുവത്രെ ! ആ സമയത്ത് ക്ഷേത്രത്തിലേക്ക് വെളിച്ചെണ്ണ യുമായി വന്ന ഒരു വാണിയൻ ഈ ഗൂഢനീക്കം മനസ്സിലാക്കുകയും ശാന്തി ക്കാരെ വിവരമറിയിക്കുകയും ചെയ്തു. എന്നിട്ട് വാണിയൻതന്നെ രാജാ വിനെ തന്ത്രപൂർവ്വം രക്ഷിക്കാമെന്ന് ശാന്തിക്കാർക്ക് വാക്കുകൊടുക്കുകയും ചെയ്തു. പിന്നീട് വാണിയൻ ഒരു ചാക്കു കൊണ്ടുവന്നു രാജാവിനെ അതി ലിറക്കി മൂടിക്കെട്ടി തേങ്ങയെന്നവണ്ണം തലയിൽ വെച്ചു പുറത്തെത്തിച്ചു വത്രെ! രാജാവിന്റെ ജീവൻ കൗശലബുദ്ധിയോടെ രക്ഷിച്ച വാണിയന് പട്ടാളി എന്ന പദവിയും, നാട്ടിൽ ഒരു വലിയ സ്ഥലവും സമ്മാനമായി നൽകുകയും ചെയ്തു എന്നാണ് ആ കഥ. കഥ സത്യമായാലും കളവായാലും കരാറിന കത്ത് വാണിയങ്കണ്ടി എന്ന പേരിൽ ഒരു തറവാട് നിലവിലുണ്ട്. എന്നാൽ ആ തറവാട്ടുകാർ തീയ്യസമുദായക്കാരാണെന്നതും കൗതുകം ജനിപ്പിക്കുന്നു. തീയ്യ തറവാടിന് വാണിയങ്കണ്ടി എന്ന പേര് വന്നതിനെപ്പറ്റി ചില പരിശോ ധനകൾ ആവശ്യമാണ്.

കരാറിനകത്തിന്റെ ഒരു പ്രത്യേകത ഇവിടെ 1793-നു ശേഷം മലയാള ക്കരയിലെ സവർണ്ണസമുദായക്കാരാരും അധിവസിച്ചില്ല എന്നതാണ്.

അതിന്റെ കാരണം പിന്നീട് വിശദമാക്കുന്നുണ്ട്. വാണിയങ്കണ്ടി എന്ന തീയ്യ തറവാട്ടുപേര് സൂചിപ്പിക്കുന്നത് പുരാതനകാലത്ത് വാണിയസമുദായക്കാർ ഇവിടെ താമസിച്ചിരുന്നു എന്നാണ്. അതുപോലെ കടലായിയിൽ ചാലിയത്തെരു എന്ന പേരിലും, സമുദായസാന്നിധ്യം ഓർമ്മിപ്പിക്കുന്ന ഒരു സ്ഥലമുണ്ട്. പഴയ കടലായി ക്ഷേത്രത്തിലെ ഉത്സവനാളുകളിൽ തിടമ്പു നൃത്തം അരങ്ങേറുന്ന സ്ഥലം എന്നു നാട്ടുകാർ വിശ്വസിക്കപ്പെടുന്നത് കട ലായി സ്കൂൾ നിലകൊള്ളുന്നതിന്റെ അടുത്തുള്ള ഒരു മൈതാനമാണ്. ആ മൈതാനത്തിൽ നിന്ന് തിടമ്പുനൃത്തക്കാർക്ക് അമ്പലത്തിലേക്ക് പോകു വാനും വരുവാനും രാജവീഥിപോലെ വീതികൂടിയ ഒരു നടവഴിയുണ്ടായി രുന്നു. ആ നടവഴി ഇപ്പോഴും കടലായിയിൽ നിലനിൽക്കുന്നുണ്ട്. ആ വഴി യിലൂടെയാണ് കടലായി ബസ്സുകൾ അതിന്റെ അവസാന സ്റ്റോപ്പായ കട ലായി നട എന്ന സ്ഥലത്തേക്കു പോകുന്നത്. "കടലായി നട" എന്നറിയപ്പെ ടുന്ന ആ സ്ഥലം പുരാതന കടലായിക്ഷേത്രം സ്ഥിതി ചെയ്തതിന്റെ തൊട്ട ടുത്താണ്. പിൽക്കാലത്ത് കടലായി അമ്പലനട എന്ന വാക്ക് ലോപിച്ച് കട ലായിനട എന്ന് മാത്രമായി. ആ നടയുടെ പാർശ്വഭാഗങ്ങളാണ് ചാലിയതെരു എന്ന് അറിയപ്പെടുന്നത്. ചിറയ്ക്കലിലുള്ള കടലായി ക്ഷേത്രത്തിന്റെ പരി സരത്തും ഒരു ചാലിയത്തെരു നിലവിലുണ്ട് എന്നതും ചിന്തനീയമാണ്. വാണിയങ്കണ്ടി എന്ന തറവാട്ട് പേര് ഇവിടെ വാണിയസമുദായത്തിന്റെ സാന്നിധ്യം ഉണ്ടായിരുന്നു എന്ന് അനുമാനിക്കാവുന്നതുപോലെ ചാലിയതെരു എന്ന പേരും ഇവിടെ ചാലിയ സമുദായത്തിന്റെ സാന്നിധ്യം ഉണ്ടായിരുന്നു എന്നു മനസ്സിലാക്കുവാൻ സാധിക്കുന്നതാണ്. കൊപ്രയാട്ടി വെളിച്ചെണ്ണ ഉത്പാദിപ്പിക്കുന്നവരും വിഷ്ണുവിനെ പ്രധാന ദൈവമാക്കി ആരാധിക്കുന്ന വരുമായ വൈഷ്ണവരെയാണ് ഇവിടെ വാണിയർ എന്നു വിളിക്കുന്നത്. അതുപോലെ കച്ച നെയ്യുന്നവരും ശിവനെ പ്രധാന ദൈവമായി ആരാധി ക്കുന്നവരുമായ പത്മശാലിയ സമുദായക്കാരെയാണു ചാലിയർ എന്നു വിളി ക്കുന്നത്. പൊതുവെ നായർ സമുദായത്തിൽപ്പെട്ട ഈ രണ്ടു വിഭാഗക്കാ രെയും ചെട്ടിയാർ എന്നും വിളിക്കാറുണ്ട്. ചെട്ടിയാർകണ്ടി (ചിറ്റാകണ്ടി) എന്ന പേരിലും ഇവിടെ തീയ്യതറവാട് നിലിവിലുണ്ട്. ഒരു കാലത്ത് ഉത്തരകേരള ത്തിൽ വ്യാപകമായി ഈ രണ്ടു നായർ വിഭാഗങ്ങൾ തമ്മിൽ വംശീയകലാ പങ്ങളും നടക്കാറുണ്ടായിരുന്നു. ആ രണ്ടു വിഭാഗക്കാർ തമ്മിലുള്ള ജാതിശത്രുത സംഹാരാത്മകവും ആയിരുന്നുവത്രെ! ആ ജാതിപ്പോര് ഒരു തുടർക്കഥയായപ്പോൾ ഇരു സമുദായത്തിലെ സമാധാനകാംക്ഷികൾ താരതമ്യേന ജാതിശാഠ്യം കുറഞ്ഞ തീയ്യരിലേക്ക് പരിവർത്തനം ചെയ്യപ്പെട്ടു എന്നാണ് പറയപ്പെടുന്നത്. അങ്ങനെയാണ് ഇവിടെ എണ്ണയാട്ടുന്നവരും തോർത്തു വിൽക്കുന്നവരും തീയ്യരിൽ ഉൾപ്പെടാൻ കാരണം. "കാലക്രമേണ കൊട്ടൻ ചെട്ടിയാറും തീയ്യനാകു"മെന്നുള്ള പഴംചൊല്ല് ഈ സംഭവത്തോടു ചേർത്ത് വായിക്കേണ്ടതാണ്.

കടലായിക്ഷേത്രത്തിൽ പൂജാദ്രവ്യങ്ങൾ, ഭക്ഷണസാധനങ്ങൾ, മറ്റവശ്യവസ്തുക്കളൊക്കെ എത്തിക്കാൻവേണ്ടി പ്രത്യേകം പ്രത്യേകം

ചുമതലക്കാരുണ്ടായിരുന്നു. ആ ചുമതലക്കാർ എത്തിക്കുന്ന ആവശ്യസാധനങ്ങൾ എന്താണോ? ആ സാധനങ്ങളുടെ പേരിലാണ് പിന്നീട് അവരുടെ തറവാടിന് പേരുവന്നത്. ഉദാഹരണത്തിന് നെയ്യ് എത്തിക്കുന്നവർ നെയ്യൻ; പച്ചക്കറി എത്തിക്കുന്നവർ ചക്കപ്പൊയ്യൻ; ഭക്ഷണമെത്തിക്കുന്നവർ കൊറ്റിയത്ത്; പൂവ്, ശർക്കര, വാഴയില, കരിക്ക്, മോര് എന്നിവ എത്തിക്കുന്നവർ പൂവേൻ, ചക്കര, വാഴയിൽ, കരിക്കൻ, മോരങ്കണ്ടി എന്നൊക്കെ പേരുകളുള്ള തറവാട്ടുകാരായി. കടലായി കോട്ടയിലേക്ക് മദ്യമെത്തിക്കുന്നവരാണത്രെ ഒണ്ടേൻ തറവാട്ടുകാർ. ക്ഷേത്രത്തിൽ ഭജന പാടുന്നവരാണു ബങ്കണത്തറവാട്ടുകാർ.

ഉന്തുന്തുന്താളെ ഉന്ത്

മലയാളസാഹിത്യത്തിന് എന്തുകൊണ്ടും മുതൽക്കൂട്ടായിത്തീർന്ന ഒരു മഹാകാവ്യത്തിന്റെ രചനയും ഈ കടലായി ക്ഷേത്രത്തിൽവച്ച് നടന്നിട്ടുണ്ട്. മലയാളഭാഷയിൽ ആദ്യകാലത്തുണ്ടായ ലക്ഷണമൊത്ത കാവ്യങ്ങളിലൊന്നായ കൃഷ്ണഗാഥ (കൃഷ്ണപ്പാട്ട്) ചെറുശ്ശേരി എഴുതിയത് ഈ കടലായി ക്ഷേത്രത്തിൽ വെച്ചായിരുന്നുവെന്നു ശ്രീ.ചിറയ്ക്കൽ ടി.ബാലകൃഷ്ണൻ നായർ അർത്ഥശങ്കക്കിടയില്ലാത്തവിധത്തിൽ രേഖപ്പെടുത്തിയിട്ടുണ്ട്. ഭാഗവതത്തിലെ 11-ാമത് സ്കന്ധമായ ശ്രീകൃഷ്ണജനനം മുതൽ സ്വർഗ്ഗാരോഹണംവരെയുള്ള വിവിധങ്ങളായ സംഭവങ്ങളാണ് കൃഷ്ണഗാഥയിൽ പ്രതിപാദിക്കുന്നത്. രാസക്രീഡ, ഗോപികമാരുമായുള്ള കേളികൾ, അസുരന്മാരുമായുള്ള യുദ്ധം, കംസവധം തുടങ്ങിയവയാണ് ആ സംഭവങ്ങൾ. കൃഷ്ണഗാഥ എഴുതാൻ കാരണമായിത്തീർന്ന "ഉന്തുന്തുന്താളെ ഉന്തു" എന്ന ഐതിഹ്യകഥ പ്രസിദ്ധമാണല്ലോ.

കോലത്തു രാജാവിന്റെ അരമനയിൽവെച്ചു രാജാവും ചെറുശ്ശേരിയും ചതുരംഗം കളിക്കുകയായിരുന്നു. കളിയിൽ രാജാവ് തോൽക്കും എന്ന ഘട്ടം വന്നപ്പോൾ, കളി കണ്ടുകൊണ്ടിരിക്കുകയായിരുന്ന ഭാര്യ, രാജാവ് ജയിക്കണമെങ്കിൽ എങ്ങനെയൊക്കെ കരുക്കൾ നീക്കണമെന്നുള്ള സന്ദേശം, താരാട്ടുപാട്ടിലൂടെ കൗശലപൂർവ്വം രാജാവിനെ അറിയിച്ചു എന്നാണ് ആ ഐതിഹ്യം. ഭാര്യയുടെ സന്ദർഭോചിതമായ ഇടപെടൽ താരാട്ടായി മൂളിയപ്പോൾ അത് മലയാളത്തിലെ ലക്ഷണമൊത്ത മഹാകാവ്യങ്ങളിലൊന്നിനു നിദാനമാകുകയായിരുന്നു. പണ്ഡിതനും പാമരനും ഒരുപോലെ ആസ്വദിക്കാൻ സാധിക്കുന്ന ലളിതകോമളപദങ്ങളുടെ ഒരു സഞ്ചയമാണ് കൃഷ്ണഗാഥ. മേൽത്തട്ടുകാർക്ക് മാത്രം മനസ്സിലാകുന്ന സംസ്കൃതകാവ്യങ്ങളിൽ നിന്നും തികച്ചും വ്യത്യസ്തമായി കവിത സാധാരണക്കാർക്കും കൂടി ഉപയോഗപ്പെടണമെന്നുള്ള സദുദ്ദേശ്യം കൊണ്ടായിരിക്കണം കോലത്തു രാജാവ് ചെറുശ്ശേരിയെക്കൊണ്ട് ഇത്രയും ലളിതമായ നാട്ടുഭാഷയിൽ കാവ്യം രചിക്കാൻ ഉപദേശിച്ചിട്ടുണ്ടാവുക. അങ്ങനെ സാധാരണക്കാർക്കുവേണ്ടി ആദ്യമായുണ്ടാക്കിയ മലയാള കാവ്യത്തിന്റെ പേറ്റുനോവിനു സാക്ഷ്യം വഹിച്ച ചുമരുകൾ നിലകൊണ്ടത് കടലായി മണ്ണിലാണെന്നതിൽ ഈ നാട്ടുകാർക്ക്

എന്നും അഭിമാനിക്കാം. കടൽക്കരയിലെ കോലത്തരചന്റെ ആസ്ഥാന ത്തിരുന്ന്, കടലിന്റെ സൗന്ദര്യം ആസ്വദിച്ചുകൊണ്ടെഴുതിയ കൃഷ്ണഗാഥ യുടെ വരികൾ തുടങ്ങുന്നത് ശ്രദ്ധിക്കേണ്ടതാണ്.

"പാലാഴി മാതുതാൻ പാലിച്ചുപോരുന്ന
കോലാധിനാഥനുദയവർമ്മൻ
ആജ്ഞയെ ചെയ്കയാൽ അജ്ഞനായുള്ള ഞാൻ
പ്രാജ്ഞനെന്നിങ്ങിനെ ഭാവിച്ചിപ്പോൾ "

ഈ വരികളിൽനിന്നും അന്നത്തെ കോലത്തുനാടിന്റെ അധിപൻ ഒരു ഉദയവർമ്മനാണെന്നും ആ ഉദയവർമ്മന്റെ നിർദ്ദേശപ്രകാരമാണ് കൃഷ്ണ ഗാഥ എഴുതിയതെന്നും മനസ്സിലാക്കാം. കോലത്ത് രാജാവ് ഉദയവർമ്മനു മായി കടലായിയെ ബന്ധപ്പെടുത്താവുന്ന ചില പരോക്ഷതെളിവുകൾ ഇപ്പോഴുമുണ്ടെന്നു പറഞ്ഞുകൊള്ളട്ടെ! മേൽപ്പറഞ്ഞ കടലായി അമ്പലം 1800-ന് മുമ്പ് തന്നെ തകർന്നിരുന്നു. അതിന്റെ അവശിഷ്ടമായി ഇപ്പോൾ അവിടെ ഉള്ളത്, ഒരു കുളവും ഒരു മണിക്കിണറും നാട്ടുകാർ കൃഷ്ണക്കുണ്ട് എന്നുവിളിക്കുന്ന ഒരു കുഴിയും മാത്രമാണ്. കൂടാതെ ചരിത്രത്തിന്റെ പരോക്ഷസാക്ഷ്യങ്ങളായി കുറേ വീട്ടുപേരുകളും, സ്ഥലപ്പേരുകളും കട ലായി നാട്ടിലും പരിസരങ്ങളിലുമായി മായാതെ കിടക്കുന്നുമുണ്ട്. - അമ്പല ത്തിൽ, കുളത്തിൽ, നടയിൽ, മുലോത്ത് വളപ്പ്, വരപ്പുറം, മനയുള്ളതിൽ, ഒദയോത്ത് വളപ്പ്, ചാലിയതെരു തുടങ്ങിയവയാണ് ആ പേരുകൾ. "മനയു ള്ളതിൽ" എന്ന പേർ രാജാക്കന്മാരുടെ അരമനയുമായി ബന്ധപ്പെട്ടതാണെന്ന് അനുമാനിക്കാം. അതുപോലെ കുറച്ചകലെയുള്ള ഒരു വിശാലമായ പറമ്പിന്റെ പേര് ഒദയോത്ത് വളപ്പ് എന്നാണ്. ഒദയോത്ത് എന്ന പേരിൽ ഇവിടെ ഒരു പ്രമുഖ തറവാടും നിലവിലുണ്ട്. ഉദയന്റെ അകത്ത് എന്നതിന്റെ വാമൊഴി വഴക്കമാണ് ഒദയോത്ത്. പ്രസിദ്ധരായവരുടെ വാസസ്ഥലത്തെപ്പറ്റി പറയു മ്പോൾ അവരുടെ പേരിനൊപ്പം "അകത്ത്" എന്ന് പറഞ്ഞുവരുന്നുണ്ട്. ഉദാ ഹരണം മന്ദപ്പന്റെ അകത്ത്, ചാത്തപ്പന്റെ അകത്ത്, ചന്ദ്രപ്പന്റെ അകത്ത്, കണ്ടപ്പന്റെ അകത്ത് എന്നൊക്കെ. അതു വാമൊഴിവഴക്കത്തിനനുസരിച്ച് മന്ദ മ്പേത്ത്, ചാത്തമ്പേത്ത്, കണ്ടമ്പേത്ത് എന്നൊക്കെ ആയിത്തീരുന്നു. ചിലപ്പോൾ കൂടുതൽ ലോപിച്ച് ചാത്തോത്ത്, ചന്ദ്രോത്ത്, കണ്ടോത്ത് എന്നു മാകാം. ഇത്തരത്തിൽ ചിന്തിക്കുമ്പോൾ ഒദയോത്ത് വളപ്പ് എന്നാൽ പ്രസി ദ്ധനായ ഉദയന്റെ വാസസ്ഥലമായിരുന്നുവെന്നു അനുമാനിക്കാവുന്നതാണ്. ഈ ഉദയൻ മേൽപ്പറഞ്ഞ കൃഷ്ണഗാഥയെഴുതാൻ പ്രേരിപ്പിച്ച കോലത്തു രാജാവ് ഉദയവർമ്മനാകാനുള്ള സാധ്യത തള്ളിക്കളയാനാകില്ല. കോലത്ത് രാജാക്കന്മാരിൽ ഒന്നിൽ കൂടുതൽ ഉദയവർമ്മൻ ഉണ്ടായിരുന്നു എന്ന കാര്യവും ഓർക്കേണ്ടതുണ്ട്. ആയതിനാൽ പിൽക്കാലത്ത് വന്ന ഏതെങ്കിലും കോലത്തുരാജാവ് ഉദയവർമ്മനുമായി ബന്ധപ്പെട്ട സ്ഥലമാകാനും സാധ്യത യുണ്ട്. കോലത്തുരാജാക്കന്മാർ ആസ്ഥാനമായി ഭരിച്ച പല സ്ഥലങ്ങളും ആ രാജാക്കന്മാരുടെപേരിൽ അറിയപ്പെടുന്നുണ്ട്. ഏഴിമല ആസ്ഥാനമാക്കി ഭരിച്ച കോലത്തുരാജാവിന്റെ പേര് രാമഘടമുഷികൻ എന്നായിരുന്നു. ആ

രാജാവിന്റെ പേരിലറിയപ്പെടുന്ന സ്ഥലമാണത്രെ പയ്യന്നൂരിനടുത്തുള്ള രാമന്തളളി. മറ്റൊരു കോലത്തിരിയായ ശ്രീകണ്ഠന്റെ പേരിലറിയപ്പെടുന്ന സ്ഥലമാണ് ശ്രീകണ്ഠാപുരം. വളഭന്റെ പേരിലറിയപ്പെടുന്ന സ്ഥലമാണ് വളപട്ടണം. അതുപോലെ ഉദയവർമ്മന്റെ പേരിൽ അവശേഷിക്കുന്ന സ്ഥലമായിരിക്കണം കടലായിയിലും പരിസരത്തുമുള്ള ഒദയോത്ത് വളപ്പുകൾ. ഒദയോത്ത് വളപ്പ്, മനയുള്ളതിൽ എന്നൊക്കെയുള്ള തറവാട്ടുപേരുകൾപോലെ കടലായിൽ മുൻകാല ചരിത്രത്തിന്റെ പരോക്ഷസാക്ഷ്യങ്ങളായി വേറെയും ഒരുപാട് സ്ഥലപ്പേരുകൾ നിലനിൽക്കുന്നുണ്ട്. ഇവിടത്തെ ഒരുകൂട്ടം വളപ്പുകളുടെയും, വീടുകളുടെയും പേരുകൾ പൂർവ്വകാലചരിത്രത്തിലേക്കു നീങ്ങുന്ന കൈനാട്ടികളാണ്. ആ പേരുകളൊക്കെ ഏതെല്ലാം തരത്തിലാണ് ചരിത്രവുമായി ബന്ധപ്പെട്ടിട്ടുള്ളതെന്ന് സന്ദർഭം വരുമ്പോൾ വിശദമാക്കാം. ഇത്രയും പറഞ്ഞപ്പോൾ മറ്റൊരു പ്രധാന സംഗതി കൂടി സൂചിപ്പിക്കേണ്ടതുണ്ട്. കൃഷ്ണഗാഥ എഴുതിയത് ചിറയ്ക്കലിലുള്ള കടലായി ക്ഷേത്രത്തിൽ വെച്ചായിരുന്നുവെന്നു കണ്ണൂരിൽ ചിലർ പ്രചരിപ്പിക്കുന്നുണ്ട്. തികച്ചും ചരിത്രസത്യത്തിനു കടകവിരുദ്ധമായ അത്തരം പ്രചരണം ചിലർ ബോധപൂർവ്വമാണ് നടത്തിക്കൊണ്ടിരിക്കുന്നത്. ചരിത്രത്തിന് യാതൊരു ഗുണവും ചെയ്യാത്ത അത്തരം പ്രചരണത്തിന്റെ പൊള്ളത്തരം വ്യക്തമാക്കാൻ ശ്രീ ചിറയ്ക്കൽ ടി.ബാലകൃഷ്ണൻ നായർ ആ വിഷയത്തെക്കുറിച്ച് പറഞ്ഞ കാര്യങ്ങൾ അതേപടി ഇവിടെ ഉദ്ധരിക്കാം. “കോലത്തിരിയുടെ മുപ്പത്തിയഞ്ച് ആയിരം നായർപടയുടെ സങ്കേതനിലയം, കടലായിക്കോട്ടയിൽ പ്രതിഷ്ഠിതമായിരുന്ന, ശ്രീ കടലായികൃഷ്ണന്റെ മഹാക്ഷേത്രവും എല്ലാം ചേർന്ന് കാനത്തൂരിനെ സമ്പുഷ്ടമാക്കി. കടലായിക്കോട്ടയുടെയും ക്ഷേത്രത്തിന്റെയും അവശിഷ്ടങ്ങൾ ഇന്നും കണ്ണൂരിലെ ആയിക്കരപൂഴിപ്പരപ്പിൽ കാണാം. ആ മഹാക്ഷേത്ര സന്നിധിയിൽ വെച്ചായിരുന്നു ഭാഗവതോത്തമായ ചെറുശ്ശേരി നമ്പൂതിരി, സ്വാമിയും കോലത്തിരി അരചനുമായ ഉദയവർമ്മ കോയിലധികാരികളുടെ ആജ്ഞാനുസാരം കൃഷ്ണപ്പാട്ടെന്ന ഭാഷാഗാനകാവ്യം നിർമ്മിച്ചത്. തമിഴിന്റെ പിടിയിൽ നിന്ന് മലയാള ഭാഷയെ സ്വതന്ത്രവും പരിശുദ്ധവുമായ നിലയിൽ നാട്ടിൽ നടപ്പുണ്ടായിരുന്ന തോറ്റംസമ്പ്രദായത്തിൽ നിബന്ധിച്ചിട്ടുള്ള കൃഷ്ണപ്പാട്ടിലെ ചേതോഹരമായ ഈരടികൾ ചൊല്ലിക്കേട്ടതിലുള്ള അപാരസന്തുഷ്ടി കണ്ണൂർ കരയോടടിക്കുന്ന കടൽത്തിരകൾ ഇന്നും ഉദ്ഘോഷിക്കുന്നുണ്ടാവും.

അന്നത്തെ ആ കടലായി ക്ഷേത്രം ഏതാണ്ട് 120 കൊല്ലങ്ങൾക്ക് മുമ്പാണു ഇപ്പോഴത്തെ ചിറക്കൽ കോവിലകത്തിന്റെ തൊട്ടു വെങ്ങര നെൽപ്പാടത്തിന്റെ കിഴക്കുഭാഗത്തിന്റെ ചാളക്കുന്ന് എന്ന സ്ഥലത്തേക്കു മാറ്റപ്പെട്ടത് (ചിറയ്ക്കൽ ടി.ബാലകൃഷ്ണൻ നായർ, തിരഞ്ഞെടുത്ത പ്രബന്ധങ്ങൾ)

കടലായി ക്ഷേത്രത്തിന്റെ പതനം

ചരിത്രവും ഐതിഹ്യവും കൂടിക്കലർന്ന് സമ്പന്നമായ കടലായിക്ഷേത്രം 18-ാം നൂറ്റാണ്ടിന്റെ അന്ത്യഘട്ടംവരെ മാത്രമേ ഇവിടെ നിലനിന്നുള്ളൂ.

ടിപ്പുവിന്റെ പടയോട്ടക്കാലത്ത് കടലായി അമ്പലം തകർന്നു എന്നാണ് ഇവിടെ പറഞ്ഞുവരുന്നത്. അതിനെക്കുറിച്ചും ചിറയ്ക്കൽ ശ്രീ.ടി.ബാലകൃഷ്ണൻ നായർ രേഖപ്പെടുത്തിയത് അതേപോലെ ഉദ്ധരിക്കാം.

"കണ്ണൂരിലെ കടലായി ക്ഷേത്രത്തിലേ ശാന്തിക്കാരനായ കല്ലമ്പള്ളി എമ്പ്രാന്തിരിയും അമ്പലവാസിയായ തലവിൽ വാര്യരും, ക്ഷേത്ര പരിചാരകനായ ഏഴോത്ത് കുറ്റിയാട്ടൂർ വീട്ടുകാരായ മാരന്മാരും, ടിപ്പുസുൽത്താന്റെ പടയോട്ടമുണ്ടെന്നറിഞ്ഞപ്പോൾ, കോലത്തിരിയുടെ കല്പനപ്രകാരം കടലായിയിൽ നിന്നും സ്വഭവനത്തിലേക്ക് തിരിച്ചുചെന്നു. അന്ന് കോലത്ത് തമ്പുരാനായിരുന്ന രവിവർമ്മത്തമ്പുരാൻ നിർദ്ദേശിച്ചതനുസരിച്ച് കടലായി കൃഷ്ണന്റെ മൂലവിഗ്രഹം തലവിൽ വാര്യർ പുഴക്കി എടുത്ത് സ്വഗൃഹത്തിലെ കിണറ്റിൽ ജലാധിവാസം ചെയ്യിപ്പിച്ചു. കല്ലമ്പള്ളി എമ്പ്രാന്തിരി ശ്രീകൃഷ്ണന്റെ ഉത്സവത്തിടമ്പ്, ചെറുതാഴത്തുള്ള തന്റെ ഇല്ലത്ത് കൊണ്ടുപോയി പൂജിക്കുകയും ചെയ്തു." "1827 ഓടുകൂടി അതേ ക്ഷേത്രത്തിലെ ശ്രീകൃഷ്ണവിഗ്രഹം ചിറയ്ക്കലിൽ അമ്പലം പണിത് അവിടെ പ്രതിഷ്ഠിച്ചുവെന്നും അതിനാലാണ് ചിറയ്ക്കലിൽ ഒരു കടലായി അമ്പലം ഉണ്ടായതെന്നും ശ്രീ.ബാലകൃഷ്ണൻ നായർ തുടർന്നും രേഖപ്പെടുത്തിയിട്ടുണ്ട്." ഇതിൽ നിന്നു മനസ്സിലാകുന്നത് ടിപ്പു ഇവിടെ നേരിട്ടു വന്നിട്ടില്ലെന്നും, ടിപ്പുവിന്റെ പടയോട്ടമുണ്ടെന്നറിഞ്ഞപ്പോൾ തന്നെ അമ്പലവാസികൾ പേടിച്ച് വിഗ്രഹങ്ങൾ എടുത്ത് ഒഴിഞ്ഞുപോയി എന്നുമാണ്. കടലായിയുടെ ചരിത്രത്തിൽ പ്രധാന വഴിത്തിരിവായ ഒരു സംഭവമാണ് കടലായി ക്ഷേത്രത്തിന്റെ തകർച്ച. അതോടുകൂടി ഇവിടെ ഒരു സാമുദായിക ധ്രുവീകരണം തന്നെ സംഭവിച്ചു. കരാറിനകത്തെക്കുറിച്ചു പറയുന്നവരെല്ലാം എടുത്തുപറയുന്ന ഒരു വസ്തുത ഇവിടെ നായർ, നമ്പ്യാർ, നമ്പൂതിരി മുതലായ ഹിന്ദുസമൂഹത്തിലെ സവർണ്ണരായ ആളുകൾ താമസിക്കുന്നില്ല എന്നതാണ്. കരാറിനകത്തിന്റെ തൊട്ടടുത്തുള്ള സ്ഥലങ്ങളിലെല്ലാം മേൽപ്പറഞ്ഞ വിഭാഗക്കാർ താമസിച്ചു വരുന്നുണ്ട്. അമ്പലം ഇവിടെ നിലനിന്നിരുന്ന കാലത്ത് സവർണ്ണർ ഇവിടെ താമസിച്ചതായും വ്യക്തമായ തെളിവുകൾ ഉണ്ട്. അമ്പലം പോയതോടെ സവർണ്ണസമുദായക്കാരും ഇവിടെനിന്ന് കൂട്ടമായി പലായനം ചെയ്തതായി അനുമാനിക്കാവുന്നതാണ്. കാരണം അമ്പലം ഇവിടെ ഇല്ലാതാകുന്നത് ഒരധിനിവേശത്തിന്റെ ഫലമാണ്. അത് മതപരമായ അധിനിവേശമായിരുന്നില്ല. മറിച്ച് രാജാക്കന്മാർ തമ്മിലുള്ള കിടമത്സരത്തിന്റെ ഫലമായിരുന്നു. ടിപ്പു ഇവിടെ ആക്രമിക്കാൻ വരുന്നുണ്ടെന്ന് കരുതിയാണ് കടലായി ക്ഷേത്രത്തിലെ അമ്പലവാസികൾ വിഗ്രഹവും ഉത്സവതിടമ്പും പിഴുതെടുത്ത് ഓടിരക്ഷപ്പെടുന്നത്. അതിനർത്ഥം അമ്പലത്തിനു അതിനുമുമ്പും ഭീഷണി നിലനിന്നിരുന്നു എന്നാണ്. ടിപ്പു മലബാറിൽ അക്രമം നടത്താൻ വരുന്നത് അറയ്ക്കലിന്റെ സഹായത്തോടെ ആണെന്നതും ഓർക്കേണ്ടതുണ്ട്. അറയ്ക്കലും ചിറയ്ക്കലും തമ്മിലുടലെടുത്ത ശീതസമരം അമ്പലത്തിനെയും ബാധിച്ചുവെന്ന് പറയാം. സാങ്കേതികമായി കടലായി അറയ്ക്കലിനു അവകാശപ്പെട്ട സ്ഥലമാണ്. അവിടത്തെ അമ്പലവും കോട്ടയും കോലത്തിരി

സ്ഥാപിച്ചതാണെങ്കിലും പിൽക്കാലത്ത് ചിറയ്ക്കൽ രാജാവ് അറയ്ക്കലിന് ചാർത്തിക്കൊടുത്ത സ്ഥലങ്ങളിൽ കടലായിയും ഉൾപ്പെട്ടിരുന്നു. അറയ്ക്കലിന്റെ ആൾക്കാർ ടിപ്പുവിന്റെ പടയോട്ടത്തെ ഉപയോഗപ്പെടുത്തി അമ്പലം പൊളിക്കുമെന്നുള്ള പേടിയായിരിക്കണം മേൽപ്പറഞ്ഞ പലായനത്തിന്റെ അടിസ്ഥാന കാരണം. ടിപ്പുസുൽത്താൻ മലബാർ ആക്രമിക്കാൻ വരികയും ചെയ്തിരുന്നു. ടിപ്പുവിന്റെ സൈന്യം മലബാറിലെത്തിയപ്പോഴാണ് ബ്രിട്ടീഷുകാർ, ടിപ്പുവിന്റെ ആസ്ഥാനമായ ശ്രീരംഗപട്ടണത്തെ ആക്രമിക്കാൻ തുടങ്ങി എന്നുള്ള വിവരം ലഭിക്കുന്നത്. അതോടെ ടിപ്പുവിന് സൈന്യസമേതം മലബാറിൽനിന്നു തിരിച്ചുപോകേണ്ടിവന്നു. ടിപ്പു വരുന്നുണ്ടെന്നു കരുതി അമ്പലവാസികൾ വിഗ്രഹങ്ങളുമായി പലായനം ചെയ്തതോടെ അറയ്ക്കൽ അവിടെ തങ്ങളുടെ സ്ഥലമെന്ന നിലയിൽ കൈയേറുകയും അധീശത്വം പുലർത്തുകയും ചെയ്തിരിക്കാം. അതോടെ ആയിരിക്കണം ഇവിടെ സാമുദായിക ധ്രുവീകരണം നടക്കുന്നത്. അമ്പലവാസികൾക്കൊപ്പം പലായനം ചെയ്യാൻ തയ്യാറാകാത്ത സവർണ്ണർ ഒരുപക്ഷേ, ജാതിമാറി തീയ്യരാകുകയോ, മതം മാറി മുസ്ലീംങ്ങളാകുകയോ, ചെയ്തിരിക്കാനുള്ള സാധ്യതയും തള്ളിക്കളയാനാവില്ല. ഇവിടെയുള്ള തീയ്യതറവാടുകളായ തിരുമംഗലത്ത്, കൂട്ടാമ്പള്ളി, കാട്ടാമ്പള്ളി തുടങ്ങിയവയും, അമ്പലത്തിൽ വരപ്പുറത്ത്, മനയുള്ളതിൽ, കണ്ടോത്ത് എന്നീ മുസ്ലീം തറവാട്ടുപേരുകളും അതിലേക്ക് വെളിച്ചം വീശുന്നു. ഇതിൽ 'മനയുള്ളതിൽ' എന്ന തറവാടുമായി ബന്ധപ്പെട്ടിട്ടുള്ള ഒരു തെളിവ് പരിശോധിക്കാം. കരാറിനകത്തു ഇന്ന് ജീവിച്ചിരിക്കുന്ന പ്രഗൽഭമതികളിൽ ഒരാളായ എം.അബ്ദുറഹ്മാന്റെ തറവാട്ടുപേരാണു മനയുള്ളതിൽ. അദ്ദേഹത്തിന്റെ പിതാവ് എം.അലിവൈദ്യരും ഈ നാട്ടുകാർക്ക് സുപരിചിതനാണ്. ഈ നാട്ടിലെ ഹിന്ദു മുസ്ലീം ഐക്യത്തിന്റെ വേര് ആണ്ടുകിടക്കുന്നത് അലി വൈദ്യരുടെ പൂർവ്വികരിലാണ്. മനയുള്ളതിൽ എന്ന തറവാടിന്റെ പുരാരേഖകളിൽ ഒരു നമ്പൂതിരിയുടെ പേരുണ്ട്. ആ തറവാട്ടിലെ തലമുറകളുടെ കാലഗണന പരിശോധിക്കുമ്പോൾ, ഈ നമ്പൂതിരിയുടെ ജീവിതകാലം, മേൽപ്പറഞ്ഞ ക്ഷേത്രപാലകരുടെ പലായനത്തിന്റെ കാലവുമായി പൊരുത്തപ്പെട്ടു പോകുന്നവയാണ്. അറയ്ക്കലും ചിറയ്ക്കലും തമ്മിൽ കണ്ണൂരിൽ വളരെ കാലത്തോളം തുടർന്നുവന്ന ശീതസമരത്തിന്റെ പ്രത്യാഘാതമാണ് കരാറിനകത്ത് സവർണ്ണസമുദായക്കാർ ഇല്ലാത്തതിന്റെ കാരണം. അറയ്ക്കലിന്റെ നിയന്ത്രണമുള്ള കാലത്തൊന്നും ഇവിടെ സവർണ്ണസമുദായക്കാർ താമസിക്കാനായി എത്തിയിരുന്നില്ല.

പുരാതന കടലായി കോട്ടയുടെ പതനം

അറയ്ക്കൽ ശക്തികൾ ആദ്യകാലത്ത് തങ്ങളുടെ മാതൃരാജ്യമായിരുന്ന ചിറക്കലുമായി നല്ല ബന്ധം തന്നെ പുലർത്തിയിരുന്നു. പോർച്ചുഗീസുകാരുടെ ആർത്തിപൂണ്ട പെരുമാറ്റമാണ് അറയ്ക്കലും ചിറയ്ക്കലും തമ്മിൽ ശത്രുതയിലാകാൻ കാരണമായത്. ആ കാലത്ത് കണ്ണൂരിലെ കച്ചവടത്തിന്റെ മുഖ്യസ്ഥാനം അലങ്കരിച്ചിരുന്നത് ആഴിരാജാവായിരുന്നു. പോർച്ചുഗീസുകാർ

മാപ്പിളമാരുടെ വാണിജ്യത്തെ തകർക്കാൻ വേണ്ടി നിരന്തരം കുത്സിത പ്രവൃത്തികളിൽ ഏർപ്പെട്ടുകൊണ്ടിരുന്നു. കോലത്തിരിയാകട്ടെ പലപ്പോഴും പോർച്ചുഗീസുകാർക്ക് അനുകൂലമായ നിലപാടാണ് സ്വീകരിച്ചത്. അതു തന്നെയായിരിക്കണം അറയ്ക്കലും ചിറയ്ക്കലും തമ്മിൽ ശത്രുത വളരാൻ കാരണമായത്. കടലായി ക്ഷേത്രം നശിക്കുന്നതിന് എത്രയോ മുമ്പേ തന്നെ, ഐതിഹ്യപ്രകാരം, വളഭൻ സ്ഥാപിച്ചതെന്ന് വിശ്വസിക്കപ്പെടുന്ന കടലായി ക്കോട്ടയും തകർക്കപ്പെട്ടിരുന്നു. പുരാതനകാലത്ത് വേളാപുരം കോട്ടയെന്നും വില്ലാപുരം കോട്ടയെന്നും വിളിക്കപ്പെട്ടിരുന്ന കടലായിക്കോട്ട, തകരുന്നത് അറയ്ക്കലിന്റെ കടന്നുകയറ്റം കാരണമാണ്. അതിനെക്കുറിച്ച് ഡച്ച് ചാപ്ലിൻ ജേക്കബ് വിഷർ ഇങ്ങനെ രേഖപ്പെടുത്തുന്നു. "കോലത്തുനാടിന്റെ ചരിത്ര ത്തിൽ അറയ്ക്കൽ, ചിറയ്ക്കൽ രാജാക്കന്മാർ തമ്മിലുള്ള മത്സരം ഒരു തുടർക്കഥയായി. കടലായിക്കോട്ട കൈവശപ്പെടുത്തുവാൻ ആലിരാജാവ് ശ്രമി ക്കുകയും 1727 ജൂൺ 6-ന് അതു പിടിച്ചെടുക്കുകയും ചെയ്തു. ഭരണകർത്താ വായ ഉദയവർമ്മൻ ഇംഗ്ലീഷ് മുഖ്യനെഴുതിയ ഒരു കത്തുപ്രകാരം മാപ്പിളമാർ രാജ്യത്ത് കടക്കുകയും ചില പ്രവേശനകേന്ദ്രങ്ങൾ നശിപ്പിക്കുകയും ചെയ്ത തായി പറയപ്പെടുന്നു. അന്നത്തെ പ്രിൻസ് റീജന്റ് കോലത്തിരി ആവശ്യ പ്പെട്ടത് പ്രകാരം ഇംഗ്ലീഷ് മുഖ്യൻ ഒരു സൈന്യത്തെ അയച്ചുവെങ്കിലും അവരെ ധർമ്മപട്ടണം കടക്കുവാൻ ആലിരാജാവ് അനുവദിച്ചില്ല. എങ്കിലും എടക്കാട്ടുള്ള വാണിജ്യതാല്പര്യം സംരക്ഷിക്കാനായി ഇംഗ്ലീഷുകാരുടെ പതി നഞ്ചു പടയാളികളെ കോട്ടയം വഴി പോകാൻ അനുവദിച്ചു." (വില്യം ലോഗൻ, മലബാർ മാന്വൽ) പുരാതനമായ കടലായി കോട്ടയുടെ പതനം 1727-ലെ അറയ്ക്കലിന്റെ ഈ ആക്രമണത്തോടെയാണെന്ന് ഉറപ്പിക്കാവുന്നതാണ്.

കോട്ടേങ്കണ്ടിയും ഏണിപ്പള്ളയും!

പഴയ കടലായി ക്ഷേത്രത്തിന്റെ ചില ശേഷിപ്പുകൾ കടലായിയിൽ ഇപ്പോഴും നിലനിൽക്കുന്നുണ്ട് എന്നതുപോലെ, തകർന്ന കടലായിക്കോട്ട യുടെയും ചില ശേഷിപ്പുകൾ സൂക്ഷ്മവിശകലനത്തിൽ കണ്ടെത്താൻ സാധിക്കും. പഴയ കടലായിക്കോട്ട നിലനിന്നിരുന്ന സ്ഥലത്തിന്റെ കിഴക്കു ഭാഗത്തുള്ള ഒരു വിശാലമായ വളപ്പ് കോട്ടേങ്കണ്ടിയെന്നാണ് അറിയപ്പെടു ന്നത്. ഇവിടുത്തെ ഒരു പ്രമുഖ തീയ്യതറവാട്ടുകാരായിരുന്നു, കോട്ടേങ്കണ്ടി കൂട്ടർ. കടലായി കടപ്പുറത്തുനിന്നു തോട്ടടയോളം നീണ്ടുകിടക്കുന്ന വിശാല മായ ആ വളപ്പിന് കോട്ടയുടെ അധീനതയിൽ ഉള്ള സ്ഥലം എന്ന നിലയി ലായിരിക്കണം കോട്ടേങ്കണ്ടി എന്ന പേരുണ്ടാവാൻ കാരണം.

കടലായിക്കോട്ട ആസ്ഥാനമായിരിക്കുമ്പോഴാണ് കോലത്ത് നാടിനെ സംബന്ധിക്കുന്ന പല നിർണ്ണായക സംഭവങ്ങളും നടന്നിട്ടുള്ളത്. "വാസ്ക്കോ ഡിഗാമ 1498-ൽ ആദ്യമായി മലബാറിലെത്തിയപ്പോൾ കോലത്ത് രാജാവിന് ഗാമയുമായി കൂടിക്കാഴ്ച നടത്തണമെന്ന താല്പര്യമുണ്ടായി.

ഗാമയെ കാണാൻ താല്പര്യമുണ്ടെന്നറിയിച്ചുകൊണ്ടുള്ള ഒരു കുറിമാനം കോലത്തിരി, ദൂതൻ വശം കടലിൽ നങ്കൂരമിട്ടിരുന്ന ഗാമയുടെ കപ്പലിലേക്കു

കൊടുത്തയച്ചു. എന്നാൽ കരയിൽ വന്ന് കോലത്തിരിയുമായി കൂടിക്കാഴ്ച നടത്തുവാൻ ഗാമ തയ്യാറായില്ല. അതിനെ തുടർന്ന് കോലത്തിരി കരയിൽനിന്ന് കടലിലേക്ക് മരം കൊണ്ടുള്ള ഒരു ഏണിപ്പാലം പണി കഴിപ്പിച്ചു. ആ ഏണിപ്പാലത്തിന്റെ അറ്റത്തു സ്ഥാപിച്ച ഒരു കേബിനിൽ വെച്ച് കോലത്തിരി ഗാമയുമായി കൂടിക്കാഴ്ച നടത്തിയതായി വില്യം ലോഗൻ രേഖപ്പെടുത്തിയിട്ടുണ്ട്. ആ ഏണിപ്പാലം കെട്ടിയത് മേൽപ്പറഞ്ഞ കടലായിക്കോട്ടയിൽ നിന്നായിരുന്നുവത്രെ! കടലായിക്കോട്ട നിലനിന്ന സ്ഥലത്ത് "ഏണിപ്പള്ള" എന്ന പേരിൽ ഒരു സ്ഥലം ഇപ്പോഴും അറിയപ്പെടുന്നുണ്ട്. ഏണിപ്പാലം എന്നുള്ളത് ഉച്ചാരണത്തിന്റെ വൈകല്യം കൊണ്ട് ഏണിപ്പള്ളയായി മാറി എന്ന് അനുമാനിക്കാവുന്നതാണ്. കടൽക്കരയിൽനിന്ന് കോട്ടയിലേക്ക് പ്രവേശിക്കുവാൻ വേണ്ടി രാജോചിതമായി കെട്ടിയ നടക്കണ്ടിയും ഇവിടെയുണ്ടായിരുന്നു. കുറച്ചുകാലം മുമ്പുവരെ ആ നടക്കണ്ടി യാതൊരു കേടുപാടും കൂടാതെ അവിടെ നിലനിന്നിരുന്നു. അതിനടുത്തുള്ള ഒരു സ്ഥലം അറിയപ്പെടുന്നത് ലാടക്കാരൻ പറമ്പ് എന്നാണ്. കോലത്തിരിയുടെ കടലായി ആസ്ഥാനത്ത് കുതിരപ്പടയാളികൾ ഉണ്ടായിരുന്നുവെന്നതും, വ്യാപാരാവശ്യാർത്ഥവും മറ്റുമായി അറേബ്യ, കച്ച് തുടങ്ങിയ സ്ഥലങ്ങളിൽ നിന്നും കുതിരകളെ കൊണ്ടുവന്ന് കടലായി കടപ്പുറത്ത് ഇറക്കാറുണ്ടായിരുന്നു എന്നതും മേൽപ്പറഞ്ഞ ലാടക്കാരൻ പറമ്പുമായി കൂട്ടിവായിക്കാവുന്നതാണ്. കോലത്തിരി രാജാക്കന്മാരുടെ മുപ്പത്തിയഞ്ച് ആയിരത്തോളം വരുന്ന പടയാളികളെ പരിശീലിപ്പിച്ചിരുന്നത് കടലായിക്കോട്ടയിൽ വെച്ചായിരുന്നു. കടലായിയിലെ കളരിയാടത്ത്, കളരിക്കണ്ടി, കളമുള്ള വളപ്പിൽ എന്നീ പേരിലറിയപ്പെടുന്ന വളപ്പുകൾ പടയാളികളെ പരിശീലിപ്പിച്ച കളരികളായിരിക്കാൻ സാധ്യതയുണ്ട്. അതുപോലെ യുദ്ധത്തിൽ തടവുകാരായി പിടിക്കപ്പെടുന്നവരെ പാർപ്പിച്ചിരുന്ന സ്ഥലങ്ങളായിരിക്കണം മേൽപ്പറഞ്ഞ സ്ഥലത്തിനടുത്തു സ്ഥിതിചെയ്യുന്ന ഇരുമ്പിൻകൂട്, കൊല്ലറേത്ത് എന്നീ വളപ്പുകൾ. "ഇരുമ്പിൻകൂട്" എന്നാൽ പണ്ടത്തെ കാരാഗൃഹമാണ്. കൊല്ലറേത്ത് എന്നാൽ 'കൊലയറയ്ക്കകത്ത്' എന്നതിന്റെ വാകൃഭേദവും.

കോലത്തിരിയുടെ പടനായകരിൽ കണ്ടമ്പേത്ത് മന്ദൻ, അറത്തിൽ, ചാത്തപ്പൻ, വെള്ളുവതൈരു, പയ്യമ്പള്ളി ചന്തു മുതലായവരെയൊക്കെ സംഭാവന ചെയ്തത്, കടലായിക്കോട്ടയാണ്. ആ പടയാളികളുടെ പേരിൽ ഇവിടെയും പരിസരങ്ങളിലുമായി തറവാട്ടുപേരുകൾ നിലവിലുണ്ട്. മന്ദമ്പേത്ത്, ചാത്തോത്ത്, തേറോത്ത്, ചന്ദ്രോത്ത്, മുതാലയവ അതിനുദാഹരണങ്ങളാണ്. കൂടാതെ മേൽപ്പറഞ്ഞ പടയാളികളെ വീരൻ തെയ്യമായി കെട്ടിയാടുന്ന കാവുകളും പരിസരപ്രദേശങ്ങളിൽ നിലനില്ക്കുന്നുണ്ട്. മന്ദപ്പൻകാവ്, തേറോത്ത് കാവ്, മാണിക്യകാവ് മുതലായവ.

കോലത്തിരിയുടെ മറ്റൊരു പടനായകനും വളപട്ടണം കോട്ടയുടെ കാവൽക്കാരനുമായിരുന്ന വയനാട്ട് കുലവനെയും പല കാവുകളിലും തെയ്യമായി കെട്ടിയാടുന്നുണ്ട്. കുറുവയിലെ തയ്യിൽക്കാവിലെ പ്രധാന തെയ്യം വയനാട്ട് കുലവനാണ്. കോലത്തുനാടിന്റെ ആസ്ഥാനമെന്ന നിലയിൽ

വ്യാപാരരംഗത്തും കടലായിക്കോട്ടയ്ക്ക് വലിയ പ്രധാന്യമുണ്ടായിരുന്നു. കാനാമ്പുഴ കടലിൽ ചേരുന്ന അഴിമുഖത്തിന്റെ കുറച്ചകലെയായിരുന്നു കടലായിക്കോട്ട നിലനിന്നിരുന്നത്. വ്യാപാരപ്രധാനങ്ങളായ ചരക്കുകളൊക്കെ കോട്ടയുടെ താഴെയുള്ള വിശാലമായ കടൽക്കരയിലായിരുന്നു ഇറക്കിവെച്ചിരുന്നത്. അതുപോലെ ഉൾഭാഗങ്ങളിൽ നിന്നു ശേഖരിക്കപ്പെടുന്ന കയറ്റുമതി ചരക്കുകളും കാനാമ്പുഴ വഴി കടലായി കടപ്പുറത്ത് എത്തിച്ചിരുന്നു. കടലായികോട്ടയ്ക്കടുത്ത് കാനാമ്പുഴയുടെ കരയിൽ "പാണ്ഡ്യാലവളപ്പെന്നും" "പാണ്ഡ്യാലത്തറയെന്നും" പേരുള്ള രണ്ടു വളപ്പുകളുണ്ട്. അവയിൽ പാണ്ടികശാലകൾ നിലനിന്നതുകൊണ്ടായിരിക്കണമല്ലോ ആ പേരിൽ സ്ഥലമുണ്ടായത്. കൂടാതെ സാർത്താങ്കണ്ടി വൈശപ്പുറം തുടങ്ങി കച്ചവടവുമായി ബന്ധമുള്ളതെന്ന് തോന്നിക്കുന്ന വളപ്പിൻപേരുകളും അവിടെയുണ്ട്.

പൂച്ചക്കാണം

കടലായികടപ്പുറത്ത് കച്ചവടസാധനങ്ങൾ ഇറക്കിവെക്കുന്നതുമായി ബന്ധപ്പെടുത്തി "പൂച്ചക്കാണം" എന്ന പേരിൽ നടപ്പിലാക്കിയ ഒരു വിചിത്രമായ നികുതി സമ്പ്രദായത്തെപ്പറ്റിയും ചരിത്രരേഖകളിൽ വിവരണമുണ്ട്. കടലായിക്കടപ്പുറത്ത് ഇറക്കിവെക്കുന്ന ചരക്കുകൾ എലിശല്യത്തിൽ നിന്നു സംരക്ഷിക്കുന്നതിനു വേണ്ടി അധികാരികൾ പല സ്ഥലങ്ങളിൽ നിന്നുമായി ധാരാളം പൂച്ചകളെ കടൽപ്പുറത്ത് കൊണ്ടുവന്നു പാർപ്പിച്ചു. ആ പൂച്ചകളുടെ ഭക്ഷണത്തിനായി, മത്സ്യം പിടിക്കാൻ പോകുന്ന തോണിക്കാർ നിശ്ചിതഅളവിൽ മത്സ്യം കാണമായി നൽകണമെന്നു നിയമം കൊണ്ടുവന്നു. പിന്നീട് മത്സ്യത്തിന് പകരം നിശ്ചിതതുക എന്നു ആ നികുതി സമ്പ്രദായം പരിഷ്കരിക്കപ്പെട്ടു. ആ നികുതി സമ്പ്രദായം "പൂച്ചക്കാണം" എന്ന പേരിലാണ് അറിയപ്പെട്ടിരുന്നത്.

കടലായിയിലെ രണ്ടാമത്തെ കോട്ട

1734-ൽ കടലായിയിൽ മറ്റൊരു കോട്ടയും സ്ഥാപിതമാകുകയുണ്ടായി. അതിന്റെ സ്ഥാപകർ കർണ്ണാടകരാജാക്കന്മാരായിരുന്നു. പഴയ കോട്ടയുടെ വടക്കുഭാഗത്തായി കാനാമ്പുഴയുടെ കരയിലുള്ള ഒരു പടുകൂറ്റൻ കുന്നിലാണ് ആ കോട്ട നിലനിന്നിരുന്നത്. ആ കോട്ടയും തകർക്കപ്പെടുകയായിരുന്നു. ഇപ്പോൾ ആ കുന്നിൽ അവശേഷിച്ചിട്ടുള്ളത് ഒരു തുരങ്കം മാത്രമാണ്. കുന്നിനെ "കോട്ടമ്മൽ" എന്നും തുരങ്കം സ്ഥിതി ചെയ്യുന്ന സ്ഥലത്തെ "കന്നം" എന്നുമാണ് നാട്ടുകാർ വിളിക്കുന്നത്. കൂടാതെ മുമ്പു വിവരിച്ചതുപോലെയുള്ള പരോക്ഷ തെളിവുകളും കോട്ടമ്മൽ പരിസരത്ത് അവശേഷിച്ചിട്ടുണ്ട്. കാമ്പിൽ, കക്കുന്നത്ത്, ബത്തേരി വളപ്പ്, ചെട്ടിരാൾപ്പ് , മഞ്ഞക്കാൽ എന്നീ വളപ്പിൻപേരുകളാണ് ആ പരോക്ഷ തെളിവുകൾ. കണ്ണൂരിൽ പോർച്ചുഗീസുകാർ സ്ഥാപിച്ച സെന്റ് ആഞ്ചലോസ്സ് കോട്ടയേക്കാൾ എത്രയോ ഉയരത്തിലായിരുന്നുവത്രെ കർണ്ണാടകക്കാർ നിർമ്മിച്ച കടലായിലെ ആ രണ്ടാമത്തെ കോട്ട. കണ്ണൂരിലെ സെന്റ് ആഞ്ചലോസ് കോട്ടയിൽ നിന്നുകൊണ്ട് കടലായികോട്ടമ്മലും, കടലായി കോട്ടമ്മലിൽ നിന്നുകൊണ്ട്

സെന്റ് ആഞ്ചലോസ് കോട്ടയും വ്യക്തമായി കാണാൻ സാധിക്കുമായിരുന്നു വത്രെ! കടലിന്നരികിൽ നിലകൊള്ളുന്ന ഈ രണ്ടു കോട്ടകളിൽ ഒന്നിൽ നിന്ന് മറ്റൊന്നിലേക്ക് എത്തിച്ചേരാൻ ഏതാനും നിമിഷനേരത്തെ തോണി യാത്ര മതിയാകുമായിരുന്നു. കടലായികോട്ടമ്മലിൽ അവശേഷിച്ചിട്ടുള്ള മേൽപ്പറഞ്ഞ തുരങ്കത്തിലൂടെ നടന്നാൽ കണ്ണൂർകോട്ടയിൽ എത്തിച്ചേരുമെന്ന് പണ്ടുകാലത്ത് ഇവിടെ പറഞ്ഞുകേട്ടിരുന്നു. അതിന് സത്യവുമായി യാതൊരു ബന്ധവുമില്ലെന്നാണ് ജിയോളജിക്കൽ ഗവേഷകരുടെ അഭിപ്രായം. 1734-ൽ കർണ്ണാടകക്കാർ കടലായികോട്ട നിർമ്മിക്കുമ്പോൾ, കണ്ണൂർ സെന്റ് ആഞ്ച ലോസ് കോട്ട ഡച്ചുകാരുടെ കൈവശമായിരുന്നു. കർണാടകക്കാർ കടലായി കോട്ടമ്മലിൽ നിന്നു കണ്ണൂർക്കോട്ടക്ക് നേരെ പീരങ്കി ഉപയോഗിച്ച് വെടി വെച്ചുവെന്നും, അതിനെത്തുടർന്ന് ഡച്ചുകാർ തിരിച്ചു വെടിവെച്ചപ്പോൾ ഒരു സ്ത്രീയും കുട്ടിയും കൊല്ലപ്പെടുകയും, ഒരു കർണ്ണാടക ഭടന്റെ കാൽ മുറിഞ്ഞുപോകുകയും ചെയ്തതായി ഡച്ചുരേഖകളിൽ വിവരിക്കുന്നുണ്ട്. കോട്ടമ്മലിൽ തുരങ്കം സ്ഥിതിചെയ്യുന്ന സ്ഥലത്തെ കന്നമെന്നാണു നാട്ടു കാർ വിളിക്കുന്നത് എന്നു പറഞ്ഞുവല്ലോ? അതിനടുത്ത് പീരങ്കി ഉറപ്പിക്കു വാൻ ഉണ്ടാക്കിയതെന്ന് തോന്നിപ്പിക്കുന്ന ഒരു കൽത്തിട്ടയും പണ്ടുകാലത്ത് കാണപ്പെട്ടിരുന്നു. എന്തുകൊണ്ടാണ് ഈ സ്ഥലത്തെ കന്നമെന്നു പറയു ന്നതെന്നതിനു വ്യക്തായ ഉത്തരം നൽകുവാൻ പഴയ ആൾക്കാർക്കൊന്നും സാധിച്ചിട്ടില്ല. അറയ്ക്കൽ, ചിറയ്ക്കൽ, കർണ്ണാടക എന്നീ രാജാക്കന്മാരും ബ്രിട്ടീഷ്, ഡച്ച് തുടങ്ങിയ വിദേശശക്തികളും ഈ കോട്ടയ്ക്ക് വേണ്ടി വലിയ യുദ്ധം തന്നെ നടത്തിയിട്ടുണ്ട്. ഈ വസ്തുതകളിൽ നിന്ന് "കന്ന" മെന്നത് ഇംഗ്ലീഷ് വാക്കാണെന്ന് തോന്നുന്നു. 'CANNON' എന്ന ഇംഗ്ലീഷ് വാക്കിന് നിലത്തുറപ്പിച്ച പീരങ്കിയെന്നും പീരങ്കി ഉപയോഗിച്ച് വെടിവെക്കുക എന്നും അർത്ഥമുണ്ട്. ഈ കോട്ടയിൽ നിന്ന് പീരങ്കി ഉപയോഗിച്ചു വെടി വെച്ച കാര്യം ഡച്ചുരേഖകളെ ഉദ്ധരിച്ചുകൊണ്ട് മുമ്പ് സൂചിപ്പിച്ചുവല്ലോ? അതുകൂടാതെ മറ്റു പല കേന്ദ്രങ്ങളിലേക്കും ഈ കോട്ടമ്മലിൽ നിന്നും പീരങ്കി ഉപയോ ഗിച്ച് വെടിവെച്ചതായി രേഖയുണ്ട്. കൂടാതെ ഈ സ്ഥലത്തെ നാട്ടുകാർ ബത്തേരി വളപ്പ് എന്നും വിളിച്ചുവരുന്നുണ്ട്. അതിനെക്കുറിച്ച് പിന്നീട് വിശ ദമാക്കാം. നിലവിൽ കാണപ്പെടുന്ന തുരങ്കം ഒരുപക്ഷേ, മേൽസൂചിപ്പിച്ച കർണ്ണാടക രാജാക്കന്മാർ തങ്ങളുടെ വെടിക്കോപ്പുകൾ സൂക്ഷിക്കുവാൻ വേണ്ടി നിർമ്മിച്ചതാണെന്നു കരുതാവുന്നതാണ്. കരമാർഗ്ഗവും, കടൽമാർഗ്ഗവും എളുപ്പത്തിൽ എത്തിച്ചേരാൻ സാധിക്കുന്നു എന്നതായിരുന്നു കോട്ടമ്മലിന്റെ പ്രധാന്യം വർദ്ധിപ്പിക്കാനുള്ള ഒരു കാരണം. കടലിന്നഭിമു ഖമായി നിലകൊള്ളുന്ന ഈ നെടുംകുന്നിൽ നിന്നുകൊണ്ടു കടലിലൂടെ യുള്ള ഏതു നീക്കവും വ്യക്തമായി മനസ്സിലാക്കാൻ സാധിക്കുമായിരുന്നു. തെക്കു പടിഞ്ഞാറ് പട്ടുപരവതാനി വിരിച്ചതു പോലുള്ള കടൽപ്പരപ്പും വടക്കു ഭാഗത്ത് കുണുങ്ങിക്കുണുങ്ങി ഒഴുകുന്ന കാനാമ്പുഴയും, കിഴക്ക് കണ്ണെ ത്താത്ത ദൂരത്തോളം നീണ്ടുകിടക്കുന്ന കടലായി പറമ്പുമായിരുന്നു കോട്ട മ്മലിൽ നിന്നുള്ള പരിസരക്കാഴ്ചകൾ, കാറ്റുപായകൾ ഉയർത്തിക്കെട്ടിയ

പത്തേമ്മാരികൾ, ചരക്കുക്കപ്പലുകൾ, മീൻ പിടിക്കുന്ന തോണികൾ മുതലായ ജലയാനപാത്രങ്ങൾ കടൽപ്പരപ്പിലൂടെ അണിയണിയായി നീങ്ങുന്നതും, അവയ്ക്കു മുകളിൽ പരുന്തുകളും കാക്കകളും വട്ടമിട്ടു പറക്കുന്നതും, സന്ധ്യാനേരത്ത് ചുകന്ന സൂര്യബിംബം അനുക്രമം കടലിലേക്ക് താണുതാണു പോകുന്നതുമൊക്കെ ഒരുവിളിപ്പാടകലെ നടക്കുന്ന സംഭവം പോലെയാണ് കോട്ടമ്മലിൽ നിൽക്കുന്നവർക്ക് അനുഭവപ്പെടുക. കോട്ടമ്മലിന്റെ ഇറമ്പിൽ നിന്ന് കാൽ വഴുതിയാൽ വീഴുന്നത് ഒന്നുകിൽ കടലിലേക്കോ കാനാമ്പുഴയിലേക്കോ ആയിരിക്കും. കോട്ടയ്ക്ക് പണ്ടുകാലത്ത് വിളിച്ചുവന്നിരുന്ന നാട്ടുഭാഷ കൽക്കുന്ന് എന്നായിരുന്നു. "കക്കുന്നത്ത്" എന്ന പേരിൽ കോട്ടമ്മലിനടുത്ത് ഒരു പുരാതന തറവാട് നിലവിലുണ്ട്. കൽക്കുന്നിനടുത്ത് താമസിച്ചുവന്നവരായിരിക്കണം കക്കുന്നത്ത് തറവാട്ടുകാർ. ഈ കോട്ടയുടെ നിർമ്മാണത്തിനുവേണ്ടിവന്ന കല്ലുകളൊക്കെ വെട്ടിയെടുത്തത് കിഴക്കുഭാഗത്തുള്ള കോട്ടയുടെതന്നെ അനുബന്ധമായ ഒരു കുന്ന് കിളച്ചായിരുന്നു. ആ കുന്നിൻഭാഗം ഇപ്പോൾ സമതലത്തിൽ നിന്നു വളരെ ഇറങ്ങിയാണ് കിടക്കുന്നത്. ആ സ്ഥലം "മഞ്ഞക്കാൽ" എന്നാണ് അറിയപ്പെടുന്നത്. അവിടെ നിന്നും വെട്ടിയെടുത്ത കല്ലുകൾക്ക് ഒരിളം മഞ്ഞനിറം ഉണ്ടായിരുന്നുവത്രെ! അതുകൊണ്ടായിരിക്കണം ആ സ്ഥലത്തിനു മഞ്ഞക്കാൽ എന്ന പേരുണ്ടായത്. ആ വളപ്പിൽ താമസിച്ചവരെ പിന്നീട് മഞ്ഞക്കാൽ കുടുംബക്കാർ എന്നാണ് വിളിച്ചുവന്നത്. ഇവിടുത്തെ തറവാട്ടുപേരുകളൊക്കെ എങ്ങനെ ഉണ്ടായി എന്നതിന്റെ കാരണത്തിലേക്കാണ് ഈ സംഭവം വെളിച്ചം വീശുന്നത്. മഞ്ഞക്കാലിൽ നിന്നും വെട്ടിയെടുത്ത കല്ലുകൾ കടലിലൂടെ തോണിയിൽ കണ്ണൂരിന്റെ പലഭാഗങ്ങളിലും കൊണ്ടുപോകാറുണ്ടായിരുന്നു. കൂടാതെ ഇവിടെ നിന്നും സ്ത്രീകൾ തലച്ചുമടായി കാനാമ്പുഴ കടന്ന് പട്ടണപ്രദേശങ്ങളിലേക്ക് കൊണ്ടുപോകുകയും പതിവായിരുന്നു. പണ്ടത്തെ കണ്ണൂരിലെ പള്ളികളും പാണ്ടികശാലകളും പണിതത് മഞ്ഞക്കാലിൽനിന്ന് വെട്ടിയെടുത്ത കല്ലുകൾ കൊണ്ടായിരുന്നു.

കർണ്ണാടകപ്പടയുടെ കടന്നുകയറ്റം

കർണ്ണാടകക്കാർ കടലായിയിൽ വന്ന് കോട്ടകെട്ടാനുള്ള കാരണത്തെപ്പറ്റി ഒന്നു പരിശോധിക്കാം. വിജയനഗര സാമ്രാജ്യത്തിന്റെ പതനത്തോടെ അവിടുത്തെ ഒരു സാമന്തരാജാവായിരുന്ന ഇക്കേരി നായ്ക്കന്മാർ എന്നറിയപ്പെടുന്ന സോമശേഖരനായ്ക്കൻ രണ്ടാമൻ തന്റെ രാജ്യം കർണ്ണാടകത്തിലേക്ക് വ്യാപിപ്പിച്ചു. കോലത്തിരിയുടെ ഒരു സാമന്ത രാജാവായിരുന്ന നീലേശ്വരം രാജാവും ഇക്കേരിനായ്ക്കന്മാരുമായി ഒരു അതിർത്തി തർക്കം ഉടലെടുത്തു. അതു രണ്ടു രാജ്യങ്ങളും തമ്മിൽ ഒരു യുദ്ധത്തിലേക്ക് വഴിവെച്ചു. കോലത്തിരി തന്റെ സാമന്തരാജ്യമെന്ന നിലയ്ക്ക് നിലേശ്വരം രാജാവിന് സകലസഹായങ്ങളും ചെയ്തുകൊടുത്തു. ഇതിൽ നീരസം തോന്നിയ ഇക്കേരി നായ്ക്കന്മാർ സർവ്വ സൈനികസന്നാഹങ്ങളോടെ മലബാറിൽ കടന്നുകയറി കോലത്തിരിയുടെ സ്ഥലങ്ങൾ പിടിച്ചെടുക്കാൻ തുടങ്ങി. അവർ

തളിപ്പറമ്പ് ക്ഷേത്രം കൊള്ളയടിക്കുകയും, മാടാക്കരയിലെ കോലത്തിരിയുടെ കോട്ട പിടിച്ചെടുക്കുകയും ചെയ്തു. അതോടെ കോലത്തിരി ഇക്കേരിപ്പടയ്ക്ക് കീഴടങ്ങുകയും തങ്ങളുടെ വളപട്ടണം പുഴയ്ക്ക് വടക്കോട്ടുള്ള സ്ഥലം മുഴുവൻ വിട്ടു കൊടുത്തുകൊണ്ട് ഒത്തുതീർപ്പിലെത്തുകയും ചെയ്തു. തുടർന്നു കർണ്ണാടകക്കാർ കോലത്തിരിയുടെ സഹായത്തോടെ അറയ്ക്കലിന്റെ സ്ഥലങ്ങൾ പിടിച്ചെടുക്കാനാരംഭിച്ചു. ആ സമയത്ത് കടലായി അറയ്ക്കലിന്റെ കൈവശമായിരുന്നു. അങ്ങനെയാണ് കടലായി കർണ്ണാടകക്കാരുടെ കൈവശത്തിലാകുന്നത്. കർണ്ണാടകക്കാർ തങ്ങളുടെ തെക്കോട്ടുള്ള ആക്രമണത്തിന്റെ താവളമാക്കിയതു കടലായിയെ ആയിരുന്നു. അങ്ങനെയാണ് മേൽപ്പറഞ്ഞ കുന്നിൻപ്രദേശത്ത് അവർ കോട്ട കെട്ടുന്നത്. ആയിരക്കണക്കിന് കർണ്ണാടക ഭടന്മാരാണു പരിവാരസമേതം കടലായിൽ വന്നു കോട്ടകെട്ടി താമസമുറപ്പിച്ചത്. കടലായി കോട്ടമ്മലിലെ "ചെട്ടിരാൾപ്പു" (ചെട്ടികളുടെ വളപ്പ്) എന്ന സ്ഥലപ്പേര് ഉണ്ടാകുന്നത് ഈ കർണ്ണാടകക്കാരുടെ വരവോടെയാണ്.

കോട്ടയുടെ പ്രാധാന്യം

"കർണ്ണാടകക്കാരുടെ മലബാർ ആക്രമണം ഇവിടുത്തെ രാഷ്ട്രീയ ശക്തികൾക്കും വിദേശശക്തികൾക്കും ഒരുപോലെ പ്രശ്നമായി തീർന്നു. അവർക്കെല്ലാം കർണ്ണാടകക്കാരുടെ ആക്രമണത്തിനെതിരെ ഒരുമിക്കണമെന്നു തോന്നി. കർണ്ണാടകക്കാർ കടലായിയിൽ ആധിപത്യമുറപ്പിച്ചതോടെ അറയ്ക്കൽബീവി ഇംഗ്ലീഷുകാരുടെ സഹായത്തിനായി അഭ്യർത്ഥിച്ചു. അപ്പോൾ കണ്ണൂർക്കോട്ട കൈവശമുണ്ടായിരുന്ന ഡച്ചുകാർ കടലായിക്കോട്ട ഇംഗ്ലീഷുകാരുടെ കൈവശം വന്നുചേരുമെന്നു പേടിച്ച്, അറയ്ക്കൽ ബീവിയുമായി അടുത്തു." ഇതിൽ നിന്നും മനസ്സിലാകുന്നത് കടലായിയുടെ അന്നത്തെ പ്രാധാന്യമാണ്. അവിടുത്തെ കോട്ട കൈവശപ്പെടുത്തുവാൻ സ്വദേശി വിദേശി ശക്തികൾ എത്രമാത്രം പരിശ്രമിച്ചുവെന്നുമാണ്.

കടലായി യുദ്ധം

കർണ്ണാടകക്കാരെ ഒഴിപ്പിക്കുവാൻവേണ്ടി ബ്രിട്ടീഷ്, ഡച്ച്, അറയ്ക്കൽ ശക്തികൾ യോജിക്കാൻ തീരുമാനിച്ചു. ബ്രിട്ടീഷുകാരുടെ നിർബന്ധത്തിനു വഴങ്ങി കോലത്തിരിയും ആ സഖ്യസേനയിൽ പങ്കാളികളാകാമെന്നു നിബന്ധനയോടെ സമ്മതിച്ചു. യുദ്ധം കഴിഞ്ഞ് കർണ്ണാടകക്കാരെ ഒഴിപ്പിച്ചു കഴിഞ്ഞാൽ ഒരു കല്ലിൽ മറ്റൊരു കല്ല് നിലനിർത്താതെ കോട്ട കിളച്ചു കോരണമെന്നായിരുന്നു ആ നിബന്ധന. അതു ഒത്തുതീർപ്പ് എന്ന നിലയിൽ എല്ലാവരും അംഗീകരിക്കുകയും ചെയ്തു.

കർണ്ണാടകസൈന്യത്തിന്റെ താവളമായി മാറിയ കടലായിക്കോട്ട പിടിച്ചെടുക്കുവാൻ, അറയ്ക്കൽ, ചിറയ്ക്കൽ, ബ്രിട്ടീഷ്, ഡച്ച് ശക്തികളും അവരുടെ കൂടെയുണ്ടായിരുന്ന നാടൻ പട്ടാളക്കാരും നടത്തിയ യുദ്ധം അതിരൂക്ഷമായിരുന്നു. ആ യുദ്ധത്തെപ്പറ്റി വില്യം ലോഗൻ രേഖപ്പെടുത്തിയത്

ഇപ്രകാരമാണ്. "കർണ്ണാടക സൈന്യത്തിന്റെ കടന്നുകയറ്റം കണ്ണൂർ കേന്ദ്രീകരിച്ചുള്ള ഡച്ചുകാരുടെയും ഇംഗ്ലീഷുകാരുടെയും വ്യാപാരസംരംഭങ്ങൾക്ക് ഒരുപോലെ വിനാശകരമായിരുന്നു. കർണ്ണാടക സൈന്യത്തിനുള്ള ഭക്ഷ്യസാധനങ്ങൾ നിർത്താൻ ഡച്ചുകാർ നടപടി സ്വീകരിച്ചു. അത് ശത്രുക്കളെ കൂടുതൽ കുഴപ്പത്തിലാക്കി. കർണ്ണാടകക്കാർ പിടിച്ചുനിന്ന കടലായി സങ്കേതം ആക്രമിച്ചു കീഴടക്കുകയായിരുന്നു സ്റ്റീഫൻ ലോവിന്റെ അടുത്ത ലക്ഷ്യം. ആ വഴിക്കുള്ള സംയുക്ത സൈനീക കേന്ദ്രീകരണം മാർച്ച് പതിനേഴ് ആയപ്പോഴേക്കും പൂർത്തിയാവുകയും അടുത്ത ദിവസം ആക്രമണം ആരംഭിക്കുകയും ചെയ്തു. ഇംഗ്ലീഷ് സൈന്യത്തിന്റെ മുന്നേറ്റത്തിന് അവരുടെ വലത്തു വ്യൂഹമായി വർത്തിച്ച നായർ പട ആവേശം പകർന്നുവെങ്കിലും, കർണ്ണാടകസേന പ്രത്യാക്രമണം തുടങ്ങേണ്ട താമസം നായർ പട ഛിന്നഭിന്നമായി പിന്തിരിഞ്ഞോടി, കർണ്ണാടക സൈന്യത്തിന്റെ രൂക്ഷമായ പ്രത്യാക്രമണത്തിനുമുമ്പിൽ ഇംഗ്ലീഷുകാർക്ക് അവരുടെ സ്വന്തം സങ്കേതം നഷ്ടപ്പെട്ടു. കൂടുതൽ സുരക്ഷിതമായ സ്ഥലങ്ങളിലേക്ക് പിൻവാങ്ങാൻ സ്റ്റീഫൻ ലോവിൻ നിർബന്ധിതനാകുകയും ചെയ്തു. ഇതിനിടയിൽ പൊതുശത്രുവിനെതിരെയുള്ള പോരാട്ടത്തിൽ കണ്ണൂരിലുള്ള ഡച്ചുകാർ ഒഴിഞ്ഞുനിൽക്കുകയായിരുന്നു. കടലായി താവളം ഇംഗ്ലീഷുകാർ പിടിച്ചെടുക്കുകയാണെങ്കിൽ വളപട്ടണം പുഴയുടെ മേൽനാടുകളിൽ വിളയുന്ന കുരുമുളക് ചരക്ക് തടയാൻ അവർക്ക് കഴിയുമെന്ന് ഡച്ചുകാർ സ്വാഭാവികമായും ഭയപ്പെട്ടു. ഡച്ചുകാരുടെ ഭയാശങ്കകൾ അകറ്റാൻ ഇംഗ്ലീഷ് കമ്പനി, കടലായിയുടെ മേൽ താവളം സംയുക്തസൈന്യം കീഴടക്കിയാൽ, തങ്ങൾ യാതൊരുവിധ അവകാശവും ഉന്നയിക്കുകയില്ലെന്നു ഡച്ചു ഫാക്റ്ററി മേധാവിക്ക് എഴുതിക്കൊടുത്തു. (മാർച്ച് 19)

തലേന്നു കടലായിക്കു നേരെ ഇംഗ്ലീഷ് സൈന്യവും നായർ പടയും ചേർന്നു നടത്തിയ ആക്രമം വിജയിച്ചിരുന്നുവെങ്കിൽ താവളം ഇംഗ്ലീഷുകാരുടെ കൈവശം വരികയും ഡച്ചുകാരെ പുറം തള്ളാൻ അതുപയോഗപ്പെടുത്തുകയും ചെയ്യുമായിരുന്നു. അടുത്ത ദിവസം യുദ്ധത്തിൽ പങ്കെടുക്കുവാൻ ഡച്ചുകാർ തീരുമാനിച്ചു. കടലായി പിടിച്ചാൽ താവളം കിളച്ചുകോരണമെന്ന വ്യവസ്ഥയിൽ. മാർച്ച് 26-ന് അഞ്ചു കപ്പലുകളിലും ഒട്ടേറെ ചെറിയ ബോട്ടുകളിലുമായി ഡച്ചുകാരുടെ സഹായത്തിന് വലിയ ഒരു സൈന്യം കണ്ണൂരിൽ വന്ന്, കർണ്ണാടകക്കാർക്കെതിരായ ആക്രമണത്തിന്റെ വിശദാംശങ്ങൾ തയ്യാറാക്കി. ഇതിന്റെ അടിസ്ഥാനത്തിൽ കടലായി പിടിച്ചെടുക്കാനുള്ള ആക്രമത്തിൽ മുന്നൂഖ സൈനികരെ (ഇതിൽ നൂറ്റിയെൺപതു യൂറോപ്യന്മാരായിരുന്നു) പങ്കെടുപ്പിക്കുവാൻ ഡച്ചുകാർ സമ്മതിക്കുകയും മാർച്ച് 30-ന് കടലായി ഉപരോധിക്കുകയും ചെയ്തു. കടലായി കേമ്പിനടുത്തുള്ള ഒരു കുന്ന് (അവേരകുന്ന്) കയ്യേറുകയും അവിടെനിന്ന് താവളത്തിനു നേരെ പീരങ്കി വർഷിക്കാനുമായിരുന്നു പ്ലാൻ. പകുതി ഇംഗ്ലീഷുകാരും, പകുതി ഡച്ചുകാരുമുള്ള സംഘം ആദ്യം അവേരക്കുന്ന് പിടിച്ചടക്കി. തുടർന്ന് സംയുക്ത സൈന്യത്തിൽ പൊതുവായ തള്ളിക്കയറ്റം ആരംഭിച്ചു. കർണ്ണാടക

കുതിരപ്പട എതിർത്തുനിന്നെങ്കിലും ഇംഗ്ലീഷ് സൈന്യത്തിന്റെ പിൻബല ത്തോടെ ഡച്ചുകാർ പ്രത്യാക്രമണത്തെ തകർത്തു. ഒപ്പം സംയുക്ത സേനയും കോട്ടയ്ക്കുനേരെ ഇരച്ചു കയറി. അപ്പോൾ കർണ്ണാടകസേനയ്ക്ക് കീഴടങ്ങി എന്നു കൊടിപൊക്കുകയല്ലാതെ വേറെ മാർഗ്ഗം ഉണ്ടായിരുന്നില്ല. കീഴടങ്ങി എന്നു സൂചിപ്പിക്കുകയല്ലാതെ കർണ്ണാടകപ്പട ആയുധംവെക്കുക യുണ്ടായില്ല. അവരുടെ ഉഗ്രമായ ചെറുത്തുനിൽപ്പ് കോട്ടയുടെ പടിവാതി ലിനു മുമ്പിൽ നടന്ന കൂട്ടക്കൊലയിലാണു അവസാനിച്ചത്. അക്രമം നട ത്തുന്നവരുടേയും ചെറുത്തുനിൽക്കുന്നവരുടേയും ശവശരീരങ്ങൾകൊണ്ട് കോട്ടയിലേക്കുള്ള പ്രവേശനമാർഗ്ഗം അടഞ്ഞു. ഇതിനിടയിൽ കോട്ടഭിത്തി ഭേദിക്കാൻ ജോൺ പിച്ചോട്ട് എന്ന ഇംഗ്ലീഷ് പടയാളി എവിടെനിന്നോ ഒരു ഏണികൊണ്ടുവന്ന് അതിൽ കയറി ഭിത്തിയുടെ നെറുകയിൽ കോട്ടയ്ക്ക കത്തുള്ളവർക്ക് നേരെ വെടിയുതിർത്തു. തന്റെ കയ്യിലുള്ള തോക്കുകൊണ്ടും താഴെനിന്നു ഭടന്മാർ എത്തിച്ചുകൊടുത്ത തോക്കു കൊണ്ടും. ഇതോടെ കോട്ട ഭിത്തികൾ.തുറന്നുകിട്ടി. ഇംഗ്ലീഷ് കൊടികൾ കോട്ട ഗോപുരങ്ങളിൽ ഉയർന്നു പാറി. കോട്ട കാത്തുരക്ഷിച്ച കർണ്ണാടകസൈന്യത്തിൽ ഒരു വിഭാഗം ഭിത്തി യിൽ കയറി മറിഞ്ഞു, കയർ വഴി താഴേക്ക് രക്ഷപ്പെടാൻ ശ്രമിച്ചു. കാലത്ത് ഏഴു മണിയോടെ കടലായി കീഴടങ്ങി. ഘോരമായ ഒരു കൂട്ടക്കൊലയ്ക്കു ശേഷം. കൊലചെയ്യപ്പെട്ടവരുടെ കൂട്ടത്തിൽ സ്ത്രീകളും കുട്ടികളും കർണ്ണാ ടക ജനറൽ ഗോപാൽജിയും പെടുന്നു. ശത്രുപക്ഷത്തിലുള്ള മുന്നൂറു പേർ വരുന്ന ഒരു വലിയ സംഘം കർണ്ണാടകക്കാർ, ആയുധം വെച്ചു കീഴടങ്ങി കണ്ണൂരിലേക്ക് പോകുന്ന വഴിയിൽ അവരെ നായന്മാർ അതിഭീകരമായ രീതി യിൽ കശാപ്പുചെയ്തു. കമ്പനി മേധാവിയായ ലോവിന്റെ പ്രത്യേക ശ്രമ ഫലമായി അറുനൂറിനും എഴുനൂറിനും ഇടയിൽ വരുന്ന കർണ്ണാകക്കാരെ തലശ്ശേരിക്ക് കൊണ്ടുപോയി രക്ഷപ്പെടുത്താൻ കഴിഞ്ഞു. ഇരുപതു കുതിര പ്പടയാളികളും, കാലാൾപ്പടയാളികളും ഉൾപ്പെടുന്ന മൂന്നാമതൊരുസംഘം ഉൾപ്രദേശങ്ങളിലേക്ക് ഓടി രക്ഷപ്പെടുന്നതിനെ നായർ പടയാളികൾ വിഫ ലമാക്കി. സഖ്യശക്തികളുടെ ഭാഗത്ത് വലിയ നാശനഷ്ടങ്ങളുണ്ടായില്ല. ഇംഗ്ലീഷുകാരുടെ ഭാഗത്ത് അഞ്ച് നാടൻ പടയാളികൾ കൊല്ലപ്പെടുകയും, എട്ടു പേർക്ക് പരിക്കേൽക്കുകയും ചെയ്തു. ഡച്ചുകാരുടെ ഭാഗത്തു കൊല്ല പ്പെട്ടത് ഒരേയൊരു ഭടൻ മാത്രം. അതുതന്നെ അമിതമായ ശാരീരികാധ്വാനം മൂലം. വെടിമരുന്നു സ്ഫോടനം മൂലം ഒരു യൂറോപ്യൻ ഭടൻ മരിക്കുകയും രണ്ടുപേർക്കു പൊള്ളലേൽക്കുകയും ചെയ്തു. നായന്മാരും മറ്റു മലയാള ക്കാരും കൊല്ലപ്പെട്ടത് കൊള്ളമുതലിനു വേണ്ടിയുള്ള അത്യാർത്തി കൊണ്ടാ യിരുന്നു. ഒരു വെടിമരുന്ന് അറ പൊട്ടിത്തെറിച്ച് അവരിൽ നൂറു പേർ കൊല്ല പ്പെട്ടു. ശത്രുവിൽനിന്നു കണ്ടെടുത്ത യുദ്ധസാമഗ്രികളിൽ എട്ട് പീരങ്കി കളും ഒരു മോർട്ടാറും ഉൾപ്പെടും. കോട്ട പിടിക്കാതെ തന്നെ കർണ്ണാടക ക്കാർ ആഹാരസാധനങ്ങളുടെ അഭാവത്തിൽ പട്ടിണികിടന്നു മരിക്കുമായി രുന്നുവെന്ന് എല്ലാം കഴിഞ്ഞതിനുശേഷമാണു മനസ്സിലായത് (മലബാർ മാന്വൽ വില്യം ലോഗൻ പേജ് 402-404)

ഇല്ലിക്കുന്ന്

കടലായിക്കോട്ടയുടെ ചരിത്രപ്രാധാന്യവും അവിടെ നടന്ന കൂട്ടക്കുരുതിയും മേൽകൊടുത്ത ലോഗന്റെ ഉദ്ധരണികളിൽ നിന്നും വ്യക്തമായിക്കാണുമല്ലോ? ആ യുദ്ധത്തോടുനുബന്ധിച്ചും ഇവിടെ ചില സ്ഥലനാമങ്ങൾ ഉരുത്തിരിഞ്ഞു വന്നിട്ടുണ്ട്. അവയിൽ ഏറെ പ്രധാനപ്പെട്ട സ്ഥലനാമമാണ് കടലായിലെ "ഇല്ലിക്കുന്ന്." ഡച്ചുകാർ സംയുക്തസൈന്യത്തിൽ പങ്കുചേരുന്നതിനു മുമ്പായി ബ്രിട്ടീഷുകാരുടെ നേതൃത്വത്തിൽ മാർച്ച് 18ന് കടലായി താവളത്തിനുനേരെ ആക്രമണം നടത്തിയതായും അതിനെതിരെ കടലായിത്താവളത്തിൽനിന്ന് കർണ്ണാടകക്കാർ നടത്തിയ പ്രത്യാക്രമണത്തിൽ സംയുക്ത സൈന്യത്തിന് സ്വന്തം താവളം ഉപേക്ഷിച്ച് സുരക്ഷിത സ്ഥാനങ്ങളിലേക്ക് ഓടിപ്പോകേണ്ടിവന്നുവെന്നും, പറഞ്ഞുവല്ലോ? ആ ചീറ്റിപ്പോയ ആക്രമണത്തിനുവേണ്ടി സംയുക്ത സൈന്യത്തെ കേന്ദ്രീകരിച്ച സ്ഥലമായിരിക്കണം "ഇല്ലിക്കുന്ന്" കടലായിയുടെയും തോട്ടടയുടേയും അതിരിൽ കിടക്കുന്ന ഇല്ലിക്കുന്നിന് ആ യുദ്ധത്തിൽ വലിയ പ്രാധാന്യമുണ്ടായിരുന്നു. കടലായിക്കോട്ടയ്ക്ക് നേരെ കരവഴിയും കടൽവഴിയും ആക്രമണം നടത്താൻ ഇല്ലിക്കുന്നിൽ കേന്ദ്രീകരിച്ച സേനക്ക് എളുപ്പം സാധിക്കുമായിരുന്നു. കടലായിക്കോട്ടമ്മലിന്റെ. തെക്കു കിഴക്കായി നീണ്ടുപരന്നുകിടക്കുന്ന വിജനമായ കടലായിപ്പറമ്പിന്റെ അങ്ങേ അറ്റത്തായിരുന്നു ഇല്ലിക്കുന്ന് സ്ഥിതി ചെയ്തിരുന്നത്. ഇല്ലിക്കുന്നിൽ കേന്ദ്രീകരിക്കപ്പെട്ട സൈന്യത്തിനു കടലായിപ്പറമ്പിലൂടെ ചെന്ന് കോട്ടയെ ആക്രമിക്കാൻ വളരെ എളുപ്പമായിരുന്നു. അതുപോലെ കടൽ വഴിയുള്ള ആക്രമണത്തിനും ഇല്ലിക്കുന്നു വളരെ സൗകര്യപ്രദമായിരുന്നു. കാരണം ഇല്ലിക്കുന്നിൽനിന്നു പടിഞ്ഞാറു ഒരു ഇറക്കമിറങ്ങിയാൽ എത്തുന്നത് തോട്ടട കടപ്പുറത്താണ്. മറ്റൊന്നു യുദ്ധത്തിൽ പങ്കെടുക്കുവാൻ വേണ്ടി കടൽ വഴിവരുന്ന പട്ടാളക്കാർക്ക് തോട്ടട കടപ്പുറത്തിറങ്ങി ഇല്ലിക്കുന്നിലെത്താൻ ഒരു കയറ്റം കയറിയാൽ മതിയായിരുന്നു. സംയുക്ത സൈന്യത്തിൽ പങ്കാളികളായ രാജാക്കന്മാരുടെ കീഴിലുള്ള പടയാളികളെ പ്രത്യേകം പ്രത്യേകം പാർപ്പിക്കുന്നതിനും പരിശീലിപ്പിക്കുന്നതിനും ഇല്ലിക്കുന്നിന്റെ പരിസരത്ത് സൗകര്യമുണ്ടായിരുന്നു. ആ യുദ്ധത്തിൽ അറയ്ക്കലിനു വേണ്ടി പടപൊരുതുവാൻ വന്ന പട്ടാണിപ്പടയെ വിന്യസിച്ച സ്ഥലമായിരിക്കണം ഇല്ലിക്കുന്നിനടുത്തുള്ള "പട്ടാണിച്ചാൽ" എന്ന പേരുള്ള സ്ഥലം. അതുപോലെ കോലത്തിരിയുടെ പടയെ വിന്യസിച്ച സ്ഥലമായിരിക്കണം വട്ടക്കുളത്തിനടുത്തുള്ള "വെള്ളുവച്ചാൽ" ഇവിടങ്ങളിൽ പണ്ടുകാലത്ത് അടുത്തടുത്തായി ധാരാളം കുഴികൾ കാണാമായിരുന്നു. ഈ കുഴികൾ പട്ടാളക്കാരെ പാർപ്പിക്കുന്നതിനുവേണ്ടി ടെന്റുകൾക്കായി കുഴിച്ചതാകാമെന്നാണു കരുതുന്നത്. ഇല്ലിക്കുന്നു എന്ന പേരുതന്നെയാണ് അതിനൊരു യൂറോപ്യൻ സ്പർശമുണ്ടെന്നു അനുമാനിക്കാൻ പ്രേരണയായത്. മേൽപ്പറഞ്ഞ യുദ്ധത്തിൽ കടലായിക്കോട്ട ആക്രമിക്കുവാൻവേണ്ടി ബ്രിട്ടീഷുകാർ ആദ്യം സൈന്യത്തെ വിന്യസിച്ച കുന്നിനെ അവർ "ഹിൽ" എന്നു വിളിച്ചിരിക്കാം. കടലായി ആക്രമണത്തോടെ ഈ കുന്ന് "ഹിൽ" എന്ന ഇംഗ്ലീഷ് പേരിൽ തുടർന്നും

അറിയപ്പെട്ടിരിക്കാനാണു സാധ്യത. പിന്നീട് വന്ന തലമുറ അർത്ഥം ഗ്രഹിക്കാതെ ഹില്ലിന്റെ കൂടെ കുന്ന് എന്നു കൂടി ചേർത്തു വിളച്ചതിന്റെ ഫലമായി അതിനു "ഹില്ലിക്കുന്നു" എന്ന പുനരുക്തിദോഷം വന്നുചേർന്നു. നമ്മുടെ നാടൻ പ്രയോഗത്തിൽ പുനരുക്തിദോഷം സർവ്വസാധാരണമാണ്. നടുമധ്യം, കലശവെള്ളം, ബേബിക്കുട്ടി എന്നൊക്കെയുള്ള പ്രയോഗം ശ്രദ്ധിക്കുക. ഹില്ലിക്കുന്നിന്റെ വാമൊഴിവഴക്കമാണ് "ഇല്ലിക്കുന്ന്." തലശ്ശേരിയിൽ ഹെർമ്മൻ ഗുണ്ടർട്ട് പണ്ടു താമസിച്ച ബംഗ്ലാവ് നിലനിൽക്കുന്ന കുന്നും ഇല്ലിക്കുന്നു എന്നാണ് അറിയപ്പെടുന്നത്. അതുപോലെ ഇല്ലിക്കുന്നിനു തൊട്ടുതാഴെ തോട്ടട കടലോരത്തായി കോട്ടേങ്കണ്ടി തറവാട്ടുകാരുടെ അധീനതയിലുള്ള ഒരു പറമ്പും വീടും ബംഗ്ലാവ് എന്ന പേരിൽ അറിയപ്പെടുന്നുണ്ട്.

ഇല്ലിക്കുന്നു- ഇല്ലാക്കുന്ന്

ഇല്ലിക്കുന്നിന്റെ ചരിത്രപശ്ചാത്തലത്തെക്കുറിച്ചു മനസ്സിലാക്കാൻ വേണ്ടി ആ കുന്നിലേക്കു പോയപ്പോഴുണ്ടായ ഒരനുഭവവും കൂടി സന്ദർഭവശാൽ വായനക്കാരുമായി പങ്കുവെച്ചുകൊള്ളട്ടെ! കുട്ടിക്കാലത്ത് പട്ടം പറപ്പിക്കാൻ പോയ ഒരോർമ്മവച്ച് ഒരു ദിവസം കടലായി പോസ്റ്റോഫീസിന്റെ പിറകുവശത്തെ പരുക്കൻ റോഡിലൂടെ ഇല്ലിക്കുന്ന് ലക്ഷ്യമാക്കി തെക്കോട്ടു നടന്നു. കടലിന്റെ ഇരമ്പലും കാറ്റിന്റെ സീൽക്കാരവും അലയടിക്കുന്ന ആ ഗ്രാമപാതയിലൂടെ കുറേ ദൂരം നടന്നിട്ടും കുന്നൊന്നും കാണാൻ സാധിച്ചില്ല. കുട്ടിക്കാലത്ത് കളിച്ചുനടന്നതായ ഒരു കുന്നിൻ പ്രദേശം നാല്പതു കൊല്ലത്തിനുശേഷം കാണാൻ ചെന്നിട്ട് അതു കണ്ടെത്താനാകാത്തതിൽ വളരെ വിഷമം തോന്നി. പണ്ട് ഗ്രീസിൽ ഒരു തത്ത്വചിന്തകൻ ഒരു മനുഷ്യനെ കണ്ടെത്താനായി നട്ടുച്ചനേരത്ത് ലാന്തർ വിളക്കുകത്തിച്ചു നടന്ന കഥ കേട്ടിട്ടുണ്ട്. അതുപോലെ സ്വന്തം നാട്ടിലെ ഒരു കുന്ന് കണ്ടെത്താൻ നട്ടുച്ചയ്ക്ക് ചൂട്ടയും കത്തിച്ച് പരതേണ്ട അവസ്ഥയാണ് വന്നുചേർന്നിരിക്കുന്നത്. കുറേനേരം അങ്ങോട്ടും ഇങ്ങോട്ടും നടന്നിട്ടും ഒരു എത്തും പിടിയും കിട്ടുന്നില്ല. സ്ഥലം മാറിപ്പോയോ എന്നുപോലും ഞാൻ സംശയിച്ചു. അവസാനം വഴിവക്കിൽക്കണ്ട ഒരു വീട്ടിൽ കയറി കോളിംഗ് ബെല്ലടിച്ചു. അപ്പോൾ മാക്സിയുടുത്ത ഒരു യുവതി പുറത്തേക്ക് വന്നു. "ഇല്ലിക്കുന്നെവിടെയാണ്?" എന്റെ ചോദ്യം. "ഇല്ലിക്കുന്നോ? അതെന്തുകുന്നാ. അതെനിക്കറിയില്ലപ്പാ" എന്നായിരുന്നു ആ യുവതിയുടെ മറുപടി. ആ മറുപടിയും എന്നെ അത്ഭുതപ്പെടുത്തുന്നതായിരുന്നു. തോട്ടടയിലുള്ള ഒരാൾക്ക് ഇല്ലിക്കുന്നറിയില്ല എന്നു പറയുന്നതു അത്ഭുതം തന്നെയാണ്. നിരാശയോടെയാണ് ആ വീട്ടിൽ നിന്നിറങ്ങിയത്. ഒരുപക്ഷേ, ആ സ്ത്രീയെ പുറമെനിന്നു വിവാഹം കഴിച്ചു കൊണ്ടുവന്നതായിരിക്കാമെന്ന് ഞാൻ സമാധാനിച്ചു. പുറമേ നിന്നെത്തിയവർക്ക് നമ്മുടെ പൈതൃകമൊന്നും അറിയണമെന്നില്ലല്ലോ? പുറത്തു വന്ന് ഇടവഴിയിൽ കണ്ട വൃദ്ധയോടു ചോദ്യമാവർത്തിച്ചപ്പോൾ പാട്ടപെറുക്കാൻ വരുന്ന തമിഴ് നാടോടിയെ കണ്ടാലെന്നതുപോലെ ആ സ്ത്രീ എന്നെ ഒന്നു സൂക്ഷിച്ചുനോക്കി. എന്നിട്ട്, "ഇല്ലിക്കുന്നിൽ നിങ്ങൾക്കെന്താകാര്യം? ഏതു വീട്ടിലാണു നിങ്ങൾക്കു പോകേണ്ടത്, ആരെയാണ് കാണേണ്ടത്?

എന്നൊക്കെയുള്ള മറുചോദ്യം എന്റെ നേർക്കെറിഞ്ഞു. “എനിക്കൊരു വീട്ടിലും പോകേണ്ട ആരേയും കാണുകയും വേണ്ട ഇല്ലിക്കുന്ന് കാണുവാനാണ് വന്നത്,” എന്നു ഞാൻ നീരസത്തോടെ മറുപടി കൊടുത്തു. “നിനക്ക് കാറ്റുമാറിപ്പോയോ? ഇതുതന്നെയാണ് ഇല്ലിക്കുന്ന്. കുന്ന് പോയിട്ട് കാലമെത്രയായി. ആടയെല്ലാം വീടുകൾ വന്നിരിക്കുന്നു. കുന്നെന്നുപറയാൻ ആ കാണുന്ന മുനമ്പ് മാത്രമേയുള്ളൂ” എന്നു പറഞ്ഞു ആ സ്ത്രീ ദൂരെയുള്ള ഒരു മൺതുരുത്ത് ചൂണ്ടിക്കാണിച്ചുതന്നു.

അവിടെ ഒരു ജെ.സി.ബി.യും ഒരു ലോറിയും കുറേ ജോലിക്കാരും നിൽക്കുന്നുണ്ടായിരുന്നു. ജെ.സി.ബി കൊണ്ട് കുന്ന് കിളച്ച് കോരാൻ തുടങ്ങിയിട്ട് നാളുകൾ ഏറെയായത്രെ! ദിവസങ്ങൾക്കകം അവശേഷിക്കുന്ന ആ തുരുത്തും ജെ.സി.ബി. കൊണ്ട് ഇടിച്ചു ലോറിയിൽ കയറ്റി കൊണ്ടുപോകുമെന്ന കാര്യത്തിൽ സംശയമില്ല. ഇല്ലിക്കുന്ന് മനുഷ്യന്റെ ആർത്തി പൂണ്ട മത്സരപ്പാച്ചിലിൽ ഇല്ലാതാകുകയാണ്. നമ്മുടെ നാടിന്റെ ചരിത്രശേഷിപ്പുകളൊക്കെയും ഓരോന്നായി ഇങ്ങനെ ഇല്ലാതായിക്കൊണ്ടിരിക്കുന്നു. ഇല്ലിക്കുന്നിൽ നിന്നു തിരിച്ചുവരുമ്പോൾ ഒരു മരണവീട്ടിൽ പോയിവരുന്നത് പോലെയാണ് എനിക്ക് തോന്നിയത്. ഇല്ലിക്കുന്നിനെ ഇനി നമുക്ക് “ഇല്ലാക്കുന്ന്”എന്നും വിളിക്കാം.

കാമ്പിൽ

കടലായി യുദ്ധത്തിന്റെ മറ്റൊരുശേഷിപ്പാണ് കുറുവയിലെ കാമ്പിൽ എന്ന സ്ഥലപ്പേര്. പണ്ടുകാലത്ത് കണ്ണൂർ ടൗണിൽനിന്നും വരുന്ന കടലായിക്കാർ, നാട്ടിലേക്ക് എളുപ്പം എത്തിച്ചേരുവാൻ വേണ്ടി കുറുവാപ്പാലം കടന്നതിനുശേഷം വിലങ്ങനെയുള്ള ഒരു കുന്ന് കയറിപ്പോകാറുണ്ടായിരുന്നു. ആ കുന്നിനു കാമ്പിലെ കുന്ന് ഏന്നാണ് പറഞ്ഞുവരുന്നത്. കാമ്പിലെ കുന്ന് കയറുന്നതോടെ കടലായിയിൽ പ്രവേശിച്ചു എന്നു പറയാം. കടലായിക്കോട്ടമല്ലിന്റെ കിഴക്കേ അറ്റത്തേയാണ് കാമ്പിലെ കുന്ന് എന്നു പറയുന്നത്.

ഈ കുന്നിന് അടുത്തും പരിസരത്തും താമസിക്കുന്നവരെ കാമ്പിലെ കൂട്ടർ എന്നാണ് വിളിച്ചുവന്നിരുന്നത്. കാമ്പ് എന്ന വിചിത്രമായ പേര് എങ്ങനെ ഉണ്ടായി എന്നാണ് ഇനി പരിശോധിക്കുന്നത് 1734-ൽ കർണ്ണാടക സൈന്യം കടലായിക്കോട്ടമ്മൽ താവളമാക്കി വെച്ചതാണല്ലോ കടലായിയുദ്ധമുണ്ടാകുവാനുള്ള കാരണം. താവളം എന്നതിന് ഇംഗ്ലീഷിൽ ക്യാമ്പ് എന്നാണല്ലോ പറയുക. ഈ ക്യാമ്പാണ് കാമ്പ് എന്ന സ്ഥലപ്പേരിനു കാരണം. പട്ടാള ക്യാമ്പിന്റെ പരിസരത്ത് താമസിച്ചവരെയാണ് കാമ്പിലെകൂട്ടർ എന്ന് വിളിക്കുന്നത്.

കടലായിലെ മാറാജികൾ

കടലായി യുദ്ധത്തിന്റെ മറ്റൊരു ശേഷിപ്പ്, ഇവിടെ കർണ്ണാടക സമൂഹത്തിന്റെ സാന്നിധ്യമുണ്ടായി എന്നതാണ്. കടലായിക്കോട്ടമ്മലിലും പരിസരങ്ങളിലുമായി താമസിച്ചുവരുന്ന ചെട്ടികൾ എന്നറിയപ്പെടുന്നവരുടെ

സഹവാസം തുടങ്ങുന്നത് മേൽപ്പറഞ്ഞ കർണ്ണാടകരാജാക്കന്മാരുടെ അധിനിവേശത്തോടു കൂടിയാണ് കടലായി യുദ്ധത്തിൽ മരിച്ചുവീണ കർണ്ണാടകക്കാരുടെ എണ്ണം നൂറുകണക്കിനായിരുന്നു. ബാക്കിയായ പട്ടാളക്കാരിൽ ഒട്ടുമിക്കവരും തിരിച്ചുപോയിരുന്നു. മുറിവേറ്റവരും, അല്ലാത്തവരുമായ ഏതാനും പേർ നാട്ടിൽ തിരിച്ചുപോയില്ല. അവർ കോട്ടമ്മലിലും പരിസരത്തുമായി തുടർന്നും താമസിച്ചുവന്നു. കോട്ടമ്മലിലെ ഒരു സ്ഥലം ഇപ്പോഴുമറിയപ്പെടുന്നത് ചെട്ടിരാൾപ്പ് എന്നാണെന്നു പറഞ്ഞുവല്ലോ. സമീപപ്രദേശമായ തയ്യിലിൽ ഒരു കർണ്ണാടകബ്രാഹ്മണ സമൂഹമുണ്ട്. അവരുമായി കോട്ടമ്മലിലെ ചെട്ടികൾക്ക് ബന്ധമൊന്നുമില്ല. അവർ കച്ചവടത്തിന് വേണ്ടി വന്നു ചേർന്ന, ഗൗഡസാരസ്വത ബ്രാഹ്മണരുടെ സമൂഹമാണ്.

കോട്ടമ്മലിലെ ചെട്ടികൾ പാരമ്പര്യമായി പടയാളികളുടെ സമൂഹമാണ്. രാജ്യകാര്യങ്ങളുമായി അടുത്തിടപഴകുന്ന അവരെ മാറാജികൾ എന്നാണ് വിളിക്കുന്നത്. "മഹാരാജ്" എന്നതിൽ നിന്നുമാണത്രെ മാറാജി എന്ന വിളിപ്പേര് ഉണ്ടായത്. കോട്ടമ്മലിൽ താമസിച്ചുവരുന്ന മാറാജി വിഭാഗക്കാരുടെ ഒരു പിതാമഹന്റെ പേര് എങ്കപ്പൻ നായ്ക്കൻ എന്നായിരുന്നു. കടലായിക്കോട്ട ആക്രമിച്ച് കീഴടക്കിയ കർണ്ണാടകരാജാവിന്റെ പേര് ഇക്കെരി നായ്ക്കൻ എന്നാണല്ലോ. കേരളത്തിലെ പടനായന്മാരെ പോലെയുള്ള യോദ്ധാക്കൻമാരുടെ സമൂഹമായിരുന്നു കടലായിലെ മാറാജികൾ.

പിൽക്കാലത്ത് ഈ സമൂഹം വിദ്യാഭ്യാസത്തിന്റെ കാര്യത്തിലും മറ്റു ചില രംഗങ്ങളിലും വളരെ ഉയരത്തിലെത്തിച്ചേർന്നു. കരാറിനകത്തിലെ ഒരേയൊരു ഐ.എ.എസ്. ബിരുദധാരി ഈ സമൂഹത്തിൽ ജനിച്ച പി.വി. ഭരതനാണ്. കടലായിസ്കൂളിൽ പൂഴിയിൽ ഹരിശ്രീ എഴുതിപ്പഠിച്ച് ഉയർന്നുവന്നയാളാണ് ശ്രീ.ഭരതൻ.

അതുപോലെ കരാറിനകത്തെ ഒരേയൊരു ഐ.പി.എസ്. ഓഫിസറും ഈ സമുദായത്തിൽപ്പെട്ടയാളായ പി.വി. ലക്ഷ്മണനാണ്. അദ്ദേഹവും കടലായി സ്കൂളിൽ നിന്നാണ് പ്രാഥമിക വിദ്യാഭ്യാസം പൂർത്തിയാക്കിയത്. കരാറിനകത്തെ ആദ്യ വനിതാഡോക്ടറായ പി.വി. ലീലയും ഈ സമുദായക്കാരിയാണ്. ഫുട്ബാളിൽ ഇന്ത്യയുടെ അഭിമാനമായിരുന്ന പി.വി. മാധവൻ, മറ്റു ഫുട്ബാൾ താരങ്ങളായ പി.വി. സത്യൻ, സി.എച്ച് ഭാസ്കരൻ നാട്ടുവൈദ്യൻമാരായ രഘുനാഥൻ മാറാജി, സോമയ്യൻ മാറാജി സാമൂഹ്യപ്രവർത്തകനും അദ്ധ്യാപകനുമായിരുന്ന സി.എച്ച്. രാമദാസ്മാസ്റ്റർ തുടങ്ങിയവരെല്ലാം ഈ സമുദായക്കാരാണ്.

മറ്റൊരു കാര്യം, 18-ാം നൂറ്റാണ്ടിന്റെ അന്ത്യത്തോടെ ഇവിടെനിന്നു കിളച്ചു കോരിപ്പോയിരുന്ന പഴയ കടലായിക്ഷേത്രത്തിനു പകരം പുതിയ കടലായിക്ഷേത്രം നിർമ്മിക്കണമെന്നുള്ള ആഗ്രഹം ഉന്മാദമായി മനസ്സിൽ കൊണ്ടു നടക്കുകയും, അതിനുവേണ്ടി 1970 കാലഘട്ടത്തിൽ കടലായിപ്പറമ്പിൽ ഒറ്റയാൾ പൂജനടത്തി അമ്പലത്തിന്റെ പുനർനിർമ്മിതിയെപ്പറ്റി നാട്ടുകാരെ ഉണർത്തുകയും ചെയ്ത പി.വി. വാസുദേവറാവുവും ഈ സമുദായക്കാരനാണ്.

ഈ നാട്ടിലെ എല്ലാ പുരോഗമനപ്രവർത്തനങ്ങളിലും മുഖ്യധാരാസമൂഹത്തോടൊപ്പം കൈയ്യും മെയ്യും ചേർന്ന് പ്രവർത്തിച്ചവരാണ് കടലായിലെ മാറാജികൾ.

കരാറിനകത്ത് ഒരു യൂറോപ്യൻപ്രേതം

കടലായിയുദ്ധത്തിന്റെ പ്രത്യക്ഷവും പരോക്ഷവുമായ ഒരുപാടു തെളിവുകളെപ്പറ്റി ഇതിനകം വിശദീകരിച്ചുകഴിഞ്ഞു. അവയിൽനിന്നു തികച്ചും വ്യത്യസ്തമായതും അതിവിചിത്രമെന്നു തോന്നാവുന്നതുമായ മറ്റൊരു തെളിവുകൂടി ആ വിഷയത്തിലേക്ക് ഹാജരാക്കുവാനുണ്ട്. ഇതെഴുതുന്നയാളുടെ പിതാമഹന്റെ താവഴിതറവാട്ടിൽ കുറച്ചുകാലം മുമ്പുവരെ നിലനിന്നിരുന്ന ഒരു പ്രേതവിശ്വാസവും അതിന് പ്രതിവിധിയായുള്ള ബലിതർപ്പണവുമാണ് ആ പരോക്ഷ തെളിവിന്നാധാരം.

പ്രേതം എന്നാൽ പരേതാത്മാവ് എന്നതിന്റെ ചുരുക്കെഴുത്താണല്ലോ? പരേതാത്മാവിനോടുള്ള ഓർമ്മകൾ പുതുക്കുവാനും ആദരം നിലനിർത്താനുമായി കർക്കടകവാവ് ദിനത്തിലും മറ്റു വിശേഷ ദിവസങ്ങളിലും ഇഷ്ടവിഭവങ്ങൾ വാഴയിലയിൽ വിളമ്പി നടുമുറിയിൽ നിലവിളക്കിനു മുമ്പിൽ പലകയും വെച്ച് ബലിതർപ്പണം നടത്തുന്നത് ഇവിടെ പതിവാണ്. അതുപോലെ ഒരു യൂറോപ്യൻപ്രേതത്തെ പ്രീതിപ്പെടുത്താനും അവരുടേതായ ഇഷ്ടഭക്ഷണപദാർത്ഥങ്ങൾ വിളമ്പി, ബലിതർപ്പണം നടത്തുന്ന പതിവ് മേൽപ്പറഞ്ഞ പുരാതനതറവാട്ടിൽ വളരെക്കാലത്തോളം തുടർന്നുവന്നിരുന്നു. ഒരുപക്ഷേ, കടലായി യുദ്ധത്തെ സംബന്ധിച്ച് മുമ്പ് വിവരിച്ച എല്ലാ പരോക്ഷ തെളിവുകളേക്കാളും ദൃഢതരമായ തെളിവാണ് ഈ ബലിതർപ്പണചടങ്ങെന്ന് തോന്നുന്നു. ഉത്തരകേരളത്തിലെ തെയ്യങ്ങളുടെ ആവിർഭാവത്തെപ്പറ്റി പരിശോധിക്കുന്ന ആർക്കും ആ കാര്യം ബോദ്ധ്യപ്പെടും. നമ്മുടെ പൂർവ്വികരുടെ സദാചാരബോധം എത്രമാത്രം ഉയർന്നതായിരുന്നുവെന്നു കൂടി മനസ്സിലാക്കുവാനും ഈ പ്രേതകഥ സഹായകരമാണ്. ഈ നാട്ടിലെ പുരാതനമായ തറവാട്ടുപേരുകൾ മിക്കവാറും കണ്ടിയിലാണ് അവസാനിക്കുന്നത്. കാര്യങ്കണ്ടി, ഉണ്ണാങ്കണ്ടി, ദാവാരിക്കണ്ടി, കണ്ണിച്ചാങ്കണ്ടി, മായിമാങ്കണ്ടി, സാർത്താങ്കണ്ടി, മാർത്താങ്കണ്ടി, കളരിക്കണ്ടി, കയറ്റ്കണ്ടി, നുച്ചിക്കണ്ടി, കോട്ടേങ്കണ്ടി, വാണിയങ്കണ്ടി, ചേരിക്കണ്ടി, ചിറ്റാങ്കണ്ടി, ആറുങ്കണ്ടി, പൂക്കണ്ടി, വട്ടക്കണ്ടി, പാറക്കണ്ടി, മുള്ളൻകണ്ടി, കാടാങ്കണ്ടി, ചെറുവാരിക്കണ്ടി, മാവിലാക്കണ്ടി, പുതിയകണ്ടി, തൈക്കണ്ടി, അരയാക്കണ്ടി എന്നിങ്ങനെ കാക്കത്തൊള്ളായിരം കണ്ടികളുടെ ഒരു ഓൺകൺട്രിയാണു കരാറിനകം. ഒരു ജന്മിയിൽ നിക്ഷിപ്തമായ ഭൂമിയിൽ നിന്നും, കുടിയാന് വിലക്കോ പാട്ടത്തിനോ നൽകുന്ന നിശ്ചിതമായ അളവിനെയാണത്രെ പണ്ടു കണ്ടി എന്നു വിളിക്കപ്പെട്ടിരുന്നത്. മേൽപ്പറഞ്ഞ തറവാടുകളിൽ ആഢ്യത്വം മുറ്റിനിന്നിരുന്ന ഒരു തറവാടായിരുന്നു കാര്യങ്കണ്ടി തറവാട്. കടലായികോട്ടമ്മലിന്റെ കിഴക്കുഭാഗത്ത് കാനാമ്പുഴയുടെ കരയിൽ വിശാലമായി പരന്നു കിടന്നിരുന്ന നെൽവയലും കോട്ടമ്മല്ലിനോടു ചേർന്നുകിടക്കുന്ന കുന്നിൻതാഴ്വാരവും അടിവാരവും ഒരുകാലത്ത് ഈ തറവാട്ടുകാരുടെ

അധീനതയിലായിരുന്നു. ഇവിടത്തെ ഏറ്റവും പുരാതന തീയ്യന്മാരായ ഇവർ പരമ്പരാഗതമായി ചെത്തുകാരുമായിരുന്നു. തയ്യിൽകാവ് വയനാട്ടുകുലവൻ ക്ഷേത്രത്തിന്റെ നാലു സ്ഥാനിക തറവാടുകളിൽ ഒന്നായിരുന്നുവത്രെ കാര്യങ്കണ്ടി തറവാട്. അതുപോലെ തോണിയോട്ട് ശ്രീ കുറുമ്പക്ഷേത്ര ത്തിലെ ബലികർമ്മങ്ങളുടെ കാര്യക്കാരുമായിരുന്നു അവർ. അതുകൊണ്ടാണ് കാര്യങ്കണ്ടി തറവാട് എന്ന പേരുണ്ടാകുന്നത്. കാര്യക്കാർകണ്ടിയാണ് കാല ക്രമേണ കാര്യങ്കണ്ടിയായി മാറിയത്. ചരിത്രപ്രസിദ്ധമായ കടലായി യുദ്ധം കഴിഞ്ഞതിനുശേഷം കടലായിക്കോട്ട കിളച്ചുകോരിയെങ്കിലും ബ്രിട്ടീഷ് പട്ടാളക്കാർ തുടർന്ന് ഇവിടെ വന്നുപോയിക്കൊണ്ടിരുന്നുവെന്നും കരുതാ വുന്നതാണ്. അതിന്റെ പ്രധാനകാരണം അവർക്ക് ഇവിടത്തെ തെങ്ങിൻകള്ള് വളരെ ഇഷ്ടമുള്ള പാനീയമായിരുന്നു എന്നതാണ്. അങ്ങനെ സോമരസ പാനത്തിനുവേണ്ടി കാര്യങ്കണ്ടി തറവാട്ടിൽ വന്ന ഒരു വെള്ളക്കാരൻ കുടിച്ച് ലക്കുകെട്ടപ്പോൾ വീട്ടിലുള്ള സ്ത്രീകളോട് അപമര്യാദയായി പെരുമാറി യത്രെ! അതു കാണാനിടയായ തറവാട്ടുകാരണവർ വീടിന്റെ ഇറയൊല യിൽ തിരുകിവെച്ചിരുന്ന "കോലോട്ടുകോൽ" എന്ന ചെത്തുപകരണം വലി ച്ചെടുത്ത് വെള്ളക്കാരനെ മർദ്ദിച്ചുവെന്നും, അടികൊണ്ട് ബോധംകെട്ടുവീണ വെള്ളക്കാരൻ മരിച്ചെന്നു കരുതി സമീപത്തെ കുന്നിൻചെരുവിൽ ആരും കാണാതെ കുഴിച്ചുമൂടി എന്നുമാണ് ആ കഥ.

എന്നാൽ ഇതിനെ തുടർന്നുള്ള ദിവസങ്ങൾ കടന്നുപോയത് കാര്യങ്കണ്ടി തറവാട്ടിനെ സംബന്ധിച്ചിടത്തോളം ഭയത്തിന്റേയും ഉൽക്കണ്ഠയുടേയും കരിനിഴലായിരുന്നു. എന്തിനും പോരുന്ന ബ്രിട്ടീഷ് പട്ടാളത്തിലെ ഒരംഗത്തെ യാണ് കാരണവർ നിഷ്കരുണം അടിച്ചുകൊന്ന് കുഴിച്ചുമൂടിയിരിക്കുന്നത്.

രാജാവും ജന്മിയും പട്ടാളവുമൊക്കെ അഹമഹമികയാ ബ്രിട്ടീഷുകാർക്കു പാദസേവ ചെയ്യുന്ന കാലം!

എന്തും സംഭവിക്കാവുന്ന അവസ്ഥ. ഒരുപക്ഷേ, വിവരമറിഞ്ഞ് ബ്രിട്ടീഷ് പട്ടാളക്കാർ കുതിരപ്പുറമേറി വന്നു നാടും വീടും ചുട്ടുകരിച്ചേക്കാം. കാരണവരെ വിലങ്ങുവെച്ച് കണ്ണൂർകോട്ടയിലോ പയ്യാമ്പലം കടപ്പുറത്തോ കൊണ്ടുപോയി വെട്ടി നുറുക്കിയേക്കാം. കുറേ ദിവസത്തേക്കു കാര്യങ്കണ്ടി ത്തറവാട്ടിലെ ആരും പുറത്തിറങ്ങിയില്ല. ഭയത്തിന്റെ കനത്ത നിശ്ശബ്ദത തയിൽ മാസങ്ങളോളം ആ തറവാടു വീർപ്പുമുട്ടുകയായിരുന്നു എന്നാൽ മാസങ്ങൾ പലതു കഴിഞ്ഞിട്ടും വെള്ളക്കാരനെ അന്വേഷിച്ച് ആരും വന്നില്ല. ആശ്വാസത്തിന്റെ നെടുവീർപ്പുകൾ ആ കുടുംബാന്തരീക്ഷത്തിൽ ഉയരാൻ തുടങ്ങി. ചുരുക്കിപ്പറഞ്ഞാൽ വെള്ളക്കാരൻ സംഭവം തന്നെ എല്ലാവരും മറന്നുകഴിഞ്ഞു. കുറച്ചു നാൾ കഴിഞ്ഞപ്പോൾ അതാ ഒരു പുതിയ പ്രശ്നം തറവാട്ടിൽ ഉരുണ്ടുകൂടുന്നു. വീട്ടിൽ ഒരു യുവതിക്ക് പ്രേതബാധ കലശ ലായി. പ്രേതത്തിന്റെ ഭാഷയാകട്ടെ ഇംഗ്ലീഷും, ഇംഗ്ലീഷ് സംസാരിക്കുന്ന പ്രേതം ഒഴിയാബാധയായപ്പോൾ കാരണവർ പ്രശ്നം വെച്ചുനോക്കി. പ്രശ്ന ത്തിൽ കണ്ടത് ആഗ്രഹം തീരാത്ത ഒരു പരദേശിപ്രേതം തറവാട്ടിനെ ചുറ്റി

നടക്കുന്നുവെന്നാണ്. അതിനുള്ള പ്രായശ്ചിത്തമായി എല്ലാവർഷവും, കർക്കിടവാവുനാളിലും വീട്ടിലെ മറ്റു വിശേഷദിവസങ്ങളിലും വെള്ളക്കാരനുവേണ്ടി ബലിതർപ്പണം നടത്താനാരംഭിച്ചു. ആ ബലിതർപ്പണത്തിൽ വെള്ളക്കാരന്റെ ഇഷ്ടവിഭവങ്ങളെല്ലാം സ്ഥാനം പിടിച്ചിരുന്നു. മദ്യവും മത്സ്യമാംസാദികളും പോരാതെ സിഗരറ്റും അതിലുൾപ്പെട്ടിരുന്നുവത്രെ!

യുദ്ധത്തിന്റെ സ്മാരകം

375 കൊല്ലങ്ങൾക്കുമുമ്പ് ഈ നാടിന്റെ സിരാകേന്ദ്രത്തിൽ വെച്ചുനടന്ന ഒരു വലിയ യുദ്ധത്തെക്കുറിച്ചും അതിന്റെ പ്രത്യക്ഷവും പരോക്ഷവുമായ സാക്ഷ്യങ്ങളെക്കുറിച്ചും പറയുന്ന കൂട്ടത്തിൽ, ആ യുദ്ധത്തിന്റെ സ്മാരകമായി ഒരു ശ്മശാനവും കടലായിക്കടപ്പുറത്ത് നിലവിലുണ്ട് എന്നറിയുന്നത്. കടലായിക്കടപ്പുറത്തുള്ള "ചെട്ടികളെ ചുടുന്ന സ്ഥലം" എന്നറിയപ്പെടുന്ന സമുദായശ്മശാനത്തിന്റെ ആവിർഭാവം മേൽപ്പറഞ്ഞ കടലായിയുദ്ധത്തെ തുടർന്നാണത്രെ! കടലായിയുദ്ധത്തിൽ മരിച്ചുവീണ കർണ്ണാടകക്കാർ നിരവധിയാണെന്നു പറഞ്ഞുവല്ലോ. വെടിമരുന്നറ പൊട്ടിത്തെറിച്ച് നൂറു പേരും, ആയുധംവച്ച് കീഴടങ്ങി തിരിച്ചുപോകുമ്പോൾ നായർപടയാളികൾ കശാപ്പുചെയ്ത മുന്നൂറു പേരുമടക്കം ആയിരക്കണക്കിന് കർണ്ണാടകക്കാരാണു കടലായിൽ മരിച്ചുവീണത്. അവരുടെ മൃതദേഹങ്ങൾ മുഴുവൻ കടലായി കടപ്പുറത്ത് ഒരുമിച്ച് കൂട്ടി ദഹിപ്പിക്കുകയായിരുന്നുവെന്നു പറയപ്പെടുന്നു. ആ സംഭവത്തോടെ ആയിരിക്കണം ആ സ്ഥലം ഒരു ശ്മശാനമായിത്തീരുന്നത്. പിന്നീട് ആ സ്ഥലം ചെട്ടികളുടെ സമുദായ ശ്മശാനമായി തീരുകയും ചെട്ടികളെ ചുടുന്ന സ്ഥലമെന്നു അറിയപ്പെടുകയും ചെയ്തു. ആ ശ്മശാനത്തിനരികിലൂടെ പകൽ പോലും യാത്ര ചെയ്യാൻ നാട്ടുകാർക്ക് ഒരു കാലഘട്ടംവരെ പേടിയായിരുന്നു. ഇതുപോലെ ഒരറുംകൊലയിൽ നിന്നുമാണത്രെ കണ്ണൂരിലെ പയ്യാമ്പലം ശ്മശാനത്തിന്റേയും തുടക്കം. കോലത്തുരാജാവിന്റെ ഒരു പടനായകനായിരുന്ന മുരിക്കഞ്ചേരിക്കേളു പയ്യാമ്പലം കടപ്പുറത്തുകൂടെ കുതിരസവാരി നടത്തുമ്പോൾ ആരോ ഒളിച്ചുനിന്നു വെടിവെച്ചു. വെടികൊണ്ടുവീണ കേളു തൽക്ഷണം മരിക്കുകയും അവിടെത്തന്നെ അദ്ദേഹത്തെ മറവുചെയ്യുകയും ചെയ്തു. അതോടെയാണ് ആ സ്ഥലം ഒരു ശ്മശാനമായിത്തീരുന്നത്. മുരിക്കഞ്ചേരിക്കേളുവിന്റെ ശവക്കല്ലറ പയ്യാമ്പലത്ത് ഇപ്പോഴും നിലനിൽക്കുന്നുണ്ട്.

ഒറ്റച്ചിറകുള്ള പക്ഷികൾ

കടലായി നാടിനെ പാശ്ചാത്തലമാക്കി നോവലുകളും എഴുതപ്പെട്ടിട്ടുണ്ട്. അവയിൽ ഇ.എം. ഹാഷിം എഴുതിയ നോവലാണ് "ഒറ്റച്ചിറകുള്ള പക്ഷികൾ". കടലായി കടലോരത്ത് കാരേറാട്ട് തറവാടിന്റെ അകത്തളത്തിൽ പഴയ കൂട്ടുകുടുംബസമ്പ്രദായത്തിന്റെ തടവറയിൽ കഴിഞ്ഞുകൂടേണ്ടിവന്ന ഒരു കൂട്ടം അനന്തിരവന്മാരുടെ വീർപ്പുമുട്ടലിന്റെ കഥയാണ്, "ഒറ്റച്ചിറകുള്ള പക്ഷികൾ" തറവാട്ടുകാരണവരുടെ അധീശത്വത്തിൻ കീഴിൽ ഞെരിഞ്ഞമർന്ന ആ അനന്തിരവന്മാരിൽ ഒരാൺകിളി, കൂട് തകർത്ത് പരിവർത്തനത്തിന്റെ

വിഹായസ്സിലേക്ക് പറന്നുയരാൻ പരിശ്രമിക്കുന്നതാണ് ഒറ്റച്ചിറകുള്ള പക്ഷികൾ എന്ന നോവലിന്റെ ഇതിവൃത്തം. കടലായിലെ നാട്ടുഭാഷ പ്രത്യേകിച്ചും മുസ്ലീംസ്ത്രീകളുടെ സംസാരഭാഷ എന്താണെന്നെറിയണമെങ്കിൽ ഒറ്റച്ചിറകുള്ള പക്ഷികൾ എന്ന നോവൽ വായിച്ചാൽ മതി. അത്രമാത്രം തന്മയത്വത്തോടെയാണ് കടലായിയിൽ വേരുകളുള്ള ഇ.എം.ഹാഷിം ആ നോവൽ എഴുതിയിരിക്കുന്നത്.

ടി.പി.ശേഖരൻ

കടലായി നാടിനെ പശ്ചാത്തലമാക്കി രചിക്കപ്പെട്ട മറ്റൊരു നോവലാണ് 'അർച്ചന'. നാട്ടുകാരൻ തന്നെയായ ടി.പി. ശേഖരനാണ് അതിന്റെ കർത്താവ്. ശേഖർജി എന്ന തൂലികാനാമത്തിൽ ഇരുപതിലേറെ നോവലുകൾ അദ്ദേഹത്തിന്റേതായി മലയാളഭാഷക്ക് ലഭിച്ചിട്ടുണ്ട്. കരാറിനകക്കാരിൽ ഏറ്റവും കൂടുതൽ നോവലെഴുതിയ ആൾ എന്ന ബഹുമതിയും ടി.പി. ശേഖരനുള്ളതാണ്. വളരെക്കാലം പട്ടാളത്തിൽ സേവനമനുഷ്ഠിച്ചിട്ടുള്ള ടി.പി.ശേഖരന്റെ മിക്ക കഥകളിലും പട്ടാളക്കാരുടെ ജീവിതപ്രയാസങ്ങളാണ് പ്രതിപാദ്യവിഷയമായിട്ടുള്ളത്. അനുഭവങ്ങളുടെ ചൂടും ചൂരും നല്ലവണ്ണമുള്ള ആ കഥകൾ അപ്രിയസത്യങ്ങളുടെ തുറന്നു കാട്ടലുമാണ്. നന്നേ ചെറുപ്പത്തിൽതന്നെ കലാസാഹിത്യരംഗങ്ങളിൽ വ്യാപൃതനായിട്ടുള്ള, ടി.പി.ശേഖരന്റെ കഥകൾ നാല്പത്തിയഞ്ചു വർഷം മുമ്പേ തന്നെ ജനയുഗം ആഴ്ചപ്പതിപ്പിൽ പ്രത്യക്ഷപ്പെടാറുണ്ടായിരുന്നു. സ്കൂളിൽ പഠിക്കുന്ന കാലത്ത് കഥാപ്രസംഗത്തിലും അദ്ദേഹം ഒരു കൈ നോക്കിയിരുന്നു. "മാമ്പഴം," "വാഴക്കുല" എന്നീ കവിതകൾ കഥാപ്രസംഗരൂപത്തിലൂടെ ഈ നാട്ടുകാർക്ക് പരിചയപ്പെടുത്തിയത് ടി.പി. ശേഖരനാണ്.

കടലായിനാട്ടിലെ പ്രഗത്ഭമതികൾ

വിവിധ രംഗങ്ങളിൽ പ്രഗൽഭരായിട്ടുള്ള ഒരു പാടുപേർ കടലായി നാട്ടിൽ ജനിച്ചുവളർന്നിട്ടുണ്ട്. അവരിൽ ദേശീയപ്രസ്ഥാനത്തിലെ ഇവിടുത്തെ ആദ്യകാല പ്രവർത്തകനായിരുന്ന അലി വൈദ്യർ, കമ്മ്യൂണിസ്റ്റ് നേതാവും, സാമൂഹ്യപ്രവർത്തകനുമായിരുന്ന കാരിഗോവിന്ദൻ എന്ന ആയാടത്തിൽ ഗോവിന്ദൻ, കമ്യൂണിസ്റ്റ് നേതാവും കലാസാംസ്കാരിക പ്രവർത്തകനുമായിരുന്ന യു.കെ. കരുണൻമാസ്റ്റർ, പത്രപ്രവർത്തകനും ബീഹാർ സംസ്ഥാനത്തിലെ കമ്യൂണിസ്റ്റ് നേതാവുമായിരുന്ന കോട്ടേങ്കണ്ടി ഗോപാലൻ, പത്രപ്രവർത്തകനും കേരള ഗ്രന്ഥശാല പ്രസ്ഥാനത്തിന്റേയും സോഷ്യലിസ്റ്റ് പാർട്ടിയുടേയും സമുന്നതനേതാവായിരുന്ന തായത്ത് രാഘവൻ, കോൺഗ്രസ്സ് നേതാവ്, പത്രപ്രവർത്തകൻ, പ്രഗത്ഭ പ്രാസംഗികൻ എന്നീ നിലകളിലെല്ലാം കണ്ണൂരിൽ ലബ്ധപ്രതിഷ്ഠനായ എം.അബ്ദുറഹ്മാൻ, പ്രശസ്ത കവിയും മാർക്സിസ്റ്റ് ചിന്തകനും വാഗ്മിയുമായ ഉമേഷ്ബാബു കെ.സി., ഐ.എ.എസ്. ഓഫീസറായ പി.വി. ഭരതൻ, ഐ.പി.എസ്. ഉദ്യോഗസ്ഥനായ പി.വി. ലക്ഷ്മണൻ, ഫുട്ബാളിൽ ഇന്ത്യൻ കുപ്പായമണിഞ്ഞ പി.വി. മാധവൻ തുടങ്ങി ഒട്ടനവധി പ്രഗത്ഭവ്യക്തികൾ കടലായിയുടെ പുത്രന്മാരാണ്.

ആദികടലായി ശ്രീകൃഷ്ണക്ഷേത്രം

1793-ൽ സവർണ്ണരുടെ പലായനത്തോടെ ഇവിടെനിന്നും തിരോഭവിക്കപ്പെട്ട പുരാതനകടലായി ക്ഷേത്രം 1820കളോടുകൂടി കണ്ണൂർ ചിറയ്ക്കലിൽ മാറ്റി സ്ഥാപിച്ചു എന്നു പറഞ്ഞുവല്ലോ. തുടർന്നുവന്ന തലമുറയുടെ പൊതുബോധത്തിൽ കടലായിക്ഷേത്രമെന്നാൽ ചിറയ്ക്കൽ കടലായി ക്ഷേത്രമാണെന്നു വരുന്നത് തികച്ചും സ്വാഭാവികം. മുഖ്യധാരാചരിത്രത്തിൽനിന്നും കടലായി നാട് പിന്നാമ്പുറത്തായിപ്പോയതിന് കാരണമിതാണ്. എന്നാൽ സാഹചര്യത്തിന്റെ സമ്മർദ്ദത്താൽ വിസ്മൃതിയിലാണ്ടുപോയ ആ പഴയ അമ്പലത്തിന്റെ ശേഷിപ്പുകൾ കഥകളായും, ഐതിഹ്യങ്ങളായും, പഴംചൊല്ലുകളായും, സ്ഥലപ്പേരുകളായും, തറവാട്ടുപേരുകളായും ഇവിടെ ഡാവഞ്ചിക്കോഡുപോലെ നിർദ്ധാരണം ചെയ്യപ്പെടാതെ കിടക്കുന്നുമുണ്ടായിരുന്നു.

1960കളോടുകൂടിയാണു മലബാറിന്റെ മുഖ്യധാരാചരിത്രത്തിൽ കടലായിക്കുള്ള സ്ഥാനം ആധുനികജനത തിരിച്ചറിയുന്നത്. അതിനു സഹായിച്ചതാകട്ടെ, ചിറയ്ക്കൽ രാജപരമ്പരയിലെ ഒരംഗവും കേരളത്തിലെ പ്രമുഖ ചരിത്രപണ്ഡിതനുമായ ശ്രീ.ചിറക്കൽ.ടി.ബാലകൃഷ്ണൻ നായരും. താൻ അംഗമായ ചിറയ്ക്കൽ കോവിലകത്തെ ഇരുണ്ട പത്തായപ്പുരയിൽ നിന്നും പുരാതന ചരിത്രത്തിന്റെ ഓലക്കെട്ടുകൾ ഓരോന്നായി പുറത്തെടുക്കുകയായിരുന്നു ശ്രീ.ബാലകൃഷ്ണൻ നായർ. പിന്നീട്, ചിറയ്ക്കൽ ടി.ബാലകൃഷ്ണൻ നായരുടെ പ്രബന്ധങ്ങൾ എന്ന പേരിൽ ആ ചരിത്രശേഖരം ദേശമിത്രം വാരികയിലൂടെ വെളിച്ചം കാണുകയും ചെയ്തു.

മറ്റൊരു കാര്യം, മലബാറിന്റെ എഴുതപ്പെട്ട പുരാതനചരിത്രത്തിൽ കടലായിക്കുള്ള സ്ഥാനം വില്യം ലോഗന്റെ മലബാർ മാന്വൽ എന്ന ഇംഗ്ലീഷ് ഗ്രന്ഥത്തിലും സാധാരണക്കാർക്കൊന്നും തിരിച്ചറിയുവാനാകാതെ ചിന്നിച്ചിതറിക്കിടക്കുന്നുമുണ്ടായിരുന്നു. സ്ഥലപ്പേരുകൾ ഇംഗ്ലീഷിലെഴുതിയതിലുണ്ടായ ദുർഗ്രാഹ്യതയാകണം അതു സാധാരണക്കാർക്കൊന്നും തിരിച്ചറിയാതിരുന്നത്. ബ്രിട്ടീഷ് രേഖകളെ അവലംബിച്ചുകൊണ്ടാണു അന്നത്തെ മലബാർ കളക്ടറായിരുന്ന ലോഗൻ മലബാർ മാന്വൽ തയ്യാറാക്കിയത്.

1960 കൾ കടലായിനാടിനെ സംബന്ധിച്ചിടത്തോളം പ്രധാനപ്പെട്ട ഒരു വഴിത്തിരിവിന്റെ കാലഘട്ടം കൂടിയായിരുന്നു. കടലായിയിൽ പിൽക്കാലത്തുണ്ടായ സാമ്പത്തികാഭിവൃദ്ധിക്കു കാരണമായ പേർഷ്യൻ കുടിയേറ്റം തുടങ്ങുന്നത് 1960കളുടെ തുടക്കത്തിലായിരുന്നു. ഗൾഫ് സ്വപ്നങ്ങൾ കുത്തിനിറച്ച പത്തേമാരികൾ പലതും പുറപ്പെട്ടത് കടലായിക്കടപ്പുറത്തുനിന്നായിരുന്നു. തിരമാലകളെ കീറിമുറിച്ചുകൊണ്ടു പേർഷ്യൻ കടലിടുക്കിൽ നങ്കൂരമിട്ട ആ അനധികൃതജലയാനപാത്രങ്ങളിൽ നിന്നും കടലിൽ ചാടി നീന്തിക്കരപറ്റിയ ഭാഗ്യാന്വേഷികളിൽ കടലായിക്കാർ നിരവധിയായിരുന്നു. പെട്രോൾ ഡോളർ കടലായിയെ സമ്പന്നമാക്കാൻ തുടങ്ങുന്നത് ഈ ഗൾഫ് കുടിയേറ്റത്തോടുകൂടിയായിരുന്നു. ഭക്ഷണത്തിലും, വസ്ത്രത്തിലും, വീടുകളുടെ കെട്ടിലും മട്ടിലും നാട്ടുകാരുടെ പെരുമാറ്റത്തിൽ പോലും ആ സമ്പന്നത പ്രകടമാകുകയും ചെയ്തിരുന്നു. ആ സാമ്പത്തികമായ ഉൽക്കർഷം

തന്നെയാണ് 1980 കളിൽ ഇവിടെ ഉയർന്നുവന്ന ആദികടലായി ക്ഷേത്രത്തിന്നു കാരണമായതെന്ന് സാമാന്യമായി പറയാവുന്നതാണ്. എങ്കിലും, ദൈവഭക്തി ഉന്മാദം പോലെ കൊണ്ടുനടന്നിരുന്ന ഒരു നാട്ടുകാരന്റെ ഉൾവിളികളാണ് ആദികടലായി ക്ഷേത്രം എന്ന ആശയത്തിന്നു രാസത്വരകമായിത്തീർന്നതെന്നും പറയപ്പെടുന്നുണ്ട്.

കടലായിയിൽ ശ്രീകൃഷ്ണക്ഷേത്രം നിർമ്മിക്കണമെന്ന് ആദ്യമായി മുറവിളി കൂട്ടിയത് നാട്ടുകാരനായ വാസുവേട്ടനായിരുന്നു. നേരത്തെ സൂചിപ്പിച്ച, കർണ്ണാടകസമൂഹത്തിലെ ഒരംഗമായ വാസുവേട്ടൻ സ്വയംപരിചയപ്പെടുത്തിയിരുന്നത് വാസുദേവറാവു എന്നായിരുന്നു. നീളൻ ജൂബ്ബയും തോളിൽ തുണിസഞ്ചിയും ചെവിമടക്കിൽ തുളസിക്കതിരും നെറ്റിയിൽ കുങ്കുമക്കുറിയും കൈക്കുമ്പിൾ നിറയെ പൂജാപുഷ്പങ്ങളുമായി പ്രത്യക്ഷപ്പെടുന്ന വാസു ദേവറാവു, ദൈവവിശ്വാസം ശരീരത്തിൽ ഒട്ടിച്ചുവെച്ച ഒരു കൃഷ്ണഭക്തനായിരുന്നു. ഉന്മാദം കൊടുമ്പിരി കൊള്ളുമ്പോൾ വാസുദേവറാവു മഹാമൗനത്തിൽ വീഴും. അപ്പോൾ വരമൊഴിയിലായിരിക്കും മറ്റുള്ളവരുമായി ആശയവിനിമയം നടത്തുക. കടലായിയിൽ ശ്രീകൃഷ്ണനു ക്ഷേത്രം പണിയണമെന്നുള്ള ആഗ്രഹമായിരിക്കും വാസുദേവറാവുവിന്റെ വരമൊഴിയിലെ മുഖ്യപ്രതിപാദ്യവിഷയം. തന്റെ ആഗ്രഹങ്ങൾ നാട്ടുകാർ ഗൗനിക്കുന്നില്ല എന്നു തോന്നിയാൽ കടലായി ഉപേക്ഷിച്ചു കർണ്ണാടകത്തിലേക്ക് പലായനം ചെയ്യുവാനും വാസുദേവറാവു ഇറങ്ങി പുറപ്പെടുമായിരുന്നു. എന്നാൽ പാതി വഴിക്കെത്തിയാൽ എന്തോ ഉൾവിളി കേട്ടിട്ടെന്നോണം മുന്നോട്ടുള്ള യാത്രയുപേക്ഷിച്ചു കടലായിലേക്ക് തന്നെ തിരിച്ചുവരികയും ചെയ്യുമത്രെ വാസുദേവ റാവു. “നാടു വിട്ടുപോകരുതേ വാസുദേവറാവു” എന്നുള്ള കടലായികൃഷ്ണന്റെ ഉപദേശം കേട്ടിട്ടാണ് താൻ കടലായിലേക്ക് തിരിച്ചുവന്നതെന്നായിരിക്കും വാസുദേവറാവുവിന്റെ വെളിപ്പെടുത്തൽ. മറ്റു ചിലപ്പോൾ കടലായിപ്പറമ്പിൽ ഭഗവാൻ ശ്രീകൃഷ്ണനെ സങ്കൽപ്പിച്ച് മൗനത്തെ മഹാമന്ത്രമാക്കി ഒറ്റയാൾ പൂജയും നടത്താറുണ്ടായിരുന്നു വാസുദേവറാവു. “കടലായി വാഴും ദേവഗോകുലപാലാ/പാരിലാകെ രക്ഷചെയ്യാൻ വാവാ കണ്ണാ” എന്നായിരിക്കും വാസുദേവറാവുവിന്റെ ആ മഹാമന്ത്രം. വാസുദേവറാവു ഒറ്റയാൾപൂജ നടത്തിയ കടലായിപ്പറമ്പിൽ തന്നെയാണ് 1980കളിൽ ആദികടലായി ക്ഷേത്രവും ഉയർന്നുവന്നത്.

മുപ്പതു കൊല്ലത്തോളമായി കടലായിയുടെ ഹൃദയഭാഗത്ത് ഗരിമയോടെ നിലകൊള്ളുന്ന ആദികടലായി ക്ഷേത്രം കരാറിനകത്തെ മാത്രമല്ല സമീപ പ്രദേശങ്ങളിലെയും അനേകായിരം ഭക്തജനങ്ങളുടെ ഒരു ആരാധനാകേന്ദ്രമായി വളർന്നുകൊണ്ടിരിക്കുന്നു. ഭഗവാൻ ശ്രീകൃഷ്ണനെ പ്രധാനമൂർത്തിയായും, ഗണപതി മഹാലക്ഷ്മി ശബരിമല അയ്യപ്പൻ എന്നിവരെ ഉപദൈവങ്ങളായും അവിടെ പൂജിക്കപ്പെടുന്നു. ശ്രീനാരായണഗുരുവിന്റെ ശിൽപമണ്ഡപവും, നാഗസ്ഥാനവും, ഊട്ടുപുരയുമൊക്കെയുള്ള ഈ ക്ഷേത്രത്തെ ഒരു മഹാക്ഷേത്രമാക്കാനുള്ള തയ്യാറെടുപ്പിലാണ് ഇതിന്റെ അണിയറ പ്രവർത്തകർ. കരാറിനകത്തെ അഞ്ചു ദേശക്കാർ ഭാഗഭാക്കുകളായിട്ടുള്ള

ഈ ക്ഷേത്രത്തിലെ ആണ്ടുത്സവങ്ങളും ആകർഷകങ്ങളാണ്. ആനയും അമ്പാരിയും മുത്തുക്കുടയും വാദ്യഘോഷങ്ങളുമായുള്ള എഴുന്നെള്ളത്തും, കേരളത്തിലെ വിവിധ കലാസംഘടനകളെ പങ്കെടുപ്പിച്ചുകൊണ്ടുള്ള വൈവിധ്യമാർന്ന കലാപരിപാടികളും, നാനാജാതിമതസ്ഥരെയും ആകർഷിക്കുന്നവയാണ്. ഉത്സവനാളുകളിലും, മറ്റു വിശേഷദിവസങ്ങളിലുള്ള പ്രസാദ സദ്യയും ജനപങ്കാളിത്തം കൊണ്ടു ശ്രദ്ധേയമാണ്.

ഈ ക്ഷേത്രത്തിന്റെ പേരിനു മുമ്പേ "ആദി" എന്ന വിചിത്രമായ വിശേഷണം വന്നുചേർന്നതിനെക്കുറിച്ചും ചിലത് പറയുവാനുണ്ട്. പണ്ടുകാലത്തു ഇവിടെയുണ്ടായിരുന്ന, കടലായി ശ്രീകൃഷ്ണക്ഷേത്രത്തിന്റെ തുടർച്ചയാണ് നിലവിലുള്ള ക്ഷേത്രം എന്നു ദ്യോതിപ്പിക്കാനായിരിക്കണം കടലായി എന്നതിനു മുമ്പേ "ആദി" എന്ന വിശേഷണം ചേർത്തിട്ടുണ്ടാവുക. അതിന്റെ മറ്റൊരു ഫലം, കടലായി നാടുതന്നെ ഇപ്പോൾ ആദി എന്ന വിശേഷണത്തോടെ അറിയപ്പെടുവാൻ തുടങ്ങിയിരിക്കുന്നു എന്നതാണ്.

തോട്ടട- വിദ്യാദേവി കടാക്ഷിച്ച നാട്

"ഒറ്റക്കൊമ്പുടയോർനാഥനെ എപ്പോഴും വണങ്ങുന്നേൻ!
വിദ്യയായ സരസ്വതി കടാക്ഷിക്കേണം തകിടതെയ്
പാൽക്കടലിൽ പള്ളിക്കൊള്ളും പന്നഗനാം തമ്പുരാന്റെ
ലീല പാടിക്കളിപ്പാനായ് തുടങ്ങുന്നിപ്പോൾ തകിടതെയ്യ്"

ഇത് ഒരു കോൽക്കളിപ്പാട്ടിലെ വന്ദനഗാനം. താളക്രമത്തിൽ കോലുകളിടിച്ചുകൊണ്ട് ചുവടുകൾവെച്ച് അനന്തൻഗുരുക്കളും കോരൻഗുരുക്കളും മുഴങ്ങുന്ന ശബ്ദത്തിൽ പാടിക്കൊടുക്കുന്നു. ഇരുന്നും നിവർന്നും, ചാഞ്ഞും ചരിഞ്ഞും, തുള്ളിയും ചാടിയും, നൂണം കടന്നും കൊണ്ടും കൊടുത്തും ശിഷ്യൻമാർ അതേറ്റുപാടുന്നു. നാട്ടുകൂട്ടായ്മയുടെ വിളംബരമായ കോൽക്കളി എന്ന കലാപരിപാടി ഒരു കാലത്ത് തോട്ടടയിലെ സാംസ്കാരിക സായാഹ്നങ്ങളിലെ ഇഷ്ടവിനോദമായിരുന്നു. തോട്ടടക്കാരെ സംബന്ധിച്ചടത്തോളം കോൽക്കളി ഒരു വിനോദോപാധി മാത്രമായിരുന്നില്ല. മറിച്ച് അതൊരു സമൂഹത്തിന്റെ സൗഹൃദം പങ്കുവെക്കലും, സ്നേഹത്തിന്റെ കൊടുത്തുകൊള്ളലുമായിരുന്നു. സർവ്വോപരി അതിലൂടെ ഒരു സാംസ്കാരിക ദൗത്യവും നിറവേറ്റപ്പെടുകയായിരുന്നു. മൃദംഗത്തിൽ കോരമ്പേത്ത് കണ്ണനൊരുക്കുന്ന ചടുലതാളത്തിനൊപ്പിച്ച് വായ്പാട്ടുപാടി "തിമർക്കുന്ന" ഒരു യുവനിരതന്നെ അന്നു തോട്ടടയിലുണ്ടായിരുന്നു. അച്ചുതൻ ഭാഗവതർ, ഉണക്കൻ ഭാഗവതർ, ഗോവിന്ദൻ ഭാഗവതർ, ഏ സി. മാധവൻ മുതലായ സംഗീതകാരന്മാർ, ഹാർമ്മോണിയത്തിൽ ഒരുക്കുന്ന രാഗമഴയിൽ മതിമറന്നുനിന്ന ഒരുകാലവും തോട്ടടയ്ക്കുണ്ടായിരുന്നു. ഗീതം, വാദ്യം, നൃത്തം, ചിത്രകല ഇവ നാലും മേളിക്കുന്ന, ഉത്തരകേരളത്തിന്റെ തനത്കലയായ തെയ്യങ്ങളുടെ ഒരു നീണ്ട നിരതന്നെ പണ്ട് തോട്ടടയിലുണ്ടായിരുന്നു. കനോത്തുകാവിൻ മുറ്റത്ത് വിറകുകൊണ്ട് കൂട്ടിയ "മേലേരിയിൽ" രാമൻ പണിക്കർ, കൃഷ്ണൻ പണിക്കർ, കണ്ണൻ പണിക്കർ തുടങ്ങിയ തെയ്യം കലാകാരന്മാർ, നൂറ്റിയൊന്ന്

പ്രാവശ്യം വീണുരുളുന്നതും തീപ്പൊരി പറ്റിപ്പിടിച്ച കുരുത്തോല ഉടയാടയുമായി എഴുന്നേറ്റുവരുന്നതുമൊക്കെ ആർക്കാണ് മറക്കാൻ സാധിക്കുക?

ഇന്ദ്രിയങ്ങളെ ലഹരിപിടിപ്പിക്കുന്ന ചെമ്പകപ്പൂവിന്റേയും പാലപ്പൂവിന്റേയും നറുമണം പരന്നൊഴുകുന്ന തോണിയോട്ട് കാവിൻമുറ്റത്ത് ചെണ്ടയുടെ ചടുലതാളത്തിനൊപ്പിച്ച് കുറുംബഭഗവതിയുടെ ഉറഞ്ഞാട്ടവും തോട്ടടയിലെ മറ്റൊരു തെയ്യക്കാഴ്ചയായിരുന്നു.

ശ്രീ നാരായണഗുരു വായനശാല ആന്റ് സംഗീത സമിതിയുടെ നവരാത്രി ആഘോഷങ്ങളിലെ വൈവിധ്യമാർന്ന സംഗിതവിരുന്നും വാമനൻ മാസ്റ്റർ ആരണ്യസ്വാമി മുതലായവരുടെ ഹരികഥാകാലക്ഷേപവും, കന്നിക്കാരനായ ടി.പി.ശേഖരൻ എന്ന കാഥികന്റെ കഥാപ്രസംഗവും കുട്ടികൃഷ്ണൻമാരാർ, മുണ്ടശ്ശേരി, കെ. ദാമോദരൻ, പി. കുഞ്ഞിരാമൻ നായർ, സുകുമാർ അഴീക്കോട് തുടങ്ങിയ സാംസ്കാരികനായകന്മാരെ പങ്കെടുപ്പിച്ചു കൊണ്ടുള്ള വായനശാലാവാർഷികങ്ങളുമെല്ലാം അന്യദേശക്കാരെപ്പോലും ആകർഷിച്ചിരുന്നു. പ്രൊഫ: ടി.പി.സുകുമാരൻ, കെ.ആർ.കെ. കാഞ്ഞിര, ടി.വി. കരുണാകരൻമാസ്റ്റർ, പി.വി. രാഘവൻമാസ്റ്റർ, ടി.പി. ബാലകൃഷ്ണൻ തുടങ്ങിയ തോട്ടടയിലേയും പരിസരങ്ങളിലേയും വളർന്നുവരുന്ന സാഹിത്യകാരന്മാർ ഞായറാഴ്ചതോറും നടത്താറുള്ള സാഹിത്യകൂട്ടായ്മകളും, ശൂദ്രനെ അക്ഷരം പഠിപ്പിക്കാൻ വേണ്ടി ചക്കരമാത്തൻ ഗോവിന്ദൻ ഗുരിക്കൾ സ്ഥാപിച്ച തോട്ടട യു.പി. സ്കൂളിലെ കെ. കുമാരൻ മാസ്റ്റർ, ടി.പി. സുകുമാരൻ, എ.കെ. ചൊവ്വ തുടങ്ങിയ ലബ്ധപ്രതിഷ്ഠരായ അദ്ധ്യാപകന്മാരുടെ ദർശനസൗന്ദര്യം വഴിഞ്ഞൊഴുകുന്ന ക്ലാസുമുറികളുമെല്ലാം (മേൽക്കൊടുത്ത കോൽക്കളിപ്പാട്ടിൽ പറഞ്ഞതുപോലെ) വിദ്യയുടെ ദേവി കനിഞ്ഞനുഗ്രഹിച്ച ഒരു ദേശത്തിന്റെ പ്രത്യക്ഷസാക്ഷ്യങ്ങളായിരുന്നു. പാമ്പൻ മാധവന്റേയും, ചാത്തൂട്ടി വൈദ്യരുടെയും,കെ.പി. കുറുവമ്മാഷിന്റേയും കാലടിപ്പാടുകൾ പതിഞ്ഞ തോട്ടടയിൽ വിവിധ നിലയിൽ പ്രാഗൽഭ്യം നേടിയവർ നിരവധിയാണ്. മേൽക്കൊടുത്തതൊക്കെ ഒരു കാലത്തെ തോട്ടടയുടെ സാംസ്കാരികപെരുമയാണ് അടയാളപ്പെടുത്തുന്നത്. കരാറിനകത്തെ അഞ്ചുദേശങ്ങളിൽ തോട്ടടയ്ക്ക് മാത്രമേ ഇത്രയും സാംസ്കാരികപെരുമ അവകാശപ്പെടാൻ സാധിക്കുകയുള്ളൂ. ഒരുപക്ഷേ, കരാറിനകത്തിന്റെ സാംസ്കാരിക തലസ്ഥാനമാണു തോട്ടട എന്നും പറയാവുന്നതാണ്.

സാംസ്കാരികരംഗത്തെപ്പോലെ തന്നെ ഭൂപ്രകൃതിയുടെ കാര്യത്തിലും തോട്ടടയ്ക്ക് തനതായ ചില സവിശേഷതകൾ ഉണ്ട്. ആ സവിശേഷതകൾ തന്നെയായിരിക്കണം തോട്ടടയ്ക്ക് ആ പേരുണ്ടാവാൻ കാരണം. തോട്ടട എന്ന സ്ഥലപ്പേരുണ്ടാകുവാനുള്ള കാരണത്തെപ്പറ്റി ചിറയ്ക്കൽ ടി. ബാലകൃഷ്ണൻനായർ പറയുന്നത് നോക്കുക; 'വർഷകാലങ്ങളിൽ ചാലക്കുന്നിൻ ചരിവുകളിൽ നിന്ന് പടിഞ്ഞാറോട്ട് കുത്തിയൊലിക്കാറുള്ള ഊക്കേറിയ വെള്ളച്ചാട്ടങ്ങളിൽ തോടായും, വേനൽക്കാലങ്ങളിൽ കൂർത്ത് മൂർത്ത പാറകൾ മാത്രമായി കിടക്കാറുള്ള വീതികുറഞ്ഞ നെടുനീളൻ ഇടവഴിയുമായിരുന്നു:

“തോട്ടട'. തോട്ടടയിലെ പെരുവെള്ളച്ചാട്ടം കാനാമ്പുഴയെ ഊക്കേറിയ ഒരു നദിയാക്കിയിരുന്നു. ശ്രീ. ബാലകൃഷ്ണൻനായരുടെ കാര്യമാത്ര പ്രസക്തമായ ഈ നിരീക്ഷണത്തിന്റെ സാരാംശം, മഴക്കാലത്ത് വെള്ളമൊഴുകുന്ന തോടും ആ തോടുതന്നെ വേനൽക്കാലമാകുമ്പോൾ സഞ്ചാരയോഗ്യമായ ഇടവഴിയുമായി മാറുന്നുവെന്നാണ്. അതുകൊണ്ടാണ് തോടും ഇടവഴിയും ചേർത്ത് പറയുമ്പോൾ കിട്ടുന്ന തോട്ടട ആയതെന്നുമാണ്.

അതുപോലെ തോട്ടടയ്ക്ക് പേരുണ്ടായതിനെപ്പറ്റിയുള്ള മറ്റു ചില നിരീക്ഷണങ്ങളും പരിശോധിക്കാം. സാമാന്യമായിപ്പറഞ്ഞാൽ നാഷണൽ ഹൈവെയിലെ കണ്ണൂർ തലശ്ശേരി റോഡിൽ, ചാലക്കുന്നിന് കീഴെയായി പടിഞ്ഞാറുവശം കാണപ്പെടുന്ന കേരവൃക്ഷനിബിഡമായ ഒരു പ്രദേശമാണ് തോട്ടട. കടലും കടലായിപ്പാറയും, ചാലക്കുന്നും, കാഞ്ഞിരവയലും തോട്ടടയ്ക്ക് അതിരുകളാണ്. ചാലക്കുന്നിൽ നിന്നു നോക്കുമ്പോൾ ഒരു പച്ചപ്പരവതാനിപോലെ തോന്നിക്കുന്ന തോട്ടട, പ്രകൃതി കനിഞ്ഞനുഗ്രഹിച്ച ഒരു പ്രദേശമാണ്. കടലിൽനിന്നും നിരന്തരം വീശിയടിക്കുന്ന കാറ്റ്, ഒരു സെൻട്രൽ ഏസി.യിൽ നിന്നെന്നപോലെയാണ് തോട്ടടയ്ക്ക് കുളിർമ്മ പ്രദാനം ചെയ്തുകൊണ്ടിരിക്കുന്നത്. വൃക്ഷത്തലപ്പുകളും വള്ളിപ്പടർപ്പുകളും കൊണ്ടു ഭൂമിക്കു പന്തലിട്ട് തോട്ടടയിൽ നട്ടുച്ച നേരത്തു ചെന്നെത്തിയാൽ പോലും ഒരു കൂൾബാറിലെ അരണ്ട വെളിച്ചവും സുഖശീതളിമയുമാണ് നമ്മെ എതിരേൽക്കുക. കോട്ടേങ്കണ്ടിപ്പുഴയെന്നും വിളിപ്പേരുള്ള 'പുഴക്കോട്ടപ്പുഴ'യുടെ രണ്ടു ഭാഗങ്ങളിലുമായി ചാഞ്ഞു നിലകൊള്ളുന്ന തെങ്ങുകളും കവുങ്ങുകളും, കാറ്റിലാടുമ്പോഴുള്ള കോൽക്കളി ദൃശ്യവും കടപ്പുറത്തെ ശുദ്ധശുഭ്രമണൽപ്പരപ്പും, തോട്ടടയിലെ പ്രത്യേകതകളാണ്. പുഴക്കോട്ടപ്പുഴയിലൂടെയും എണ്ണമറ്റ തോടുകളുടേയും നീർച്ചാലുകളിലൂടെയുമുള്ള സ്ഫടികസമാനമായ നീരൊഴുക്ക് താളനിബദ്ധവും ശ്രുതിമധുരവുമായ സംഗീതംപോലെ തോട്ടടയിൽ എന്നും അലയടിക്കുന്നു. അനേകം തോടുകളും ഇടവഴികളും ഒരു നാടിന്റെ തന്നെ രക്തധമനിയായി വർത്തിക്കുമ്പോൾ അവയുമായി ബന്ധപ്പെടുത്തിക്കൊണ്ടുള്ള പേർ തന്നെ ആ നാടിനു ലഭിച്ചു എന്നു പറയാം. തോടും ഇടയും ചേർത്തു വിളിച്ചതിനാലാണ് തോട്ടട എന്ന പേരുണ്ടായത്. തോട്ടടയ്ക്ക് സ്വായത്തമായ ഈ കുളിർമ്മയും പച്ചപ്പും ജലസാന്നിധ്യവും മറ്റുചില അന്വേഷണങ്ങളിലേക്കും വഴിതുറക്കുന്നുണ്ട്. ചാലക്കുന്നിന്റെ തന്നെ ഭാഗമായ തോണിയോട്ട് കുന്നും കിഴുന്നക്കുന്നും, കടലായിയുടെ ഭാഗമായുള്ള ഇല്ലിക്കുന്നിന്റേയും ഇടയിൽ ഒരു ഹരിതതടാകം പോലെ തോന്നിക്കുന്ന തോട്ടട, വിദൂരഭൂതകാലത്ത് ഒരു ജലാശയം വറ്റിയുണ്ടായ കരയാണെന്നു അനുമാനിക്കാനുള്ള ഭൂമിശാസ്ത്രപരമായ കാരണങ്ങൾ നിരവധിയാണ്. മേൽപ്പറഞ്ഞ കുന്നുകളിൽ നിന്നൊലിച്ചിറങ്ങുന്ന മഴവെള്ളം മറ്റെവിടേക്കും ഒഴുകിപ്പോകാനാകാതെ വളരെക്കാലത്തോളം ഒരു സ്ഥലത്തുതന്നെ കേന്ദ്രീകരിച്ചതിനാലായിരിക്കണം അവിടെ ഒരു ജലാശയം രൂപപ്പെട്ടിട്ടുണ്ടാവുക. അതു പറയാൻ കാരണം ഇപ്പോൾ കാണുന്ന തോട്ടട കടലോരം; സമുദ്രനിരപ്പിനോട് ഏകദേശം ചേർന്നാണ് നിലകൊള്ളുന്നത്.

തോട്ടട കടലോരത്തിന് സമീപത്തുള്ള കിഴുന്ന കടലോരവും കടലായി (കോട്ടേങ്കണ്ടി) കടലോരവും സമുദ്രനിരപ്പിൽ നിന്നു വളരെ ഉയർന്ന നിലയിലുമാണ്. വന്മതിൽപോലുള്ള ഈ രണ്ടു കടലോരങ്ങളും, സമുദ്രനിരപ്പിനോട് ചേർന്നുകിടക്കുന്ന തോട്ടടക്കടപ്പുറത്തിന്റെ ഇടവും വലവും ഒരു ആർച്ച് പോലെയാണ് നിലകൊള്ളുന്നത്. ഇതിൽ നിന്നും മനസ്സിലാക്കുവാനാകുന്നത്, മേൽപ്പറഞ്ഞ ജലാശയത്തിലെ വെള്ളം കടലിലേക്ക് ഒഴുക്കിവിടുവാൻ വേണ്ടി മുൻകാലത്ത് കിഴുന്നക്കുന്നിനോട് ചേർന്നു കിടന്നിരുന്ന തോട്ടട ക്കടലോരം കിളച്ചുമാറ്റി എന്നാണ്. അതോടുകൂടി തന്നെയായിരിക്കണം പുഴ ക്കൊട്ടപ്പുഴയുടെ ആവിർഭാവം. മേൽപ്പറഞ്ഞ ജലാശയത്തിൽനിന്നും പുഴ കീറി വെള്ളം കടലിലേക്ക് ഒഴുക്കിവിടുകയും ചെയ്തതതോടെ ആയിരിക്കണം തോട്ടട ജനവാസയോഗ്യമായ കരയായിത്തീർന്നത്. ഇവിടെയുള്ള എണ്ണമറ്റ തോടുകളിലും വയലുകളിലുമെല്ലാം വേനൽക്കാലത്തുപോലും കാണപ്പെടുന്ന ജലസമൃദ്ധിയും വളപ്പിന്റെ പേരുകളിൽ കരയ്ക്കും ചാലിനുമുള്ള ആധിക്യവും കാണുമ്പോൾ മേൽപ്പറഞ്ഞ അനുമാനത്തിനു കൂടുതൽ പ്രസക്തിയുണ്ട്. മറ്റൊരുകാര്യം സമീപപ്രദേശമായ കിഴുന്നയ്ക്ക്, ആ പേരുണ്ടാകുന്നതു "കിളന്നകുന്ന്" എന്നതിൽ നിന്നാണത്രെ. കിളന്നകുന്നിന്റെ വാമൊഴി വഴക്കമാണു "കിഴുന്ന" അങ്ങനെ നോക്കുമ്പോൾ മേൽപ്പറഞ്ഞ ജലാശയത്തിലെ വെള്ളം കടലിലേക്ക് ഒഴുക്കി വിടാനുള്ള ഉദ്ദേശ്യത്തോടെ കുന്നുകിളച്ചു മാറ്റുകയോ, അതല്ല ശ്രീ. ചിറയ്ക്കൽ ടി. ബാലകൃഷ്ണൻ നായർ പറഞ്ഞതുപോലെ ചാലകുന്നിൻ ചെരിവുകളിൽനിന്നും വരുന്ന ഊക്കേറിയ വെള്ളച്ചാട്ടത്തിൽ കുന്ന് ക്രമേണ ക്രമേണ കിളന്നു പോയതാകാനും, സാധ്യതയുണ്ട്.

എന്തുതന്നെ ആയാലും തോട്ടട ജനവാസയോഗ്യമായ കരയായതിലും ആ കടപ്പുറം സമുദ്രനിരപ്പിനോടുചേർന്നു കിടക്കുന്നതിലും കിളന്നതോ, കിളച്ചതോ ആയ കുന്നുമായി ബന്ധമുണ്ടെന്നു പറയാം.

കാഞ്ഞിര - കാഞ്ഞകര

കാഞ്ഞിരമരവുമായി ബന്ധപ്പെട്ട് നാടുകൾക്ക് പേരുണ്ടായിട്ടുണ്ട് എന്നത് ഒരു വസ്തുതയാണ്.

നമ്മുടെ ജില്ലയിൽത്തന്നെയുള്ള കാഞ്ഞിരോട്, കാഞ്ഞിരത്തറ, കാഞ്ഞിരക്കൊല്ലി, കാഞ്ഞിലേരി തുടങ്ങിയ സ്ഥലനാമങ്ങളും അന്യജില്ലകളിലുള്ള കാഞ്ഞിരമറ്റം. കാഞ്ഞിരപ്പള്ളി തുടങ്ങിയവയും അതിനു ദൃഷ്ടാന്തങ്ങളാണ്. കാസർക്കോട് എന്ന പേരുപോലും കാഞ്ഞിരമരവുമായി ബന്ധപ്പെട്ടുണ്ടായതാണത്രെ! കാഞ്ഞിരമരത്തിന് കർണ്ണാടകത്തിൽ "കാസ്സിർ" എന്നാണ് പറയുക. കാസിർക്കോട് എന്നതിന്റെ മലയാളം കാഞ്ഞിരമരത്തിന്റെ നാട് എന്നാണ്. കാഞ്ഞിരമരവുമായി ബന്ധപ്പെട്ട് ഇത്രയധികം നാട്ടുപേരുകൾ ഉണ്ടായതിന് കാരണം പണ്ടുകാലത്ത് സ്ഥലങ്ങളുടെ അതിര് നിർണ്ണയിക്കാൻ കാഞ്ഞിരമരം ഉപയോഗപ്പെടുത്തിയതുകൊണ്ടായിരുന്നു. കാഞ്ഞിരമരം നട്ടു പിടിപ്പിക്കുന്നതും കാഞ്ഞിരക്കുറ്റി നാട്ടുന്നതും സ്ഥലത്തിന്റെ അതിര് നിർണ്ണയിക്കാൻ

ഒരളവോളം സഹായകമായിരുന്നുവത്രെ! കരാറിനകംദേശമായ കാഞ്ഞിരയ്ക്ക് ആ പേര് ഉണ്ടായതിനു പിന്നിൽ കാഞ്ഞിരമരത്തിന് വല്ല ബന്ധവുമുണ്ടോയെന്ന് പരിശോധിക്കുന്നതിൽ തെറ്റില്ല. അറയ്ക്കൽ രാജാവിന്റെ കിഴക്കെ അറ്റത്തുള്ള ഒരു ദേശമായിരുന്നു കാഞ്ഞിര. കാഞ്ഞിരയിൽ നിന്ന് "തോണിയോട്ടുമൊട്ട" കയറുന്നതോടെ എത്തിച്ചേരുന്നത് ചാല ദേവസ്വത്തിന്റെ അഥവാ "രണ്ടുതറ നാടുവാഴികളുടെ അധീനതയിലുള്ള സ്ഥലത്തായിരുന്നു. ചാല, അഞ്ചരക്കണ്ടി, മാവിലായി മുതലായ ദേശങ്ങളൊക്കെ ആ കാലത്ത് രണ്ടുതറ നാടുവാഴികളുടെ കീഴിലായിരുന്നു. ആ ഭാഗങ്ങളിൽ നിന്നും വരുന്നവരെയൊക്കെ ഇവിടുത്തുകാർ വിളിച്ചിരുന്നത് തറക്കാർ എന്നായിരുന്നു. "തറയിൽ നിന്ന് ചപ്പും കെട്ടിവരുന്നവർ എന്ന ഒരു പരിഹാസപ്രയോഗം ഇവിടെ ഇപ്പോഴും പ്രചാരത്തിലുണ്ട്..

അറയ്ക്കലിന്റെ അധീനതയിലുള്ള സ്ഥലങ്ങളെ പണ്ടാരംവകഭൂമി എന്നാണ് അറിയപ്പെട്ടിരുന്നത്.

തോണിയോട്ട് മൊട്ടയിറങ്ങി കാഞ്ഞിര തുടങ്ങുന്നിടത്തുതന്നെ ഒരു സ്ഥലം അറിയപ്പെടുന്നത് പണ്ടാരാൾപ്പ് എന്നാണ്. കാഞ്ഞിരയ്ക്ക് ആ പേരുണ്ടായതിനു പിന്നിൽ മറ്റൊരു പ്രധാന കാരണവും പറഞ്ഞുവരുന്നുണ്ട്. നാഷണൽ ഹൈവേയിൽ കണ്ണൂർ തലശ്ശേരി റൂട്ടിൽ, തോട്ടട തോണിയോട്ടു കുന്നിന് താഴെ പടിഞ്ഞാറ് വശത്തായി ഒരു ഫുട്ബോൾ സ്റ്റേഡിയം പോലെ തോന്നിക്കുന്ന വിശാലമായ നെൽവയൽ പ്രദേശമായിരുന്നു പണ്ടുകാലത്ത് കാഞ്ഞിര. നെൽവയൽ കളിക്കളംപോലെയും ചുറ്റിലും വരിവരിയായി നിൽക്കുന്ന തെങ്ങിൻതലപ്പുകൾ ഗ്യാലറിപോലെയുമാണു നാഷ്ണൽ ഹൈവേയിൽ നിന്നു വീക്ഷിക്കുമ്പോൾ അനുഭവപ്പെടുക. തോണിയോട്ട് മൊട്ട ഇറക്കം മുതൽ പടിഞ്ഞാറ് കുറുവയുടെ അതിരായ ദിനേശ് മുക്ക് വരെ കണ്ണെത്താത്തദൂരത്തോളം നീണ്ടുകിടക്കുന്ന നെൽവയലാണ് കാഞ്ഞിരയ്ക്ക് ആ പേരുണ്ടാവാൻ കാരണമത്രെ! സമീപത്തെ മറ്റു കൃഷിസ്ഥലങ്ങളെ അപേക്ഷിച്ച് കാഞ്ഞിരവയലിൽ ജലലഭ്യത വളരെ കുറവായിരുന്നു. ഇടവപ്പാതയിൽ മഴമേഘങ്ങൾ സമൃദ്ധമായി പെയ്തിറങ്ങിയാൽ മാത്രമേ കാഞ്ഞിര വയൽ നെൽകൃഷിക്ക് അനുയോജ്യമായിരുന്നുള്ളൂ. മഴ മാറുന്നതോടെ വരണ്ടുണങ്ങിക്കിടക്കുന്ന ഒരു പാടശേഖരമായിമാറുന്നു അത്. വരണ്ടതിനു ഇവിടെ "കാഞ്ഞ" എന്ന വാക്കാണ് ഉപയോഗിക്കുന്നത്. കാഞ്ഞനിലം, കാഞ്ഞകര, കാഞ്ഞഭൂമി എന്നൊക്കെ. അങ്ങനെ വരണ്ട ഭൂമിക്ക് കാഞ്ഞകര എന്നു പേരു വന്നു. കാഞ്ഞകര കാലക്രമേണ കാഞ്ഞിരയായി. വയലുമായി ബന്ധപ്പെട്ടാണ് ആ പേരുണ്ടായതെന്നു ഇതിൽനിന്നു വ്യക്തമാകുന്നു. എന്നാൽ കാഞ്ഞിരയിൽ ഇപ്പോൾ ഇല്ലാത്തതും വയലാണ്. വയലുകളുടെ സ്ഥാനത്തൊക്കെ കോൺക്രീറ്റ് വീടുകൾ സ്ഥാനം പിടിച്ചിരിക്കുന്നു. കാഞ്ഞിരയുടെ സമീപദേശങ്ങൾ, പടിഞ്ഞാറ് കുറുവ, തെക്ക് തോട്ടട, വടക്ക് എളയാവൂർ, കിഴക്ക് ചാല എന്നിവയാണ്. ഈ നാടുകളുടെ അതിരിനുള്ളിൽ കിടക്കുന്ന കാഞ്ഞിര, കണ്ണൂരിലെ ഒട്ടനവധി വിദ്യാഭ്യാസസ്ഥാപനങ്ങളുടെ സാമീപ്യം കൊണ്ടും അനുഗൃഹീതമായ പ്രദേശമാണ്. കെട്ടിടനിർമ്മാണം,

നാട്ടുവൈദ്യം, താളവാദ്യം, സംഗീതം, സാഹിത്യം, കൃഷി, കല്ലുവെട്ട്, ബീഡി, നെയ്ത്ത്, പ്രസവശുശ്രൂഷ, പട്ടാളസേവനം തുടങ്ങിയ വ്യത്യസ്ത മേഖല കളിലൊക്കെ കാഞ്ഞിരയ്ക്ക് വലിയ പ്രാമുഖ്യം ഉണ്ടായിരുന്നു. കെട്ടിട നിർമ്മാണരംഗത്ത് കേൾവികേട്ട തലയെടുപ്പുള്ള എത്രയോ പെരുതേരി മേസ്തിരിമാർക്ക് കാഞ്ഞിര ജന്മം നൽകിയിട്ടുണ്ട്. കെട്ടിട നിർമ്മാണ ജോലി യിലേർപ്പെട്ട ഇവർക്ക് പെരുതേരി എന്ന പേര് എങ്ങനെ വന്നുവെന്ന് വ്യക്ത മല്ല. നിഘണ്ടുവിലൊന്നും പെരുതേരിക്ക് നിർവ്വചനം കാണുന്നില്ല. അതു കൊണ്ട് തികച്ചും പ്രാദേശികമായ വിളിപ്പേരായിരിക്കണം പെരുതേരി എന്നത്. ഇവിടെ പെരുതേരി മേസ്തിരിമാരിൽ നൂറിൽ നൂറും തീയ്യരായിരുന്നു. പെരു തീയ്യർ എന്ന വാക്കിൽ നിന്നായിരിക്കണം പെരുതേരി എന്ന വാക്കുണ്ടാ യത്. ചെത്തുതൊഴിൽ കുലത്തൊഴിലാക്കിയ തിയ്യരിൽ ഉയർന്ന ജോലി ചെയ്യുന്നവരെയായിരിക്കണം പെരുതീയ്യർ എന്നറിയപ്പെട്ടിട്ടുണ്ടാവുക. പെരു വണ്ണാൻ, പെരുമലയൻ, പെരുംകൊല്ലൻ എന്നൊക്കെയുള്ള സമുദായസ്ഥാന പേരുകൾ ഇത്തരുണത്തിൽ സ്മരണീയമാണ്. കണ്ണൂരിൽ ഇപ്പോഴും അവ ശേഷിച്ചിട്ടുള്ള പല പഴയ കെട്ടിടങ്ങളുടേയും ശില്പികൾ കാഞ്ഞിരയിലെ പെരുതേരികളായിരുന്നു. ആ പഴയ കെട്ടിടങ്ങളുടെ അന്യൂനമായ വാസ്തു ശില്പഭംഗി, കാഞ്ഞിരയിലെ പെരുതേരിമാരുടെ കരവിരുതിന്റെ ഉത്തമ നിദർശനങ്ങളാണ്. എൻജിനീയറിംഗ് കോളേജിൽ നിന്നു പഠിച്ച് ബിരുദ മെടുത്തവരല്ല, ഈ മേസ്തിരിമാർ പാരമ്പര്യമായി കിട്ടിയ അറിവും, പ്രായോ ഗിക പരിശീലനവും, മനനവും കൊണ്ടു നേടിയെടുത്തതായിരുന്നു ആ കഴി വുകൾ. കെട്ടിടനിർമ്മാണം പ്രത്യേകിച്ചും പണ്ടുകാലത്ത് ഏറെ അപകടം പിടിച്ച പണിയായായിരുന്നു. എത്രയോപേർ പണിചെയ്തുകൊണ്ടിരിക്കെ മുക ളിൽ നിന്ന് വീണു മരണമടഞ്ഞിട്ടുണ്ട്. അതുപോലെ കിണർകുഴിച്ച് ഉൾഭാഗം കല്ലുവെച്ച് കെട്ടുമ്പോഴും പെരുതേരിമാർ അപകടത്തിൽപ്പെടുന്നത് പതിവാ യിരുന്നു. ഇവിടെയും അത്തരത്തിലുള്ള ഒരപകടം സംഭവിച്ചിട്ടുണ്ട്. അതു കൂടി വിശദമാക്കാം: പെരുതേരിമാർ പാരമ്പര്യമായിട്ടായിരുന്നു ആ പ്രവർത്ത നത്തിൽ ഏർപ്പെട്ടിരുന്നത്. തലമുറയായി പകർന്നുകിട്ടിയ തൊഴിലെന്ന നിലയിൽ പിതാവും പുത്രന്മാരുമൊക്കെ ചേർന്നായിരുന്നു പെരുതേരിപ്പണി ചെയ്തിരുന്നത്. ശക്തിയും ബുദ്ധിയും ധൈര്യവും ഒരുപോലെ ആവശ്യ മായ ഈ തൊഴിൽമേഖലയിൽ ലബ്ധപ്രതിഷ്ഠിതരായിത്തീർന്നവർ കാഞ്ഞിരയിൽ ധാരാളമുണ്ട്. കെളച്ചാളപ്പിൽ കോരൻ, പുത്തൻകാലിൽ ഗോവിന്ദൻ, മൂർക്കൊത്തിക്കുഞ്ഞമ്പു, അരിപ്പ ഒണക്കൻ, ചെക്കിക്കുണ്ടിൽ മാധവൻ, കേളോത്ത് കുമാരൻ, കൊഞ്ഞൻ അച്ചുതൻ, വാഴയിൽ അനന്തൻ, എം.ഒ. ചാത്തുമേസ്തിരി തുടങ്ങിയവരൊക്കെ അതിലുൾപ്പെടുന്നു. മേൽപ്പറ ഞ്ഞവരിൽ കെളച്ചാളപ്പിൽ കോരൻ ഈ രംഗത്ത് അതീവപരിജ്ഞാനമുള്ള ഒരാളായിരുന്നു. എത്ര ബുദ്ധിമുട്ടുള്ള പണിയായാലും കോരൻ മേസ്തിരി ഏറ്റെടുക്കുമായിരുന്നു. കിണർകുഴിച്ച് ഉൾഭാഗം കെട്ടുന്ന പണിയൊക്കെ പെരുതേരിമാർക്ക് വെല്ലുവിളി ഉയർത്തുന്നതായിരുന്നു. ആഴമുള്ള കിണറു കളുടെ ഉൾവശം കെട്ടുമ്പോൾ അപകടങ്ങളുണ്ടാവുക പതിവായിരുന്നു.

മേൽ സൂചിപ്പിച്ച അതിദാരുണമായ അപകടം സംഭവിച്ചത് കുറുവയിലെ തട്ടാങ്കുണ്ട് എന്ന സ്ഥലത്തു കിണർ കുഴിക്കുമ്പോളായിരുന്നു.

കുറുവ സ്കൂളിന്റെ അല്പം പടിഞ്ഞാറായി നിലകൊള്ളുന്ന ഒരു കുന്നും അതിന്റെ പരിസരത്തുള്ള തെങ്ങിൻതോപ്പിനേയുമാണു തട്ടാങ്കുണ്ടു എന്നു വിളിച്ചുവരുന്നത്. ആ സ്ഥലത്തിന്റെ അടിവാരങ്ങളിൽ പണ്ടുകാലത്തു സ്വർണ്ണപ്പണിക്കാർ താമസിച്ചിരുന്നതുകൊണ്ടാണു അതിനു തട്ടാങ്കുണ്ടു എന്നു പേരുണ്ടാകുന്നത്. റങ്കൂണിൽ കച്ചവടമുണ്ടായിരുന്ന കണ്ണൂരിലെ ഒരു മുസ്ലീം പ്രമാണിയായിരുന്നു അതിന്റെ ഉടമ. തട്ടാങ്കുണ്ടിനു പുറമേ മറ്റനേകം തെങ്ങിൻതോപ്പുകളുടേയും പറമ്പുകളുടേയും ഉടമയായ അദ്ദേഹത്തെ ഇവിടെ "തട്ടാങ്കുണ്ടുകാരൻ" എന്നാണു വിളിച്ചിരുന്നത്. ടൗണിൽനിന്നു സ്വന്തം കുതിരവണ്ടിയിൽ വന്നു, പടന്നയിലെ പൂഴിത്തിട്ടയിൽ ഇറങ്ങി, കുറുവപ്പാലം കടന്ന് കാൽനടയായാണ് തട്ടാങ്കുണ്ടുകാരൻ തന്റെ തെങ്ങിൻതോപ്പ് സന്ദർശിക്കുവാൻ വരാറുള്ളത്. പളപളാമിന്നുന്ന "പളുങ്കു" കുപ്പായവും തുർക്കിത്തൊപ്പിയും ധരിച്ച് വിരലുകളിൽ കല്ലുവെച്ച വെള്ളി മോതിരവുമിട്ടാണ് തട്ടാങ്കുണ്ടുകാരൻ പ്രത്യക്ഷപ്പെടാറ്. പൂവെണ്ണയുടെ മണം പരത്തിക്കൊണ്ട് അകമ്പടിക്കാരോടൊപ്പം സുൽത്താന്റെ ഗമയിൽ എഴുന്നള്ളുന്ന തട്ടാങ്കുണ്ടുകാരനെപ്പറ്റി പഴയ തലമുറയ്ക്ക് കുറേ മധുരമുള്ള ഓർമ്മകൾ പങ്കുവെക്കാനുണ്ട്. എന്തൊരു സന്തോഷമായിരുന്നെന്നോ തട്ടാങ്കുണ്ടുകാരൻ നാട്ടിൽ വരുന്നു എന്നു കേട്ടാൽ കുട്ടികൾക്കൊക്കെ. തോളിനു താഴെ നീണ്ടു കിടക്കുന്ന തന്റെ കുപ്പായക്കീശയിൽ നിന്നു രണ്ടണയും നാലണയുമെടുത്ത് വഴിയിൽ കാണുന്ന കുട്ടികൾക്കും വൃദ്ധന്മാർക്കും സക്കാത്തായി നൽകുമായിരുന്നുവത്രെ ഉദാരമതിയായ തട്ടാങ്കുണ്ടുകാരൻ. കൂടാതെ "തേങ്ങപറിക്കുന്ന" സമയത്ത് പറമ്പിൽ സഹായിക്കാൻ ചെല്ലുന്നവർക്കെല്ലാം ഓരോ തേങ്ങയും നൽകുമായിരുന്നു. മറ്റൊരുകാര്യം തട്ടാങ്കുണ്ടുകാരന്റെ കൊപ്പരക്കളത്തിൽ രാവിലെ തേങ്ങയുടയ്ക്കുന്ന സമയത്ത് ചെല്ലുന്നവർക്കെല്ലാം സൗജന്യമായി തേങ്ങാവെള്ളവും ലഭിക്കുമായിരുന്നു. ചെമ്പും കലവുമൊക്കെ എടുത്തായിരുന്നു ആളുകൾ തേങ്ങാവെള്ളം ശേഖരിക്കാൻ പോയിരുന്നത്. തട്ടാങ്കുണ്ടുകാരൻ തന്റെ പറമ്പിന്റെ ഉയർന്ന ഭാഗത്ത് പകൽവാസത്തിനായി ഒരു വീട് പണികഴിപ്പിച്ചിരുന്നു. ആ വീട്ടിലേക്ക് പ്രവേശിക്കുവാൻ വേണ്ടി അനേകം പടവുകളുള്ള ഒരു ഉയർന്ന നടകണ്ടിയും സ്ഥാപിച്ചിരുന്നു. ആ നടകണ്ടിയുടെ അവശിഷ്ടങ്ങൾ ഇപ്പോഴും തട്ടാങ്കുണ്ടിന്റെ പരിസരത്തു കാണാനുണ്ട്. ആ വീടിനോട് ചേർന്നുള്ള കിണർപണി പൂർത്തിയാക്കുന്നത് അത്ര എളുപ്പമുള്ള കാര്യമായിരുന്നില്ല. പലരും വന്ന് പണിതുടങ്ങി പൂർത്തിയാക്കാനാകാതെ പാതിവഴിയിൽ ഉപേക്ഷിച്ച് പോവുക പതിവായിരുന്നു. ആ സമയത്താണ് മേൽപ്പറഞ്ഞ കെളച്ചാളപ്പിലെ കോരൻ മേസ്ത്രി തന്റെ മകനോടൊപ്പം ആ പണി ഒരു വെല്ലുവിളിയെന്നോണം ഏറ്റെടുക്കുന്നത്. ഇരുപതു വയസ്സ് മാത്രം പ്രായമുള്ള മകൻ അച്യുതൻ ഈ രംഗത്ത് അച്ഛനെപ്പോലെ തന്നെ മിടുക്കനായിരുന്നു. കോരൻമേസ്തിരിയുടേയും മകന്റേയും അക്ഷീണമായ പരിശ്രമത്തിന്റെ ഫലമായി ഏതാനും ആഴ്ചകൾക്കുള്ളിൽ തന്നെ

കിണറിൽ വെള്ളം കണ്ടു. അടുത്തത് കിണറിന്റെ അകവശം കല്ലു പാകിക്കെട്ടുന്ന പണിയായിരുന്നു. കോരൻ മേസ്തിരി കിണറിൽ ഇറങ്ങി ഉൾഭിത്തികൾ കല്ലുപാകി കെട്ടിക്കൊണ്ടിരിക്കുകയായിരുന്നു. അച്യുതനും മറ്റുള്ളവരും മുകളിൽ നിന്ന് കല്ലുകൾ വടം കെട്ടി താഴത്തേക്ക് ഇറക്കിക്കൊണ്ടുമിരുന്നു. അപ്പോൾ കോരൻ മേസ്തിരി പാകുന്ന കല്ലുകൾ പരസ്പരം ചേർന്ന് നിൽക്കാതെ ഭിത്തിയിൽ ഒരു വിള്ളൽ പ്രത്യക്ഷപ്പെട്ടു. എത്ര പരിശ്രമിച്ചിട്ടും കോരൻ മേസ്തിരിക്ക് ആ വിള്ളൽ യോജിപ്പിക്കാൻ സാധിച്ചില്ല. ഈ സമയത്ത് മുകളിൽ നിൽക്കുകയായിരുന്ന അച്യുതൻ അച്ഛനോട് മുകളിൽ കയറിവരുവാനും താൻ ഇറങ്ങി അത് ശരിയാക്കാമെന്നും അറിയിച്ചു. അതുപ്രകാരം കോരൻ മേസ്തിരി കയറിൽ തൂങ്ങി പിടിച്ച് മുകളിൽ കയറിവരുകയും അതേ കയറിൽ പിടിച്ച് അച്യുതൻ കിണറിൽ ഇറങ്ങുകയും ചെയ്തു. അച്യുതൻ താഴെ എത്തിയതും വലിയ ശബ്ദത്തിൽ കിണർ മുകളിൽ നിന്നും പൊട്ടി അമർന്നതും ഒരുമിച്ചായിരുന്നു. ആലിപ്പഴവർഷം പോലെ കല്ലും മണ്ണും അച്യുതന്റെ ദേഹത്ത് വന്നമർന്നു. ഒരുനിമിഷം കൊണ്ട് എല്ലാം കഴിഞ്ഞു. കിണർ പകുതിയോളം മൂടിപ്പോയിരിക്കുന്നു. അച്യുതൻ അതിന്നടിയിലും. ഹൃദയം പൊട്ടുമാറുച്ചത്തിൽ കോരൻ മേസ്തിരിയും മറ്റു പണിക്കാരും മുകളിൽ നിന്നാർത്തു വിളിച്ചു. പരിസരവാസികളൊക്കെ ആ അലർച്ചകേട്ട് ഓടിവന്നു. പക്ഷേ, ആർക്കും ഒന്നും ചെയ്യാൻ പറ്റുമായിരുന്നില്ല വീണമണ്ണ് മുഴുവൻ നീക്കാതെ അച്യുതനെ പുറത്തെടുക്കാൻ കഴിയുമായിരുന്നില്ല. പലരും കിണറിലിറങ്ങി മണ്ണുനീക്കാൻ ശ്രമം നടത്തിയെങ്കിലും അപ്പോൾ മറ്റുഭാഗങ്ങളിൽ നിന്നും കിണർ ഇടിഞ്ഞുകൊണ്ടേയിരുന്നു. എത്രയോ കിണർ പണിക്കാരും നാട്ടുകാരും രണ്ടുദിവസത്തോളം അശ്രാന്ത പരിശ്രമം നടത്തിയാണ് അച്യുതന്റെ മൃതശരീരം പുറത്തെടുത്തത്. മകൻ അപകടത്തിൽപ്പെടുന്നത് നേരിട്ടുകാണേണ്ടി വന്ന ഒരച്ഛന്റെ അവസ്ഥ പരമദയനീയമായിരുന്നു. പ്രഗത്ഭനായ ഒരു പെരുതേരിയായി വളർന്നുവരുന്ന അവസരത്തിലാണ് വിധി ആ യുവാവിനെ തട്ടിയെടുത്തത്. ജീവിച്ചിരുന്നുവെങ്കിൽ ഈ രംഗത്ത് എത്രയൊ ഉയരത്തിൽ എത്തേണ്ട ഒരു ചെറുപ്പക്കാരനെയാണ് തട്ടാങ്കുണ്ടിലെ കിണർ തട്ടിയെടുത്തത്!

പെരുതേരിപ്പണിക്കാരെപ്പോലെ തന്നെ 'കൽപ്പണി'യിൽ കല്ലുകൾ വെട്ടിയെടുക്കുന്ന കല്ലുകൊത്തുകാരും ആ കാലത്ത് കാഞ്ഞിരയിലും പരിസരങ്ങളിലും ധാരാളമുണ്ടായിരുന്നു. കക്കാടൻ കണ്ണൻ, പടുക്കേരിഗോപാലൻ, പടിയത്ത് രാമുണ്ണി, വയക്കടകുഞ്ഞൂട്ടി, അപ്പോച്ചൻ മുതലായവർ അതിൽ പ്രഗൽഭരായിരുന്നു. ഈ നാട്ടിലെ മിക്ക വീടുകളും നിർമ്മിച്ചത് ഇവർ പകലന്തിയോളം 'പണ'യിൽ കുനിഞ്ഞുനിന്നു വെട്ടിയെടുത്ത കല്ലുകൾ കൊണ്ടായിരുന്നു. മൂർച്ചയുള്ള മഴുകൊണ്ട് ഇരുമ്പിന്റെ കരുത്തുള്ള ചെങ്കൽപാളികൾ കുനിഞ്ഞുനിന്ന് ആഞ്ഞു കൊത്തുമ്പോൾ ഇത്രയും ആയാസകരമായ ജോലി ഇവർ എങ്ങനെ ചെയ്യുന്നുവെന്ന് തോന്നിപ്പോകും. കല്ലുകൊത്തുകാർ മഴുകൊണ്ട് കൊത്തുമ്പോൾ അവരുടെ തൊണ്ടയിൽ നിന്ന് ഒരപശബ്ദം പുറത്തുവരാറുണ്ട്. അവരുടെ ജോലി എത്രമാത്രം കഠിനതരമാണെന്ന് ആ

അപശബ്ദം കേൾക്കുമ്പോൾ ബോധ്യപ്പെടും. മാത്രമല്ല സ്ഥിരമായി പണയിൽ കുനിഞ്ഞുനിന്ന് ആഞ്ഞുകൊത്തുന്നതിന്റെ ഫലമായി കല്ലുകൊത്തുകാർക്കൊക്കെ മുതുകിൽ ഒരു കൂനും പ്രത്യക്ഷപ്പെടാറുണ്ട്. ഇങ്ങനെ വർഷങ്ങളോളം കല്ലുകൊത്തിയതിന്റെ ഫലമായി മുതുകിൽ കൂനുവന്നയാളാണ് കടലായിലെ അപ്പോച്ചൻ. അപ്പോച്ചന്റെ ജീവിതവും ഒരു ദുരന്തപര്യവസായിയായ കഥയായിരുന്നു. ആ സംഭവവും ഈ പുസ്തകത്തിന്റെ മറ്റൊരു ഭാഗത്ത് വിവരിക്കുന്നുണ്ട്.

കുറുവ

"കുന്നിൻമീതെ കൂവിവിളിക്ക്ണ കുറുവക്കാരും പോണ്"കുറുവയെപ്പറ്റി പണ്ടുകാലത്ത് കേട്ടുവന്നിരുന്ന ഒരു പാട്ടിന്റെ വരിയാണു മേൽ ഉദ്ധരിച്ചത്. ഓരോ നാടിനെക്കുറിച്ചും ഇതുപോലെ പടുപാട്ടുകൾ ഉണ്ടാക്കിപ്പാടുന്നതു പണ്ടുകാലത്ത് പതിവായിരുന്നുവത്രെ! തമാശരൂപത്തിൽ ആക്ഷേപിക്കുക എന്നതായിരുന്നു അന്നത്തെ പടുപാട്ടുകളുടെ ഒരു പൊതുസ്വഭാവം. ആക്ഷേപഹാസ്യങ്ങൾ എന്ന് സാമാന്യമായി പറയാവുന്ന ആ പടുപാട്ടുകളിൽ അല്പം അശ്ലീലവും കടന്നുകൂടാറുണ്ട്. "കുന്നിൻമീതെ കൂവി വിളിക്കണെ കുറുവക്കാരും പോണ്" എന്ന വരിയിൽ അശ്ലീലം തീരെ ഇല്ലെങ്കിലും പരിഹാസം നല്ലവണ്ണമുണ്ടുതാനും; നാടിന്റെ പേരിലടിങ്ങിയിരിക്കുന്ന ചില വിചിത്രപദങ്ങളോ, അർത്ഥങ്ങളോ ആയിരിക്കും പടുപാട്ടു രചിക്കുന്ന വികടകവികൾക്ക് പ്രചോദനമായിത്തീരുന്നത്. കുറുവ എന്ന പേരിലെ, തുടക്കത്തിലുള്ള 'കുറു' എന്ന ശബ്ദം, കുറുക്കനുമായി ബന്ധപ്പെടുത്തിയാണു മേൽപ്പറഞ്ഞ പടുപാട്ട് പമച്ചതെന്നു തോന്നുന്നു. കുന്നിൽ മീതെ കൂവി വിളിക്കുന്നത് കുറുക്കന്മാരാണല്ലോ? കുറുവ എന്നു കേൾക്കുമ്പോൾ തന്നെ മനസ്സിൽ കുറുക്കനെ കുറിച്ചുള്ള ഓർമ്മകൾ തികട്ടിവരികയും അതുമായി ബന്ധപ്പെടുത്തിക്കൊണ്ടുള്ള പാട്ടുകളും തമാശകളും ഉണ്ടാക്കിപ്പാടുകയും ചെയ്യുന്നു. എന്തായാലും കുറുക്കന്റെ പേരിൽ ഒരു സ്ഥലം കുറുവയിൽ അറിയപ്പെടുന്നുണ്ട്. ദിനേശ് മുക്കിനടുത്തുള്ള ഒരു സ്ഥലം കുറുക്കന്റെ വളപ്പ് എന്നാണ് അറിയപ്പെടുന്നത്.

കുറുവ എന്ന നാമം കുറുക്കനെ മാത്രമാണോ ഓർമ്മിപ്പിക്കുന്നത്? അരിഭക്ഷണം ശീലമാക്കിയ ഏതൊരാൾക്കും കുറുവ എന്ന നാമം അപരിചിതമാകാൻ ഇടയില്ലല്ലോ? ഭാരതത്തിലെ പുരാതനമായ ഒരു നെൽവിത്തിന്റെ പേര് തന്നെ കുറുവ എന്നാണ്. 14-ാം നൂറ്റാണ്ടിലെഴുതിയ "ഉണ്ണുനീലിസന്ദേശ"ത്തിൽ പോലും കുറുവ നെൽവിത്തിന്റെ മഹിമയെപ്പറ്റി വർണ്ണിക്കുന്നുണ്ട്. സ്ഥലനാമം എന്ന നിലയ്ക്ക് കേരളത്തിൽ ഒരുപാടു കുറുവകൾ അറിയപ്പെടുന്നുണ്ട്. മലപ്പുറം ജില്ലയിൽ ഒരു ഗ്രാമപഞ്ചായത്തിന്റെ പേരു കുറുവ എന്നാണ്. വയനാട്ടിൽ കുറുവ ദ്വീപ് എന്ന പേരിൽ ഒരു സ്ഥലമുണ്ട്. കണ്ണൂർ ജില്ലയിൽ തന്നെ "കുറുവിലങ്ങാട്ടു കുറുവാന്തോടി, കുറുവര എന്നിങ്ങനെ കുറുവയിൽ തുടങ്ങുന്ന സ്ഥലനാമങ്ങൾ നിരവധിയാണ്. കുറുവ എന്നതിന് മുള എന്നർത്ഥമുണ്ട്. മേൽപ്പറഞ്ഞ വയനാട്ടിലെ

കുറുവ ദ്വീപിന് ആ പേരുണ്ടായത് മുളങ്കാടുമായി ബന്ധപ്പെട്ടാണത്രെ! സ്ഥല നാമങ്ങൾ ഉണ്ടാകുന്നതിൽ വയലുകൾക്കുള്ള പങ്കും തള്ളിക്കളയാൻ പറ്റില്ല. സമീപത്തുള്ള കാഞ്ഞിര എന്ന സ്ഥലപ്പേരുണ്ടായതു തന്നെ വയലുകളുമായി ബന്ധപ്പെട്ടാണെന്ന് നേരത്തെ പറഞ്ഞുവല്ലോ. വയലിൽ വിതയ്ക്കുന്ന വിത്തിന്റെ പേരിലും സ്ഥലനാമങ്ങൾ രൂപപ്പെട്ടിട്ടുണ്ട്. പുഞ്ചനെല്ലൂർ, ആര്യ ങ്കണ്ടം, ചമ്പാടു മുണ്ടലൂർ എന്നീ സ്ഥലനാമങ്ങൾ അതിന് ഉദാഹരണ ങ്ങളാണ്. ഞാലിപ്പൂവൻ എന്ന പ്രസിദ്ധമായ വാഴവിത്തിന്റെ പേരിലറിയ പ്പെടുന്ന ഒരു വയലാണ് നമ്മുടെ സമീപത്തെ മരക്കാർക്കണ്ടിക്കപ്പുറമുള്ള "ഞാലിവയൽ" ഞാലിവയൽ കാലക്രമത്തിൽ ഒരു നാടിന്റെ പേരു തന്നെ യായി മാറി. ഞാലിവയൽ എന്ന സ്ഥലത്തെ ഇപ്പോൾ ചിലർ നാലുവയൽ എന്നും പറഞ്ഞുവരുന്നുണ്ട് എന്നതു മറ്റൊരു കാര്യം.

കുറുവ നെൽവിത്തുമായി ബന്ധപ്പെട്ടാണ് ആ നാടിന് പേരുണ്ടായതെന്നു പറഞ്ഞാൽ തികച്ചും അതിശയോക്തിയായിരിക്കും. എന്നാൽ കുറുവനാട്ടിലെ വയലുകൾ പണ്ടുകാലത്ത് അറിയപ്പെട്ടിരുന്നത് കുറുവവയൽ, തയ്യിലെ വയൽ, കൈപ്പാടുവയൽ എന്നിങ്ങനെയായിരുന്നു. ഈ വയലുകളെ തന്നെ ഭാഗം തിരിച്ച് അതാതുകാലത്ത് കൃഷിചെയ്യുന്ന തറവാട്ടുകാരുടെ പേര് ചേർത്ത് കണ്ടം എന്നും അറിയപ്പെട്ടിരുന്നു. ചക്കരക്കണ്ടം, കാര്യങ്കണ്ടിക്ക ണ്ടം, പൊയ്യിലെക്കണ്ടം, ഉണ്ണാങ്കണ്ടിക്കണ്ടം, പാച്ചറകണ്ടം, പുത്തൻപുര ക്കണ്ടം എന്നൊക്കെ. (കുറുവനാട്ടിന് ആപേര് സിദ്ധിച്ചത് ഇവിടുത്തെ നെൽവയലുമായോ നെൽവിത്തുമായോ ബന്ധപ്പെട്ടാണോയെന്ന വിദൂര സാധ്യത പോലും വായനക്കാരുടെ സവിശേഷമായ പരിഗണനയ്ക്ക് വിഷയീ ഭവിക്കുക എന്നതിനുവേണ്ടി മാത്രമാണ് ഇത്രയും കാര്യങ്ങൾ ഇവിടെ പ്രതി പാദിച്ചത്.) കുറുവ വയൽ എന്നാൽ കുറുവനാട്ടിലെ വയലെന്ന സാമാന്യ മായ അർത്ഥത്തിൽ കാണുന്നതാണ് യുക്തിസഹം. കുറുവ നാട്ടിന് ആ പേരുണ്ടാകുന്നത് ഇവിടുത്തെ യാത്രാവഴിയുമായി ബന്ധപ്പെട്ടാണെന്ന അനു മാനത്തിനാണ് കൂടുതൽ ബലമെന്നു തോന്നുന്നു. അതുതന്നെ പലരീതി യിലും പറഞ്ഞുവരുന്നുണ്ട്. അവയിലൊന്നു അഞ്ചലോട്ടക്കാരുടെ യാത്രാ വഴിയുമായി ബന്ധപ്പെട്ടതാണ്.

പണ്ടുകാലത്ത് കണ്ണൂരിൽനിന്നു തലശ്ശേരിയിലേക്കും അവിടെനിന്നു തിരിച്ചും തപാലുരുപ്പടികൾ കൊണ്ടുപോകുന്ന അഞ്ചലോട്ടക്കാരുടെ യാത്രാ വഴി ഈ നാട്ടിലൂടെയായിരുന്നു. കാക്കിക്കുപ്പായവും തൂവെള്ള മുണ്ടും, തല പ്പാവുമണിഞ്ഞുള്ള അഞ്ചലോട്ടക്കാർ ആ പേര് സൂചിപ്പിക്കുന്നത് പോലെ തന്നെ ഓട്ടക്കാരായിരുന്നു. തപാൽസഞ്ചി തോളിലിട്ടു കുന്തം ചുഴറ്റി കുട മണിയും കുലുക്കിക്കൊണ്ട് തീപിടിച്ച സ്ഥലത്ത് ഫയർ ഫോഴ്സുകാർ പോകുന്നതുപോലെ ശബ്ദമുണ്ടാക്കിക്കൊണ്ടായിരുന്നു അവരുടെ സഞ്ചാരം. നിശ്ചിതദൂരക്രമം പാലിച്ച് കാലുകൾ നീട്ടിവെച്ചു കൊണ്ടുള്ള അഞ്ചലോട്ട ക്കാരുടെ ധൃതി പിടിച്ചുള്ള ഈ മാർച്ച്പാസ്റ്റ് ഈ നാട്ടിലെ അന്നത്തെ കൗതുക കാഴ്ചകളിൽ ഒന്നായിരുന്നു. അഞ്ചലോട്ടക്കാർ റിലെ ആയിട്ടാ യിരുന്നു തപാലുരുപ്പടികൾ അങ്ങോട്ടുമിങ്ങോട്ടും കൊണ്ടുപോയിരുന്നത്.

കണ്ണൂരിൽ നിന്നും പുറപ്പെടുന്ന ഒരു "ശിപായി" ഒരു നിശ്ചിതദൂരം വരെ ഓടിച്ചെന്നു തന്റെ കയ്യിലുള്ള തപാലുരുപ്പടികൾ എതിരെവരുന്ന മറ്റൊരു ശിപായിക്ക് കൈമാറുന്നു. അയാൾ അതുമായി മുമ്പോട്ടു ഓടിപ്പോകുമ്പോൾ അയാളിൽ നിന്നുകിട്ടിയ ഉരുപ്പടികളുമായി ഇയാൾ തിരികെ ഓടുന്നു. മോട്ടോർ വാഹനങ്ങളൊന്നും വ്യാപകമാകാത്ത കാലത്തെ പോസ്റ്റ് സാധനങ്ങൾ കൊണ്ടുപോകുന്ന സമ്പ്രദായം ഇപ്രകാരമായിരുന്നു. അഞ്ചലോട്ടക്കാർ കുന്തം ചുഴറ്റുന്നതും കുടുമണികിലുക്കുന്നതും തങ്ങളുടെ വഴിയിലെ തടസ്സങ്ങൾ നീങ്ങാനും നീക്കാനുമായിരുന്നു. അഞ്ചലോട്ടക്കാരുടെ യാത്ര നാട്ടിനു പേരായിത്തീരുന്നത് എങ്ങനെയെന്നല്ലേ? കത്തിന് മലയാളത്തിൽ കുറിമാനം എന്നാണല്ലോ പറയുന്നത്. അതിനെ കുറി എന്നുമാത്രമായും വിളിച്ചുവരുന്നുണ്ട്. കല്ല്യാണക്കുറി, അങ്കക്കുറി തുടങ്ങിയവ അതിനു ഉദാഹരണങ്ങളാണ്. കുറികൊണ്ടുപോകുന്ന വഴിക്ക് "കുറിവഴി" എന്നു വിളിച്ചുവന്നു. കുറിവഴി വാമൊഴി വഴക്കത്താൽ കുറിവയി ആയെന്നും അതു കാലക്രമേണ കുറുവയായി തീർന്നുവെന്നുമാണ്. ഇതുപോലെ യാത്രവഴിയുമായി ബന്ധപ്പെടുത്തിത്തന്നെ മറ്റൊരു തരത്തിലും കുറവക്ക് ആ പേരുണ്ടായതിനെപ്പറ്റി പറഞ്ഞു വരുന്നുണ്ട്.

വിശാലമായ ചാലക്കുന്നിന്റെ ഭാഗമായുള്ളതും ഇപ്പോൾ നാഷണൽ ഹൈവെ കടന്നുപോകുന്നതുമായ തോണിയോട്ടു കുന്ന് പണ്ട് കാലത്ത് തെക്ക് കിഴക്കുഭാഗങ്ങളിൽനിന്നു കണ്ണൂർ ടൗണിലേക്ക് യാത്രപോകുന്നവരുടെ ഒരിടത്താവളമായിരുന്നു. കരാറിനകത്തിന്റെ കിഴക്കെ അതിരിൽ നിലക്കൊള്ളുന്നതും "തോണിയോട്ടുമൊട്ട" എന്ന വിളിപ്പേരുള്ളതുമായ ആ കുന്നിൻഭാഗം പണ്ടുകാലത്ത് ചാലദേവസ്വത്തിന്റെ അധീനതയിലും, ആ കുന്നിറങ്ങിയെത്തുന്ന കാഞ്ഞിരവയൽ അറയ്ക്കൽ സ്വരൂപത്തിന്റേതുമായിരുന്നു. പണ്ടത്തെ കണ്ണൂരിന്റെ കച്ചവടകേന്ദ്രം ഇപ്പോൾ സിറ്റി എന്നറിയപ്പെടുന്നതും "മാപ്പിളബേ" കടലിടുക്കിനോടുചേർന്നു കിടക്കുന്നതുമായ പൂഴി പ്രദേശത്തായിരുന്നു.

പുരാതനകാലത്ത് ഈ പ്രദേശം വേളാപുരം എന്നാണു അറിയപ്പെട്ടിരുന്നത്. തെക്കൻഭാഗങ്ങളിൽ നിന്നു സിറ്റിയിലേക്ക് കാൽനടയായിപ്പോയിരുന്നവർ ഏഴര കിഴുന്ന, തോട്ടട കടലായി എന്നീ കടൽ തീരങ്ങളിലൂടെയും, കിഴക്കുഭാഗത്തുനിന്നും വരുന്നവർ ചൊവ്വയിലൂടെയുമായിരുന്നു പ്രധാനമായും സിറ്റിയിലേക്കു പോയിരുന്നത്. തെക്കു കിഴക്കൻ ദിക്കുകളിൽ നിന്നു കുതിരവണ്ടി, കാളവണ്ടി മുതലായ വാഹനങ്ങളിൽ വരുന്നവർ ചൊവ്വയിലൂടെ മാത്രമായിരുന്നു സിറ്റിയിലേക്കു പോയിരുന്നത്. മേൽപ്പറഞ്ഞ രണ്ടു വഴികൂടാതെ തെക്കു കിഴക്കൻ ഭാഗങ്ങളിൽ നിന്നു കാൽനടയായി സിറ്റിലേക്ക് പോകേണ്ടവർ താരതമ്യേന, എളുപ്പത്തിൽ എത്തിച്ചേരുവാൻ വേണ്ടി മറ്റൊരുവഴിയും കണ്ടെത്തിയിരുന്നു. "തോണിയൊട്ടു മൊട്ട" കുത്തനെ ഇറങ്ങി കാഞ്ഞിരവയലും കുറുവവയലും താണ്ടി കാനാമ്പുഴ കടന്നായിരുന്നു ആ വഴി രൂപപ്പെട്ടിരുന്നത്. സിറ്റിയിലേക്കുള്ള എളുപ്പവഴി അല്ലെങ്കിൽ കുറുവഴി വ്യാപകമായി ഉപയോഗിച്ചിരുന്നത്, അഞ്ചരക്കണ്ടി മാവിലായി

ചെമ്പിലോട് തുടങ്ങി തെക്കു കിഴക്ക് ഭാഗങ്ങളിൽനിന്നും കാർഷികവിളകളും മറ്റു കരകൗശലോത്പന്നങ്ങളും തലച്ചുമടായി സിറ്റിയിൽ കൊണ്ടുപോയി വിറ്റിരുന്ന ഗ്രാമീണരായിരുന്നു. കാർഷികവും, കാർഷികേതരവുമായ വൈവിധ്യമാർന്ന ആ ഉത്പന്നങ്ങളിൽ കൊട്ട, വട്ടി, മുറം,പായ, കലം, ഓലക്കുട, തോർത്തുമുണ്ട്, ചൂടിക്കയർ, ചൂട്ടുകറ്റ, ചിരട്ടക്കയ്യിൽ, ഉലക്ക, ഉറി, അടയ്ക്ക, പാള, ചക്ക, 'പിലാച്ചപ്പ്' കിണ്ണം, കിണ്ടി, കോളാമ്പിവരെയുള്ള ഗാർഹിക ഉപഭോഗവസ്തുക്കളും ഉണ്ടായിരുന്നു. മേൽവിവരിച്ച സാധനങ്ങളൊക്കെ തലയിൽ ചുമന്നുകൊണ്ട് ചാലക്കുന്ന് കയറിവരുന്നവർക്ക് അല്പം വിശ്രമിക്കാനുള്ള ഒരിടത്താവളമായിരുന്നു ആ കാലത്ത് "തോണിയോട്ട് മൊട്ട".

അവിടെ സാധനങ്ങൾ ഇറക്കി വെക്കാനുള്ള ഒരു ചുമടുതാങ്ങിയും, ഇരുന്നു വിശ്രമിക്കുവാൻ ഒരാൽത്തറയും, അതിനോടുചേർന്ന് ഒരു കിണറും, കിണറിനോടു ചേർത്തുകെട്ടിയ ഒരു കൊട്ടത്തളവും, കൽത്തൊട്ടിയുമുണ്ടായിരുന്നു. കാളവണ്ടിക്കാർ തങ്ങളുടെ കാളകളെ കുടിപ്പിക്കുന്നത് ഈ കിണറിൽനിന്നു കൽത്തൊട്ടികൊണ്ട് വെള്ളം വലിച്ചു കൊട്ടത്തളത്തിലേക്ക് ഒഴിച്ചായിരുന്നു. അതുപോലെ അലഞ്ഞു തിരിയുന്ന കന്നുകാലികളും ഈ കൊട്ടത്തളത്തിൽ നിന്നായിരുന്നു വെള്ളം കുടിച്ചിരുന്നത്. സമീപത്തെ വീട്ടുകാരും ചില വഴിയാത്രക്കാരും പ്രാണിസ്നേഹത്തിന്റെ ഭാഗമെന്ന നിലയിൽ രാവിലെ വെള്ളംവലിച്ച് കൊട്ടത്തളം നിറയ്ക്കുന്ന പതിവും അവിടെയുണ്ടായിരുന്നു. മറ്റൊന്ന് ചാലദേവസ്വം വകയായി സൗജന്യമായി മോരുംവെള്ളം (സംഭാരം) നൽകുന്ന ഒരു തണ്ണീർപന്തലും അവിടെയുണ്ടായിരുന്നു. പിൽക്കാലത്ത് കാഞ്ഞിരയിലെ കുറ്റിക്കാടൻ ചോയ്യാൻ കുനിച്ചൻ എന്നയാൾ ഒരു ശർക്കരവെള്ളം വില്ക്കുന്ന പീടികയും, ഇടിയൻ പൊക്കനിച്ചൻ എന്നയാൾ അവിലിടിച്ചു വില്ക്കുന്ന ഒരു ചാപ്പയും തുടങ്ങിയിരുന്നു. അവിലിടിക്കുന്നവരെ ഇവിടെ ഇടിയൻ എന്നാണ് വിളിച്ചിരുന്നത്. വില്പന വസ്തുക്കളും തലയിൽ ചുമന്ന് ചാലക്കുന്ന് കയറി വരുന്നവർ, ചുമടുതാങ്ങിയിൽ സാധനങ്ങൾ ഇറക്കിവെച്ച് ശർക്കരവെള്ളവും സംഭാരവുമൊക്കെ കുടിച്ചു ആൽമരച്ചോട്ടിൽ വിശ്രമിച്ചതിനുശേഷം ചെങ്കുത്തായ തോണിയോട്ട് മൊട്ടയിറങ്ങി, കാഞ്ഞിരവയലിലെത്തിച്ചേരുന്നു. കാഞ്ഞിര മുതലാണ് അറയ്ക്കലിന്റെ സ്ഥലം തുടങ്ങുന്നത് എന്നു പറഞ്ഞുവല്ലോ? കാഞ്ഞിരയിലൂടെ നടന്നു പോകുവാൻ പ്രത്യേക വഴിയൊന്നുമുണ്ടായിരുന്നില്ല. വയലിലൂടെയും തോട്ടുവരമ്പിലൂടയുമൊക്കെ നടന്നാണ് കുറുവ തുടങ്ങുന്ന വൈദ്യരുടെ മുക്കിൽ (ദിനേശ് മുക്ക്) എത്തിച്ചേരുന്നത്. മൂന്നുവഴികൾ ഒത്തുചേരുന്ന കവലകളെയാണ് ഇവിടെ മുക്ക് എന്നു പറയുന്നത്. വൈദ്യരുടെ മുക്കിൽനിന്നു തെക്കൊട്ടു നീങ്ങിയാൽ കടലായി തോട്ടട ഭാഗങ്ങളിലും, നേരെ പടിഞ്ഞാറ് നീങ്ങിയാൽ കുറുവയിലുമാണ് എത്തിച്ചേരുക വൈദ്യരുടെ മുക്കിൽനിന്നു പടിഞ്ഞാറോട്ടു പോകുന്ന യാത്രക്കാർ ആയത്താൻപാറ, തയ്യിലെ വയൽ, കുറുവവയൽ, മഞ്ചക്കണ്ടിത്തോട്, മണപ്പുറം മുതലായ ഭാഗങ്ങളിലൂടെ നടന്നു കാനാമ്പുഴക്കരയിലെത്തിച്ചേരുന്നു. കാനാമ്പുഴയാണ്

കുറുവയുടെ പടിഞ്ഞാറെ അതിര്. കാനാമ്പുഴ കടക്കുന്നതോടെ പട്ടണം തുടങ്ങുകയായി. പടന്നയിലെ ചതുപ്പുനിലവും തയ്യിലെ ചുട്ടുപൊള്ളുന്ന "പൂഴിന്റെതിട്ടയും താണ്ടി യാത്രക്കാർ സിറ്റി മാർക്കറ്റിലെത്തിച്ചേരുന്നു. സിറ്റിയിലെ പൂഴിപ്പരപ്പിൽ കുത്തിയിരുന്നു സാധനങ്ങളൊക്കെ വിറ്റതിനു ശേഷം ആവശ്യ സാധനങ്ങളൊക്കെ വാങ്ങി വീണ്ടും അതേവഴി തിരിച്ചും തങ്ങളുടെ തട്ടകങ്ങളിലേക്ക് പോകുന്നു. ഇങ്ങനെ കുറുക്കുവഴിയിലൂടെ പട്ടണത്തിലേക്കും തിരിച്ചും യാത്ര തുടർന്നപ്പോൾ അതൊരു നാട്ടിന്നു പേരായി മാറുകയായിരുന്നു. കുറുവഴിയാണ് കുറുവയായി തീർന്നതെന്നു പറയപ്പെടുന്നു. ഈ അനുമാനത്തെ ബലപ്പെടുത്തുന്ന ചില സാഹചര്യതെളിവുകളും വിശദമാക്കേണ്ടതുണ്ട്. കരാറിനകത്തിന്റെ സമീപത്തു കിടക്കുന്ന ചൊവ്വയ്ക്ക് ആ പേരുണ്ടായത് യാത്രവഴിയുമായി ബന്ധപ്പെട്ടുകൊണ്ടുതന്നെയാണെന്നു തോന്നുന്നു. തെക്കുകിഴക്ക് ഭാഗങ്ങളിൽ നിന്നും അന്ന് കണ്ണൂർസിറ്റിയിലേക്ക് പോയിരുന്നത് മിക്കവാറും ചാലവഴിയായിരുന്നു. ചാലയിൽ നിന്ന് നേരെ സിറ്റിയിലേക്ക് പോകുന്ന വഴിയാണ് ചൊവ്വയായിത്തീർന്നത്. നേരെ എന്നതിന്റെ മറ്റൊരു മലയാള വാക്കാണ് ചൊവ്വെ. ചുരുക്കിപ്പറഞ്ഞാൽ തെക്കുകിഴക്ക് ഭാഗങ്ങളിൽനിന്നു ചൊവ്വെ (നേരെ) കണ്ണൂരിലേക്ക് പോകുന്ന വഴിക്ക് ചൊവ്വെ എന്ന പേർ വന്നുചേർന്നു. ചൊവ്വെ കണ്ണൂരിലേക്കു പോകുന്ന വഴി ചൊവ്വയായതുപോലെ കുറുകെ കണ്ണൂരിലേക്ക് പോകുന്ന വഴി കുറുവഴിയായിത്തീർന്നു. അതു ഉച്ചാരണഭേദത്താൽ "കുറുവയായി".

തോണിയോട്ട്മൊട്ടയിറങ്ങിയുള്ള കുറുക്കുവഴി വരുന്നതിനുമുമ്പ് കരാറിനകം ദേശങ്ങളിലേക്ക് എത്തിച്ചേരുന്നതിനു ഉപയോഗിച്ചിരുന്ന മറ്റൊരുവഴിയെക്കുറിച്ചും വിശദമാക്കാം. ആ വഴി ഉപയോഗിച്ചിരുന്നത്, സവർണ്ണജാതിക്കാരായിരുന്നുവത്രെ! ഒരുപാടു ചരിത്രപ്രധാനമായ സംഭവങ്ങൾ പണ്ടുകാലത്ത് ഇവിടെ നടന്നതായി മുമ്പ് പറഞ്ഞുവല്ലോ!? കടലായി ക്ഷേത്രം, കടലായിക്കോട്ട, അവേരക്കോട്ട മുതലായവയൊക്കെ ആ ചരിത്രസംഭവങ്ങളിലെ കണ്ണികളായിരുന്നു. അവിടങ്ങളിൽ എത്തിച്ചേരുവാൻ ജലമാർഗ്ഗം സാധിക്കുമെങ്കിലും കരവഴിയായി എത്തിച്ചേർന്നിരുന്നത്, കരാറിനകത്തിന്റെ കിഴക്ക് ഭാഗത്ത് ഇപ്പോൾ ദേശീയപാത കടന്നുപോകുന്നതും എസ്.എൻ. കോളേജ് നിലകൊള്ളുന്നതുമായ, പെരുംവനംവളപ്പിന്റെ പടിഞ്ഞാറ് ഭാഗത്തുകൂടിയായിരുന്നു. ആ വഴിയിലൂടെ യാത്രപോയിരുന്നത് കടലായി ക്ഷേത്രത്തിൽ ദർശനത്തിന് പോകുന്നവരും ആ ക്ഷേത്രത്തിലെ പരികർമികളും മറ്റമ്പലവാസികളുമായിരുന്നു. കൂടാതെ കടലായിക്കോട്ട, അവേരക്കൊട്ട തുടങ്ങിയ തന്ത്രപ്രധാനമായ കേന്ദ്രങ്ങളിലേക്കു പടയൊരുക്കത്തിന് പോകുന്ന അശ്വാരൂഢരായ പടയാളികളുമായിരുന്നു. പിൽക്കാലത്ത് കമ്പിത്തൂണിന്റെ വളപ്പ് എന്നു വിളിച്ചുവന്നിരുന്ന പെരുവനം ആ പേരുസൂചിപ്പിക്കുന്നതുപോലെ ഒരു കൊടുംകാടായിരുന്നുവത്രെ! പെരുംവനത്തിൽ നിന്നും നേരെ പടിഞ്ഞാറുപോയാൽ അവേരക്കോട്ടയിലേക്കും, അതിന്റെ മധ്യഭാഗത്തുനിന്നും തെക്കോട്ടുപോയാൽ എത്തിച്ചേരുന്നത് മുമ്പ് വിവരിച്ച

കുറുവയുടേയും കാഞ്ഞിരയുടേയും അതിരിലുള്ള വൈദ്യരെ മുക്കിലുമായിരുന്നു. വൈദ്യരെ മുക്കിനടുത്തുള്ള കുറുക്കൻകണ്ടിപ്പറമ്പിൽ നിന്നു പടിഞ്ഞാറ് നീങ്ങിയാൽ കടലായി ക്ഷേത്രത്തിലേക്കും കടലായിക്കോട്ടയിലേക്കും എത്തിച്ചേരാമായിരുന്നു. മേൽപ്പറഞ്ഞ പെരുംവനം മുതൽ കടലായി ക്ഷേത്രം വരെയുള്ള സ്ഥലങ്ങൾ കാടുവെട്ടിത്തെളിയിച്ച് യാത്രവഴിയാക്കി മാറ്റിയതാണെന്ന് അനുമാനിക്കാവുന്നതാണ്. ഒരുപക്ഷേ കടലായി ക്ഷേത്രത്തിലേക്കു സവർണ്ണ വിഭാഗക്കാർക്കു വഴിനടക്കാൻ വേണ്ടിയായിരിക്കണം കാടുവെട്ടിത്തെളിച്ച് പറമ്പാക്കിയത്. കടലായിപ്പറമ്പിൽ ആശാരിക്കെട്ടിന് വടക്കുഭാഗം അടുത്തകാലംവരെ നിലനിന്നിരുന്ന ഒരു കൂറ്റൻ ആൽമരവും അതിനുചുറ്റും യാത്രക്കാർക്കു വിശ്രമിക്കാൻ പാകത്തിൽ കെട്ടിയിരുന്ന കൽത്തറയും ഉണ്ടായിരുന്നു. കോട്ടയിലേക്കും കടലായിക്ഷേത്രത്തിലേക്കും കടലായിപ്പറമ്പിൽനിന്ന് വഴിയുണ്ടായിരുന്നു എന്നതിന്റെ തെളിവാണ് ആ ആൽത്തറ. ആ ആൽമരത്തിന് സമീപം താമസിച്ചവരെ ഇവിടെ അറിയപ്പെടുന്നത് ആലുമ്മൽ കുടുംബക്കാർ എന്നാണ്. കൂടാതെ ആൽ നിന്നിരുന്നതിന്റെ കുറച്ചു വടക്കായി പണ്ടുകാലത്ത് അനേകം ചവോക്ക് മരങ്ങളും നിരനിരയായി കാണപ്പെട്ടിരുന്നു. മറ്റൊന്നു നശിച്ചുപോയ കടലായിക്ഷേത്രത്തിന്റെ അവശിഷ്ടങ്ങളിൽ ഒന്നായ "കൃഷ്ണക്കുണ്ട്" ഈ ആൽമരത്തിൽനിന്നും ഏതാനും വാരയകലെയാണ് നിലകൊള്ളുന്നത്. അമ്പലത്തിലേക്കു യാത്രപോകുന്നവർക്ക് വെള്ളം കുടിക്കാനോ കുളിക്കാനോ മറ്റോ ആയിരിക്കും കൃഷ്ണക്കുണ്ട് ഉപയോഗിച്ചിട്ടുണ്ടാവുക.

കടാങ്കോട്ട് മാക്കം വെള്ളം കുടിച്ച കിണർ

ചില ഐതിഹ്യങ്ങളുമായി ബന്ധപ്പെടുത്തിയും ഈ യാത്രാവഴിയെപ്പറ്റി ഒന്നുകൂടി വിശദമാക്കാം. മേൽപ്പറഞ്ഞ വൈദ്യരുടെ മുക്കിനടുത്തുള്ള കുറുക്കൻകണ്ടിപ്പറമ്പിലെ, ഇപ്പോൾ ചെറിയാണ്ടി തറവാട്ടുകാരുടെ അധീനതയുള്ള ഒരു കിണറുമായി ബന്ധപ്പെടുത്തി, പണ്ടുമുതലേ ചില ഐതിഹ്യങ്ങൾ ഇവിടെ പ്രചരിച്ചിരുന്നു. കടാങ്കോട്ടു മാക്കത്തെ വകവരുത്തുവാനുള്ള ഉദ്ദേശ്യത്തോടെ ആങ്ങളമാർ കോട്ടയംപൂരം കാണാനെന്ന വ്യാജേന കൂട്ടികൊണ്ടുപോകുന്ന വേളയിൽ, വൈദ്യരുടെ മുക്കിലുള്ള കുറുക്കൻകണ്ടിപ്പറമ്പിലെ ഒരു കിണറിൽനിന്ന് മാക്കവും മക്കളും വെള്ളം കുടിച്ചിരുന്നു എന്നാണ് ഇവിടെ പണ്ടു കാലം മുതലേ പറഞ്ഞുവന്നിരുന്നത്. അതിലേക്കു കടക്കുന്നതിന് മുമ്പ് കടാങ്കോട്ട് മാക്കത്തിന്റെ കരളലിയിക്കുന്ന കഥയിലേക്ക് ഒന്നു കണ്ണോടിക്കാം. പുരാതന കോലത്തുനാട്ടിൽ നടന്നതായി പറയപ്പെടുന്ന അതിനികൃഷ്ടമായ ഒരു പെൺഹത്യയുടെ ബാക്കിപത്രമാണു കടാങ്കോട്ടു മാക്കത്തിന്റെ കഥ. ആൺകോയ്മയുടെ ഇരയും പണ്ടത്തെ മാടമ്പി സംസ്കാരത്തിന്റെ ബലിയാടുമായിത്തീർന്ന മാക്കം, മരണശേഷം ഭഗവതി തെയ്യമായാണ് മനുഷ്യമനസ്സിൽ പുനരവതരിച്ചത്. ഉത്തരകേരളത്തിലെ പലകാവുകളിലും ഭഗവതി തെയ്യമായി കെട്ടിയാടപ്പെടുന്ന മാക്കത്തിന്റെ കരളലിയിക്കുന്ന കഥ, ആ തെയ്യത്തിന്റെ തോറ്റം പാട്ടിലൂടെയാണ് അനാവൃതമാകുന്നത്.

കോലത്ത് രാജാവിന്റെ നായർപടയിലെ ധീരനായ ഒരു പടനായകനായിരുന്നു കുഞ്ഞിമംഗലത്തച്ഛൻ. അച്ഛൻ എന്നത്, നായർ സേനാനായകർക്ക് രാജാവ് നൽകുന്ന പദവിയാണത്രെ! കുഞ്ഞിമംഗലത്തച്ഛന്റെ അനുജൻമാരായുള്ള പതിനൊന്നു പേരും ആ നായർപടയിലെ അംഗങ്ങളയിരുന്നു. നായർ പടയാളികളായ ആ പന്ത്രണ്ട് അംഗസഹോദരൻമാരുടെ ഒരേയൊരു പെങ്ങളായിരുന്നു മാക്കം. നെരിയോട്ട് സ്വരൂപക്കാരുമായുണ്ടായ ഒരു യുദ്ധത്തിൽ, വിജയം നേടിയതിന്റെ പേരിൽ കോലത്തിരിയിൽ നിന്നു പാരിതോഷികങ്ങളും വാങ്ങി കടാങ്കോട്ടെവീട്ടിൽ തിരിച്ചുവരികയായിരുന്ന ആ പന്ത്രണ്ട് അംഗസഹോദരൻമാരെ എതിരേറ്റത് ഒരേയൊരു പെങ്ങളായ മാക്കത്തെക്കുറിച്ച് നാത്തൂന്മാർ പടച്ചുണ്ടാക്കിയ അവിശുദ്ധബന്ധത്തിന്റെ കഥകളായിരുന്നു. “തങ്ങൾ മലവാരത്ത് പോയി വിറക് ശേഖരിച്ചു തിരിച്ചു വീട്ടിൽ വന്നപ്പോൾ എണ്ണ കൊണ്ടുവരാറുള്ള വാണിയനെമ്മൻ മാക്കത്തിന്റെ മുറിയിൽ നിന്ന് ഇറങ്ങി പോകുന്നത് കണ്ടുവെന്നാണ് ഭാര്യമാർ തങ്ങളുടെ ഭർത്താക്കന്മാരോട് വെളിപ്പെടുത്തിയ ആ കഥ. മാക്കം തന്റെ മക്കളായ ചാത്തുവിനേയും ചീരുവിനേയും കൂടാതെ ആരാധിക്കുന്ന സർവ്വ ദൈവങ്ങളേയും പിടിച്ചു താൻ നിരപരാധിയാണെന്നു പറഞ്ഞുവെങ്കിലും ആങ്ങളമാർക്കു ബോധ്യം വന്നില്ല. അവർ തങ്ങളുടെ ഭാര്യമാരുടെ വാക്കുകൾ തെറ്റാകുകയില്ലെന്ന് ഉറച്ചു വിശ്വസിച്ചു. കൂടാതെ പടകഴിഞ്ഞു വരുമ്പോൾ വഴിയിൽ കാണാനിടയായ ദുർലക്ഷണങ്ങൾ മാക്കത്തിന്റെ ദുഷ്ചെയ്തികളുടെ പ്രതിഫലനങ്ങളാണെന്നും അവർ ഊഹിച്ചു.

“പച്ചോലത്തുച്ചും മുറിഞ്ഞുവീണു
പച്ചമുരിക്ക് വിലങ്ങനെ വീണു
ചെന്തലയോന്ത് മുറിയെപ്പാഞ്ഞു.”

എന്നൊക്കെയാണ് ആങ്ങളമാർ കണ്ട ദുർലക്ഷണങ്ങളെപ്പറ്റി തോറ്റത്തിൽ വിവരിക്കുന്നത്.. തന്റെ നിരപരാധിത്വം ഒരു തരത്തിലും ആങ്ങളമാർ അംഗീകരിക്കാതെയായപ്പോൾ നിഷ്കളങ്കയായ മാക്കം പൊതുവെ സ്ത്രീകൾ ആങ്ങളമാരോടു പറയാൻ മടിക്കുന്ന മറ്റൊരു കാര്യം കൂടി പറഞ്ഞുനോക്കി. വാണിയനെമ്മൻ എണ്ണക്കുറ്റിയുമായി പടിക്കൽ വന്നപ്പോൾ തനിക്ക് തീണ്ടാരിയാണെന്നും പുറത്തുവരാൻ പാടില്ലെന്നും അകത്തുനിന്നു വിളിച്ചു പറഞ്ഞതുകേട്ട് എമ്മൻ കോലായിയിൽ നിന്നുകൊണ്ട് എണ്ണക്കുറ്റി അകത്തു വെച്ചുപോകുകയാണുണ്ടായതെന്നായിരുന്നു മാക്കത്തിന്റെ വെളിപ്പെടുത്തൽ. തീണ്ടാരിയുള്ള സമയത്ത് ആണുങ്ങളുമായി ഒരു തരത്തിലും ബന്ധപ്പെടുകയില്ലെന്നത് അറിയിക്കുകയായിരുന്നു ആ വെളിപ്പെടുത്തലിലൂടെ മാക്കം നിർവ്വഹിച്ചത്. എന്നിട്ടും മാക്കത്തിന്റെ നിരപരാധിത്വം ആങ്ങളമാർക്ക് ബോധ്യമായില്ല. ഒരു ദിവസം രാവിലെ കോട്ടയം പൂരം കാണാനെന്നു പറഞ്ഞു മാക്കത്തേയും മക്കളേയും കൂട്ടി ആങ്ങളമാർ കുഞ്ഞിമംഗലത്തുനിന്നു പുറപ്പെട്ടു. വഴിയിലുള്ള പ്രധാന ക്ഷേത്രങ്ങളിലെല്ലാം ദർശനം നടത്തിയായിരുന്നു അവരുടെ യാത്ര. മാടായിക്കാവിൽ ഭഗവതിയേയും, ചെറുകുന്ന് അന്നപൂർണ്ണേശ്വരിയേയും, ചൊവ്വയിലീശ്വരനേയും, കടലായി ബാലകൃഷ്ണനേയും

തൊഴുതിട്ടാണ് അവർ ചാലയിലെത്തുന്നതെന്നു തോറ്റത്തിൽ വിവരിക്കുന്നുണ്ട്. ചാലയിലെ ഒരു വീട്ടിൽ ചെന്നു ദാഹജലം ചോദിച്ച മാക്കത്തിനും മക്കൾക്കും ആ വീട്ടുകാർ വെള്ളോട്ടു കിണ്ടിയിൽ നറുംപാൽ നിറച്ച് നൽകിയത്രെ! പാൽകുടിച്ചു ദാഹം തീർത്ത മാക്കം തന്റെ കഴുത്തിലുണ്ടായിരുന്ന ആഭരണങ്ങളെല്ലാം ഊരി ആ കിണ്ടിയിലിട്ടു വീട്ടുകാർക്ക് നൽകുകയും, അതു സ്വീകരിക്കാൻ തയ്യാറാകാത്ത വീട്ടുകാരോട് തങ്ങൾ തിരിച്ചുവരുമ്പോൾ എടുത്തുകൊള്ളാമെന്നും പറഞ്ഞുവത്രെ! ചാലയിൽനിന്നും കോട്ടയം പൂരപ്പറമ്പിലേക്കുള്ള വഴിയിൽ മമ്പറം കഴിഞ്ഞുള്ള ഒരു വിജനമായ സ്ഥലത്തുവെച്ചാണ് ആങ്ങളമാർ മാക്കത്തേയും മക്കളേയും അറുംകൊല ചെയ്യുന്നത്. അത്യന്തം നാടകീയമായിട്ടാണ് ആങ്ങളമാർ ആ കൊലപാതകം നിർവ്വഹിച്ചത്. വഴിവക്കിൽ കണ്ട ഒരു പൊട്ടക്കിണറിൽ നോക്കി ആങ്ങളമാർ മാക്കത്തോടു പറഞ്ഞുവത്രെ, "എന്തൊരത്ഭുതം നട്ടുച്ച നേരത്തു നക്ഷത്രമുദിച്ചിരിക്കുന്നു! അതുകാണണമെങ്കിൽ അതാ ഈ പൊട്ടക്കിണറിൽ നോക്കിയാൽ മതി " ഇതു കേട്ടമാത്രയിൽ മാക്കം കിണ്ണിൽ തലതാഴ്ത്തി നോക്കുന്ന നേരത്ത് മറ്റൊരു ആങ്ങള ഊരിപിടിച്ച വാളുമായി വന്നു ചേനത്തണ്ടു ചെത്തുന്നതുപോലെ മാക്കത്തിന്റെ കഴുത്തറക്കുകയും അറ്റതലയും കബന്ധവും മറ്റൊരു ആങ്ങളവന്ന് കിണറ്റിലേക്ക് തള്ളിയിടുകയും ചെയ്തുവത്രെ! അമ്മയെ കഴുത്തു മുറിച്ച് കൊന്ന് കിണറ്റിലിടുന്നത് കണ്ടു, പരിഭ്രാന്തരായി നാലുപാടുമോടുന്ന മക്കളേയും, കോഴിയെ അറുക്കുന്നതുപോലെ തലയറുത്ത് കിണറ്റിലെറിഞ്ഞു.

ഈ അറുംകൊലനടത്തുന്നത് കണ്ടു എന്നു സംശയിച്ച് വഴിയെ പോകുന്ന ഒരു മാവിലാനേയും വാളിനിരയാക്കിയത്രെ! ഭാര്യമാരുടെ വാക്കുകേട്ട് പെങ്ങളേയും പിഞ്ചു പൈതങ്ങളേയും നിഷ്കരുണം കൊന്നുതള്ളിയ കുഞ്ഞിമംഗലം നമ്പ്യാന്മാരുടെ കുടുംബം പിന്നീട് ക്ഷയിച്ചു പോയത്രെ! മാക്കം ഭഗവതി ദൈവക്കരുവായി ഉയിർത്തെഴുന്നേൽക്കുകയും ചെയ്തു. ഉത്തരകേരളത്തിലെ പല ഭഗവതിക്കാവുകളിലും മാക്കത്തെ തെയ്യമായി കെട്ടിടയാടപ്പെടുകയും ചെയ്യുന്നു. മാക്കത്തിനും മക്കൾക്കും കുടിക്കാൻ വെള്ളോട്ടുകിണ്ടിയിൽ പാൽ നൽകിയ ചാലയിലെ വീട്ടിലാണത്രെ ഇപ്പോൾ മാക്കപ്പോതിക്കാവ് നിലകൊള്ളുന്നത്.

തെയ്യത്തോറ്റങ്ങളിൽ മുച്ചിലോട്ടു ഭഗവതിയുടെ കഥ മാറ്റിനിർത്തിയാൽ ഒരുപക്ഷേ ഏറ്റവും ഹൃദയാവർജ്ജകമായത് മാക്കത്തിന്റെ കഥയാണെന്നു തോന്നുന്നു. ഭാര്യമാർ പ്രചരിപ്പിച്ച നടപടി ദോഷത്തിന്റെ കഥകേട്ട് ഓമനിച്ചു വളർത്തിയ ഒരേ ഒരു പെങ്ങളെ രണ്ടു മക്കളോടൊപ്പം കൊന്നു കുഴിച്ചുമൂടാൻ, തക്കംനോക്കി കുഞ്ഞിമംഗലം മുതൽ കൂത്തുപറമ്പ് വരെ പന്ത്രണ്ടു ആങ്ങളമാരും ചേർന്നു നടത്തിച്ചു കൊണ്ടുപോകുന്നതും, തന്നെ കൊല്ലാനാണ് കൊണ്ടുപോകുന്നതെന്നു മനസ്സിലാക്കിയിട്ടും അക്ഷോഭ്യയായി തന്റെ നിരപരാധിത്വം വഴിവക്കിലെ ക്ഷേത്രങ്ങളിൽ ചെന്ന് ബോധിപ്പിക്കുകയും ചെയ്യുന്ന മാക്കം ഒരപൂർവ്വമായ സ്ത്രീകഥാപാത്രമാണെന്ന കാര്യത്തിൽ സംശയമില്ല. കുറുവയിലെ വൈദ്യരുടെ മുക്കിനടുത്തുള്ള കുറുക്കൻകണ്ടി

പറമ്പിലെ ഒരു കിണറിൽനിന്ന് മാക്കവും മക്കളും വെള്ളം കുടിച്ചിരുന്നു എന്നാണല്ലോ ഇവിടെ പറഞ്ഞുവരുന്നത്.

കടലായി കൃഷ്ണനെ സന്ദർശിച്ചിട്ടാണ് മാക്കവും മക്കളും ചാലയിലേക്കു പോയതെന്ന തോറ്റത്തിലെ വിവരണം വെച്ച് നോക്കുമ്പോൾ അത് ശരിയാകാനാണ് സാധ്യത. കാരണം കടലായി ക്ഷേത്രത്തിൽനിന്ന് അന്നു ചാലയിലെത്താനുള്ള ഉയർന്ന ജാതിക്കാരുടെ വഴി മേൽപ്പറഞ്ഞ കടലായിപ്പാറ, വട്ടവളപ്പ്, കുറുക്കൻകണ്ടിപറമ്പ്, പെരുംവനം എന്നിങ്ങനെയായിരുന്നു. പെരുംവനത്തിലൂടെ നടന്നായിരിക്കണം മാക്കം അമ്മൂപ്പറമ്പിലും ചാലയിലും എത്തിയതെന്ന് ചുരുക്കം. മാക്കം കടലായി ശ്രീബാലകൃഷ്ണനെ തൊഴുതതിനെപ്പറ്റി ഏതാനും വരികളേ തോറ്റത്തിലുള്ളൂ. "കടലായിവാഴുന്നൊരുണ്ണികൃഷ്ണൻ/കരുണക്കായ് തന്നെയും പ്രാർത്ഥിച്ചിട്ട് പൊള്ളുംവെയിലിൽ നടന്നവര്"

കടലായിക്ഷേത്രത്തിൽ പ്രാർത്ഥിച്ചശേഷം പൊള്ളുംവെയിലിലാണ് മാക്കവും മക്കളും നടന്നുപോകുന്നത് എന്ന വരിയിൽനിന്ന് അത് കടലായിപ്പറമ്പിലെ പൊരിവെയിൽ തന്നെയാണെന്ന് വായിച്ചെടുക്കാം. അങ്ങനെ നോക്കുമ്പോൾ മാക്കം കുറുക്കൻകണ്ടിപറമ്പിലെ കിണറിൽ നിന്നു വെള്ളം കുടിച്ചിരുന്നു എന്നു പറയുന്നതിൽ അല്പം യുക്തിയുണ്ട്. അതുമാത്രമല്ല മറ്റൊരു അത്ഭുതകരമായ സംഗതി കുറുക്കൻകണ്ടിപ്പറമ്പിലെ താമസക്കാരായ ചെറിയാണ്ടി തറവാട്ടുകാരുടെ പറമ്പിന്റെ ആധാരത്തിൽ കൊടുത്തിരിക്കുന്ന വിവരണം "മാക്കപ്പോതിന്റെ വളപ്പിലെ കുറുക്കൻകണ്ടിപ്പറമ്പെന്നാണ്" വടക്ക് കുഞ്ഞിമംഗലത്ത് നടന്നു എന്നു വിശ്വസിക്കപ്പെടുന്ന ഒരു ഐതിഹ്യകഥയിലെ ദുരന്ത നായികയുടെ പേരിൽ കുറുവയിൽ ഒരു സ്ഥലം നിലനിൽക്കുന്നു എന്നത് അത്ഭുതപ്പെടുത്തുന്ന കാര്യം തന്നെയാണ്. മേൽവിവരിച്ചതുപോലെ മാക്കവും അകമ്പടിക്കാരും കടലായിക്ഷേത്രത്തിൽ നിന്നു പുറപ്പെട്ട് കടലായിപ്പറമ്പിലൂടെ പൊള്ളുംവെയിലിൽ നടന്ന് വട്ടവളപ്പിലൂടെ വടക്കോട്ടു നീങ്ങി വൈദ്യരുടെ മുക്കിലെത്തിച്ചേർന്നിരിക്കാം. അവിടെ കുറുക്കൻകണ്ടിപ്പറമ്പിലുണ്ടായിരുന്ന ഏതെങ്കിലും വീട്ടിൽ ചെന്ന് വെള്ളം കുടിച്ച് വിശ്രമിച്ചിട്ടുണ്ടായിരിക്കാം. അതിനാലായിരിക്കാം മാക്കപ്പോതിന്റെ വളപ്പിലെ കുറുക്കൻകണ്ടിപ്പറമ്പ് എന്ന പേരുവരാൻ കാരണം ഇതിൽനിന്ന് വ്യക്തമാകുന്നത് തോണിയോട്ടേ "മൊട്ട" ഇറങ്ങിയുള്ള കുറുക്കുവഴി വരുന്നതിനുമുമ്പ്, കരാറിനകം ദേശങ്ങളിലേക്ക്, പ്രത്യേകിച്ചും കടലായി അമ്പലം കടലായി കോട്ട അവേരക്കോട്ട തുടങ്ങിയ പ്രസിദ്ധങ്ങളായ സ്ഥലങ്ങളിലേത്തു കരമാർഗ്ഗം എത്തിച്ചേരുവാനുള്ള വഴി മേൽപ്പറഞ്ഞ പെരുംവനം വളപ്പിന്റെ മധ്യേ നിന്ന് വിലങ്ങനെ കടലായി പാറയിലേക്കായിരുന്നുവെന്ന് വ്യക്തമാകുന്നു.

ഈ കാര്യത്തിൽ മറ്റൊരു തെളിവുകൂടി പരിശോധിക്കാനുണ്ട്. കുറുക്കൻകണ്ടിപ്പറമ്പിൽ നിലവിലുള്ള വീട്ടിൽ പണ്ടുമുതലേ താമസിച്ചുവരുന്നത് ഇവിടുത്തെ പ്രമുഖ മുസ്ലീം തറവാടുകളിലൊന്നായ ചെറിയാണ്ടി കുടുംബക്കാരാണ്. ആ കുടുംബത്തിലെ പ്രായാധിക്യമുള്ള കാരണവന്മാരുടെ ഓർമ്മ വെച്ച് ആ കുടുംബക്കാർ പൊതുവാച്ചേരിയിൽ നിന്നും വന്നവരാണത്രെ!

ചേരിയുമായി ബന്ധപ്പെട്ട സ്ഥലനാമങ്ങളൊക്കെയുണ്ടായത് ബ്രാഹ്മണന്മാർ കൂട്ടമായി താമസിച്ചതിന്റെ ഫലമാണെന്നാണ് ചരിത്രകാരന്മാരുടെ നിഗമനം. ചെറിയാണ്ടിത്തറവാടിനെ ചൂഴ്ന്നുനിന്ന ചില വിശ്വാസങ്ങളും മേൽപ്പറഞ്ഞ വയുമായി ഒത്തുപോകുന്നവയാണ്. ചെറിയാണ്ടി തറവാട്ടുകാരുടെ കുറുക്കൻകണ്ടിപ്പറമ്പിൽനിന്നും കടലായിയിലേക്കു പോകുന്ന ഒരു സ്ഥലം അടുത്തകാലംവരെ യാതൊരു നിർമ്മാണപ്രവർത്തനവും നടത്താതെ ഒഴിച്ചിട്ടിരിക്കുകയായിരുന്നു. ആ സ്ഥലം അശുദ്ധമാക്കാതെ നിലനിർത്തണമെന്ന് തറവാട്ടിലെ മുതുമുത്തശ്ശമാർ അതാതുകാലങ്ങളിൽ തങ്ങളുടെ ഇളമുറക്കാരോടു നിഷ്കർഷിക്കാറുണ്ടായിരുന്നുവത്രെ! അതിനു അവർ പറഞ്ഞ കാരണം ആ വഴിയിലൂടെ ബ്രഹ്മരക്ഷസ്സിന്റെ പോക്കു വരവുണ്ടെന്നാണ്. മാത്രമല്ല അങ്കപ്പുറപ്പാടിന്റെ കോലാഹലങ്ങളുമായി കുതിരപ്പടയാളികൾ സഞ്ചരിക്കാറുണ്ടായിരുന്നുവെന്നും അവർ പിൻതലമുറയെ ധരിപ്പിച്ചുവന്നിരുന്നു. ഇത്തരം വിശ്വാസം കാരണം ആ മൈതാനം പണ്ടുമതലേ തരിശായിക്കിടന്നു. ഒരു മുസ്ലീം തറവാട്ടുകാർ ബ്രഹ്മരക്ഷസ്സിന്റെ പോക്കുവരവുണ്ടെന്നു പറഞ്ഞു തങ്ങളുടെ സ്ഥലം ഒഴിച്ചിടുന്നതും അതു അശുദ്ധമാക്കാതെ നിലനിർത്തണമെന്നും പിൻതലമുറയോടു നിഷ്കർഷിക്കുന്നതിൽ നിന്നും എന്തൊക്കെയോ മനസ്സിലാക്കാനുണ്ട് എന്നു വ്യക്തമല്ലേ? പണ്ടു കാലത്ത് സവർണ്ണരുടെ യാത്രവഴിയെ മറ്റുള്ളവർ ഭയഭക്തി ബഹുമാനത്തോടെ നോക്കിക്കണ്ടു എന്നുതന്നെയല്ലേ ഇതു സൂചിപ്പിക്കുന്നത്. പണ്ടുകാലത്ത് ഉയർന്ന ജാതിക്കാരുടെ യാത്രാവഴി മേൽപ്പറഞ്ഞ പെരുംവനം, കുറുക്കൻ കണ്ടിപ്പറമ്പ്, കടലായിപ്പാറ എന്നീ സ്ഥാലങ്ങളിലൂടെയായിരുന്നുവെന്നു ദൃഢീകരിക്കുവാൻ ഈ വിശ്വാസങ്ങളും കാരണമാകുന്നു. ബ്രഹ്മജ്ഞാനികളായ ബ്രാഹ്മണർ മരിച്ചാലാണ് ബ്രഹ്മരക്ഷസ്സ് ഉണ്ടാവുകയെന്നാണു വിശ്വാസം.

ഇവിടെ കടലായി ക്ഷേത്രം നിലനിന്നകാലത്ത് അമ്പലവാസികളായ ബ്രാഹ്മണർ പോകുകയും വരികയും ചെയ്തിരിക്കാമല്ലോ? കടലായി ക്ഷേത്രം ഇല്ലാതായതോടെ ആ യാത്രയും നിലച്ചിരിക്കാം. ബ്രാഹ്മണരുടെ യാത്ര നിലച്ചതിനുശേഷവും നാട്ടുകാർ അവരോടുള്ള ഭയഭക്തികാരണം അവർ യാത്ര ചെയ്ത വഴി അശുദ്ധമാക്കാതെ മാറ്റി നിർത്തിയതായിരിക്കാം. അതുമല്ലെങ്കിൽ അവർ മൺമറഞ്ഞാലും മേൽപ്പറഞ്ഞപോലെ ബ്രഹ്മരക്ഷസ്സായി വന്നു യാത്രചെയ്യുമെന്ന വിശ്വാസം കൊണ്ടുമായിരിക്കാം. മറ്റൊന്നു പടയാളികൾ യാത്രചെയ്യുന്ന കോലാഹലവും കുതിരക്കുളമ്പടിയും കേൾക്കാറുണ്ടെന്നു പറഞ്ഞുവരുന്നത് ഇവിടെ നടന്ന വ്യത്യസ്തങ്ങളായ യുദ്ധങ്ങളിൽ പട്ടാളക്കാരുടെ യാത്രയെപ്പറ്റി തലമുറയായി കിട്ടികൊണ്ടിരുന്ന ആശങ്കാകുലമായ വിവരണങ്ങൾ മനസ്സിലുണ്ടാക്കിയ പേടികൊണ്ടുമായിരിക്കാം. സന്ധ്യാസമയത്ത് പുറത്തിറങ്ങരുതെന്നും ബ്രഹ്മരക്ഷസ്സിന്റെ വഴിയിൽപ്പെട്ടുപോകരുതെന്നും വീരന്റെ വരവിൽപ്പെട്ടാൽ അടി കിട്ടുമെന്നുമൊക്കെ ഇവിടെ മുതിർന്നവരുടെ ഇടയിൽ രൂഢമൂലമായിമാറിയ വിശ്വാസത്തിന്റെ കാരണം മേൽപ്പറഞ്ഞ സവർണ്ണരുടെ വഴിയാത്രയും പടയാളികളുടെ പോക്കുവരവുമാകാമെന്നു തോന്നുന്നു.

അവേര – ആദിമക്കൾ അടിമകളായ കഥ

കണ്ണൂർ നഗരസഭയേയും എടക്കാട് ഗ്രാമപഞ്ചായത്തിനേയും വേർതിരിക്കുന്ന കാനാമ്പുഴയുടെ കരയിൽ, കുറുവയുടെ വടക്കു ഭാഗത്തായി, നിലകൊള്ളുന്ന ഒരു പടുകൂറ്റൻ കുന്നും അതിനുചുറ്റുമുള്ള താഴ്‌വാരങ്ങളും അടിവാരങ്ങളും ചേർന്നുള്ള ഒരു ചെറുഗ്രാമമാണ് അവേര. അടിവാരം പ്രധാനമായും നെൽപ്പാടങ്ങളും കുന്നിൻമുകൾഭാഗവും താഴ്‌വാരങ്ങളും ജനാധിവാസകേന്ദ്രങ്ങളുമാണ്. കരാറിനകത്തെ അഞ്ചുദേശങ്ങളിൽ ഇരുണ്ട ഭൂഖണ്ഡം പോലെ പരിഗണിക്കപ്പെട്ടിരുന്ന, അവേര, ചരിത്രത്തിലെ ജാതിപരമായ ഉച്ചനീചത്വങ്ങളുടെ ഉണങ്ങാത്ത മുറിവുകൾ വക്ഷസ്സിൽ കൊണ്ടുനടക്കേണ്ടിവന്ന ഒരു ദേശമാണ്.

അവേരയുടെ പുരാതനനാമം "കുണ്ടോറക്കാത്ത്" എന്നായിരുന്നുവത്രെ! കുണ്ടോറക്കാത്ത് എന്നപേരിൽ അവിടെ ഇപ്പോഴും ഒരു സ്ഥലമുണ്ട്. "കുണ്ടറയുടെ അകത്ത്" എന്നതിന്റെ വാക്യഭേദമാണു "കുണ്ടാറക്കാത്ത്" കുണ്ടറയുടെ അകം എന്നാൽ പഴയകാലത്തെ കാരാഗൃഹത്തെയാണു സൂചിപ്പിക്കുന്നത് പണ്ടുകാലത്ത് കുറ്റവാളികളെ പാർപ്പിച്ചിരുന്ന സ്ഥലമായിരിക്കണം കുണ്ടോറക്കാത്ത്.

മേൽപ്പറഞ്ഞ കുന്നിനെ അവേരക്കോട്ടയെന്നാണു വിളിക്കുന്നത്. ആ കുന്നിന്റെ ചരിത്രപ്രാധാന്യത്തെപ്പറ്റി കടലായി യുദ്ധത്തെക്കുറിച്ചു വിവരിച്ച ഘട്ടത്തിൽ സൂചിപ്പിച്ചുവല്ലോ ! ഇവിടുത്തെ ചില വളപ്പുകളുടെ ആധാരങ്ങളിൽ കാണുന്നത്, കോട്ടയ്ക്ക് തെക്കേപ്പുറം, കോട്ടയ്ക്ക് വടക്കേപ്പുറം, കോട്ടയ്ക്കടിയിൽ എന്നൊക്കെയാണ്. എന്നാൽ ആരുടെ കാലത്താണ് ഇവിടെ കോട്ട സ്ഥാപിച്ചതെന്നു പറയുവാൻ വ്യക്തമായ തെളിവുകളൊന്നും ലഭ്യമായിട്ടില്ല. ഇപ്പോഴും ഈ കോട്ടയുടെ ചിലഭാഗങ്ങൾ കേന്ദ്രഗവൺമെന്റിന്റെ കൈവശമാണ്. അതിനുമുമ്പ് ഈ കോട്ട ബ്രിട്ടീഷുകാരുടെ കൈവശമായിരുന്നു. ഈ കോട്ടയുടെ കിഴക്ക് ഭാഗത്തുള്ള ഒരു സ്ഥലത്തിന്റെ പേര് ബത്തേരി വളപ്പ് എന്നാണ്. ചൊവ്വ സ്പിന്നിങ്ങ് മില്ലിന്റെ പിറകുവശത്തുള്ള മൈതാനത്തെയാണ് ബത്തേരി വളപ്പ് എന്നു വിളിക്കുന്നത്. സ്പിന്നിങ്ങ് മില്ലിന്റെ നിർമ്മാണവേളയിൽ ഭൂമി കുഴിക്കുന്ന സമയത്ത് അവിടെ നിന്ന് പീരങ്കി ഉണ്ടകളും പ്രവർത്തനരഹിതമായ ആയുധങ്ങളുടെ അവശിഷ്ടങ്ങളും ലഭിച്ചതായി കേൾക്കാൻ കഴിഞ്ഞിട്ടുണ്ട്. കടലായി "കോട്ടമ്മലിന്റെ" അടുത്തുള്ള ഒരു സ്ഥലത്തേയും ബത്തേരിവളപ്പ് എന്നു വിളിച്ചുവരുന്നുണ്ട്. അടുത്തടുത്തായി നിലകൊള്ളുന്ന രണ്ടുകോട്ടയുടെ സമീപത്ത് ഒരേ പേരിൽ രണ്ടു സ്ഥലം സ്ഥിതിചെയ്യുന്നത് അന്വേഷിക്കേണ്ട വിഷയം തന്നെയാണ്. ബത്തേരിവളപ്പ് എന്നു വിളിക്കുന്ന ആ രണ്ടു സ്ഥലങ്ങൾക്കും ആ പേര് കിട്ടിയത് ഇംഗ്ലീഷിലെ ബാറ്ററി എന്ന വാക്കിൽനിന്നാണെന്ന് തോന്നുന്നു. ബാറ്ററി എന്ന വാക്കിന് പൊതുവായി നാം കൽപ്പിക്കുന്ന മലയാളാർത്ഥം ചെറിയ തോതിൽ വൈദ്യുതി തരുന്ന ഒരു ഉപകരണമെന്നാണല്ലോ? എന്നാൽ ബാറ്ററി എന്ന വാക്കിന് സകല സജ്ജീകരണങ്ങളോടുകൂടിയുള്ള സേനാവിഭാഗം എന്നും പീരങ്കിയുടെ നിരയെന്നുമുള്ള മറ്റു രണ്ടർത്ഥങ്ങളും ഉണ്ട്.

സുൽത്താൻ ബത്തേരി എന്ന സ്ഥലനാമം ഇത്തരുണത്തിൽ സ്മരണീയമാണ്. ടിപ്പുസുൽത്താൻ തന്റെ പടയോട്ടക്കാലത്ത് സേനയെ വിന്യസിച്ച ഒരു സ്ഥലത്തെയാണല്ലോ പിന്നീട് സുൽത്താൻ "ബത്തേരി" എന്നു വിളിച്ചുവന്നത്. 1734-ൽ കർണാടകക്കാരുടെ കൈവശത്തിലായിരുന്ന കടലായിക്കോട്ട പിടിച്ചെടുക്കുവാൻ ബ്രിട്ടീഷ് നേതൃത്വത്തിലുള്ള സഖ്യസേന ശ്രമിച്ചതും അതിനുവേണ്ടി അവേരക്കോട്ട കൈവശപ്പെടുത്തിയതും അവേരക്കോട്ടയിൽനിന്ന് കടലായി താവളത്തിനുനേരെ ആക്രമണം അഴിച്ചുവിടുന്നതുമൊക്കെ മുമ്പ് വിവരിച്ചിട്ടുണ്ട്. ആ യുദ്ധത്തിനു വേണ്ടിയുള്ള പട്ടാളക്കാരെയും പീരങ്കി മുതലായ യുദ്ധോപകരണങ്ങളേയും വിന്യസിച്ച സ്ഥലമായിരിക്കണം പിൽക്കാലത്തു ബത്തേരി വളപ്പ് എന്നറിയപ്പെടുന്ന സ്പിന്നിങ്ങ് മില്ലിനു പിറകിലുള്ള സ്ഥലം. അതുപോലെ കടലായികോട്ടമ്മലിനടുത്തുള്ള ബത്തേരി വളപ്പ്, അതേ യുദ്ധത്തിൽ എതിരാളികളായ കർണ്ണാടകക്കാരുടെ പട്ടാളത്തേയും ആയുധങ്ങളേയും വിന്യസിച്ച സ്ഥലമായിരിക്കണം. ബാറ്ററി എന്ന വാക്ക് ഉച്ചാരണത്തിലെ മലയാളീകരണം കൊണ്ടായിരിക്കണം ബത്തേരി എന്നായത്. അതെന്തായാലും അവേരക്കോട്ടയുടെ ചരിത്ര പ്രാധാന്യം വ്യക്തമാക്കുന്ന ഏറ്റവും നല്ല തെളിവ് ബത്തേരി വളപ്പും കുണ്ടോറക്കാത്തുമാണ്. കോട്ടയുടെ മുകൾഭാഗത്ത് പണ്ടു മുതലേ അധിവസിച്ചുവരുന്നത് ഇവിടുത്തെ ഹരിജൻ സമൂഹമാണ്. 1960കളോടുകൂടി ആ സ്ഥലം ഹരിജൻസമൂഹത്തിന്റെ ഒരു കോളനിയായി സർക്കാർ അംഗീകരിക്കുകയും ചെയ്തു. ഇപ്പോൾ കോട്ടയുടെ മുകൾഭാഗം അറിയപ്പെടുന്നത് അവേരപ്പറമ്പ് ഹരിജൻകോളനി എന്നാണ്.

അവർ വേറെ - അവേര

അവേരക്ക് ആ പേർ എങ്ങനെ വന്നുവെന്നു കണ്ടെത്തുവാനുള്ള എളിയ ശ്രമമാണ് ഇനി നടത്തുന്നത്. അവേര എന്ന പേരുണ്ടായതിനു പിന്നിൽ കേരളത്തിൽ വളരെ കാലത്തോളം നിലനിന്നിരുന്ന, അടിമത്തത്തിന്റേയും വെട്ടിപ്പിടുത്തങ്ങളുടേയും, തൊട്ടുകൂടായ്മയുടേയും തീണ്ടിക്കൂടായ്മയുടേയും ദുർഗന്ധം വമിക്കുന്ന ചരിത്രമുണ്ടെന്നു തോന്നുന്നു. അധഃകൃതർ എന്നു പറഞ്ഞു ആദിമ നിവാസികളായ സമുദായക്കാരെ മുഖ്യധാരയിൽ നിന്നു ആട്ടിയോടിക്കുകയാണല്ലോ പണ്ടുകാലത്ത് ചെയ്തിരുന്നത്. ആ ദുർഗന്ധം വമിക്കുന്ന സാമൂഹ്യവ്യവസ്ഥയുടെ ഒരു കാർബൺ പതിപ്പാണ് അവേരയുടെ ഭൂതകാലചരിത്രവുമെന്നു പറയാവുന്നതാണ്.

അടിയാക്കൂട്ടം

ഈ നാട്ടിലെ ആദിമനിവാസികൾ എന്നു പറയാവുന്നവർ ഇപ്പോൾ അവേരക്കോട്ടയിലും പരിസരങ്ങളിലും അധിവസിച്ചുവരുന്ന ഹരിജൻ സമുദായക്കാരുടെ പൂർവ്വികന്മാരായിരുന്നു. പുരാതനകാലം മുതൽ തന്നെ കാനാമ്പുഴയുടെ ഇരുകരകളിലായി അധിവാസമുറപ്പിച്ചിരുന്ന അവർ, പുഴമീൻ പിടിച്ചും സമീപങ്ങളിലെ കൈപ്പാടു നിലങ്ങളിൽ കൃഷിചെയ്തുമാണ് ജീവിച്ചുവന്നിരുന്നത്. അവേരകുന്നിന്റെ അടിവാരം മുതൽ കടലായി

അഴിമുഖം വരെയുള്ള കാനാമ്പുഴയുടെ പടിഞ്ഞാറൻ ഭാഗങ്ങൾ പുഴമത്സ്യങ്ങളെ കൊണ്ട് അനുഗൃഹീതമായിത്തീർന്ന നീർക്കയങ്ങളായിരുന്നു. ഇടയ്ക്കിടെ കടലിലുണ്ടാകുന്ന വേലിയേറ്റങ്ങളും പുഴക്കരകളിൽ സമൃദ്ധമായി വളർന്നു പന്തലിച്ച കണ്ടൽമരത്തിന്റെ സാന്നിധ്യവുമായിരുന്നു, ഈ പുഴയിലെ മത്സ്യസമൃദ്ധിക്ക് കാരണമായി തീർന്നത്. കടലിൽ വേലിയേറ്റമുണ്ടാകുന്ന സമയങ്ങളിൽ മേൽപ്പറഞ്ഞ കാനാമ്പുഴയുടെ ഭാഗങ്ങളിൽ കൊട്ടകൊണ്ടു കോരിയെടുക്കാൻ തക്കവണ്ണം, ഇരിമീൻ, കയ്യൻ, ചെമ്പല്ലി, വെള്ളചെമ്മീൻ തുടങ്ങി ബഹുരുചിയുള്ള പുഴമത്സ്യങ്ങളുടെ ഒരു ചാകരക്കോളു തന്നെ പ്രത്യക്ഷപ്പെടുമായിരുന്നു. ഏറ്റത്തിനു കയ്യൻകേറുന്നത്പോലെയെന്നും, കണ്ടൽ മരത്തിനിടയിൽ ഇരിമീൻ കളിക്കുന്നതു പൊലെ"യെന്നുമുള്ള പഴഞ്ചൊല്ലുകൾ ഇത്തരുണത്തിൽ സ്മരണീയമാണ്. കൈപ്പാട് കൃഷിക്ക് വെള്ളം ലഭിക്കുന്നതിന്റെയും കാരണം ഈ വേലിയറ്റം തന്നെയായിരുന്നു. അവേരപ്പാലം മുതൽ കടലായി അഴിവരെയുള്ള കാനാമ്പുഴയുടെ കരപ്രദേശങ്ങൾ ഇപ്പോഴും അറിയപ്പെടുന്നത് കൈപ്പാട് എന്നാണ്.

കൈപ്പാടിൽ തന്നെയുള്ള പലസ്ഥലങ്ങളും പുലയന്റെ വളപ്പ് എന്നും അറിയപ്പെട്ടിരുന്നു. മറ്റൊന്നു ഇവിടുത്തെ ഹരിജൻ സമുദായക്കാരുടെ തറവാട്ടുപേരുകളെ സംബന്ധിച്ചാണ്. തെക്കൻ, വടക്കൻ, ആരംഭൻ, അരിങ്ങളേയൻ എന്നൊക്കെയാണ് അവരുടെ തറവാട്ടുപേരുകൾ. തെക്കൻ, വടക്കൻ എന്നതിൽ നിന്നു ആ ദിക്കുകളിൽ നിന്നു വന്നവരാണെന്നു മനസ്സിലാക്കാം. എന്നാൽ ആരംഭൻ എന്നത് തുടക്കക്കാർ എന്നോ നിലവിലുണ്ടായിരുന്നവർ എന്നോ ആണല്ലോ അനുമാനിക്കാനാവുക. അരിങ്ങളേയൻ എന്നാൽ "അടിയാങ്ങൾ" എന്ന വാക്കിന്റെ ഭേദമാണ്. സൂക്ഷ്മവിശകലനത്തിൽ അതു ആദിമക്കളിലേക്കാണു എത്തിച്ചേരുക. ഇടയ്ക്ക് ഈ നാട്ടിലെ മുഖ്യധാരാ സമൂഹങ്ങൾക്ക് അപ്രിയകരമായ ഒരു കാര്യം കൂടി ഓർമ്മിപ്പിച്ചുകൊള്ളട്ടെ. ഈ നാട്ടിലെ പഴയതലമുറയിലുള്ളവർക്ക് വളരെ പരിചിതമായ ഒരുപേരാണു അടിയക്കൂട്ടം എന്നത്. ഇപ്പോൾ കുറുവ വായനശാല നിലകൊള്ളുന്നതിന്റെ സമീപത്തുള്ള മണപ്പുറം എന്ന സ്ഥലത്ത് അറുപതു കൊല്ലങ്ങൾക്കു മുമ്പു വരെ നിലത്തുകുത്തിയിരുന്നു "കുര്യക്കൊട്ടയിൽ" ശേഖരിച്ച പുഴമീൻ വിറ്റിരുന്നവരെയാണു അടിയാക്കൂട്ടം എന്നു വിളിച്ചിരുന്നത്. ഹരിജൻ സമുദായക്കാരായ ഈ സ്ത്രീകൾ കാനാമ്പുഴയിലും തോട്ടട പുഴക്കോട്ടപ്പുഴയിലും നേരംപുലരുന്നതിനു എത്രയോ മുമ്പേതന്നെ തങ്ങളുടെ കുടിലുകളിൽ നിന്നും നടന്നുപോയി, മേലാസകലം വെള്ളത്തിൽ മുങ്ങിയാണ് മത്സ്യം പിടിച്ചിരുന്നത്. വെളുത്ത വസ്ത്രം മാത്രം ധരിക്കുന്ന ഈ സ്ത്രീകൾ "പുഴയിൽ മുങ്ങിത്തപ്പി"ക്കൊണ്ടുവരുന്ന ചെമ്മീനിനും വെളുത്തനിറമായിരുന്നു. വേലിയേറ്റ സമയത്ത് ചൂരൽക്കൊട്ട കടിച്ചുപിടിച്ച് പുഴയിൽ മുങ്ങുന്ന ഈ സ്ത്രീകൾ വെള്ളത്തിൽ കൈകൊണ്ടു "തപ്പി"യാണ് ചെമ്മീൻ പിടിച്ചിരുന്നത്. "ചെമ്മീൻ തപ്പുക" എന്നാണിതിന് പറയുന്നത്. തപ്പിക്കിട്ടുന്ന ചെമ്മീൻ കടിച്ചു പിടിച്ചിരിക്കുന്ന ചൂരൽ കൊട്ടയിൽ തൽക്ഷണം നിക്ഷേപിക്കുന്നു. അങ്ങനെ ചെയ്യുന്ന നേരത്ത് ഈ സ്ത്രീകൾ കടിച്ചുപിടിച്ചിരിക്കുന്ന

കൊട്ടകൾ മാത്രമേ കരയിൽ നിൽക്കുന്നവർക്ക് കാണാൻ സാധിക്കുകയുള്ളൂ. കുറേ ചൂരൽ കൊട്ടകൾ പന്തുപോലെ ജലപ്പരപ്പിൽ ആലോലമാടുന്നതു പോലെയുള്ള ഒരു കാഴ്ച. ഇങ്ങനെ പിടിച്ചുകൊണ്ടുവരുന്ന ചെമ്മീനാണ് മണപ്പുറത്ത് വെച്ച് വിൽക്കുന്നത്. കൊട്ടതുറക്കുമ്പോൾ തന്നെ പുറത്തു ചാടുന്ന ചെമ്മീൻ മറ്റൊരു ചാട്ടത്തിന് കൊട്ടയിൽ തന്നെ വന്നു വീഴുമത്രെ! "ചെമ്മീൻ തുള്ളിയാൽ മുട്ടോളം" എന്ന ഒരു പഴഞ്ചൊല്ല് ഇവിടെ പ്രചാരത്തിലുണ്ട്. സ്ത്രീകളെ, പുരുഷന്മാരുടെ വരുതിയിൽ നിർത്തുവാനാണ് ഈ പഴഞ്ചൊല്ല് പലരും ഉപയോഗിക്കാറുള്ളത്. അടിയാക്കൂട്ടം കോഴികൂവുന്നതിന് മുമ്പേതന്നെ പുറപ്പെട്ട് പുഴയിൽ മുങ്ങി തപ്പിക്കൊണ്ടുവരുന്ന ചെമ്മീനിന് ബഹുരുചിയായിരുന്നുവെന്നാണ് പഴമക്കാരുടെ ഏകകണ്ഠമായ അഭിപ്രായം.

"അടിയാക്കൂട്ടം" എന്നത് അടിമകളുടെ കൂട്ടം എന്നതിന്റെ നാട്ടുമൊഴിയാണ്. തമിഴിലെ "ആദിമക്കൾ" എന്ന വാക്കിൽ നിന്നാണ് "അടിമകൾ" എന്ന മലയാളവാക്കുണ്ടാകുന്നത്. ആദിമക്കളെ അടിമകളാക്കിയ ചരിത്രം ലോകത്തിന്റെ നാനാഭാഗത്തും കാണാൻ സാധിക്കും. ഒരുപക്ഷേ നാഗരികതയെന്നാൽ ആദിമക്കളെ അടിമകളാക്കിമാറ്റിയ ചരിത്രം കൂടിയായിരിക്കും. ഇവിടെയും സംഭവിച്ചത് മറ്റൊന്നല്ല. കോലത്തുനാടിന്റെ കടലായി ആസ്ഥാനത്തേക്ക് അവശ്യവസ്തുക്കൾ എത്തിക്കുന്ന തീയ്യർ ഇവിടെ വലിയ തറവാട്ടുകാരായിത്തീർന്നു എന്നു മുമ്പു സൂചിപ്പിച്ചുവല്ലോ? ആ തറവാട്ടുകാർ തങ്ങൾക്ക് കോവിലകത്തുള്ള സ്വാധീനം ഉപയോഗിച്ച് കൈപ്പാടു കൃഷിനടത്തുന്ന ആദിമനിവാസികളെ കാനാമ്പുഴക്കരയിൽ നിന്ന് വേറെ സ്ഥലത്തേക്ക് നിർബന്ധിച്ച് ഓടിക്കുകയായിരുന്നു. എന്നിട്ട് ആ കൈപ്പാട് നിലങ്ങൾ സ്വന്തമാക്കുകയും ചെയ്തു. "ആ വേറെ" സ്ഥലമാണ് കാലക്രമത്തിൽ അവേരയായി തീർന്നതത്രെ! എന്തുകൊണ്ട് ഇവരെ അവേരയിലേക്ക് ഓടിച്ചു എന്നു സംശയം തോന്നിയേക്കാം. ആ സ്ഥലം "കുണ്ടോറക്കാത്ത" അഥവാ കുറ്റവാളികളെ പാർപ്പിക്കുന്ന സ്ഥലമായിരുന്നുവെന്നു മുമ്പ് സൂചിപ്പിച്ചുവല്ലോ? ആദിമനിവാസികളെയും, എന്തെങ്കിലും കുറ്റം ആരോപിച്ച് കുണ്ടോറക്കാത്തേക്ക് ആട്ടിത്തെളിച്ചു എന്നു സാരം. ഒരു സമൂഹത്തെ മുഴുവൻ വേറെ ആക്കിയപ്പോൾ എല്ലാകാര്യത്തിലും "അവർ വേറെയായി".

തലമുറതലമുറയായി "അതു വേറെയെന്നോ" "അവർ വേറെയെന്നോ" പറഞ്ഞുവന്നതാണ് ആ പ്രദേശത്തിന്റെ പേർ ക്രമേണ അവേര എന്നായി ത്തീർന്നത്. "അവർ വേറെ" എന്നുപറഞ്ഞതാണ് അവേരയ്ക്ക് ആ പേർ വരാൻ കാരണമായതെന്ന നിഗമനം ശരിയായാലും തെറ്റായാലും താണജാതിയുമായി ബന്ധപ്പെട്ടുകൊണ്ടാണ് അവേരയ്ക്ക് ആ പേർ വന്നത് എന്നതിന് ശക്തമായ തെളിവ് തരുന്ന മറ്റു ചില സംഗതികളും പരിശോധിക്കാം.

ബ്രിട്ടീഷ് അറയ്ക്കൽ രേഖകളിൽ അവേരയെ "അവര" എന്നാണ് എഴുതിക്കാണുന്നത്. സംസ്കൃതജന്യമായ അവര എന്ന മലയാള വാക്കിനു പിറകിലുള്ള അപ്രധാനമായ എന്നൊക്കെയാണ് നിർവ്വചനം. "അവരവര"എന്നാൽ ഏറ്റവും താണത് എന്നും 'അവരചൻ' എന്നാൽ ശൂദ്രൻ എന്നുമാണ് അർത്ഥം. ശ്രേഷ്ഠം, ഉത്തമം എന്നൊക്കെ അർത്ഥമുള്ള വരം എന്ന

വാക്കിനു മുമ്പിൽ അകാരം ചേരുമ്പോൾ താണത്, അധമം എന്നൊക്കെയുള്ള അതിന്റെ വിപരീതാർത്ഥങ്ങളാണ് ലഭിക്കുക. താണജാതിക്കാർ താമസിച്ച സ്ഥലത്തിന് അവരപ്പറമ്പ് എന്ന പേർ വന്നിരിക്കാം. കടലായിക്കോട്ടയും, ക്ഷേത്രവും നിലനിന്ന കാലത്ത് ഇവിടെ ധാരാളം സവർണ്ണജാതിക്കാർ താമസിച്ചിരുന്നതായി മുമ്പ് വിവരിച്ചിട്ടുണ്ട്. കടലായിയിലെ പഴയ ക്ഷേത്രത്തിന്റെ അടുത്തുള്ള ഒരു പറമ്പിന്റെ പേര് "വരപ്പുറം" എന്നാണ്. സവർണ്ണ സമുദായക്കാർ താമസിച്ച സ്ഥലമായതുകൊണ്ടായിരിക്കണമല്ലോ അതിന് ശ്രേഷ്ഠമായ സ്ഥലം എന്നർത്ഥം വരുന്ന വരപ്പുറം എന്ന പേർ ലഭിച്ചത്. കടലായി ക്ഷേത്രത്തിനടുത്ത് സവർണ്ണസമുദായക്കാർ താമസിച്ച സ്ഥലം വരപ്പുറമായതു പോലെ ശൂദ്രർ താമസിച്ച സ്ഥലം അവരപ്പറമ്പാകാനും സാധ്യതയുണ്ട്. അവരപ്പറമ്പ് ഉച്ചാരണത്തിൽ വന്ന മാറ്റമായിരിക്കണം അവേരപ്പറമ്പായതെന്നും അനുമാനിക്കാം. മറ്റൊരുകാര്യം പണ്ടുകാലത്ത് ഇവിടെ താമസിച്ചു വന്നിരുന്ന തീയ്യരൊഴിച്ചുള്ള മിക്ക താണസമുദായക്കാരുടെ വാസസ്ഥലത്തിനും തന്താങ്ങളുടെ ജാതിപ്പേർ വീണിട്ടുണ്ട്. വണ്ണാൻചാൽ, ആശാരിക്കെട്ട്, തട്ടാങ്കുണ്ട്, മാവുക്കുണ്ട്, കൊല്ലന്റെ വളപ്പ്, മലയന്റെ വളപ്പ്, ഗുരിക്കളെ വളപ്പ്, പാണപ്രവൻ തുടങ്ങിയവ ഉദാഹരണങ്ങളാണ്. അതുപോലെ ശൂദ്രരിൽ ഏറ്റവും അടിത്തട്ടിലുള്ളവരുടെ വാസസ്ഥലം അവരപ്പറമ്പ് എന്നായിത്തീർന്നിരിക്കാം.

ചാലയിൽനിന്നോ എടക്കാട്ടുനിന്നോ വല്ല നാടുവാഴിത്തമ്പുരാക്കന്മാരും പല്ലക്കിൽ വഴിതെറ്റി എഴുന്നെള്ളുമ്പോൾ മാത്രമാണ് 1800-നു ശേഷം കരാറിനകക്കാർ ഒരു നമ്പൂതിരിയെയോ നമ്പ്യാരെയോ കാണുന്നത്. അവർ ഹ:ഹോ:ഹ:ഹേ മുതലായ വ്യാക്ഷേപക ശബ്ദമുണ്ടാക്കി എഴുന്നള്ളുമ്പോൾ ഓടിയൊളിക്കാൻ വിധിക്കപ്പെട്ടവരായിരുന്നു ഇവിടുത്തെ തീയ്യസമുദായക്കാർ.

ആ തീയ്യർക്ക് മേൽക്കൈയുള്ള കാലത്തും സവർണ്ണരുടെ കാലത്ത് നടന്നതുപോലെ തങ്ങളിൽ താണജാതിക്കാരോടു തൊട്ടുകൂടായ്മയും തീണ്ടിക്കൂടായ്മയും പുലർത്തിയിരുന്നു എന്നതും ആലോചിക്കേണ്ട വിഷയം തന്നെയാണ്. "തനിക്ക് ചെറുതു തനിക്കിര" എന്നും, "ഇരകൾ തന്നെ വേട്ടക്കാരുമാണ്" എന്ന ചൊല്ലും ഇവിടെ അന്വർത്ഥമായിത്തീരുന്നു. തീയ്യരുടെ മുമ്പിൽ ചെറുമക്കൾക്ക് നിൽക്കാവുന്ന അകലം പതിനാറ് അടിയായിരുന്നു - അതിനെ "ചെറുമപ്പാടകലം" എന്നാണു പറയുന്നത്. തീയ്യർ തങ്ങളേക്കാൾ ഉയർന്ന ജാതിക്കാരോടു പുലർത്തേണ്ട അകലത്തെ "തീയ്യപ്പാടകലം" എന്നും പറയുന്നു. അങ്ങനെയുള്ള തീയ്യരും ചെറുമസമുദായക്കാരെ തൊട്ടുകൂടാത്തവരായും തീണ്ടിക്കൂടാത്തവരായും അകറ്റി നിർത്തിയെന്നത് ജാതിവ്യവസ്ഥ മനുഷ്യമനസ്സിനെ എത്രമാത്രം മലിനപ്പെടുത്തിയെന്നും, ആ വ്യവസ്ഥ മനുഷ്യസമൂഹത്തിലുണ്ടാക്കിയ മുറിവ് എത്രമാത്രം ആഴമുള്ളതായിരുന്നുവെന്നും ബോധ്യപ്പെടും. മേൽജാതിക്കാരോടുള്ള ബഹുമാനസൂചകമായി കലം വിൽക്കാൻ വരുന്നയാളെപ്പോലും "നായരച്ചൻ" എന്നു വിളിക്കാൻ വിധിക്കപ്പെട്ട തീയ്യസമുദായക്കാരന്റെ പലചരക്ക് കടയിൽ പോലും

പുലയസമുദായക്കാരെ തീണ്ടാപ്പാടകലെ നിർത്തിയിരുന്നു. സവർണ്ണ സമുദായക്കാർ ഇല്ലാതിരുന്നിട്ടും കരാറിനകത്ത് അയിത്താചരണം മുറയ്ക്ക് നടന്നിരുന്നുവെന്നുള്ളതിന് ഇപ്പോൾ കുറുവ വായനശാല നിലകൊള്ളുന്ന, മണപ്പുറം എന്ന സ്ഥലത്ത് കുറച്ചുകാലം മുമ്പുവരെയുണ്ടായിരുന്ന ഒരു പലചരക്ക് പീടികയും, അതിന്റെ മുന്നിൽ വളരെ കാലത്തോളം നീക്കം ചെയ്യാതെ കിടന്നിരുന്ന എണ്ണമയമുള്ള ഒരു കറുത്ത കല്ലും മൂകസാക്ഷികളായിരുന്നു. ആ പലചരക്ക് പീടികയിൽ സാധനങ്ങൾ വാങ്ങാൻ വേണ്ടി, അവേരക്കുന്നിറങ്ങി വരുന്ന "പൊക്കായി ഏട്ടനും ഉറൂട്ടിയേട്ടനും" മേൽപ്പറഞ്ഞ കല്ലിനടുത്തു വന്നു "പരിനെല്ലും പന്നങ്ങപ്പൂളും" എന്നു വിളിച്ചുപറയണം. എന്നിട്ടു പൈസ കല്ലിൽ വെച്ച് പതിനാറ് അടി പിറകിൽ മാറിനിൽക്കണം. കടയുടമ കല്ലിനടുത്തുവന്നു പൈസ എടുത്ത് പീടികയിൽ ചെന്ന് ആവശ്യമുള്ള സാധനങ്ങൾ എടുത്തു അതേ കല്ലിൽ വെക്കുന്നു. പീടികക്കാരൻ കല്ലിനടുത്തുനിന്നു തിരികെ പീടികയിലെത്തിയാൽ മാത്രമേ പതിനാറ് അടി അകലെ നില്ക്കുന്ന പൊക്കായിയേട്ടനും, ഉറൂട്ടിയേട്ടനും കല്ലിൽ നിന്നും സാധനങ്ങൾ എടുക്കുവാൻ പാടുള്ളൂ. അങ്ങനെ തീയ്യത്തമ്പുരാക്കന്മാരോടു ചെറുമപ്പാടകലം പാലിച്ച് സാധനങ്ങളെടുത്ത് തലയുംചൊറിഞ്ഞ് അവർ അവേരക്കുന്നിലേക്കു തിരിച്ചുപോകുന്നു. മനുഷ്യർക്ക് അയിത്തം കൽപ്പിച്ചവർക്ക്, പൊക്കായിയേട്ടനും ഉറൂട്ടിയേട്ടനും തങ്ങളുടെ പൃഷ്ടം ചൊറിഞ്ഞ കൈകൊണ്ടു കൊടുത്ത നാണയത്തുട്ടുകളായാലും അവയ്ക്ക് അയിത്തം ഇല്ലായിരുന്നു. ജാതിക്കോമരങ്ങളായ, യാഥാസ്ഥിതികർക്കു മുന്നിൽ തൊട്ടുകൂടാത്തവരായും, തീണ്ടിക്കൂടാത്തവരായും നിൽക്കേണ്ടിവന്നവർ, വാക്കുകൊണ്ടും പ്രവൃത്തികൊണ്ടും മനസ്സുകൊണ്ടും വേറെ നിർത്തപ്പെട്ടവർ, തങ്ങൾ "നെല്ലിൻ ചുവട്ടിൽ" മുളയ്ക്കുന്ന കാട്ടുപുല്ലല്ലെന്നു പിന്നീട് തെളിയിച്ചു. കരാറിനകത്തെ ആദ്യത്തെ അലോപ്പതി ഡോക്ടർ അവേരയിൽ ജനിച്ചുവളർന്ന ഈ വേറെ നിർത്തപ്പെട്ട സമുദായക്കാരുടെ ഇളമുറക്കാരനായ എ.കരുണാകരനാണെന്നത് കാലത്തിന്റെ കണക്കു തീർക്കലായിരിക്കാം.

അവേരപ്പറമ്പ് ശ്രീഭഗവതി ക്ഷേത്രം

കീഴാളരുടെ ഒരു ആരാധനാലയവും അവേരയിൽ നിലവിലുണ്ട്. അവേരപ്പറമ്പ് ഭഗവതിക്കാവ് എന്നാണു ആ ക്ഷേത്രം അറിയപ്പെടുന്നത്. 1970 കാലത്താണു ആ കാവിനു ഒരു ചെറിയ കെട്ടിടമുയരുന്നത്. അതിനു മുമ്പ് ഓല കൊണ്ട് മറച്ച ഒരു ഷെഡിൽ വെച്ചായിരുന്നു ക്ഷേത്രകർമ്മങ്ങൾ നടത്തിയിരുന്നത്. ഉത്തരകേരളത്തിലെ കീഴാള തെയ്യങ്ങളായ തീപ്പൊട്ടനും പുലിമറഞ്ഞ തൊണ്ടച്ചനുമാണ് അവിടെ കെട്ടിയാടുന്ന പ്രധാന തെയ്യക്കോലങ്ങൾ. അവേരക്കാവിലെ പൊട്ടൻതെയ്യത്തിന്റെ "തീയിൽതുള്ളൽ" ആരേയും അമ്പരപ്പിക്കുന്ന ഒരു തെയ്യക്കാഴ്ചയാണ്. കത്തിക്കാളുന്ന "മേലേരി"യിൽ നൂറ്റിഒന്നു തവണയാണു തെയ്യം വീണുരുളുന്നത്. എന്നിട്ടും യാതൊരു പോറലുമേൽക്കാതെ പുറത്തുവരുന്ന തെയ്യം പറയുന്നത്, "നാനുശീക്കുന്നു" എന്നാണ്. (എനിക്കു തണുക്കുന്നു)

എന്നിലും നിങ്ങളിലും കുടികൊള്ളുന്ന ആന്തരികസത്ത ഒന്നു തന്നെ യാണെന്നും, അതു സർവ്വ വ്യാപിയും നാശമില്ലാത്തതുമാണെന്നുമുള്ള ഭാര തീയവേദാന്തതത്വമാണത്രെ പൊട്ടൻ തെയ്യത്തിന്റെ തീത്തുള്ളലിലൂടെ വിളംബരം ചെയ്യപ്പെടുന്നത്. അത് ആ തെയ്യത്തിന്റെ തോറ്റത്തിൽ നിന്ന് വായിച്ചെടുക്കുവാനും സാധിക്കും. അദ്വൈതവേദാന്തത്തിന്റെ പ്രചാരകനായ ശങ്കരാചാര്യർ ഒരിക്കൽ തന്റെ വഴിയിൽ കണ്ടുമുട്ടിയ ചണ്ഢാളനോട് "വഴി തെറ്റ് വഴി തെറ്റ് ചിന്നപ്പുലയാ" എന്നു പറഞ്ഞുവത്രെ! "ദേഹമാണോ അതോ, ദേഹിയാണോ" വഴിമാറേണ്ടത് എന്നായിരുന്നു അപ്പോൾ ചണ്ഢാ ളന്റെ മറുചോദ്യം. എല്ലാവരിലും ഒരേസത്തയാണു കുടികൊള്ളുന്നതെങ്കിൽ കുലത്തിന്റെ പേരിൽ താനെന്തിനു വഴി മാറിപ്പോകണം എന്നായിരുന്നു ചണ്ഢാളന്റെ ആ ചോദ്യത്തിന്റെ പൊരുൾ. ചണ്ഢാളന്റെ മറുചോദ്യ ത്തിന്റെ ആന്തരാർത്ഥം ഗ്രഹിച്ച ശങ്കരാചാര്യർക്ക് താൻ പ്രചരിപ്പിക്കുന്ന തത്ത്വങ്ങൾക്ക് വിരുദ്ധമാണ് അയിത്താചരണമെന്നു ബോധ്യപ്പെടുകയും ആ ചണ്ഢാളനോട് ക്ഷമ യാചിക്കുകയും ചെയ്തുവത്രെ. അതോടെ ചണ്ഢാളനെ തന്റെ ഗുരുവായി അംഗീകരിക്കുകയും ചെയ്തുവെന്നാണ് ആ കഥ. "നാങ്കളെ കൊത്തിയാലും, ചോരതന്നെ ചൊവ്വരെ,/ നീങ്കളെ കൊത്തിയാലും ചോര തന്നെ ചൊവ്വരെ,/ പിന്നെന്തു ചൊവ്വരെ കോലം പിശ കുന്നു" എന്നൊക്കെയുള്ള പൊട്ടൻതെയ്യത്തിന്റെ തോറ്റത്തിലെ ചോദ്യങ്ങൾ തികച്ചും ചിന്തോദ്ദീപകമാണ്. അതുപോലെ, പൊട്ടൻ തെയ്യം നൂറ്റിഒന്നു തവണ തീയിൽ ചാടിയിട്ടും യാതൊരു പോറലുമേൽക്കാതെ എഴുന്നേറ്റ് വരുന്ന അത്ഭുതകരമായ അനുഷ്ഠാനങ്ങളിൽ അടങ്ങിയിട്ടുള്ളത്, നാശ മില്ലാത്ത ബ്രഹ്മത്തിന്റെ പ്രതീകവൽക്കരണമാണെന്നാണ് പറയപ്പെടുന്നത്.

പുലിമറിഞ്ഞ തൊണ്ടച്ചൻ

അവേരക്ഷേത്രത്തിലെ മറ്റൊരു തെയ്യം പുലിമറിഞ്ഞ തൊണ്ടച്ചനാണ്. മാടായിയിലെ കാരി എന്നുപേരുള്ള ഒടിവിദ്യ ശീലിച്ച കളരിഗുരുനാഥനാണ് പുലിമറിഞ്ഞ തൊണ്ടച്ചൻ എന്ന തെയ്യമായിത്തീർന്നത്. ഒടിവിദ്യ ശീലിച്ച കാരിക്ക് നരിയാകാനും പുലിയാകാനും സിംഹമാകാനും കഴിയുമായിരുന്നു വത്രെ. ആഫ്രിക്കയിലെപോലെ പണ്ടുകാലത്ത് ഇവിടെയും അടിമക്കച്ച വടം നടക്കാറുണ്ടായിരുന്നു. മാടായിക്കാവിലെ ഉത്സവത്തോടനുബന്ധിച്ചുള്ള ചന്തയിൽവെച്ചായിരുന്നു അടിമക്കച്ചവടം നടത്തിയിരുന്നത്. അള്ളാടത്തെ ഒരു ജന്മിയായ കുഞ്ഞമ്പു മാടായിക്കാവിൽ നിന്നു വാങ്ങിയ അടിമദമ്പതി കളുടെ മകനായിരുന്നു കാരി. ആവശ്യം സാധിച്ചാൽ കീഴാളനെ നാരങ്ങാ ച്ചണ്ടി പോലെ വലിച്ചെറിയാൻ മേലാളർക്ക് യാതൊരു മടിയുമുണ്ടാകില്ല എന്നതിന്റെ ഒരു ഉദാഹരണം കൂടിയാണ് പുലിമറിഞ്ഞ തൊണ്ടച്ചന്റെ കഥ.

അള്ളാടം സ്വരൂപത്തിലെ ഒരു തമ്പുരാന് കലശലായ ചിത്തഭ്രമം പിടി പെട്ടു. സ്വദേശത്തും വിദേശത്തുമുള്ള വൈദ്യന്മാരായ വൈദ്യന്മാരും മന്ത്ര വാദികളായ മന്ത്രവാദികളുമൊക്കെ വന്നു രാവും പകലും ചികിത്സ നടത്തി യിട്ടും രോഗം ഭേദമായില്ല. അങ്ങനെ ഗത്യന്തരവുമില്ലാതെ വന്നപ്പോളാണ്

കീഴാളനായ മാടായിലെ കാരി എന്ന ഒടിവിദ്യ ശീലിച്ച ഗുരുനാഥനെ കോവിലകത്ത് കൂട്ടിക്കൊണ്ടുവരുന്നത്. രോഗം ഭേദമാക്കിയാൽ കാരിക്ക് വേണ്ടുവോളം പൊന്നും പാടവും പറമ്പുമൊക്കെ നൽകാമെന്ന് മുതിർന്ന തമ്പുരാൻ വാക്കുകൊടുക്കുന്നു. മാസങ്ങൾ നീണ്ടുനിന്ന നിരന്തരചികിത്സ കൊണ്ടു കാരി തമ്പുരാന്റെ അസുഖം പരിപൂർണ്ണമായി മാറ്റി. എന്നാൽ കാര്യം സാധിച്ചതോടെ തമ്പുരാക്കന്മാർ വാക്കുമാറി. വാഗ്ദാനം ചെയ്ത സ്വത്തുക്കളൊന്നും കാരിക്ക് നൽകുവാൻ അവർ തയ്യാറായില്ല. അവർ കാരിയെ ഒഴിവാക്കുവാൻ വേണ്ടി കഠിനമായ പുതിയ ചില ആവശ്യങ്ങൾ മുന്നോട്ടുവെച്ചു. "കാട്ടിൽ പോയി പുലിയെ പിടിച്ചുകൊണ്ടു വന്ന് പുലിപ്പാൽ കറന്നുതരണമെന്നായിരുന്നു തമ്പുരാക്കൻമാർ മുമ്പോട്ടുവെച്ച പുതിയ ആവശ്യം. എന്നാൽ മാത്രമേ വാഗ്ദാനം ചെയ്ത സ്വത്തുക്കൾ നൽകുകയുള്ളൂ"വെന്നും അവർ ശഠിച്ചു.

കാരി പുലിയെ പിടിക്കാൻ കാട്ടിലേക്കു പുറപ്പെട്ടു. എത്രയോ ദിനരാത്രങ്ങൾ കാട്ടിൽ അലഞ്ഞുതിരിഞ്ഞിട്ടും കാരിക്ക് പുലിയെ കണ്ടെത്താനായില്ല. പുലിയെ കൂടാതെ തമ്പുരാന്റെ അടുത്തു തിരിച്ചുചെല്ലാനും കഴിയുമായിരുന്നില്ല. ഈ സന്ദിഗ്ധാവസ്ഥയിൽ കാരി സ്വയം പുലിയായി മാറി. ഒടിവിദ്യ ശീലിച്ച കാരിക്ക് അതു സാധിക്കുമായിരുന്നുവത്രെ! സ്വയം പുലിയായി മാറി നാട്ടിൽ വന്ന കാരിയെ തമ്പുരാക്കന്മാരും, നാട്ടുകാരും, സ്വന്തം ഭാര്യ പോലും തിരിച്ചറിഞ്ഞില്ല. എല്ലാവരും പുലിയെക്കണ്ടു പേടിച്ച് ഒഴിഞ്ഞു മാറിനടന്നു. കാരി കാട്ടിൽപ്പോകുന്ന നേരത്ത് ഭാര്യയോട് ഒരു രഹസ്യം പറഞ്ഞിരുന്നു. കാട്ടിൽ പുലിയെ കിട്ടാൻ വിഷമമാണെന്നും പുലിയെ കിട്ടിയില്ലെങ്കിൽ താൻതന്നെ പുലിയായി വരുമെന്നും, അങ്ങനെ വരുന്നപക്ഷം മുറ്റമടിക്കുന്ന മാച്ചില് ചാണകവെള്ളത്തിൽ മുക്കി, ഉമ്മറപ്പടിമേൽ മൂന്നുതവണ അടിച്ചാൽ തന്റെ പുലിരൂപം മാറി മനുഷ്യരൂപം പുറത്തുവരുമെന്നും. എന്നാൽ പുലിയെക്കണ്ട മാത്രയിൽ പേടിച്ചു വിറച്ച "പൂത്തിങ്കൾ ഭാര്യ പൂമുഖ വാതിലടച്ചു" വീട്ടിനുള്ളിൽകൂടിയതല്ലാതെ കാരി പോകുമ്പോൾ പറഞ്ഞ കാര്യമൊന്നും ഓർത്തില്ല. വളരെക്കാലം പുലിയായി വീട്ടുപരിസരത്തും നാട്ടിലും അലഞ്ഞുതിരിഞ്ഞ കാരി, തന്നെ ആരും തിരിച്ചറിയുന്നില്ലെന്നു കണ്ടപ്പോൾ കാട്ടിലേക്ക് മറഞ്ഞു എന്നാണു പുലിമറഞ്ഞ തൊണ്ടച്ചന്റെ കഥ.

രണ്ട്

നവോത്ഥാനം

നാടുവാഴിത്ത കാലഘട്ടത്തിന്റെ ഇരുണ്ട പന്ഥാവിലൂടെ അനേകദൂരം തപ്പിത്തടഞ്ഞു നടന്നു പോയവരുടെ മുമ്പിൽ പരിവർത്തനത്തിന്റെ വെള്ളിവെളിച്ചവുമായി പുതിയ പ്രഭാതരശ്മികൾ മേഘപാളികൾക്കിടയിലൂടെ എത്തിനോക്കാൻ തുടങ്ങി. നവോത്ഥാനത്തിന്റെ ശംഖൊലി, കേരളത്തിലെ മറ്റു പ്രദേശങ്ങളിലെന്നപോലെ കരാറിനകത്തും മുഴങ്ങിക്കൊണ്ടിരുന്നു. ശ്രീനാരായണഗുരു, മഹാത്മാഗാന്ധി എന്നിവരുടെ മഹത്ദർശനങ്ങളും വാഗ്ഭടാനന്ദ ഗുരുദേവൻ, ബ്രഹ്മാനന്ദസ്വാമി ശിവയോഗി, സ്വാമി ആനന്ദ തീർത്ഥർ മുതലായവരുടെ സാമൂഹ്യ പരിഷ്കരണ പ്രവർത്തനങ്ങളും, ഈ നാടിന്റെ പൊതുബോധമണ്ഡലങ്ങളിൽ നവതരംഗങ്ങൾ സൃഷ്ടിക്കുന്നതിന് കാരണമായിത്തീർന്നു. ദേശീയ സ്വാതന്ത്ര്യസമരത്തിന്റെ ഭാഗമായി കോൺഗ്രസ് പാർട്ടി ആസൂത്രണം ചെയ്ത, അയിത്തം പോലുള്ള അനാചാരങ്ങൾക്കും മറ്റ് അന്ധവിശ്വാസങ്ങൾക്കുമെതിരെയുള്ള പ്രക്ഷോഭസമരങ്ങളുടെ അനുരണനം കരാറിനകത്തുമുണ്ടായി.

1929-ൽ തിരുനാവായിൽ വച്ച് പണ്ഡിറ്റ് മദൻമോഹൻ മാളവ്യയുടെ അദ്ധ്യക്ഷതയിൽ കൂടിയ കോൺഗ്രസ് സമ്മേളനത്തിൽ, ഹിന്ദുസമുദായത്തിൽ നിലനിന്നുവരുന്ന അനാചാരങ്ങൾക്കും മതപരമായ മറ്റന്ധവിശ്വാസങ്ങൾക്കുമെതിരെ സമരം സംഘടിപ്പിക്കുവാൻ തീരുമാനിച്ചിരുന്നു. ആ സമരാഹ്വാനത്തെ കരാറിനകത്തെ ആദ്യകാല കോൺഗ്രസ്സ് പ്രവർത്തകർ ഏറ്റെടുക്കുകയും ആവുന്നവിധത്തിൽ അത് പ്രാവർത്തികമാക്കുവാൻ തീരുമാനിക്കുകയും ചെയ്തു. കെ.പി. കറുവൻ മാസ്റ്റർ, ടി.പി. കുഞ്ഞിരാമൻ, ആയാടത്തിൽ ഗോവിന്ദൻ, കെ.പി. അച്ചുതൻ, പി.സി. കോരൻ, തോണിയോട്ട് കുമാരൻ, തൊത്തേൻ ഗോവിന്ദൻ മാസ്റ്റർ, മാർത്താങ്കണ്ടി കുമാരൻ, ടി.കെ. അനന്തൻ, പി. കണ്ണായി മേസ്ത്രി തുടങ്ങിയവരായിരുന്നു ആദ്യകാലത്തെ ഈ നാട്ടിലെ പ്രധാനപ്പെട്ട കോൺഗ്രസ് പ്രവർത്തകർ. പണ്ടുകാലത്ത് കേരളത്തിലെ പല ഭദ്രകാളി ക്ഷേത്രങ്ങളിലും പക്ഷിബലി, മൃഗബലി തുടങ്ങിയ ദുരാചാരങ്ങൾ നടമാടിയിരുന്നു. ആ ഗണത്തിൽപ്പെട്ട ഒരു ദേവീക്ഷേത്രമായിരുന്നു തോട്ടടയിലെ ശ്രീ തോണിയോട്ടു കുറുമ്പക്ഷേത്രം. കരാറിനകത്തേയും സമീപ പ്രദേശങ്ങളിലെയും ബഹുഭൂരിപക്ഷം വരുന്ന

ജനങ്ങളുടെ ഒരു പ്രധാനപ്പെട്ട ആരാധനാകേന്ദ്രമായിരുന്നു തോണിയോട്ട് ശ്രീ കൂറുമ്പക്കാവ്. ആ ക്ഷേത്രത്തിലും ഉത്സവത്തോടനുബന്ധിച്ച് പക്ഷിബലിയും മൃഗബലിയും നടക്കാറുണ്ടായിരുന്നു. അത്തരം അനാചാരങ്ങൾ നിർത്തലാക്കണമെന്നാവശ്യപ്പെട്ട് കോൺഗ്രസ് പ്രവർത്തകർ ഉപരോധസമരത്തിനു തയ്യാറെടുത്തുകൊണ്ടു മുന്നോട്ടുവന്നു. കോഴിയേയും ആടിനേയും അറുക്കുന്നത് ബലമായി തടയുവാനായിരുന്നു അവരുടെ തീരുമാനം.

തീയ്യരുടെ നേതൃത്വത്തിലുള്ള തോണിയോട്ടുക്ഷേത്രത്തിലെ മേൽപ്പറഞ്ഞ ദുരാചാരത്തിനെതിരെ ആ സമുദായത്തിൽപ്പെട്ട ചെറുപ്പക്കാർ തന്നെയായിരുന്നു മുൻനിരയിൽ ഉണ്ടായിരുന്നത്. തോണിയോട്ടു ക്ഷേത്രത്തിന്റെ നടത്തിപ്പുകാരായ സ്ഥാനീകതറവാടുകളിലെ യുവാക്കൾ പോലും ആ സമരത്തിന്റെ സൂത്രധാരന്മാരായി പ്രവർത്തിച്ചിരുന്നു! ആ സമരം സമുദായത്തിലെ യാഥാസ്ഥിതികന്മാരും, ഉൽപത്തിഷ്ണുക്കളും തമ്മിൽ വലിയ സംഘട്ടനത്തിനുതന്നെ കാരണമായി. ക്ഷേത്രഭാരവാഹികളും അതിനെ ചുറ്റിപ്പറ്റി നടക്കുന്നവരിൽ പലരും മൃഗബലി കർമ്മത്തെ അനുകൂലിക്കുന്നവരായിരുന്നു. സമരക്കാരുടെ മുൻനിരയിൽ കെ.പി. കറുവൻ മാസ്റ്റർ, ടി.പി. കുഞ്ഞിരാമൻ, തോണിയോട്ടു കുമാരൻ, തൊത്തേൻ ഗോവിന്ദൻമാസ്റ്റർ തുടങ്ങിയവരായിരുന്നു. ഈ നാലുപേരുടെ തറവാടുകളും തോണിയോട്ടെ സ്ഥാനികതറവാടുകളുമായിരുന്നു. തോണിയോട്ടെക്കാവിൽ ആടിനേയും കോഴിയേയും അറുക്കുന്നതിനുവേണ്ടി കെട്ടിയ ഒരു കൽത്തറയുണ്ട്. ആ കൽത്തറയെ "ബലിത്തറ" എന്നാണ് വിളിക്കുന്നത്. കുറുവയിലെ കാര്യങ്കണ്ടി തറവാട്ടുകാരായിരുന്നു ആ ബലിത്തറയുടെ കൈകാര്യകർത്താക്കൾ എന്നതു കൊണ്ടാണു ആ തറവാടിന് കാര്യങ്കണ്ടി എന്ന പേരുണ്ടായതെന്നു മുമ്പ് വിവരിച്ചിട്ടുണ്ട്. ഭക്തർ ആടിനേയും കോഴിയേയും പൂമാലകൊണ്ടലങ്കരിച്ച് ഘോഷയാത്രയായാണു ബലി നൽകാൻ കൊണ്ടുവരുന്നത്. "ഗോവിന്ദാ, ഗോവിന്ദാ" എന്ന വായ്ത്താരി ഉറക്കെ വിളിച്ചുപറഞ്ഞു കൊണ്ടാണു ബലിമൃഗത്തെ ആനയിച്ചു കൊണ്ടുവരുന്നത്. അറുത്ത ജീവിയുടെ പകുതി മാംസം നേർച്ച നൽകുന്ന ഭക്തനുള്ളതാണ്. ബാക്കി പകുതി സ്ഥാനീക തറവാട്ടുകാർക്കും മറ്റു വേണ്ടപ്പെട്ടവർക്കും വീതിച്ചു നൽകുന്നു. പൂജയുടെ പ്രസാദവിതരണസമയത്ത് തറവാടിന്റെ പേരുവിളിച്ചാണ് മാംസം വിതരണം ചെയ്യുന്നത്. കൂറുംബഭഗവതിയായി കെട്ടിയാടുന്ന ആയത്താറച്ചനാണു ബലികർമ്മം നിർവ്വഹിക്കുന്നത്. കുറുവയിലെ ചന്ദനയത്താറായിരുന്നു ആ കാലത്ത് തമ്പുരാട്ടിയായി കെട്ടിയാടിയിരുന്നത്. ചുകന്ന വസ്ത്രവും ഓട്ടുവളകളും, കമ്മലുകളും ധരിച്ച്, പള്ളിവാളും ചിലമ്പും കിലുക്കിക്കൊണ്ട് പ്രത്യക്ഷപ്പെടുന്ന ചന്ദനയത്താർ ബലിത്തറയ്ക്കുമുമ്പിലുള്ള പട്ടുവിരിച്ച പീഠത്തിലിരുന്നാണ് ബലികർമ്മം നിർവഹിക്കുക. അപ്പോൾ ക്ഷേത്രത്തിനകത്തിരുന്ന് ബലികർമ്മത്തിന്റെ പശ്ചാത്തലം വിവരിക്കുന്ന കളംപാട്ട് കാരണവന്മാർ വട്ടമിട്ടിരുന്ന് ഇലത്താളം കൊട്ടിക്കൊണ്ടു ഉച്ചത്തിൽ പാടുന്നു.

"എനിക്ക് വിശക്കുന്നു വിശക്കുന്നല്ലോ
എനിക്ക് ആനവെട്ടിച്ചോരതരേണം
എനിക്ക് ആടുവെട്ടിച്ചോരതരേണം
എനിക്ക് കോഴിവെട്ടിച്ചോരതരേണം "

ഇതോടൊപ്പം ഉച്ചത്തിലുയരുന്ന ചെണ്ടയുടെ ശബ്ദഘോഷത്തിനു നടുവിലാണ് ബലികർമ്മം നടക്കുക. അങ്ങനെ ചന്ദനയത്താർ ബലികർമ്മത്തിനായി വാളോങ്ങിനിൽക്കുന്ന അവസരത്തിൽ ജനക്കൂട്ടത്തിൽ നിൽക്കുകയായിരുന്ന സമരക്കാർ മുമ്പോട്ടുവന്നു ചന്ദനയത്താരുടെ കരവാൾ ബലമായി പിടിച്ചുമാറ്റാൻ ശ്രമിച്ചു. ഉടനെ ഭക്തന്മാർ കൂട്ടംകൂട്ടമായി വന്ന് സമരക്കാരെ പിടിച്ചുമാറ്റി. എന്നിട്ടു കൈയിൽ കിട്ടിയതൊക്കെ എടുത്തു മർദ്ദിക്കാൻ തുടങ്ങി. കോത്തിരി, ഇരുമ്പ് ദണ്ഡ്, ടോർച്ച്, ഉരുളൻ കല്ല് മുതലായവ കൊണ്ടായിരുന്നു മർദ്ദനം. മർദ്ദനമേറ്റ് സമരക്കാരിൽ പലരും നിലത്തു വീണു. നിലത്തു വീണവരെ വലിച്ചിഴച്ചു സമീപത്തുള്ള കുറ്റിക്കാട്ടിൽ കൊണ്ടുപോയി പൊതിരെ മർദ്ദിച്ചു.

പലർക്കും തങ്ങളുടെ കയ്യൂക്ക് സമരക്കാരുടെ ശരീരത്തിൽ പരീക്ഷിച്ച് തങ്ങളും വലിയ അടിക്കാരാണെന്നു കാണിക്കുവാനുള്ള അവസരമാണ് ഒത്തുകിട്ടിയത്. ഒരുപാട് ആളുടെ മുമ്പിൽ കയ്യൂക്ക് കാണിക്കാനുള്ള അവസരം നാട്ടിലെ അരപോക്കിരികളും മുറിമല്ലന്മാരും പാഴാക്കിയില്ല. സമരക്കാരുടെ ശരീരത്തിൽനിന്ന് ചോര ധാരധാരയായി ഒഴുകി. സംഭവം എന്തെന്നറിയാത്തവർ പരിഭ്രാന്തരായി അങ്ങോട്ടും ഇങ്ങോട്ടുമോടി.

ചോരയിൽ കുളിച്ചുനിൽക്കുന്ന സമരക്കാരെ കണ്ട് പെണ്ണുങ്ങളൊക്കെ ഇരിപ്പിടങ്ങളിൽ നിന്നെഴുന്നേറ്റ് ആർത്തലച്ച് കരയാൻ തുടങ്ങി. ചില സ്ത്രീകൾ മോഹാലസ്യപ്പെട്ടു വീണു. ഏറ്റവും കൂടുതൽ അടി കിട്ടിയത് ടി.പി.കുഞ്ഞിരാമനായിരുന്നു. അദ്ദേഹമായിരുന്നു ആയത്താർ വാളോങ്ങുമ്പോൾ കൈകടന്നുപിടിച്ചത്.

ഇരുമ്പ് ദണ്ഡു കൊണ്ടുള്ള അടിയേറ്റ് തൊത്തേൻ ഗോവിന്ദൻമാസ്റ്ററുടെ ഇടതുകൈ ഒടിഞ്ഞുപോയി. കെ.പി.കറുവ മാസ്റ്റർക്ക് തലയ്ക്കായിരുന്നു പരിക്ക്. മഹാഭൂരിപക്ഷം വരുന്ന ഭക്തർക്ക് മുമ്പിൽ എണ്ണത്തിൽ കുറവായിരുന്ന സമരക്കാർക്ക് തങ്ങളുടെ ഉപരോധം അധികസമയം നീട്ടിക്കൊണ്ടുപോകാൻ സാധിച്ചില്ല. കാരണം വിശ്വാസികളിൽ മണ്ണിര പോലും, ഫണം വിടർത്തി ആൾക്കൂട്ടത്തിന്റെ ബലത്തിൽ ഉറഞ്ഞുതുള്ളുകയായിരുന്നു. ഈ നാട്ടിലെ ഏതാനും പുരോഗമനവാദികളായ യുവാക്കൾക്ക് ഇത്രയൊക്കെ ചെയ്യാൻ കഴിഞ്ഞതുതന്നെ വലിയ കാര്യമായിരുന്നു. ക്രൂരമായ മർദ്ദനമേറ്റ് പലർക്കും ചോര ചിന്തേണ്ടി വന്നുവെങ്കിലും അന്ധവിശ്വാസത്തിനും അനാചാരത്തിനുമെതിരെയുള്ള ആദ്യത്തെ സംഘടിതസമരത്തിന് കരാറിനകം സാക്ഷിയാകുകയായിരുന്നു. ആ സംഭവത്തോടുകൂടിയാണ് ഈ നാടിന്റെ ഉച്ഛ്വാസവായുവിൽ പോലും അനീതിക്കും അനാചാരങ്ങൾക്കുമെതിരെയുള്ള രോഷം നുരഞ്ഞുപൊങ്ങാൻ തുടങ്ങിയത്. അനീതിയുടെ കോട്ടകൊത്തളങ്ങൾ ഇടിച്ചുനിരപ്പാക്കാൻ വേണ്ടി ഉച്ഛ്വാസവായുവേപ്പോലും

കൊടുങ്കാറ്റാക്കിമാറ്റാൻ ശ്രമിച്ച, എത്രയോ ധീരന്മാരുടെ കഥകൾ പറയാനുണ്ട് കരാറിനകത്തിന്!

കൊടുങ്ങല്ലൂർ ക്ഷേത്രത്തിലെ സമരം

തോണിയോട്ടു നടന്നതുപോലുള്ള സമരം ആ കാലഘട്ടത്തിൽ കേരളത്തിന്റെ മറ്റു പലദേവീക്ഷേത്രങ്ങളിലും നടക്കുകയുണ്ടായി. അതിൽ പ്രധാനം കൊടുങ്ങല്ലൂർ ദേവീക്ഷേത്രത്തിൽ നടന്ന സമരമാണ്. നവോത്ഥാനകാല കേരളത്തിലെ ചുറുചുറുക്കുള്ള സാമൂഹ്യ പരിഷ്കർത്താവായ സഹോദരനയ്യപ്പന്റെ നേതൃത്വത്തിലായിരുന്നു അവിടെ മൃഗബലിക്കെതിരെ സമരം നടന്നത്. അതിന്റെ പേരിൽ സഹോദരനയ്യപ്പനും മറ്റു സമരക്കാർക്കും അതികഠിനമായ മർദ്ദനങ്ങൾ ഏൽക്കേണ്ടിവന്നിട്ടുണ്ട്. അന്നു മർദ്ദനമേൽക്കേണ്ടി വന്നവരിൽ തലശ്ശേരിയിലെ കോട്ടായികുമാരനെന്ന സാമൂഹ്യപരിഷ്കർത്താവും ഉൾപ്പെട്ടിരുന്നു.

തൊത്തേൻ ഗോവിന്ദൻ മാസ്റ്റർ

തോണിയോട്ടു നടന്ന സമരത്തിനെതിരെ യാഥാസ്ഥിതികർ നടത്തിയ ആക്രമണത്തിന്റെ ഫലമായി ഇടതുകൈ ഒടിഞ്ഞുപോയ തൊത്തേൻ ഗോവിന്ദൻ മാസ്റ്ററെ "തൊത്തക്കയ്യൻ ഗോവിന്ദൻ മാസ്റ്റർ" എന്നാണ് പിന്നീട് ചിലർ പരിഹസിച്ച് വിളിച്ചത്. മുടന്തുള്ളവരെ "നൊണ്ടി" എന്നു വിളിക്കുന്നതുപോലെ കൈയ്ക്ക് സ്വാധീനമില്ലാത്തവരെ ഇവിടെ വിളിക്കാറുള്ളത്. "തൊത്തക്കയ്യൻ" എന്നായിരുന്നു. തൊത്തേൻ ഗോവിന്ദൻമാസ്റ്റർ തൊത്തേ കൈയ്യൻ ഗോവിന്ദൻ മാസ്റ്ററാകുന്നത് തോണിയോട്ട് നടന്ന സമരത്തോടു കൂടിയാണ്. ശേഷിച്ച ജീവിതകാലം മുഴുവൻ ഒടിഞ്ഞ കൈയുമായി കഴിയേണ്ടി വന്ന ആ ധീരനായ പോരാളി, കരാറിനകത്തിന്റെ എന്നത്തേയും അഭിമാനപാത്രമാണ്. ആ പോരാളിയോടുള്ള ആദരവ് വാക്കുകളിൽ ഒതുങ്ങുന്നതല്ല.

ടി.പി.കുഞ്ഞിരാമൻ

തോണിയോട്ട് ക്ഷേത്രത്തിൽ നടന്ന, സമരത്തിൽ തൊത്തേൻഗോവിന്ദൻമാസ്റ്ററെപ്പോലെ അതിക്രൂരമായ മർദ്ദനങ്ങൾക്കിരയായ മറ്റൊരാളാണ് കുറുവയിലെ ടി.പി.കുഞ്ഞിരാമൻ. വിശ്വാസികൾ സമീപത്തുള്ള കുറ്റിക്കാട്ടിൽ എടുത്തുകൊണ്ടുപോയാണ് ടി.പി കുഞ്ഞിരാമനെ കൈകാര്യം ചെയ്തത്. ഒരു കളരിയഭ്യാസി കൂടിയായ കുഞ്ഞിരാമനെ അത്രയെളുപ്പത്തിൽ അടിച്ചുവീഴ്ത്താൻ സാധിക്കുമായിരുന്നില്ല. അതുകൊണ്ടു ഒരുപാടുപേർ ചേർന്ന് ഇരുട്ടിന്റെ മറവിൽ കൊണ്ടുപോയിട്ടാണ് മർദ്ദിച്ചത്.

പിൽക്കാലത്ത് കരാറിനകത്തിന്റെ സാമൂഹ്യരാഷ്ട്രീയരംഗങ്ങളിലെല്ലാം ടി.പി.കുഞ്ഞിരാമനു നേതൃത്വപരമായ പങ്കുണ്ടായിരുന്നു. കോൽക്കളിശാഖയിലെ മറത്തുകളി വിദഗ്ധനായ കുഞ്ഞിരാമനെ ഇവിടെ പണിക്കർ കുഞ്ഞിരാമൻ എന്നാണു വിളിച്ചു വന്നിരുന്നത്. കോൺഗ്രസ്സിന്റെ കരാറിനകത്തെ

തലയെടുപ്പുള്ള പ്രവർത്തകനെന്ന നിലയിലും സ്വാതന്ത്ര്യസമരത്തിൽ കുട്ടിക്കാലം മുതലേ സജീവമായി പങ്കെടുത്ത കരാറിനകക്കാരെനെന്ന നിലയിലും അനാചാരങ്ങൾക്കും അന്ധവിശ്വാസങ്ങൾക്കുമെതിരെ സന്ധിയില്ലാസമരം നയിച്ച പോരാളിയെന്ന നിലയിലും അദ്ദേഹം ഇവിടെ പ്രാതഃസ്മരണീയനാണ്. പിൽക്കാലത്ത് ഇവിടെ നടന്നിട്ടുള്ള പല നിർമ്മാണപ്രവർത്തനങ്ങളിലും, പ്രത്യേകിച്ച്, തോണിയോട്ട്മൊട്ട കാനാമ്പുഴ റോഡ്, കുറുവകടലായി റോഡ്, കാനാമ്പുഴപ്പാലം നിർമ്മാണം, കുറുവവായനശാല കെട്ടിട നിർമ്മാണം മുതലായ ക്ഷേമപ്രവർത്തനങ്ങളിലെല്ലാം അദ്ദേഹത്തിന്റെ നേതൃത്വപാടവവും ദൃശ്യമായിരുന്നു. റോഡിന്നു സ്ഥലം നൽകാനൊന്നും ഇന്നത്തെപ്പോലെ അന്നും ആളുകൾ പലരും തയ്യാറായിരുന്നില്ല. അത്തരം ഘട്ടങ്ങളിൽ തലയെടുപ്പോടെ ശക്തമായ നിലപാടെടുക്കുവാനും കക്ഷികളെ വിളിച്ചു ചർച്ചയിലൂടെ സമന്വയത്തിലെത്തിക്കുവാനും അദ്ദേഹത്തിന് പ്രത്യേകം കഴിവുതന്നെയുണ്ടായിരുന്നു.

"തോണിയോട്ടു മൊട്ട - കാനാമ്പുഴ റോഡ്" പണി നടക്കുന്ന 1954 കാലഘട്ടത്തിൽ നടന്ന ഒരു സംഭവം വിവരിക്കാം. മേൽപ്പറഞ്ഞ റോഡ് പണിയുടെ ആരംഭം കുറിച്ചത് തോണിയോട്ടു മൊട്ട ഇറക്കത്തിൽ വെച്ചായിരുന്നു. പണി തുടങ്ങിയ ദിവസംതന്നെ കുറുവയിലെ ഒരാൾ വന്നു റോഡുപണി തടസ്സപ്പെടുത്തി. റോഡ് വന്നാൽ അയാൾക്ക് പതിനാലു തെങ്ങു നഷ്ടമാകുമായിരുന്നുവത്രെ. ആദ്യമൊക്കെ ടി.പി. കുഞ്ഞിരാമൻ അയാളോടു നല്ല നിലയിൽ കാര്യങ്ങൾ പറഞ്ഞ് അനുനയിപ്പിക്കുവാൻ ശ്രമിച്ചു. എന്നാൽ അയാൾ ഒരു തരത്തിലും പിന്മാറാൻ തയ്യാറായില്ല. അയാളുടെ തടസ്സപ്പെടുത്തലുകൾ കാരണം റോഡ് പണിതന്നെ തുടർന്നു നടത്താൻ വയ്യെന്നായി. അപ്പോൾ ടി.പി.കുഞ്ഞിരാമൻ ഉപരോധസമരക്കാരന്റെ ഷർട്ടിന്റെ കോളർ പിടിച്ചുവലിച്ചു നീക്കാൻ ശ്രമിച്ചു. അതോടെ ഉപരോധസമരക്കാരൻ റോഡിൽ കമിഴ്ന്ന് കിടന്നു പ്രതിഷേധം ശക്തമാക്കി. പിന്നീട് ടി.പി കുഞ്ഞിരാമൻ തന്നെ അയാളെ ബലമായി കാഞ്ഞിരവയൽ വരെ വലിച്ചിഴച്ച് കൊണ്ടുപോയാണു റോഡുപണിയുടെ തടസ്സം നീക്കിയത്. ഇത്തരം ഘട്ടങ്ങളിൽ ശക്തി ഉപയോഗിച്ചു പൊതുപ്രവർത്തകർക്ക് കാര്യങ്ങൾ നടപ്പാക്കേണ്ടതായും വരും. ടി.പി.കുഞ്ഞിരാമന്റെ നേതൃത്വപാടവം ഇതിൽനിന്നു വ്യക്തമാകും. ഈ വലിച്ചിഴക്കപ്പെട്ട വ്യക്തി കുഞ്ഞിരാമന്റെ അടുത്ത ബന്ധുവാണെന്നുംകൂടി അറിയുമ്പോഴാണ് അദ്ദേഹത്തിന്റെ ആത്മാർത്ഥത ബോധ്യപ്പെടുക. 1960-കളുടെ തുടക്കത്തിലാണ് ഇവിടെ വൈദ്യുതീകരണപ്രവർത്തനങ്ങൾ നടക്കുന്നത്. ആ പ്രവർത്തനത്തിന്റെ നേതൃത്വനിരയിലും ടി.പി. കുഞ്ഞിരാമനുണ്ടായിരുന്നു

പൊന്മാത്തിൽ കൃഷ്ണസ്വാമി

സാമൂഹ്യപരിഷ്കരണപ്രവർത്തനവുമായി അഭേദ്യബന്ധമുള്ള ഒരു കുടുംബത്തിലായിരുന്നു കുഞ്ഞിരാമൻ ജനിച്ചത്. അഴീക്കോട്ടെ പ്രമുഖ സാമൂഹ്യപരിഷ്കർത്താവായ വാഴത്തെ കണ്ണൻ ഗുരുക്കൾ എന്ന പൊന്മാത്തിൽ കൃഷ്ണസ്വാമിയാണ് ശ്രീ കുഞ്ഞിരാമന്റെ പിതാവ്. വാഗ്ഭടാനന്ദ

ഗുരുദേവൻ തന്റെ ആത്മവിദ്യാസംഘത്തിന്റെ പ്രവർത്തനം തുടങ്ങുന്നതിനു മുമ്പ് തന്നെ അഴീക്കോടു കേന്ദ്രീകരിച്ച് ഹിന്ദുമതത്തിലെ അനാചാരങ്ങൾക്കും അന്ധവിശ്വാസങ്ങൾക്കുമെതിരെ സംഘടിതപ്രവർത്തനങ്ങൾക്ക് രൂപം നൽകിയ വ്യക്തിയാണ് പൊന്മഠത്തിൽ കൃഷ്ണസ്വാമി. ഹിന്ദുമതത്തിലെ ദളിത് വിഭാഗങ്ങളെ സമൂഹത്തിന്റെ മുഖ്യധാരയിൽ കൊണ്ടുവരുന്നതിനുവേണ്ടി പന്തിഭോജനമുൾപ്പെടെയുള്ള അനേകം പുരോഗമന പ്രവർത്തനങ്ങൾക്ക് അദ്ദേഹം നേതൃത്വം നൽകിയിട്ടുണ്ട്. അതിന്റെ പേരിൽ സവർണ്ണരായ ആളുകളുടെ അവഹേളനങ്ങൾക്കും, അപവാദങ്ങൾക്കും, പാത്രീഭൂതനുമായിട്ടുണ്ട് വാഴത്തെ സ്വാമികൾ. പിൽക്കാലത്തു വാഗ്ഭടാനന്ദ ഗുരുദേവനുമായും ബ്രഹ്മാനന്ദസ്വാമിശിവയോഗിയുമായും ബന്ധപ്പെട്ടുകൊണ്ട് കണ്ണൂരിൽ മതപരിഷ്കരണപ്രവർത്തനങ്ങൾക്കു ശക്തി പകരാൻ വാഴത്തെ സ്വാമികൾ ശ്രമിച്ചിട്ടുണ്ട്. വളരെക്കാലം കോഴിക്കോട് മാതൃഭൂമി ഓഫീസിൽ ജോലി ചെയ്തിട്ടുള്ള വാഴത്തെക്കണ്ണൻ ഗുരുക്കൾ രുചിവൈവിധ്യത്തെപ്പറ്റി പുസ്തകവും രചിച്ചിട്ടുണ്ട്. ശ്രീ.പാട്യം രാമകൃഷ്ണനെഴുതിയ "നവോത്ഥാനാചാര്യൻ വാഗ്ഭടാനന്ദൻ" എന്ന ഗ്രന്ഥത്തിൽ പൊന്മഠത്തിൽ കൃഷ്ണസ്വാമിയുമായി ബന്ധപ്പെട്ടിട്ടുള്ള ഒരുപാട് സാമൂഹ്യപരിഷ്കരണ പ്രവർത്തനങ്ങളെപ്പറ്റി വിവരിക്കുന്നുണ്ട്. താണ ജാതിക്കാരെ കോൽക്കളി, പൂരക്കളി, കളരിപ്പയറ്റ് തുടങ്ങിയ കലാകായികഅഭ്യാസങ്ങളൊക്കെ പരിശീലിപ്പിക്കുവാൻ അദ്ദേഹം ബദ്ധശ്രദ്ധനായിരുന്നു. അതിനു തെളിവായി ആ സമുദായക്കാരുടെ ഇടയിലുള്ള ഒരു കോൽപ്പാട്ടിലെ ഗുരുവന്ദനം ഉദ്ധരിക്കാം.

"സ്വാമി വായത്തെക്കണ്ണൻതണ്ടേൻ
നിന്റെ പാദം കുമ്പിടാൻ പോകുന്നുണ്ടേൻ
ഗുരുക്കളായ കുഞ്ഞിരാമൻ തണ്ടേനും
കുട്ടികളായ ഞങ്ങളും കൂടി തിത്തിത്താതിത്തെയ്തോ"

വാഗ്ഭടാനന്ദ ഗുരുദേവൻ

തോണിയോട്ടു ക്ഷേത്രത്തിൽ നടന്ന ബലികർമ്മത്തിനെതിരെയുള്ള സമരത്തിന്റെ പ്രേരകശക്തി, ആ കാലത്ത് മലബാറിൽ ജനങ്ങളെ വളരെ ആകർഷിച്ചിരുന്ന വാഗ്ഭടാനന്ദഗുരുദേവൻ, ബ്രഹ്മാനന്ദസ്വാമി ശിവയോഗി, സ്വാമി ആനന്ദതീർത്ഥർ, കെ.കേളപ്പൻ മുതലായവരുടെ സിദ്ധാന്തങ്ങളും ആഹ്വാനങ്ങളുമായിരുന്നു. "ഒരാൾ വിഗ്രഹത്തിന് മുമ്പിൽ കുമ്പിടുമ്പോൾ അയാൾ സ്വയം അടിമയായിത്തീരുന്നു "എന്നും മനുഷ്യൻ ആരുടെയും ദൈവത്തിന്റെപോലും അടിമയാകേണ്ടയാളെല്ലെന്നുമാണ് വാഗ്ഭടാനന്ദഗുരുദേവദർശനങ്ങളുടെ അന്തസ്സത്ത. ആ തത്ത്വം ദിഗന്തമെട്ടും ഞെട്ടും മട്ടിൽ ഉൽഘോഷിക്കുകയും പല പല രീതിയിൽ പ്രചരിപ്പിക്കുകയും ചെയ്തു, വാഗ്ഭടാനന്ദൻ.

അങ്ങനെ ആ തത്വങ്ങൾ അന്ധവിശ്വാസങ്ങൾക്കും അനാചാരങ്ങൾക്കുമെതിരെയുള്ള സിംഹഗർജ്ജനങ്ങളായിത്തീരുകയും ചെയ്തു. ആത്മീയാ

ചാര്യൻ, പത്രപ്രവർത്തകൻ, സാമൂഹ്യപരിഷ്കർത്താവ്, പണ്ഡിതൻ, വാഗ്മി, കവി, സാഹിത്യനായകൻ, വിമർശകൻ എന്നീ നിലകളിലെല്ലാം ലബ്ധപ്രതിഷ്ഠനായിരുന്നു വാഗ്ഭടാനന്ദഗുരുദേവൻ. "ഉണരുവിൻ ക്ഷണ മെഴുന്നേല്പിൻ" എന്ന ഗുരുദേവന്റെ ആഹ്വാനം ജീർണ്ണതയിലാണ്ടുപോയ കേരളീയരെ നവോന്മേഷരാക്കി." തലശ്ശേരിയിലെ പാട്യം എന്ന ഗ്രാമത്തിൽ കോരൻ ഗുരുക്കളുടെയും, ചീരുവമ്മയുടെയും പുത്രനായി ജനിച്ച, വയലേരി കുഞ്ഞിക്കണ്ണനാണ് പിൽക്കാലത്ത് വാഗ്ഭടാനന്ദൻ എന്നറിയപ്പെടുന്നത്. "സർവ്വശക്തനായ ഒരു ദൈവമേയുള്ളൂ കൃഷ്ണപ്പാറക്ക് നെയ്യമൃത് എന്തിന്? ക്ഷേത്രങ്ങൾ ചൂഷണോപാധികളാണ്, മനുഷ്യരെ കൊള്ളയടിക്കുന്ന ദൈവ ങ്ങൾ നമുക്ക് വേണ്ടേ വേണ്ടേ. ക്ഷേത്രം ശരീരമെന്നും അതിലെ പ്രതിഷ്ഠ യാണ് ആത്മാവെന്നും വിശ്വസിക്കുന്ന ശ്രീനാരായണ ഗുരു എന്തിനാണു ക്ഷേത്രം സ്ഥാപിക്കാൻ തലശ്ശേരിയിൽ വന്നത്? "എന്നൊക്കെ യുക്തിപൂർവ്വം ചോദിക്കുന്ന വാഗ്ഭടാനന്ദൻ 1906-ൽ കോഴിക്കോട്ടു തത്ത്വപ്രകാശിക എന്ന സംസ്കൃത പാഠശാല സ്ഥാപിക്കുകയും ജാതി, മത, പരിഗണനകൾക്ക് അതീതമായി കുട്ടികളെ പ്രവേശിപ്പിക്കുകയും ചെയ്തു. തർക്കം, വ്യാകരണം, ദർശനം, വേദാന്തം, വൈദ്യം, തച്ചുശാസ്ത്രം മുതലായവ അവിടെ പഠിപ്പി ക്കുകയും ചെയ്തിരുന്നു. കല്ല് ദൈവമാണെങ്കിൽ ചവിട്ടുകല്ലും ദൈവമല്ലേ യെന്നു ചോദിച്ച വാഗ്ഭടാനന്ദൻ ആത്മവിദ്യാസംഘം സ്ഥാപിക്കുകയും ആ പേരിൽ 1925-ൽ ഒരു ഗ്രന്ഥം പ്രസിദ്ധീകരിക്കുകയും ചെയ്തു.

ആത്മവിദ്യാസംഘത്തിനു നാടുമുഴുവനും ഒരുപാട് അനുഭാവികളു ണ്ടായിരുന്നു. കിഴുന്നയിൽ വാഗ്ഭടാനന്ദസദനം എന്ന പേരിൽ ഒരു സാംസ്കാരികനിലയം ഇപ്പോഴും പ്രവർത്തിക്കുന്നുണ്ട്. വിഗ്രഹാരാധന യ്ക്കെതിരെയുള്ള വാഗ്ഭടാനന്ദന്റെ ആഹ്വാനം കേട്ട് തോട്ടടയിലെ തോണി യോട്ടു കുമാരനെന്നയാൾ ക്ഷേത്രത്തിലെ വിഗ്രഹം ഇളക്കിയെടുത്ത് കിണറി ലെറിഞ്ഞ സംഭവവും ഉണ്ടായിട്ടുണ്ട്.

ബ്രഹ്മാനന്ദസ്വാമി ശിവയോഗി

ആ കാലഘട്ടത്തിൽ തന്നെ മധ്യകേരളത്തിൽ മുഴങ്ങിക്കേട്ട മറ്റൊരു സിംഹഗർജ്ജനമായിരുന്നു ബ്രഹ്മാനന്ദസ്വാമിശിവയോഗിയുടേത്. ആലത്തൂർ സിദ്ധാശ്രമത്തിന്റെ സ്ഥാപകനും ആനന്ദമത പ്രയോക്താവുമായിരുന്നു ബ്രഹ്മാനന്ദസ്വാമിശിവയോഗി. ഹൈസ്കൂൾ മുൻഷിയായിരുന്ന കാരാട്ടു ഗോവിന്ദമേനോനാണ് പിൽക്കാലത്ത് ബ്രഹ്മാനന്ദ സ്വാമിശിവയോഗി എന്നറി യപ്പെടുന്നത്. 1903-ൽ പ്രസിദ്ധീകരിച്ച സിദ്ധാനുഭൂതി, 1905-ൽ പ്രസിദ്ധീക രിച്ച മോക്ഷപ്രദീപം എന്നിവയൊക്കെ ആത്മീയരംഗത്ത് ചലനം സൃഷ്ടിച്ച ബ്രഹ്മാനന്ദസ്വാമി ശിവയോഗിയുടെ കൃതികളാണ്. മതവിപ്ലവ ചിന്തകനായ സ്വാമികൾ, ജാതിഭേദത്തേയും വിഗ്രഹാരാധനയേയും വ്രതഹോമാദി കളേയും അതിനിശിതമായി വിമർശിച്ചിരുന്നു. കണ്ണൂരിൽ നിലവിലുള്ള യോഗ ശാലാഹാൾ ബ്രഹ്മാനന്ദസ്വാമി ശിവയോഗിയുടെ പേരിലറിയപ്പെടുന്ന സാംസ്കാരികനിലയമാണ്.

സ്വാമി ആനന്ദതീർത്ഥർ

അതേ കാലഘട്ടത്തിൽ മലബാറിൽ ഹിന്ദുമതത്തിലെ അയിത്ത മുൾപ്പെടെയുള്ള അനാചാരങ്ങൾക്കെതിരെ അവിശ്രമം പോരാടിയ മറ്റൊരു മഹാനായ ആത്മീയാചാര്യനും സാമൂഹ്യപരിഷ്കർത്താവുമാണ് സ്വാമി ആനന്ദതീർത്ഥർ. പയ്യന്നൂരിൽ ഒരു തുളുബ്രാഹ്മണകുടുംബത്തിൽ പിറന്ന അനന്ദ റാവു എന്ന ആനന്ദതീർത്ഥർ ഹരിജനങ്ങളെ ഉദ്ധരിക്കുന്നതിനുവേണ്ടി അവരുടെ ചാളകളിൽപോയി ഭക്ഷണം കഴിക്കുകയും, കൂടെ കിടന്നുറങ്ങു കയും ചെയ്തിട്ടുണ്ട്. ക്ഷേത്രങ്ങളിൽ ഹരിജനങ്ങൾക്കു കൂടി പ്രവേശനം നൽകണമെന്നാവശ്യപ്പെട്ട് മലബാറിലെ ക്ഷേത്രങ്ങളായ ക്ഷേത്രങ്ങളി ലൊക്കെ അദ്ദേഹം കയറിയിറങ്ങിയിട്ടുണ്ട്. കീഴാളദൈവത്തിന്റെ ക്ഷേത്ര മെന്നറിയപ്പെടുന്ന പറശ്ശിനിക്കടവിൽ പോലും ആദ്യകാലത്ത് ഹരിജനങ്ങളെ പ്രവേശിപ്പിച്ചിരുന്നില്ലത്രെ! തീയ്യരുടെ അധികാരപരിധിയിലുള്ള ക്ഷേത്ര ത്തിൽപോലും സവർണ്ണസമുദായക്കാരനായ ആനന്ദതീർത്ഥർക്ക് ഹരിജന ങ്ങളെ പ്രവേശിപ്പിക്കുന്നതിന് വേണ്ടി സമരം നടത്തേണ്ടി വന്നിട്ടുണ്ട്.

കെ.കേളപ്പന്റെ പ്രസംഗം

തോണിയോട്ടു സമരത്തിന് ഇന്ധനമായ മറ്റൊരു സംഗതി ശ്രീ.കെ. കേളപ്പൻ തോട്ടടയിൽ വെച്ച് ചെയ്ത ഒരു പ്രസംഗമായിരുന്നു. 1931-ൽ കേള പ്പന്റെ നേതൃത്വത്തിൽ കോഴിക്കോട്ടുനിന്നു പയ്യന്നൂരിലേക്ക് പുറപ്പെട്ട ഉപ്പ് സത്യാഗ്രഹജാഥക്ക് തോട്ടടയിൽ സ്വീകരണം ഏർപ്പെടുത്തിയിരുന്നു. ആ സ്വീകരണസമ്മേളനത്തിൽ കെ.കേളപ്പൻ ചെയ്ത ആവേശകരമായ പ്രസംഗം നാട്ടുകാരെ ഇളക്കി മറിച്ചിരുന്നു. (ഉപ്പ് സത്യാഗ്രഹജാഥയ്ക്ക് തോട്ടട യിൽ നൽകിയ സ്വീകരണത്തെപ്പറ്റി ഈ പുസ്തകത്തിൽ മറ്റൊരു സന്ദർഭ ത്തിൽ വിശദീകരിക്കുന്നുണ്ട്. അതുകൊണ്ട് അതിനെക്കുറിച്ച് കൂടുതൽ വിശദ മാക്കുന്നില്ല.)

ചന്തൻ കാരണവർ

തോണിയോട്ടെ സമരത്തിൽ പങ്കെടുത്തവർക്ക് ജീവഹാനി സംഭവി ക്കാതെ കഴിഞ്ഞതിൽ അന്നത്തെ ആ ക്ഷേത്രത്തിലെ ആയത്താറായിരുന്ന ചന്തൻ കാരണവരുടെ സമയോചിതമായ പിൻമാറ്റവും ഒരു കാരണമായി രുന്നു. ബലിയാടിനെ അറുക്കുന്നത് സമരക്കാർ തടഞ്ഞപ്പോൾ ചന്തനയ ത്താർ എതിർപ്പൊന്നും പ്രകടിപ്പിക്കാതെ സാവധാനം പീഠത്തിൽ നിന്നും എഴുന്നേറ്റ് പള്ളിയറയിൽ പോയി ഇരിക്കുകയാണ് ചെയ്തത്. അതുകാരണം സമരക്കാർക്ക് തങ്ങളുടെ ഉപരോധം അധികസമയം നീട്ടിക്കൊണ്ടുപോകേണ്ടി വന്നില്ല. ഉപരോധം കൂടുതൽ സമയം നീണ്ടുപോയിരുന്നുവെങ്കിൽ ഒരു സമരക്കാരനും ജീവനോടെ തിരിച്ചുപോകില്ലായിരുന്നു. കാരണം, ഉത്സവത്തിനെത്തിയ നാനാദിക്കുകളിൽ നിന്നുമുള്ള ആയിരക്കണക്കി നാളുകൾ കൈയിൽ കിട്ടിയ ആയുധങ്ങളൊക്കെയെടുത്താണു സമരക്കാരെ നേരിട്ടത്. കുറുവയിലെ ഒരു പ്രമുഖ തറവാടായ ആയത്താർ തറവാട്ടിലെ

കാരണവരായിരുന്ന ചന്തനയത്താർ, സംസ്കൃതത്തിലും തർക്കശാസ്ത്രങ്ങളിലും പാണ്ഡിത്യമുള്ളയാളായിരുന്നു.

ക്ഷുഭിതയൗവനങ്ങൾ

തോണിയോട്ട് നടന്ന സമരത്തിൽ പങ്കെടുത്ത നമ്മുടെ പൂർവ്വികരുടെ ആദർശനിഷ്ഠയേയും ധീരതയേയും എത്ര അഭിനന്ദിച്ചാലും മതിയാവുകയില്ല. ഒരു സമൂഹം മുഴുവൻ ഭയഭക്തി ബഹുമാനത്തോടെ, ആരാധിച്ചും വിശ്വസിച്ചും പോരുന്ന, ഒരു ക്ഷേത്രത്തിലെ ചില കർമ്മങ്ങൾ, കാലത്തിനു യോജിക്കാത്തതാണെന്നും അപരിഷ്കൃതവുമാണെന്നും തിരിച്ചറിഞ്ഞപ്പോൾ, ഭവിഷ്യത്ത് എന്തുതന്നെയായാലും വരുന്നത് വരട്ടെ എന്നു ചിന്തിച്ച് അതിനെതിരെ കലഹിക്കാൻ തയ്യാറായ കഴിഞ്ഞകാലത്തെ നമ്മുടെ ക്ഷുഭിതയൗവനങ്ങളുടെ പ്രവൃത്തി എത്ര ശ്ലാഘനീയമാണെന്നു പറയേണ്ടതില്ലല്ലോ? കരാറിനകത്തിന്റെ ആന്തരീകസൗന്ദര്യം രൂപപ്പെടുന്നത് ഇത്തരം കലഹങ്ങളിലൂടെയാണ്. ഒരാൾ ചുറ്റുപാടുകളോടും തന്നോടുതന്നെയും കലഹിക്കുമ്പോഴാണല്ലോ അയാൾ ജീവിക്കുന്നുണ്ടെന്നതിനു തെളിവാകുന്നത്. തോണിയോട്ടു നടന്ന സമരത്തിൽ പങ്കെടുത്ത നമ്മുടെ പൂർവ്വികരുടെ മഹത്വം മനസ്സിലാക്കണമെങ്കിൽ ആ ക്ഷേത്രവുമായി ഈ നാട്ടുകാർക്കുണ്ടായിരുന്ന വിശ്വാസപരവും ആഘോഷസംബന്ധിയുമായ വൈകാരിക ബന്ധം പരിശോധിക്കേണ്ടതുണ്ട്.

തോണിയോട്ടുത്സവം

കുംഭമാസം തുടങ്ങുന്നതോടെ ആണ്ടുത്സവത്തിന്റെ ആഘോഷം ലഹരിയായി പതഞ്ഞു പൊങ്ങുന്ന കൂറുമ്പക്കാവുകൾ ഉത്തരകേരളത്തിൽ നിരവധിയാണ്. അവയിൽ ഭൂപ്രകൃതിയുടെ സവിശേഷമായ ചാരുതകൊണ്ട് അവാച്യമായ ആനന്ദാനുഭൂതി പ്രദാനം ചെയ്യുന്ന ഒരു ക്ഷേത്രമാണ് ശ്രീ. തോണിയോട്ടുകൂറുമ്പക്കാവ്. ഒരു വലിയ കുന്നുകിളച്ച് അതിന്റെ ഏറ്റവും അടിവാരത്ത് ശില്പഭംഗിയോടെ നിർമ്മിച്ച രണ്ടുകാവുകളും, അവയ്ക്ക് ചുറ്റും ഗ്യാലറിപോലെ പടിപടിയായിക്കെട്ടിയുയർത്തിയ ഇരിപ്പിടങ്ങളും പരിസരത്തെ കുന്നുകൾക്കു മുകളിൽ വെൺകൊറ്റക്കുട പോലെ തലയുയർത്തി നിൽക്കുന്ന വന്മരങ്ങളും ഹൃദയാവർജ്ജകമാണ്. കാവ് എന്നാൽ നിബിഡവനം എന്നാണ് അർത്ഥം.

അത് തികച്ചും ശരിവെക്കുന്നതാണ് തോണിയോട്ട് കാവിന്റെ പരിസരദൃശ്യങ്ങൾ. കരാറിനകത്തിന്റെ കിഴക്കെ അതിരിനോടു തൊട്ടുകിടക്കുന്ന ഈ ദേവീക്ഷേത്രത്തിലെ ഉത്സവനാളുകൾ കരാറിനകത്തെയും സമീപഗ്രാമങ്ങളിലെയും ആബാലവൃദ്ധജനങ്ങൾക്കും നിറതാലപ്പൊലിയുടെ നേർക്കാഴ്ചകൾ സമ്മാനിക്കുന്ന ദിനരാത്രങ്ങളാണ്. ചെണ്ടയുടെ ചടുലതാളത്തിൽ പള്ളിവാളും ചിലമ്പുമായി കൂറുംബഭഗവതിയായി ഉറഞ്ഞുതുള്ളുന്ന ആയത്താരുടെ നൃത്തച്ചുവടും. മഞ്ഞൾപ്പൊടി, കരിപ്പൊടി, അരിമാവ്, മുതലായവകൊണ്ടു നിലത്തു കളമെഴുതി, അതിനു ചുറ്റും വന്ദ്യവയോധികന്മാരായ

കാരണവന്മാർ പടിഞ്ഞിരുന്നു ഇലത്താളം മുട്ടിപ്പാടുന്ന കളംപാട്ടും, പ്രാചീന ഗോത്ര കലകളുടെ തിരുശേഷിപ്പുകളായി ആണ്ടുതോറും ഇവിടെ അനുഷ്ഠാനങ്ങളായി പുനരവതരിക്കപ്പെടുന്നു.

കുംഭം 17-ാം തീയ്യതി കാവിൽ കയറലും, 18-ാം തീയ്യതി ദാരികനെ നിഗ്രഹിക്കുന്ന ചടങ്ങായ "കളോംബലിയും" 19-ാം തീയതി ദാരികവധത്തിലുള്ള ആഹ്ലാദം ആഘോഷമായി കൊണ്ടാടുന്ന താലപ്പൊലിയുമാണ് ഇവിടെ അരങ്ങേറുന്നത്. പുരാണത്തിലെ മഹിഷാസുരവധവുമായും, തമിഴ് സംഘകൃതിയായ ചിലപ്പതികാരത്തിലെ കണ്ണകിയുടെ കഥയുമായും ഇവിടുത്തെ ആഘോഷങ്ങൾക്കു സാമ്യം കല്പിക്കാമെങ്കിലും, ദാരികവധവുമായി ബന്ധമുള്ള കൂറുംബഭഗവതിയുടെ പുരാവൃത്തമാണു ഇവിടുത്തെ ആഘോഷങ്ങൾക്കു നിദാനമായിട്ടുള്ളത്. ആ പുരാവൃത്തം ഉത്സവനാളുകളിൽ കാവിനകത്ത് വെച്ച് കാരണവന്മാർ വട്ടമിട്ടിരുന്നു ഇലത്താളം മീട്ടിക്കൊണ്ടു പാടി തീർക്കുന്നു. അതിനു കളംപാട്ട് എന്നാണു പറയുന്നത്. "വാഴ്ക വാഴ്ക വാഴ്ക വടക്കുംകൂർ വാഴ്ക" എന്നു തുടങ്ങുന്ന ആ കളംപാട്ടു ഇങ്ങനെ സംഗ്രഹിക്കാം.

"പരമശിവന്റെ തൃക്കണ്ണിൽ നിന്നു പിറന്ന കൂറുംബയുടെ ദൗത്യം ദാരിക നിഗ്രഹമായിരുന്നു. ബ്രഹ്മാവിന്റെ വരബലം കൊണ്ട് ദാരുമതി എന്ന അസുരകന്യകയ്ക്ക് ഉണ്ടായ പുത്രനാണു ദാരികൻ. ദാരികൻ ജനിച്ചു വീണപ്പോൾ ദുർനിമിത്തങ്ങൾ കാണായി !

ദേവാസുരയുദ്ധകാലത്ത് വിഷ്ണു ദാരികന്റെ പൂർവ്വികരെ കൊന്നൊടുക്കിയകാര്യം അമ്മ ദാരുമതിയിൽ നിന്നു ദാരികൻ മനസ്സിലാക്കുന്നു. ദാരുമതിയുടെ പ്രോത്സാഹനത്തോടെ ദേവകളെ നേരിടാൻ ദാരികൻ തീരുമാനിച്ചു. ബ്രാഹ്മാവിനോടു തപസ്സുചെയ്ത് രാത്രിയും പകലും കല്ലുകൊണ്ടും ഇരുമ്പുകൊണ്ടും മരിക്കാതിരിക്കാനുള്ള വരം വാങ്ങി.

സ്ത്രീകളിൽനിന്നു ജീവാപായമുണ്ടാകാതിരിക്കാനുള്ള വരവും ബ്രഹ്മാവ് നൽകാൻ തയ്യാറായെങ്കിലും ദാരികൻ അതു നിഷേധിച്ചു. സ്ത്രീകളിൽ നിന്നു ആത്മരക്ഷ നേടുന്നതിന്നു വരം വാങ്ങുന്നത് തന്റെ യോഗ്യതയ്ക്ക് ചേർന്നതല്ലെന്നു ദാരികൻ ബ്രഹ്മാവിനോട് പറഞ്ഞു. ഈ അഹങ്കാരം നിന്നെ നശിപ്പിക്കുമെന്നും പോരിൽ ഒരു ദിവ്യനാരി നിന്നെ വധിക്കുമെന്നും ബ്രഹ്മാവ് ശപിച്ചു. അഹങ്കരിച്ചു നടക്കുകയായിരുന്ന ദാരികനു വേതാളം വരം നൽകാൻ തയ്യാറായെങ്കിലും ബ്രഹ്മാവിന്റെ വരമുള്ളപ്പോൾ നിന്റെ വരം വേണ്ടെന്നു ദാരികൻ പറഞ്ഞു. കോപം കൊണ്ടു വേതാളവും ദാരികനെ ശപിച്ചു. നിന്റെ വലത്തെ തുട പള്ളിവാളുകൊണ്ടറുത്ത് ഞാൻ രക്തം കുടിക്കുമെന്നും പറഞ്ഞു. അസുരപ്പടയുമായി ദാരികൻ ദേവലോകത്തെത്തി. ദേവലോകം കൊള്ളയടിച്ചു. ദേവേന്ദ്രനും പരിവാരങ്ങളും ഓടിരക്ഷപ്പെട്ടു. ദേവന്മാരെ രക്ഷിക്കാൻ ശിവൻ തൃക്കണ്ണുതുറന്നു. അതിൽ നിന്നു കാളി ജന്മമെടുത്തു "എന്തു വേണം? സാഗരം പാനം ചെയ്യണോ? കാറ്റിനെ വിഴുങ്ങണോ? എന്നു ചോദിച്ചു. ഒന്നും വേണ്ട ദാരികനെ കൊന്നാൽ മതിയെന്നു പറഞ്ഞു.

വലതുകൈയിൽ വാളും ഇടതുകൈയിൽ കപാലവും നൽകി യാത്രയാക്കി. കാളി വേതാളത്തെയും കൂട്ടി രാത്രിയും പകലുമല്ലാത്ത നേരത്ത് ഉമ്മറപ്പടി മേൽ വെച്ചു നഖം കൊണ്ടു ദാരികനെ വധിച്ചു. ദാരികമർദ്ദിനിയായ ദേവിക്ക് എന്നിട്ടും രക്തദാഹം തീർന്നില്ല. ആന, ആട്, കോഴി മുതലായവയുടെ രക്തം കുടിക്കാൻ തുടങ്ങി. ഈ ഉഗ്രദേവിയെ കൈലാസത്തിൽ പൊറുപ്പിക്കാൻ പറ്റില്ലെന്നു മനസ്സിലാക്കിയ ശിവൻ ഭൂമിയിലേക്ക് പൊയ്ക്കൊള്ളാൻ ഉപദേശിച്ചു. അവിടെ വന്ദിച്ചവർക്ക് വരം കൊടുക്കുക, നിന്ദിച്ചവരെ നിറം കെടുത്തുക എന്നുപദേശിച്ചുവിട്ടു. ഭൂലോകത്തു വിതയ്ക്കുന്നതിനുവേണ്ടി വസൂരി തുടങ്ങി മാരകരോഗങ്ങളുടെ വിത്തുമായി ദേവി ഭൂമിയിലെത്തി. കൂറുംബഭഗവതിയെക്കുറിച്ചുള്ള ബ്രാഹ്മണ കല്പിതകഥകൾക്കപ്പുറം അതിന്റെ സാമൂഹ്യസാഹചര്യങ്ങളെ ചരിത്രപരമായി വിശകലനം ചെയ്തു കൊണ്ട് പ്രസിദ്ധ ചരിത്രപണ്ഡിതനായ പ്രൊഫ. എ. ശ്രീധരമേനോൻ എത്തിച്ചേർന്നിട്ടുള്ള നിഗമനങ്ങൾ കൂടി നാം മനസ്സിലാക്കേണ്ടതുണ്ട്.

"കൊറ്റവൈ" എന്ന ദ്രാവിഡ ദേവതയാണു ദുർഗ്ഗ, കാളി, ഭഗവതി എന്നൊക്കെ അറിയപ്പെടുന്ന കൂറുംബ ഭഗവതി.

സങ്കുചിത്വമില്ലാത്ത മതപരമായ ദ്രാവിഡാചാരങ്ങളായിരുന്നു പ്രാചീന കേരളീയർ പിന്തുടർന്നിരുന്നത്. പ്രാചീനമായ ആചാരാനുഷ്ഠാനങ്ങളാൽ വ്യാമിശ്രമായിരുന്നു അവരുടെ ജീവിതരീതി. കുലദൈവങ്ങളേയും, നദി കളിലും വൃക്ഷങ്ങളിലും മലമുകളിലും മറ്റും കുടികൊള്ളുന്ന ശക്തികളേയും അവർ ആരാധിച്ചു. ഗ്രാമങ്ങൾക്ക് കാവൽ നിൽക്കുന്ന മറ്റു ദൈവങ്ങളും രോഗം കൊണ്ടുവരുന്ന പിശാചുക്കളും അവർക്കുണ്ടായിരുന്നു. ആട്ടവും പാട്ടു മായി നിവേദ്യം നൽകിയിരുന്ന അവർ ആ ദേവന്മാരെയും ദേവികളെയും പൂജിച്ചിരുന്നു. ചില ചേരരാജാക്കന്മാർ ഈ ദേവിക്ക് ഇറച്ചിയും കള്ളും നിവേദിച്ചിരുന്നു. ആൽമരത്തിൽ ദേവന്മാരുടെ അധിവാസമുണ്ടെന്നും അതു കൊണ്ടു അതിനെ പൂജിക്കണമെന്നുള്ള വിശ്വാസം അവരിൽ രൂഢമൂല മായിരുന്നു. സംഘകാലത്ത് കേരളത്തിൽ നാഗാരാധനയില്ലായിരുന്നു. എ.ഡി. 7-ാം ശതകം വരെ ഗണപതിപൂജയും ഇല്ലായിരുന്നു." (കേരളചരിത്രം, പ്രഫസ്സർ എ.ശ്രീധരമേനോൻ)

കലശം വരവ്

തോണിയോട്ടെ, ആകർഷകമായ ഉത്സവക്കാഴ്ചകളിൽ "കലശം വരവ്" പ്രധാനസ്ഥാനത്ത് നിൽക്കുന്നു. കുംഭം 19-ാം തീയ്യതി സന്ധ്യാസമയത്തോടെ സ്ഥാനികതറവാടുകളിൽനിന്നും ചെണ്ടയുടെയും, വായ്ത്താരിയുടെയും അകമ്പടിയോടെ ചെക്കി, ചെമ്പകം, എരിക്ക് മുതലായ ബഹുവർണ്ണപുഷ്പ ങ്ങളുടെ മാലകൾ കൊണ്ടലങ്കരിച്ച നേർച്ചക്കലശങ്ങളുടെ അടിയറ ഒന്നിന് പിറകെ മറ്റൊന്നായി നടകണ്ടിയിറങ്ങി ക്ഷേത്രത്തെ വലം വെയ്ക്കുന്ന കാഴ്ച ഒരു സ്റ്റേഡിയത്തിന്റെ ഗ്യാലറിപോലെ കെട്ടിപ്പൊക്കിയ കല്പടവു കളിലിരുന്ന് പതിനായിരങ്ങൾ ആവേശത്തോടെ വീക്ഷിക്കുമായിരുന്നു. കാഞ്ഞിരദേശത്തെ താളിയൻ തറവാട്ടുകാരുടെ നേർച്ചക്കലശമാണ്

ആദ്യമായി ക്ഷേത്രമുറ്റത്തേക്ക് പ്രവേശിക്കുന്നത്. പണ്ടുകാലത്ത്, ആ കലശ മടിയറയുടെ കൂടെ വെളിച്ചത്തിനുവേണ്ടി കൊണ്ടുപോകുന്ന ഓലച്ചൂട്ടു പന്തം പോലും അത്യാകർഷകമായിരുന്നു. അനേകം ഉണക്കോലകൾ വലിയ തടി മരത്തിന്റെ ആകൃതിയിൽ ചേർത്ത് കെട്ടി, കാഞ്ഞിരയിലെ ചാമൻ കണ്ണൻ എന്ന നെല്ലേരിക്കണ്ണൻ തലയിൽ ചുമന്നുകൊണ്ടു പോകുന്നത് അത്ഭുത കരമായ ഒരു കാഴ്ചയായിരുന്നു. തലയ്ക്കു മുകളിൽ കത്തിക്കാളുന്ന ആ ഭീമാകാരമായ ചൂട്ടു പന്തത്തിൽ നിന്നു തീപ്പൊരി വെട്ടുകിളികളെപ്പോലെ യാണ് പറന്നുയരുക. ദേവിക്ക് മദ്യം നിവേദിക്കുക എന്ന പ്രതീകാത്മകമായ ഒരനുഷ്ഠാനമാണ് കലശംവരവ് കൊണ്ടുദ്ദേശിക്കുന്നത്. ദാരികനെ കൊന്ന തിനുശേഷം ഭൂമിയിലെത്തിയ ദേവിയെ പൊന്നും, പൂവും മരക്കുടത്തിൽ മദ്യവുമായി തെക്കൻ കൊല്ലത്തെ മുത്തരയൻ സ്വീകരിച്ചുവെന്നാണ് ഐതിഹ്യം. ഇപ്പോൾ മരക്കുടത്തിന് പകരം മൺകുടവും മദ്യത്തിനു പകരം ജലവുമാണ് കലശക്കാഴ്ചയിൽ ഉപയോഗിക്കുന്നത്. ഏഴുദിവസം വ്രതശുദ്ധി വരുത്തിയ ആളാണ് കലശക്കാരനാകുന്നത്. കുറുവയിലെ ആയത്താൻ തറവാട്ടിൽ നിന്നുകൊണ്ടുപോകുന്ന കലശത്തിനാണ് ഏറെ പ്രാധാന്യ മുള്ളത്. അതിനെ മൊത കലശമെന്നാണ് വിളിക്കുന്നത്. അതിന്റെ കലശ ക്കാരൻ ദേവിയുടെ ആട്ടം കഴിയുന്നതുവരെ ഏകദേശം രണ്ടു മണിക്കൂർ നേരം ഭാരിച്ച കലശം തലയിൽ വെച്ചു നിൽക്കേണ്ടതുണ്ട്. ഇങ്ങനെ എല്ലാ വർഷവും ദീർഘനേരം കലശം തലയിൽ വെച്ച് നിന്നതിന്റെ ഫലമായി ആയത്താൻ തറവാട്ടിലെ ഒരു കാരണവരുടെ നടു വളഞ്ഞു പോയത്രെ! അദ്ദേഹം പിന്നീട് അറിയപ്പെട്ടത് "വളയൻ കാരണവർ" എന്നായിരുന്നു.

തോണിയോട്ടു കുട്ടാമ്പള്ളി, ചെമ്മിണിയൻ, കരിക്കൻ, കാട്ടാമ്പള്ളി എന്നീ നാലു തീയ്യത്തറവാടുകളിലെ ഏറ്റവും തലമുതിർന്ന കാരണവരിലൊരാളെ പ്രധാന സ്ഥാനീകനായി വാഴിച്ചുകൊണ്ട് അന്നത്തെ നാടുവാഴിയായ കണ്ട മംഗലത്ത് അകമ്പടിമേലായി എന്ന നമ്പ്യാർ ജാതിക്കാരൻ നീർ വീഴ്ത്തി ക്കൊടുത്ത സ്ഥലത്താണ് തോണിയോട്ടുക്ഷേത്രം നിലകൊള്ളുന്നത്. കളം പാട്ട്, ദേവിയുടെ ആട്ടം എന്നീ കർമ്മങ്ങൾക്ക് ഉത്തരവാദപ്പെട്ടവരായി യഥാ ക്രമം ബങ്കണ, ആയത്താൻ എന്നീ തറവാടുകളെ കൂടാതെ വിവിധദേശ ങ്ങളിലുള്ള അറുപത്തിനാലു തറവാടുകളെ ഇതിന്റെ സ്ഥാനീകരായി അംഗീ കരിക്കപ്പെട്ടിട്ടുണ്ട്. ഈ സ്ഥാനീക തറവാടുകളിൽ നിന്നൊക്കെ പണ്ടു കാലത്ത് കലശം വരാറുണ്ടായിരുന്നുവത്രെ! ഈ ക്ഷേത്രത്തിന് തോണി യോട്ട് എന്ന പേരുണ്ടാകാനുള്ള കാരണത്തെക്കുറിച്ച് ഒരു കഥ പറഞ്ഞു കേട്ടിട്ടുണ്ട്. ഈ ക്ഷേത്രത്തിനുവേണ്ടി ആദ്യം കുറ്റിയടിച്ചത്, ഇപ്പോൾ കരാ റിനകത്തിന്റെ സമ്പന്നത വിളിച്ചറിയിക്കുന്ന, കൊട്ടാര സദൃശ്യമായ മണി മാളികകൾ നിലകൊള്ളുന്ന, തോട്ടട ഗോൾഡൻ എൻക്ലേവ് ഹൗസിംഗ് കോളനിയുടെ പരിസരത്തായിരുന്നു. കന്നുകാലികൾ മേഞ്ഞു നടക്കുന്ന കുന്നിൻതാഴ്വാരമായിരുന്നു, പണ്ടുകാലത്ത് ആ സ്ഥലം. ക്ഷേത്രത്തിനു വേണ്ടി കുറ്റിയടിച്ച സ്ഥലത്ത് പണി തുടങ്ങുവാൻ വേണ്ടി, ഉളിയും മുഴ ക്കോലുമായി തച്ചന്മാരും "മട്ടവും" "ഒലുമ്പു" മായി പെരുന്തേരികളും, കൈക്കോട്ടുംകൊട്ടയുമായി കൂലിപ്പണിക്കാരും, വന്നപ്പോൾ കുറ്റിയടിച്ച

സ്ഥാനത്ത് അതു കാണാനില്ലായിരുന്നു. സമീപസ്ഥലങ്ങളിലെല്ലാം അന്വേഷിച്ച് നടന്നപ്പോൾ ഇപ്പോൾ ക്ഷേത്രം നിലകൊള്ളുന്ന സ്ഥലത്തു ഒരു ആടിനെ കെട്ടിയ നിലയിൽ ആ കുറ്റി കണ്ടെത്തിയത്രേ! പിന്നീടു അവിടെ ത്തന്നെ ക്ഷേത്രം നിർമ്മിക്കുകയായിരുന്നു. തോന്നിയ സ്ഥലത്ത് ക്ഷേത്രം നിർമ്മിച്ചതു കൊണ്ടു, തോന്നിയേടത്ത് ക്ഷേത്രം എന്ന പേരുണ്ടാവുകയും, അതു കാലക്രമേണ തോണിയോട്ട് എന്നായി മാറി എന്നുമാണു ആ, കഥ. ഒരു വലിയ കുന്നു കിളച്ച് അതിന്റെ അടിയിൽ നിർമ്മിച്ച ക്ഷേത്രത്തിന്റെ ചുറ്റിലും പടിപടിയായി ഉയരത്തിൽ കെട്ടിയ ഇരിപ്പിടങ്ങൾ ഈ ക്ഷേത്ര ത്തിന്റെ പ്രത്യേകതയാണെന്നു പറഞ്ഞുവല്ലോ? ക്ഷേത്രമുറ്റത്തു നടക്കുന്ന എല്ലാ കർമ്മങ്ങളും ഉത്സവക്കാഴ്ചകളും വളരെ വ്യക്തമായി മേൽപ്പറഞ്ഞ ഇരിപ്പിടങ്ങളിൽ നിന്നു കാണാൻ സാധിക്കുന്നു. ക്ഷേത്രവളപ്പിൽ പൂത്തു നിൽക്കുന്ന ചെമ്പകവും പാലയും പരിസരപ്രദേശം മുഴുവനും സുഗന്ധ പൂരിതമാക്കാൻ പോന്നവയായിരുന്നു. തോണിയോട്ടുത്സവം ഈ നാട്ടുകാർക്ക് വെറുമൊരു ഉത്സവമല്ല. മറിച്ച് അതൊരു കുടുംബസംഗമം പോലെയായി രുന്നു. ദൂരദേശങ്ങളിൽ നിന്നുപോലും ഉത്സവം കാണാൻ കാലേക്കൂട്ടി ആളു കൾ വന്ന് ബന്ധുവീടുകളിൽ ഒത്തുകൂടുമായിരുന്നു. കുംഭം 19-ാം തീയ്യതി സന്ധ്യ മയങ്ങുന്നതോടെ വീടുകൾ പൂട്ടി കിടക്കപ്പായകൾ ചുരുട്ടി തോളിൽ വെച്ച്, ചൂട്ടയും വീശി, കുഞ്ഞുകുട്ടി പരിവാരം സമേതം ഇടവഴികളിലൂടെ യും, വെളിമ്പറമ്പുകളിലൂടെയും ജനങ്ങളുടെ ഒഴുക്കാരംഭിക്കുന്നു. ആ ഒഴുക്ക് അവസാനിക്കുന്നത് തോണിയോട്ടുകാവിന്റെ പരിസരത്തായിരിക്കും. അവിടെ ഇരിപ്പിടങ്ങളിൽ പായവിരിച്ച് കാലും നീട്ടിയിരിക്കുന്ന അമ്മമാരും അമ്മൂമ്മ മാരും അവിടെ നിന്നെഴുന്നേൽക്കുന്നത് അടുത്ത ദിവസം പുലർച്ചെ കലശം കത്തിക്കുന്ന ചടങ്ങിനു ശേഷമായിരിക്കും. ഓരോ സ്ഥാനീകതറവാട്ടു കാർക്കും അവരവരുടെ ആഢ്യത്ത്വത്തിനനുസരിച്ചുള്ള പ്രത്യേകം പ്രത്യേകം ഇരിപ്പിടങ്ങളുമുണ്ടായിരുന്നു. പണ്ടുകാലത്തു തോണിയോട്ടുകാവിൽ താല പ്പൊലി കുറിച്ചാൽ "ഓ കെ കൂ " എന്നുകൂവി നാട്ടുകാർ മറ്റുള്ളവരെ അറി യിക്കുമായിരുന്നു. തോണിയോട്ടുകാവിൽ താലപ്പൊലി കുറിച്ചാൽ നാട്ടിൽ ഒരു കല്യാണമോ നാല്പാൾ കൂടുന്ന ചടങ്ങോ നടക്കുമായിരുന്നില്ല. ഇതിൽ നിന്നു ആ ക്ഷേത്രോത്സവം ഈ നാട്ടിലെ ജനങ്ങളെ എത്രമാത്രം സ്വാധീ നിച്ചിരുന്നുവെന്നു മനസ്സിലാക്കാം. "കണ്ടമംഗലത്ത് അകടമ്പടി മേലായി" എന്ന നാടുവാഴി നമ്പ്യാർ അയിത്തജാതിക്കാരായ തീയ്യർക്ക് ദേവീക്ഷേത്രം നിർമ്മിക്കുവാൻ സ്ഥലം നീർവീഴ്ത്തിക്കൊടുത്തതിന്റെ കാരണമെന്താണെ ന്നറിയണമെങ്കിൽ അവിടെ പാടുന്ന കളംപാട്ടിലെ അവസാന ഭാഗമായ "കാനത്തൂർ വിരുത്തി" എന്നതിലേക്ക് ഒരു ഓട്ടപ്രദക്ഷിണം ചെയ്യേണ്ട തുണ്ട്. ദാരികൻ എന്ന രാക്ഷസ്സനെ നിഗ്രഹിച്ചതിനുശേഷം "വന്ദിച്ചവർക്ക് വരം കൊടുക്കുക, നിന്ദിച്ചവരെ നിറം കെടുത്തുക, ആർഭാടത്തോടെ വാഴ രുത്" എന്നൊക്കെയുള്ള ഉപദേശം സ്വീകരിച്ച് കൂറുംബഭഗവതി ദേവലോ കത്തു നിന്നു ഭൂമിയിലേക്കു വരുന്നു. അങ്ങനെ ഭൂമിയിൽ വന്ന ഭഗവതി കൊടുങ്ങല്ലൂരിലെത്തിയപ്പോൾ, വസൂരി രോഗത്തിന്റെ വിത്തുമായി വന്നു എന്ന കാരണത്താൽ ദേവിയെ എങ്ങനെയെങ്കിലും കര കടത്തുവാൻ

അവിടുത്തെ പ്രമാണിമാർ തീരുമാനിക്കുന്നു. അതനുസരിച്ച് തന്ത്രമന്ത്രങ്ങൾ നടത്തി ദേവിയെ ഒരു പെട്ടിയിൽ അടക്കം ചെയ്തു കടലിലൊഴുക്കുന്നു. കടലിൽ മീൻ പിടിക്കുകയായിരുന്ന തെക്കൻ കൊല്ലത്തെ ചെറിയകടപ്പുറത്തെ അരയനു ആ പെട്ടി കിട്ടുന്നു. അരയൻ പെട്ടിതുറന്നു ദേവിക്ക് സ്വന്തം വീട്ടിൽ സ്ഥാനം നൽകി.

അങ്ങനെയുണ്ടായതാണത്രെ പ്രസിദ്ധമായ കൊടുങ്ങല്ലൂർ ദേവീക്ഷേത്രം.

പിന്നീട് കൊടുങ്ങല്ലൂരിൽ നിന്നു വടക്കോട്ടു നാടുകാണാൻ വന്ന ദേവി കാനത്തൂരിൽ (കണ്ണൂരിന്റെ പുരാതന നാമം) എത്തുന്നു. അവിടെ കുഴിക്കുന്നിലുള്ള മൂർക്കോത്തു തീയ്യൻ എന്ന ഏറ്റുകാരനോട് ദാഹം തീർക്കാൻ ഒരു ഇളനീർ ആവശ്യപ്പെടുന്നു. എന്നാൽ അനുവാദമില്ലാതെ ഇളനീർ പറിച്ചാൽ നാടുവാഴി തന്നെ ശിക്ഷിക്കുമെന്നു തീയ്യൻ ദേവിയെ അറിയിക്കുന്നു. ഇളനീർ പറിച്ചതിന്റെ പേരിൽ എന്തെങ്കിലും ബുദ്ധിമുട്ടു വന്നാൽ താൻ അതു പരിഹരിച്ചു തരുമെന്നു ദേവി തീയ്യനു വാക്കു കൊടുക്കുന്നു. അതിനെത്തുടർന്നു തീയ്യൻ കാരമുള്ളിൽ തളകെട്ടി തെങ്ങിൽ കയറി ഇളനീർ പറിച്ച് ദേവിക്ക് കാഴ്ച വെക്കുന്നു. ദാഹം തീർത്ത ദേവി അവിടെ നിന്നു അപ്രത്യക്ഷയാകുന്നു. തീയ്യനു തെങ്ങു ചെത്താൻ മാത്രമേ അവകാശമുള്ളൂ. ഇളനീർ പറിക്കാൻ അധികാരമില്ലെന്നു പറഞ്ഞു നാടുവാഴി തീയ്യനെ ശിക്ഷിക്കുന്നു. ശിക്ഷ ചെറുതായിരുന്നില്ല. കഴുമരത്തിലേറ്റി തൂക്കിക്കൊല്ലലായിരുന്നു ശിക്ഷ. കഴുമരത്തിൽ തൂങ്ങിനിൽക്കുന്ന തീയ്യന്റെ ശവശരീരത്തിനു താഴെനിന്ന് ഭാര്യയും മക്കളും അലമുറയിട്ടു കരഞ്ഞു. ഏതാനും ഇളനീർ പറിച്ചതിനു ഇത്രയും വലിയ ശിക്ഷ നൽകിയ നാടുവാഴിക്കെതിരെ ജനങ്ങൾ പാടത്തും, വരമ്പത്തും പുഴവക്കിലും വെച്ച് പിറുപിറുക്കാൻ തുടങ്ങി. ഒരു ദിവസം കരിംപുഴക്കരികിലൂടെ നടന്നുപോകുകയായിരുന്ന ദേവി കടവിൽ കുളിക്കുന്ന പെണ്ണുങ്ങളിൽ നിന്ന് നാടുവാഴിയുടെ ക്രൂരകൃത്യം അറിയാനിടയാകുന്നു. ഉടനെ കഴുമരത്തിനടുത്തുപോയി മരിച്ച തീയ്യനു ദേവി ജീവൻ നൽകുന്നു. കൂടാതെ നാടുവാഴിക്കും വീട്ടുകാർക്കും വസൂരി രോഗം വിതരണം ചെയ്യുകയും ചെയ്യുന്നു. വീട്ടിൽ വസൂരി രോഗം വന്നതു ദേവിയുടെ കോപം കൊണ്ടാണെന്നു മനസ്സിലാക്കിയ നാടുവാഴി. അതിൽ നിന്നു രക്ഷപ്പെടാൻ നാട്ടിലെ മുഖ്യതാന്ത്രികനായ കാട്ടുമാടം തന്ത്രിയെ വരുത്തി ക്ഷേത്രം പണിത് തീയ്യനെ മുഖ്യകാർമ്മികനാക്കി ദേവിയെ ആവാഹിച്ച് കുടിയിരുത്തിയത്രെ. അങ്ങനെയാണു കാനത്തൂർ നാട്ടിലെ കുറുംബക്കാവുകൾ തീയ്യരുടെ കൈവശത്തിലായതെന്നാണു ഐതിഹ്യം. ഇപ്പോഴും തോണിയോട്ടുത്സവത്തിന് മുമ്പ് നമ്പ്യാർ കുടുംബത്തിലെ ഒരാളെ ആദരിച്ച് മേലായി എന്നു പറഞ്ഞു ആൽത്തറയിൽ ഇരുത്താറുണ്ട്. ദേവിയെ കെട്ടിയാടുന്നയാളെ ആയത്താർ എന്നാണു വിളിക്കുന്നത്. കാനത്തൂർ നാട്ടിലെ ആയത്താന്മാരെല്ലാം കോങ്കണ്ണൻ ആയത്താർ എന്നാണു അറിയപ്പെടുന്നത്. അതിനു പിന്നിലും ഒരൈതിഹ്യമുണ്ട്. കഴുമരത്തിൽ തൂങ്ങിക്കിടന്നിരുന്ന തീയ്യന് ദേവി ജീവൻ നൽകിയപ്പോൾ അയാൾക്ക് ഒരു കണ്ണുണ്ടായിരുന്നില്ല. കഴുമരത്തിൽ തൂങ്ങിനിൽക്കുന്ന സമയത്ത് അതു പരുന്തു കൊത്തിക്കൊണ്ടു

പോയിരുന്നു. കണ്ണ് പിന്നീട് കാനത്തൂർ വയലിൽ നിന്ന് കണ്ടുകിട്ടുകയും ആ കണ്ണ് ദേവി യഥാസ്ഥാനത്ത് ഒട്ടിച്ചുവെക്കുകയും ചെയ്തുവത്രെ! അപ്പോഴുണ്ടായ വ്യത്യാസം കാരണമാണു കോങ്കണ്ണായത്. അങ്ങിനെയാണു കാനത്തൂർ നാട്ടിലെ ആയത്താന്മാരെല്ലാം കോങ്കണ്ണൻ ആയത്താരായത്. ദേവീകോപം കൊണ്ടാണു വസൂരിരോഗം ഉണ്ടാകുന്നതെന്നാണ് പണ്ടത്തെ വിശ്വാസം. ആ രോഗത്തെ ചികിത്സിച്ചു മാറ്റുന്നത് ആയത്തന്മാരാണ്. അവർ മറ്റു ജോലിക്കൊന്നും പോകരുതെന്നാണ് നിയമം. അവർ നാട്ടിൽ നിന്നു പിരിക്കുന്ന നെല്ലുകൊണ്ടാണ് കഴിയേണ്ടത്. കൂടാതെ അവർക്ക് ചില വിചിത്രമായ നിബന്ധനകളും ബാധകമാണ്. ആയത്തന്മാർക്ക് കല്ല്യാണം കഴിക്കാമെങ്കിലും കല്ല്യാണ ദിവസം അവർ നേരിട്ട് വധൂഗൃഹത്തിൽ പോയി വരണമാല്യം ചാർത്തി വധുവെ കൂട്ടിക്കൊണ്ടുവരുവാൻ പാടില്ല. അതിനു പകരം ഭർത്താവിന്റെ പ്രതീകമായി ഒരു വടിയാണു കതിർമണ്ഡപത്തിൽ കൊണ്ടുപോകുന്നത്. നവവധു ആ വടിക്ക് വരണമാല്യം ചാർത്തി ബന്ധുക്കളുടെ കൂടെ വരന്റെ വീട്ടിൽ വരുന്നു. മറ്റൊന്നു ആയത്താർ മരിച്ചാൽ കിടത്തി കുഴിച്ചിടുന്നതിനു പകരം ഇരുത്തിയാണ് കുഴിച്ചിടുന്നത്. കൂറുംബക്കാവുകളോട് അന്നത്തെ സമൂഹം വെച്ചുപുലർത്തിയ ഭയഭക്തിബഹുമാനത്തിനു കാരണം വസൂരിരോഗം തന്നെയാണ്. ഈ രോഗത്തെ ചെറുക്കാൻ ദേവിയെ പ്രീതിപ്പെടുത്തുക എന്നത് മാത്രമായിരുന്നു ജനങ്ങൾക്ക് ചെയ്യാനുണ്ടായിരുന്നത്. ഇത്തരം നിസ്സഹായവസ്ഥയാണ് ദൈവവിശ്വാസത്തിന്റെ അടിത്തറ. ദേവിയെ പ്രീതിപ്പെടുത്താൻ ഭക്തർ ആടിനെയും കോഴിയെയും നേർച്ചയായി നൽകി. ചുരുക്കിപ്പറഞ്ഞാൽ ആപത്തിനെക്കുറിച്ചുള്ള ഭയം വിശ്വാസത്തിന്റെ അടിത്തറയായിത്തീരുന്നു.

ഓലച്ചേരിഗോവിന്ദൻ

തോണിയോട്ടുത്സവത്തിൽ പിൽക്കാലത്ത് വന്നുചേർന്ന ആകർഷകമായ ഒരു പരിപാടിയാണു കാഴ്ചവരവ്. ബന്ധപ്പെട്ട നാടുകളുടെ നേതൃത്വത്തിലാണ് കാഴ്ചവരവ് സംഘടിപ്പിക്കുന്നത്. അലങ്കരിച്ച തേരും കരകൗശലവസ്തുക്കളും, ആലക്തിക ദീപ വൈവിധ്യങ്ങളും, താലപ്പൊലി, ഏന്തിയ ബാലികമാരുമൊക്കെയാണ് കാഴ്ചവരവിലെ പ്രധാനപ്പെട്ട ഇനങ്ങൾ. അവയിൽ ഒരു കാലത്ത് ഏറെ ആകർഷിക്കപ്പെട്ടത് കരകൗശലവസ്തുക്കളായിരുന്നു. പഴങ്ങളുടെയും പച്ചക്കറികളുടെയും കരകൗശല മാതൃകകൾ അത്യാകർഷകങ്ങളായിരുന്നു. കരകൗശലരംഗത്തു കഴിവ് തെളിയിച്ച ഒരു പ്രതിഭാശാലി ആ കാലത്ത് കരാറിനകത്തുണ്ടായിരുന്നു. കുറുവയിലെ ഓലച്ചേരി ഗോവിന്ദനാണു ആ കരകൗശലപ്രതിഭ. ഗോവിന്ദൻ നിർമ്മിക്കുന്ന കശുമാങ്ങയും, പടവലങ്ങയും, കുരുമുളക് വള്ളിയുമൊക്കെ ഒറിജിനലിനെ വെല്ലുന്നവയായിരുന്നു. തോണിയോട്ടെന്നല്ല ആ കാലത്ത് എവിടെയൊക്കെ അടിയറക്കാഴ്ചകൊണ്ടുപോകുന്നുണ്ടെങ്കിലും അവിടെയെല്ലാം ഓലച്ചേരി ഗോവിന്ദന്റെ കരവിരുതിന്റെ ഉത്തമ മാതൃകകൾ ദർശിക്കാമായിരുന്നു. കരകൗശല നിർമ്മാണ രംഗത്ത് കേരളത്തോളമുയർന്ന പ്രതിഭാധനനായിരുന്നു കരാറിനകത്തെ ഓലച്ചേരി ഗോവിന്ദൻ.

"മുട്ടിപ്പോക്ക് "

തോണിയോട്ടു ക്ഷേത്രത്തിൽ കലശമടിയറ കൊണ്ടുപോകുന്ന വേളയിൽ ഈ നാട്ടിൽ അല്ലറ ചില്ലറ "മുട്ടിപ്പോക്കു" കളൊക്കെ നടക്കാറുണ്ടായിരുന്നു. സംഘട്ടനത്തിനു ഇവിടെ മാത്രം രൂപപ്പെട്ട ഒരു പര്യായപദമാണ് "മുട്ടിപ്പോക്ക്", "കടപ്പുറത്ത് വെച്ചു തൊഴിലാളികൾ തമ്മിൽ മുട്ടിപ്പോക്ക് " രണ്ടു നാട്ടുകാർ തമ്മിൽ മുട്ടിപ്പോക്ക് "അയൽവാസികൾ തമ്മിൽ മുട്ടിപ്പോക്ക്" എന്നൊക്കെയാണു ഇരുവിഭാഗം തമ്മിലുണ്ടാകുന്ന അടിപിടികൾക്ക് ഇവിടെ പറഞ്ഞുവരുന്നത്. സംഘട്ടത്തിനു ഭാഷാ നിഘണ്ടുവിലൊന്നുമില്ലാത്ത ഒരർത്ഥം ഇവിടെ മാത്രം രൂപപ്പെട്ടതിന്റെ പിന്നിൽ പണ്ടുകാലത്തു നടന്നിട്ടുള്ള അസുഖകരങ്ങളായ ചില വർഗ്ഗീയസംഘട്ടനങ്ങളുടെ അവക്ഷിപ്തം ദർശിക്കാവുന്നതാണ്. തോണിയോട്ടുത്സവത്തിന് അതിന്റെ എല്ലാ സ്ഥാനീക ത്തറവാടുകളിൽനിന്നും പണ്ടുകാലത്ത് കലശമടിയറകൊണ്ടുപോകാറുണ്ടെന്നു മുമ്പ് പറഞ്ഞുവല്ലോ? അതനുസരിച്ചുള്ള, കുറുവയിലെ കുഴിപ്പള്ളിത്തറവാട്ടുകാരുടെ കലശമടിയറ കടന്നു പോയിരുന്നതു കുറുവ മുസ്ലീം പള്ളിക്കു മുന്നിലുള്ള റോഡിലൂടെയായിരുന്നു. ഇത്തരം ഉത്സവഘോഷയാത്രകൾ പോകുമ്പോൾ മുസ്ലീം ആരാധനാലയത്തിനു മുന്നിലെത്തിയാൽ വാദ്യഘോഷം താൽക്കാലികമായി ഒഴിവാക്കി നിശ്ശബ്ദമായി പോകുന്ന സമ്പ്രദായം നിലവിലുണ്ടായിരുന്നു. അന്യസമുദായക്കാരുടെ ആരാധനയെ മാനിക്കുക എന്നതായിരുന്നു അതിന്റെ പിന്നിൽ. ഒരു സമുദായക്കാർ അന്യരെ ആദരിക്കുമ്പോൾ ആ സമൂഹം സ്വയം ആദരിക്കപ്പെടുകയാണല്ലോ ചെയ്യുന്നത്? എന്നാൽ ചില സന്ദർഭങ്ങളിൽ മേൽപ്പറഞ്ഞ സമ്പ്രദായത്തിനു വിപരീതമായി. വാദ്യഘോഷം മുഴക്കിത്തന്നെ പള്ളിക്കുമുന്നിലൂടെ കലശഘോഷയാത്രകൾ പോകാറുണ്ടായിരുന്നു. അതു പലപ്പോഴും വർഗ്ഗീയ സംഘട്ടനത്തിലാണു കലാശിച്ചിരുന്നത്.

1940-കളുടെ തുടക്കത്തിൽ മേൽപ്പറഞ്ഞ കുഴിപ്പള്ളിത്തറവാട്ടുകാരുടെ കലശമടിയറ തോണിയോട്ടു ലക്ഷ്യമാക്കി നീങ്ങുകയായിരുന്നു.

പതിവ് സമ്പ്രദായമനുസരിച്ച് പള്ളിക്കു മുന്നിലെത്തിയാൽ ചെണ്ടമുട്ടൽ നിർത്തി നിശ്ശബ്ദതപാലിച്ചു കൊണ്ടുപോകാൻ തന്നെയായിരുന്നു തറവാട്ടുകാരുടെ തീരുമാനം. നിർഭാഗ്യവശാൽ, അടിയറ പള്ളിക്കു മുമ്പിലെത്തിയപ്പോൾ, ചിലർ ചെണ്ടമുട്ടിപ്പോകണമെന്നു വാശിപിടിച്ചുവത്രെ. അതനുസരിച്ച് ചെണ്ടക്കാരും മുട്ടിക്കൊണ്ടുതന്നെ നടന്നുനീങ്ങി. അപ്പോൾ പള്ളിയുടെ വിശ്വാസക്കാർ അത് തടയാൻ ശ്രമിച്ചു. അതു പള്ളിക്കുമുമ്പിൽ ഒരു വലിയ സംഘട്ടനത്തിനു കാരണമായി. കരാറിനകത്തു സംഭവിക്കാൻ പാടില്ലാത്തതാണ് സംഭവിച്ചത്. ഒരു വർഗ്ഗീയസംഘട്ടനം ആളിക്കത്താനുള്ള ഇന്ധനമൊന്നും ഈ നാടിന്റെ പാരമ്പര്യത്തിൽ ഇല്ലായിരുന്നു. പിന്നീട് ഇരു സമുദായത്തിലെയും പൗരപ്രമുഖന്മാർ ഒത്തുചേർന്ന് പോലീസിന്റെ സാന്നിധ്യത്തിൽ ഒത്തുതീർപ്പിലെത്തുകയായിരുന്നു. അതേത്തുടർന്ന് തോണിയോട്ടേക്ക് അടിയറക്കാഴ്ച കൊണ്ടുപോകുമ്പോഴെല്ലാം കുറുവപ്പള്ളിക്ക് മുമ്പിൽ പോലീസിനെ വിന്യസിക്കുന്നതു പതിവായിത്തീർന്നു. ഈ സംഭവം ഇരു

സമുദായക്കാരായ ആളുകളുടെ മനസ്സിൽ വളരെക്കാലത്തോളം വർഗ്ഗീയമായ ചേരിതിരിവിന്നു കാരണമായി. ഈ സംഭവമൊഴിച്ചാൽ മതങ്ങൾ തമ്മിലുള്ള ഒരനിഷ്ട സംഭവം 1970 കളിലെ തലശ്ശേരി ലഹളക്കാലം വരെ കരാറിനകത്തുണ്ടായിരുന്നില്ല. ഇവിടെ ഹിന്ദുക്കളും മുസ്ലീങ്ങളും വളരെ സൗഹൃദത്തോടെയാണ് കഴിഞ്ഞുകൂടിയിരുന്നത്. ഓണത്തിന് ഹിന്ദുക്കളും പെരുന്നാളിന് മുസ്ലീംങ്ങളും പലഹാരങ്ങളുമായി വിരുന്നുപോകുന്ന പതിവ് പല തറവാടുകളിലും ഉണ്ടായിരുന്നു. "മുട്ടിപ്പോക്ക്" കാരണമായിട്ടുള്ള വർഗ്ഗീയലഹളകൾ ആ കാലത്ത് കണ്ണൂരിൽ പല സ്ഥലത്തും നടന്നിട്ടുണ്ട്. മുഴപ്പിലങ്ങാട് ചീറുംബക്കാവിലേക്ക് കലശമടിയറ കൊണ്ടുപോകുമ്പോൾ എടക്കാട് ബസാറിൽ വെച്ചു സംഘട്ടനമുണ്ടാകുന്നത് പതിവായിരുന്നു. അതുപോലെ മുട്ടിപ്പോക്കുമൂലമുണ്ടായ വർഗ്ഗീയസംഘട്ടനത്തിൽ കണ്ണൂർ കാമ്പസ്സാറിൽ ഒരുപാട് പേർ മരിച്ചുവീണിട്ടുമുണ്ട്. തളാപ്പ് സുന്ദരേശ്വരക്ഷേത്രത്തിലേക്കുള്ള കണ്ടോൺമെന്റ് ബർണ്ണശ്ശേരി ദേശവാസികളുടെ വകയായുള്ള അടിയറക്കാഴ്ച കടന്നുപോയിരുന്നത് കാംബസ്സാറിലുള്ള ജുമായത്ത് പള്ളിക്കു സമീപത്തു കൂടിയായിരുന്നു. മുൻകാലങ്ങളിലൊക്കെ നിശ്ശബ്ദത പാലിച്ചായിരുന്നു പള്ളിക്കു മുമ്പിലൂടെ അടിയറ കടന്നുപോയിരുന്നത്. ഒരു പ്രാവശ്യം അതിന് വിപരീതമായി അടിയറ കൊണ്ടുപോയപ്പോൾ മുസ്ലീം സമൂഹം രോഷാകുലരായി. അവർ അന്നത്തെ പോലീസ് മേധാവിയോടു പരാതി പറഞ്ഞു. എരിതീയ്യിൽ എണ്ണ ഒഴിക്കുന്ന സമീപനമായിരുന്നുവത്രെ അന്നത്തെ പോലീസ് മേധാവി സ്വീകരിച്ചത്. അടുത്ത പ്രാവശ്യം ഘോഷയാത്ര പോകുമ്പോൾ പള്ളിക്കുസമീപത്തെത്തിയാൽ നിശ്ശബ്ദത പാലിച്ചില്ലെങ്കിൽ ബലമായി തടയുവാനായിരുന്നു പോലീസ് മേധാവിയുടെ ഉപദേശം. അടുത്ത വർഷം വർഗ്ഗീയതയും വർഗ്ഗീയതയും തമ്മിലുള്ള സംഘട്ടനത്തിൽ കണ്ണൂർ കാമ്പസാറിൽ മരിച്ചു വീണത് പന്ത്രണ്ടു പേരായിരുന്നു. പോലീസിന്റെ കണക്കിൽ ഒരാൾ മാത്രമേ മരിച്ചുള്ളൂ. അതൊരു ക്രിസ്ത്യാനിയായിരുന്നു!

സംഘട്ടത്തിനു "മുട്ടിപ്പോക്ക്" എന്ന അർത്ഥം വന്നുചേർന്നത് എങ്ങനെയെന്നു ഇപ്പോൾ മനസ്സിലായിക്കാണുമല്ലോ? ചെണ്ടമുട്ടിയൊണ്ടുള്ള അടിയറ പോക്ക് തുടർച്ചയായി എല്ലാവർഷവും പല സ്ഥലങ്ങളിലും, പള്ളിക്കു മുമ്പിൽ സംഘട്ടനത്തിനുള്ള കാരണമായി. ചെണ്ടമുട്ടിയുള്ള പോക്കുണ്ടെങ്കിൽ അവിടെ സംഘട്ടനമുണ്ടാകാമെന്ന നില വന്നു. അങ്ങനെയാണ് "മുട്ടിപ്പോക്ക് " ഇവിടെ സംഘട്ടനത്തിന്റെ പര്യായമായത്.

ഇത് മറ്റൊരു ഉദാഹരണം കൊണ്ടു ഒന്നുകൂടി വിശദമാക്കാം. സംഘട്ടനത്തിനു ഇവിടെ "കൂട്ടോങ്കുറിയും" എന്നു പറയാറുണ്ട്. "കൂട്ടം" എന്നാൽ നാട്ടുകൂട്ടവും "കുറി" എന്നാൽ തീരുമാനവുമാണ്. പണ്ടുകാലത്ത് നാട്ടിലെ തർക്കങ്ങൾ തീർക്കുന്നത് അങ്കം വെട്ടിയായിരുന്നു. നാട്ടുകൂട്ടം ചേർന്നായിരുന്നു അങ്കം കുറിച്ചിരുന്നത്. നാട്ടുകൂട്ടം ചേർന്നു കുറിക്കുന്നതിന്റെ പരിണതഫലം അങ്കമായതുകൊണ്ട് അങ്കത്തിന് കൂട്ടോങ്കുറിയും എന്നർത്ഥം വന്നുചേർന്നു. ക്രമേണ "കൂട്ടോങ്കുറിയും" എല്ലാവിധസംഘട്ടനങ്ങൾക്കും ലഹളയ്ക്കുമുള്ള ഒരു വാക്കായി മാറി.

കുറുവപ്പള്ളി

നൂറ്റിമുപ്പതു കൊല്ലത്തിലേറെ പഴക്കമുള്ള ഇവിടുത്തെ ഒരു പ്രധാനപ്പെട്ട മുസ്ലിം ആരാധനാലയമാണ് കുറുവപ്പള്ളി. ആരാധനയ്ക്കൊപ്പം മതപഠനവും അതിന്റെ തുടക്കം മുതലേ നടന്നുവന്നിരുന്നു. കുറുവയിലെ പുരാതന മുസ്ലിം തറവാടുകളായ, മേച്ചിറ, ചെറിയാണ്ടി, പുതിയപുരയിൽ തുടങ്ങിയ തറവാടുകളായിരുന്നു ആ പള്ളിയുടെ ആദ്യകാലത്തെ നടത്തിപ്പുകാർ. മനക്കാക്കാരൻ എന്നറിയപ്പെടുന്ന പാറക്കടവത്ത് മൊയ്തീൻ കുട്ടി, ചെറിയാണ്ടി അബ്ദുറഹ്മാൻ, പുതിയപുരയിൽ ആദംകുട്ടി, പുതിയപുരയിൽ സൂപ്പി, ചെറിയാണ്ടി ഹമീദ് മുതലായവരൊക്കെ ഈ പള്ളിയുമായി ബന്ധമുള്ള പ്രമുഖവ്യക്തികളാണ്. മാത്രമല്ല അവരൊക്കെ ഈ നാട്ടിലെ പൊതുകാര്യങ്ങളിൽ സജീവമായി ഇടപെടുന്നവരുമായിരുന്നു. പാറക്കടവത്ത് മൊയ്തീൻ കുട്ടി എന്ന മനക്കാക്കാരൻ ഈ നാട്ടിലെ ഏറ്റവും വലിയ ദാനധർമ്മിഷ്ഠനായിരുന്നു. അദ്ദേഹത്തെക്കുറിച്ച് ഈ പുസ്തകത്തിൽ മറ്റൊരു ഭാഗത്ത് വിശദമായി പ്രതിപാദിച്ചിട്ടുണ്ട്. പുതിയപുരയിൽ സൂപ്പി, കരാറിനകം ബാങ്കിന്റെ ആദിരൂപമായിരുന്ന കരാറിനകം ഐക്യനാണയസംഘത്തിന്റെ പ്രഥമ പ്രസിഡണ്ടായിരുന്നു. ചെറിയാണ്ടി ഹമീദാകട്ടെ, കേരള ദിനേശ് ബീഡി സഹകരണസംഘത്തിന്റെ തോട്ടട ശാഖയുടെ ആദ്യകാല ഡയറക്ടറായിരുന്നു. മുസ്ലിം ലീഗിന്റെ കരാറിനകത്തെ എല്ലാമെല്ലാമായിരുന്ന ഹമീദ് സ്വന്തം സമുദായത്തിന്റെ ഉന്നമനത്തിനുവേണ്ടി വിശ്രമമില്ലാതെ ഓടിച്ചാടിയ ഒരു ചെറുപ്പക്കാരനായിരുന്നു. ഈ നാട്ടിലെ മുസ്ലിം സമൂഹം അവരുടെ വ്യക്തിപരവും കുടുംബപരവുമായ വിഷമപ്രശ്നങ്ങൾക്കെല്ലാം ആശ്രയിച്ചിരുന്നത് സി.എച്ച്. ഹമീദിനെയായിരുന്നു. അന്യസമുദായക്കാരുമായി സഹവർത്തിത്വത്തോടെ കഴിയാനും വിട്ടുവീഴ്ച്ചമനോഭാവത്തോടെ പ്രശ്നങ്ങളെ സമീപിക്കുവാനും ഇവിടുത്തെ മുസ്ലിം സമൂഹം എന്നും ബദ്ധശ്രദ്ധരായിരുന്നു. ദാനധർമ്മങ്ങളുടെ കാര്യത്തിൽ അവർ വളരെയേറെ മുന്നിലും ആയിരുന്നു. ഭൂതകാലത്തെ ഈ നാട്ടിലെ ഇല്ലായ്മയിലും വല്ലായ്മയിലുമെല്ലാം മുഖ്യധാരയ്ക്കൊപ്പം നീങ്ങിക്കൊണ്ടിരുന്ന ഇവിടുത്തെ മുസ്ലിം സമുദായത്തെ മാറ്റി നിർത്തിക്കൊണ്ട് കരാറിനകത്തിന് ഒരു ചരിത്രമില്ല.

സ്വാതന്ത്ര്യസമര പ്രവർത്തനങ്ങൾ

തോണിയോട്ടെ സമരത്തിനുശേഷവും കരാറിനകത്തെ കോൺഗ്രസ്സ് പ്രവർത്തനം സജീവമായിത്തന്നെ തുടർന്നുകൊണ്ടേയിരുന്നു. കള്ളുഷാപ്പ് പിക്കറ്റിങ്ങ്. വിദേശവസ്ത്രബഹിഷ്കരണം മുതലായ പ്രക്ഷോഭസമരങ്ങളിലും ഇവിടുത്തെ കോൺഗ്രസ്സ് പ്രവർത്തകർ മുൻ നിരയിൽ തന്നെ നിലയുറപ്പിച്ചിരുന്നു. ഹരിജനോദ്ധാരണപ്രവർത്തനത്തിന്റെ ഭാഗമായുള്ള പന്തിഭോജനം, ക്ഷേത്രങ്ങളിൽ മറ്റുള്ളവരെപ്പോലെ ഹരിജനങ്ങൾക്കും പ്രവേശിക്കാനുള്ള സാഹചര്യമൊരുക്കികൊടുക്കൽ മുതലായ കാര്യങ്ങളിലും കോൺഗ്രസ്സ് പ്രവർത്തകർ ബദ്ധശ്രദ്ധരായിരുന്നു. കരാറിനകം കോൺഗ്രസ്സ് കമ്മിറ്റി മറ്റു പ്രാദേശിക കമ്മിറ്റികളേക്കാളും സുസജ്ജമായിരുന്നു. ചുറുചുറുക്കുള്ള ഒരുപാട് ചെറുപ്പക്കാർ കരാറിനകത്ത് അതിന്റെ പ്രവർത്തകരായി

ഉണ്ടായിരുന്നു. കണ്ണൂർ ടൗൺ കേന്ദ്രീകരിച്ച് നടക്കുന്ന കോൺഗ്രസ്സിന്റെ എല്ലാ പരിപാടികളിലും കരാറിനകത്തുള്ളവർ സജീവമായി പങ്കെടുത്തിരുന്നു. ഹിന്ദി പഠനം. ഖാദി വസ്ത്രനിർമ്മാണം മുതലായ കാര്യങ്ങളിലും കരാറിനകക്കാർ ഉണ്ടായിരുന്നു. കോൺഗ്രസ്സിന്റെ കണ്ണൂരിലെ സമുന്നതനായ നേതാവ് പാമ്പൻ മാധവൻ കരാറിനകത്ത് ജനിച്ചയാളാണ്. അദ്ദേഹത്തിന്റെ പിതാവ് തോട്ടടയിലെ കരയൻ തറവാട്ടുകാരനും മാതാവ് കുറുവയിലെ ചക്കരതറവാട്ടുകാരിയുമായിരുന്നു. കരാറിനകത്തെ കോൺഗ്രസ്സ് പ്രവർത്തനങ്ങൾക്ക് സംഘടനാപരമായ സഹായങ്ങൾ ചെയ്തുകൊടുത്തവരിൽ പലരും സാങ്കേതികമായി കരാറിനകത്തിന് പുറത്തു താമസിക്കുന്നവരായിരുന്നു. അവരിലൊരാൾ കരാറിനകത്തിന്റെ പുറത്തു തോട്ടട സൗത്തിൽ താമസമാക്കിയ താപ്പള്ളി ശങ്കുണ്ണി നമ്പ്യാരും, മറ്റു രണ്ടുപേർ മരക്കാർകണ്ടിയിൽ താമസമാക്കിയ കെ. വാസുദേവപ്പിള്ളയും, എൻ.വി. അനന്തൻ മാസ്റ്ററുമാണ്. 1931-ൽ ശ്രീ. കെ. കേളപ്പന്റെ നേതൃത്വത്തിൽ കോഴിക്കോടുനിന്നു പയ്യന്നൂരിലേക്ക് പുറപ്പെട്ട ഉപ്പ് സത്യാഗ്രഹജാഥയ്ക്ക് തോട്ടടയിൽ സ്വീകരണം ഏർപ്പെടുത്തിയിരുന്നു. താപ്പള്ളി ശങ്കുണ്ണി നമ്പ്യാരുടെ വീട്ടിലായിരുന്നു ജാഥാംഗങ്ങൾക്ക് താമസമേർപ്പെടുത്തിയിരുന്നത്. തോട്ടടയിലെ ആ സ്വീകരണ യോഗത്തിൽ ശ്രീ. കെ. കേളപ്പൻ ചെയ്ത പ്രസംഗം ആവേശകരമായിരുന്നു. ആ പ്രസംഗമായിരുന്നു കരാറിനകത്തെ കോൺഗ്രസ്സ് കമ്മിറ്റിക്ക് പുതിയ പുതിയ ജനകീയ പ്രശ്നങ്ങൾ ഏറ്റെടുക്കുവാനുള്ള ഇന്ധനമായിത്തീർന്നത്. താപ്പള്ളി ശങ്കുണ്ണി നമ്പ്യാരുടെ കുടുംബം മുഴുവനും സ്വാതന്ത്ര്യസമരത്തിൽ പലതരത്തിലും ബന്ധപ്പെട്ടവരായിരുന്നു. സുപ്രസിദ്ധ സ്വാതന്ത്ര്യസമരപ്രവർത്തകയും ആ സമരത്തിലെ ജ്വലിപ്പിക്കുന്ന താരവുമായ കൗമുദിടീച്ചർ ശങ്കുണ്ണി നമ്പ്യാരുമായി കുടുംബബന്ധമുള്ളവരായിരുന്നു.

കെ.വാസുദേവപിള്ള

സ്വദേശാഭിമാനി രാമകൃഷ്ണപിള്ളയെപ്പോലെ രാജഭരണത്തിനെതിരെ, പ്രക്ഷോഭം സംഘടിപ്പിച്ചതിന്റെ പേരിൽ തിരുവിതാംകൂറിൽനിന്നു നാടുകടത്തി, മലബാറിലെത്തിപ്പെട്ടയാളായിരുന്നു ശ്രീ.കെ.വാസുദേവപിള്ള. അദ്ദേഹം മരക്കാർകണ്ടിയിൽ താമസിച്ചുകൊണ്ടാണു കണ്ണൂരിലെ സ്വാതന്ത്ര്യസമര പ്രവർത്തനങ്ങളിൽ സജീവമായത്. പിൽക്കാലത്ത് കമ്മ്യൂണിസ്റ്റായി മാറിയ വാസുദേവപിള്ളയ്ക്ക് സഹിക്കേണ്ടി വന്ന മർദ്ദനങ്ങളെക്കുറിച്ച് ഒരു പുസ്തകം മുഴുവൻ എഴുതിയാലും മതിയാവില്ല. കരാറിനകത്ത് വെച്ച് തന്നെ പല സന്ദർഭങ്ങളിലായി വാസുദേവപിള്ളയ്ക്ക് മർദ്ദനമേൽക്കേണ്ടി വന്നിട്ടുണ്ട്. അതു പിന്നീട് വിശദമാക്കാം. ആദർശം പ്രസംഗിക്കാൻ മാത്രമുള്ളതല്ലെന്നും അത് ജീവിതത്തിൽ പകർത്താനുള്ളതാണെന്നും ഉറച്ച് വിശ്വസിച്ച ആളായിരുന്നു വാസുദേവപിള്ള. ഹരിജനോദ്ധാരണത്തിനുവേണ്ടി അഹോരാത്രം പ്രവർത്തിച്ച വാസുദേവപ്പിള്ള തന്റെ ആദർശം ജീവിതത്തിൽ പകർത്തുന്നതിന്റെ ഭാഗമായി, ഒരു ഹരിജൻസ്ത്രീയെ വിവാഹം കഴിക്കുകയും തന്റെ പേരിനൊപ്പമുള്ള പിള്ള

എന്ന ജാതി ചിഹ്നം എടുത്തുകളയുകയും ചെയ്ത മഹത്വ്യക്തിയാണ്. ഹരിജൻ സ്ത്രീയെ വിവാഹം കഴിച്ചതിന്റെ പേരിൽ "പൊലച്ചിപ്പിള്ള" എന്ന അപരനാമവും ചിലർ അദ്ദേഹത്തിന് കല്പിച്ചുകൊടുത്തിരുന്നു.

എൻ.വി.അനന്തൻ മാസ്റ്റർ

തികഞ്ഞ ഗാന്ധിയനും കണ്ണൂരിലെ സ്വാതന്ത്ര്യസമരപോരാട്ടത്തിലെ ജ്വലിക്കുന്ന താരവുമായ എൻ.വി അനന്തൻമാസ്റ്ററും ആ കാലത്ത് മരക്കാറുകണ്ടിയിൽ തന്നെയായിരുന്നു താമസിച്ചിരുന്നത്. അധ്യാപക പ്രസ്ഥാനവും സഹകരണപ്രസ്ഥാനവും കണ്ണൂരിൽ മുളച്ചു പൊങ്ങുന്നതിൽ ഈ ഗാന്ധിയൻ വഹിച്ച പങ്ക് വളരെ വലുതാണ്. തയ്യിൽ സെന്റ് ആന്റണിസ് സ്കൂളിൽ അധ്യാപകനായി തുടങ്ങിയ അദ്ദേഹത്തിന്റെ ഔദ്യോഗിക ജീവിതംതന്നെ സ്വാതന്ത്ര്യ സമരപോരാട്ടങ്ങളുടെയും ത്യാഗസന്നദ്ധത യുടെയും കഥകൾ പറയുന്ന ഏടുകളാണ്. കണ്ണൂരിൽ ആദ്യകാലത്തുണ്ടായ സഹകരണ സ്ഥാപനമായ പി.സി.സി സൊസൈറ്റിയുടെ ജീവാത്മാവും പരമാത്മാവുമായിരുന്നു. "വെണ്ടർ അനന്തൻമാസ്റ്റർ" എന്നു നാട്ടുകാർ വിളിക്കുന്ന എൻ.വി അനന്തൻ മാസ്റ്റർ.

വാഗ്മി, സഹൃദയൻ എന്നിങ്ങനെ ഒരുപാട് നല്ല വിശേഷണങ്ങൾക്കർ ഹനായ അനന്തൻമാസ്റ്ററെപ്പറ്റി നല്ലതു മാത്രമേ കരാറിനകക്കാർക്ക് പറയു വാനുള്ളൂ. നവോത്ഥാന കാലത്ത് കരാറിനകത്ത് എന്തൊക്കെ പുരോഗമന പരമായ പ്രവർത്തനങ്ങൾ നടന്നുവോ അവയിലെല്ലാം ആജാനുബാഹുവായ ഈ ഖദർജുബ്ബക്കാരന്റെ സാന്നിദ്ധ്യം മുൻനിരയിൽത്തന്നെ ഉണ്ടായിരുന്നു.

കള്ളുഷാപ്പ് പിക്കറ്റിങ്ങ്

കള്ളുഷാപ്പ് പിക്കറ്റിങ്ങ് തികച്ചും ഗാന്ധിയൻരീതിയിലുള്ള ഒരു സമര മുറയായിരുന്നു. ഖദർകുപ്പായവും ഗാന്ധിത്തൊപ്പിയും ധരിച്ച പ്രവർത്തകർ കൂട്ടത്തോടെ കള്ളുഷാപ്പിൽ ചെന്നു "ചെത്തരുത്, കുടിക്കരുത്, വിൽക്കരുത്", എന്നൊക്കെ സ്നേഹരൂപേണ ഉപദേശിക്കുകയാണ് ചെയ്തിരുന്നത്. അതിന്റെ പേരിൽ ചില ഷാപ്പുടമകളും കുടിയന്മാരും ചേർന്ന് സമരക്കാരെ അതിക്രൂരമായി മർദ്ദിച്ച സംഭവങ്ങളൊക്കെയുണ്ടായിട്ടുണ്ട്. കള്ളു പാത്ര ത്തോടെ എടുത്ത് സമരക്കാരുടെ തലയിലൊഴിക്കുന്നതടക്കമുള്ള ക്രൂര വിനോദങ്ങളൊക്കെ അനുവർത്തിക്കപ്പെട്ടിരുന്നു. ചൊവ്വയിലുള്ള കള്ളുഷാപ്പ് പിക്കറ്റ് ചെയ്യാനായിരുന്നു കരാറിനകത്തെ പ്രവർത്തകരെ നിയോഗി ച്ചിരുന്നത്. ആ കാലത്ത് കരാറിനകത്ത് കള്ളുഷാപ്പ് ഉണ്ടായിരുന്നില്ല. ചൊവ്വ യിലെ കള്ളുഷാപ്പ് പിക്കറ്റിങ്ങിന് നേതൃത്വം നൽകിയത് സി.കെ.ഉണ്ണി യായിരുന്നു. അദ്ദേഹത്തിനും കള്ളുഷാപ്പിൽ വെച്ചു ഒരുപാട് മർദ്ദനങ്ങൾ ഏൽക്കേണ്ടി വന്നിട്ടുണ്ട്. പ്രമുഖ കമ്മ്യൂണിസ്റ്റ് നേതാവും കേരളത്തിലെ വ്യവസായ മന്ത്രിയുമായിരുന്ന കെ.പി.ഗോപാലൻ. പള്ളിക്കുന്നിലുള്ള തന്റെ പിതാവിന്റെ ഉടമസ്ഥതയിലുള്ള കള്ളുഷാപ്പ് പിക്കറ്റ് ചെയ്തത് കള്ളുഷാപ്പ് സമരത്തിലെ അവിസ്മരണീയമായ സംഭവമാണ്.

കാരിയുടെ തുന്നൽപീടിക, പുരോഗമനാശയങ്ങളുടെ ഗർഭഗൃഹം

ആ കാലഘട്ടത്തിൽ കരാറിനകത്തെ കോൺഗ്രസ്സിന്റെ പ്രവർത്തനം മിക്കവാറും കണ്ണൂർ തയ്യിൽ കേന്ദ്രീകരിച്ചായിരുന്നു നടന്നിരുന്നത്. അതിനുകാരണം, വാസുദേവപ്പിള്ളയും എൻ.വി അനന്തൻമാസ്റ്ററും മരക്കാർകണ്ടിയിൽ താമസിക്കുന്നുവെന്നതും, കരാറിനകത്തെ കോൺഗ്രസ്സ് പ്രവർത്തകരായ കെ.പി.കറുവൻ മാസ്റ്ററും, എ.പി.അച്യുതൻ മാസ്റ്ററും തയ്യിൽ സെന്റ് ആന്റണിസ് സ്കൂളിൽ എൻ.വി.അനന്തൻ മാസ്റ്ററുടെ കൂടെ ജോലി ചെയ്യുന്നുവെന്നതുമായിരുന്നു. കാരി ഗോവിന്ദൻ എന്ന എ.ഗോവിന്ദൻ, തയ്യിലിൽ ഒരു തുന്നൽപ്പീടിക നടത്താൻ തുടങ്ങിയത്, മറ്റൊരു കാരണമായിരുന്നു. ആ തുന്നൽപ്പീടികയിൽ, കരാറിനകത്തെ കോൺഗ്രസ്സ് പ്രവർത്തകരും കണ്ണൂരിലെ പ്രമുഖ കോൺഗ്രസ്സ് നേതാക്കളും ഒത്തുകൂടുന്നത് പതിവായിരുന്നു. അവരിൽ സി.കണ്ണൻ, കെ.പി.ഗോപാലൻ, ടി.സി നാരായണൻ നമ്പ്യാർ,. പി.എം.കുഞ്ഞിരാമൻ നമ്പ്യാർ തുടങ്ങിയ നേതാക്കളൊക്കെ ഉൾപ്പെട്ടിരുന്നു. രാഷ്ട്രീയ ചർച്ചകളും, സംവാദങ്ങളും കൊണ്ട് ആ തുന്നൽപ്പീടിക എന്നും മുഖരിതമായിരുന്നു. ചുരുക്കിപ്പറഞ്ഞാൽ പുരോഗമന ആശയങ്ങളുടെ ഗർഭഗൃഹമായി "കാരിയുടെ തുന്നൽപീടിക" മാറുകയായിരുന്നു.

തയ്യിൽ പള്ളിസ്കൂളിലെ സമരം

കണ്ണൂരിലെ സ്വാതന്ത്ര്യസമരപ്രവർത്തന ചരിത്രത്തിന് മുതൽക്കൂട്ടാകുന്ന ചില സംഭവങ്ങൾ അന്ന് തയ്യിലിൽ നടക്കുകയുണ്ടായി. അതിലൊന്ന് പള്ളി സ്കൂൾ എന്ന് വിളിക്കപ്പെടുന്ന സെന്റ് ആന്റണി സ്കൂളുമായി ബന്ധപ്പെട്ടതാണ്. കരാറിനകത്ത് ആ കാലഘട്ടത്തിൽ പ്രവർത്തിച്ചിരുന്ന മൂന്ന് സ്കൂളുകളും അഞ്ചാംതരം വരെയുള്ള എലിമെന്ററി സ്കൂളുകളായിരുന്നു. അവിടങ്ങളിൽ നിന്ന് 5-ാം തരം പാസ്സാകുന്ന കുട്ടികൾ, തുടർന്നു പഠിച്ചിരുന്നത് 8-ാം ക്ലാസ് വരെയുള്ള തയ്യിൽ സെന്റ് ആന്റണി സ്കൂളിലായിരുന്നു. മേൽ സൂചിപ്പിച്ചതുപോലെ സ്വാതന്ത്ര്യസമര പ്രവർത്തകരായ എം.വി.അനന്തൻമാസ്റ്റർ, കെ.പി.കറുവൻ മാസ്റ്റർ, എ.പി.അച്യുതൻ മാസ്റ്റർ മുതലായവർക്ക് പുറമേ സ്വാതന്ത്ര്യസമരത്തോടു അനുഭാവം വെച്ചു പുലർത്തുന്ന മറ്റു ചില അദ്ധ്യാപകരും പള്ളി സ്കൂളിലെ അദ്ധ്യാപകരായി ഉണ്ടായിരുന്നു. മുതിർന്ന വിദ്യാർത്ഥികളിൽ നല്ലൊരു ശതമാനം കരാറിനകത്തു നിന്നുള്ളവരായിരുന്നു. അവരും സ്വാതന്ത്ര്യസമര പ്രവർത്തനത്തിൽ ആവേശമുള്ളവരായിരുന്നു.

1938-ലെ ഗാന്ധിജയന്തിക്ക് എ. ഗോവിന്ദന്റെ പീടികയിൽനിന്നും തുന്നിക്കൊടുത്ത ഖദർ കുപ്പായവും ഗാന്ധിത്തൊപ്പിയും ധരിച്ച് സ്വാതന്ത്ര്യ പ്രേമികളായ ചില വിദ്യാർത്ഥികൾ സ്കൂളിൽ പ്രവേശിച്ചു. ഇതിൽ കടുത്ത നീരസം തോന്നിയ ഹെഡ്മാസ്റ്റർ ആ കുട്ടികളെ സ്കൂളിൽ നിന്നു പുറത്താക്കി. ആംഗ്ലോ ഇന്ത്യൻ മാനേജ്മെന്റിന്റെ കീഴിലായിരുന്നു പള്ളി സ്കൂൾ

പ്രവർത്തിച്ചിരുന്നത്. ആംഗ്ലോ ഇന്ത്യക്കാരനായ റൈമണ്ട് മാസ്റ്ററായിരുന്നു അന്നത്തെ ഹെഡ്മാസ്റ്റർ. കാക്കി ട്രൗസറും കുപ്പായവും ഓവർകോട്ടും തൊപ്പിയും ധരിച്ച് വടിയും ചുഴറ്റി നടക്കുന്ന റൈമണ്ട് മാസ്റ്ററെ "സായിപ്പ്" എന്നാണ് നാട്ടുകാർ വിളിച്ചിരുന്നത്. പ്രാവ് കുറുകുന്നത് പോലെ സംസാരിക്കുന്ന റെയ്മണ്ട് മാസ്റ്ററുടെ ഇംഗ്ലീഷ് വാക്കുകൾ അമ്ലമഴ പോലെയാണ് മറ്റുള്ളവർക്ക് അനുഭവപ്പെടുക. കുട്ടികളെ പുറത്താക്കിയ നടപടിയെ മേൽപ്പറഞ്ഞ അദ്ധ്യാപകരും മറ്റുള്ളവരും ചോദ്യം ചെയ്തു. എന്നാൽ പുറത്താക്കിയ കുട്ടികളെ തിരിച്ചെടുക്കാൻ മാനേജ്മെന്റ് ഒരുതരത്തിലും തയ്യാറായില്ല. അതോടെ വിദ്യാർത്ഥികൾ പഠിപ്പുമുടക്ക് ആരംഭിച്ചു. മുഴുവൻ വിദ്യാർത്ഥികളും ഈ പഠിപ്പുമുടക്കിൽ പങ്കുചേർന്നിരുന്നു. ഇതിനെതിരെ മാനേജ്മെന്റ് കടുത്ത നടപടിയുമായി മുമ്പോട്ടു വന്നു. വിദ്യാർത്ഥികളെ പഠിപ്പ് മുടക്കാൻ പ്രേരിപ്പിച്ചു എന്ന കാരണം പറഞ്ഞ്, എൻ.വി.അനന്തൻ മാസ്റ്റർ, കെ.പി.കറുവൻ മാസ്റ്റർ, എ.പി.അച്യുതൻ മാസ്റ്റർ, കസ്തൂരിച്ചാലിൽ കൃഷ്ണൻ മാസ്റ്റർ, എന്നീ നാല് അദ്ധ്യാപകരെ ജോലിയിൽനിന്നും പിരിച്ചുവിട്ടു. ഇതോടെ നാട്ടുകാർ രംഗത്തു വന്നു.

തയ്യിൽ വാർദ്ധാ മോഡൽ സ്കൂളിന്റെ തുടക്കം

ഒരുകൂട്ടം രക്ഷിതാക്കൾ തങ്ങളുടെ കുട്ടികളെ പള്ളിസ്കൂളിൽ തുടർന്നു പഠിക്കാൻ അയക്കുകയില്ലെന്നു തീരുമാനമെടുത്തു. എന്നിട്ടും മാനേജ്മെന്റിന് യാതൊരു കുലുക്കവുമുണ്ടായില്ല. മാനേജ്മെന്റിന്റെ ധിക്കാരപരമായ പെരുമാറ്റത്തിനെതിരെ പൊതുജനങ്ങളുടേതായ ഒരു കൂട്ടായ്മ രൂപപ്പെട്ടു. ആ കൂട്ടായ്മയിൽ ഉരുത്തിരിഞ്ഞു വന്നത്. തയ്യിലിൽത്തന്നെ മറ്റൊരു സ്കൂൾ തുടങ്ങുവാനായിരുന്നു. അങ്ങനെയാണ് തയ്യിൽ വാർദ്ധാ മോഡൽ സ്കൂൾ 1939-ൽ സ്ഥാപിതമായത്. തികച്ചും നാട്ടുകാരുടെ സഹായ സഹകരണം കൊണ്ടുമാത്രമാണ് വാർദ്ധാമോഡൽ സ്കൂളിന്റെ സാമ്പത്തിക കാര്യങ്ങൾ നിറവേറ്റപ്പെട്ടു കൊണ്ടിരുന്നത്. തയ്യിലെ പൊതുകാര്യ പ്രസക്തരായ ഒരു പാട് പേർ ഇതിനുവേണ്ട സാമ്പത്തിക സഹായങ്ങൾ നൽകുകയുണ്ടായി. സ്കൂൾ തുടങ്ങാൻ സ്ഥലം നൽകിയത് ശിവറായിമല്ലറായിരുന്നു. കണ്ണൂരിലെ പ്രമുഖ കച്ചവടപ്രമുഖനായിരുന്നു ശിവറായിമല്ലർ. അദ്ദേഹത്തെ കൂടാതെ തയ്യിലിലെ അരയസമുദായത്തിലെ സമ്പന്നരായ വ്യക്തികളൊക്കെ യാതൊരു ലോഭവുമില്ലാതെ ഈ സ്കൂളിനുവേണ്ടുന്ന സാമ്പത്തിക സഹായങ്ങൾ നൽകിപ്പോന്നിരുന്നു. തികച്ചും ഗാന്ധിയൻ രീതിയിലുള്ള തൊഴിലധിഷ്ഠിത വിദ്യാഭ്യാസമാണ് അവിടെ നൽകപ്പെട്ടിരുന്നത്. നൂൽനൂൽപ്, കയർപിരിക്കൽ, സോപ്പു നിർമ്മാണം, ഖാദി വസ്ത്ര നിർമ്മാണം തുടങ്ങിയ തൊഴിൽരീതികളൊക്കെ അവിടെ പരീക്ഷിച്ചിരുന്നു. പള്ളിസ്കൂളിൽ നിന്നു പിരിച്ചുവിട്ട അദ്ധ്യാപകന്മാരെല്ലാം പിന്നീട് വാർദ്ധാമോഡൽ സ്കൂളിലെ അദ്ധ്യാപകന്മാരായി മാറി. എന്നാൽ ഒരു സ്ഥലത്ത് രണ്ട് സ്കൂളുകൾ പാടില്ലെന്നു പറഞ്ഞ് ബ്രിട്ടീഷ് ഗവൺമെന്റ് വാർദ്ധാമോഡൽ സ്കൂളിന് അനുമതി നിഷേധിച്ചു. നാട്ടുകാരുടെ സംഭാവന കൊണ്ടുമാത്രം ഒരു

സ്കൂളിനു ദീർഘകാലം മുമ്പോട്ടു പോകുവാൻ സാധിക്കില്ലല്ലോ. സാമ്പത്തിക ബുദ്ധിമുട്ടു കാരണം കുറേ കാലത്തേക്ക് സ്കൂൾ അടച്ചിടേണ്ടി വന്നു. ദേശീയ ഗവൺമെന്റ് വന്നതോടെയാണ് ഈ സ്കൂളിന് അംഗീകാരം ലഭിക്കുന്നത്. അതുവരെ ഏറ്റവും കൂടുതൽ സാമ്പത്തിക സഹായം നൽകിയ വ്യക്തി ശിവറായി മല്ലറായിരുന്നു.

കോട്ടയിൽ കൊടികയറ്റൽ

കണ്ണൂരിന്റെ സ്വാതന്ത്ര്യസമര പ്രവർത്തനങ്ങളിൽ ഏറ്റവും തിളങ്ങി നിൽക്കുന്ന ഒന്നായിരുന്നു കണ്ണൂർ കോട്ടയിൽ കോൺഗ്രസ്സ് കൊടി ഉയർത്തിയ സംഭവം. ആച്ചോത്തു കൃഷ്ണൻ എന്ന സ്വാതന്ത്ര്യ സമര പോരാളി കോൺഗ്രസ് കൊടി അരയിൽ കെട്ടിയാണു കടലിലൂടെ നീന്തി കോട്ടയിലെത്തിക്കുന്നത്. ധീരവും, സാഹസികവുമായ ആ കടൽ യാത്ര ആച്ചോത്ത് കൃഷ്ണൻ ആരംഭിക്കുന്നത് തയ്യിൽ കടപ്പുറത്തു നിന്നായിരുന്നു.

തയ്യിലിൽ ഒരു ക്ഷേത്രപ്രവേശനം

എ.ഗോവിന്ദന്റെ തുന്നൽപ്പീടികയിൽ നിന്ന് കോൺഗ്രസ്സ് പ്രവർത്തകർ ആസൂത്രണം ചെയ്തു നടത്തിയ മറ്റൊരു സമരം തയ്യിലിലെ ഒരു ക്ഷേത്രത്തിൽ താണ ജാതിക്കാരെക്കൂടി ആരാധനക്കായി പ്രവേശിപ്പിക്കണമെന്നാവശ്യപ്പെട്ടുകൊണ്ടുള്ളതായിരുന്നു. തയ്യിൽ എന്ന സ്ഥലപ്പേര് തളിയിൽ എന്നതിന്റെ രൂപാന്തരമാണത്രെ. ബ്രാഹ്മണർ കൂട്ടമായി താമസിച്ചു വന്നിരുന്ന സ്ഥലങ്ങളെ "തളി" എന്നാണു പണ്ടുകാലത്ത് വിളിച്ചിരുന്നത്. "പുരാതന കാലത്തു തയ്യിൽ ദേശം, ഒരു ബ്രാഹ്മണ സങ്കേതമായിരുന്നു. അതിനാൽ ആ സ്ഥലത്തെ തളിയിൽ എന്നാണ് വിളിച്ചു വന്നിരുന്നത്. തളിയിൽ എന്നത് ഉച്ചാരണത്തിന്റെ മാറ്റം കാരണം തയ്യിലെന്നായി. കണ്ണൂർ തുറമുഖം അറയ്ക്കൽ സ്വരൂപത്തിന്റെ കൈവശം വന്നുചേരുകയും അവിടെ മത്സ്യക്കച്ചവടം തുടങ്ങുകയും ചെയ്തതോടെയാണു സ്വദേശി ബ്രാഹ്മണർ തയ്യിലിൽ നിന്നും ഒഴിഞ്ഞുപോയതെന്നു പറയപ്പെടുന്നു. നിലവിൽ തയ്യിലിൽ അധിവസിച്ചിരുന്ന ഗൗഡസാരസ്വത ബ്രാഹ്മണ സമൂഹത്തിന്റെ പൂർവ്വികർ മംഗലാപുരത്തുനിന്നു വന്നവരാണ്. അറയ്ക്കൽ രാജാവ്, അരിക്കച്ചവടത്തിനുവേണ്ടി അവരെ ഇവിടെ ക്ഷണിച്ചുവരുത്തിയതാണത്രെ! മേൽപ്പറഞ്ഞ ഗൗഡസാരസ്വത ബ്രാഹ്മണസമൂഹത്തിന്റെ ഒരു ആരാധനാലയമാണ് തയ്യിൽ ശ്രീ വെങ്കിട്ടരമണ ക്ഷേത്രം. അവിടെ താണജാതിക്കാർക്ക് ആരാധന നടത്തുവാൻ അനുവാദമുണ്ടായിരുന്നില്ല. അവിടെ ഹരിജനങ്ങളടക്കമുള്ള താണ ജാതിക്കാർക്കു കൂടി ആരാധനാസ്വാതന്ത്ര്യം അനുവദിക്കണമെന്നുള്ള ആവശ്യം കോൺഗ്രസ്സ് പ്രവർത്തർ ക്ഷേത്രഭാരവാഹികളുടെ മുമ്പിൽവെച്ചു. എന്നാൽ അനുകൂലമായ യാതൊരു പ്രതികരണവും ക്ഷേത്രഭാരവാഹികളിൽ നിന്നുണ്ടായില്ല. ഇതേതുടർന്ന് കോൺഗ്രസ്സ് പ്രവർത്തകർ തയ്യിൽ ഭാഗത്തെ ഹരിജനങ്ങളേയുംകൂട്ടി ക്ഷേത്രത്തിൽ പ്രവേശിക്കുവാൻ തീരുമാനിച്ചു. ഒരു ദിവസം രാവിലെ കോൺഗ്രസ്സ് പ്രവർത്തകർ ഹരിജനങ്ങളേയും

കൂട്ടി എ.ഗോവിന്ദന്റെ പീടികക്കു മുമ്പിൽ നിന്നു ജാഥയായി ക്ഷേത്രത്തിലേക്ക് പുറപ്പെട്ടു. ഒരു സമരഗാനം പാടിക്കൊണ്ടായിരുന്നു ജാഥാംഗങ്ങൾ നീങ്ങിയിരുന്നത്.

"വരികയാണു വരികയാണു വരികയാണു ഞങ്ങൾ
കേരളത്തെ നരകമാക്കിമാറ്റിടുന്ന ജാതിയെ തുരത്തുവാൻ
ഇന്നു നിങ്ങൾ തുറന്നിടേണം ക്ഷേത്രവാതിലൊക്കെയും
വന്നിടുന്നഭക്തർക്കെല്ലാം ക്ഷേത്രപൂജ ചെയ്യുവാൻ"

ഹരിജനങ്ങളേയും കൂട്ടിയുള്ള ഈ ക്ഷേത്രപ്രവേശന സമരത്തെ ക്ഷേത്രഭാരവാഹികളായ കർണ്ണാടക ബ്രാഹ്മണന്മാർ നിസ്സംഗരായി നോക്കിനിന്നതല്ലാതെ യാതൊരു ചെറുത്തുനിൽപ്പും നടത്തിയില്ല. ജാഥാംഗങ്ങൾ ക്ഷേത്രമര്യാദകൾ പാലിച്ചുകൊണ്ടുതന്നെയാണ്, അകത്തു പ്രവേശിച്ചതും തൊഴുതു പുറത്തിറങ്ങിയതും. ചുരുക്കി പറഞ്ഞാൽ ആ സമരം പരിപൂർണ്ണ വിജയമായിരുന്നു. അതോടെയാണു തയ്യിൽ ശ്രീ.വെങ്കിട്ട രമണക്ഷേത്രത്തിൽ ഹിന്ദുക്കളായ എല്ലാവർക്കും ആരാധനാസ്വാതന്ത്ര്യം ലഭ്യമാകുന്നത്. അങ്ങനെ കരാറിനകത്തിന്റെ മുൻകൈയോടെ എത്രയോകാലം തുടർന്നുവന്നിരുന്ന ഒരു വലിയ അനാചാരത്തിനു പരിസമാപ്തിയായി. ഈ സമരത്തിൽ ഹരിജനങ്ങളെ ഒരുക്കിക്കൊണ്ടുവരുന്നതൊക്കെ വളരെ ബുദ്ധിമുട്ടുള്ള കാര്യമായിരുന്നു. എന്തുകൊണ്ടെന്നാൽ ഉയർന്നജാതിക്കാരെ പേടിച്ചുകഴിയുന്ന ഹരിജനങ്ങൾ ക്ഷേത്രപ്രവേശനം പോലുള്ള സാഹസത്തിനൊന്നും തയ്യാറായിരുന്നില്ല. ഏതാനും മുതിർന്നവരും കുറെ കുട്ടികളുമായിരുന്നു ഹരിജൻ വിഭാഗത്തിൽനിന്നു ക്ഷേത്രത്തിൽ പ്രവേശിക്കുവാൻവേണ്ടി സന്നദ്ധരായി വന്നത്. അതും മറ്റുള്ളവരുടെ നിർബന്ധം കാരണമായിരുന്നു. കുട്ടികളെ ഒരുക്കിക്കൊണ്ടു വരാൻ വേണ്ടി പരിശ്രമിച്ചതും രണ്ടു പേരായിരുന്നു. ആ ചെറുബാല്യക്കാർ എ.ഗോവിന്ദന്റെ പീടികയിൽ തുന്നൽപണി പഠിക്കുവാൻ വേണ്ടി വന്നവരായിരുന്നു. ഇവിടുത്തെ രാഷ്ട്രീയ സാമൂഹ്യരംഗങ്ങളിൽ പിൽക്കാലത്ത് വളരെയധികം ശോഭിച്ച ആ രണ്ടുയുവാക്കളെ ഒന്നു പരിചയപ്പെടാം. അവരിലൊരാൾ പിൽക്കാലത്തു ടൈലർ വാസു എന്നു വിളിപ്പേരുള്ള തയ്യിലിലെ ആരംഭൻ ഭാസ്കരനായിരുന്നു. എ.ഗോവിന്റേയും വാസുദേവപ്പിള്ളയുടെയും കൂടെ ദീർഘകാലം ഇടതുപക്ഷരാഷ്ട്രീയപ്രവർത്തനം നടത്തിയ ഭാസ്കരൻ ഹരിജൻ സമുദായത്തിൽ നിന്നുയർന്നുവന്ന ഒരുനല്ല പൊതുപ്രവർത്തകനായിരുന്നു. മറ്റൊരാളാകട്ടെ, കരാറിനകത്തെ രാഷ്ട്രീയത്തിലും സാമൂഹ്യരംഗങ്ങളിലും ജാജ്വല്യമാനമാർന്ന വ്യക്തിത്വത്തിനുടമയായ പി. കരുണാകരനുമായിരുന്നു.

പി.കരുണാകരൻ കരാറിനകത്തിന്റെ സുകൃതം

കരാറിനകത്തിന്റെ ആന്തരികസൗന്ദര്യം അടയാളപ്പെടുത്താനുതകുന്ന പ്രഗത്ഭവ്യക്തിത്വങ്ങളുടെ ശ്രേണിയിൽ "പുഷ്പവിശ്രുതസുരഭിയാം ഉപധാന"ത്തിലാണു ശ്രീ.പി.കരുണാകരനു സ്ഥാനമുള്ളത്. കുറുവയിലെ ആയാടത്തിൽ കുഞ്ഞിക്കണ്ണന്റെയും പൂവേൻ മാധവിയുടെയും രണ്ടാമത്തെ

മകനായ പി.കരുണാകരൻ തന്റെ അനാഡംബരസുന്ദരമായ സാന്നിധ്യം കൊണ്ട് ഈ നാടിനെ നിരന്തരം അലങ്കരിച്ചുകൊണ്ടിരിക്കുന്നു.

ഒരു കോൺഗ്രസ്സുകാരനെന്ന നിലയിൽ പതിനാല് വയസ്സ് മുതൽ തുടങ്ങിയ രാഷ്ട്രീയ സാമൂഹ്യപ്രവർത്തനങ്ങൾ ഈ എൺപതാം വയസ്സിലും ഊർജസ്വലതയോടെ അദ്ദേഹം മുന്നോട്ട് കൊണ്ടുപോകുന്നു. നവോത്ഥാന കാലം മുതൽ ഈ നാട്ടിൽ രൂപപ്പെട്ടുവന്നിട്ടുള്ള എല്ലാ സാമൂഹ്യ കൂട്ടായ്മയിലും ഒരു പതാകവാഹകനെപ്പോലെ മുന്നിൽ നടന്നുനീങ്ങിയ ഈ ഖദർധാരി, വ്യക്തി ജീവിതത്തിലും, പൊതുജീവിതത്തിലും, വിശുദ്ധി സൂക്ഷിക്കുന്ന ഗാന്ധിയൻപാരമ്പര്യത്തിലെ ഇവിടുത്തെ ഒരു കണ്ണിയാണ്. സ്വാതന്ത്ര്യസമര കാഹളം നാട്ടിലാകെ അലയടിക്കുന്ന കാലത്ത് വെറുമൊരു യുവാവ് മാത്രമായിരുന്ന കരുണാകരൻ മുതിർന്നവരെക്കാൾ പക്വതയോടെ കോൺഗ്രസ് സംഘടനയെ ഇവിടെ നയിച്ചുപോന്നു. പൊതുപ്രവർത്തനങ്ങൾക്കിടയിൽ സ്വാഭാവികമായും ഉണ്ടാകാവുന്ന വ്യക്തികൾ തമ്മിലുള്ള അന്തഃച്ഛിദ്രങ്ങളും കിടമത്സരങ്ങളും മറ്റു സങ്കീർണ്ണപ്രശ്നങ്ങളും സമവായത്തിലെത്തിക്കുവാൻ പ്രതിപക്ഷ ബഹുമാനം എന്നും വഴിഞ്ഞൊഴുകുന്ന കരുണാകരന്റെ മൊഴിമുത്തുകൾക്കും മന്ദഹാസത്തിനും സാധിക്കുമായിരുന്നു. നാട്ടുകാർക്കുണ്ടാവുന്ന ഏതൊരു വിഷമപ്രശ്നവും പ്രസാദാത്മകമായ മുഖഭാവത്തോടെ അഭിമുഖീകരിക്കുന്ന കരുണാകരൻ ആറ്റികുറുക്കി ഉച്ചരിക്കുന്ന ഓരോ വാക്കും എതിർപക്ഷകാർക്കുപോലും തേൻതുള്ളിയായാണ് അനുഭവപ്പെടുക.

കുറുവയിലെ സാമാന്യം ഭേദപ്പെട്ട സാമ്പത്തികസ്ഥിതിയുള്ള ഒരു കുടുംബത്തിൽ പിറന്ന കരുണാകരൻ, എ.ഗോവിന്ദന്റെ തുന്നൽപ്പീടികയിൽ കൈത്തൊഴിൽ പഠിക്കാൻ പോകേണ്ടിവന്നതിലും ഒരു സ്വാതന്ത്ര്യ സമര പ്രവർത്തനപശ്ചാത്തലമുണ്ട്. മേൽ സൂചിപ്പിച്ചപോലെ സാമ്പത്തികമായി ഉയർന്ന നിലയിലായിരുന്ന കരുണാകരന്റെ പിതാവ് മക്കൾക്കെല്ലാം ഉയർന്ന വിദ്യാഭ്യാസം നൽകി, ഉയർന്ന ജോലിയിലെത്തിക്കണമെന്നു ആഗ്രഹിച്ചിരുന്നു. അതനുസരിച്ച് മറ്റു മക്കളെല്ലാം ഉയർന്ന വിദ്യാഭ്യാസം നേടുകയും ഉയർന്ന ജോലിയൊക്കെ എത്തിപ്പിടിക്കുകയും ചെയ്തിരുന്നു. എന്നാൽ കരുണാകരന് മാത്രം അതു സാധിച്ചില്ല. അതിനുകാരണം നേരത്തെ വിവരിച്ച പള്ളിസ്കൂൾ സമരമായിരുന്നു. പള്ളിസ്കൂൾ സമരത്തോടു മാനേജ്മെന്റ് സ്വീകരിച്ച ധിക്കാരപരമായ പെരുമാറ്റത്തിൽ പ്രതിഷേധിച്ച് സ്വാതന്ത്ര്യസമരപ്രേമികളായ രക്ഷിതാക്കൾ തങ്ങളുടെ കുട്ടികളെ പള്ളിസ്കൂളിൽ അയക്കുകയില്ലെന്നു തീരുമാനിച്ചിരുന്നുവല്ലോ? ആ രക്ഷിതാക്കളിൽ കരുണാകരന്റെ പിതാവുമുൾപ്പെട്ടിരുന്നു. പിന്നീടു വാർദ്ധാമോഡൽ സ്കൂൾ തുടങ്ങിയപ്പോൾ കരുണാകരൻ അവിടെ ചേർന്നുവെങ്കിലും, അംഗീകാരം ലഭിക്കാതെ ആ സ്കൂളും ഇടയ്ക്കു വെച്ചു പൂട്ടുകയാണല്ലോ ഉണ്ടായത്. പിന്നീട് പള്ളി സ്കൂളിൽ പുനഃപ്രവേശനം നടത്തുവാൻ കരുണാകരനു അവസരമുണ്ടായിരുന്നു. എന്നാൽ സ്വാതന്ത്ര്യസമരപ്രേമിയായ ആ പിതാവ്, സ്വാതന്ത്ര്യ സമരത്തോടു അനുഭാവമില്ലാത്ത പള്ളിസ്കൂളിലെ പഠിത്തം

മകനു വേണ്ടെന്നു തീരുമാനിച്ചു. എന്നിട്ട് എ.ഗോവിന്ദന്റെ തുന്നൽപ്പീടികയിൽ തുന്നൽപ്പണി പഠിക്കാൻ അയക്കുകയും ചെയ്തു. ഇതാണ് കരുണാകരന്റെ വിദ്യാഭ്യാസം മുടങ്ങാനുള്ള കാരണം. തുന്നൽപ്പീടികയിലെ എ.ഗോവിന്ദന്റെ ശിഷ്യത്വത്തിൽ നിന്നാണ് പി.കരുണാകരൻ എന്ന ഉത്തമനായ പൊതുപ്രവർത്തകൻ ജന്മം കൊള്ളുന്നത്. ആ പീടികയിലെ രാഷ്ട്രീയചർച്ചകളും കണ്ണൂർ വിളക്കുന്തറ മൈതാനത്തുവെച്ച് ആഴ്ചതോറും നടക്കാറുള്ള പൊതുയോഗങ്ങളിൽ സി.കണ്ണൻ, ടി.സി നാരായണൻ നമ്പ്യാർ, ചിറയ്ക്കൽ ടി.ബാലകൃഷ്ണൻനായർ, പി.എം കുഞ്ഞിരാമൻ നമ്പ്യാർ മുതലായ സ്വാതന്ത്ര്യസമര നേതാക്കളുടെ പ്രസംഗങ്ങൾ കേട്ടുമാണ് താൻ രാഷ്ട്രീയത്തിൽ സജീവമാകുന്നതെന്ന് ശ്രീ.കരുണാകരൻ പറയാറുണ്ട്. ഈ നാട്ടിൽനടന്ന എല്ലാ നിർമ്മാണ പ്രവർത്തനങ്ങളിലും അദ്ദേഹത്തിന്റെ നേതൃത്വപാടവം ദൃശ്യമായിരുന്നു. കാനാമ്പുഴപ്പാലം നിർമ്മാണം, തോണിയോട്ടുമൊട്ട കാനാമ്പുഴറോഡ് പണി, കുറുവവായനശാലാ നിർമ്മാണം, 1960 കളിലെ വൈദ്യുതീകരണ പ്രവർത്തനങ്ങൾ, കുറുവ, കടലായി നടറോഡ്, കക്കറകടലായി റോഡ്, ആ പട്ടിക വളരെ നീണ്ടതാണ്. എടക്കാട് പഞ്ചായത്ത് മെമ്പറെന്ന നിലയിലും അദ്ദേഹം സ്തുത്യർഹമായ സേവനം കാഴ്ചവെച്ചിട്ടുണ്ട്. ഇപ്പോൾ അദ്ദേഹം ആദികടലായി ശ്രീകൃഷ്ണക്ഷേത്രത്തിന്റെ പ്രസിഡന്റായി പ്രവർത്തിച്ചുവരുന്നു. അന്യസമുദായക്കാർ മാത്രമല്ല എതിർപക്ഷ രാഷ്ട്രീയക്കാർ പോലും സ്നേഹിക്കുകയും ആദരിക്കുകയും ചെയ്യുന്ന ഈ പ്രായോഗികവാദി നാനാത്വത്തിൽ ഏകത്വം ദർശിക്കുന്ന, ബഹുസ്വരതയുടെ ഈ നാട്ടിലെ പ്രായോക്താവാണ്. സഹോദരങ്ങളെപ്പോലെ ഉന്നത വിദ്യാഭ്യാസം നേടാനും അതനുസരിച്ചുള്ള ഉന്നത ഉദ്യോഗങ്ങൾ എത്തിപ്പിടിക്കാനും സാധിച്ചില്ല എന്നത് ശ്രീ.പി.കരുണാകരനെ സംബന്ധിച്ചിടത്തോളം വ്യക്തിപരമായ നഷ്ടമായിരിക്കാം. എന്നാൽ ആ നഷ്ടം ഈ നാടിനു നേട്ടമായി ഭവിച്ചു എന്നു പറഞ്ഞുകൊള്ളട്ടെ.

പി.വി ഭാസ്കരൻ

പള്ളിസ്കൂളിലെ സമരത്തോടെ ഔപചാരിക വിദ്യാഭ്യാസം മുടങ്ങി കൈത്തൊഴിലിന് പോകേണ്ടി വന്ന മറ്റൊരു കരാറിനകക്കാരനായിരുന്നു കാഞ്ഞിരയിലെ പി.വി ഭാസ്കരൻ. കുറുവ സ്കൂളിൽനിന്ന് അഞ്ചാം തരം പാസ്സായ ഭാസ്കരനെ പിതാവ് ഗോവിന്ദൻ പള്ളിസ്കൂളിൽ ചേർത്തു പഠിപ്പിക്കാൻ തീരുമാനിച്ചു. അതനുസരിച്ച് പള്ളി സ്കൂളിൽ അഡ്മിഷനുവേണ്ടി ചെന്ന ഗോവിന്ദനോട് ഹെഡ്മാസ്റ്റർ മകനെ ഖദർ കുപ്പായമണിയിച്ച് സ്കൂളിൽ അയക്കരുതെന്ന് ഉപദേശിച്ചു. കോൺഗ്രസുകാരനായ ഗോവിന്ദന് ആ ഉപദേശം തീരെ ഇഷ്ടപ്പെട്ടില്ല. അതിനാൽ തന്റെ മകനെ പള്ളിസ്കൂളിൽ അയയ്ക്കില്ലെന്നു സ്വാതന്ത്ര്യസമരപ്രേമിയായ ഗോവിന്ദൻ തീരുമാനിച്ചു. അങ്ങനെയാണ് പി.വി.ഭാസ്കരൻ ബീഡിത്തൊഴിലാളിയായി ത്തീരുന്നത്. തൊഴിലാളിപ്രസ്ഥാനത്തിലൂടെ പിൽക്കാലത്ത് ഭാസ്കരൻ കമ്മ്യൂണിസ്റ്റ് പാർട്ടിയുടെ സജീവപ്രവർത്തകനായി മാറി. കമ്മ്യൂണിസ്റ്റ്

പ്രവർത്തകനായിരിക്കുമ്പോൾ ധാരാളം മർദ്ദനങ്ങൾ ഏൽക്കേണ്ടി വന്നിട്ടുള്ള ഭാസ്കരന്റെ പ്രവർത്തനമേഖല താഴെചൊവ്വയിലെ തെഴുക്കിൽ പീടികയായിരുന്നു. ഒരു നല്ല നാടകനടൻ കൂടിയായ ഭാസ്കരൻ "വയലാർ" എന്ന നാടകത്തിലെ നായകനടനായിരുന്നു. പിന്നീട് തിലാന്നൂർ ദേശീയ കലാസമിതിയിലെ പ്രധാന നടനായി മാറിയ ഭാസ്കരൻ, ആ രംഗത്ത് പ്രതിഭ തെളിയിക്കുകയും ചെയ്തിരുന്നു. വയലാർ നാടകത്തെ സംബന്ധിച്ച് ഈ പുസ്തകത്തിന്റെ മറ്റൊരു ഭാഗത്ത് സവിസ്തരം പ്രതിപാദിക്കുന്നുണ്ട്.

ചക്കരബാലൻ എന്ന ടി.സി ബാലകൃഷ്ണൻ

പള്ളിസ്കൂൾ സമരത്തിൽ അപാരമായ ധൈര്യവും, ദേശസ്നേഹവും പ്രകടിപ്പിച്ച പതിനാലു വയസ്സുകാരനായ ഒരു വിദ്യാർത്ഥിയേയും പരിചയപ്പെടാം. "ചക്കരബാലൻ" എന്ന വിളിപ്പേരുള്ള കരാറിനകത്തെ ടി.സി ബാലകൃഷ്ണനായിരുന്നു ആ വിദ്യാർത്ഥി. ഖദർ കുപ്പായമിട്ടതിനു ഹെഡ്മാസ്റ്റർ പുറത്താക്കിയ വിദ്യാർത്ഥികളിൽ ഒരാളുടെ കുപ്പായം അഴിച്ച് വാങ്ങി സ്വയം ധരിച്ച് ഹെഡ്മാസ്റ്ററുടെ മുമ്പിൽ ചെന്നുനിന്നുവത്രെ, ബാലകൃഷ്ണൻ!. എന്നിട്ടു ഹെഡ്മാസ്റ്ററുടെ മുഖത്തുനോക്കി "ഇതാ ഞാനും ഖദർ കുപ്പായമിട്ടിരിക്കുന്നു. എന്നെയും പുറത്താക്കൂ" എന്നു വിളിച്ചു പറയുകയും ചെയ്തു. "നാളെ മുതൽ എല്ലാ കുട്ടികളും ഖദർകുപ്പായമിട്ടു വരും. അവരെയെല്ലാം പുറത്താക്കേണ്ടി വരും" എന്ന മുന്നറിയിപ്പും നൽകിയത്രെ പതിനാലു വയസ്സുകാരനായ ടി.സി ബാലകൃഷ്ണൻ.

എ. ഗോവിന്ദൻ തന്റെ തുന്നൽപ്പണി ഒരു ജീവിതോപാധിയായിട്ടില്ല എക്കാലത്തും കണ്ടിരുന്നത്.

തന്റെ രാഷ്ട്രീയപ്രവർത്തനങ്ങളും മറ്റു സാമൂഹികപ്രവർത്തനങ്ങളും നടത്താനുള്ള ഒരു കേന്ദ്രമായിട്ട് ആ പീടികയെ ഉപയോഗപ്പെടുത്തുകയായിരുന്നു. ഖദർകുപ്പായവും ഗാന്ധിത്തൊപ്പിയും കൊടികളുമൊക്കെ തുന്നിക്കൊടുക്കലായിരുന്നു ആ പീടികയിൽ അക്കാലത്ത് നടന്നിരുന്ന തയ്യൽ പ്രവൃത്തികൾ. എല്ലാസമയവും കാര്യമാത്രപ്രസക്തമായ രാഷ്ട്രീയചർച്ചകൾകൊണ്ട് ആ പീടിക സജീവമായിരിക്കും. കണ്ണൂരിലെ വലിയ വലിയ നേതാക്കളൊക്കെ ഇടയ്ക്കിടയ്ക്ക് ആ പീടികയിൽ വരുമായിരുന്നു. ആ പീടികയിലെ രാഷ്ട്രീയചർച്ചകളിൽനിന്ന് ഉരുത്തിരിഞ്ഞുവന്ന മറ്റൊരു സംഭവവും കരാറിനകത്തെ ചരിത്രനിർമ്മിതിക്ക് മുതൽകൂട്ടാണ്.

കരാറിനകത്തു ഒരു കർഷകസംഘടനയുടെ ശാഖ

1936-ൽ കെ.എ.കേരളീയൻ, വിഷ്ണുഭാരതീയൻ, കെ.വി.മൂസ്സാൻകുട്ടി മാസ്റ്റർ സുബ്രഹ്മണ്യം തിരുമുമ്പ്, എ.കെ.പൊതുവാൾ തുടങ്ങിയവരുടെ നേതൃത്വത്തിൽ "മലബാർ കർഷകസംഘം" എന്ന പേരിൽ ഒരു കർഷകസംഘടന രൂപീകൃതമായിരുന്നു. കോൺഗ്രസ് സോഷ്യലിസ്റ്റ് പക്ഷക്കാർക്ക് സ്വാധീനമുള്ള കെ.പി.സി.സിയുടെ നേതൃത്വത്തിലായിരുന്നു ആ സംഘടന പ്രവർത്തിച്ചിരുന്നത്. അതിന്റെ കണ്ണൂർ ശാഖയായിരുന്നു ചിറയ്ക്കൽ

താലൂക്ക് കർഷകസംഘം. ആ കാലത്ത് ചിറക്കൽ താലൂക്ക് കർഷകസംഘത്തിന്റെ ഒരു സമ്മേളനം ബക്കളത്തു വെച്ചു നടക്കുകയുണ്ടായി. ആ സമ്മേളനത്തിന്റെ "മുന്നോടിയായാണു" കരാറിനകത്തു കർഷകസംഘത്തിന്റെ ഒരു ബ്രാഞ്ച് രൂപീകൃതമാകുന്നത്. എൻ.വി അനന്തൻമാസ്റ്റർ, കെ.പി.കറുവൻ മാസ്റ്റർ, ആയാടത്തിൽ ഗോവിന്ദൻ, ചക്കരകൊക്കേൻ കുമാരൻ മുതലായവരായിരുന്നു അതിന്റെ സൂത്രധാരന്മാർ. ബക്കളം സമ്മേളനത്തെപ്പറ്റി വിശദീകരിക്കുവാൻ കുറുവയിൽ ഒരു വലിയ കർഷക സമ്മേളനം വിളിച്ചു കൂട്ടിയിരുന്നു. കരാറിനകത്തെ ആദ്യ കർഷക സമ്മേളനം എന്നു വിശേഷിപ്പിക്കാവുന്ന ആ വലിയ സമ്മേളനത്തിനു വേദിയായത് കുറുവ വായനശാലയ്ക്കടുത്തുണ്ടായിരുന്ന വിശാലമായ നെൽവയലായിരുന്നു. കണ്ണൂരിലെ പ്രമുഖ കർഷക നേതാക്കൾ പങ്കെടുത്ത ആ കർഷക സമ്മേളനം കരാറിനകത്തെ സംബന്ധിച്ചിടത്തോളം ഒരു മഹാസംഭവമായിരുന്നു. ആ സമ്മേളനത്തിൽ കെ.എ.കേരളീയൻ, വിഷ്ണു ഭാരതീയൻ, കെ.വി.മൂസ്സാൻകുട്ടി മാസ്റ്റർ, സുബ്രഹ്മണ്യം തിരുമുമ്പ്, കെ.പി.ഗോപാലൻ, എ.കെ.പൊതുവാൾ തുടങ്ങിവരൊക്കെ പങ്കെടുത്തിരുന്നു. നേതാക്കൾക്ക് താമസമൊരുക്കിയിരുന്നത് "ചക്കരപൊക്കനാട്ടൻ" എന്നയാളുടെ പീടികയുടെ മുകൾനിലയിലായിരുന്നു. സമ്മേളനത്തോടനുബന്ധിച്ചു വലിയ കർഷക ജാഥയും സംഘടിപ്പിച്ചിരുന്നു. ആ സമ്മേളനത്തിൽ വച്ച് ബക്കളം സമ്മേളനപ്രതിനിധികളായി ആയാടത്തിൽ ഗോവിന്ദനേയും, ചക്കരകൊക്കേൻ കുമാരനേയും തെരഞ്ഞെടുക്കുകയും ചെയ്തിരുന്നു. ആ രണ്ടുപേരെ കുറുവയിൽ നിന്നും അനേകം കർഷകരുടെയും നാട്ടുകാരുടേയും അകമ്പടിയോടെ വാദ്യഘോഷം മുഴക്കി ഘോഷയാത്രയാണു കണ്ണൂർ ടൗൺവരെ ആനയിച്ചിരുന്നത്. ആ ജാഥയും സമ്മേളനവും കരാറിനകത്തെ സംബന്ധിച്ചിടത്തോളം സംഘടനാപരമായ ഒരു പുത്തൻ ഉണർവിനു കാരണമായി. ഈ സന്ദർഭത്തിൽ കരാറിനകത്തെ കർഷകരുടെ അന്നത്തെ സ്ഥിതിയിലേക്കും നെൽവയലുകളിലേക്കും ഒന്നു കണ്ണോടിക്കാം.

കരാറിനകത്തെ ബഹുഭൂരിപക്ഷം ജനങ്ങളും കാർഷികവൃത്തികൊണ്ടു ഉപജീവനം നയിക്കുന്നവരായിരുന്നു. നെല്ലും നാളികേരവും പച്ചക്കറിയുമായിരുന്നു ഇവിടെ ഉത്പാദിപ്പിക്കപ്പെട്ടിരുന്ന പ്രധാന കാർഷികോത്പന്നങ്ങൾ. കരാറിനകത്തെ കടലായി ഒഴിച്ചുള്ള ദേശങ്ങളിലെല്ലാം വ്യാപകമായ തോതിൽ നെൽവയലുകളുണ്ടായിരുന്നു. വയൽപ്രദേശം കൂടാതെ കരപ്പറമ്പുകളിലും പുഴയോരത്തെ കൈപ്പാടു നിലങ്ങളിലും നാട്ടുകാർ നെൽക്കൃഷി നടത്തിയിരുന്നു. "കയമ, ചിറ്റേനി, പുനം" എന്നീ പേരുകളിലായിരുന്നു നെൽവിളകൾ അറിയപ്പെട്ടിരുന്നത്. ഇവിടുത്തെ പ്രബല സമുദായമായ തീയ്യർ, തങ്ങളുടെ പാരമ്പര്യ തൊഴിലുകളായ തെങ്ങ്ചെത്ത്, പെരുതേരിപ്പണി എന്നിവ കൂടാതെ കൃഷിയിലും സജീവമായിരുന്നു. ആ സമുദായക്കാരുടെ തറവാട്ട് പേരിനൊപ്പം കണ്ടം എന്നു ചേർത്തായിരുന്നു ഇവിടുത്തെ കൃഷിയിടങ്ങൾ അറിയപ്പെട്ടിരുന്നത്. ഉദാഹരണത്തിന് കാര്യങ്കണ്ടിക്കണ്ടം, ചക്കരക്കണ്ടം, തയ്യിൽക്കണ്ടം, കൂവക്കായ്ക്കണ്ടം, തൊത്തേൻകണ്ടം എന്നൊക്കെ. ഇവിടുത്തെ കൃഷിഭൂമിയെല്ലാം അറയ്ക്കൽ ജന്മിയുടെ

അധീനതയിലായിരുന്നു. അതുകൊണ്ടു കൃഷിക്കാർ അറയ്ക്കൽ ജന്മിക്ക് കൃത്യമായി "ഭാരവും" പാട്ടവും നൽകേണ്ടതുണ്ടായിരുന്നു. ഒരു വർഷത്തെ ഉത്പാദനത്തിന്റെ പകുതിയാണു കൃഷിക്കാർ അറയ്ക്കലിനു നൽകേണ്ടിയിരുന്ന "ഭാരത്തിന്റെ അളവ്". അതിസങ്കീർണ്ണമായ കൂട്ടുകുടുംബവ്യവസ്ഥയായിരുന്നു അന്നു നിലനിന്നിരുന്നത്. കുടുംബത്തിന്റെ എല്ലാ അധികാരവും മുതിർന്ന കാരണവരിൽ നിക്ഷിപ്തമായിരുന്നു. വീട്ടിൽ ഉച്ചക്കഞ്ഞി വെക്കുവാനുള്ള നെല്ല് പത്തായത്തിൽ നിന്നും അളന്നെടുത്ത് കൊടുക്കുവാൻ പോലും കാരണവന്മാർ "അറയ്ക്കലിൽ മാലക്ക് പോയാലെ"ന്നതുപോലുള്ള വീര്യം കാണിച്ചിരുന്നുവത്രെ. തറവാട്ടിലെ മറ്റംഗങ്ങളെല്ലാം കാരണവരുടെ ആജ്ഞാനുവർത്തികളായിരുന്നു. ആണെന്നോ പെണ്ണെന്നോ വൃദ്ധരെന്നോ കുട്ടികളെന്നോ വ്യത്യാസമില്ലാതെ, കോഴികൂവുന്നതിനു മുമ്പേ ഉണർന്നു കൈക്കോട്ടും കൊട്ടയും കത്തിയും വല്ലവുമൊക്കെയെടുത്തു പാളക്കുടയും ചൂടി കണ്ടത്തിൽ പോകുക എന്നതായിരുന്നു എല്ലാവരുടേയും നിയോഗം. മേടമാസത്തോടുകൂടിയാണ് ആണ്ടു കൃഷിയുടെ സപര്യ ഇവിടെ തുടങ്ങുന്നത്. ചിങ്ങത്തിൽ കയമയും മകരത്തിൽ ചിറ്റേനിയും കൊയ്യുന്നതോടെയാണ് നെൽകൃഷിക്ക് ആണ്ടറുതിയാകുന്നത്. മകരക്കൊയ്ത്തിനു ശേഷം വിഷു വരെയുള്ള ഇടവേളകളിലാണ് പച്ചക്കറിക്കൃഷി നടത്തിയിരുന്നത്. ആണ്ട് കൃഷിയുടെ തുടക്കത്തിൽ ഇവിടെ പ്രഭാതം പൊട്ടി വിടരുന്നത് വയലിൽ കാള പൂട്ടുന്നവരുടെ "തിത്തിത്തി മുമ്മുമ്മുരി" എന്നൊക്കെയുള്ള അസ്പഷ്ടമായ ശബ്ദം കേട്ടുകൊണ്ടായിരിക്കും രണ്ടു കാളകളെ ഒരു നുകം കൊണ്ടു ബന്ധിപ്പിച്ച് ആ നുകത്തോടു ചേർത്തുവെച്ച കലപ്പകൊണ്ടു നിലത്തു ചാലുകീറുന്നതിനെയാണ് "കാളപൂട്ടൽ" എന്നുപറയുന്നത്. വിത്തു പാകാൻ വയലിനെ പാകപ്പെടുത്തുകയാണ് കാളപൂട്ടൽ കൊണ്ട് നിവൃത്തിക്കുന്നത്. കാളപൂട്ടലിനുശേഷം കട്ടതാറ്റലാണ്. കാളപൂട്ടലിനുശേഷം വയലിൽ പൊങ്ങിക്കിടക്കുന്ന മൺകട്ടകളെ ഇടിച്ചുപൊടിക്കുന്നതിനെയാണ് കട്ടതാറ്റൽ എന്നു പറയുന്നത്. കട്ടതാറ്റലിനു ശേഷമാണു വിത്തിടുന്നത്. വീട്ടിൽ നടുമുറിയിൽ നിലവിളക്കിനു മുമ്പിൽ വെച്ചു പൂജിച്ചതിനു ശേഷമാണു വിത്തിടാൻ കൊണ്ടുപോകുന്നത്. മിക്കവാറും വിഷു ദിനത്തിലാണ് വിത്തിടൽ നടക്കുക മേടത്തിലിടുന്ന വിത്ത് ഒരു വേനൽമഴയൊക്കെ ലഭിക്കുകയാണെങ്കിൽ ആ മാസത്തിൽ തന്നെ മുളച്ചുവരും. ഇടവപ്പാതി ആകുന്നതോടെ ചെടി വളർന്നു പറിച്ചു നടേണ്ട പരുവമാകും. ഇങ്ങനെ പറിച്ചു നടുന്നതിനെ നാട്ടിപ്പണി എന്നാണു പറയുന്നത്. അതു ചെയ്യുന്നത് മിക്കവാറും സ്ത്രീകളായിരിക്കും. ഏതു വയലിൽ ചെന്നു നോക്കിയാലും നീളൻ പാളക്കുട ചൂടി കുനിഞ്ഞു നിന്നു ഞാറുനടുന്ന പെണ്ണുങ്ങളുടെ നീണ്ട നിര തന്നെ കാണാൻ സാധിക്കും. വയലിന്റെ ചതുപ്പ് വരമ്പ് ചവിട്ടി ആ പാളക്കുടമങ്കമാരുടെ അടുത്തുചെന്നാൽ അവരുടെ പാട്ടു കേൾക്കാം. അതിനെ നാട്ടിപ്പാട്ട് എന്നു പറയുന്നു. തച്ചോളി ഒതേനന്റെയും, ആരോമൽചേകവരുടെയും, പാലാട്ടു കോമന്റെയും കഥകളുള്ള വടക്കൻപാട്ടുകളായിരിക്കും അവ. അമ്മ തന്ന മുലപ്പാൽ പോലെ ഹൃദ്യമായ ആ പാട്ടുകൾ ഒന്നു കേട്ടുനോക്കൂ.

"തച്ചോളിനല്ലൊതേന കുഞ്ഞി ഒതേന
കോഴിക്കോട്ടങ്ങാടീൽ പോകുന്നെങ്കിൽ
പുലിമുണ്ടൻ കാട്ടൂട്ടെ പോകരുത്
പുലിമുണ്ടൻ ചാത്തുക്കുറുപ്പാകുന്നു.
കൂടെപതിനൊന്നനുജന്മാരും
ചുങ്കപ്പയിസക്ക് വിളിക്കും നിന്നെ
കൈകടയാനാണെ നീ ഒതേനാ
ചാത്തുവോടു കൊണ്ടുത്തൊടുക്കരുത്
ചാത്തുവോടു കൊണ്ടുത്തൊടുത്തോരാരും
തന്നില്ലം കണ്ടു മരിച്ചിട്ടില്ല"

തച്ചോളി കോമക്കുറുപ്പ് സഹോദരൻ ഒതേനനു നൽകുന്ന സാരോപദേശം ജാനുവേടത്തി പാടിക്കൊടുക്കുന്നു. മറ്റു പാളക്കുട ചൂടിയ മങ്കമാർ ഏറ്റുപാടുന്നു. രണ്ടാമത്തെ വരി അവസാനിക്കുന്നിടത്ത് ഒരു നീട്ടൽ.

ആ നീട്ടൽ, ഏറ്റുപാടുന്നവർക്ക് പാടിത്തുടങ്ങാനുള്ള ശ്രുതിയായിത്തീരുന്നു. പണ്ടു പാണന്മാർ കുടവും വീണയും മീട്ടിപ്പാടിത്തന്ന ആ മൊഴിമുത്തുകൾ കാലാതിവർത്തിയായി നമ്മുടെ വയലുകളെ സംഗീതസാന്ദ്രമാക്കിയിരുന്നു. ഇതുപോലെ എത്രയെത്ര ഓർമ്മകളാണ്, വയലുകളുമായി ബന്ധപ്പെടുത്തി ഓരോരുത്തർക്കും അയവിറക്കാനുണ്ടാവുക! പറിച്ചുനട്ട ഞാറുവളരുന്നതോടെ വയലിനു പൂർവ്വാധികം കാഴ്ചഭംഗി വന്നുചേരുന്നു. നെൽച്ചെടിയുടെ നീണ്ട ഇലകൾക്ക് കടുത്ത പച്ച നിറവും മൃദുലതയും ഉണ്ടാകുന്നു. അപ്പോളാണ് "പച്ചപ്പട്ടുവിരിച്ച പാടം" എന്നൊക്കെ വയലിനെ കവികൾ വർണ്ണിക്കുന്നത്. നെൽച്ചെടികളിൽ മഞ്ഞുംമഴയും വീണു മുത്തുമണികൾ ഉരുണ്ടുകൂടുന്നതും പ്രഭാതരശ്മിയിൽ ആ മുത്തുമണികൾ പ്രശോഭിക്കുന്നതും എളുപ്പം മറക്കാവുന്ന കാഴ്ചയല്ല. അതുപോലെ കാറ്റിൽ നെൽച്ചെടികളുടെ തിരയിളക്കവും, വയൽപാർശ്വങ്ങളിലൂടെ ഒഴുകുന്ന തോടുകളിലെ നീരൊഴുക്കും, തോട്ടുവരമ്പിൽ കിളിർത്തുനിൽക്കുന്ന കള്ളിച്ചെടികളിലെ പുഷ്പങ്ങളുടെ വർണ്ണവൈവിധ്യവും, കൊയ്ത്തു കഴിഞ്ഞപാടത്ത് വീണുകിടക്കുന്ന നെന്മണികൾ കൊത്തിപ്പെറുക്കാൻ കൂട്ടംകൂട്ടമായി വരുന്ന വെള്ളകൊക്കുകളും വയലുമായി ബന്ധപ്പെട്ടുള്ള ഹൃദ്യമായ കാഴ്ചകളാണ്. കാളപൂട്ടൽ, കട്ടതാറ്റൽ, വിത്തിടൽ, ഞാറുപറിക്കൽ, ഞാറുനടൽ, കളപറിക്കൽ, മൂരൽ, മെതിക്കൽ, കളം ചായ്ക്കൽ, തൂറ്റൽ, അളയ്ക്കൽ, പുഴുങ്ങൽ, കുത്തൽ, ചേറൽ, പാറ്റൽ, പുന്നെല്ല്, പുത്തരിച്ചോറ്, പുളിച്ചക്കാടി മുതലായവയൊക്കെ പണ്ടത്തെ കൃഷിയുമായി ബന്ധപ്പെട്ടുണ്ടായ പേരുകളാണ്. "കറ്റ തലയിൽ വെച്ചു കളം ചായ്ക്കരുത്". "കാറ്റുള്ളപ്പോൾ തൂറ്റണം ", "കുഞ്ഞാമനെ കണക്കാക്കി വിത്തിടരുത്". "ഉച്ചാറുച്ചയ്ക്ക് വെള്ളരി നട്ടാൽ വിഷു ഉച്ചയ്ക്ക് വെള്ളരി പറിക്കാം "തുടങ്ങി കൃഷിയുമായി ബന്ധപ്പെട്ട പഴഞ്ചൊല്ലുകളും നിരവധിയാണ്. കറ്റ തലയിൽ വെച്ച് നടവരമ്പിലൂടെ പോകുന്ന പെണ്ണുങ്ങളുടെ നടത്തത്തിനുതന്നെ ഒരു പ്രത്യേക ചാരുതയുണ്ടായിരുന്നു. ഭാരവും പാട്ടവും കുടിശ്ശിക ആയതിന്റെ പേരിൽ ജന്മികൾ വന്നു വയൽ

ലേലം ചെയ്യുന്നത് പതിവായിരുന്നു. ചില തന്ത്രശാലികൾ ജന്മിമാരെ പാട്ടിലാക്കി കൃഷിക്കാരുടെ വയൽ തട്ടിയെടുക്കുന്നതും അന്ന് വ്യാപകമായിരുന്നു. ആ കാലത്ത് കൃഷിക്കാരുടെ ദയനീയാവസ്ഥയെപ്പറ്റി കവി പൊൻകുന്നം ദാമോദരൻ ഇങ്ങനെ പാടി :

"ഇരുനാഴിനെല്ലിനായ് ഉഴറുന്ന കർഷകൻ
ഇരുകാലി മാടുകളായിരുന്നു
ഒരു തുണ്ടം ഭൂമിക്കായ് അലസനാം ജന്മിക്കവർ
തലപോലും കൈകെട്ടി കാഴ്ചവെച്ചു"

ഇത് കൃഷിക്കാരുടെ സ്ഥിതിയാണെങ്കിൽ കർഷകതൊഴിലാളികളുടെ സ്ഥിതി അതിലും ദയനീയമായിരുന്നു. കെ.പി.എ.സിയുടെ ഒരു നാടകഗാനത്തിലൂടെ അതും വ്യക്തമാക്കാം.

കൊയ്തുകൊയ്തു മെയ്യ് തളർന്നാലെന്തു കിട്ടുമെൻപൈങ്കിളിയെ? കല്ലരിയുണ്ട് കരിക്കാടിക്ക്, നെല്ലരിയെല്ലാം പത്തായത്തില്,

ഉരിയരിയില്ലുടുതുണിയില്ലരവയറും നിറയുന്നില്ല

ഇതുപോലെ ജീവിതത്തിന്റെ പഞ്ഞകർക്കടകങ്ങൾ പലതും തരണം ചെയ്യുകയും, ഇല്ലായ്മയുടെയും വല്ലായ്മയുടെയും നഷ്ടത്തിന്റെയും, അപഹരണത്തിന്റെയും കഥകൾ കണ്ടും കേട്ടും കഴിഞ്ഞവർ, ഒരു പുതിയ പ്രഭാതത്തിന്റെ ശംഖൊലിക്ക് കാതോർക്കുകയായിരുന്നു. ആ ശംഖൊലി ഒരു ഗാനമായ് അവരുടെ കാതിൽ വന്നു മുഴങ്ങി. "നമ്മൾ കൊയ്യും വയലെല്ലാം നമ്മുടേതാകും പൈങ്കിളിയെ" അവർ തങ്ങളുടെ മനസ്സിന്റെ പാടത്തും സ്വപ്നങ്ങൾ വിതക്കാൻ തുടങ്ങി. കരാറിനകത്ത് ഒരു കർഷക സംഘടനയുടെ ശാഖ തുടങ്ങുന്നതിന്റെ പശ്ചാത്തലം ഒരുങ്ങുകയായിരുന്നു.

വിദ്വാൻ കെ.പി. കറുവൻ മാസ്റ്റർ

1930കളുടെ തുടക്കത്തിൽ കേരളത്തിലങ്ങോളമിങ്ങോളം അലയടിച്ച നവോത്ഥാന മുദ്രാവാക്യങ്ങൾ, പ്രവൃത്തിപഥത്തിലെത്തിക്കുന്നതിനു വേണ്ടി കരാറിനകത്തുനിന്നു മുന്നിട്ടിറങ്ങിയവരിൽ പ്രധാനിയാണ് കെ.പി.കറുവൻ മാസ്റ്റർ, തോട്ടടയിലെ പ്രസിദ്ധമായ ക്ഷേത്രകുടുംബമായ കനോത്തുതറവാട്ടിലെ ഒരു കാരണവരുടെ മകനായി പിറന്ന കറുവൻമാസ്റ്റർ കണ്ണൂരിലെന്നല്ല ഉത്തരകേരളം മുഴുവൻ നിറഞ്ഞുനിന്ന ധിഷണാശാലിയായ ഒരു സാമൂഹ്യപ്രവർത്തകനായിരുന്നു. മുമ്പ് വിവരിക്കപ്പെട്ട തോണിയോട്ടു ക്ഷേത്രത്തിലെ മൃഗബലിക്കെതിരായ സമരത്തിന്റെ സൂത്രധാരനായിരുന്ന കറുവൻ മാസ്റ്റർ, ഈ നാട്ടിലെ ക്ഷുഭിതയൗവനങ്ങളുടെ ശ്രേണിയിലെ ഒരുറച്ച കണ്ണിയായിരുന്നു. അനീതിക്കെരെയുള്ള നിരന്തര പോരാട്ടങ്ങളാൽ, സംഭവബഹുലമായിത്തീർന്ന ഒരു യൗവനമായിരുന്നു കെ.പി കറുവൻ മാസ്റ്ററുടേത്. നേരത്തെ പറഞ്ഞതുപോലെ കണ്ണൂരിലെ, സ്വാതന്ത്ര്യസമരപ്രവർത്തനങ്ങൾക്കു മുതൽകൂട്ടായിത്തീർന്ന തയ്യിൽ പള്ളി സ്കൂളിലെ അധ്യാപക സമരത്തിന്റെയും മുന്നിൽ കറുവൻ മാസ്റ്ററും ഉണ്ടായിരുന്നു. ആ സമരത്തിൽ

പങ്കെടുത്തുവെന്നതിന്റെ പേരിൽ പള്ളിസ്കൂളിലെ അധ്യാപകജോലിയും കറുവൻ മാസ്റ്റർക്ക് നഷ്ടപ്പെട്ടിരുന്നു. കണ്ണൂരിൽ അധ്യാപകപ്രസ്ഥാനം കെട്ടിപ്പടുക്കുന്നതുൾപ്പെടെയുള്ള സകലമാന പുരോഗമന പ്രവർത്തനങ്ങളിലും വിവിധതരത്തിൽ കറുവൻ മാസ്റ്റർക്ക് പങ്കുണ്ടായിരുന്നു. കരാറിനകത്ത് കർഷക സംഘടന രൂപീകരിക്കുന്നതിനും, യു.കെ. കരുണൻ മാസ്റ്ററുടെ നേതൃത്വത്തിൽ ഇവിടെ രൂപംകൊണ്ട കരാറിനകം ബാലനാടകസംഘത്തിന്റെ പ്രവർത്തനത്തിലും കറുവൻ മാസ്റ്റർ പങ്കാളിയായിരുന്നു. അനീതി അത് ആരുടെ ഭാഗത്തു നിന്നുണ്ടായാലും മുഖം നോക്കാതെ ആർജ്ജവത്തോടെ പ്രതികരിക്കാൻ ഗാന്ധിയൻ ആദർശം ജീവിതവ്രതമാക്കിയ ഈ ഖദർധാരി എന്നും തയ്യാറായിരുന്നു. 1948-ലെ കൽക്കത്ത തീസ്സിസ്സിനെ തുടർന്ന് ഈ നാട്ടിൽ കമ്മ്യൂണിസ്റ്റ്കാർക്കെതിരെയുണ്ടായ അതിക്രമത്തെ മുഖം നോക്കാതെ വിമർശിച്ചയാളായിരുന്നു കെ.പി.കറുവൻ മാസ്റ്റർ. മാത്രമല്ല ആ മർദ്ദനങ്ങൾ അവസാനിപ്പിക്കുന്നതിനുവേണ്ടി ഈ നാട്ടിൽ സമാധാനകമ്മിറ്റിക്കു രൂപം നൽകിയതും കറുവൻ മാസ്റ്ററായിരുന്നു. പാണ്ഡിത്യത്തിന്റെ കാര്യത്തിൽ ഉത്തരകേരളത്തിലെ പ്രഗത്ഭമതികൾക്കൊപ്പമാണ് കറുവൻ മാസ്റ്ററുടെ സ്ഥാനം. ഒരു പ്രാഥമിക വിദ്യാലയത്തിൽനിന്നു തുടങ്ങിയ ഔദ്യോഗിക ജീവിതം, സ്വയം പരിശ്രമം കൊണ്ട് ഉത്തരോത്തരം അഭിവൃദ്ധിപ്പെടുത്തുകയായിരുന്നു, കറുവൻ മാസ്റ്റർ. ഔദ്യോഗിക ജീവിതത്തിന്റെയും പൊതുപ്രവർത്തനത്തിന്റെയും തിരക്കിനിടയിലായിരുന്നു കറുവൻ മാസ്റ്റർ, വിദ്വാൻ, എം.എ എന്നീ ബിരുദങ്ങൾ നേടിയെടുക്കുന്നത്. വളരെക്കാലം കണ്ണൂർ എസ്.എൻ.കോളേജിലെ മലയാളം ലക്ചറായി സേവനം അനുഷ്ഠിച്ച കറുവൻ മാസ്റ്റർ അവിടെനിന്നുതന്നെയാണ് വിരമിക്കുന്നത്. മറ്റൊരുകാര്യം, മുൻഷി, വിദ്വാൻ എന്നീ ബിരുദങ്ങൾ നേടിയ കരാറിനകത്തെ ആദ്യത്തെയാളും അവസാനത്തെയാളും കറുവൻ മാഷായിരുന്നു. പിൽക്കാലത്ത് അദ്ദേഹത്തിന്റെ പേരിനൊപ്പം മേൽപ്പറഞ്ഞ ബിരുദങ്ങളും വിശേഷണമായി ചേർക്കാറുണ്ടായിരുന്നു. മികച്ച പ്രാസംഗികൻ കൂടിയായ കറുവൻ മാസ്റ്റർ 1950 മുതൽ 70 വരെയുള്ള കണ്ണൂരിലെ ഒട്ടുമിക്ക സാംസ്കാരികവേദികളേയും കാവ്യാത്മക ഭാഷകൊണ്ട് ധന്യമാക്കിയിരുന്നു. അതുപോലെ അദ്ദേഹത്തിന്റെ മലയാളം ക്ലാസുകൾ സർഗ്ഗാത്മകത മുറ്റി നിൽക്കുന്നവയുമായിരുന്നു. നർമ്മപ്രിയനും "ഉൽഫുല്ല ബാലരവിപോലെ" കാന്തിമാനുമായ കറുവൻമാഷുടെ, മലയാളം ക്ലാസുകൾ ഒരു കലാപരിപാടിപോലെയാണ് വിദ്യാർത്ഥികൾ ആസ്വദിച്ചിരുന്നത്. പിൽക്കാലത്ത് തോട്ടടയിൽനിന്ന് കണ്ണൂർ ടൗണിലേക്ക് താമസം മാറ്റിയ കെ.പി.കറുവൻ മാസ്റ്റർ, 1971-ൽ താവക്കരയിലെ വീട്ടിൽവെച്ചാണ് അന്തരിച്ചത്.

പാമ്പൻ മാധവൻ

കരാറിനകത്ത് ജനിച്ചുവളർന്ന മഹദ് വ്യക്തികളിൽ ഏറ്റവും പ്രധാനിയാണ് ശ്രീ. പാമ്പൻ മാധവൻ. അദ്ദേഹത്തിന്റെ പിതാവ് തോട്ടടയിലെ കരയൻ തറവാട്ടുകാരനും മാതാവ് കുറുവയിലെ ചക്കര തറവാട്ടുകാരിയുമായിരുന്നു.

രാഷ്ട്രീയക്കാരിലെ ചിന്തകനും, ചിന്തകരിലെ രാഷ്ട്രീയക്കാരനുമായ പാമ്പൻ മാധവനെക്കുറിച്ച് പറയുവാൻ ഈ ലേഖകൻ ആരുമല്ല. അതു കൊണ്ടു അദ്ദേഹത്തിന്റെ കൂടെ വളരെക്കാലം പൊതുപ്രവർത്തനം നയിച്ച വ്യക്തിയും കേരളത്തിലെ സാംസ്കാരികനായകരിൽ പ്രധാനിയുമായ ശ്രീ. സുകുമാർ അഴീക്കോട് തന്റെ ആത്മകഥയിൽ പാമ്പൻ മാധവനെപ്പറ്റിപ്പറ ഞ്ഞിട്ടുള്ളവയിൽ നിന്നും ഏതാനും വരികൾ ഇവിടെ ഉദ്ധരിക്കുകയാണ്.

"ഇന്ത്യാചരിത്രത്തിലെ അമർത്യനേതാക്കൾ പൂർണ്ണിമയിൽ തിളങ്ങിനിന്ന കാലം. മഹാത്മാഗാന്ധിയും കൂട്ടരും എന്നു ചുരുക്കിപ്പറയട്ടെ. ഏതു കുഗ്രാമ ത്തിലെയും സാധാരണ രാഷ്ട്രീയപ്രവർത്തകനിൽപോലും ഗാന്ധിജിയുടെ കാന്തിവിശേഷത്തിന്റെ ഒരു പൊൻതരിയെങ്കിലും മിന്നിക്കൊണ്ടിരിക്കുന്ന കനകദീപ്തിയുഗം. കണ്ണൂരിൽ കോൺഗ്രസ്സ് എന്നു പറഞ്ഞാൽ പിന്നെപ്പറ യുന്ന പേര് പാമ്പൻ മാധവൻ എന്നായിരിക്കും. എല്ലാവർക്കും മാധവേട്ടൻ. അകവും പുറവും വെളുവെളുത്ത മനുഷ്യൻ. ജീവിതത്തിൽ ഒരു തവണ മാത്രം നിയമസഭയിൽ പോയി. മാതൃഭൂമിയുടെ കണ്ണൂർ ലേഖകൻ എന്ന തൊഴിലിൽ സംതൃപ്തൻ. അതിനപ്പുറത്തു ഒന്നും ആവശ്യമില്ലാത്തയാൾ. കോൺഗ്രസ്സിലുള്ളവരോടും സ്ഥാനമത്സരത്തിന്റെ പേരിൽ സ്പർദ്ധയോ, അസൂയയോ തൊട്ടുതേച്ചിട്ടില്ലാത്ത പ്രവർത്തകൻ. വടക്കേ മലബാറിൽ കോൺഗ്രസ്സിന്റെ പതാകയേന്തിയ കൈകളിൽ ഏറ്റവും പരിശുദ്ധമായ കൈ പാമ്പൻ മാധവന്റേതാണെന്നത് ചരിത്രസാക്ഷ്യം."

കെ.പി.അച്യുതൻ

കരാറിനകത്തെ ആദ്യകാലകോൺഗ്രസ് പ്രവർത്തകരിൽ അതുല്യമായ വ്യക്തിത്വത്തിന് ഉടമയായിരുന്നു കെ.പി.അച്യുതൻ.

ജീവിതാവസാനംവരെ ആ സംഘടനയുടെ സജീവസാന്നിദ്ധ്യമായി അദ്ദേഹം ഇവിടെ നിലകൊണ്ടിരുന്നു. പ്രസംഗത്തെക്കാൾ പ്രവൃത്തിക്ക് പ്രാധാന്യം കല്പിച്ച കെ.പി.അച്യുതൻ, കാരിഗോവിന്ദനെപ്പോലെ പ്രായോഗികരാഷ്ട്രീയത്തിന്റെ വക്താവായിരുന്നു. ഇവിടെ കോൺഗ്രസ്സ് ആശയങ്ങൾ ആഴത്തിൽ വേരോടാൻ കാരണം കെ.പി.അച്യുതനെപ്പോലെ യുള്ള ഉല്പതിഷ്ണുക്കൾ, സമൂഹമധ്യത്തിൽ ഊളിയിട്ടിറങ്ങി പ്രവർത്തി ച്ചതുകൊണ്ടായിരുന്നു. മുമ്പ് വിവരിച്ചതുപോലെ ഇവിടുത്തെ ആദിമ നിവാ സികൾ എന്നുകരുതപ്പെടുന്നവരും പിൽകാലത്ത് മേലാളസമുദായക്കാരാൽ "വേറെ നിർത്തപ്പെട്ട"വരുമായ ഹരിജൻ വിഭാഗത്തെ, പൊതുസമൂഹത്തിന്റെ മുഖ്യധാരയിലേക്കു തിരിച്ചുകൊണ്ടുവരുന്നതിനുവേണ്ടി ഇവിടുത്തെ കോൺഗ്രസ് പ്രവർത്തകർക്ക് ഒരുപാട് വിയർപ്പൊഴുക്കേണ്ടിവന്നിട്ടുണ്ട്. ഒരുപക്ഷേ ആ കാലത്തെ കോൺഗ്രസ്സിന്റെ സാമൂഹ്യപ്രവർത്തനങ്ങളിൽ ഏറ്റവും തിളങ്ങിനിൽക്കുന്നത് ഹരിജനോദ്ധാരണം തന്നെയായിരിക്കും. വയ ലിൽ ഞാറുനടുന്നവരും, കാനാമ്പുഴയിൽ മുങ്ങിത്തപ്പുന്നവരും, മണപ്പുറത്തു വെള്ളചെമ്മീൻ വിൽക്കുന്നവരുമായ ആ സമുദായത്തിലെ സ്ത്രീകളോടു പോലും, സ്വാതന്ത്ര്യസമരത്തെപ്പറ്റിയും, ദേശീയ പ്രസ്ഥാനത്തെപ്പറ്റിയും

പറഞ്ഞു ബോധവൽക്കരണം നടത്തിയിരുന്നു ഇവിടുത്തെ കോൺഗ്രസ്സ് പ്രവർത്തകർ. വടക്കൻ പാട്ടുപാടി ഞാറുനടുന്ന പെണ്ണുങ്ങളെ ആ പാട്ടിനോടൊപ്പം ദേശീയഗാനങ്ങളും പാടുവാൻ പ്രേരിപ്പിച്ചിരുന്നുവത്രെ കെ.പി. അച്യുതനും മറ്റു പ്രവർത്തകരും.

ഇതു പറയാൻ കാരണം പണ്ടത്തെ നാട്ടിപ്പാട്ടുകാരായ പെണ്ണുങ്ങളുടെ ഓർമ്മയിൽ വളരെക്കാലം പച്ചപിടിച്ചു നിന്ന ചില ദേശഭക്തിഗാനങ്ങളുമുണ്ടായിരുന്നു.

"ഭാരതമെ നമ്മുടെയാ നാട് നല്ല നാട്
സസ്യശ്യാമളമാം കോമളമായുള്ള നല്ല നാട്"

എന്നൊക്കെ.

നാട്ടിലെ അതിരൂക്ഷമായ തൊഴിലില്ലായ്മയ്ക്ക് പരിഹാരം കാണാൻ വേണ്ടി അനേകം കുടിൽ വ്യവസായങ്ങളും കെ.പി.അച്യുതൻ ഇവിടെ പരീക്ഷിച്ചുനോക്കിയിരുന്നു. ഇവിടെ ആദ്യകാലത്തുണ്ടായിരുന്ന നെയ്ത്തു കമ്പനിയായ, സ്വരാജ് വീവിങ്ങിന്റെ നടത്തിപ്പുകാരനായിരുന്നു കെ.പി.അച്യുതൻ. അതോടെ അദ്ദേഹത്തെ "അച്ചുമുതലാളി' എന്നും നാട്ടുകാർ സ്നേഹരൂപേണ വിളിക്കാറുണ്ടായിരുന്നു. ഈ നാട്ടിലെ ഒരുപാട് പേരെ നെയ്ത്തുകാരാക്കുന്നതിൽ സ്വരാജ് വീവിങ്ങിന് വലിയ പങ്കുണ്ട്. കണ്ണൂർ ബ്ലോക്ക് കോൺഗ്രസ്സ് പ്രസിഡന്റ് പദം വരെ അലങ്കരിച്ചിരുന്ന കെ.പി. അച്യുതൻ, രാഷ്ട്രീയ, ജാതി, മത, പ്രാദേശിക വ്യത്യാസമില്ലാതെ എല്ലാ വിഭാഗക്കാരുമായും നിറഞ്ഞ സൗഹൃദം സൂക്ഷിച്ചിരുന്നു. കെ.പി.അച്യുതനെ ഒരു രാഷ്ട്രീയക്കാരനെന്നതിലുപരി കണ്ണൂർ മുഴുവൻ നിറഞ്ഞുനിന്ന പൗരപ്രമുഖൻ എന്ന നിലയിലാണ് അടയാളപ്പെടുത്തേണ്ടത്. നിസ്വാർത്ഥമായ പൊതുപ്രവർത്തനവും നിഷ്കളങ്കമായ പെരുമാറ്റവും കാരണമായി അദ്ദേഹത്തിന് ഒരുപാട് സുഹൃത്തുക്കളേയും സമ്പാദിക്കാൻ സാധിച്ചിരുന്നു. അദ്ദേഹത്തിന്റെ ആ സുഹൃദ്‌വലയത്തിൽ രാഷ്ട്രീയത്തിലും ഭരണതലത്തിലുംപെട്ട ഉന്നത ശീർഷരായവർ വരെ ഉൾപ്പെട്ടിരുന്നു. ആ സുഹൃദ്ബന്ധം മുഴുവൻ ഈ നാട്ടിന്റെ ഉന്നമനത്തിനുവേണ്ടിയും മറ്റു ദുർഘടസന്ധികൾ തരണം ചെയ്യുന്നതിനുവേണ്ടിയുമൊക്കെയാണ് അദ്ദേഹം ഉപയോഗപ്പെടുത്തിയിരുന്നത്. അതിന് എത്രയോ ഉദാഹരണങ്ങൾ ചൂണ്ടിക്കാണിക്കുവാൻ സാധിക്കും. ഈ നാടിന്റെ പ്രധാനപ്പെട്ട ഒരാവശ്യവും എന്നാൽ ഏറ്റവും കൂടുതൽ വെല്ലുവിളി ഉയർത്തിയതുമായ ഒരു നിർമ്മാണപ്രവൃത്തിയായിരുന്നു കാനാമ്പുഴയ്ക്ക് കുറുകെ പാലം നിർമ്മിച്ച് തോട്ടട ഹൈവേയിൽ നിന്ന് സമാന്തരമായി കണ്ണൂർ സിറ്റിയിലേക്ക് വാഹനഗതാഗതം സാധ്യമാക്കുക എന്നത്.

പലകാലത്തും പല ഭരണാധികാരികൾക്കും പലപല നിവേദനങ്ങൾ സമർപ്പിച്ചിട്ടും ആ പ്രശ്നം ഈ നാട്ടുകാരെ സംബന്ധിച്ചിടത്തോളം ഒരു ബാലികേറാമലപോലെ അതിസങ്കീർണ്ണമായി നിലനിന്നു. കാരണം കാനാമ്പുഴക്കു കുറുകെ നിലവിലുണ്ടായിരുന്ന മരപ്പാലത്തിനപ്പുറവും ഇപ്പുറവും

ഏക്കറുകണക്കിനു ദൂരത്തിൽ വെള്ളം കെട്ടിനിൽക്കുന്ന കൈപ്പാട് നിലങ്ങളായിരുന്നു. കടലിൽ വേലിയേറ്റമുണ്ടാകുന്ന സമയത്താണെങ്കിൽ കുറുവപ്പാലത്തിന്റെ പരിസരം മുഴുവൻ ജലപ്രളയം തന്നെയായിരിക്കും. മുട്ടോളം വെള്ളത്തിലൂടെയാണ് ജനങ്ങൾ കുറുവ മണപ്പുറം മുതൽ പടന്ന കാക്കത്തോടു പാലം വരെ നടന്നുപോയിരുന്നത്. രണ്ടു ഭാഗത്തേയും വെള്ളക്കെട്ടുകുഴികൾ പാലത്തിന്റെ ഉയരത്തിനനുസരിച്ചു പൂഴിയിട്ടു നികത്താനൊക്കെയുള്ള ധാരാളം ശ്രമങ്ങൾ നാട്ടുകാർ പലപ്പോഴായി നടത്തിയിരുന്നു. അവർ കൈവണ്ടിയുമായി തയ്യിൽ കടപ്പുറത്തു ചെന്ന് പൂഴിവാരിക്കൊണ്ടുവന്നു കുഴി നികത്തുന്ന പ്രവൃത്തികളൊക്കെ നടത്തിയിരുന്നു. എന്നാൽ നാട്ടുകാരുടെ ശ്രമദാനം കൊണ്ടുമാത്രം പരിഹരിക്കാൻ സാധിക്കുന്നതായിരുന്നില്ല കാനാമ്പുഴ റോഡ് പാലത്തിന്റെ പ്രശ്നങ്ങൾ.

പാലം അപകടത്തിൽ

ചരിത്രമുറങ്ങുന്ന കാനാമ്പുഴക്ക് കുറുകെ, നഗരവും ഗ്രാമവുമായി ബന്ധിപ്പിക്കുന്ന കുറുവപ്പാലത്തിന്റെ, പണ്ടത്തെ ശോചനീയമായ അവസ്ഥയിലേക്ക് ഇത്തരുണത്തിൽ ഒന്നു കണ്ണോടിക്കേണ്ടതുണ്ട്. കുറേ പനത്തടികളും മുളകളും ഏച്ചുകെട്ടിയായിരുന്നു പാലം നിർമ്മിച്ചിരുന്നത്. കാലപ്പഴക്കത്താൽ ഇളകിയൊടിഞ്ഞ തൂണുകളും, സ്ഥാനം തെറ്റിയ പനപ്പാളികളും, ഒടിഞ്ഞു കുത്തിയ കൈവരികളുമായുള്ള ഈ പാലത്തിലൂടെ നടന്നുപോകുന്നത് അതീവ ദുഷ്കരമായിരുന്നു. പാലം വരുന്നതിനു മുമ്പ് തോണിയിലോ ചങ്ങാടത്തിലോ ആയിരിക്കണം കാനാമ്പുഴ കടത്തിയിരുന്നത്. അതിനു തെളിവായി, കാനാമ്പുഴയുടെ കരയിൽ, കടലായി കോട്ടമ്മലിനടുത്ത് ഒരു പുരാതന തറവാട്, 'കടവത്ത് പുരയിൽ' എന്ന പേരിൽ നിലനിൽക്കുന്നു എന്നതാണ്. കൂടാതെ അവിടെനിന്നു കുറച്ചകലെയായി ചിറക്കടവത്ത് എന്ന പേരിലും ഒരു പുരാതനതറവാട് നിലനിൽക്കുന്നുണ്ട്. ഈ രണ്ടു തറവാടുകളുടെയും പരിസരം പുരാതനകാലത്ത് കാനാമ്പുഴയുടെ "കടവ്" ആയിരുന്നുവെന്നു അനുമാനിക്കാം. കുറുവപ്പാലത്തിനപ്പുറവും ഇപ്പുറവുമുള്ള രണ്ട് സ്ഥലങ്ങൾ അറിയപ്പെടുന്നത് ഒന്ന് പാണ്ട്യാല വളപ്പെന്നും മറ്റൊന്നു പാണ്ട്യാലത്തറയെന്നുമാണ്. ഈ രണ്ടു സ്ഥലപ്പേരുകളും, ഈ നാടിന്റെ ഭൂതകാലചരിത്രത്തിലേക്കു നീളുന്ന കൈനാട്ടികളാണെന്നു മുമ്പു സൂചിപ്പിച്ചിട്ടുണ്ട്. പാണ്ട്യാല വളപ്പുകൾക്ക് ആ പേർ സിദ്ധിക്കുന്നത് അവിടങ്ങളിൽ പണ്ടുകാലത്തു പാണ്ടികശാലകൾ ഉണ്ടായിരുന്നത് കൊണ്ടായിരിക്കണം. അതിനുപോൽബലകമായി ചൂണ്ടിക്കാട്ടാവുന്ന ഒന്നാണു തൊട്ടടുത്തുള്ള "പടന്ന" എന്ന സ്ഥലനാമം. കുറുവയിൽ നിന്നു കാനാമ്പുഴ കുറുകെ കടന്നയുടനെ എത്തിച്ചേരുന്ന കണ്ണൂർ മുൻസിപ്പാലിയുടെ അതിർത്തിപ്രദേശമാണു പടന്ന.

ഈ സ്ഥലം പണ്ടുകാലത്ത് "ഉപ്പള"മായിരുന്നു. കടൽവെള്ളം വറ്റിച്ച് ഉപ്പ് ഉത്പ്പാദിപ്പിക്കുന്ന സ്ഥലങ്ങളെയാണു ഉപ്പളം എന്നു പറയുന്നത്. "ഉപ്പള"ത്തിന് "ഉപ്പ് പടന്ന" എന്നും പേരുണ്ടായിരുന്നു. "ഉപ്പ് പടന്ന"യാണ് കാലക്രമത്തിൽ "പടന്ന"യായത്. സംഭരിച്ച, ഉപ്പ് സൂക്ഷിക്കുവാനോ അല്ലെങ്കിൽ

നേരത്തെ പറഞ്ഞതുപോലെ കടലായി അഴിക്കടുത്തു ഇറക്കിവെക്കുന്ന കച്ചവടച്ചരക്കുകൾ സൂക്ഷിക്കുവാനോ മറ്റോ ആയിരിക്കണം പാണ്ടികശാലകൾ പണിതിട്ടുണ്ടാവുക. കാനാമ്പുഴയുടെ കരയിൽ തന്നെയുള്ള "ഉരുവച്ചാൽ" എന്ന സ്ഥലനാമവും ഈ കാര്യത്തിൽ ചില സൂചനകൾ നൽകുന്നുണ്ട്. "ഉരു വെച്ച" സ്ഥലമാണത്രെ, ഉരുവച്ചാലായത്. പണ്ടുകാലത്ത് ജലമാർഗ്ഗം കച്ചവടച്ചരക്കുകൾ കൊണ്ടുപോകുവാനുപയോഗിക്കുന്ന ഒരു യാനമാണ് "ഉരു".

ഇതിനു പത്തേമാരി എന്നും പേരുണ്ട്. ഉരുവിൽ കൊണ്ടുവരുന്ന സാധനങ്ങൾ, പാണ്ടികശാലയിൽ ഇറക്കിവെച്ചതിനുശേഷം ഉരു പാർക്ക് ചെയ്യുന്ന സ്ഥലമായിരിക്കണം "ഉരുവെച്ച ചാൽ", അതു വാമൊഴി വഴക്കത്തിനനുസരിച്ച് ഉരുവച്ചാലായി. ഈ നാട്ടിലെ ആദിമ നിവാസികൾ കാനാമ്പുഴയുടെ കരയിൽ താമസിച്ചവരാണെന്ന് മുമ്പ് സൂചിപ്പിച്ചിട്ടുണ്ട്. എന്തു തന്നെയായാലും, ആഴത്തിൽ പരിശോധിച്ചാൽ മുൻകാല സംഭവങ്ങളുടെ ഒരുപാടു തെളിവുകൾ കാനാമ്പുഴയുടെ പരിസരത്തു നിന്നു കണ്ടെത്താൻ കഴിഞ്ഞേക്കും.

മേൽ വിവരിച്ചതുപോലെ തകർന്നുവീഴാറായ കുറുവപ്പാലത്തിനു പകരമായി പുതിയ ഒരു പാലം നിർമ്മിക്കുന്നതിനുവേണ്ടി 1945 കാലത്ത് ഇവിടെ നാട്ടുകാരുടേതായ പരിശ്രമം നടക്കുകയുണ്ടായി. മുൻസിപ്പാലിറ്റിയിലും ഗ്രാമപഞ്ചായത്തിലും ഉൾപ്പെടാത്ത കരാറിനകത്ത്, അറയ്ക്കലിൽനിന്ന് പിരിവുകാർ വന്ന ഭാരവും പാട്ടവും വാങ്ങിപ്പോകുന്നു എന്നല്ലാതെ, യാതൊരു വിധത്തിലുള്ള നിർമ്മാണപ്രവർത്തനങ്ങളും ഇവിടെ അവർ നടത്തിയിരുന്നില്ല. ഇപ്പോൾ കുറുവപ്പാലം നിലനിൽക്കുന്നതിന്റെ കുറച്ചു മുന്നിലായി മറ്റൊരു മരപ്പാലം നിർമ്മിക്കാനായി നാട്ടുകാർ തീരുമാനമെടുത്തു. തായത്ത് രാഘവൻ, ടി.പി കുഞ്ഞിരാമൻ, പി.കരുണാകരൻ, എ. ഗോവിന്ദൻ, ടി. ചന്തൻ റൈട്ടർ, കെ.കുഞ്ഞിരാമൻ മാസ്റ്റർ, മുതലായവരൊക്കെ ആ കമ്മിറ്റിയിൽ ഉണ്ടായിരുന്നു. പഴയ തലമുറയിലെ ചിലരുടെ ഓർമ്മപ്പുസ്തകത്തിൽ മായാതെ കിടക്കുന്ന ഒരാകസ്മിക സംഭവവും ആ പാലം നിർമ്മാണത്തോടനുബന്ധിച്ചു നടന്നിട്ടുണ്ട്. പുതിയ പാലത്തിന്റെ ഔപചാരികമായ ഉദ്ഘാടനവേളയിൽ പഴയപാലം പൊട്ടിവീണ്, ഉദ്ഘാടകനടക്കമുള്ള വിശിഷ്ട വ്യക്തികളൊക്കെ പുഴയിലെ ചെളിവെള്ളത്തിൽ പൂണ്ടുപോയതാണ് ആ ആകസ്മിക സംഭവം. പാലം പണിയുടെ ഉൽഘാടനചടങ്ങ് നടന്നത് കുറുവ വായനശാല നിലകൊള്ളുന്നതിന്റെ പിറക് വശത്തെ പൂഴിപ്പരപ്പിലായിരുന്നു. ആ സ്ഥലത്തിനു കാനാമ്പുഴ മണപ്പുറം എന്നാണു പറഞ്ഞു വരുന്നത്. "മണപ്പുറം" ആ പേര് സൂചിപ്പിക്കുന്നതുപോലെ തന്നെ വെളുവെളുപ്പും മിനുമിനുപ്പുമുള്ള പൂഴിമണൽ നിറഞ്ഞ ഒരു ചെറുമൈതാനമായിരുന്നു. നടക്കുമ്പോൾ കാലുകൾ ആണ്ടുപോകുന്ന തരത്തിൽ, പൂഴിയുടെ ഒരു കൂമ്പാരം തന്നെയായിരുന്നു മണപ്പുറം. വേലിയേറ്റസമയത്ത് കടലിൽനിന്ന് ഊക്കോടെ വെള്ളത്തിനൊപ്പം അടിച്ചു കയറുന്ന മണൽ, പുഴയുടെയും കായലുകളുടെയും പരിസരത്തുണ്ടാക്കുന്ന തിട്ടകളെയാണത്രെ മണപ്പുറം എന്നു

പറയുന്നത്. ഈ മണൽപ്പുറം കാനാമ്പുഴയിൽ നിന്നും ഏകദേശം നൂറു വാരയെങ്കിലും അകലെയാണു സ്ഥിതി ചെയ്യുന്നത്. ഇതിൽ നിന്നു മനസ്സിലാക്കാനാകുന്നത് മുമ്പ് വിവരിച്ചത് പോലെ കാനാമ്പുഴ, ഇന്നുള്ളതിലും വളരെയധികം വീതികൂടിയതായിരുന്നു എന്നു തന്നെയാണ്. പിന്നീട് പുഴ ചുരുങ്ങുകയോ, ചുരുക്കുകയോ ചെയ്തതുകൊണ്ടായിരിക്കണം മണപ്പുറത്തിനു കാനാമ്പുഴയിൽ നിന്നു ഇത്രയും അകലമുണ്ടാകാൻ കാരണം. കാനാമ്പുഴ വലുതായിരുന്നു എന്നതിന്റെ തെളിവ്, ഇവിടെ പറഞ്ഞുവരുന്ന ഒരുപമാവാചകമാണ്. ഇവിടെ വലിയ, ജലാശയത്തെയെല്ലാം "കാനാമ്പുഴ പോലെ" എന്നാണു പണ്ടുള്ളവർ പറയാറ്.

കുറുവ വായനശാല നിലകൊള്ളുന്ന ഈ മണപ്പുറം കരാറിനകത്തിന്റെ ചരിത്രത്തിൽ വളരെ പ്രാധാന്യമുള്ള ഒരു സ്ഥലമായിരുന്നു. അവിടെ ചക്കര തറവാട്ടുകാരുടെ ഒരു പലചരക്കുപീടിക, കെ.പി. കുഞ്ഞിരാമന്റെ ടീ സ്റ്റാൾ, ചന്തൂട്ടി സ്രാപ്പിന്റെ സ്വർണ്ണപ്പണിശാല, വി.സി. കുഞ്ഞിരാമന്റെ തുന്നൽ പീടിക, കുഞ്ഞിക്കണ്ണൻ വൈദ്യരുടെ തറിമരുന്നുശാല, മുത്തുസ്വാമിയുടെ മുടി മുറിക്കുന്ന പീടിക, കൂടാതെ പുഴമീനും, കടൽമീനും വിൽക്കുന്ന സ്ത്രീകളുടെ നീണ്ടനിര എന്നിവയെല്ലാമുള്ള ഒരു ചെറുകച്ചവടകേന്ദ്രമായിരുന്നു മണപ്പുറം. വായനശാലയുടെ പരിസരമെന്ന നിലയിൽ സാമൂഹ്യ സാംസ്കാരിക പ്രവർത്തനങ്ങളുടെയും, രാഷ്ട്രീയപ്രവർത്തനങ്ങളുടെയും കേന്ദ്രീകരണവും മണപ്പുറത്ത് വെച്ചായിരുന്നു നടന്നിരുന്നത്. എല്ലാ രാഷ്ട്രീയപ്പാർട്ടിക്കാരും പൊതുയോഗം വിളിച്ചുകൂട്ടുന്നത് മണപ്പുറത്തായിരുന്നു. കേരളത്തിലെ പ്രഗത്ഭരായ എത്രയോ രാഷ്ട്രീയ നേതാക്കന്മാരും സാംസ്കാരികനായകന്മാരും മണപ്പുറത്തു വന്നു പ്രസംഗിച്ചിട്ടുണ്ട്. അവരിൽ എ.കെ.ജി., ആർ. ശങ്കർ, എൻ.ഇ. ബലറാം, പി.പി. ഉമ്മർകോയ, ഈ. അഹമ്മദ്, സി.കെ. ചന്ദ്രപ്പൻ, പാമ്പൻ മാധവൻ, കെ.പി. ഗോപാലൻ, സി. കണ്ണൻ, ഒ. ഭരതൻ, പി.ആർ. കുറുപ്പ്, കാന്തലോട്ടു കുഞ്ഞമ്പു, പാട്യം ഗോപാലൻ, പി.എം. കുഞ്ഞിരാമൻ നമ്പ്യാർ, പി.ആർ. നമ്പ്യാർ, എം.വി. രാഘവൻ, സുകുമാർ അഴീക്കോട്, എസ്.കെ. പൊറ്റക്കാട്, എം.ടി. കുമാരൻ, പരയങ്ങാട്ടു കുഞ്ഞിരാമൻ തുടങ്ങിയവരൊക്കെ ഉൾപ്പെടുന്നുണ്ട്.

"നനച്ചവർക്ക് ചെരക്കുക"

മുത്തുസ്വാമിയുടെ ബാർബ്ബർഷോപ്പ് വരുന്നതിന്നു മുമ്പ് മണപ്പുറത്ത് മുടി മുറിച്ചിരുന്നത് പാരമ്പര്യമായി ആ തൊഴിലിലേർപ്പെട്ടിരുന്ന ഒരു രാമേട്ടനായിരുന്നു. പണ്ടുകാലത്തെ ഈ നാട്ടിലെ ബാർബ്ബർഷോപ്പ് എങ്ങനെയായിരുന്നുവെന്നു മനസ്സിലാക്കുന്നതിന്നുവേണ്ടി ആ കാര്യം കൂടി ഒന്നു വിശദമാക്കാം. എല്ലാംകൊണ്ടും ഇല്ലായ്മയുടെ കഥ പറയുന്ന ആ ബാർബ്ബർഷോപ്പിനു കെട്ടിടമോ, ഇരിക്കാൻ കസേരയോ ഉണ്ടായിരുന്നില്ല. ഒരു ക്ഷൗരക്കത്തിയും അതു ആരം വെപ്പിക്കുന്ന ഒരു "ബംഗക്കല്ലും" (വെള്ളാരം കല്ല്) മാത്രമായിരുന്നു രാമേട്ടന്റെ ബ്യൂട്ടിസലൂണിലെ പണിയായുധങ്ങൾ. കസേരയായി ഉപയോഗിച്ചിരുന്നത് വായനശാലയുടെ പിറകിലെ തടിപോയ ഒരു

തെങ്ങിൻ "കുണ്ട"യായിരുന്നു. ആ തെങ്ങിൻ കുണ്ടമേൽ ആവശ്യക്കാരെ കയറ്റിയിരുത്തിയായിരുന്നു രാമേട്ടൻ കൈക്രിയകൾ ചെയ്തിരുന്നത്. ഇന്നത്തെപ്പോലെ മുടിമുറിക്കുമ്പോൾ തുണി പുതപ്പിക്കലൊന്നും അവിടെ പതിവില്ല. മുറിക്കുന്ന മുടി മുഴുവൻ കൈകളിലും കാലുകളിലും വന്നു വീണുകൊണ്ടിരിക്കും. മുടി പദം വരുത്തുവാൻ കുപ്പിയിൽ വെള്ളം കൊണ്ടു വന്നു സൂക്ഷിക്കുന്ന പതിവും രാമേട്ടനില്ല. അതു അപ്പപ്പോൾ അടുത്തുള്ള തോട്ടിൽ നിന്നും കൈകൊണ്ടു കോരി ഒഴിക്കുകയാണു ചെയ്തിരുന്നത്. ആവശ്യക്കാർ മുടി നനച്ചു പദം വരുത്തി വരണമെന്നു രമേട്ടൻ നിർബന്ധിക്കാറുണ്ട്. മുടി നനച്ചു വരുന്നവർക്കാണ് മുടി മുറിയിൽ മുൻഗണന. മുടി നനക്കാതെ വരുന്നവരുടെ സ്ഥാനം എപ്പോഴും പിറകിലുമായിരുന്നു "നനച്ചവർക്ക് ചെരക്കുന്നവൻ" എന്ന പഴഞ്ചൊല്ലുണ്ടാകുന്നത് ഈ മുടി മുറിയിലെ അവഗണന കൊണ്ടാണത്രെ. ക്ഷുരകവൃത്തിക്കാണു ഇവിടെ ചെരക്കൽ എന്നു പറയുന്നത്. പ്രമാണിമാരൊക്കെ രാമേട്ടനെ വീട്ടിൽ വരുത്തിയാണു തങ്ങളുടെ തല മുണ്ഡനം ചെയ്യിച്ചിരുന്നത്. അതിനുള്ള അധികാരങ്ങളൊക്കെ ചാതുർവർണ്ണ്യവ്യവസ്ഥയുടെ പിൻബലത്തിൽ അവരിൽ നിക്ഷിപ്തമായിരുന്നു. ആവശ്യക്കാരെക്കണ്ടാൽ വഴിയിൽവെച്ചായാലും രാമേട്ടൻ അടുത്തുള്ള മാവിൻമറവിലോ, പൊന്തക്കാട്ടിലോ ഇരുത്തി കാര്യം സാധിച്ചു കൊടുക്കുമായിരുന്നു. രാമേട്ടന്റെ മുടിമുറിയെ ലബ്ബമാർ ആടിനെ അറുക്കുന്നത് പോലെയെന്നാണത്രെ നാട്ടുകാർ വിശേഷിപ്പിക്കാറ്.

പന്തിഭോജനം

പണ്ടുകാലത്ത് ഈ മണപ്പുറത്തു നടമാടിയ കുപ്രസിദ്ധമായ അയിത്താചരണത്തെപ്പറ്റി ഈ പുസ്തകത്തിൽ മുമ്പൊരു സന്ദർഭത്തിൽ പ്രതിപാദിച്ചുവല്ലോ? അതേ സ്ഥലത്ത് വെച്ചുതന്നെയാണു നവോത്ഥാനത്തിന്റെ കൊമ്പുവിളിയുമുയർന്നു കേട്ടത്. കരാറിനകത്ത് ആദ്യമായി പന്തിഭോജനം നടന്നത് ഈ മണപ്പുറത്തുവെച്ചായിരുന്നു. ശ്രീനാരായണ ഗുരുജയന്തിക്ക്, കുറുവ വായനശാലയുടെ നേതൃത്വത്തിൽ പായസദാനം നടത്തുന്ന വേളയിലാണ് പന്തിഭോജനത്തിനുള്ള അവസരമൊരുങ്ങിയത്. അതുവരെ പൊതുസമൂഹത്തിന്റെ പുറംപോക്കിൽ നിർത്തിയിരുന്ന ഹരിജൻ സമുദായക്കാരെ അവരുടെ കുടിലിൽനിന്നു നിർബന്ധിച്ച് കൂട്ടിക്കൊണ്ടുവന്നാണു പന്തിഭോജനത്തിൽ പങ്കാളികളാക്കിയത്. നാനാജാതിമതസ്ഥരെയും ഒരുമിച്ചിരുത്തി, നിലത്ത് കുഴി കുത്തി, ഇല വെച്ച്, പായസം വിളമ്പിക്കുടിക്കുന്നതോടെ, വളരെക്കാലമായി ചെയ്തു പോന്നിരുന്ന ഒരു വലിയ തെറ്റിനു പ്രായശ്ചിത്തമാകുകയായിരുന്നു. പായസം വിളമ്പുന്നതിന്നു മുമ്പ് ശ്രീ നാരായണഗുരുവിന്റെ ചിത്രം ഉയർത്തിപ്പിടിച്ച്, "ഒരു ജാതി, ഒരു മതം, ഒരു ദൈവം മനുഷ്യന്, മതമേതായാലും മനുഷ്യൻ നന്നായാൽ മതി" തുടങ്ങിയ മന്ത്രങ്ങളുമുരുവിട്ടുകൊണ്ടു കൂട്ടം ചേർന്ന് കരാറിനകം പ്രദക്ഷിണം വെക്കുകയും ചെയ്തിരുന്നു. പ്രദക്ഷണത്തിനുശേഷം വായനശാലാപരിസരത്ത് പൊതുയോഗവുമുണ്ടായിരുന്നു. തായത്തു രാഘവൻ, കെ.പി. കറുവൻ മാസ്റ്റർ, എൻ.വി. അനന്തൻ മാസ്റ്റർ തുടങ്ങിയവരായിരുന്നു പ്രാസംഗികർ.

ഹരിജൻ സമുദായത്തിൽനിന്നും അന്നു പന്തിഭോജനത്തിൽ പങ്കെടുത്തവരിലൊരാൾ പിൽക്കാലത്ത് എടക്കാടു പഞ്ചായത്ത് മെമ്പറായിരുന്ന കല്ലേൻ അച്യുതനായിരുന്നു.

പാലം പണിയുടെ ഉദ്ഘാടനയോഗത്തിന്റെ അധ്യക്ഷൻ ഏ.കെ.നായരായിരുന്നു. ഉല്പതിഷ്ണു, വ്യവസായി, രാഷ്ട്രീയക്കാരൻ, പ്രാസംഗികൻ എന്നീ നിലകളിലെല്ലാം ലബ്ധപ്രതിഷ്ഠനായിരുന്നു ഏ.കെ. നായർ. കണ്ണൂരിലെ പ്രമുഖ നെയ്ത്തുകമ്പനികളിലൊന്നായ, രാജേശ്വരി വീവിങ്ങിന്റെ ഉടമസ്ഥനായ ഏ.കെ. നായരെ "രാജേശ്വരി" എന്നും വിളിക്കാറുണ്ട്. കുറുവപ്പാലത്തിനു സമീപമുള്ള പടന്ന എന്ന സ്ഥലത്തെ വിശാലമായ തെങ്ങിൻതോപ്പും കയ്പ്പാടും അന്നു രാജേശ്വരിയുടെ കൈവശമായിരുന്നു. ടി.പി. കുഞ്ഞിരാമനായിരുന്നു യോഗത്തിൽ സ്വാഗതഭാഷണം നടത്തിയത്. ഉദ്ഘാടനയോഗത്തിനുശേഷം വിശിഷ്ട വ്യക്തികളും കമ്മിറ്റിക്കാരും പഴയപാലത്തിൽ നിന്നുകൊണ്ടു പുതുതായി നിർമ്മിക്കാൻ പോകുന്ന പാലത്തിന്റെ സ്ഥലവും പരിസരവും വീക്ഷിക്കുകയായിരുന്നു. അപ്പോഴതാ "പട പട" ശബ്ദത്തോടെ പാലം പൊട്ടിയമരുന്നു. പാലത്തിനു മുകളിൽ നിന്നവരെല്ലാം പുഴയിൽ വീണു. കോട്ടും സൂട്ടും ടൈയുമൊക്കെ ധരിച്ച വിശിഷ്ട വ്യക്തികളെല്ലാം ചെളിവെള്ളത്തിൽ അമർന്നു. ഭാഗ്യവശാൽ ആർക്കും പരുക്കൊന്നും പറ്റിയില്ല. വയലിൽ പണിയെടുക്കുന്ന കർഷകതൊഴിലാളികളെപ്പോലെയാണു പലരും പുഴയിൽ നിന്നും കേറിവന്നത്.

വീണ്ടും നമുക്ക് കെ.പി. അച്യുതനിലേക്കു തിരിച്ചുചെല്ലാം! മേൽ സൂചിപ്പിച്ചതു പോലെ ഒരു ബാലികേറാമലപോലെ അതിസങ്കീർണ്ണമായിരുന്ന തോണിയോട്ടുമൊട്ട-കാനാമ്പുഴ റോഡ്. പാലത്തിനുവേണ്ടി നാട്ടുകാർ മുട്ടാത്ത വാതിലുകളില്ല. അവർ നിരന്തരം രാഷ്ട്രീയക്കാരുമായും ഭരണകർത്താക്കളുമായും ബന്ധപ്പെട്ടുകൊണ്ടിരുന്നുവെങ്കിലും ലക്ഷക്കണക്കിനു റുപ്പികയുടെ ചെലവ് വരുന്ന ബൃഹത്തായ പദ്ധതിയായതുകൊണ്ട് എല്ലാവരും നിസ്സഹായത പ്രകടിപ്പിച്ചുകൊണ്ടു മാറിനിൽക്കുകയായിരുന്നു.

അപ്പോഴാണു ഒരു നിമിത്തംപോലെ, 1960ലെ നിയമസഭാതിരഞ്ഞെടുപ്പിൽ മത്സരിക്കുന്നതിനുവേണ്ടി, കേരളത്തിലെ പ്രമുഖ കോൺഗ്രസ്സ് നേതാവും, പിൽക്കാലത്ത് കേരളത്തിന്റെ മുഖ്യമന്ത്രിവരെ ആയിട്ടുള്ള ശ്രീ. ആർ. ശങ്കർ കണ്ണൂർ മണ്ഡലത്തിൽ മത്സരിക്കുവാൻ വരുന്നത്. ആ തിരഞ്ഞെടുപ്പിൽ കണ്ണൂർ മണ്ഡലത്തിലെ ആർ. ശങ്കറിന്റെ ചീഫ് ഏജന്റായി നിയോഗിക്കപ്പെട്ടതു കെ.പി. അച്യുതനെയായിരുന്നു. സംസ്ഥാനനിലവാരമുള്ള എത്രയോ കൊലകൊമ്പൻ നേതാക്കന്മാർ കണ്ണൂരിൽ കോൺഗ്രസ്സിൽ ഉള്ളപ്പോഴാണ് കരാറിനകക്കാരനായ കെ.പി. അച്യുതനെ ആ സ്ഥാനമേല്പിക്കുന്നതെന്നോർക്കണം. കെ.പി. അച്യുതനെ ആ സ്ഥാനം ഏൽപ്പിക്കുന്നതാകട്ടെ കായ്യത്ത് ദാമോദരനുമായിരുന്നു. വ്യവസായ പ്രമുഖനായ കായ്യത്ത് ദാമോദരനായിരുന്നു ആ കാലത്തു കണ്ണൂരിലെ ജനങ്ങളുടെ സങ്കൽപ്പത്തിലെ പണക്കാരന്റെ അളവുകോൽ. എല്ലാവർക്കും കായ്യത്ത് ദാമോദരനാകാനായിരുന്നു ആഗ്രഹം.

നിത്യഖദർധാരിയായ കെ.പി. അച്യുതൻ, ഒരു ബാഗും തോളിൽ തിരുകി ശങ്കറിന്റെകൂടെ തെരുവായ തെരുവുകളൊക്കെ സഞ്ചരിച്ച് വോട്ടഭ്യർത്ഥിച്ചു. "പുതിയതെരു, രാമതെരു, പട്ടുവത്തെരു, ആയിത്തെരു, ചാലിയത്തെരു, പട്ടാണിത്തെരു, ലബ്ബത്തെരു, തായത്തെരു, ദോബിത്തെരു തുടങ്ങി ചില്ലാനം തെരുവുകളൊന്നുമല്ലല്ലോ കണ്ണൂരിലുള്ളത്? എണ്ണിയാലൊടുങ്ങാത്ത നെയ്ത്തു, ബീഡി കമ്പനികളും, മാർവ്വാടിസേട്ടുമാരുടെ ബംഗ്ലാവുകളും കേയിമാരുടെ കൊട്ടാരങ്ങളും കടപ്പുറത്തെ ഉണക്കമീൻ മണക്കുന്ന കുടിലുകളിലുമൊക്കെ കാള ചിഹ്നത്തിൽ വോട്ടുതേടിക്കൊണ്ട് കെ.പി. അച്യുതൻ കയറിയിറങ്ങി. ആ തിരഞ്ഞെടുപ്പിൽ ശങ്കർ സി. കണ്ണനെ വലിയ മാർജിനു തോല്പിച്ചുകൊണ്ട് അസംബ്ലിയിലെത്തി. കേരളത്തിന്റെ ധനകാര്യമന്ത്രിയായി. ശങ്കറുമായി ഇത്തരത്തിലുള്ള ഗാഢബന്ധം സ്ഥാപിക്കാൻ കഴിഞ്ഞതാണ് മേൽസൂചിപ്പിച്ച നിമിത്തം.

മന്ത്രിയായതിനു ശേഷം ശങ്കർ, തന്നെ വിജയിപ്പിച്ച നാട്ടുകാരെ കാണാൻ കണ്ണൂരിൽ വന്നു, കരാറിനകക്കാരുടെ വകയായി, കുറുവ വായനശാലാപരിസരത്ത് ശങ്കറിന് ഒരു സ്വീകരണവും ഏർപ്പാടാക്കി. ആ സ്വീകരണയോഗത്തിൽ വെച്ച് നാട്ടുകാരുടേതായ ഒരു നിവേദനം കെ.പി. അച്യുതൻ ശങ്കറിന് സമർപ്പിച്ചു. കാനാമ്പുഴക്ക് ഒരു റോഡ് പാലം നിർമ്മിച്ച് തോട്ടട ഹൈവെയിൽനിന്നു കുറുവ വഴി, കണ്ണൂർ ടൗണിലേക്കുള്ള വാഹനഗതാഗതം സാധ്യമാക്കിത്തരണമെന്നായിരുന്നു ആ നിവേദത്തിന്റെ ഉള്ളടക്കം. ആ നിവേദനത്തിലെ ആവശ്യം ശങ്കർ കാര്യമായി പരിഗണിക്കുകയും താമസിയാതെ അതിനുള്ള തുക അന്നത്തെ ഗവൺമെന്റിനെക്കൊണ്ട് അലോട്ടു ചെയ്യിക്കുകയും ചെയ്തു. തുടർന്ന് അന്നത്തെ പൊതുമരാമത്ത് മന്ത്രിയായിരുന്ന പി.പി. ഉമ്മർകോയ കരാറിനകത്ത് വരികയും തോണിയോട്ടുമൊട്ട കാനാമ്പുഴ റോഡിന്റെയും, കുറുവപ്പാലം നിർമ്മാണത്തിന്റെയും പണിക്കു തുടക്കം കുറിക്കുകയും ചെയ്തു. ആർ. ശങ്കറിന്റെ ഭരണകാലത്താണ് കരാറിനകക്കാരുടെ ചിരകാല അഭിലാഷമായിരുന്ന തോണിയോട്ടുമൊട്ട കാനാമ്പുഴപ്പാലം വഴി സിറ്റിയിലേക്കുള്ള വാഹനഗതാഗതം സാധ്യമാകുന്നത്. തുടക്കംമുതൽ അതിന്റെ പൂർത്തീകരണംവരെ ശാരീരികമായും ബുദ്ധിപരമായും സേവനമനുഷ്ഠിച്ചവർ നിരവധിയാണ്. അവരിൽ കെ.പി. അച്യുതനെപ്പോലെതന്നെ, മറ്റു പലരീതിയിലും പങ്കുവഹിച്ച ചിലരെക്കൂടി അനുസ്മരിക്കാം. ടി.പി. കുഞ്ഞിരാമൻ, പി. കരുണാകരൻ, ആയാടത്തിൽ ഗോവിന്ദൻ, പി.സി. ഭരതൻ മാസ്റ്റർ, ടി. ചന്തൻ റൈറ്റർ, കെ.പി. ഗോവിന്ദൻ, കൂവക്കായി കണ്ണൻ, ആയത്താൻ അനന്തൻ മാസ്റ്റർ, ചെറുവരിക്കണ്ടി കുഞ്ഞിരാമൻ വൈദ്യർ, കാളികലഗോപാലൻ, ആയാടത്തിൽ അച്യുതൻ, സി.പി. കൃഷ്ണൻ, എം.കെ. ഭരതൻ, ചക്കരകൊക്കേൻ കൃഷ്ണൻ, പി.സി. മാധവൻ, ആയാടത്തിൽ മുകുന്ദൻ, എ. അനന്തൻ മാസ്റ്റർ തുടങ്ങിയവർ അവരിൽ ചിലരാണ്. ആർ. ശങ്കറിന്റെ ഭരണകാലത്തുതന്നെയാണ് ഇവിടെ വൈദ്യുതവൽക്കരണപ്രവർത്തനത്തിനും തുടക്കം കുറിക്കുന്നത്. മേൽപ്പറഞ്ഞവരൊക്കെത്തന്നെയാണ് അതിന്റെയും പ്രധാന പ്രവർത്തകർ.

ആ പ്രവർത്തനത്തിന്റെ സൂത്രധാരത്വം വഹിച്ചത് ആയാടത്തിൽ മുകുന്ദനായിരുന്നു. കെ.പി. അച്യുതനെപ്പോലെ ഉന്നതങ്ങളിൽ പിടിപാടുള്ളയാളായിരുന്നു ആയാടത്തിൽ മുകുന്ദൻ. യുവാവായ മുകുന്ദൻ ഈ നാട്ടിൽ വെളിച്ചമെത്തിക്കുന്നതിനുവേണ്ടി ഭരണാധികാരികളുമായി നിരന്തരം എഴുത്തുകുത്തുകളിലൂടെയും നേരിട്ടും ചെന്ന് ബന്ധപ്പെട്ടുകൊണ്ടിരുന്നു. അതുകൊണ്ടുകൂടിയാണ് ഇവിടെ 1960-ന്റെ തുടക്കത്തിൽതന്നെ വൈദ്യുതവിളക്കുകകൾ കത്താൻ കാരണം. പിൽക്കാലത്ത് കരാറിനകത്തുനിന്നു ടൗണിലേക്ക് താമസം മാറ്റിയ മുകുന്ദൻ അവിടെയും സാമൂഹ്യരംഗങ്ങളിൽ മാതൃകാപരമായ പ്രവർത്തനങ്ങൾ കാഴ്ചവെച്ചിരുന്നു. വളരെക്കാലം കണ്ണൂർ നഗരസഭാംഗമെന്ന നിലയിൽ നല്ല പ്രവർത്തനം കാഴ്ച വെച്ച മുകുന്ദനെ രാഷ്ട്രീയ ഭേദമന്യേ ജനങ്ങൾ അംഗീകരിച്ചിട്ടുണ്ട്. അതിന്റെ തെളിവാണ് മരണശേഷം കണ്ണൂർ ടൗണിൽ അദ്ദേഹത്തിന്റെ നാമധേയത്തിൽ ഒരു റോഡും ഒരു ബസ്സ് ഷെൽട്ടറും നിലകൊള്ളുന്നുവെന്നത്. കണ്ണൂർ ടൗണിൽ സ്മാരകങ്ങളുള്ള മറ്റു രണ്ടു കരാറിനകക്കാർ, ഒരാൾ പാമ്പൻ മാധവനും മറ്റേയാൾ കാനോത്തു ചന്ദനുമാണ്.

ഇലക്ട്രിസിറ്റി വരുന്നതിനെ സംശയത്തോടെ നോക്കിക്കണ്ടവരുമുണ്ടായിരുന്നു, ഇവിടെ. സംഘാടകരിൽ ചിലരുടെ താൽപര്യത്തിനു വേണ്ടിയാണ് ഇലക്ട്രിസിറ്റി വരുന്നതെന്നായിരുന്നു ചിലരുടെ പ്രചരണം. അവരിൽ ഒരാൾ വൈദ്യുതി വരുന്നതിനെ എതിർക്കാൻ വേണ്ടിപ്പറഞ്ഞ കാരണം രസാവഹമായിരുന്നു. "രാത്രി ഊണു കഴിക്കുമ്പോൾ ചോറുരുള വായിലിടുന്ന സമയത്തായിരിക്കും കറണ്ട് പോവുക. അപ്പോൾ ആഹാരത്തിന് വിഘ്നം വരില്ലേ?" എന്നായിരുന്നു അയാളുടെ ശങ്ക! നല്ലകാര്യം തുടങ്ങുമ്പോൾ ഇങ്ങനെ നമ്പൂതിരിശങ്ക വെച്ച് പുലർത്തുന്നവർ എല്ലാ നാട്ടിലും എല്ലാ കാലത്തും ഉണ്ടായിരുന്നു. കെ.പി. അച്യുതന് ഉന്നതരുമായി ഉണ്ടായിരുന്ന സുഹൃദ്ബന്ധം ഇവിടുത്തെ ഒരു പ്രധാന നിർമ്മാണപ്രവർത്തനത്തിന് ഉപയോഗപ്പെട്ടതുപോലെ ഈ നാടിന് ഒരു അയൽപ്രദേശവുമായി ഏർപ്പെടേണ്ടി വന്ന അസുഖകരമായ ഒരു സംഘർഷത്തിനു പരിഹാരം കാണാനും ഉപയോഗപ്പെട്ടിരുന്നു. അതുകൂടി വിവരിക്കാം: കുംഭമാസമായാൽ കൊടുങ്ങല്ലൂർ ഭരണിക്കുപോകുന്ന പടിഞ്ഞാറൻഭാഗങ്ങളിലെ തീർത്ഥാടകരുടെ യാത്രാവഴി കുറുവയിലൂടെയായിരുന്നു.

സ്ത്രീകളും കുട്ടികളുമടങ്ങുന്ന ആ, തീർത്ഥാടകസംഘം "ഹോയ്... നടഹോയ്, നടഹോയ് നടാ .... എന്ന വായ്ത്താരി ഇട്ടുകൊണ്ടായിരുന്നു യാത്രചെയ്തിരുന്നത്. ദിഗന്തങ്ങൾ ഭേദിക്കുമാറുച്ചത്തിലുള്ള അവരുടെ വായ്ത്താരി ജാഥയിലെന്നപോലെ, ഒരാൾ വിളിച്ചുകൊടുക്കുകയും, മറ്റുള്ളവർ ഏറ്റു വിളിക്കുകയുമാണ് പതിവുരീതി. കുംഭമാസം ഈ തീർത്ഥാടകർ വായ്ത്താരിയിട്ട് കടന്നുപോകുന്ന ദിവസം, അക്ഷരാർത്ഥത്തിൽ ഈ നാട് ഒന്നു ഞെട്ടുകതന്നെ ചെയ്യും. തോണിയോട്ടുമൊട്ട കയറുന്നതുവരെ ഇവരുടെ നടഹോയ് വിളി നാടെങ്ങും അലയൊലി കൊള്ളുമായിരുന്നു. ഈ "നട ഹോയ്" വിളി ഇവിടുത്തെ ചില ചെറുപ്പക്കാർ, അന്യ

നാട്ടുകാരുടെ നേരെ പരിഹാസരൂപേണ വിളിച്ചു എന്നതിന്റെ പേരിൽ, 1950 കാലഘട്ടത്തിൽ ഈ നാട്ടുകാർക്ക് അയൽപ്രദേശമായ തയ്യിൽ കടപ്പുറം ഭാഗങ്ങളിലുള്ളവരുമായി ഒരു വലിയ സംഘട്ടനത്തിൽ ഏർപ്പെടേണ്ടി വന്നു.

തോണിയോട്ടു ക്ഷേത്രത്തിലെ ഉത്സവത്തിന് "കാപ്പിച്ചന്ത" ഒരുക്കുന്നതിനുവേണ്ടി മുളകളും ഓലകളും ചുമന്നുകൊണ്ടു കടപ്പുറം ഭാഗത്തെ ചിലർ കാനാമ്പുഴ കടന്ന് കുറുവയിലൂടെ നടന്നുപോകുകയായിരുന്നു. ഓലകളും മുളകളും കെട്ടുകളാക്കി, ചുമലിൽ വെച്ചായിരുന്നു അവരുടെ യാത്ര. ആ സമയം കുറുവവയലിൽ വെള്ളരി നടുകയായിരുന്ന ചില ചെറുപ്പക്കാർ, നടഹോയ് വിളിച്ചുകൊണ്ട് ആ യാത്രക്കാരെ എതിരേറ്റു. ആവർത്തിച്ചാവർത്തിച്ചുള്ള ഈ നടഹോയ് വിളി, തങ്ങളെ പരിഹസിക്കുന്നതാണെന്നു മനസ്സിലാക്കിയ യാത്രക്കാർ അപ്പോൾ പ്രതികരിക്കാനൊന്നും തയ്യാറാവാതെ, മനസ്സിൽ നീരസം വെച്ചുകൊണ്ട് തോണിയോട്ടുമൊട്ട ലക്ഷ്യമാക്കി നടന്നുപോയി. പ്രതികാരദാഹം ഉള്ളിലുള്ള അവർ ഉത്സവം കഴിഞ്ഞ് ചന്തയും പൊളിച്ച് തിരികെ വരുമ്പോൾ അതിനു പകരം വീട്ടി. നടഹോയ് വിളിച്ച് പരിഹസിച്ചവരിലെ ഒരു ഗോപാലനെ കുറുവ വയൽകരയിൽ വെച്ച് കണ്ടുമുട്ടി. ഉടനെ അവർ ഗോപാലനെ വളഞ്ഞിട്ടു മർദ്ദിക്കുവാൻ തുടങ്ങി. അടികൊണ്ടു ഗോപാലൻ നിലത്തുവീണു പിടഞ്ഞു. കളരിയഭ്യാസികളും കടലിൽ തണ്ടുവലിക്കുവന്നവരുമായ പപ്പു, വാസു എന്നീ അരോഗദൃഢഗാത്രരായ രണ്ടു ചെറുപ്പക്കാരാണു ഗോപാലനെ അടിച്ചുവീഴ്ത്തിയത്. അപ്പോൾ സംഭവം കണ്ടുനിന്ന നാട്ടുകാർക്കൊന്നും അടിക്കാരെ നേരിടാനുള്ള "പാങ്ങി"ല്ലായിരുന്നു. അതിക്രൂരമായ നിലയിൽ അടിയേറ്റുവാങ്ങിയ ഗോപാലൻ നിലത്തുകിടന്നു പിടഞ്ഞു. അടിക്കാർ ഒന്നും സംഭവിച്ചില്ല എന്ന മട്ടിൽ കുപ്പായത്തിന്റെ കൈയ്യും തെറുത്തുകേറ്റി മീശയും "പിരിച്ച്" വായനശാലയുടെ മുന്നിലൂടെ സാവകാശം നടന്നുപോകുകയും ചെയ്തു. ഗോപാലൻ അടികൊണ്ടുവീണ വിവരം കാട്ടുതീപോലെ നാടൊട്ടുക്കും പരന്നു. കുറുവപ്പാറയിൽ ശീട്ടുകളിക്കുന്നവരും, വയലിൽ ഫുട്ബോൾ കളിച്ചുകൊണ്ടിരിക്കുന്നവരും സംഭവമറിഞ്ഞ് കൂട്ടം കൂട്ടമായി ഗോപാലനെ അടിച്ചവരെ ലക്ഷ്യമാക്കി പിന്നാലെ കുതിച്ചുചെന്നു. അപ്പോൾ അടിക്കാർ കാനാമ്പുഴയ്ക്കടുത്തുള്ള പൂഴിപ്പരപ്പിലെത്തിയതേയുണ്ടായിരുന്നുള്ളൂ. വന്നവർ വന്നവർ ചുറ്റും നിന്ന് അടിക്കാരുമായി സംഘട്ടനത്തിൽ ഏർപ്പെട്ടു. അടിക്കാരും വിട്ടുകൊടുത്തില്ല. അവർ നിട്ടാട്ടം നിടുനിട്ടാട്ടം വടാട്ടം വടവട്ടാട്ടവും ചൂണ്ടുമർമ്മവും വട്ടം തിരിപ്പുമൊക്കെ പഠിച്ചവരായിരുന്നു. പോരാതെ മത്തഗജമൊത്ത മല്ലന്മാരുമായിരുന്നു. മുപ്പതു മിനിട്ടോളം നീണ്ട പൂഴി പാറിയ അടി നടന്നു. അവസാനം ആൾബലത്തിന് മുമ്പിൽ അഭ്യാസികൾക്ക് അടിയറവ് പറയേണ്ടി വന്നു. അടികൊണ്ടു പരവശരായ അവർ വേച്ചുവേച്ചു നടന്ന് കാനാമ്പുഴ കടന്നു പോകുകയും ചെയ്തു. കടപ്പുറത്തെ അഭ്യാസികളെ അടിച്ചോടിച്ച വിവരം ക്ഷണനേരംകൊണ്ടു നാടുമുഴുവൻ പരന്നു. നാട്ടിലെ ചെറുപ്പക്കാരുടെ വീരശൂരപരാക്രമത്തെപ്പറ്റിയുള്ള കഥകൾ കേട്ട് ജനങ്ങൾ അഭിമാനവിജൃംഭിതരായി. അടിയിൽ പങ്കെടുത്തവരൊക്കെ തങ്ങൾ

ചെയ്ത വീരകൃത്യത്തെപ്പറ്റി പൊടിപ്പും തൊങ്ങലും വെച്ചു നാട്ടുകാരോടു വിശദീകരിച്ചു. പൊക്കം കുറഞ്ഞ ഒരാൾ എതിരാളിയുടെ മുഖത്തു തന്നെ അടിക്കണമെന്നു തോന്നിയിട്ടു അടുത്തുള്ള കിളക്കുമേൽ കയറി നിന്നിട്ടാണത്രെ കാര്യം സാധിച്ചത്. അങ്കം ജയിച്ച ചേകവന്മാരെപ്പോലെയാണ് നാട്ടുകാർ അടിയിൽ പങ്കെടുത്ത ചെറുപ്പക്കാരെ എതിരേറ്റത്.

പണ്ടുകാലത്ത് അടിക്കാർക്കു വലിയ മതിപ്പായിരുന്നു. അടിക്കാരുടെ കൂടെ നടക്കുവാനും, അവരുടെ വീരകഥകൾ പെരുപ്പിച്ചു പറയുവാനും പലർക്കും വലിയ താൽപര്യമായിരുന്നു. അടിക്കാർക്ക് ഏറ്റവും കൂടുതൽ ആദരവ് കിട്ടുന്ന സ്ഥലം ഉത്സവപ്പറമ്പായിരുന്നു. അവിടെ എല്ലാ ചായചന്തകളിലും അവർക്ക് ഭക്ഷണം ഫ്രീയായിരുന്നു. പ്രായം കുറഞ്ഞവരെപ്പോലും, അവർ അടിക്കാരാണെങ്കിൽ "ഏട്ടൻ" എന്നേ വിളിക്കുകയുള്ളൂ. അടിക്കാരെ അവരുടെ വേഷവിധാനം നോക്കിയാണു മനസ്സിലാക്കുന്നത്. തുട കാണത്തക്കവിധം മുണ്ടു മടക്കിക്കെട്ടൽ, കുപ്പായത്തിന്റെ കൈ-ഭുജം വരെ തെറുത്തു കേറ്റൽ, മസ്സിൽ പ്രദർശിപ്പിച്ചു നെഞ്ചുവിരിച്ചുള്ള നടത്തം. കഴുത്തിലൊരു ഉറുമാൽ കെട്ട്. ഇവയൊക്കെ ഒരാളിൽ കാണുമ്പോൾ അയാൾ അടിക്കാരനാണെന്നു മനസ്സിലാക്കാം. ആണ്ടിയേട്ടൻ അടിക്കാരനാണെന്നു ആണ്ടിയേട്ടൻ തന്നെ പറഞ്ഞു നടന്ന കഥ കേട്ടിട്ടുണ്ട്. തയ്യിൽ കടപ്പുറത്തെ നിറഞ്ഞ കായികാഭ്യാസികളായവരെ അടിച്ചോടിച്ച വീരകഥകേട്ട് നാട്ടുകാരുടെ അന്തരംഗം അഭിമാനപൂരിതമായിക്കൊണ്ടിരിക്കുന്ന വേളയിൽത്തന്നെ, തയ്യിൽ നിന്നുള്ള കിടിലം കൊള്ളിക്കുന്ന ഒരു വാർത്തയും കരാറിനകത്തു എത്തിച്ചേർന്നു. അന്നു പുലർച്ചേ തയ്യിൽ കടപ്പുറത്തുനിന്നു കടലിൽ പോയ തോണിക്കാരാരും തിരിച്ചു വീട്ടിൽ പോയില്ല എന്നും, കരക്കിറങ്ങിയയുടനെ മുഴുവൻ നാട്ടുകാരെയുംകൂട്ടി തണ്ടും പങ്കായവും മറ്റു കിട്ടാവുന്ന ആയുധങ്ങളുമെടുത്ത് കരാറിനകത്തെ ആക്രമിക്കാൻ പുറപ്പെട്ടിരിക്കുന്നു എന്നുമായിരുന്നു ആ കിടിലൻ വാർത്ത. വാർത്ത തികച്ചും വാസ്തവമായിരുന്നു. ഇരുനൂറിൽപരം വരുന്ന ജനക്കൂട്ടം പടയോട്ടക്കാരെപ്പോലെ, ആയുധങ്ങളും ഉയർത്തിപ്പിടിച്ച് കരാറിനകക്കാരെ മുഴുവൻ വെല്ലുവിളിച്ചുകൊണ്ടു, കാനാമ്പുഴ ലക്ഷ്യമാക്കി നീങ്ങി. ആരാടാ, എന്താടാ, അമ്മച്ചീന്റെ മുല കുടിച്ചവൻ വാടാ, കടലമ്മയുടെ മക്കളോടു കളിക്കാൻ നിങ്ങളായോടാ, നിങ്ങളെ അമ്മച്ചി ചത്താൽ പായയ്ക്ക് വരേണ്ടത് തയ്യിലാടാ, എന്നൊക്കെയുള്ള ഭീഷണികളും തെറിവാക്കുകളും വിളിച്ചുപറഞ്ഞു കൊണ്ടായിരുന്നു അവരുടെ വരവ്. കരാറിനകത്തുള്ള ആബാലവൃദ്ധം ജനങ്ങൾക്കും തെക്കൻ ശൈലിയിലുള്ള തെറിവാക്കുകൾ സൗജന്യമായി കിട്ടുന്നതും അന്നായിരുന്നു. എന്തിനും തയ്യാറായിവന്ന അവർ പടന്നയിലെ പൂഴിപ്പരപ്പിൽ കേന്ദ്രീകരിച്ച് കുറുവപ്പാലം ഇറങ്ങി വരുന്നവരേയും അങ്ങോട്ടു പോകുന്നവരെയും അടിച്ചോടിക്കാൻ തുടങ്ങി. വൃദ്ധരെന്നോ രോഗികളെന്നോ നോക്കാതെ യാത്രപോകുന്നവർക്കെല്ലാം അടി കിട്ടി. കയ്യില് കുത്തി വിൽക്കാൻ പോകുന്ന ആശാരിക്കും, ഓലക്കുട വില്ക്കാൻ പോകുന്ന പടുവൃദ്ധനായ ഗുരുക്കൾക്കും അടികിട്ടി. അവരൊന്നും കരാറിനകക്കാരായിരുന്നുമില്ല. അടിപേടിച്ച് കരാറിനകക്കാരാരും

തയ്യിൽ ഭാഗത്തേക്കു പോകാതെ വീട്ടിലിരിപ്പായി. ഇവരുടെ ഉപരോധം ആഴ്ചകൾ നീണ്ടു പോയപ്പോൾ കരാറിനകം വലിയ പ്രതിസന്ധിയിലായി. പെണ്ണുങ്ങൾ പറയുന്നതു പോലെ "കൊടലുകൊണ്ടു കോണകം കെട്ടി ജീവിക്കുന്ന കാലമായിരുന്നു" അത്. "ഇന്നെന്റെ ആശാരി പണിക്ക് പോയിട്ടില്ല അതുകൊണ്ടു എനിക്കു കലവും തേക്കേണ്ട" എന്ന ചൊല്ലുപോലെ, അന്നന്നത്തെ വരുമാനം കൊണ്ടു കഴിഞ്ഞുകൂടുന്നവരായിരുന്നു മിക്കവരും. കാനാമ്പുഴ ഇറങ്ങി ജോലിക്കു പോകാനോ വിറകും പിലാച്ചപ്പും വില്ക്കാൻ പോകാനോ സാധിക്കാതെ ജനം അക്ഷരാർത്ഥത്തിൽ വലഞ്ഞു. നാടു വറുതിയിലായി. ഒത്തുതീർപ്പ് സംഭാഷണത്തിനായിപ്പോയ മറ്റു നാട്ടുകാരെപ്പോലും ക്ഷിപ്രകോപികളായ ഉപരോധക്കാർ തടഞ്ഞു വെച്ചു. ഈ പ്രതിസന്ധി മറികടക്കാനും കെ.പി. അച്യുതന്റെ സുഹൃദ്ബന്ധമാണ് സഹായിച്ചത്. തയ്യിലെ ഒരു പൗരപ്രമുഖനായ ശേഖരൻ മരക്കാനുമായി കെ.പി. അച്യുതന് വലിയ അടുപ്പമുണ്ടായിരുന്നു. ഒരുപാടു വള്ളവും വലയുമുള്ള ശേഖരൻമരക്കാർ ആ നാട്ടുകാരുടെ ഒരു അഭ്യുദയകാംക്ഷിയായിരുന്നു. രാത്രികാലങ്ങളിൽ ശേഖരൻ മരക്കാരുടെ വീട്ടിൽപ്പോയി നിരന്തരം സമ്പർക്കം പുലർത്തിയാണ് ഈ പ്രശ്നത്തിനു കെ.പി. അച്യുതൻ ഒരു പരിഹാരമുണ്ടാക്കുന്നത്. അതോടെയാണ് ഉപരോധം അവസാനിക്കുന്നതും. കരാറിനകം മൊത്തത്തിലകപ്പെട്ട ഒരു പ്രധാനപ്രതിസന്ധിയായിരുന്നു അത്. എത്രയോ കാലത്തേക്ക് ആ മുറിവുകൾ രണ്ടു ദേശക്കാരുടേയും മനസ്സിൽ ഉണങ്ങാതെ കിടന്നിരുന്നു.

പി.സി.സി സൊസൈറ്റി

കരാറിനകത്ത് ആദ്യമായി ന്യായവില ഷാപ്പ് വരുന്നത് 1958-ലാണ്. കുറുവപ്പാലത്തിനടുത്തുള്ള ഒരു ചെറുകെട്ടിടത്തിലായിരുന്നു അതിന്റെ തുടക്കം. കെ.പി അച്യുതനായിരുന്നു അതിന്റെ നടത്തിപ്പുകാരൻ. അതിനുമുമ്പ് രണ്ടാംലോകമഹായുദ്ധത്തോടനുബന്ധിച്ചുണ്ടായ ഭക്ഷ്യക്ഷാമകാലത്ത് കുറുവയിലും കടലായിയിലും ഓരോ റേഷൻ വിതരണകേന്ദ്രങ്ങൾ താൽക്കാലികമായി പ്രവർത്തിച്ചിരുന്ന കാര്യം ഇവിടെ വിസ്മരിക്കുന്നില്ല. കോൺഗ്രസ്സിന്റെ ആഭിമുഖ്യത്തിൽ സംഘടിപ്പിക്കപ്പെട്ടിരുന്ന ഒരു സഹകരണ സ്ഥാപനമായ, പി.സി.സി സൊസൈറ്റിയുടെ കീഴിലായിരുന്നു ആ ന്യായവിലകേന്ദ്രങ്ങൾ പ്രവർത്തിച്ചിരുന്നത്. മലബാറിൽ ഭക്ഷ്യക്ഷാമം രൂക്ഷമായപ്പോൾ കെ. കേളപ്പന്റെ നിവേദനത്തെ തുടർന്ന് രാജാജി സർക്കാരാണ് ന്യായവിലക്കു ഭക്ഷ്യധാന്യങ്ങൾ നൽകാൻ തീരുമാനിക്കുന്നത്. 'പ്രോഗ്രസ്സിവ് കം കൺസ്യൂമർ സൊസൈറ്റി' എന്ന പി.സി.സി സൊസൈറ്റിയുടെ കണ്ണൂരിലെ ആദ്യകാല പ്രവർത്തകർ കെ.ടി ശ്രീധരനും എൻ.വി അനന്തൻ മാസ്റ്ററുമായിരുന്നു. കരാറിനകത്തെ അതിന്റെ പ്രധാന പ്രവർത്തകൻ തൊത്തേൻ ചന്ദൻ റൈട്ടർ ആയിരുന്നു. നിലവിൽ ചൊവ്വയിൽ സ്ഥിതി ചെയ്യുന്ന കോ-ഓപ്പറേറ്റീവ് സ്പിന്നിങ്ങ് മില്ലിന്റെ തുടക്കവും പി.സി.സി സൊസൈറ്റിയുടെ നേതൃത്വത്തിലായിരുന്നു.

മരക്കാർകണ്ടി ഒരു കോസ്മോപൊളിറ്റൻ ദേശം

മേൽപ്പറഞ്ഞ കെ.പി അച്യുതന്റെ റേഷൻ ഷോപ്പ് കുറുവയിൽ തുടങ്ങുന്നതിനുമുമ്പ് കരാറിനകക്കാർ കുറഞ്ഞ വിലക്കുള്ള അരി വാങ്ങാൻ പോയിരുന്നത് മരക്കാർകണ്ടിയിലായിരുന്നു. ആ കാലത്ത് കരാറിനകത്തേയും മറ്റു സമീപപ്രദേശങ്ങളിലെയും ആബാലവൃദ്ധം ജനങ്ങളുടെ അർദ്ധപട്ടിണിയും മുഴുപ്പട്ടിണിയും ഒരു പരിധിവരെ ശമിപ്പിച്ചിരുന്നത്, മരക്കാർകണ്ടിയിൽ ടി.സി ബാലകൃഷ്ണൻ എന്നയാൾ നടത്തിവന്നിരുന്ന റേഷൻഷാപ്പിൽ നിന്നും, കാര്യകണ്ടി ബാപ്പുവേട്ടൻ മുളനാഴികൊണ്ട് അളന്ന് കൊടുക്കുന്ന "ഒരു സേറും അര സേറും" കൊണ്ടായിരുന്നു. കുടുംബത്തിലെ അംഗങ്ങളുടെ എണ്ണം നോക്കിയല്ല, വരിനിൽക്കുന്നയാൾക്ക് ഒരു സേർ എന്ന അളവിലായിരുന്നു അരി വിതരണം ചെയ്തിരുന്നത്. ഒരു സേർ അരി ഏകദേശം ഒന്നര കിലോഗ്രാമിനു തുല്യമാണ്.

റേഷൻ വാങ്ങുവാൻവേണ്ടി, നേരം പുലരുന്നതിനു മുമ്പുതന്നെ വീട്ടമ്മമാർ, ഉറങ്ങിക്കിടക്കുന്ന കുട്ടികളെപ്പോലും വിളിച്ചുണർത്തി വള്ളി ട്രൗസർ ഉടുപ്പിച്ച് തുന്നിക്കൂട്ടിയ സഞ്ചിയും. മൂന്നു മടക്കാക്കിയ ഒരുറുപ്പികയുടെ നോട്ടും കത്തിച്ച ചൂട്ടയും നൽകി, മരക്കാർകണ്ടിയിലേക്ക് പറഞ്ഞയക്കുന്നു. മരക്കാർകണ്ടിയിൽ പോകുന്നത് ഇവിടെ എല്ലാവർക്കും വളരെ ഇഷ്ടമുള്ള കാര്യമായിരുന്നു. അതിനു കാരണം ഈ നാട്ടിൽ നിന്നു വ്യത്യസ്തമായ ചില സംഗതികളൊക്കെ അന്നു മരക്കാറുകണ്ടിയിൽ ഉണ്ടായിരുന്നു എന്നതുകൊണ്ടായിരുന്നു. "ഇംഗ്ലീഷ് ഫാഷനി"ലുള്ള പുത്തൻ ഭവനങ്ങൾ അന്നു മരക്കാർകണ്ടിയിൽ ധാരാളമുണ്ടായിരുന്നു. യൂറോപ്യൻ വാസ്തുശിൽപ മാതൃകയിലുള്ള വീടുകളെയാണ് ഇവിടെ ഇംഗ്ലീഷ് ഫാഷൻ വീടുകൾ എന്നു വിളിച്ചിരുന്നത്. വീടുകൾക്കടുത്തു തന്നെ കെട്ടിടത്തോടുകൂടിയ കക്കൂസും പൂന്തോട്ടവും അവിടുത്തെ പ്രത്യേകതകളായിരുന്നു. ഇവിടെ കടലാസുപൂക്കൾ എന്നു വിളിക്കപ്പെടുന്ന ബോഗൺവില്ല മുറ്റത്തും വഴിവക്കിലുമൊക്കെ ധാരാളമായി പടർന്നുപന്തലിച്ചിരുന്നു. ബോഗൺവില്ലപ്പൂക്കളുടെ വർണ്ണ വൈവിധ്യങ്ങൾ, അന്നു മരക്കാർകണ്ടിക്ക് ഒരലങ്കാരം തന്നെയായിരുന്നു.

ആളുകൾ കൂട്ടം കൂടിനിൽക്കുന്ന തെരുവീഥികളും, അവ വൃത്തിയാക്കാൻ നീളൻചൂലുമായി നടക്കുന്ന മുൻസിപ്പൽ തൊഴിലാളികളും, തെരുവിനിരുവശവും വരിവരിയായി നിൽക്കുന്ന ലൈൻമുറികളും അവയിലൊക്കെ വിൽക്കുന്ന മേഡേൺ കച്ചവടസാധനങ്ങളുടെ നിറപ്പകിട്ടും മരക്കാർകണ്ടിക്ക് ഒരു പട്ടണത്തിന്റെ ഛായ പകർന്നിരുന്നു. തല നിറയെ മുല്ലപ്പൂവ് ചൂടി, വായ നിറയെ തുളു, കൊങ്ങിണി, കന്നട പദാവലികളുമായി, കലപില കൂട്ടിപ്പോകുന്ന വെളുത്ത ചെട്ടിച്ചികളുടെ നാടായിരുന്നു മരക്കാർകണ്ടി. കുടമണി കിലുങ്ങുന്നതുപോലെ ഇംഗ്ലീഷ് സംസാരിക്കുന്ന ആംഗ്ലോ ഇന്ത്യൻ മദാമ്മമാരുടെ ഒരു കേന്ദ്രവുമായിരുന്നു മരക്കാർകണ്ടി. ഹാഫ് സ്കർട്ടിട്ട, ആംഗ്ലോ ഇന്ത്യൻ പെൺകുട്ടികൾ കോൺവെന്റിൽനിന്നു കുതിരവണ്ടിയിൽ വന്നിറങ്ങുന്നത്, മരക്കാർകണ്ടിയിലെ അന്നത്തെ ലഹരിപിടിപ്പിക്കുന്ന ഒരു സായാഹ്നക്കാഴ്ചയായിരുന്നു.

കുട്ടികളെ സംബന്ധിച്ചിടത്തോളം മരക്കാർകണ്ടിയിൽ അരി വാങ്ങുവാൻ പോകുന്നത്, ഏറെ സന്തോഷമുള്ള കാര്യമായിരുന്നു. അതിനു കാരണം, കാലുകളെ സുഖിപ്പിക്കുന്ന, മിനുമിനുപ്പുള്ള പൂഴിയിലൂടെ, കാഴ്ചകൾ കണ്ടു നടക്കാമെന്നതും വീടുകളിലും പീടിക മുറികളിലും, യഥേഷ്ടം കടന്നുചെന്നു സ്വൈര്യവിഹാരം നടത്തുന്ന അടയ്ക്കാപ്പക്ഷികളെ കാണാമെന്നതും സർവ്വോപരി കേളൻ എന്നയാളുടെ കാപ്പിപ്പീടികയിൽ നിന്നു വയറു നിറയെ ശർക്കരക്കാപ്പിയും പുഴുങ്ങിയ കപ്പയും കഴിക്കാമെന്നതുകൊണ്ടുമായിരുന്നു. അരയണ കൊടുത്താൽ ഒരു "ഒണ്ട ഗ്ലാസ്സ്" നിറയെ കാപ്പിയും കാൽ റാത്തൽ കപ്പ പുഴുങ്ങിയതും ആ പീടികയിൽ നിന്നു ലഭിക്കുമായിരുന്നു. ആ പീടികയിലെ ശർക്കരക്കാപ്പിക്ക് ഒരു പ്രത്യേകമണവും രുചിയുമുണ്ടായിരുന്നു. ശർക്കരക്കും കാപ്പിപ്പൊടിക്കും പുറമെ മാതളനാരങ്ങയുടെ സുഗന്ധമുള്ള ഇലകുത്തിപ്പിഴിഞ്ഞു ചേർത്തു തിളപ്പിച്ചായിരുന്നു കാപ്പി തയ്യാറാക്കിയിരുന്നത്. റേഷൻ വാങ്ങുവാൻ വേണ്ടി ദീർഘസമയം ക്യൂവിൽ നിന്നു വെയിൽകൊണ്ടു തളർന്നവീഴുന്നവരെ, താങ്ങിപ്പിടിച്ചുകൊണ്ടുപോയി കാപ്പി വാങ്ങിക്കൊടുത്ത്, ശുശ്രൂഷിക്കുന്നതൊക്കെ പതിവ് കാഴ്ചകളായിരുന്നു. രാവിലെ ഒമ്പതു മണി മുതലായിരുന്നു അരിവിതരണം ചെയ്തിരുന്നത്. ചിലപ്പോൾ അരിയുടെ സ്റ്റോക്ക് തീർന്ന് സപ്ലൈ നിലച്ചാൽ ക്യൂവിൽ നിൽക്കുന്നവരൊക്കെ ഒഴിഞ്ഞ സഞ്ചിയും കൈവള്ളയിലെ വിയർപ്പിൽ നനഞ്ഞ ഒരു ഉറുപ്പികയുടെ നോട്ടുമായി, നിരാശയോടെ മടങ്ങേണ്ടിയും വരുമായിരുന്നു. അരി കിട്ടാത്ത ദിവസം ഏറ്റവും കൂടുതൽ ദുഃഖമനുഭവിക്കുന്നത് കുട്ടികളായിരുന്നു. കാരണം അരിവാങ്ങിക്കഴിഞ്ഞു ബാക്കിവരുന്ന ചില്ലറയിൽ നിന്നും അരയണ എടുത്തായിരുന്നു. അവർ കപ്പയും കാപ്പിയും കഴിച്ചിരുന്നത്. ക്യൂവിൽ നിൽക്കുന്നവരെ നിയന്ത്രിക്കുവാനും, അവർക്ക് അർഹമായ അരി വിഹിതം ലഭ്യമാക്കുന്നതിനുവേണ്ടിയും സ്വയംസേവനത്തിനിറങ്ങിയവരും അന്നു മരക്കാർകണ്ടിയിൽ ഉണ്ടായിരുന്നു. അതിലൊരാൾ കൊമ്പൻ മീശക്കാരനായ ഒരു അന്തോണി മേസ്ത്രിയായിരുന്നു. കൊങ്കണനാട്ടിൽ നിന്നും വന്നു, മരക്കാർകണ്ടിയിൽ സ്ഥിരതാമസമാക്കിയ റോമൻ കത്തോലിക്കനായിരുന്നു അന്തോണിമേസ്ത്രി. പട്ടാളത്തിൽ നിന്നും പിരിഞ്ഞുവന്ന അന്തോണി മേസ്ത്രി "മിലിട്രി" സ്റ്റൈലിലായിരുന്നു ആളുകളെ നിയന്ത്രിച്ചിരുന്നത്. കൊങ്കണതീരത്തുനിന്നും വന്നു സ്ഥിരതാമസമാക്കിയ ക്രിസ്ത്യാനികളും ഗൗഡസാരസ്വതിയ ബ്രാഹ്മണരും അന്നു മരക്കാർകണ്ടി, തയ്യിൽ ഭാഗങ്ങളിൽ ധാരാളമുണ്ടായിരുന്നു. അവരെയൊക്കെ നാട്ടുകാർ പൊതുവായി വിളിച്ചിരുന്നത് ചെട്ടികൾ എന്നായിരുന്നു. ക്രിസ്ത്യാനികളെ ഭായിച്ചെട്ടികൾ എന്നും, ബ്രാഹ്മണരെ കൊങ്ങിണിച്ചെട്ടികൾ എന്നും. സംസാരപ്രിയരായ ഇവർ കൊങ്ങിണി, തുളു, കന്നട എന്നീ മൂന്നു ഭാഷകൾ ഇടവിട്ടു സംസാരിക്കുന്നവരായിരുന്നു. ഇവരുടെ ഭാഷയെ "കിത്ത കൊൺസെ" എന്നു പറഞ്ഞു മറ്റുള്ളവർ കളിയാക്കുന്നതും പതിവായിരുന്നു.

നാം അങ്ങനെയാണ്, നമ്മുടെതല്ലാത്ത ഭാഷ കേൾക്കുമ്പോൾ നമുക്കു ചിരി വരും. ഓൻ, ഓൾ, ആട, ഈട എന്നൊക്കെയാണ് ഇവിടുത്തെ സംസാര

മലയാളം. അത് എഴുത്തുഭാഷപോലെ അവൻ, അവൾ, അവിടെ, ഇവിടെ എന്നൊക്കെ ആരെങ്കിലും ശരിയായി ഉച്ചരിച്ചുപോയാൽ അവരേയും കളിയാക്കുമായിരുന്നു. കൂടാതെ സംസാരത്തിനിടയിൽ ഒരു ഇംഗ്ലീഷ് വാക്ക് അറിയാതെ വന്നുപോയാൽ, "ഇവനാരാ വെള്ളക്കാരന്റെ മോനാണോ ? ഇവൻ ഇപ്പം ബിലാത്തീന്നു ഇറങ്ങി വന്നതാണോ?" എന്നൊക്കെയായിരിക്കും പരിഹാസങ്ങൾ.

ഭൂമിശാസ്ത്രപരമായി മരക്കാർകണ്ടി വിദൂരഭൂതകാലത്ത് കടൽചുരുങ്ങിയപ്പോഴുണ്ടായ കരയാണെന്നു പറയപ്പെടുന്നുണ്ട്. അതിനുപോൽബലകമായ ചില തെളിവുകളും, അവിടെ കണ്ടെത്താൻ സാധിക്കും. ആ പ്രദേശത്തു കാണപ്പെടുന്ന ജലസാന്നിധ്യവും, സമൃദ്ധമായ പൂഴിപ്പരപ്പും, പരിസരത്തുള്ള ദേശങ്ങൾക്ക് വന്നുചേർന്ന പേരുകളും പരിശോധനാ വിഷയമാക്കേണ്ടതാണ്. മരക്കാർകണ്ടിയുടെ തെക്കു ഭാഗത്ത് സ്ഥിതിചെയ്യുന്ന ദേശത്തിന്റെ പേര് പടന്ന എന്നാണ്. കടൽ വെള്ളം വറ്റിച്ച് ഉപ്പ് ഉത്പ്പാദിപ്പിക്കുന്ന സ്ഥലമായിരുന്നു "പടന്ന"യെന്നു മുമ്പ് വിവരിച്ചിട്ടുണ്ട്. മരക്കാർകണ്ടിയുടെ കിഴക്കു ഭാഗത്തു ഒരു ദേശത്തിന്റെ പേര് ഉരുവച്ചാലെന്നാണ്. ഉരു (പത്തേമാരി) വെച്ച ചാലാണു ഉരുവച്ചാലെന്നും മുമ്പ് വിവരിച്ചിട്ടുണ്ട് മരക്കാർകണ്ടിയുടെ പടിഞ്ഞാറുള്ള ഒരു സ്ഥലത്തിന്റെ പേര് നീർച്ചാലെന്നാണ്. വെള്ളത്തിന്റെ ഒഴുക്കിനാണ് ഇവിടെ നീർച്ചാലെന്നു പറയുന്നത്. മറ്റൊന്നു മരക്കാർകണ്ടിയുടെ വടക്ക് ഭാഗം അറിയപ്പെടുന്നത് "കണ്ണൂക്കര" എന്നാണ്. കണ്ണൂരിന്റെ കരയാണു അതെങ്കിൽ അതിനഭിമുഖമായിട്ടുള്ളത് കടലായിരിക്കണമല്ലോ? ഉദാഹരണം, കണ്ണൂർ കടപ്പുറത്തെ "ആയിക്കര" എന്ന സ്ഥലം. മറ്റൊരു പ്രധാന കാര്യം, മാപ്പിളബെ കടലിടുക്കിനഭിമുഖമായുള്ള കീഴുന്ന, തോട്ടട, കടലായി ഭാഗങ്ങളിൽ കാണപ്പെടുന്ന പടുകൂറ്റൻ കുന്നുകൾ, മൈതാനപ്പള്ളി, തയ്യിൽ, പടന്നഭാഗങ്ങളിൽ കാണാൻ സാധിക്കുന്നില്ല. അതുകൊണ്ടുതന്നെ പണ്ടു കാലത്ത് കടൽ മരക്കാർകണ്ടിയുടെ ഉൾഭാഗം വരെ ഉണ്ടായിരുന്നുവെന്നു അനുമാനിക്കാവുന്നതാണ്.

പോർച്ചുഗീസുകാരുടെ കാലത്ത് കൊങ്കണതീരത്തെ ബ്രാഹ്മണരെ നിർബന്ധമായി മതപരിവർത്തനത്തിനു വിധേയമാക്കിയിരുന്നുവത്രെ ! അവിടെ നിന്നു മാർഗ്ഗം കൂടി, ക്രിസ്ത്യാനികളാക്കപ്പെട്ടവരുടെ പരമ്പരയാണു മരക്കാർകണ്ടിയിലെ ഭായിച്ചെട്ടികൾ എന്നു പറയപ്പെടുന്നു. എന്നാൽ മരക്കാർകണ്ടിയിലെ കൊങ്ങിണിച്ചെട്ടികൾ, മംഗലാപുരത്തു നിന്നും അരിക്കച്ചവടത്തിനായി അറയ്ക്കൽ രാജാവ് ക്ഷണിച്ചുവരുത്തിയ കച്ചവടക്കാരുടെ പിൻതലമുറക്കാരാണ്.

മരക്കാർകണ്ടിക്ക്, ആ പേരുണ്ടായതിനെപ്പറ്റി രണ്ട് വ്യത്യസ്ത നിഗമനങ്ങൾ ചരിത്രകാരന്മാരുടെ ഇടയിലുണ്ട്. മേൽപ്പറഞ്ഞതുപോലെ മാർഗ്ഗം കൂടി ക്രിസ്ത്യാനികളായവർ, കൂട്ടമായി താമസിക്കുന്ന സ്ഥലമായതുകൊണ്ട്, "മാർഗ്ഗക്കാർകണ്ടി" എന്നു പേരുണ്ടാവുകയും, അതു കാലക്രമേണ മരക്കാർകണ്ടി ആയി എന്നുമാണ്. രണ്ടാമത്തെ നിഗമനം കപ്പലിലെ ക്യാപ്റ്റന്മാരുമായി ബന്ധപ്പെട്ടുകൊണ്ടുള്ളതാണ്. "മരക്കലം" എന്നാൽ പഴയ

മലയാളത്തിൽ കപ്പൽ എന്നാണു അർത്ഥം. പയ്യന്നൂർ പാട്ടിലും കുറുമ്പ ഭഗവതിയുടെ കളംപാട്ടിലും കപ്പലിനു മരക്കലം എന്നു പറയുന്നുണ്ട്. മരക്കലത്തിന്റെ കപ്പിത്താന്മാരെ, "മരക്കാന്മാർ" എന്നാണു വിളിച്ചിരുന്നത്. മരക്കാന്മാർ കൂട്ടമായി താമസിച്ച സ്ഥലമായതുകൊണ്ടാണ് മരക്കാർകണ്ടി എന്ന പേരുണ്ടായതെന്നുമാണ് ആ രണ്ടാമത്തെ നിഗമനം. കൊങ്കണനാട്ടിൽനിന്ന്, വളരെ പണ്ടുകാലത്തു തന്നെ വന്നു താമസമുറപ്പിച്ച ഭായിച്ചെട്ടികളും, കൊങ്ങിണിച്ചെട്ടികളും അധ്വാനശീലരും സ്ഥിരോത്സാഹികളുമായിരുന്നു. അവർ മരക്കാർകണ്ടിയിലെ "ഉപ്പ് കലർന്ന മണലിൽ " മുല്ലപ്പൂവും, കരിമ്പും, പച്ചക്കറികളും കൃഷി ചെയ്തു സമ്പന്നരായി. ആ സമ്പന്നത, ഞായറാഴ്ച തോറും പള്ളിയിൽ പോകുന്ന ക്രിസ്ത്യാനി സ്ത്രീകളുടെയും അതുപോലെ അമ്പലത്തിൽ പോകുന്ന ബ്രാഹ്മണ സ്ത്രീകളുടെയും വിലപിടിപ്പുള്ള വേഷഭൂഷാദികളിൽ നിന്നും വായിച്ചെടുക്കാമായിരുന്നു. കുറുവപ്പാലമിറങ്ങി പടന്നയിലൂടെ മരക്കാർകണ്ടിയിൽ എത്തുന്നതോടെ തന്നെ മുല്ലപ്പൂവിന്റെയും കൊത്തമല്ലിച്ചെടിയുടെയും സുഗന്ധം നാസാരന്ധ്രങ്ങളിൽ അരിച്ചിറങ്ങുവാൻ തുടങ്ങും.

ഇതിനൊരു അപവാദവും അന്നു മരക്കാർകണ്ടിയിലുണ്ടായിരുന്നു. ഇപ്പോഴത്തെ ഫ്ളഷ് ഔട്ടു കക്കൂസ് സമ്പ്രദായം വരുന്നതിനു മുമ്പ്, കണ്ണൂർ നഗരസഭാ പ്രദേശത്തെ മുഴുവൻ കക്കൂസുകളിൽ നിന്നുമുള്ള മനുഷ്യമലം, ടിന്നിലാക്കി തോട്ടിതൊഴിലാളികൾ ചുമന്നുകൊണ്ടുവന്ന് നഗരസഭയുടെ തന്നെ ഭാഗമായ മരക്കാർകണ്ടിയുടെ കിഴക്കുഭാഗത്തുള്ള ഒരു ഒഴിഞ്ഞ പറമ്പിലായിരുന്നു നിക്ഷേപിച്ചിരുന്നത്. ആ സ്ഥലത്തിനെ "തീട്ടപ്പറമ്പ്" എന്നാണു വിളിച്ചിരുന്നത്. കാനാമ്പുഴക്കരയിലുണ്ടായിരുന്ന കരിമ്പുകൃഷിത്തോട്ടങ്ങളിൽ വളമായി ആ മലം ഉപയോഗപ്പെടുത്തിയിരുന്നു. തീട്ടപ്പറമ്പിൽ നിന്നും ഇടയ്ക്കിടെ വന്നുകൊണ്ടിരുന്ന മലം മണക്കുന്ന കാറ്റ് മരക്കാർകണ്ടിക്ക് ഒരു മോശം പ്രതിച്ഛായയും ഉണ്ടാക്കിക്കൊടുത്തിരുന്നു. മനുഷ്യമലം ടിന്നിലാക്കി, ചുമലിൽ വച്ചുപോകുന്ന തോട്ടിത്തൊഴിലാളികളും, അവരുടെ കാക്കിക്കുപ്പായം കാണുമ്പോൾ തന്നെ മൂക്ക് പൊത്തുന്ന പൊതുജനങ്ങളും, ശാപഗ്രസ്തമായ ഒരു സാമൂഹ്യാവസ്ഥയുടെ മനം മടുപ്പിക്കുന്ന കാഴ്ചകളായിരുന്നു. പണ്ടത്തെ കക്കൂസ് സമ്പ്രദായം തികച്ചും പരിതാപകരമായിരുന്നു ക്ലോസ്സറ്റിന്റെ സ്ഥാനത്ത് ഒരു കുഴിയും, ആ കുഴിയിൽ ഒരു തകരപ്പാട്ടയും മാത്രമായിരുന്നു അന്നത്തെ കക്കൂസുകളിലെ സജ്ജീകരണങ്ങൾ. ശോധനസമയത്ത് തകരപ്പാട്ടയിൽ ചെന്നുവീഴുന്ന മലം, കാലത്ത് ചൂലും ടിന്നുമായി വരുന്ന തോട്ടിതൊഴിലാളികൾ പുറത്തെടുത്ത് , തങ്ങളുടെ ടിന്നുകളിലാക്കുന്നു. അങ്ങനെ എല്ലാ വീടുകളിൽ നിന്നും ശേഖരിക്കപ്പെടുന്ന മലം, ടിൻ നിറഞ്ഞാലാണു മരക്കാർകണ്ടിയിൽ തീട്ടപ്പറമ്പിൽ കൊണ്ടുപോയി നിക്ഷേപിക്കുന്നത്. ഇടയ്ക്ക് ഒരു സ്വകാര്യം പറയട്ടെ, ആ കാലത്ത് മുൻസിപ്പാലിറ്റിയിലും, പഞ്ചായത്തിലുമല്ലാത്ത കരാറിനകത്തിനു കക്കൂസ് എന്ന സമ്പ്രദായമേ ഇല്ലായിരുന്നു. സഞ്ചാരയോഗ്യമല്ലാത്ത ഇടവഴികളിലും, വെളിമ്പറമ്പുകളിലും കുറ്റിക്കാടുകളിലുമൊക്കെ ചെന്നാണു ജനങ്ങൾ

പ്രാഥമികാവശ്യങ്ങൾ നിറവേറ്റിയിരുന്നത്. മറ്റാരും കാണാതിരിക്കുവാൻ വേണ്ടി പുലരുന്നതിനു മുമ്പേ ഉറക്കമുണർന്നാണു സ്ത്രീകളൊക്കെ മേൽപ്പറഞ്ഞ സ്ഥലങ്ങളിൽ പോയി ആവശ്യം നിവർത്തിച്ചിരുന്നത്. ഇടവഴികളിലും കുറ്റിക്കാടുകളിലും ചെന്നു മലശോധന നടത്തുമ്പോൾ പാമ്പുകടിയേറ്റവരും തൽഫലമായി മരണപ്പെട്ടവരും ഇവിടെയുണ്ടായിരുന്നു. 1960 കാലഘട്ടത്തിൽ എൻ.ഇ.എസ് ബ്ലോക്കിന്റെ ആഭിമുഖ്യത്തിൽ പതിനഞ്ചു രൂപ കൊടുത്താൽ ഒരു കുഴി കക്കൂസ് നിർമ്മിച്ചുകൊടുക്കുന്ന പദ്ധതിയുണ്ടായിരുന്നു. അതു അന്നാരും വേണ്ടപോലെ ഉപയോഗപ്പെടുത്തിയില്ല എന്ന ദുഃഖസത്യം ബാക്കിനിൽക്കുന്നു. പിന്നീടു ഇരുപതു കൊല്ലം കൂടി വേണ്ടിവന്നു കരാറിനകത്ത് ഫ്ളഷ് ഔട്ട് കക്കൂസ് സമ്പ്രദായം വ്യാപകമാകാൻ. അതാകട്ടെ ഗൾഫ് കുടിയേറ്റത്തിന്റെ സത്ഫലങ്ങളിലൊന്നുമായിരുന്നു. അതോടൊപ്പം തന്നെയാണ് ഇവിടെ കൊതുകുകളുടെ അധിനിവേശവും ഉണ്ടാകുന്നത്. ഇപ്പോൾ കാണപ്പെടുന്നതുപോലെയുള്ള ചൂടുചോരകുടിക്കുന്ന കൊതുകുകൾ ഫ്ളഷ്ഔട്ടു കക്കൂസ് വരുന്നതിനു മുമ്പ് ഇവിടെ വ്യാപകമായിരുന്നില്ല. പറങ്കിമാങ്ങ പഴുക്കുന്ന സമയങ്ങളിൽ മാത്രമാണ് പണ്ടുകാലത്തു ഇവിടെ ഒരു തരം "ചെറുകീടങ്ങൾ" മൂളിപ്പാട്ടും പാടി പ്രത്യക്ഷപ്പെടാറ്. "അണങ്ങ്", "പിർക്ക്" എന്നൊക്കെ വിളിപ്പേരുള്ള ആ മൂളിപ്പാട്ടു സംഘം പറങ്കിമാങ്ങയുടെ സീസൺ കഴിയുന്നതോടെ, മൈക്ക് ഓഫ് ചെയ്ത് കർട്ടൻ താഴ്ത്തി അരങ്ങൊഴിയാറാണ് പതിവ്. എന്നാൽ ഇപ്പോഴുള്ള ചുടുചോര കുടിക്കുന്ന കൊതുകുകൾ അധിനിവേശശക്തികളായതുകൊണ്ടായിരിക്കുമോ മനുഷ്യരോടു ഇത്രയും ക്രൂരത കാണിക്കുന്നത് ? "പണ്ടു പാതിരി സായ്‌വും പടയും വന്നിട്ടുപോലും" ഇവിടെ ആരും സന്ധ്യാസമയത്ത് വീടിന്റെ വാതിൽ പൂട്ടി അകത്തു കൂടിയിട്ടില്ല. ഇപ്പോൾ എല്ലാവീട്ടുകാർക്കും സന്ധ്യാസമയത്തു വാതിലും പൂട്ടി അകത്തുകൂടേണ്ട അവസ്ഥയാണ് വന്നിരിക്കുന്നത്

മരക്കാർകണ്ടിയെക്കുറിച്ചാണല്ലോ പറഞ്ഞുവന്നത്. എല്ലാംകൊണ്ടും വൈവിധ്യങ്ങളുടെ കലവറയായിരുന്നു മരക്കാർകണ്ടി. എല്ലാ മതങ്ങളിലേയും അവാന്തരവിഭാഗങ്ങൾ ഒത്തൊരുമയോടെ അധിവസിക്കുന്നത് മരക്കാർകണ്ടിയിലെ ഒരു പ്രത്യേകതയായിരുന്നു. കർണ്ണാടക ഹിന്ദുസമൂഹത്തിലെ സവർണ്ണജാതിക്കാരായ, ഭട്ട്, ഷെട്ടി, ഷേണായി, പൈ, പട്ടറ്, കമ്മത്ത്, റാവു, മല്ലറ്, മാറാജി, അവർണ്ണജാതിക്കാരായ തീയ്യർ, ധീവരർ, ഹരിജനങ്ങൾ, സാമ്പവർ, ക്രിസ്ത്യൻ സമൂഹത്തിലെ, ആംഗ്ലോ ഇന്ത്യക്കാരും അല്ലാത്തവരുമായ റോമൻ കത്തോലിക്കർ, പ്രൊട്ടസ്റ്റന്റ്കാർ, ലത്തീൻ കത്തോലിക്കർ, മുസ്ലീം സമൂഹത്തിലെ സുന്നികൾ, അഹമ്മദിയാക്കൾ, ലബ്ബമാർ, പട്ടാണികൾ എന്നിങ്ങനെ ആ പട്ടിക വളരെ നീണ്ടതാണ്. അതുപോലെ, ഭാഷാ വൈവിധ്യവും അന്ന് മരക്കാർകണ്ടിയുടെ പ്രത്യേകതകളിൽ ഒന്നായിരുന്നു. മലയാളത്തിനു പുറമെ ഇംഗ്ലീഷ്, ഹിന്ദി, കന്നട, തുളു, കൊങ്കിണി മുതലായ ഭാഷകൾ അവിടെ കേൾക്കാമായിരുന്നു. മലയാള

ഭാഷ തന്നെ പല വിഭാഗക്കാരും വ്യത്യസ്ത ശൈലിയിലായിരുന്നു സംസാരിച്ചിരുന്നത്. ധീവരർ കൊല്ലം ശൈലിയിലും, സാംബവർ തൃശൂർ ശൈലിയിലും, ആംഗ്ലോ ഇന്ത്യക്കാർ ഇംഗ്ലീഷ്പോലെയുമാണു മലയാളം സംസാരിച്ചിരുന്നത്. " പാവാട കീറിപ്പോയി " എന്നത് ആംഗ്ലോ ഇന്ത്യാക്കാർ പറയുക "പാവാട കീരിപോയി" എന്നായിരുന്നു.

ചാളയും കുടിലും പുരയും വീടും ഭവനവും വില്ലയും ബെയ്ത്തും കൊട്ടാരവുമുള്ള മരക്കാർകണ്ടിയെ ഒരു ചെറു കോസമോപൊളിറ്റൻ ദേശം എന്നു വിളിക്കാവുന്നതാണ്. 1967-ൽ കേരളത്തിൽ മദ്യനിരോധനം എടുത്തു കളഞ്ഞതിനെ തുടർന്നു മരക്കാർകണ്ടി സാമൂഹ്യവിരുദ്ധരുടെ താവളമായി മാറിയിരുന്നു. രണ്ടു മദ്യശാലകളാണു അവിടെ ഒരേ സമയം ഉയർന്നു വന്നത്. അതോടൊപ്പം മറ്റു ചില കുപ്രസിദ്ധിയും മരക്കാർകണ്ടിക്ക് വന്നു ഭവിച്ചിരുന്നു. എന്നാൽ ആ നാട്ടിലെ ഉൽപതിഷ്ണുക്കളായ ജനങ്ങളുടെ നിശ്ചയ ദാർഢ്യത്തിനു മുമ്പിൽ ആ സാമൂഹ്യവിരുദ്ധർക്ക് മുന്നോട്ടുപോകാനായില്ല. ജനങ്ങളുടെ പ്രതിരോധത്തിന്റെ അഗ്നിച്ചിറകിലേറി ഉയിർത്തെഴുന്നേറ്റ ചരിത്രമാണ് വർത്തമാനകാലത്ത് മരക്കാർകണ്ടിക്ക് പറയുവാനുള്ളത്. പ്രഗത്ഭ കമ്മ്യൂണിസ്റ്റ് നേതാക്കളായ കെ.വാസുദേവപ്പിള്ള, എൻ.അബ്ദുള്ള, കോൺഗ്രസ്സ് നേതാക്കളായ എൻ.വി അനന്തൻ മാസ്റ്റർ, ഏ.പി.ജയശീലൻ, ആദിവാസി ഗോത്രസഭാ നേതാവ് ഗീതാനന്ദൻ, സോഷ്യലിസ്റ്റ് ജനത നേതാവ് അഡ്വക്കേറ്റ് നിസ്സാർ അഹമ്മദ്, ഭാരതീയ അധകൃതവർഗ്ഗ ലീഗ് നേതാവ് പൊക്കൻ മാസ്റ്റർ, അധ്യാപകനും പ്രാസംഗികനുമായ കെ.പി. അബ്ദുൽ അസീസ് മാസ്റ്റർ, നാടകകൃത്തും സംവിധായകനുമായ ടി.എൽ തയ്യിൽ, നാടകനടൻ ചന്ദ്രശേഖരൻ, ശാസ്ത്രസാഹിത്യപരിഷത്തിന്റെ സജ്ജീവപ്രവർത്തകൻ പങ്കജാക്ഷൻ തുടങ്ങിയവരൊക്കെ മരക്കാർകണ്ടിയുമായി ജൈവബന്ധം വെച്ചു പുലർത്തിയ പ്രഗത്ഭരാണ്. കരാറിനകത്തിന്റെ രാഷ്ട്രീയ സാമൂഹ്യപ്രവർത്തനങ്ങളിൽ പലഘട്ടത്തിലും നേതൃത്വപരമായ പങ്കു വഹിച്ചിട്ടുള്ള വാസുദേവപ്പിള്ളയെപ്പറ്റി ഈ പുസ്തകത്തിൽ പല സന്ദർഭങ്ങളിലും പ്രതിപാദിച്ചിട്ടുണ്ട്. അതുപോലെ കരാറിനകവുമായി വളരെ നല്ല ബന്ധം വെച്ചുപുലർത്തിയ ഒരു തൊഴിലാളി നേതാവാണ് എൻ. അബ്ദുള്ള. കമ്മ്യൂണിസ്റ്റ്, തൊഴിലാളി പ്രസ്ഥാനങ്ങൾക്ക് വേണ്ടി ജീവിച്ചു മരിച്ച എൻ.അബ്ദുള്ളയെക്കുറിച്ച് ഒരുപാടു നല്ല നല്ല ഓർമ്മകൾ കരാറിനകം സൂക്ഷിക്കുന്നുണ്ട്.

മരക്കാർകണ്ടിയിലെ രാഷ്ട്രീയനേതാക്കളെപ്പറ്റിപ്പറയുന്ന സന്ദർഭത്തിൽ ആ നാട്ടിന്റെ സമീപദേശത്തു ജനിച്ച, ഒരു മഹാനായ തൊഴിലാളി നേതാവിനെക്കുറിച്ചും ചില കാര്യങ്ങൾ ഓർമ്മ വരികയാണ്. കണ്ണൂക്കരയിൽ ജനിച്ച് ഇന്ത്യയോളമുയർന്ന ആ മഹാനായ തൊഴിലാളി നേതാവ് ശ്രീ.സി. കണ്ണനാണ്. അദ്ദേഹമാണ് എല്ലാവരാലും അവഗണിക്കപ്പെട്ടിരുന്ന കണ്ണൂരിലെ തോട്ടിത്തൊഴിലാളികളെ സംഘടിപ്പിച്ചതും അവരുടെ അവകാശങ്ങൾക്ക് വേണ്ടി നഗ്നപാദനായി ഓടിനടക്കുകയും ചെയ്ത നേതാവ്. തോട്ടിത്തൊഴിലാളികളെ സംഘടിപ്പിക്കുന്നതിന്നുവേണ്ടി സി.കണ്ണന്റെ കൂടെ പ്രവർത്തിച്ച

മറ്റു രണ്ടു നേതാക്കൾ ഒരാൾ കെ.പി.ഗോപാലനും മറ്റേയാൾ കരാറിനകത്തെ തായത്തു രാഘവനുമായിരുന്നു.

കെ.പി.അബ്ദുൾ അസീസ് മാസ്റ്റർ

മരക്കാർകണ്ടിയുമായി ജൈവബന്ധമുള്ള മേൽപ്പറഞ്ഞ വ്യക്തിത്വങ്ങളിൽ സാംസ്കാരികരംഗത്തു ബഹുമുഖപ്രതിഭയുള്ളയാളാണ് ശ്രീ.കെ.പി.അബ്ദുൾ അസീസ് മാസ്റ്റർ.

അധ്യാപകൻ, വാഗ്മി, ഗ്രന്ഥകർത്താവ്, നാടകനടൻ, കവി, റേഡിയോ ആർട്ടിസ്റ്റ്, ലേഖനകർത്താവ്, ചാനൽ അവതാരകൻ എന്നിങ്ങനെ ഒട്ടനവധി വിശേഷണങ്ങൾ ആ പേരിനോടു ചേർക്കാവുന്നതാണ്. ബി.എയും എം.എയും ബിഎഡും മാത്രമല്ല ബി.എസ്.സിയും ടി.ടി.സി യും പാസ്സായിട്ടുള്ള ഈ അക്ഷരസ്നേഹി മരക്കാർകണ്ടിയിലെ ആദ്യത്തെ ബിരുദധാരി കൂടിയാണ്.

യു.പി. സ്കൂളിലും, ഹൈസ്കൂളിലും പ്രവർത്തിച്ചിട്ടുള്ള അസീസ് മാസ്റ്റർ വിദ്യാഭ്യാസപ്രവർത്തനങ്ങളെ ധൈഷണികതയുമായി വിളക്കിച്ചേർക്കുന്ന ഒരദ്ധ്യാപകനായിരുന്നു. അദ്ദേഹം രാകി മിനുക്കി അക്ഷരനഭസ്സിൽ പ്രതിഷ്ഠിച്ച നക്ഷത്രങ്ങളുടെ എണ്ണം ആയിരത്തിലേറെയാണ്. മുപ്പത്തിരണ്ടു വർഷത്തെ അധ്യാപകജീവിതത്തിനുശേഷവും അസീസ് മാസ്റ്റർ ആ രംഗത്തു സജീവമാണ്. സ്വകാര്യസ്ഥാപനങ്ങളിൽ പ്രിൻസിപ്പാളായും കലോത്സവവേദികളിൽ വിധികർത്താവായും അദ്ദേഹം കണ്ണൂരിൽ നിറഞ്ഞു നിൽക്കുന്നു.

ആനുകാലികങ്ങളിൽ കവിതയും ലേഖനങ്ങളും എഴുതാറുള്ള അസീസ് മാസ്റ്റർ രണ്ടു ഗ്രന്ഥങ്ങളുടെ കർത്താവ് കൂടിയാണ്. "ജയിക്കാൻ ഒരു മാർഗ്ഗം" പരീക്ഷയിൽ ജയിക്കാൻ" എന്നീ പഠനസഹായികളും അദ്ദേഹത്തിന്റെ തൂലികത്തുമ്പിൽ നിന്നും പിറന്നുവീണിട്ടുണ്ട്.

യുനെസ്കൊ 2000-ൽ പ്രസിദ്ധീകരിച്ച കുട്ടികൾക്കുള്ള കവിതാസമാഹാരത്തിൽ അസീസ് മാസ്റ്ററുടെ ഒരു കവിത ഉൾപ്പെടുത്തിയിട്ടുണ്ട്.

ഉത്തരകേരളത്തിലെ ഒട്ടേറെ സാംസ്കാരിക പ്രസ്ഥാനങ്ങളുമായി സഹകരിച്ചു പ്രവർത്തിക്കുന്ന അസീസ് മാസ്റ്റർ പ്രസംഗകലയിലും നിപുണനാണ്. അദ്ദേഹത്തിന്റെ നർമ്മരസം തുളുമ്പുന്ന ഭാഷണങ്ങൾക്ക് കാതുകൂർപ്പിക്കുന്നവർ ചില്ലറയൊന്നുമല്ല.

പിൽക്കാലത്ത് മരക്കാർകണ്ടിയിൽ നിന്നും കരാറിനകത്തേക്ക് താമസം മാറ്റിയ അസീസ് മാസ്റ്റർ ഇവിടേയും തന്റെ സംസ്കാരിക സാന്നിധ്യം അറിയിച്ചുകൊണ്ടിരിക്കുന്നു.

മൂന്ന്

വിപ്ലവസ്വപ്നങ്ങൾ

1945-ാമാണ്ടോടുകൂടിയാണ് കരാറിനകത്ത് കമ്മ്യൂണിസ്റ്റ് പാർട്ടിയുടെ ഒരു ബ്രാഞ്ച് കമ്മിറ്റി രൂപീകൃതമാകുന്നത്. ഏതു പുരോഗമനാശയവും എളുപ്പത്തിൽ മുളച്ചുപൊങ്ങാൻ തക്കവണ്ണം വളക്കൂറുള്ള മണ്ണായിരുന്നു കരാറിനകത്തിന്റേത്. സമത്വസുന്ദരലോകത്തിനുവേണ്ടിയുള്ള വിപ്ലവസ്വപ്നങ്ങളുമായി ഇറങ്ങിപ്പുറപ്പെട്ട യുവാക്കളുടെ എണ്ണം ഇവിടെ തീരെ ചെറുതായിരുന്നില്ല. വിവിധ തൊഴിൽമേഖലകളിൽ പ്രവർത്തിച്ചുകൊണ്ടിരിക്കുകയായിരുന്ന ആ യുവാക്കളുടെ നിരന്തര പരിശ്രമങ്ങളാണ്, കമ്മ്യൂണിസ്റ്റ് പാർട്ടിയുടെ ബ്രാഞ്ച് കമ്മിറ്റി രൂപീകരണത്തിനു വഴിവെച്ചത്. കമ്മ്യൂണിസ്റ്റ് പാർട്ടിയുടെ കരാറിനകം ബ്രാഞ്ച് കമ്മിറ്റി രൂപീകരിക്കുന്നതിനു എത്രയോമുമ്പേതന്നെ, കമ്മ്യൂണിസ്റ്റാശയങ്ങൾ ഇവിടെ പ്രചരിക്കാൻ തുടങ്ങിയിരുന്നു. കണ്ണൂരിന്റെ പരമ്പരാഗത വ്യവസായമായ കൈത്തറി, ബാസൽമിഷ്യന്റെ വരവോടുകൂടി അഭിവൃദ്ധിപ്പെടുകയും അന്യസംസ്ഥാനങ്ങളിൽമാത്രം കേന്ദ്രീകരിച്ചിരുന്ന ബീഡി, ചുരുട്ടു വ്യവസായങ്ങൾ കണ്ണൂരിലും വ്യാപകമായതോടുകൂടി, ടൗണിനെ ചുറ്റിപ്പറ്റി, തൊഴിലാളികളുടെതായ ഒരു കേന്ദ്രീകരണം ഇരുപതാംനൂറ്റാണ്ടിന്റെ ആദ്യപാദത്തിൽത്തന്നെ രൂപപ്പെട്ടിരുന്നു. തൊഴിലാളികളുടെ സംഘടനാപ്രവർത്തനവും അവകാശസമരങ്ങളും പിന്നീട് കണ്ണൂരിനെ മൊത്തത്തിൽ ഒരു ഇടതുപക്ഷാഭിമുഖ്യമുള്ള പ്രദേശമാക്കി മാറ്റി. ചിറയ്ക്കൽ താലൂക്ക് നെയ്ത്തുതൊഴിലാളി യൂണിയൻ, ചെത്തുതൊഴിലാളി യൂണിയൻ, ടുബാക്കോ വർക്കേഴ്സ് യൂണിയൻ മുതലായ തൊഴിലാളി സംഘടനകൾ കണ്ണൂർ ടൗൺ കേന്ദ്രീകരിച്ചായിരുന്നു പ്രവർത്തിച്ചിരുന്നത്. മേൽപ്പറഞ്ഞ ബീഡി, ചുരുട്ടു, നെയ്ത്ത് തൊഴിൽശാലകളിലേക്കു കരാറിനകമടക്കമുള്ള സമീപപ്രദേശങ്ങളിൽ നിന്നും ജോലിക്കായി ഒരുപാടുപേർ എത്താറുണ്ടായിരുന്നു. ആ തൊഴിലാളികളിൽ പലരും സംഘടനാപ്രവർത്തനങ്ങളിലും സജീവമായി പങ്കെടുക്കുവാൻ തുടങ്ങി. ആ തൊഴിലാളികളിലൂടെയാണ് ഇടതുപക്ഷ രാഷ്ട്രീയത്തിന്റെ പരാഗണം കരാറിനകത്ത് സംഭവിക്കുന്നത്.

കുഴിപ്പള്ളി കണ്ണൻ, അഞ്ചോതിയിൽ രാമുണ്ണി, കക്കാടൻ ഗോവിന്ദൻ, കരിക്കൻ ഗോപാലൻ, കക്കാടൻ അച്യുതൻ, ചട്ടക്കണ്ടി രാമൻ മുതലായവർ

മേൽപ്പറഞ്ഞ തൊഴിലാളി പ്രവർത്തകരിൽ ചിലരായിരുന്നു. ഇവർക്കു പുറമെ, 1939-ൽ പിണറായിയിൽവെച്ചു കമ്മ്യൂണിസ്റ്റ് പാർട്ടിയുടെ കേരളഘടകം രൂപീകരിച്ചതോടെ, അതുവരെ കോൺഗ്രസ്സിലും കോൺഗ്രസ്സ് സോഷ്യലിസ്റ്റ് പാർട്ടിയിലും പ്രവർത്തിച്ചുകൊണ്ടിരുന്ന കരാറിനകത്തെ കുറേപേർ, വാസുദേവപ്പിള്ളയുടെ ഒത്താശയോടെ, എ.ഗോവിന്ദന്റെ നേതൃത്വത്തിൽ കമ്മ്യൂണിസ്റ്റ്കാരായി മാറി. ഇതിനൊക്കെ പുറമെ കരാറിനകത്ത് കമ്മ്യൂണിസ്റ്റ് പാർട്ടിയുടെ ബ്രാഞ്ച് രൂപീകരണത്തിനു, മറ്റൊരു സംഭവംകൂടി നിമിത്തമായിരുന്നു. കാപ്പാട്ടിൽ കമ്മ്യൂണിസ്റ്റ് പാർട്ടിക്കുവേണ്ടി സജീവമായി പ്രവർത്തിച്ചുകൊണ്ടിരിക്കുകയായിരുന്ന കാരാൽ പുത്തൻപുര ഗോവിന്ദൻ എന്ന കെ.പി. ഗോവിന്ദൻ, തന്റെ കുറുവയിലെ തറവാട്ടുസ്വത്ത് ഭാഗിച്ചപ്പോൾ ലഭ്യമായ വീട്ടിൽ സ്ഥിരതാമസമാക്കാൻ എത്തിയെന്നതായിരുന്നു ആ നിമിത്തം. ഒളിവിൽ കഴിയുന്ന സി. കണ്ണന് ഷെൽട്ടർ മാറിമാറി ഒരുക്കി കൊടുക്കുന്ന പ്രവൃത്തിയായിരുന്നു കാപ്പാട്ടിൽ കെ.പി.ഗോവിന്ദൻ ചെയ്തു കൊണ്ടിരുന്നത്. ചുരുക്കിപ്പറഞ്ഞാൽ കരിക്കൻ ഗോപാലനും കക്കാടൻ ഗോവിന്ദനും അച്യുതനും ടൗണുമായി ബന്ധപ്പെട്ടു നടത്തിയ പ്രവർത്തനങ്ങളും, എ.ഗോവിന്ദനും കെ.പി.ഗോവിന്ദനും കരാറിനകം കേന്ദ്രീകരിച്ചു നടത്തിയ പ്രവർത്തനങ്ങളും, വാസുദേവപ്പിള്ളയുടെ ഉപദേശനിർദ്ദേശങ്ങളും കൂടിയായപ്പോഴാണ് കമ്മ്യൂണിസ്റ്റ് പാർട്ടിയുടെ കരാറിനകം ബ്രാഞ്ച് 1945-ാമാണ്ടോടുകൂടി രൂപീകൃതമാകുന്നത്.

കരിക്കൻ ഗോപാലൻ

കരാറിനകത്തെ പഴയകാലകമ്മ്യൂണിസ്റ്റ് രാഷ്ട്രീയത്തിന്റെ കാലിഡോസ്കോപ്പ് കറക്കുമ്പോൾ, തെളിഞ്ഞുവരുന്നത് കുറേ നിസ്വാർത്ഥരായ വ്യക്തികളുടെ ബഹുവർണ്ണചിത്രങ്ങളാണ്. ആ വ്യക്തികളിൽ, കരിക്കൻ ഗോപാലൻ, കക്കാടൻ അച്യുതൻ, കക്കാടൻ ഗോവിന്ദൻ, എ.ഗോവിന്ദൻ, കെ.പി. ഗോവിന്ദൻ, യു.കെ.കരുണൻമാസ്റ്റർ, ഇ.പി. നാരായണൻ മുതലായവർ പ്രഥമഗണനീയരാണ് അവരിൽ കരിക്കൻ ഗോപാലൻ പ്രഥമ സ്ഥാനത്തുതന്നെ നിലയുറപ്പിച്ചിരിക്കുന്നു. കരാറിനകത്തെ ആദ്യകമ്മ്യൂണിസ്റ്റ് ആരാണെന്ന ചോദ്യത്തിനു പഴമക്കാരുടെ ഉത്തരം കരിക്കൻ ഗോപാലൻ എന്നു തന്നെയാണ്.

1914-ൽ കാഞ്ഞിരയിലെ ഒരിടത്തരം കുടുംബത്തിൽ ജനിക്കുകയും, 1944-ൽ തന്നെ ഈ ലോകത്തോടു യാത്ര പറയുകയും ചെയ്ത കരിക്കൻ ഗോപാലൻ, തന്റെ മുപ്പതു കൊല്ലത്തെ ഹ്രസ്വമായ ജീവിതത്തിനിടയിൽ, ഒരു ആഴക്കടൽ പര്യവേഷകനെപ്പോലെ സമൂഹസാഗരമധ്യത്തിൽ സധൈര്യം എടുത്തു ചാടുകയും, ഒഴുക്കും ചുഴിയും വകവെക്കാതെ മുങ്ങിത്താഴുകയും, കൈനിറയെ മുത്തുകൾ വാരി ഈ നാട്ടുകാർക്ക് കാഴ്ച വെക്കുകയും ചെയ്തു. മേഘജ്യോതിസ്സിനെപ്പോലെ വേഗത്തിൽ കടന്നുപോകുകയും ചെയ്തു. ഒരു തൊഴിലാളി പ്രവർത്തകൻ എന്ന നിലയിലാണ് കരിക്കൻ ഗോപാലന്റെ രാഷ്ട്രീയജീവിതം ആരംഭിക്കുന്നത്.

ചിറയ്ക്കൽ താലൂക്ക് നെയ്ത്തുതൊഴിലാളി സംഘടന രൂപീകരിക്കുന്നതിനുവേണ്ടി കെ.പി. ഗോപാലന്റെ കൂടെ വിശ്രമരഹിതമായ പ്രവർത്തനങ്ങളിൽ കരിക്കൻ ഗോപാലനും ഏർപ്പെട്ടു. ഭക്ഷണവും വിശ്രമവുമില്ലാതെ രാത്രിയും പകലുമില്ലാതെ സംഘടനാ പ്രവർത്തനങ്ങൾക്കുവേണ്ടി ഓടിനടന്നു. സമരം, അറസ്റ്റ്, മർദ്ദനം മുതലായവയൊക്കെ ജീവിതത്തിന്റെ ഭാഗമായി മാറി. അപ്പോഴും സർഗ്ഗചേതനയുടെ ചക്രവാകപ്പക്ഷികൾ കരിക്കൻ ഗോപാലന്റെ അന്തരാത്മാവിൽനിന്ന് ചിറകടിച്ചുകൊണ്ടേയിരുന്നു. ഈ നാട്ടിൽ ആദ്യകാലത്തുണ്ടായ കലാസാംസ്കാരിക സംഘടനയായ കാഞ്ഞിര ടാഗൂർ സ്മാരക കലാസമിതിയുടെ സ്ഥാപകൻ കരിക്കൻ ഗോപാലനാണ്. പാട്ടും ഭജനയും ഉപകരണ സംഗീതത്തിൽ പരിശീലനം നൽകലുമൊക്കെ ടാഗൂർ സ്മാരക കലാസമിതിയുടെ കീഴിൽ നടത്തപ്പെട്ടിരുന്നു. സി.കെ. രാഘവൻ, അരിപ്പക്കണ്ണൻ മുതലായവർ ആ കലാസമിതിയിൽനിന്ന് സംഗീതം പഠിച്ചവരായിരുന്നു. മരണവീടുകളിൽ ഭജന പാടുന്ന പതിവും ടാഗൂർ സ്മാരക കലാസമിതി ഏറ്റെടുത്തിരുന്നു. കരിക്കൻ ഗോപാലൻ തന്നെയാണ് ഹാർമ്മോണിയം വായിച്ച് അതിനൊക്കെ നേതൃത്വം കൊടുത്തിരുന്നത്. അതേകാലത്ത് കുറ്റിക്കാടന്റെ വളപ്പിൽ ഒരു വായനശാലയും ഗോപാലന്റെ നേതൃത്വത്തിൽ നടത്തിവന്നിരുന്നു. ഇവയൊക്കെ ഗോപാലന്റെ സർഗ്ഗവാസനയുടെ കൊടിയടയാളങ്ങളായിരുന്നു.

വിശ്രമമില്ലാതെയുള്ള സംഘടനാപ്രവർത്തനം ഗോപാലനെ ചെറുപ്രായത്തിൽ തന്നെ രോഗിയാക്കി മാറ്റി. രാവിലെ കാഞ്ഞിരയിലെ വീട്ടിൽനിന്ന് ടൗണിലേക്ക് പുറപ്പെടുന്ന ഗോപാലൻ, സംഘടനാ പ്രവർത്തനങ്ങളൊക്കെ നടത്തി വളരെ വൈകിയായിരിക്കും വീട്ടിൽ തിരിച്ചെത്തുക. അപ്പോഴേക്കും വീട്ടുകാരൊക്കെ ഉറക്കത്തിലായിരിക്കും. വീട്ടുകാരെ വിളിച്ചു ബുദ്ധിമുട്ടിക്കേണ്ടെന്ന് കരുതി പല ദിവസങ്ങളിലും പുറത്തെ വരാന്തയിൽ ഭക്ഷണമില്ലാതെ അന്തിയുറങ്ങിയിട്ടുണ്ട്. ചിലപ്പോൾ മേൽപ്പറഞ്ഞ കുറ്റിക്കാടന്റെ വളപ്പിലെ വായനശാലയിലായിരിക്കും ഉറക്കം. രോഗാണുക്കൾ ശരീരത്തെ കാർന്നുതിന്നുമ്പോഴും പൊതുപ്രവർത്തനത്തിൽനിന്നു പിന്മാറാൻ ഗോപാലൻ തയ്യാറായില്ല. തൽഫലമായി മുപ്പതാം വയസ്സിൽത്തന്നെ ആ ധന്യജീവിതം എരിഞ്ഞടങ്ങി. ഗോപാലന്റെ മൃതദേഹത്തിനരികിലിരുന്ന് ശിഷ്യന്മാർ ഗുരു പഠിപ്പിച്ച ഭജന ഹാർമ്മോണിയം വായിച്ചുകൊണ്ടു പാടി: "മരണത്തിനു സാമ്രാട്ടും ശിരസാഹന്ത താഴ്ത്തണം/ പരമേശ്വരനിൻ മുന്നിൽ നരൻ വെറും തൃണം വിഭോ-"

കക്കാടൻ അച്യുതൻ

ടൗൺ കേന്ദ്രീകരിച്ച് രാഷ്ട്രീയപ്രവർത്തനം നടത്തിയ മറ്റൊരാളാണ് കക്കാടൻ അച്യുതൻ. പറമ്പത്ത് കോരന്റെയും കക്കാടൻ ചപ്പിലയുടെയും മകനായി ജനിച്ച അച്യുതൻ പന്ത്രണ്ടാംവയസ്സിൽ ബീഡിപ്പണി പഠിച്ചു തൊഴിലാളിയായി. അതോടെയാണ് അച്യുതന്റെ രാഷ്ട്രീയ ജീവതവുമാരംഭിക്കുന്നത്. ആയിരം ബീഡിക്ക് അഞ്ച് അണ കൂലി ലഭിക്കണമെന്നും, ആ

കൂലി എല്ലാവർക്കും ഒരുപോലെ കിട്ടത്തക്കവണ്ണം കൂലി ഏകീകരിക്കൽ നിയമം കൊണ്ടുവരണമെന്നും ആവശ്യപ്പെട്ട് 1940-ൽ തൊഴിലാളികൾ സമരം നയിച്ചപ്പോൾ, ടുബാക്കോ വർക്കേഴ്സ് യൂണിയന്റെ ഓഫീസ് സിക്രട്ടറി കക്കാടൻ അച്യുതനായിരുന്നു. ആ യൂണിയന്റെ പ്രസിഡണ്ട് അഴീക്കോടൻ രാഘവനും, സിക്രട്ടറി സി.കണ്ണനുമായിരുന്നു. ടൗണിൽ നടക്കുന്ന എല്ലാ തൊഴിലാളിസമരങ്ങളിലും അച്യുതൻ പങ്കെടുക്കുമായിരുന്നു. അതിന്റെ പേരിൽ പോലീസിന്റെ നോട്ടപ്പുള്ളിയാവുകയും അറസ്റ്റും മർദ്ദനവും ഒരുപാട് സഹിക്കേണ്ടിയും വന്നിരുന്നു. കണ്ണൂർ ജയിലിലും സേലം ജയിലിലും കിടന്നിട്ടുള്ള അച്യുതന് നടുക്കമുളവാക്കുന്ന എത്രയോ സംഭവങ്ങൾക്ക് സാക്ഷിയാകേണ്ടിയും വന്നിട്ടുണ്ട്. കക്കാടൻ അച്യുതൻ സേലം ജയിലിൽ നിന്ന് ശിക്ഷ കഴിഞ്ഞു നാട്ടിലെത്തിയ ദിവസമായിരുന്നു കുപ്രസിദ്ധമായ സേലം ജയിൽ വെടിവെപ്പ് നടക്കുന്നത് ആ വെടിവെപ്പിൽ ഇരുപത്തിരണ്ടു പേരാണ് മരിച്ചുവീണത്. ജയിൽമോചനം ഏതാനും ദിവസം താമസിച്ചിരുന്നു വെങ്കിൽ സേലം ജയിൽ രക്തസാക്ഷികളിൽ ഒരു കരാറിനകക്കാരനുമുണ്ടാ കുമായിരുന്നു. അച്യുതന്റെ കൂടെ ഒരേ സെല്ലിൽ കഴിഞ്ഞിരുന്നവരാണ് മരിച്ചവരിൽ പലരും. തൊഴിലാളി പ്രവർത്തനങ്ങൾക്ക് വേണ്ടി ജീവിത മുഴിഞ്ഞുവെച്ച അച്യുതൻ പിൽക്കാലത്ത് ദിനേശ് ബീഡി കമ്പനിയിലെ മേസ്ത്രിയായും ജോലി ചെയ്തിരുന്നു. മരിക്കുന്നതിന് ഏതാനും നാൾ മുമ്പുവരെ കാഞ്ഞിരയിലെ വീട്ടിലിരുന്ന് അച്ചൂവേട്ടൻ പഴയ സാഹസിക പ്രവർത്തനങ്ങളെപ്പറ്റി വാചാലനാകാറുണ്ടായിരുന്നു. സി.കെ. ഉണ്ണിയാണ് തന്റെ രാഷ്ട്രീയഗുരുവെന്ന് അച്ചുവേട്ടൻ പറയാറുണ്ട്. പോലീസ് അറസ്റ്റ് ചെയ്യുമ്പോഴൊക്കെ ഉണ്ണിയേട്ടൻ വന്ന് ജാമ്യത്തിലെടുക്കുമായിരുന്നുവത്രെ.

സി.കെ. ഉണ്ണി

കരാറിനകത്തിന്റെ സമീപ പ്രദേശങ്ങളായ, ചൊവ്വ, കീഴുത്തള്ളി, തെഴുക്കിൽ പീടിക, തിലാന്നൂർ, ഭാഗങ്ങളിൽ കമ്മ്യൂണിസ്റ്റ് പാർട്ടി കെട്ടിപ്പടുക്കുന്നതിൽ മുൻനിരയിലുണ്ടായിരുന്ന നേതാവാണ് സി.കെ. ഉണ്ണി. സ്വാതന്ത്ര്യ സമരപ്രവർത്തനങ്ങളിൽ അപ്രതിരോധ്യനായി നിലകൊണ്ടിരുന്ന സി.കെ. ഉണ്ണി ഏറ്റുവാങ്ങിയ മർദ്ദനങ്ങൾക്ക് കൈയ്യും കണക്കുമില്ല. കമ്മ്യൂണിസ്റ്റായി മാറിയ ഉണ്ണിയേട്ടൻ പ്രവർത്തകരുടെ ആവേശമായിരുന്നു. ഒരു ആയുർവ്വേദ വൈദ്യരും കുറച്ചുനാൾ പട്ടാളക്കാരനുമായിരുന്ന , സി.കെ.ഉണ്ണിയെ നാട്ടുകാർ ഉണ്ണി വൈദ്യർ എന്നാണു വിളിച്ചുവന്നിരുന്നത്.

കരാറിനകം ബ്രാഞ്ച് രൂപീകരണം

കരിക്കൻ ഗോപാലൻ, കക്കാടൻ അച്യുതൻ, എ.ഗോവിന്ദൻ, കെ.പി. ഗോവിന്ദൻ, വാസുദേവപിള്ള മുതലായവരുടെ വ്യത്യസ്തരംഗങ്ങളിലൂടെയുള്ള പ്രവർത്തനത്തിന്റെ ഫലമായാണ്, 1945 ഓടുകൂടി കരാറിനകത്ത് കമ്മ്യൂണിസ്റ്റ് പാർട്ടിയുടെ ഒരു ബ്രാഞ്ച് രൂപീകൃതമാകുന്നതെന്നു പറഞ്ഞു വല്ലോ. ഇവരുടെ പ്രവർത്തനഫലമായി ധാരാളം ചെറുപ്പക്കാർ കമ്മ്യൂണിസ്റ്റ്

അനുഭാവികളായി രംഗത്തു വന്നു. ദാവാരിക്കണ്ടി കുമാരൻ, ഇ.പി.നാരായണൻ, ഉണ്ണാങ്കണ്ടി ബാവ, പഴയപുരക്കണ്ണൻ ബങ്കണക്കറുവൻ, സികെ.കുമാരൻ, പുത്തൻപുര ബാലൻ, ടി.പി.രാഘവൻ, താളി ഗോപാലൻ, പാച്ചറ് നാരായണൻ, കൂക്കിരി അനന്തൻ, കൂക്കിരി മാധവൻ, ചാലിൽ കുഞ്ഞമ്പു, പി.പി.രാമൻ, ബങ്കണ ഗോപാലൻ, കൂക്കിരി നാരായണൻ, വായനായി ബാലൻ, ചട്ട അച്യുതൻ, യു.കെ.കുഞ്ഞിരാമൻ, യു.കെ കൃഷ്ണൻ, കുന്നുമ്പ്രത്ത് കൃഷ്ണൻ, കണ്ണിച്ചാങ്കണ്ടി ഗോവിന്ദൻ, നരിയൻ ഭാസ്കരൻ എന്നിവർ അനുഭാവികളിൽ ചിലരായിരുന്നു. യു.കെ പാഞ്ചു, ആലക്കൽ കല്ല്യാണി എന്നീ വനിതകളും അന്നു കമ്മ്യൂണിസ്റ്റ് അനുഭാവികളായുണ്ടായിരുന്നു. 1945 സപ്തെബർ 15ന്, മേൽപ്പറഞ്ഞ പ്രവർത്തകരെല്ലാം കെ.പി ഗോവിന്ദന്റെ വീട്ടിൽ സമ്മേളിച്ച് എ.ഗോവിന്ദനെ സെക്രട്ടറിയാക്കി, കമ്മ്യൂണിസ്റ്റ് പാർട്ടിയുടെ കരാറിനകം ബ്രാഞ്ച് കമ്മിറ്റി രൂപീകരിച്ചു. തലശ്ശേരിയിലെ രക്തസാക്ഷികളായ അബു -ചാത്തുക്കുട്ടിയുടെ 5-ാം ചരമവാർഷികദിനത്തിലായിരുന്നു, കരാറിനകത്തെ കമ്മ്യൂണിസ്റ്റ് പാർട്ടി ബ്രാഞ്ചിന്റെ രൂപീകരണം നടന്നത്. ആ ദിവസം പ്രവർത്തകർ പ്രഭാതഭേരിയായി ഒരു കൊടിമരവും ചുമലിലേറ്റി വന്നു, മനക്കാക്കാരന്റെ പീടികയ്ക്കു മുമ്പിലുള്ള ഉണ്ണാങ്കണ്ടിക്കാരുടെ വയലിൽ സ്ഥാപിക്കുകയും അഴീക്കോടൻ രാഘവന്റെയും വാസുദേവപ്പിള്ളയുടെയും സാന്നിധ്യത്തിൽ ചുവപ്പ് കൊടി ഉയർത്തി മുദ്രാവാക്യം വിളിച്ച് കൊടിയെ അഭിവാദ്യം ചെയ്യുകയും ചെയ്തു. കെ.പി.ഗോവിന്ദൻ, ദാവാരിക്കണ്ടി കുമാരൻ, കക്കാടൻ അച്യുതൻ, ഇ.പി.നാരായണൻ തുടങ്ങിയവരെ പ്രവർത്തക കമ്മിറ്റി അംഗങ്ങളായും തിരഞ്ഞെടുത്തു. നരിയൻ ഭാസ്കരൻ, പുത്തൻപുര ബാലൻ, ബങ്കണക്കറുവൻ, സി.കെ കുമാരൻ മുതലായവർ കാന്റിഡേറ്റ് മെമ്പർമാരുമായിരുന്നു.

യു.കെ.കരുണൻ മാസ്റ്റർ എന്ന സാഹസികനായ പോരാളി

ആ കാലഘട്ടത്തിൽ തന്നെ ഒരു ചെത്തു തൊഴിലാളിസംഘടനയുടെ ശാഖയും ഇവിടെ രൂപീകൃതമായിട്ടുണ്ട്. അതിന്റെ സൂത്രധാരൻ യു.കെ കരുണാകരൻ മാസ്റ്ററായിരുന്നു. അദ്ദേഹം ആ കാലത്തു കെ.പി ഗോപാലന്റെയും വില്യം സ്നെലക്സിന്റെയും കൂടെ, ചിറയ്ക്കൽ താലൂക്ക് ചെത്തുതൊഴിലാളി സംഘടനയുടെ നേതൃത്വനിരയിൽ പ്രവർത്തിച്ചുകൊണ്ടിരിക്കുകയായിരുന്നു. ചെത്തുതൊഴിലാളി സംഘടനയുടെ പ്രവർത്തകർ, കഴിപ്പള്ളി ബാപ്പു, കാര്യങ്കണ്ടി രാമൻ, കാര്യങ്കണ്ടി പൊക്കൻ, കാര്യങ്കണ്ടി തോലൻ, തയ്യിൽ കുഞ്ഞിരാമൻ, തയ്യിൽ ഗോവിന്ദൻ, തടിച്ചിക്കറുവൻ, ഇടയത്തു കൂക്കിരി കൃഷ്ണൻ, ചെമ്മിണിയൻ ഗോവിന്ദൻ, പാലയാട്ടുകുഞ്ഞിരാമൻ തുടങ്ങിയവരായിരുന്നു. ചെത്തുതൊഴിലാളി യൂണിയന്റെ കണ്ണൂരിലെ സംഘാടകൻ എന്നതിനു പുറമെ യു.കെ കരുണൻ മാസ്റ്റർ, കമ്മ്യൂണിസ്റ്റ് പാർട്ടിയുമായി ഒട്ടിനിൽക്കുന്ന കലാസാംസ്കാരിക സംഘടനകളുടെ അമരക്കാരനുമായിരുന്നു. ഒരു ബഹുമുഖപ്രതിഭയായ കരുണൻമാസ്റ്ററുടെ നേതൃത്വത്തിലാണ്

കടലായിയിൽ, കരാറിനകം ബാലനാടക സംഘം എന്ന കലാസാംസ്കാരിക സംഘടന രൂപീകരിക്കുന്നത്. നാടകം, കോൽക്കളി മുതലായവയൊക്കെ ബാലനാടകസംഘത്തിൻ കീഴിൽ പരിശീലിപ്പിച്ചിരുന്നു. രണ്ടു നാടകങ്ങൾ കരുണൻ മാസ്റ്റർ തന്നെ, എഴുതി അവതരിപ്പിച്ചിരുന്നു. 'അങ്കറക്കണ്ടി ചന്തപ്പൻ', 'ബീഗം ഫാത്തിമ' എന്നിവയായിരുന്നു ആ നാടകങ്ങൾ. ഒരു ചുരുട്ടു മുതലാളിയുടെ തൊഴിലാളിദ്രോഹനടപടികളെ ആക്ഷേപഹാസ്യത്തിലൂടെ തുറന്നു കാണിക്കുകയായിരുന്നു അങ്കറക്കണ്ടി ചന്തപ്പൻ എന്ന നാടകത്തിലൂടെ കരുണൻ മാസ്റ്റർ നിർവ്വഹിച്ചത്. ഹിന്ദു മുസ്ലീം ഐക്യത്തിന്റെ സന്ദേശം വിളിച്ചറിയിക്കുന്നതായിരുന്നു ബീഗം ഫാത്തിമ എന്ന നാടകം. വർഗ്ഗീയ ലഹളകളുടെ അഭിശപ്തമായ നാളുകളിൽ, കുടുംബത്തിൽ നിന്നും ഒറ്റപ്പെട്ടുപോകുന്ന ഒരു സ്ത്രീക്ക് അനുഭവിക്കേണ്ടിവരുന്ന ദുരിതങ്ങളാണ് ബീഗം ഫാത്തിമയിലെ ഇതിവൃത്തം. തയ്യിൽ ബാലൻ, കൂക്കിരിമാധവൻ, സി.കെ.കുമാരൻ, കൂക്കിരി അനന്തൻ, നരിയൻ ഭാസ്കരൻ, ഇ.പി നാരായണൻ, ദാവാരിക്കണ്ടി ഗോവിന്ദൻ, പി.വി.രാമൻ, പൂത്തട്ട ഗോവിന്ദൻ മുതലായവരായിരുന്നു അതിലെ കഥാപാത്രങ്ങൾക്കു ജീവൻ നൽകിയത്. കഥാനായികയായ ബീഗം ഫാത്തിമയായി അഭിനയിച്ചത് സി.കെ കുമാരനായിരുന്നു. ആ കാലഘട്ടത്തിൽ അമേച്വർ നാടകങ്ങളിൽ സ്ത്രീവേഷം കെട്ടുന്നതു മിക്കവാറും പുരുഷന്മാർ തന്നെയായിരുന്നു. ഈ നാടകത്തിൽ തീവ്രദേശീയവാദിയായ ഒരു സ്വാമിയുടെ റോളുണ്ടായിരുന്നു. ആ റോളിൽ അഭിനയിച്ചതു പൂത്തട്ട ഗോവിന്ദനായിരുന്നു. പിൽക്കാലത്തു പുത്തട്ട ഗോവിന്ദൻ സ്വാമി ഗോവിന്ദൻ എന്നാണു അറിയപ്പെട്ടത്.

യു.കെ.കരുണൻ മാസ്റ്റർ കരാറിനകത്ത് തൊഴിലാളി സംഘാടകൻ, രാഷ്ട്രീയ സാമൂഹ്യപ്രവർത്തകൻ, കലാസാംസ്കാരിക പ്രവർത്തകൻ, ബുദ്ധിജീവി, ഹോമിയോ ഡോക്ടർ എന്നീ നിലകളിലെല്ലാം പ്രാതസ്മരണീയനായിരുന്നു. 1948 കാഘട്ടത്തിൽ അദ്ദേഹത്തിനും കുടുംബക്കാർക്കും അനുഭവിക്കേണ്ടിവന്നിട്ടുള്ള മർദ്ദനങ്ങൾക്ക് കൈയ്യും കണക്കുമില്ല. ഒരുപക്ഷേ കരാറിനകത്ത് വെച്ചു രാഷ്ട്രീയ എതിരാളികളുടെ മർദ്ദനം ഏറ്റവും കൂടുതൽ ഏറ്റുവാങ്ങേണ്ടിവന്ന മൂന്നു പേരിൽ ഒരാൾ യു.കെ കരുണാകരൻ മാസ്റ്ററായിരിക്കും. മറ്റു രണ്ടുപേർ കെ.പി. ഗോവിന്ദനും വാസുദേവപിള്ളയുമാണ്. മറ്റൊന്നു ഏറ്റവും കൂടുതൽ മർദ്ദനമേൽക്കേണ്ടി വന്ന കുടുംബക്കാർ, ഉണ്ണാങ്കണ്ടി കുടുംബക്കാരുമാണ്. കരുണൻമാസ്റ്റർക്കു പുറമെ ആ തറവാട്ടിലെ യു.കെ.ബാവ, യു.കെ.കൃഷ്ണൻ, യു.കെ കുഞ്ഞിരാമൻ, യു.കെ.കുഞ്ഞമ്പു എന്നിവരൊക്കെ ഒരുപാടു മർദ്ദനങ്ങൾ ഏറ്റുവാങ്ങേണ്ടിവന്നിട്ടുള്ളവരാണ്. ഈ കുടുംബത്തിലെ മുതിർന്നയാളായ യു.കെ.ബാവ ഒരു കോടതി വ്യവഹാരിയായിരുന്നു. അദ്ദേഹം കണ്ണൂർ പഞ്ചായത്ത് കോടതിയുടെ പ്രസിഡണ്ടുമായിരുന്നു. കോടതി വ്യവഹാരികൾക്ക് ആ കാലത്തു ശത്രുക്കളും ധാരാളമുണ്ടാകുമായിരുന്നു. ആ ശത്രുത മുഴുവനും 1948-ൽ കമ്മ്യൂണിസ്റ്റ്കാർക്കെതിരെയുള്ള നീക്കത്തിന്റെ ഭാഗമായി കുടുംബത്തോടു തന്നെ കണക്ക് തീർക്കുകയായിരുന്നു.

ഒരുപാട് നല്ല വിശേഷണങ്ങൾക്കർഹനായ യു.കെ കരുണൻ മാസ്റ്റർ കരിക്കൻ ഗോപാലനെപ്പോലെ തന്നെ അകാലത്തിൽ പൊലിഞ്ഞുപോയ ഒരു ബഹുമുഖപ്രതിഭയാണ്. കരിക്കൻ ഗോപാലൻ മുപ്പതു വയസ്സുവരെ യാണ് ജീവിച്ചതെങ്കിൽ യു.കെ കരുണൻ മാസ്റ്ററുടെ ജീവിതകാലം മുപ്പ ത്തിയാറു വർഷമായിരുന്നു. 1917-ൽ ഉണ്ണാങ്കണ്ടി പാഞ്ചു -കുഞ്ഞമ്പു ദമ്പതി മാരുടെ മകനായി ചരിത്രമുറങ്ങുന്ന കടലായി കോട്ടമ്മലിൽ പിറന്ന കരു ണൻ മാസ്റ്റർ 1953 മാർച്ച് 23-നു മുപ്പത്തിയാറാം വയസ്സിൽ ഈ ലോകത്തോടു യാത്ര പറഞ്ഞു. ക്ഷയരോഗം പിടിപെട്ടു രക്തം ഛർദ്ദിച്ചാണ് അദ്ദേഹം മരി ക്കുന്നത്. ചുരുങ്ങിയ കാലത്തെ അദ്ദേഹത്തിന്റെ പൊതുജീവിതം ഈ നാടിനെ സംബന്ധിച്ചിടത്തോളം സംഭവബഹുലമായിരുന്നു. ആ കാലത്തു മെട്രിക്കുലേഷൻ പാസായ അപൂർവ്വം കരാറിനകക്കാരിലൊരാളായിരുന്നു കരുണൻ മാസ്റ്റർ. കോഴിക്കോട് സാമൂതിരി കോളേജിൽ നിന്നായിരുന്നു അദ്ദേഹം മെട്രിക്കുലേഷൻ പാസ്സായത്. പിന്നീടു ഹോമിയോപ്പതിയിൽ ബിരുദമെടുത്തു, അതിന്റെ ചികിത്സകനായി. ഹോമിയോപ്പതി ചികിത്സയി ലൂടെയാണ് കരുണൻ മാസ്റ്റർ സാമൂഹ്യപ്രവർത്തകനായിത്തീരുന്നത്. നാട്ടിൽ വസൂരി പടർന്നുപിടിച്ച കാലത്ത് ഹോമിയോ മരുന്നുകളുമായി വീടു കൾ തോറും കയറിയിറങ്ങി, നാട്ടുകാരെ സൗജന്യമായി ചികിത്സിച്ചു. അതു പോലെ കോളറക്കാലത്തും കരുണൻ മാസ്റ്ററുടെ ഹോമിയോ ചികിത്സ നാട്ടു കാർക്കു വലിയ ആശ്വാസമായിരുന്നു. പഠിപ്പും പത്രാസ്സുമുള്ള കരുണൻ മാസ്റ്റർക്ക് ബ്രിട്ടീഷ് സർക്കാർ ജോലിയും നൽകിയിരുന്നു. കണ്ടോൺ മെന്റിലെ മിലിട്ടറി ബാരക്കിൽ ക്ലാർക്കായാണ് ബ്രിട്ടീഷുകാർ കരുണൻ മാഷെ നിയമിച്ചത്. കോട്ടും സൂട്ടും ടൈയുമണിഞ്ഞു കണ്ടോൺമെന്റിലെ മിലി ട്ടറി ഓഫീസിലേക്ക് പോകുന്ന കരുണൻ മാസ്റ്ററുടെ സായിപ്പിന്റെ രൂപം പഴമക്കാർക്ക് ഇന്നും കൗതുകമുണർത്തുന്ന ഓർമ്മകളാണ്. ഇടതുപക്ഷ അനുഭാവിയും ചിന്തകനുമായ കരുണൻ മാസ്റ്റർക്ക് മിലിട്ടറി ബാരക്കിലെ ജോലി ഒരു കെണിയായിരുന്നു. അതു മനസ്സിലാക്കിയതോടെ ജോലി യിൽനിന്നും രാജിവെക്കുകയും ചെയ്തു. പിന്നീടു മരണംവരെ, കരുണൻ മാസ്റ്റർ എന്ന പ്രതിഭയുടെ നാനാമുഖമായ സാമൂഹ്യ, സാംസ്കാരിക, രാഷ്ട്രീയ പ്രവർത്തനങ്ങളുടെ രംഗവേദിയായിത്തീർന്നു കരാറിനകം. ചെത്തു തൊഴിലാളികളെയും ചുരുട്ടുതൊഴിലാളികളെയും സംഘടിപ്പിച്ചു കൊണ്ടായിരുന്നു തുടക്കം. അവരെ സാംസ്കാരിക രംഗത്ത് കൊണ്ടുവരു ന്നതിനും കരുണൻ മാസ്റ്റർ ഏറെ ശ്രദ്ധാലുവായിരുന്നു. തൊഴിലാളികളെ നാടകവും കോൽക്കളിയും പരിശീലിപ്പിക്കുന്നതിനുവേണ്ടിയാണ് അദ്ദേഹം കടലായിയിൽ കരാറിനകം ബാലനാടകസംഘത്തിനു രൂപം നൽകിയത്. നേരത്തെ സൂചിപ്പിച്ച 'അങ്കറക്കണ്ടിയന്തപ്പൻ' എന്ന നാടകം എഴുതി അവ തരിപ്പിച്ചതിന്റെ പേരിൽ ഈ നാട്ടിൽ ഒരു അങ്കം തന്നെ കുറിക്കപ്പെട്ടു. നാട കത്തിലൂടെ തന്നെ പരിഹസിക്കുകയാണെന്നു ചിന്തിച്ച ഒരു ചുരുട്ടു കമ്പനി മുതലാളി, കരുണൻമാസ്റ്ററോടു നീരസം വെച്ചു പുലർത്തി. സന്ദർഭം വന്ന പ്പോൾ ആ ചുരുട്ടു മുതലാളി കരുണാകരൻ മാസ്റ്ററോടു പ്രതികാരവും

ചെയ്തു. ഒരു ചുരുട്ടു തൊഴിലാളിപ്പണിമുടക്കിനു, ജോലി ചെയ്യാൻ തയ്യാറായി വീട്ടിൽനിന്നു പുറപ്പെട്ട കുഴിപ്പള്ളി ഉണ്ണി എന്നയാളെ കാമ്പിലെ ഇടവഴിയിൽ തടഞ്ഞുനിർത്തി കരിങ്കാലി എന്നു വിളിച്ച് കൊല്ലാൻ ശ്രമിച്ചു എന്നു കേസുണ്ടായി. കൊലപാതകകേസിൽ പ്രതിയായ കരുണൻ മാസ്റ്ററെ പിടിക്കാൻ സാദാപോലീസും, എം.എസ്.പിയും ചേർന്ന് നാടും വീടും അരിച്ചു പെറുക്കി. ഒരു ദിവസം പോലീസുകാർ വീട്ടിൽ കയറി പിതാവിനെയടക്കം കുടുംബത്തിലുള്ളവരെ മർദ്ദിക്കുകയും ചെയ്തു. പിന്നീടു ആ കേസിൽ അറസ്റ്റിലായ കരുണൻ മാസ്റ്ററെ തെളിവില്ലാത്തത് കാരണം വെറുതെ വിടുകയായിരുന്നു. മറ്റൊരു സന്ദർഭത്തിൽ കണ്ണൂരിലെ ഒരു ബാങ്ക് കൊള്ളയടിച്ചു എന്ന ഒരു കേസും കരുണൻമാഷുടെ പേരിൽ കെട്ടിച്ചമച്ചിരുന്നു. അതിനെത്തുടർന്നും കരുണൻമാസ്റ്റർക്കു ഒരുപാടു മർദ്ദനങ്ങൾ ഏൽക്കേണ്ടിവന്നിട്ടുണ്ട്. കൂടാതെ 48-ലെ കൽക്കത്താ തീസ്സിസ്സിനെത്തുടർന്നും കരുണൻ മാസ്റ്റർക്കു മർദ്ദനങ്ങൾ ഏൽക്കേണ്ടി വന്നിട്ടുണ്ട്. കരുണൻ മാസ്റ്ററുടെ രാഷ്ട്രീയ ജീവിതം സർക്കസ്സിലെ ട്രിപ്പീസിയം ചാട്ടക്കാരന്റെ പ്രകടനങ്ങൾപോലെ സാഹസികത നിറഞ്ഞതായിരുന്നു. 1952-ലെ തിരഞ്ഞെടുപ്പോടെ കരുണൻമാസ്റ്റർ കമ്മ്യൂണിസ്റ്റ് പാർട്ടിയുമായി അകന്നു. ആ തിരഞ്ഞെടുപ്പിലെ കമ്മ്യൂണിസ്റ്റ് പാർട്ടിയുടെ കൂട്ടുകെട്ടു അദ്ദേഹത്തിന് ദഹിക്കുന്നതായിരുന്നില്ല. ആരായിരുന്നോ 1948-ൽ കമ്മ്യൂണിസ്റ്റുകാരെ ആക്രമിക്കാൻ മുൻകൈയെടുത്തത്, അവരുമായി തന്നെയാണ് 1952-ൽ കമ്മ്യൂണിസ്റ്റ് പാർട്ടി സഖ്യത്തിലേർപ്പെട്ടിരുന്നത്. അതിനിടയിൽ തന്നെ അദ്ദേഹത്തിനു ടി.ബി രോഗം പിടിപ്പെട്ടിരുന്നു. കൊടിയമർദ്ദനവും ജയിൽവാസവും, രോഗം മൂർച്ഛിക്കാൻ കാരണമായിരുന്നു. ഹോമിയോ ഡോക്ടറായതുകൊണ്ടു മറ്റു ചികിത്സകളൊന്നും അദ്ദേഹം പരീക്ഷിച്ചുനോക്കിയിരുന്നുമില്ല. 1953 മാർച്ച് 23-നു മുപ്പത്തിയാറാം വയസ്സിൽ അദ്ദേഹം ഈ ലോകത്തോടു യാത്ര പറഞ്ഞു. അദ്ദേഹത്തിന്റെ വിയോഗം കരാറിനത്തിനു ഒരു ധിഷണാശാലിയുടെ സാന്നിധ്യമാണ് ഇല്ലാതാക്കിയത്.

കൽക്കത്താ തിസ്സിസ്സിനെ തുടർന്നുള്ള മർദ്ദനം

കരാറിനകത്തെ കമ്മ്യൂണിസ്റ്റ് പാർട്ടിപ്രവർത്തനം മിക്കവാറും കുറുവ കേന്ദ്രീകരിച്ചായിരുന്നു നടന്നിരുന്നത്. എന്തിനും തയ്യാറായ ധാരാളം പ്രവർത്തകർ അന്നു കുറുവയിൽ കേന്ദ്രീകരിക്കുമായിരുന്നു. പാർട്ടിയുടെ നയപരിപാടികളും മേൽക്കമ്മിറ്റി ഏൽപ്പിക്കുന്ന ചുമതലകളും അതിസാഹസികമായിത്തന്നെ നടപ്പിലാക്കാൻ കരാറിനകത്തെ പ്രവർത്തകർ മുൻനിരയിലായിരുന്നു. തൽഫലമായി ഒരുപാടു ദുരനുഭവങ്ങളിലൂടെയും കമ്മ്യൂണിസ്റ്റ് പ്രവർത്തകർക്ക് കടന്നുപോകേണ്ടി വന്നിട്ടുണ്ട്.

1948-ലെ കൽക്കത്താ തീസ്സീസ്സിനെതുടർന്ന് ഇവിടുത്തെ കമ്മ്യൂണിസ്റ്റ് പ്രവർത്തകർക്ക് നേരിടേണ്ടി വന്നിട്ടുള്ള തിക്താനുഭവങ്ങൾ ചില്ലറയല്ല. ഇന്ത്യൻ വിപ്ലവമാർഗ്ഗത്തെപ്പറ്റിയുള്ള രണ്ടു വ്യത്യസ്തചിന്താധാരകൾ ആദ്യകാലം മുതൽ തന്നെ ഇന്ത്യൻ കമ്മ്യൂണിസ്റ്റ് പാർട്ടിയിൽ രൂപപ്പെട്ടു

വന്നിരുന്നു. ഇന്ത്യൻ വിപ്ലവത്തിന്റെ മാർഗ്ഗം ഒരു സായുധസമരമാണെന്നായിരുന്നു അതിലൊന്ന്. ദേശീയബൂർഷ്വാപാർട്ടികളുമായി സഹകരിച്ചുകൊണ്ടു ജനാധിപത്യമാർഗ്ഗത്തിലൂടെ ഇന്ത്യൻ വിപ്ലവത്തിന്റെ കടമകളിലേക്ക് എത്തിച്ചേരാമെന്നതായിരുന്നു രണ്ടാമത്തെ ചിന്താധാര. 1947-ൽ ഇന്ത്യക്ക് സ്വാതന്ത്ര്യം ലഭിച്ചപ്പോൾ അതു യഥാർത്ഥ സ്വാതന്ത്ര്യമല്ലെന്നാണ് ഒരു വിഭാഗം കമ്മ്യൂണിസ്റ്റുകാർ വിശ്വസിച്ചത്. വിദേശബൂർഷ്വാസി ദേശീയ ബൂർഷ്വാസിക്ക് അധികാരം കൈമാറ്റം ചെയ്തുവെന്നല്ലാതെ, അദ്ധ്വാനിക്കുന്ന വർഗ്ഗത്തിനു യഥാർത്ഥ സ്വാതന്ത്ര്യം ലഭിച്ചിട്ടില്ലെന്നായിരുന്നു അവരുടെ നിലപാട്. യഥാർത്ഥ സ്വാതന്ത്ര്യം ഒരു സായുധവിപ്ലവത്തിലൂടെ മാത്രമേ കരഗതമാകുകയുള്ളൂവെന്നും ആ വിഭാഗക്കാർ ശക്തിയായി വാദിച്ചു. അതിനുവേണ്ടിയുള്ള ചില പ്രവർത്തനങ്ങളും അവർ അണിയറയിൽ ചെയ്തുകൊണ്ടിരുന്നു.

1948-ൽ കൽക്കത്തയിൽ കൂടിയ ഇന്ത്യൻ കമ്മ്യൂണിസ്റ്റ് പാർട്ടിയുടെ കേന്ദ്രകമ്മിറ്റിയിൽ, ഇന്ത്യയിൽ ഒരു സായുധസമരം നടത്താനുള്ള "രണദിവെ തീസ്സിസ്സിന്" ഭൂരിപക്ഷം ലഭിച്ചു. കേന്ദ്രക്കമ്മിറ്റി പിരിഞ്ഞു നേതാക്കൾ കൽക്കത്ത വിടുന്നതിനുമുമ്പ് തന്നെ ഭരണാധികാരികൾ വിവരം മണത്തറിഞ്ഞു. അവർ കമ്മ്യൂണിസ്റ്റ് പാർട്ടിയെ നിരോധിക്കുകയും ഇന്ത്യ മുഴുവനുമുള്ള കമ്മ്യൂണിസ്റ്റു നേതാക്കളെ അറസ്റ്റ് ചെയ്തു ജയിലിലടക്കാൻ ഉത്തരവിടുകയും ചെയ്തു. കേന്ദ്ര കമ്മിറ്റിയിൽ പങ്കെടുത്ത നേതാക്കൾ, നാട്ടിൽ വന്നിറങ്ങുമ്പോൾതന്നെ റയിൽവെ സ്റ്റേഷനുകളിൽ വെച്ചു പിടിയിലായി. പിടിക്കപ്പെടാത്ത കുറേ നേതാക്കൾ ഒളിവിൽ പോകാനും നിർബന്ധിതരായി.

ഈ സന്ദർഭത്തിൽ ഒരു വിഭാഗം കോൺഗ്രസ്സുകാരും മറ്റു ചിലരും ചേർന്നു ദേശരക്ഷാസംഘം എന്നപേരിൽ സംഘടിക്കുകയും, കമ്മ്യൂണിസ്റ്റ്കാരെ പിടിച്ചു പോലീസിലേൽപ്പിക്കുവാനും അവരെ ശാരീരികമായി മർദ്ദിക്കുവാനും തയ്യാറായി മുന്നോട്ടു വന്നു. രാത്രിയും പകലുമെന്നില്ലാതെ പോലീസുകാരും ദേശരക്ഷാസംഘക്കാരും കമ്മ്യൂണിസ്റ്റുകാരുടെ വീടുകൾ കയറിയിറങ്ങാൻ തുടങ്ങി. ഒരുവിധപ്പെട്ട കമ്മ്യൂണിസ്റ്റ് പ്രവർത്തകർക്കെല്ലാം പോലീസിന്റെയും ദേശരക്ഷക്കാരുടെയും മർദ്ദനങ്ങൾ ഏൽക്കേണ്ടിവന്നിട്ടുണ്ട്. പ്രവർത്തകരെ മാത്രമല്ല, അവരുടെ വന്ദ്യവയോധികരായ മാതാപിതാക്കളെയും പോലീസ് സ്റ്റേഷനിൽ കൂട്ടിക്കൊണ്ടുപോയി ദ്രോഹിച്ചിരുന്നു. ചട്ടിയും കലവുമടക്കമുള്ള വീട്ടുപകരണങ്ങൾപോലും പോലീസിന്റെ ലാത്തിയടിയേറ്റു തകർന്നടിഞ്ഞിട്ടുണ്ട്, വീട്ടുകാർ പോറ്റുന്ന കന്നുകാലികളെപോലും മർദ്ദനങ്ങളിൽ നിന്നൊഴിവാക്കിയിരുന്നില്ല. അച്ഛനെക്കിട്ടിയില്ലെങ്കിൽ മകനെപ്പിടിച്ചുകൊണ്ടുപോകുക, മകനെ കിട്ടിയില്ലെങ്കിൽ അച്ഛനെ പിടിച്ചുകൊണ്ടുപോകുക, മരുമകന്റെ കൈയിൽ ലാത്തികൊടുത്തു അമ്മാവനെ തല്ലിക്കുക തുടങ്ങിയ ക്രൂരവിനോദങ്ങളൊക്കെ അന്നു പോലീസിന്റെ ഭാഗത്തുനിന്നുണ്ടായിട്ടുണ്ട്. കമ്മ്യൂണിസ്റ്റ് അനുഭാവികളായതുകൊണ്ടു മാത്രം ക്രൂരമായ മർദ്ദനങ്ങൾ സഹിക്കേണ്ടി വന്നവർ നിരവധിയാണ്.

സാമൂഹ്യസേവന പ്രവർത്തനങ്ങളിൽ എന്നും മുന്നിൽ നിന്നിട്ടുള്ള കമ്മ്യൂണിസ്റ്റ് പ്രവർത്തകരെയൊക്കെ, ഗുണ്ടകളും പോലീസും ചേർന്ന്, നിഷ്ഠൂരമായി മർദ്ദിക്കുന്നത് കണ്ട് നാടും വീടും വിറങ്ങലിച്ചുനിന്നു. മർദ്ദനം സഹിക്കവയ്യാതെ പലരും കോൺഗ്രസ്സിൽ ചേർന്നു. മറ്റു ചിലർ ബോംബെയിലേക്കും കോയമ്പത്തൂരിലേക്കും പലായനം ചെയ്തു. ഈ സന്ദർഭത്തിൽ കമ്മ്യൂണിസ്റ്റുകാരെ അതിക്രൂരമായി മർദ്ദിക്കുന്നതു കണ്ട് സഹിക്കവയ്യാതെ ഒരു വിഭാഗം കോൺഗ്രസ്സുകാർ സമാധാനക്കമ്മിറ്റി എന്ന പേരിൽ ഒരു സംഘടന രൂപീകരിച്ചു പ്രവർത്തനമാരംഭിച്ചു. കമ്മ്യൂണിസ്റ്റ്കാരെ രാജിവെപ്പിച്ച് കോൺഗ്രസ്സിൽ ചേർക്കുക എന്നതായിരുന്നു ആ സംഘടനയുടെ ദൗത്യം. രാജിവെച്ചവരെ പങ്കെടുപ്പിച്ചുകൊണ്ട് ജാഥകളും, പൊതുയോഗങ്ങളും നടത്താറുണ്ടായിരുന്നു. അവരെക്കൊണ്ട് കമ്മ്യൂണിസ്റ്റ് വിരുദ്ധമുദ്രാവാക്യങ്ങൾ വിളിപ്പിക്കുന്നതും പതിവായിരുന്നു.

കൂക്കിരി അനന്തൻ

രാജിവെച്ച കമ്മ്യൂണിസ്റ്റ്കാരിൽ പലരും പരസ്യമായി കോൺഗ്രസ്സിന്റെ പ്രവർത്തനങ്ങളിൽ പങ്കെടുക്കാറുണ്ടെങ്കിലും രഹസ്യമായി കമ്മ്യൂണിസ്റ്റ് പ്രവർത്തനങ്ങൾ തുടർന്നുകൊണ്ടുപോകുകയും ചെയ്തിരുന്നു. അങ്ങനെ സ്ഥിരമായി കോൺഗ്രസ്സുകാരെ കബളിപ്പിച്ചുകൊണ്ടിരുന്ന ഒരാളാണു കുറുവയിലെ കൂക്കിരി അനന്തൻ. കൂക്കിരി അനന്തനുമായി ബന്ധപ്പെട്ടുള്ള ഒരു രസകരമായ സംഭവവും വിവരിക്കാം. ആയിടെ കമ്മ്യൂണിസ്റ്റ് പാർട്ടിയിൽ നിന്നും രാജിവെച്ചവരെയൊക്കെ പങ്കെടുപ്പിച്ചുകൊണ്ട് കോൺഗ്രസ്സിന്റെ ഒരു പൊതുയോഗം കുറുവ വായനശാലാപരിസരത്തുവെച്ചു നടക്കുകയായിരുന്നു. ആ പൊതുയോഗത്തിൽ, ടി.പി കുഞ്ഞിരാമൻ അദ്ധ്യക്ഷനും, കസ്തൂരിച്ചാലിൽ കൃഷ്ണൻമാസ്റ്റർ പ്രാസംഗികനുമായിരുന്നു. നാടൊട്ടുക്കും കമ്മ്യൂണിസ്റ്റ്കാർ രാജിവെച്ചുകൊണ്ടിരിക്കുകയാണെന്നും, ഇനി ഒരു നൂറുകൊല്ലത്തേക്ക് കമ്മ്യൂണിസ്റ്റ് കൊടി ഈ നാട്ടിൽ ഉയരുകയില്ലെന്നും കൃഷ്ണൻമാസ്റ്റർ ആവേശഭരിതനായി പ്രസംഗിച്ചു. കൃഷ്ണന്മാസ്റ്ററുടെ ആവേശകരമായ പ്രസംഗം കേട്ടു, രാജിവെച്ചവരടക്കമുള്ള സദസ്യർ കൈയടിച്ച് പ്രോത്സാഹിപ്പിച്ചുകൊണ്ടിരുന്നു. യോഗം കഴിഞ്ഞു പ്രവർത്തകർ പതിവുപോലെ കമ്മ്യൂണിസ്റ്റ് വിരുദ്ധമുദ്രാവാക്യങ്ങളും വിളിച്ച് ജാഥയായിതന്നെ പിരിഞ്ഞുപോയി. യോഗത്തിലെ അധ്യക്ഷനായിരുന്ന ടി.പി കുഞ്ഞിരാമൻ, അടുത്ത ദിവസം രാവിലെ ഉറക്കമുണർന്ന് വരാന്തയിൽ വന്നപ്പോൾ കണ്ടത്, തന്റെ വീടിന് മുമ്പിലുള്ള പടുകൂറ്റൻ ചവോക്ക് മരത്തിന്റെ ഏറ്റവും ഉയരത്തിൽ നിൽക്കുന്ന കൊമ്പിൽ ഒരു ചുകപ്പ്കൊടി പാറിക്കളിക്കുന്നതായിരുന്നു. രണ്ടു പിറ്റത്തെങ്ങുകൾ, ഒന്നിനു മുകളിൽ മറ്റൊന്നു വെച്ചാൽ, എത്രമാത്രം ഉയരമുണ്ടാകുമോ? അത്രയും ഉയരമുള്ള ആ ചവോക്ക് മരം ചെറിയ കാറ്റിൽപോലും ആകാശത്ത് ആടിഉലഞ്ഞുകൊണ്ടേയിരിക്കുമായിരുന്നു. ചവോക്ക് മരത്തിനു "കാറ്റാടി മരം" എന്നും പേരുണ്ടല്ലോ? ആത്മഹത്യ ചെയ്യാൻ തീരുമാനിച്ചവർ, അതും, അതിസാഹസികമായി ആത്മഹത്യ

ചെയ്യുവാൻ തീരുമാനിച്ചവർ മാത്രമേ നിരന്തരമാകാശത്തമ്മാനമാടുന്ന ആ കാറ്റാടി നീളൻ മരത്തിന്റെ അറ്റത്ത് ചെല്ലാൻ ധൈര്യപ്പെടുകയുള്ളൂ. അതിന്മേലാണ് കൊടിപാറിപ്പറക്കുന്നത്. ഏകദേശം സമയം പന്ത്രണ്ടു മണിയായപ്പോൾ കോഴിത്തലത്തൊപ്പിവെച്ച കാക്കിക്കുപ്പായക്കാർ "ജഡ് പട്ട്" ശബ്ദമുണ്ടാക്കി കാനാമ്പുഴ കടന്നു കുറുവയിലെത്തി. വരുന്നവരെയും പോകുന്നവരെയും വഴിവക്കിൽ തടഞ്ഞുനിർത്തി ചോദ്യം ചെയ്തു. "എടാ റാസ്കൾ" വിളികൾ മൂരിവണ്ടിയിൽ നിന്നു ചിരട്ടയിറക്കുന്നതുപോലെ ഉതിർന്നുവീണുകൊണ്ടിരുന്നു. സംശയമുള്ളവരെയൊക്കെ പിടിച്ച് "ഏഡ് കൺഷ്യൾ യജമാനന്റെ മുമ്പിൽ ഹാജരാക്കി. എല്ലാവരും കരഞ്ഞു പറഞ്ഞു. "ഞാനല്ലശ്മാനാ കൊടികേറ്റിയത്" ഈ സന്ദർഭത്തിൽ പോലീസ് എശമാനന്മാരെ പ്രീതിപ്പെടുത്തുവാൻവേണ്ടി ഉടുത്തമുണ്ട് കോണകം പോലെ കെട്ടി തളയില്ലാതെ തെങ്ങിൽ കയറി ഇളനീർ പറിച്ചിടുവാനും ചിലർ മറന്നില്ല. തലയിൽ കെട്ടിയ തോർത്തഴിച്ച് അരക്ക് വട്ടംകെട്ടി, ഏമാന്മാർക്ക് ഇളനീർ ചെത്തിക്കൊടുക്കുവാൻ മത്സരമായിരുന്നു. "ഓടക്കുഴലിൽ പുട്ടിനിറക്കുന്നതുപോലെ" എശമാന്മാർ ഇളനീർ കാമ്പ് അകത്താക്കിക്കൊണ്ടേയിരുന്നു. വൈകുന്നേരം വരെയും കണ്ണിൽക്കണ്ടവരെയൊക്കെ പിടിച്ചു നിർത്തി ചോദ്യം ചെയ്തിട്ടും കൊടികെട്ടിയവരെ കണ്ടെത്താൻ പോലീസിനായില്ല. ജീവനെ തൃണവൽഗണിച്ചുകൊണ്ടുള്ള ഈ കളികളിച്ചത് കൂക്കിരി അനന്തനായിരിക്കുമെന്ന് പലരും സംശയിച്ചുവെങ്കിലും, രാജിവെച്ചു കോൺഗ്രസ്സിൽ ചേരുകയും, തലേദിവസത്തെ ജാഥയിലും പൊതുയോഗത്തിലും കോൺഗ്രസ്സ് കൊടിയും പിടിച്ച് കൊണ്ട് സജീവമായി പങ്കെടുക്കുകയും ചെയ്ത അനന്തനെ ചോദ്യം ചെയ്യണമെന്ന് അതുവരെ ആരും പോലീസിനോടാവശ്യപ്പെട്ടിരുന്നില്ല. എങ്കിലും നാട്ടിലെ പഴയസംഭവങ്ങളുടെ വെളിച്ചത്തിൽ പോലീസ് തന്നെ അനന്തനെ ഹാജരാക്കാൻ ആവശ്യപ്പെടുകയായിരുന്നു. പോലീസിന്റെ മുമ്പിൽ ഹാജരാക്കപ്പെട്ട അനന്തനും കരഞ്ഞു പറഞ്ഞു. "ഞാനല്ലശ്മാനാ കൊടി കേറ്റിയത് " പക്ഷേ, പോലീസ് വിട്ടില്ല. മരത്തിൽ കയറി കൊടിയഴിച്ചുകൊണ്ടുവരുവാൻ അവർ അനന്തനോട് ആജ്ഞാപിച്ചു. തനിക്ക് കാലുവിറക്കുമെന്നും തലേന്നു പനിയുണ്ടായിരുന്നുവെന്നും അനന്തൻ പറഞ്ഞിട്ടും പോലീസ്സുകാർ വിട്ടില്ല. പോലീസിന്റെ ഭീഷണി ശക്തിപ്പെട്ടപ്പോൾ പേടിച്ചുവിറച്ചു അനന്തൻ ചവോക്കിൽ കയറാൻ തുടങ്ങി. മുകളിൽ കയറും തോറും പേടിച്ചിട്ടെന്നോണം അനന്തൻ താഴെ നോക്കി തന്റെ നിസ്സഹായത പ്രകടിപ്പിച്ചുകൊണ്ടേയിരുന്നു. പോലീസും വിട്ടില്ല. അവർ താഴെ നിന്നും കേറടാ എന്നു ആജ്ഞാപിച്ചുകൊണ്ടേയുമിരുന്നു. മരത്തിന്റെ പകുതി ഉയരം എത്തിയപ്പോൾ "അനക്ക് കാലു വെറക്കുന്നു എനി കേറിയാൽ ഞാൻ തായത്ത് വീണുപോകും" എന്നുച്ചത്തിൽ കിണ്ണം മണിയുന്നപോലെ അനന്തൻ വിളിച്ചു പറഞ്ഞു. എന്നിട്ടും പോലീസുകാർ കുലുങ്ങിയില്ല. അവർ കേറടാ എന്നു ഉച്ചത്തിൽ ആജ്ഞാപിച്ചുകൊണ്ടേയിരുന്നു. ഇതു കേട്ടപ്പോൾ മരം പൊത്തിപ്പിടിച്ച് തെങ്ങിൽ കേറുന്നതുപോലെ അനന്തൻ മേലോട്ടു കേറാൻ ശ്രമിച്ചു. അപ്പോൾ മരവും

അനന്തനും അങ്ങോട്ടുമിങ്ങോട്ടും ആടിയുലയാൻ തുടങ്ങി. അപ്പോൾ താഴെ നിൽക്കുന്നവർക്ക് പോലും കാലുകൾ വിറക്കാൻ തുടങ്ങി. ആടിയുലയുന്ന കൊമ്പ് എപ്പോഴും പൊട്ടിവീഴുമെന്നുള്ള അവസ്ഥ വന്നു. സംഗതി പന്തിയ ല്ലെന്നു മനസ്സിലാക്കിയ പോലീസും അനന്തനോടു താഴെയിറങ്ങി വരുവാൻ ആവശ്യപ്പെട്ടു. അപ്പോഴാണു കൂടി നിന്നവർക്കെല്ലാം ശ്വാസം നേരെ വീണത്. പിന്നീടു മാവുക്കുണ്ടിൽ നിന്നു ഓടകൾ കൊണ്ടുവന്നു നീളത്തിൽ കെട്ടി അതിനറ്റത്തു കത്തി കെട്ടി, രണ്ടുപേരെ സമീപത്തുള്ള തെങ്ങിൽ കയറ്റി അതിസാഹസികമായി കൊടി കെട്ടിയ കമ്പ് അറുത്തിടുകയായിരുന്നുവത്രെ.

ഒരു പകൽ മുഴുവൻ നീണ്ടുനിന്ന പോലീസിന്റെ കലാപരിപാടികൾ അതോടെ അവസാനിച്ചു. തലേ രാത്രി കൂരാക്കൂരിരുട്ടിൽ അരങ്ങേറിയ കൊടി കെട്ടൽ നാടകത്തിനു പ്രേരണയായത്, കൃഷ്ണൻമാസ്റ്ററുടെ പ്രസംഗത്തിലെ അമിതമായ വിശ്വാസമായിരുന്നു. നൂറു കൊല്ലത്തേക്ക് കമ്മ്യൂണിസ്റ്റ് കൊടി ഇവിടെ ഉയരുകയില്ലെന്നുള്ള കൃഷ്ണൻ മാസ്റ്ററുടെ പ്രസംഗത്തിനു ചുട്ട മറുപടികൊടുക്കണമെന്നു ചില പ്രവർത്തകർക്ക് തോന്നി. അതുകൊണ്ടാണു യോഗത്തിന്റെ അദ്ധ്യക്ഷനായ ടി.പി. കുഞ്ഞിരാമന്റെ വീടിനുമുമ്പിലുള്ള മര ത്തിൽ തന്നെ കൊടികെട്ടുവാൻ അവർ തീരുമാനിച്ചത്. രാത്രി സമയത്ത് അതിസാഹസികമായി നടന്ന ആ കൊടികെട്ടൽ നാടകത്തിന്റെ സൂത്രധാര ന്മാർ കെ.പി.ഗോവിന്ദനും, കൂക്കിരി അനന്തനുമായിരുന്നു. ടി.പി രാഘവൻ, ബങ്കണക്കറുവൻ, പുത്തൻപുര ബാലൻ, പഴയപുരക്കണ്ണൻ, കൂക്കിരി മാധവൻ തുടങ്ങിയവർ അതിലെ മറ്റു പങ്കാളികളുമായിരുന്നു. രാജിവെച്ചു കോൺഗ്രസ്സിൽ ചേർന്ന കമ്മ്യൂണിസ്റ്റ്കാർ പൊതുയോഗം കഴിഞ്ഞതിനു ശേഷം കൂക്കിരി അനന്തന്റെ നേതൃത്വത്തിൽ നേരെ പോയത് കെ.പി ഗോവി ന്ദന്റെ വീട്ടിലേക്കായിരുന്നു. അവിടെ നിന്നാണു ടി.പി.കുഞ്ഞിരാമന്റെ വീടിനുമുമ്പിൽ കൊടി കെട്ടാൻ പരിപാടിയിടുന്നത്. മേൽപ്പറഞ്ഞ കമ്മ്യൂ ണിസ്റ്റ് പ്രവർത്തകരിൽ, കെ.പി.ഗോവിന്ദനും ടി.പി രാഘവനും ടി.പി.കുഞ്ഞി രാമനുമായി കുടുംബബന്ധമുള്ളവരായിരുന്നു. ഇവർ രണ്ടുപേരും ബന്ധു ക്കളെന്ന നിലയിൽ പരിചയം പുതുക്കാനെന്നവണ്ണം കുഞ്ഞിരാമന്റെ വീട്ടിൽ ചെന്നു. അപ്പോളവിടെ സ്ത്രീകളും, കുട്ടികളും മാത്രമേ ഉണ്ടായിരുന്നുള്ളൂ. കുഞ്ഞിരാമൻ അപ്പോഴും പൊതുയോഗവുമായി ബന്ധപ്പെട്ടു വായനശാലാ പരിസരത്തുതന്നെയായിരുന്നു. ടി.പി.രാഘവനും കെ.പി.ഗോവിന്ദനും ബന്ധു ക്കളോടു കുടുംബ പ്രശ്നങ്ങൾ ചർച്ച ചെയ്തുകൊണ്ടിരുന്നു. ആ സമയത്തു മറ്റുള്ള അഞ്ചുപേർ പുറത്തു രാത്രിയുടെ മറവിൽ ചവോക്ക് മരത്തിൽ കൊടി കെട്ടൽ തകൃതിയായി നടത്തുകയായിരുന്നു. കൂക്കിരി അനന്തനും, പുത്തൻപുര ബാലനും, ബങ്കണക്കറുവനുമാണ് മരണം മുന്നിൽ കണ്ടുള്ള ആ കൊടി കെട്ടലിനുവേണ്ടി ചവോക്ക് മരത്തിൽ കയറിയത്. പഴയപുരക്ക ണ്ണനും കൂക്കിരി മാധവനും താഴത്ത് കാവൽ നിന്നു. മരത്തിൽ കയറുന്ന തിനു മുമ്പ്, അനന്തനും ബാലനും കറുവനും കൂട്ടുകാരോടു പറഞ്ഞത് മരം പൊട്ടി തങ്ങൾ വീണാൽ ഇവിടെത്തന്നെ കുഴിച്ചിടണമെന്നായിരുന്നുവത്രെ! ഇങ്ങനെ എത്രയോ സാഹസികമായ പ്രവർത്തനങ്ങൾ കമ്മ്യൂണിസ്റ്റ്കാരുടെ

വകയായി ഇവിടെ നടന്നിട്ടുണ്ട്. കൊടികെട്ടിയതുമായി ബന്ധപ്പെട്ട് നിരപരാധികളെ ഉപദ്രവിച്ചു എന്നതിന്റെ പേരിൽ കമ്മ്യൂണിസ്റ്റുകാർ മറ്റു ചില പ്രതികാരനടപടികളും കൈകൊണ്ടിരുന്നു. ടി.പി.കുഞ്ഞിരാമൻ തന്റെ വയലിൽ നട്ടുവളർത്തിയ വാഴകൾ മുഴുവനും കടയോടെ പിഴുതെടുത്ത് രായ്ക്കുരാമാനം "കമ്പിത്തൂണിന്റെ വളപ്പിലുള്ള" കിണറിൽ കൊണ്ടുപോയിത്തള്ളിയത്രെ! അതിന്റെ പേരിലും ഇവിടെ കുറെ നിരപരാധികൾക്ക് പോലീസ് മർദ്ദനങ്ങൾ ഏൽക്കേണ്ടി വന്നിട്ടുണ്ട്.

മണിയറ നേതാക്കളുടെ ഒളിവുഷെൽട്ടറായ കഥ

1948 കാലഘട്ടത്തിൽ പല കമ്മ്യൂണിസ്റ്റ് നേതാക്കൾക്കും ഒളിവിൽ കഴിയാനുള്ള ഷെൽട്ടറായിത്തീർന്നത് ഈ നാട്ടിലെ ചില വീടുകളായിരുന്നു. എതിർപക്ഷക്കാർക്ക് അതിശക്തമായ അടിത്തറയുള്ള കരാറിനകത്ത് കമ്മ്യൂണിസ്റ്റ് നേതാക്കൾക്ക് ഷെൽട്ടറൊരുക്കുക എന്നത് തികച്ചും അചിന്ത്യമായ കാര്യമായിരുന്നു. എങ്കിലും അത്തരം വിഷമപ്രശ്നങ്ങളൊക്കെ സൂക്ഷ്മതയോടെയും കാര്യക്ഷമമായും ഇവിടുത്തെ ചുറുചുറുക്കുള്ള "കോമ്രേഡുകൾ" നിർവ്വഹിച്ചു പോന്നിരുന്നു. ആ കാലഘട്ടത്തിൽ കണ്ണൂർ ജയിലിൽ നിന്നും ചാടിവന്ന പ്രമുഖ കമ്മ്യൂണിസ്റ്റ് നേതാക്കളെ സാഹസികമായി ഇവിടെ ഒളിപ്പിക്കുകയും, പിന്നീടവരെ സുരക്ഷിതസ്ഥാനങ്ങളിലേക്ക് എത്തിക്കുകയും ചെയ്ത സംഭവം പഴയ കമ്മ്യൂണിസ്റ്റ്കാരുടെ ഓർമ്മപുസ്തകത്തിൽ ഇപ്പോഴും മായാതെ കിടക്കുന്നുണ്ട്.

"കണ്ണൂർ ജയിലിൽനിന്നും ചാടിയ മൂന്നു നേതാക്കളെ ഒരു രാത്രിയും പകലും കരാറിനകത്തു ഒളിപ്പിച്ച് അടുത്ത രാത്രിതന്നെ ചെമ്പിലോടു പാർട്ടിസെല്ലിനു കൈമാറണമെന്നുള്ള ഒരു മേൽക്കമ്മിറ്റി സർക്കുലറുമായി, എ.ഗോവിന്ദനും ദാവാരിക്കണ്ടി കുമാരനും രാത്രി എട്ടുമണിയോടെ കുറുവയിലെ കെ.പി.ഗോവിന്ദന്റെ വീട്ടിലെത്തുന്നു. ആ സമയം ജയിൽ ചാടിയ നേതാക്കൾ കടലായി അഴിക്കടുത്തായി നിർത്തിയിട്ടിരിക്കുന്ന ഒരു തോണിയിൽ മത്സ്യത്തൊഴിലാളികളുടെ വേഷത്തിൽ ഇരിക്കുകയായിരുന്നു. സർക്കുലർ വായിച്ചയുടൻ കെ.പി.ഗോവിന്ദൻ, താളി ഗോപാലനെന്ന സഖാവിനേയും കൂട്ടി കാഞ്ഞിരയിലേക്ക് പുറപ്പെട്ടു. കാഞ്ഞിരയിൽനിന്നും മറ്റു ചില സഖാക്കളുമായും ബന്ധപ്പെട്ടതിനുശേഷം ഗോവിന്ദനും ഗോപാലനും ചില പദ്ധതികളൊക്കെ ആസൂത്രണം ചെയ്തു. കാഞ്ഞിരയിൽ അന്ന് ഒരു കമ്മ്യൂണിസ്റ്റനുഭാവിയായ വെളുമ്പൻ കുഞ്ഞിരാമന്റെ വിവാഹം നടന്നിരുന്നു. ആ, "മംഗലപ്പുര"യുമായി ബന്ധപ്പെട്ടാണ്, മേൽ സൂചിപ്പിച്ച പദ്ധതി പ്രാവർത്തികമാക്കുന്നത്. "വെളുമ്പൻ" എന്നത്, ഇവിടെ വെളുത്ത നിറമുള്ളവരെ വിശേഷിപ്പിക്കുന്ന ഒരു വാക്കാണ്. എന്നാൽ ഇവരുടെ തറവാട്ടുപേരുതന്നെ വെളുമ്പൻ എന്നാണത്രെ. പാരമ്പര്യമായി വെളുത്ത നിറമുള്ളവരായതുകൊണ്ടായിരിക്കണം വെളുമ്പൻ എന്ന തറവാട്ടു പേര് രൂപപ്പെട്ടത്. അക്ഷരാർത്ഥത്തിൽ, ആ തറവാട്ടിലെ ആണിനും പെണ്ണിനും ഗോതമ്പിന്റെ നിറമായിരുന്നു.

വെളുമ്പൻ തറവാട്ടിലെ മൂത്തയാളായ കുഞ്ഞിരാമൻ മാത്രമായിരുന്നു അന്നു കമ്മ്യൂണിസ്റ്റനുഭാവി. കുഞ്ഞിരാമന്റെ അനുജന്മാരൊക്കെ "മൊരത്ത"

കോൺഗ്രസ്സുകാരുമായിരുന്നു. ആദ്യരാത്രിയിൽ തന്റെ വീടിന്റെ നടുമുറിയിൽ നവവധുവുമൊത്ത് മധുവിധു ആഘോഷിക്കുവാനുള്ള ഒരുക്കങ്ങൾ നടത്തുകയായിരുന്നു കുഞ്ഞിരാമൻ. അപ്പോഴാണു പിറകിലെ ജനവാതിലിൽ ആരോ പതുക്കെ മുട്ടുന്നതായി അനുഭവപ്പെട്ടത്. ആദ്യരാത്രിയായതുകൊണ്ട്, തന്റെ ചില ചങ്ങാതിമാരുടെ കുസൃതിത്തരങ്ങളായിരിക്കാമെന്നു ചിന്തിച്ച കുഞ്ഞിരാമൻ, ജനവാതിൽ തുറന്നു പുറത്തേക്ക് നോക്കിയപ്പോൾ കണ്ടത്, ശബ്ദമുണ്ടാക്കാതെ പുറത്തേക്ക് വരാൻ ആംഗ്യം കാണിച്ചുകൊണ്ടു നിലാവിന്റെ അരണ്ട വെളിച്ചത്തിൽ നിൽക്കുന്ന താളി ഗോപാലനെയാണ്. കെ.പി.ഗോവിന്ദൻ പറഞ്ഞേൽപ്പിച്ച രഹസ്യം പതുക്കെ, താളിഗോപാലൻ കുഞ്ഞിരാമനോടു വിവരിച്ചു. “കണ്ണൂർ ജയിൽ ചാടിയ നേതാക്കന്മാരുടെ ജീവനപകടത്തിലാണെന്നും, അവരെ സംരക്ഷിക്കേണ്ട ചുമതല നമ്മുടെതാണെന്നും ആയതുകൊണ്ട് ആ മൂന്നു നേതാക്കന്മാരെയും ഒരു രാത്രിയും പകലും കുഞ്ഞിരാമന്റെ വീട്ടിൽ ഒളിപ്പിക്കണമെന്നുമായിരുന്നു ആ രഹസ്യ സന്ദേശം. കാര്യം ബോധ്യപ്പെട്ട കുഞ്ഞിരാമൻ അകത്തു ചെന്നു അമ്മയോടു സമ്മതം ചോദിച്ചു. അവർ സമ്മതം മൂളുകയും ചെയ്തു. പിന്നീടു നവവധുവിനോടും സമ്മതം ചോദിച്ച കുഞ്ഞിരാമനു അനുകൂലമായ മറുപടി തന്നെയാണ് ലഭിച്ചത്. അതോടെ നേതാക്കന്മാരെ പാർപ്പിക്കുവാനുള്ള ഷെൽട്ടർ തയ്യാറായി. അർദ്ധരാത്രിയോടെ മൂന്നു നേതാക്കന്മാരും വെള്ളുമ്പന്റെ വീട്ടിലെത്തി. പച്ചയും, ചുകപ്പും, കളറുള്ള ടോർച്ചു വെളിച്ചത്തിന്റെ സഹായത്തോടെ ഇടവഴികളിലൂടെ അതീവ സൂക്ഷ്മതയോടെയാണു പ്രവർത്തകർ നേതാക്കന്മാരെ വീട്ടിലെത്തിച്ചത്. പിന്നീടവരെ നടുമുറിയിൽ പ്രവേശിപ്പിച്ച് പുറമെനിന്ന് വാതിൽ ലോക്ക് ചെയ്തു. കുടിക്കാനുള്ള വെള്ളവും മൂത്രമൊഴിക്കാൻ കോളാമ്പിയുമകത്തുവെച്ചാണ് മുറി പൂട്ടിയത്. അങ്ങനെ പുതിയ സാരിയുടെയും മുല്ലപ്പൂവിന്റെയും മണമുള്ള മണിയറയിൽ നേതാക്കന്മാർ അന്തിയുറങ്ങി. “മനസ്സുമനസ്സിന്റെ കാതുകളിൽ രഹസ്യങ്ങൾ മന്ത്രിക്കേണ്ട മധുവിധുരാത്രിയിൽ” ആൺകിളി പുറത്തു കോലായിലും പെൺകിളി അമ്മായിഅമ്മയുടെ കൂടെ ചായിപ്പിലും കിടന്നുറങ്ങിയത്രെ. രണ്ടു കോൺഗ്രസ്സ് അനുഭാവികളുള്ളതും ഒരു വിവാഹം നടന്നതുമായ വീട്ടിൽത്തന്നെ, നേതാക്കന്മാരെ ഒളിപ്പിക്കുവാനുള്ള തന്ത്രം കെ.പി.ഗോവിന്ദന്റെ ബുദ്ധിയിലുദിച്ചതായിരുന്നു. മറ്റുള്ളവർക്ക് ഒരു തരത്തിലുള്ള സംശയത്തിനും ഇടം കൊടുക്കാതിരിക്കാനുള്ള തന്ത്രപരമായ നീക്കമായിരുന്നു അത്. ഒരു കല്ല്യാണം നടന്ന വീട് ആരും സംശയത്തിന്റെ നിഴലിൽ നിർത്തുകയില്ലല്ലോ. ഇനി സംശയമുണ്ടായാലും ഒരു മണിയറയിൽ കയറി പരിശോധിക്കുവാനൊന്നും ആരും തയ്യാറാവുകയുമില്ലല്ലോ?

ആ കാലത്ത് കമ്മ്യൂണിസ്റ്റ്കാരുടെ വീടുകളിൽ, പോലീസുകാർ സന്ധ്യയാകുമ്പോൾ ഒരു നായയേയും കൂട്ടി നേരത്തെ പറഞ്ഞ ദേശരക്ഷക്കാരുമായി വന്നു പരിശോധന നടത്തുന്നതു പതിവായിരുന്നു. രണ്ടു കോൺഗ്രസ്സുകാരുള്ള വീട്ടിൽ അങ്ങനെ ഒരു പരിശോധനയുണ്ടാവുകയില്ലെന്നുള്ള വിശ്വാസമായിരുന്നു കെ.പി.ഗോവിന്ദന്. മറ്റൊരു കാര്യം, ഇവിടെ മിക്ക

വീടുകളിലും നടുമുറി പുറമേ നിന്നും ലോക്ക് ചെയ്യുവാനുള്ള സൗകര്യം ഉണ്ടായിരുന്നില്ല. വെളുമ്പന്റെ വീട്ടിൽ ആ സൗകര്യവും ഉണ്ടായിരുന്നു.

ആ സൗകര്യം കൂടി കണക്കിലെടുത്തായിരുന്നു വെളുമ്പന്റെ വീടു ഒളിവിൽക്കഴിയുന്ന നേതാക്കന്മാരുടെ താൽക്കാലിക ഷെൽട്ടറായി ത്തീർന്നത്.

എന്നാൽ ഒട്ടും പ്രതീക്ഷിക്കാത്ത ഒരു തിരിച്ചടി ഈ രഹസ്യപ്രവർത്ത നത്തിനു നേരിടേണ്ടി വന്നു. പതിവിനു വിപരീതമായി നടുമുറി താക്കോ ലിട്ടു പൂട്ടിയത് കണ്ടിട്ടു കുഞ്ഞിരാമന്റെ പന്ത്രണ്ടു വയസ്സുകാരനായ അനു ജന് ഒരു സംശയമുദിച്ചു. ആ സംശയം അവൻ അമ്മയോടു പ്രകടിപ്പിക്കു കയും ചെയ്തു. "കുഞ്ഞിരാമേട്ടൻ മുറി പൂട്ടി താക്കോലുമായി പുറത്തു പോയി" എന്നു അമ്മ ഒഴിവ് കഴിവ് പറഞ്ഞു നോക്കിയെങ്കിലും അവനതു വിശ്വാസം വന്നില്ല. കല്ല്യാണത്തിനു കൊണ്ടുവന്ന ബാക്കിയായ പലഹാര ങ്ങൾ, അമ്മ അവനെ കാണിക്കാതെ ഒളിപ്പിച്ചു വെച്ചതാണെന്നാണ് അവന്റെ കുഞ്ഞുബുദ്ധിയിൽ ഉദിച്ചത്. അതുകണ്ടുപിടിക്കാൻ വേണ്ടി, സാദ്ധ്യമായ വഴികളെല്ലാം പരീക്ഷിച്ചു നോക്കിയെങ്കിലും യാതൊരു ഫലവുമുണ്ടായില്ല. അവസാനം എന്തും വരട്ടെ എന്നു കണക്കാക്കി അവൻ അടുക്കളച്ചുമരി ലൂടെ പറ്റിപ്പിടിച്ച് അട്ടത്തു കയറി, നടുമുറിയിലേക്ക് എത്തി നോക്കി. അപ്പോൾ കണ്ടത് മൂന്നു അപരിചിതർ പായയിലിരുന്നു പത്രം വായിക്കുന്നതായിരുന്നു. കമ്മ്യൂണിസ്റ്റുകാരെ ഒളിപ്പിച്ചതാണെന്നു മനസ്സിലാക്കിയ അവൻ ഉടനെ താഴ ത്തിറങ്ങി വന്നു, ആർക്കമിഡീസിനെപ്പോലെ "ഞാൻ കണ്ടു പിടിച്ചേ, കണ്ടു പിടിച്ചേ" എന്നു വിളിച്ചു പറഞ്ഞുകൊണ്ടു കാഞ്ഞിരവയലിലെ പാലങ്ങാടൻ കൊഞ്ഞൻ കുഞ്ഞമ്പുവിന്റെ പീടികയിലേക്കു കുതിച്ചു ചെന്നു വിവരം ധരിപ്പിച്ചു.

എന്തും സംഭവിക്കാവുന്ന അവസ്ഥയായിരുന്നു അപ്പോൾ എതിർപാർട്ടി ക്കാർ കേന്ദ്രീകരിക്കാറുള്ള ഒരു സ്ഥലമായിരുന്നു, ആ ചായപ്പീടിക. വിവരമ റിഞ്ഞു പോലീസുകാർ വന്നു നേതാക്കന്മാരെ അറസ്റ്റു ചെയ്യുകമാത്രമല്ല, ഒരുപക്ഷേ ആ വീടുതന്നെ ആക്രമിച്ചേക്കാം. ഈ സമയത്ത് കെ.പി.ഗോവി ന്ദൻ രഹസ്യമായി വിന്യസിച്ചിരുന്ന നിരീക്ഷണ ശൃംഖല സജീവമായി. ആ ചായപ്പീടികയിൽ ഇരിക്കുകയായിരുന്ന ഒരു മീശക്കാരൻ മെല്ലെ പുറ ത്തേക്കിറങ്ങി കെ.പി.ഗോവിന്ദനു വിവരം കൈമാറി. കെ.പി.ഗോവിന്ദച്ചൻ, മറ്റുള്ളവരുമായും കുഞ്ഞിരാമനുമായും ബന്ധപ്പെട്ട് ഏകദേശം ഉച്ചസമയ ത്തോടുകൂടി, ആ വീട്ടിൽ നിന്നു നേതാക്കളെ മാറ്റി, പിന്നീട് ഊടുവഴിയി ലൂടെ അവേരയിലെത്തിച്ച്, അവിടെ ഒരു വെള്ളമില്ലാത്ത കിണർ വൃത്തി യാക്കി രാത്രിവരെ അതിൽ ഇറക്കി നിർത്തി. കുന്നത്തു ഗോപാലനെയും കൂക്കിരി മാധവനെയും പഴയപുരക്കണ്ണനെയും അവിടെ കാവൽ നിർത്തി. രാത്രി പന്ത്രണ്ടുമണിക്ക് ശേഷം കിണറിൽനിന്നു കയറ്റി ഇടവഴിയിലൂടെ നടത്തിച്ച് ആനപടിഞ്ഞമൊട്ട കയറ്റി ചെമ്പിലോട്ടു പാർട്ടി സെല്ലിനെ ഏൽപ്പിച്ചു. ഇങ്ങനെ എത്രയെത്ര സംഭവങ്ങൾക്കാണ് ഈ നാട് സാക്ഷി യായിട്ടുള്ളത്.

താളിഗോപാലൻ

കരാറിനകത്തെ കമ്മ്യൂണിസ്റ്റുകാരുടെ ഇടയിൽ സിദ്ധാന്തപരമായ അറിവുകൊണ്ടും ഭാഷാശുദ്ധിയുള്ള സംഭാഷണം കൊണ്ടും വ്യത്യസ്തനായിരുന്നു താളി ഗോപാലൻ. ഇവിടെ പഠിപ്പുള്ളവർ വരെ, ആട, ഈട, ഓൻ, ഓള്, വന്നിനു, കിഞ്ഞിനു, പോയിനു, ബെയ്ച്ചിനു എന്നൊക്കെ പറയുമ്പോൾ താളി ഗോപാലന്റെ സ്വകാര്യസംഭാഷണങ്ങൾപോലും അച്ചടിമലയാളത്തിലായിരുന്നു. മാർക്സിസത്തിലുള്ള അറിവും ഉൾക്കാഴ്ചയും ആ സംഭാഷണങ്ങളിൽ നിറഞ്ഞു തുളുമ്പുമായിരുന്നു. രാഷ്ട്രീയത്തിലുള്ള തന്റെ അറിവു മുഴുവനും മറ്റുള്ളവരുമായി പങ്കുവെക്കുവാനും താളി ഗോപാലൻ സദാ സന്നദ്ധനായിരുന്നു. റോഡിലൂടെ നടന്നുപോകുന്നവരെപ്പോലും തന്റെ ചുരുട്ടു പീടികയിൽ വിളിച്ചുവരുത്തി മാർക്സിസത്തിലുള്ള അറിവു മുഴുവൻ വെണ്ണയിൽനിന്നു നൂൽ വലിക്കുന്നതുപോലെ താളിഗോപാലൻ വലിച്ചെടുക്കും. കേൾക്കാൻ സന്നദ്ധരാകുന്നവരെ തന്റെ മുമ്പിലുള്ള വീഞ്ഞപ്പെട്ടിക്കു മുകളിൽ ഇരുത്തിച്ച്, അരച്ചായക്ക് ഓർഡർ ചെയ്തതിനുശേഷമായിരിക്കും ഗോപാലന്റെ മാർക്സിസം വിളമ്പൽ. “മാറ്റത്തിന്റെ തത്ത്വശാസ്ത്രമാണു കുഞ്ഞിരാമേട്ടാ മാർക്സിസം. അതു വൈരുദ്ധ്യാധിഷ്ഠിത ഭൗതികവാദമാണ്. വർഗ്ഗം നിലനിൽക്കുന്ന കാലത്തോളം വർഗ്ഗസംഘട്ടനങ്ങളുമുണ്ടാകും. പട്ടിണി എന്നാൽ അതു മുതലാളിത്തത്തിന്റെ സൃഷ്ടിയാണ്. കുഞ്ഞിരാമേട്ടനറിയുമോ? സോവിയറ്റ് റഷ്യയിൽ പട്ടിണിയില്ല. അവിടെ പാലും റൊട്ടിയും സൗജന്യമായാണ് വിതരണം ചെയ്യപ്പെടുന്നത്.”

“കുഞ്ഞിരാമേട്ടൻ അറിഞ്ഞിരിക്കേണ്ട ഒരു കാര്യമുണ്ട്. സോഷ്യലിസമെന്നാൽ ഉൽപ്പാദനോപകരണങ്ങളെല്ലാം പൊതു ഉടമയിൽ കൊണ്ടുവരുന്ന സമ്പ്രദായമാണ്. അതു പൂർത്തിയായ ശേഷമേ കമ്മ്യൂണിസം വരികയുള്ളൂ. കമ്മ്യൂണിസമെന്നാൽ തൊഴിലാളിവർഗ്ഗസർവ്വാധിപത്യം. തൊഴിലാളി വർഗ്ഗസർവ്വാധിപത്യം വന്നാൽ പിന്നെ പട്ടിണിയില്ല, തൊഴിലില്ലായ്മയില്ല, പോലീസില്ല, പട്ടാളമില്ല, രാജ്യമില്ല, അതിർത്തിയില്ല. ലോകമെല്ലാം ഒരു കുടക്കീഴിൽ.” കടിച്ചാൽപൊട്ടാത്ത ഈ സ്റ്റഡി ക്ലാസ്സ് ഭാഷണങ്ങളെല്ലാം ഒന്നും മനസ്സിലായില്ലെങ്കിലും എല്ലാവരും ക്ഷമയോടെ കേട്ടുകൊണ്ടിരിക്കും. കാരണം അരച്ചായക്ക് ഓർഡർ ചെയ്തതിനു ശേഷമാണല്ലോ, പലഹാരമായി മാർക്സിസം വിളമ്പുന്നത്?

എപ്പോഴും ഇങ്ങനെയാകണമെന്നില്ല. പാർട്ടി പിളർന്ന കാലഘട്ടത്തിൽ മറുചോദ്യവുമായി ചിലർ രംഗത്തു വരുമായിരുന്നു. “ക്യൂബയെ ആക്രമിക്കാൻ പോകുന്ന അമേരിക്കയുടെ ഏഴാം കപ്പൽപ്പടയെ കരീബിയൻ കടലിൽവെച്ച് തടയുമെന്ന് റഷ്യ വീമ്പടിച്ചിട്ട് എന്തുകൊണ്ടു തടഞ്ഞില്ല, എന്നായിരുന്നു കുന്നമ്പ്രത്ത് കൃഷ്ണനെന്നയാൾക്ക് അറിയേണ്ടിയിരുന്നത്. “കിട്ടാട്ടാ, അന്നു റഷ്യ അമേരിക്കയുടെ ഏഴാം കപ്പൽപ്പടയെ തടഞ്ഞിരുന്നുവെങ്കിൽ ഒരു ലോകയുദ്ധം തന്നെ പൊട്ടിപ്പുറപ്പെടുമായിരുന്നു. യുദ്ധം വന്നാൽ ലോകം മുഴുവൻ നശിക്കും. മൂന്നു ആറ്റം ബോംബിട്ടാൽ ലോകത്തിലെ പകുതി ആളുകൾ മരിച്ചുവീഴും! കണ്ടിട്ടില്ലെ, ഹിരോഷിമയിലും നാഗസാക്കിയിലും

മരിച്ചു വീണത്,” എന്നായിരിക്കും ഗോപാലന്റെ മറുപടി, “യുദ്ധം വരട്ടെ ഗോപാലാ, എന്നിട്ടു പകുതി ജനങ്ങൾ മരിച്ചു വീഴട്ടെ, ബാക്കിയാകുന്നവർക്കെങ്കിലും ലോകത്ത് പട്ടിണിയില്ലാതെ ജീവിക്കാമല്ലോ?” എന്നായിരിക്കും കുന്നുമ്പ്രത്ത് കൃഷ്ണന്റെ ഇതിനോടുള്ള പ്രതികരണം.

ഗോവിന്ദദ്വയം

1964-ൽ പിളരുന്നതുവരെയുള്ള, കരാറിനകത്തെ കമ്മ്യൂണിസ്റ്റ് പാർട്ടിയുടെ ചരിത്രം രണ്ടു ഗോവിന്ദന്മാരുടെ ചരിത്രം കൂടിയാണ്. പുത്തൻപുര എന്നു വിളിപ്പേരുള്ള കെ.പി.ഗോവിന്ദനും, കാരി എന്നു വിളിപ്പേരുള്ള എ. ഗോവിന്ദനുമാണ് ആ ഗോവിന്ദദ്വയം. ചരിത്രം സൃഷ്ടിക്കുന്നത് പലപ്പോഴും സമൂഹം മൊത്തത്തിലല്ലെന്നും, മറിച്ച് അതു വ്യക്തിപരം തന്നെയാണെന്നും ബോധ്യപ്പെടാൻ, നാം, ജിൻ പോൾ സാർത്രിന്റെ അസ്തിത്വവാദസിദ്ധാന്തത്തിലേക്കൊന്നും കടന്നുപോകേണ്ടതില്ല. ഈ നാട്ടിലെ, “കാരി”എന്നും “പുത്തൻപുര” എന്നും വിളിപ്പേരുള്ള രണ്ടുഗോവിന്ദന്മാരുടെ പൊതുപ്രവർത്തനങ്ങളുടെ നാൾവഴിയിലേക്ക് കണ്ണോടിച്ചാൽ മാത്രം മതിയാകും. “ഗോവിന്ദൻ” എന്ന നാമധേയപ്പൊരുത്തംപോലെ തന്നെ ഈ രണ്ടു വ്യക്തികൾ തമ്മിൽ “ഇരട്ട” സഹോദരന്മാരെപ്പോലെയുള്ള ഒരുപാടു സാദൃശ്യങ്ങളും ഉണ്ടായിരുന്നു. ആകാരഭംഗിയിലും സ്വഭാവഗുണത്തിലും പ്രവർത്തനമികവിലുമെല്ലാം ആ സാദൃശ്യം വളരെ പ്രകടമായിരുന്നു. രണ്ടുപേർക്കും തുല്യ ഉയരവും തുല്യ വണ്ണവുമായിരുന്നു. വെളുത്ത മുറിക്കയ്യൻ ഖദർ കുപ്പായത്തിനൊപ്പം ഒറ്റക്കരയൻ മുണ്ടും ചുമലിൽ വേഷ്ടിയുമായി പ്രത്യക്ഷപ്പെടുന്ന ഇരുവർക്കും യൗവനത്തിൽ തന്നെ ബാധിച്ച കഷണ്ടി ഒരലങ്കാരമായിരുന്നു. വെയിലേറ്റാൽ കിണ്ണം പോലെ തിളങ്ങുന്നതും ഇവിടുത്തെ നാട്ടുഭാഷയിൽ “പൂമൊട്ട” എന്നു അറിയപ്പെടുന്നതുമായ ആ കഷണ്ടിത്തലകളിലായിരുന്നു പിൽക്കാലത്തു കരാറിനകത്തിന് സ്വായത്തമായിത്തീർന്ന പല നന്മകളുടെയും ഉറവിടം. രണ്ടു ഗോവിന്ദന്മാരും ഒരേ കാലഘട്ടത്തിൽ, കോൺഗ്രസ്സിലും കോൺഗ്രസ്സ് സോഷ്യലിസ്റ്റ് പാർട്ടിയിലും പ്രവർത്തിച്ച് കമ്മ്യൂണിസ്റ്റ്കാരായവരായിരുന്നു. മിതഭാഷികളായ ഇവർ രണ്ടുപേരും. സമൂഹത്തിന്റെ നാനാവിധ സമസ്യകളും, സ്വന്തം പ്രശ്നങ്ങളെന്നവണ്ണം ഏറ്റെടുത്ത് അതിന്റെ നിർദ്ധാരണത്തിനുവേണ്ടി ഓടിനടന്നവരായിരുന്നു. തൽഫലമായി എല്ലാ വിഭാഗം ആളുകളുടെയും സ്നേഹവും ബഹുമാനവും എളുപ്പത്തിൽ നേടിയെടുക്കുവാനും അവർക്ക് സാധിച്ചിരുന്നു.

ഈ നാട്ടിൽ ആദ്യമായി ഗ്രാമപഞ്ചായത്ത് തിരഞ്ഞെടുപ്പ് നടക്കുന്നത് 1963-ലാണ്. എടക്കാട് പഞ്ചായത്തിലെ 9 വാർഡുകളിൽ രണ്ടെണ്ണമായ 8-ാം വാർഡും 9-ാം വാർഡുമായിരുന്നു അന്ന് കരാറിനകത്തുൾപ്പെട്ടിരുന്നത്. കുറുവ, കാഞ്ഞിര, അവേര എന്നീ ദേശങ്ങൾ 8-ാം വാർഡിലും കടലായി, തോട്ടട, വട്ടക്കുളം എന്നീ പ്രദേശങ്ങൾ 9-ാം വാർഡിലുമായിരുന്നു ഉൾപ്പെട്ടിരുന്നത്. 8-ാം വാർഡിൽ കെ.പി ഗോവിന്ദനും, 9-ാം വാർഡിൽ എ. ഗോവിന്ദനുമായിരുന്നു കമ്മ്യൂണിസ്റ്റ് സ്ഥാനാർത്ഥികൾ. രണ്ടുപേരും വലിയ

ഭൂരിപക്ഷത്തിനു തന്നെ വിജയിക്കുകയും ചെയ്തിരുന്നു. മറ്റൊരു കാര്യം അവർക്കെതിരെ അന്നു മത്സരിച്ച കോൺഗ്രസ്സു സ്ഥാനാർത്ഥികളും ഒരേ നാമധാരികളായിരുന്നു. 8-ാം വാർഡിൽ മത്സരിച്ച പി.കരുണാകരനും 9-ാം വാർഡിൽ മത്സരിച്ച കളർക്കണ്ടി കരുണാകരനുമാണ്. ആ കരുണാകരദ്വയം. കമ്മ്യൂണിസ്റ്റ് പാർട്ടി പിളർന്നപ്പോൾ ഇരു ഗോവിന്ദന്മാരും സി.പി.ഐയിൽ ഉറച്ചു നിന്നു. തങ്ങളുടെ കൂടെ എത്രയാളുകളുണ്ടെന്നതൊന്നും അവർക്കൊരു പ്രശ്നമായിരുന്നില്ല. ആദർശമായിരുന്നു അവരെ നയിച്ചിരുന്നത്. മരിക്കുന്നതു വരെ രണ്ടുപേരും സി.പി.ഐ യുടെ ഇവിടുത്തെ അമരക്കാരായിരുന്നു. രാഷ്ട്രീയ വ്യത്യാസം നോക്കാതെ തന്നെ ഇവിടുത്തെ പൊതുസമൂഹം രണ്ടുപേരെയും നല്ലപോലെ സ്നേഹിക്കുകയും ബഹുമാനിക്കുകയും ചെയ്തിരുന്നു. നാട്ടുകാർ തങ്ങളുടെ കുടുംബപ്രശ്നങ്ങൾപോലും ഗോവിന്ദന്മാരുമായി പങ്കു വെച്ച് പരിഹാരനിർദ്ദേശങ്ങൾക്കു വേണ്ടി കാതുകൂർപ്പിക്കുമായിരുന്നു. ഇരുവർക്കും സമൂഹത്തിലുണ്ടായിത്തന്ന ആദരവ് വ്യക്തമാക്കുവാൻ വേണ്ടി ഒരു ചെറിയ സംഭവം വിവരിക്കാം.

1948 കാലഘട്ടത്തിൽ ഇവിടെ കോൺഗ്രസ്സ് പ്രവർത്തകരും കമ്മ്യൂണിസ്റ്റ് പ്രവർത്തകരും തമ്മിൽ അതീവ ശത്രുതയിലായിരുന്നു. ആ കാലഘട്ടത്തിൽ കമ്മ്യൂണിസ്റ്റുകാർ കുറുവ വായനശാലാ പരിസരത്ത് സ്ഥാപിച്ചിരുന്ന ഒരു പ്രചാരണ ബോർഡ് ചില കോൺഗ്രസ്സ് പ്രവർത്തകർ ചേർന്ന് അറുത്തെടുത്ത്, അടുത്തുള്ള ചെളിക്കണ്ടത്തിൽ കൊണ്ടുപോയിത്തള്ളി. വായനാശാലാപരിസരം അന്നു ചക്കരത്തറവാട്ടുകാരുടെ അധീനതയിലുള്ള സ്ഥലമായിരുന്നു. ചക്കര ഒണക്കൻ എന്ന കോൺഗ്രസ്സ് അനുഭാവിയായിരുന്നു അന്നു ആ തറവാട്ടിലെ കാരണവർ. അദ്ദേഹത്തെ "ഒണക്കാപ്പൻ" എന്നാണു നാട്ടുകാർ ബഹുമാനപുരസ്സരം വിളിക്കാറുള്ളത്. ചക്കര തറവാട് അന്നു കരാറിനകത്ത് എണ്ണപ്പെട്ട ഒരു തറവാടായിരുന്നു. കാഞ്ഞിര കെളാച്ചാൾപ്പ് മുതൽ കുറുവപ്പാലംവരെ അവർക്കു വയലും പറമ്പുമുണ്ടായിരുന്നു. "ചക്കരക്കണ്ടം ചവിട്ടാതെ കാനമ്പുഴക്കെത്തുകയില്ലെ"ന്ന ഒരു ചൊല്ല് പണ്ടിവിടെ ഉണ്ടായിരുന്നു. കേരളത്തിലെ പ്രഗത്ഭ കോൺഗ്രസ്സ് നേതാവും രാഷ്ട്രീയചിന്തകനുമായ പാമ്പൻ മാധവൻ ചക്കരത്തറവാട്ടിലെ ഒരംഗമാണ്. പണ്ടുകാലത്തു കോലത്തുരാജാവിനു ശർക്കര എത്തിക്കുന്നവരായിരുന്നുവത്രെ ഈ തറവാട്ടുകാർ. അങ്ങനെയാണു "ചക്കര" എന്ന തറവാട്ടുപേരുണ്ടാകുന്നത്. ഇവിടെ താണ സമുദായക്കാരുടെ കല്ല്യാണം പോലുള്ള അടിയന്തിരങ്ങൾക്ക് ചക്കരക്കാരണവരുടെ അനുമതി വാങ്ങേണ്ടതുണ്ടായിരുന്നു. അത്തരം ചടങ്ങുകളിൽ നാട്ടുമൂപ്പൻ എന്ന നിലയിൽ ചക്കരക്കാരണവരെ ആദരിച്ചിരുത്തി, വാഴക്കുലയും മറ്റു കാർഷികോൽപ്പന്നങ്ങളും, ഉപചാരപൂർവ്വം നൽകുകയും ചെയ്യുമായിരുന്നുവത്രെ!.

കുപ്പായമിടാത്ത ഒണക്കാപ്പൻ കുടവയറിനു മുകളിൽ മാങ്ങാടൻ മുണ്ടു കയറ്റിയുടുത്ത് നെഞ്ചും വിരിച്ചു, വടിയുംകുത്തി കുറിയൽ കൊട്ടയുമായി മാർക്കറ്റിലേക്ക് നടന്നുപോകുമ്പോൾ, ഒരാഢ്യനമ്പൂതിരി നടന്നുപോകുന്നതായാണ് തോന്നുക.

കമ്മ്യൂണിസ്റ്റുകാരുടെ പ്രചാരണബോർഡ് നശിപ്പിച്ചവരിൽ "ഒണക്കാപ്പന്റെ" മകനും ഉൾപ്പെട്ടിരുന്നുവത്രെ! തങ്ങളുടെ ബോർഡ് നശിപ്പിച്ചതിലുള്ള പ്രതിഷേധമറിയിക്കാൻ, കെ.പി ഗോവിന്ദനും എ.ഗോവിന്ദനും ഒണക്കാപ്പന്റെ വീട്ടിൽ ചെന്നു. രണ്ടു ഗോവിന്ദന്മാരെയും ഒണക്കാപ്പൻ സ്വീകരിച്ചിരുത്തി. മകൻ ബോർഡ് നശിപ്പിച്ചതായ പരാതി കേട്ടപ്പോൾ ഒണക്കാപ്പൻ കോപം കൊണ്ടു ജ്വലിച്ചു. ഗോവിന്ദന്മാരുടെ മുമ്പിൽ വെച്ചുതന്നെ, മകനെ മുറുക്കാൻപത നിറഞ്ഞ വായകൊണ്ടു ഒരുപാട് പുലഭ്യം പറഞ്ഞു. കൂടാതെ ഭാര്യയ്ക്കും കിട്ടി കുറേ പുലഭ്യം. മക്കൾ തെറ്റു ചെയ്തു എന്നു കേട്ടാൽ പിതാവ് മാതാവിനെ കുറ്റം പറയുന്നത് പതിവാണല്ലോ? പരാതി കേട്ടതിനുശേഷം കാപ്പിയും കുടിപ്പിച്ചേ, ഒണക്കാപ്പൻ ഗോവിന്ദന്മാരെ യാത്രയാക്കിയുള്ളൂ. കുറെക്കഴിഞ്ഞതിന്നു ശേഷം ഒണക്കാപ്പൻ വടിയും കുത്തി വന്നു. വളരെ പണിപ്പെട്ടു ചളിക്കണ്ടത്തിലിറങ്ങി ചളിയിൽ പൂണ്ടുനിന്നിരുന്ന പ്രചാരണബോർഡെടുത്തു തുടച്ചു വൃത്തിയാക്കി, സ്വയം തന്നെ യഥാസ്ഥാനത്തു സ്ഥാപിച്ചു. കോൺഗ്രസ്സുകാരനായ ഒണക്കാപ്പൻ, കമ്മ്യൂണിസ്റ്റ് പ്രചരണബോർഡ് സ്ഥാപിക്കുന്നത് കണ്ടു കാര്യമെന്തന്നറിയാതെ പലരും അദ്ഭുതപ്പെട്ടു. ഗോവിന്ദന്മാർക്ക് ഈ നാട്ടിലുണ്ടായിരുന്ന അംഗീകാരത്തിനും ആദരവിനും ഇതിൽപ്പരം ഒരു തെളിവും ആവശ്യമില്ല. ഗോവിന്ദന്മാർ സമ്പന്നരോ ഇടത്തരക്കാരോ ആയിരുന്നില്ല. കെ.പി ഗോവിന്ദൻ ഒരു നെയ്ത്തുകമ്പനിയിലെ മേസ്ത്രിയായിരുന്നു. കാരി ഗോവിന്ദൻ തുന്നൽക്കാരനും. രണ്ടു ഗോവിന്ദന്മാരും ഈ നാടിനുവേണ്ടി ചെയ്തുപോന്ന സേവനപ്രവർത്തനങ്ങൾ നിരവധിയാണ്. അവയിൽ ഓരോരുത്തരുമായും ബന്ധപ്പെട്ടുള്ള ചില സംഭവങ്ങൾമാത്രം ഇവിടെ വിശദമാക്കാം.

-കെ.പി.ഗോവിന്ദൻ- ഇങ്ങനെയും ഒരാൾ-

നേരത്തെ സൂചിപ്പിച്ചത് പോലെ കാപ്പാട്ടിൽനിന്നും കുറുവയിലേക്കു താമസം മാറി വന്നതായിരുന്നു കെ.പി.ഗോവിന്ദൻ. ഇവിടെ വന്നുചേർന്നതു മുതൽതന്നെ രാഷ്ട്രീയ സാമൂഹ്യ പ്രവർത്തനങ്ങളുമായി ഇഴുകിച്ചേരുകയും താമസിയാതെ അതിന്റെയൊക്കെ നേതൃത്വത്തിൽ എത്തുകയും ചെയ്തു. ത്യാഗസന്നദ്ധത, സേവനതൽപ്പരത, ദീനാനുകമ്പ മുതലായ ഗുണങ്ങളൊക്കെ ജീവിതത്തിന്റെ ഭാഗമാക്കി മാറ്റിയ ഈ കുറിയ മനുഷ്യൻ, ലീയുഷാഓച്ചി പറഞ്ഞതുപോലുള്ള ഒരു മാതൃകാ കമ്മ്യൂണിസ്റ്റായിരുന്നു. വെള്ളത്തിലെ മീനിനെപ്പോലെ മുങ്ങിയും പൊങ്ങിയും സാമൂഹ്യസേവനത്തിന്റെ ആഴക്കയങ്ങളിൽ ഊളിയിട്ടു നീന്തിയ അദ്ദേഹം, ജീവിതം ഒരു പൊള്ളുന്ന പരമാർത്ഥമായി അനുഭവിക്കുന്ന സമൂഹത്തിനു മുമ്പിൽ, താങ്ങായും തണലായും നിന്ന്, തന്റെ സാന്നിധ്യമറിയിച്ചുകൊണ്ടേയിരുന്നു. വസൂരി, കോളറ തുടങ്ങി നാടിന്റെ തന്നെ ഉറക്കം കെടുത്തുന്ന, ഭീതിദവസുന്ധരകൾക്കു മുമ്പിൽ, പ്രതിരോധത്തിന്റെ വൻമതിലുകൾ തീർത്തു പുത്തൻപുര ഗോവിന്ദൻ കാവൽ നിന്നു. നല്ലൊരു നാളെ സൃഷ്ടിക്കുവാനുള്ള വിപ്ലവസമരങ്ങളിലും സജീവസാന്നിധ്യമായതോടെ അറസ്റ്റ്, മർദ്ദനം, ജയിൽവാസവുമൊക്കെ ജീവിതത്തിന്റെ ഭാഗമായിത്തീർന്നു. ഏത് വിഷമപ്രശ്നവും ഒരു

ചെറുചിരിയോടെ ഏറ്റെടുക്കുന്ന ഈ "കരാറിനകം സഖാവ്"പാർട്ടിയുടെ രഹസ്യസന്ദേശങ്ങളുമായി ചിറയ്ക്കൽ താലൂക്ക് മുഴുവനും അഞ്ചലോട്ടക്കാരനെപ്പോലെ, അങ്ങോട്ടുമിങ്ങോട്ടും ഓടിക്കിതച്ച ഒരു കാലമുണ്ടായിരുന്നു. അർദ്ധരാത്രിയിൽ എല്ലാവരും പുതച്ചുമൂടിയുറങ്ങുമ്പോൾ, വാൾ പോസ്റ്ററുകൾ കുപ്പായത്തിലൊളിപ്പിച്ച് പുത്തൻപുര ഗോവിന്ദൻ നിലാക്കോഴിയെപ്പോലെ നടക്കാനിറങ്ങുന്നു. വഴിവക്കിൽ വെച്ച് ആരെങ്കിലും എവിടെപ്പോകുന്നു ഗോവിന്ദേട്ടാ? എന്നു ചോദിച്ചാൽ കാപ്പാട്ടിൽ അച്ഛന്റെ വീടുവരെ പോകുന്നു എന്നായിരിക്കും ഉത്തരം. പോകുന്ന പോക്കിൽ വഴിവക്കിലുള്ള പീടികച്ചുമരുകളിലും കലുങ്കുകളിലും, തെങ്ങിലും മാവിലുമെല്ലാം കമ്മ്യൂണിസ്റ്റ് പാർട്ടി സാഹിത്യം വാൾപോസ്റ്ററായി ഒട്ടിച്ചുവെക്കുന്നു. പാർട്ടി പ്രൊപ്പഗാണ്ടയുടെ ഭാഗമായ ഈ നിശാസഞ്ചാരം കുറുവയിൽ നിന്നു തുടങ്ങി, ചിലപ്പോൾ അഞ്ചരക്കണ്ടിവരെയും മറ്റു ചിലപ്പോൾ പള്ളിക്കുന്ന് വരെയും നീളുമായിരുന്നുവത്രെ! തിരിച്ചുവരുന്നതാകട്ടെ മറ്റൊരു വഴിയിലൂടെയുമായിരിക്കും. അവിടെയും വാൾപോസ്റ്റർ പതിക്കണമല്ലോ? ജനങ്ങൾ കാലത്തെഴുന്നേൽക്കുമ്പോൾ കാണുന്നത്, നാടുമുഴുവൻ കൈകൊണ്ടെഴുതിയ കമ്മ്യൂണിസ്റ്റ് സാഹിത്യങ്ങളുടെ പോസ്റ്റർ പ്രളയം. അപ്പോഴേക്കും പുത്തൻപുര ഗോവിന്ദൻ കുറുവയിലെ വീട്ടിൽ തിരിച്ചെത്തിയിരിക്കും.

1939-ൽ രണ്ടാം ലോകമഹായുദ്ധം പൊട്ടിപ്പുറപ്പെട്ടതിനെ തുടർന്ന് ഇവിടെ യുദ്ധവിരുദ്ധപ്രക്ഷോഭവും കൊടുമ്പിരിക്കൊണ്ടിരുന്നു. അതിനോടനുബന്ധിച്ച് മിലിട്ടറി ബാരക്ക് പിക്കറ്റ് ചെയ്യാൻ തൊഴിലാളി യൂണിയൻ തീരുമാനിക്കുന്നു. അതിനു തയ്യാറുള്ള സഖാക്കൾ മുന്നോട്ടുവരണമെന്നു ടൗണിലെ ട്രേഡ് യൂണിയൻ യോഗത്തിൽ ആവശ്യമുയർന്നപ്പോൾ ആദ്യം കൈ പൊക്കിയ സഖാവ് കരാറിനകത്തെ പുത്തൻപുര ഗോവിന്ദനാണെന്നു ആദരണീയനായ തൊഴിലാളി നേതാവ് സഖാവ് സി.കണ്ണൻ രേഖപ്പെടുത്തിട്ടുണ്ട്.

മിലട്ടറി ബാരക്കിനു മുന്നിൽ മാത്രമല്ല, പട്ടാളവണ്ടിയുടെ മുമ്പിൽ തന്നെ പുത്തൻപുര ഗോവിന്ദൻ മലർന്നുകിടന്നു. പട്ടാളക്കാരും പോലീസുകാരും ചേർന്നു ലാത്തികൊണ്ടു മണ്ടെലിനെ തല്ലുന്നത് പോലെ തല്ലിയിട്ടും പുത്തൻപുര ഗോവിന്ദൻ കിടന്ന കിടപ്പിൽ നിന്നനങ്ങിയില്ല. പിന്നീടു കീറിയ വിറകു കണക്കെ പട്ടാളവണ്ടിയിലേക്ക് എടുത്തെറിഞ്ഞപ്പോഴും പുത്തൻപുര ഗോവിന്ദൻ നിലവിളിച്ചില്ല. ആറു മാസത്തെ ജയിൽശിക്ഷ കഴിഞ്ഞ് നാട്ടിലെത്തിയ ഗോവിന്ദന്റെ ശരീരം വയലിൽവെക്കുന്ന "നോക്കുകുത്തി"പോലെ വികൃതമായിരുന്നു. കരിമ്പാലൻ വൈദ്യർ വന്നു നാല്പതു ദിവസം എണ്ണപ്പാത്തിയിലിട്ടു ചവിട്ടിത്തടവിയാണത്രെ ഗോവിന്ദനെ പൂർവ്വസ്ഥിതിയിലെത്തിച്ചത്. എന്നിട്ടും ഒന്നും സംഭവിച്ചില്ല എന്ന ഭാവത്തിൽ നിഷ്കളങ്കമായ ചിരിയുമായി വീണ്ടും സമൂഹത്തിൽ ഊളിയിട്ടു നീന്തുന്നു പുത്തൻപുര ഗോവിന്ദൻ.

കെ.പി ഗോവിന്ദനുൾപ്പെടെയുള്ള തൊഴിലാളിപ്രവർത്തകർ പട്ടാളബാരക്ക് പിക്കറ്റ് ചെയ്ത സംഭവത്തെപ്പറ്റി കമ്മ്യൂണിസ്റ്റ് പാർട്ടിയുടെ കണ്ണൂർ ജില്ലാചരിത്രം എന്ന പുസ്തകത്തിൽ ഇപ്രകാരം രേഖപ്പെടുത്തിയിരിക്കുന്നു.

“1939-ൽ അസാധാരണമായ ഒരു സമരത്തിനു കണ്ണൂരിലെ ബീഡി ത്തൊഴിലാളികൾ നേതൃത്വം നൽകി. 1939-ലാണ് രണ്ടാം ലോകമഹായുദ്ധം ആരംഭിച്ചത്. തൊഴിലാളികൾ കണ്ണൂരിൽ യുദ്ധവിരുദ്ധറാലി സംഘടിപ്പിച്ചു. യുദ്ധരാക്ഷസന്റെ കോലം കെട്ടി ജാഥയിൽ പ്രദർശിപ്പിക്കുകയും, പിന്നീടു അതു കത്തിക്കുകയും ചെയ്തു. ഇതിന്റെ പേരിൽ ബീഡിത്തൊഴിലാളി കൾക്കും പൊതുജനങ്ങൾക്കും കടുത്ത പോലീസ്മർദ്ദനം ഏൽക്കേണ്ടി വന്നു. യുദ്ധമാരംഭിച്ചതോടെ യുവാക്കളെ പട്ടാളത്തിലേക്ക് എടുക്കുവാനും തുടങ്ങി. കണ്ണൂരിലെ കണ്ടോൺമെന്റ് ഒരു റിക്രൂട്ടിംഗ് ഓഫീസാക്കി മാറ്റി. യുദ്ധവിരുദ്ധവികാരം പ്രകടിപ്പിക്കുന്നതിന്നായി പട്ടാളകേന്ദ്രം പിക്കറ്റ് ചെയ്യു വാൻ തൊഴിലാളികൾ തീരുമാനിച്ചു. നിറതോക്കുമായി കാവൽ നിൽക്കുന്ന പട്ടാളകേന്ദ്രത്തിനു മുമ്പിൽ പോയി പിക്കറ്റ് ചെയ്യുക എന്നത് ചിന്തിക്കു വാൻ പോലും പ്രയാസമുള്ള കാര്യമായിരുന്നു. ഏതായാലും 1939 നവം ബർ 28-ന് ധീരന്മാരായ 7 സഖാക്കൾ പട്ടാളകേന്ദ്രം പിക്കറ്റ് ചെയ്തു അറസ്റ്റ് വരിച്ചു. അന്നത്തെ ബീഡി തൊഴിലാളികളുടെ മുൻനിര പ്രവർത്തകരായി രുന്നു ഈ ഏഴുപേരും. വയലിൽ കൃഷ്ണൻ, ചോനോളിക്കോരൻ, സി.എച്ച്. അപ്പു, കെ.പി.ഗോവിന്ദൻ, കെ.ദാമോദരൻ, മുണ്ടൻ ചങ്ങാട്ടുകൃഷ്ണൻ, ഒറ ക്കൻ കണ്ണൻ തുടങ്ങിയവരാണ് യൂണിയൻ തീരുമാനം നടപ്പാക്കിയത്. ഈ സമരം ദേശീയശ്രദ്ധ പിടിച്ചുപറ്റി. (കണ്ണൂർജില്ല കമ്മ്യൂണിസ്റ്റ് പാർട്ടി ചരിത്രം.)

കരാറിനകത്തെ പാർട്ടി ഓഫീസ് പുത്തൻപുര ഗോവിന്ദന്റെ വീടായിരു ന്നുവല്ലോ? ഒരിക്കൽ എം.എസ്.പിക്കാർ വീടു വളയുന്നു. വീട്ടിലെ “ചട്ടിയും കലവുമെല്ലാം അടിച്ചുടക്കുന്നു. പുത്തൻപുരയെ വീടിന്റെ തൂണിനോടു ചേർത്തു കെട്ടിയിടുന്നു. മരുമകൻ ബാലന്റെ കൈയിൽ ലാത്തി കൊടുത്തു എം.എസ്. പി ക്കാർ അമ്മാവനെ തല്ലാൻ ആജ്ഞാപിക്കുന്നു. അമ്മാവന്റെ കൈയിൽ ലാത്തികൊടുത്തു മരുമകനെ തല്ലിക്കാൻ ശ്രമിക്കുന്നു. ഇങ്ങനെ എത്രയെത്ര അഭിശപ്ത നിമിഷങ്ങൾക്കാണ് ഈ മനുഷ്യൻ സാക്ഷിയായിട്ടുള്ളത്?

കണ്ടു നിന്നവരെപ്പോലും കരയിച്ച സംഭവമായിരുന്നു ചക്കരക്കല്ലിൽ വെച്ചു നടന്നത്. ഒളിവിലായിരുന്ന കെ.പി ഗോവിന്ദൻ ചക്കരക്കല്ലിൽ വെച്ചു പിടിക്കപ്പെടുന്നു. അവിടെനിന്നു പോലീസുകാർ പൊതുനിരത്തിലൂടെ നട ത്തിച്ചു കണ്ണൂരിലേക്ക് കൊണ്ടുവരുന്നു. വെയിലേറ്റാൽ കിണ്ണംപോലെ തിള ങ്ങുന്ന ആ കഷണ്ടിത്തല, ലാത്തിയടിയേറ്റ് പൊട്ടിച്ചോരയൊലിക്കുന്നു. വസ്ത്രമായി ആ ശരീരത്തിൽ ഒരു ലങ്കോട്ടിമാത്രം. അറിഞ്ഞുകൊണ്ടു ഒരു റുമ്പിനെപ്പോലും ദ്രോഹിക്കാത്ത മനുഷ്യനെയാണ് കൊടുംഭീകരനെയെന്ന പോലെ കൈയിൽ വിലങ്ങുവെച്ച് താഴെ ചൊവ്വവരെ നടത്തിച്ചുകൊണ്ടു വന്നത്. അങ്ങനെ പോലീസിന്റെ അകമ്പടിയോടെ റോഡിലൂടെ നടക്കുമ്പോഴും പരിചയക്കാരെകാണുമ്പോൾ ആ മുഖത്തു ഒരു നിഷ്കളങ്കമായ ചിരി വിട രുന്നു. അതാണു പുത്തൻപുരഗോവിന്ദൻ. കുറുവ വായനശാലയിൽ യോഗം കൂടിക്കൊണ്ടിരുന്ന കോൺഗ്രസ്സുകാരുടെ രഹസ്യനീക്കങ്ങളറിയാൻ അവിടെ വാടകയ്ക്ക് കൊടുക്കാൻ വെച്ചിരുന്ന ശവപ്പെട്ടിയിൽ കയറി രാത്രി മുഴുവൻ അനങ്ങാതെ കിടക്കാറുണ്ടായിരുന്നുവത്രെ ഈ, കുറിയ മനുഷ്യൻ.

വസൂരിമാല

കെ.പി ഗോവിന്ദന്റെ സാമൂഹ്യസേവനപ്രവർത്തനങ്ങളിൽ ഏറ്റവും തിളങ്ങിനിൽക്കുന്നത് വസൂരിരോഗികളെ സഹായിക്കുന്ന കാര്യത്തിലായിരുന്നു. 1940 കളിൽ ഈ നാട്ടിൽ പടർന്നുപിടിച്ച വസൂരിരോഗം വരുത്തിവെച്ച ദുരിതങ്ങൾ ചില്ലറയായിരുന്നില്ല. ആ ദുരിതക്കയത്തിൽ നിന്നും ജനങ്ങളെ കരകയറ്റുന്നതിനുവേണ്ടി കെ.പി ഗോവിന്ദന്റെ നേതൃത്വത്തിൽ നടന്ന രക്ഷാപ്രവർത്തനങ്ങൾ മാതൃകാപരമായിരുന്നു. വസൂരിരോഗത്തെ ഇന്നു ആധുനിക വൈദ്യശാസ്ത്രം ഒരു പരിധിവരെ നിർമ്മാർജ്ജനം ചെയ്തിരിക്കുന്നു. ആ രോഗം പണ്ടുകാലത്ത് എത്രയെത്ര മനുഷ്യരെയാണു അപഹരിച്ചതെന്നും എന്തെല്ലാം കഷ്ടപ്പാടുകൾ അതു ജനങ്ങൾക്കു വരുത്തിവെച്ചുവെന്നും പുതിയതലമുറ അറിഞ്ഞിരിക്കാനിടയില്ല. വസൂരിരോഗിയെ സ്വന്തം വീട്ടുകാർ പോലും ഭയത്തോടുകൂടിയാണു കണ്ടിരുന്നത്. അതിന്റെ പ്രധാന കാരണം ആ രോഗം, ദേവീകോപം മൂലമുണ്ടാകുന്നതാണെന്ന അന്ധവിശ്വാസം കൊണ്ടായിരുന്നു. അടുത്തു പെരുമാറുന്നവർക്കൊക്കെ രോഗം പകരാൻ സാധ്യതയുണ്ടെന്നുള്ളതും, ഫലപ്രദമായ ചികിത്സ ഇല്ലാതിരുന്നതും വർദ്ധിച്ച തോതിൽ മരണം സംഭവിക്കുന്നതുമൊക്കെ മറ്റു കാരണങ്ങളായിരുന്നു. വസൂരിരോഗികളെ ഒന്നുകിൽ കുരിപ്പുചാപ്പയിൽ കൊണ്ടു പോയി അഡ്മിറ്റ് ചെയ്യുക, അല്ലെങ്കിൽ വീട്ടിൽതന്നെ പ്രത്യേകം ഒരു മുറിയിൽ കാറ്റും വെളിച്ചവും തട്ടാതെ പാർപ്പിക്കുക, എന്നതൊക്കെയായിരുന്നു അന്നത്തെ പതിവ്. വസൂരിരോഗം വന്നാൽ വീട്ടുകാർ അതുപുറത്തു പറയാൻ മടിച്ചിരുന്നു. അതുപോലെ വസൂരിയുള്ള വീട്ടിൽ പോകാൻ മറ്റുള്ളവരും തയ്യാറായിരുന്നില്ല. "കുരിപ്പുള്ളിടത്തു ചക്കരച്ചോറ് വെച്ചതുപോലെ എന്ന പഴഞ്ചൊല്ലുണ്ടായത് ആ കാരണങ്ങൾകൊണ്ടാണ്. കുരിപ്പ് എന്നാൽ വസൂരി, ചക്കരച്ചോറ്, എന്നാൽ പായസത്തിന്റെ നാടൻ പ്രയോഗമാണ്. "കുരിപ്പുള്ളിടത്ത് ചക്കരച്ചോറ് വെച്ചതുപോലെ" എന്ന പഴഞ്ചൊല്ലിലെ ധ്വനി, വീട്ടിൽ ഉണ്ടാക്കുന്ന വിശേഷവിഭവം മറ്റാർക്കും കൊടുക്കാതെ ആഹരിക്കാം എന്നതാണ്. വസൂരിരോഗത്തിനു ആ കാലത്തുള്ള ചികിത്സ ദേവീക്ഷേത്രത്തിലെ ആയത്താർമ്മാരെ കൂട്ടിക്കൊണ്ടുവന്നു, മന്ത്രം ജപിച്ച മഞ്ഞക്കുറി ദേഹത്ത് വാരിപൂശുകയും, ദേവിയെ പ്രീതിപ്പെടുത്താൻ പൊതുസ്ഥലത്ത് "ഗുരുസിഹോമം" കഴിക്കലുമൊക്കെയായിരുന്നു. ദേവിയെ പ്രീതിപ്പെടുത്തുവാൻ വേണ്ടി കോഴിയെ കുരുതിക്കൊടുക്കുന്നതിനാണു "ഗുരുസി ഹോമം" എന്നു പറയുന്നത്. വലിയ വട്ടച്ചെമ്പിൽ വെള്ളമെടുത്ത് അതിൽ മഞ്ഞളും ചുണ്ണാമ്പും ചേർത്ത് ചോര നിറമാക്കി, അതിൽ കോഴിച്ചോരയും ചേർത്തുണ്ടാക്കുന്ന ലായനിയെ ഗുരുസിവെള്ളമെന്നു വിളിക്കുന്നു. ആ ഗുരുസി വെള്ളം ജനമധ്യത്തിൽവെച്ചു വെളിച്ചപ്പാട് വാളും പിടിച്ചു തേവി തെറിപ്പിക്കുന്നതാണു ഗുരുസി ഹോമത്തിന്റെ ചടങ്ങ്. കുരുതിയാണ് ഇവിടെ "ഗുരുസിയായത്'. രക്തദാഹിണിയായ ദേവിയുടെ കോപം കുരുതിഹോമത്തോടെ അടങ്ങുമെന്നാണ് വിശ്വാസം.

പൊതുസ്ഥലത്തുവെച്ചു നടക്കുന്ന 'ഗുരുസി' ഹോമത്തിൽ വെളിച്ചപ്പാടായി കോലം കെട്ടിയിരുന്നത് തോട്ടടയിലെ കരയൻ പൊക്കൻ എന്നയാളായിരുന്നു. ചുകന്ന മുണ്ടുടുത്ത് മറ്റൊരു ചുകന്ന തുണികൊണ്ടു തല മറച്ച് കുടമണി കിലുങ്ങുന്ന വാളും പിടിച്ച്, "ഗുരുസി വെള്ളം തെറിപ്പിച്ചു കൊണ്ടു പൊക്കൻ കോമരം ഉറഞ്ഞുതുള്ളി ക്ഷീണിച്ചുവീഴുന്നതോടെ ദേവിയുടെ രക്തദാഹം തീരുന്നു എന്നാണു വിശ്വാസം.

കുരിപ്പു കണ്ടാമാലയകറ്റാൻ മുസ്ലീംവിഭാഗക്കാർ ഒരു റാത്തിബ് കർമ്മവും അനുഷ്ഠിക്കാറുണ്ടായിരുന്നു. അതിന് റിഫായി റാത്തിബ് എന്നാണ് പറയുന്നത്. മുണ്ടും ബനിയനും തലയിലൊരു തൂവാലക്കെട്ടുമായി പത്തോളം പേർ വട്ടത്തിൽ നിന്നു ദഫ് മുട്ടി പാട്ടുംപാടിക്കൊണ്ടാണു റിഫായി റാത്തിബ് കർമ്മം അനുഷ്ഠിക്കുന്നത്.

"എല്ലാം പടച്ചവനെ!

എല്ലാമറിയുന്നവനെ!

എല്ലാർക്കും നന്മ ചൊരിയുന്നോനെ, എന്റെ

ജല്ലജലാലായ തമ്പുരാനേ" ഇങ്ങനെ പാടിക്കൊണ്ടാണു റിഫായി റാത്തീബ് തുടങ്ങുന്നത്.

വസൂരിരോഗം വന്നവരെ പാർപ്പിക്കുവാൻവേണ്ടി സർക്കാർ ആസ്പത്രിയുടെ കീഴിൽ കെട്ടിയുണ്ടാക്കിയ ഓലഷെഡിനെയാണ് കുരിപ്പ് ചാപ്പയെന്നു പറയുന്നത്. കക്കാട്ടു "ചുടുകാട്ടിന്റെ മൊട്ട"യെന്ന സ്ഥലത്തായിരുന്നു ആ കാലത്ത് കുരിപ്പുചാപ്പ സ്ഥിതി ചെയ്തിരുന്നത്. ആസ്പത്രിയിൽ കിടക്കുന്ന മറ്റു രോഗികൾക്കു വസൂരി പകരാതിരിക്കുവാൻ വേണ്ടിയാണ്, കുരിപ്പുചാപ്പ കണ്ണൂർ ആസ്പത്രിയിൽ നിന്നും അകലെയായി സ്ഥാപിക്കാൻ കാരണം. കക്കാട്ടെ ചുടുകാടിന്റെ മൊട്ടയെന്നത് ആ പേർ സൂചിപ്പിക്കുന്നതുപോലെ തന്നെ ഒരു ശ്മശാനമാണ്. ശ്മശാനത്തിനടുത്തുതന്നെ കുരിപ്പുചാപ്പ സ്ഥാപിച്ചതിൽനിന്നും, ആ രോഗത്തെക്കുറിച്ചുള്ള അന്നത്തെ കാഴ്ചപ്പാട് എന്തായിരുന്നുവെന്നു നമുക്കൂഹിക്കാം. കുരിപ്പുചാപ്പയിൽ പ്രവേശിപ്പിക്കപ്പെട്ടയാൾ വീട്ടിൽ തിരിച്ചെത്തില്ലെന്നാണു അന്നത്തെ ധാരണ. മരിക്കുന്നവരെ മറവു ചെയ്യാനുള്ള സൗകര്യം നോക്കിയായിരിക്കണം ശ്മശാനത്തിനടുത്തു തന്നെ, കുരിപ്പുചാപ്പ സ്ഥാപിക്കുവാനുള്ള കാരണം. വസൂരിരോഗം പിടിപ്പെട്ടവരെ പരിചരിക്കുവാനും, ആ രോഗം വന്നു മരണപ്പെട്ടവരെ മറവു ചെയ്യാൻപോലും ജനങ്ങൾ തയ്യാറായിരുന്നില്ല. രോഗികളെ പരിചരിക്കുന്നതിലും ദുഷ്കരമായിരുന്നു മരിച്ചവരെ മറവ് ചെയ്യുന്നത്. മരിച്ചവരെ മറവ് ചെയ്യുന്ന സമയത്ത് ആ രോഗം എളുപ്പത്തിൽ പകരാൻ സാധ്യതയുണ്ടായിരുന്നുവത്രെ! അതുകൊണ്ടു വസൂരി വന്നു മരിച്ചവരെ രാത്രികാലങ്ങളിൽ ആരും കാണാതെ ശ്മശാനത്തിൽ കൊണ്ടുപോയി തള്ളുന്ന പരിപാടിയുമുണ്ടായിരുന്നു. മാത്രമല്ല വീട്ടുകാർ ചേർന്നു മരിച്ചയാളെ, അദ്ദേഹം രോഗിയായിരിക്കുമ്പോൾ കിടന്ന മുറിയിൽ തന്നെ മറ്റാരും കാണാതെ കുഴിച്ചു

മൂടുന്ന പരിപാടിയുമുണ്ടായിരുന്നു. വസൂരി പിടിപെട്ടയാൾ എങ്ങനെയെങ്കിലും ഒന്നു മരിച്ചുകിട്ടുവാൻ വേണ്ടി, ഒരു പൂജ കഴിക്കുന്ന സമ്പ്രദായവും ഇവിടെ ഉണ്ടായിരുന്നു. കോഴിയെ ഉഴിഞ്ഞു കൊണ്ടു നടത്തുന്ന ആ പൂജയ്ക്ക് "ശാക്തീയപൂജ" എന്നാണു പറയുന്നത്. ഇവിടെ അതിനു "ജാക്തീയമൊഴിപ്പിക്കുക" എന്നും പറയാറുണ്ട്. ആയത്താരുടെ ചികിത്സക്ക് പുറമെ നാട്ടു വൈദ്യന്മാർ ചില പച്ചമരുന്നുകൾ കഷായം വെച്ചു വസൂരി രോഗികൾക്കു നൽകാറുണ്ട്. രാമച്ചം, ചുക്ക്, ചന്ദനം, ഇരുവേലി എന്നീ പച്ച മരുന്നുകളാണു ആ കഷായത്തിലെ ചേരുവകൾ. ചൊവ്വയിലെ ഒരു പൊതുകാര്യപ്രശസ്തനായ, ആര്യബന്ധു പി.കെ.ബാപ്പു, മേൽപ്പറഞ്ഞ കഷായമുണ്ടാക്കി സൗജന്യമായി വസൂരിബാധിത പ്രദേശങ്ങളിലേക്ക് കൊടുത്തയക്കാറുണ്ടായിരുന്നു. അതുപോലെ കടലായിലെ അലി വൈദ്യർ, കുറുവയിലെ കമ്മാരൻ വൈദ്യർ തുടങ്ങിയ ചില നാട്ടുവൈദ്യന്മാരും ആയുർവേദമരുന്നുകൾ തയ്യാറാക്കി വസൂരിരോഗികൾക്ക് സൗജന്യമായി നൽകാറുണ്ടായിരുന്നു. ഒരു ഹോമിയോ ഡോക്ടർ കൂടിയായ യു.കെ കരുണൻ മാസ്റ്റർ വസൂരിരോഗികൾക്ക് ഹോമിയോ മരുന്നുകൾ സൗജന്യമായി നൽകാറുണ്ടെന്നു മുമ്പ് പറഞ്ഞിട്ടുണ്ട്. ഇംഗ്ലീഷ് ചികിത്സയെ അന്ന് ജനങ്ങൾ വസൂരിയുടെ കാര്യത്തിൽ പേടിയോടുകൂടിയാണു നോക്കിക്കണ്ടിരുന്നത്. ആ കാലഘട്ടത്തിൽ ചില രാഷ്ട്രീയ സംഘടനകളും തങ്ങളുടെ സന്നദ്ധപ്രവർത്തകരെ വസൂരി വന്ന പ്രദേശങ്ങളിലയച്ച് രക്ഷാപ്രവർത്തനങ്ങളിൽ വ്യാപൃതരാക്കാറുണ്ടായിരുന്നു. കോൺഗ്രസ്സിന്റെയും കമ്മ്യൂണിസ്റ്റ് പാർട്ടിയുടെയും പി.എസ്.പിയുടെയും വകയായുള്ള ആ രക്ഷാപ്രവർത്തനങ്ങളിൽ മുതിർന്ന നേതാക്കന്മാരൊക്കെ ഭാഗഭാക്കുകളായിരുന്നു. കമ്മ്യൂണിസ്റ്റ് പാർട്ടിയുടെ കീഴിൽ നടന്ന രക്ഷാപ്രവർത്തനത്തിനു നേതൃത്വം നൽകിയത് കണ്ണൂരിൽ എൻ.സി ശേഖറായിരുന്നു. മേൽപ്പറഞ്ഞ ആര്യബന്ധു പി.കെ.ബാപ്പുവായിരുന്നു കോൺഗ്രസ്സിനുവേണ്ടി രംഗത്തിറങ്ങിയത്. പിഎസ്.പി ക്കു വേണ്ടി നേതൃത്വം കൊടുത്തതു തായത്ത് രാഘവനായിരുന്നു.

കുറുവയിൽ ആ പ്രവർത്തനത്തിനു നേതൃത്വം നൽകിയത് കെ.പി. ഗോവിന്ദനായിരുന്നു. കൂക്കിരി അനന്തൻ, പൊയിലിൽ ഗോപാലൻ തുടങ്ങിയവർ സഹായികളുമായിരുന്നു. കടലായിയിൽ പടിയത്ത് രാഘവൻ, വയക്കടക്കുഞ്ഞൂട്ടി മുതലായവരും അത്തരം സേവനപ്രവർത്തനങ്ങൾക്ക് നേതൃത്വം നൽകിയവരായിരുന്നു. വസൂരിരോഗികളുടെ വീട്ടിൽ ധൈര്യസമേതം കയറിച്ചെന്നു, മേൽപ്പറഞ്ഞ ചടങ്ങുകഷായമുൾപ്പെടെ ലഭ്യമായ മരുന്നുകൾ നൽകിയും, പൊടിയരികൊണ്ടു കഞ്ഞിയുണ്ടാക്കി കുടിപ്പിച്ചും വേപ്പിൻ ഇല വെള്ളത്തിലിട്ടു തിളപ്പിച്ച് കുരുക്കൾ വന്ന സ്ഥലം കഴുകുകയും ചെയ്തുകൊണ്ടാണ് രോഗികളെ ശുശ്രൂഷിച്ചിരുന്നത്. രോഗം ഭേദമാകുന്നതുവരെ രോഗികളുടെ കൂടെ കിടന്നുറങ്ങുകയും അവർക്ക് ധൈര്യം നൽകുന്നതുമൊക്കെ ആ സേവനപ്രവർത്തനത്തിന്റെ ഭാഗമായിരുന്നു. രോഗി ഉപയോഗിച്ച വസ്ത്രങ്ങളും വിരിപ്പുകളും ഭക്ഷണം കഴിച്ച പാത്രങ്ങളും

കഴുകുന്നതും ഇത്തരം സേവകരായിരുന്നു. ഇത്തരം ആശ്വാസപ്രവർത്തനങ്ങൾ കൊണ്ടു രോഗികളുടെ ഭയമകറ്റാനും അവരുടെ ആത്മവിശ്വാസം ഉയർത്തി പൂർവ്വസ്ഥിതിയിലേക്ക് കൊണ്ടുവരുവാനും ഈ സന്നദ്ധപ്രവർത്തകർക്ക് ഒരു പരിധിവരെ സാധിച്ചിരുന്നു. ആ കാലത്ത് നാട്ടിൽ വസൂരിരോഗം ആർക്കെങ്കിലും പിടിപെട്ടാൽ ആദ്യം പോയി വിളിക്കുന്നത് കെ.പി.ഗോവിന്ദനെയായിരിക്കും. കെ.പി.ഗോവിന്ദനും സന്നദ്ധ പ്രവർത്തകരും എത്തുന്നതോടെ വീട്ടുകാരുടെ ഭാരവും പിരിമുറുക്കവും പകുതി കുറയുന്നു. രോഗിയുടെ പരിചരണച്ചുമതല മുഴുവനും കെ.പി. ഗോവിന്ദനും സംഘവും ഏറ്റെടുക്കുകയായി. മരണവുമായുള്ള മുഖാമുഖ സമ്പർക്കമായിരുന്നു ഇവർ നടത്തിക്കൊണ്ടിരുന്നത്. പരിചരണത്തിലിരിക്കുമ്പോൾ തന്നെ രോഗി മരണപ്പെട്ടെന്നു വരാം. അയാളെ മറവ് ചെയ്തു തിരിച്ചുവരുമ്പോഴേക്കും അറിയുന്നത്, മറ്റൊരാൾക്ക് രോഗം പിടിപെട്ടു എന്നായിരിക്കും അയാളെ പരിചരിക്കാൻ ചെല്ലുന്ന നേരത്ത് കേൾക്കുന്നത് വേറൊരാളുടെ രോഗവിവരമായിരിക്കും. വസൂരിരോഗത്തിന്റെ ഈ "ഒളിച്ചാപ്പത്തി" ക്കളിയിൽ ആലില കൊഴിയുന്നതുപോലെ മനുഷ്യൻ മരിച്ചുവീഴുകയായിരുന്നു. ഓരോ ദിവസവും "വസൂരി വന്നു മരിച്ചു" എന്നുള്ള വാർത്ത നാടിന്റെ തന്നെ ഉറക്കം കെടുത്തിക്കൊണ്ടിരുന്നു. കാലത്തു എഴുന്നേറ്റ് വാതിൽ തുറക്കുമ്പോൾ തന്നെ കാണുന്നത്, പായയിൽ പൊതിഞ്ഞ, മൃതദേഹവും ചുമന്നുകൊണ്ടു ശ്മശാനത്തേക്ക് പോകുന്ന സന്നദ്ധപ്രവർത്തകരെയായിരിക്കും. "ചിരുയേടത്തി ചത്തുപോയി, കുഞ്ഞാമാട്ടൻ മരിച്ചു പോയി, അമ്പോച്ചൻ പോയ്പ്പോയി. രാമാട്ടൻ ഭണ്ഡാരായി, മാമൂദ് മയ്യത്തായി" എന്നൊക്കെയുള്ള മരണവൃത്താന്തങ്ങൾ വേറെയും- രോഗികളെ പരിചരിക്കുന്നതിലും ദുഷ്കരമായിരുന്നു മരിച്ചവരെ മറവ് ചെയ്യുന്നത് എന്ന് പറഞ്ഞുവല്ലോ? ഒരു ദിവസം പത്തു മൃതദേഹങ്ങളെങ്കിലും മറവു ചെയ്യാനുണ്ടാകുമത്രെ! മുൻകാലങ്ങളിൽ വസൂരി വന്നുമരിച്ചവരെ കൂട്ടമായിട്ടു മറവു ചെയ്യാറുണ്ടായിരുന്നു. കടലായിയിൽ "കുരിപ്പഞ്ചാൽ" എന്ന ഒരു സ്ഥലം തന്നെയുണ്ട്. കുരിപ്പുവന്നു മരിച്ചവരെ കൂട്ടമായി മറവു ചെയ്യുന്ന സ്ഥലമായതുകൊണ്ടായിരിക്കണം ആ സ്ഥലത്തിനു കുരിപ്പഞ്ചാൽ എന്ന പേരുണ്ടായത്. വസൂരി വന്നു മരിച്ച് മറവു ചെയ്തവരെ, ദിവസങ്ങളും ആഴ്ചകളും കഴിഞ്ഞു മാറ്റിക്കുഴിച്ചിടേണ്ട അവസ്ഥയും ഉണ്ടാകാറുണ്ട്. മരിച്ചവരെ മറവുചെയ്യുന്നത് ആചാരപരമായി രണ്ടു തരത്തിലാണ്. വസൂരി വന്നുമരിച്ചവർക്ക് ചെയ്യുന്ന കർമ്മത്തിനു ഭണ്ഡാരം എന്നും അല്ലാതെ മരിച്ചവർക്ക് ചെയ്യുന്ന കർമ്മത്തിന് 'ചാവ് കർമ്മം' എന്നും പറയുന്നു. ഭണ്ഡാരകർമ്മം ചെയ്യുന്നത് ദേവീക്ഷേത്രത്തിലെ ആയത്താർമ്മാരും ചാവ് കർമ്മം നടത്തുന്നത് കാവുതീയ സമുദായത്തിലെ കുറുപ്പന്മാരുമാണ്. പകർച്ചവ്യാധികൾ വന്നു ആളുകൾ കൂട്ടംകൂട്ടമായി മരിച്ചുവീഴുമ്പോൾ അവിടെ നിയമം നോക്കി മറവുചെയ്യാനൊന്നും സാധിക്കുകയില്ലല്ലോ? മേൽപ്പറഞ്ഞപോലെ വീട്ടുകാരും നാട്ടുകാരും മൃതദേഹത്തെ എങ്ങനെയെങ്കിലും ഒഴിവാക്കുകയാണല്ലോ ചെയ്യുന്നത്.

പിന്നീടു മരിച്ച വീട്ടിൽ വല്ല ബുദ്ധിമുട്ടും ഉണ്ടായാൽ, അതിന്റെ കാരണമന്വേഷിക്കുവാൻ കണിശന്റെ അടുത്തുചെല്ലുമ്പോളാണു, ഭണ്ഡാരം ചാവായും, ചാവ് ഭണ്ഡാരമായും കുഴിച്ചിട്ട വിവരം അറിയുന്നത്. അങ്ങനെയാണ് കുഴിച്ചിട്ട മൃതദേഹങ്ങൾ ആഴ്ചകളും മാസങ്ങളും കഴിഞ്ഞു പുറത്തെടുത്ത് ശരിയായ കർമ്മം ചെയ്തു വീണ്ടും കുഴിച്ചിട്ടേണ്ടി വരുന്നത്.

വസൂരിരോഗത്തിന്റെ ഇരകളായ
ഒരമ്മയും മകനും

നാടാകെ മരണം വിതച്ചുകൊണ്ടുള്ള വസൂരിരോഗത്തിന്റെ "പടപ്പാച്ചലിൽ" തകർന്നടിഞ്ഞ ജീവിതങ്ങൾ ഇവിടെ നിരവധിയായിരുന്നു. അവരിൽ കുട്ടികളെന്നോ, യുവാക്കളെന്നോ വൃദ്ധരെന്നോ ഉള്ള വ്യത്യാസമൊന്നുമുണ്ടായിരുന്നില്ല. ഒരു വീട്ടിൽ തന്നെ ഒന്നിലധികം പേർ മൃത്യുവിൻ കയങ്ങളിൽ മുങ്ങിത്താണിട്ടുണ്ട്. ഒരാഴ്ചക്കുള്ളിൽ തന്നെ അമ്മയും മകനും മരണപ്പെട്ട സംഭവം കരാറിനകത്തുണ്ടായിട്ടുണ്ട്.

കാഞ്ഞിരയിലെ ഒരു പൊതുപ്രവർത്തകനായ ഏ.കെ.ബാലകൃഷ്ണനും അദ്ദേഹത്തിന്റെ മാതാവ് കുഞ്ഞാതേടത്തിയുമാണ് ഒരാഴ്ചക്കുള്ളിൽ വസൂരിയുടെ ഇരകളായിത്തീർന്നത്. ഒരാഴ്ചക്കുള്ളിൽ മകന്റെയും അമ്മയുടെയും ശവക്കല്ലറകൾ വീടിനുമുമ്പിൽ ഉയർന്നുവരുവാൻ കാരണമായ ആ ദൗർഭാഗ്യകരമായ സംഭവങ്ങൾക്ക് സാക്ഷ്യം വഹിച്ചത്, ഇപ്പോൾ ദിനേശ് മുക്ക് എന്നറിയപ്പെടുന്ന ബസ്സ്സ്റ്റോപ്പിനടുത്തുള്ള "പടിഞ്ഞാറെവീട്' എന്നറിയപ്പെടുന്ന കാഞ്ഞിരയിലെ ഒരു പുരാതനതറവാട്ടിലായിരുന്നു. അടുത്തകാലം വരെ ഈ സ്ഥലത്തു ദിനേശ് ബീഡിയുടെ രണ്ടു ബ്രാഞ്ചുകളുണ്ടായിരുന്നു. അതിനാലായിരുന്നു ഈ സ്ഥലം ദിനേശ്മുക്ക് എന്നറിയപ്പെടാൻ കാരണം. ദിനേശ് ബീഡി വരുന്നതിന് മുമ്പ് ഈ മുക്ക് അറിയപ്പെട്ടിരുന്നത്. "വൈദ്യരുടെ മുക്ക്" എന്നായിരുന്നു. പടിഞ്ഞാറെ വീട്ടുകാർ തങ്ങളുടെ വീടിനു മുമ്പിൽ ഒരു പലചരക്ക് പീടികയും ഒരു തറിമരുന്നുപീടികയും നടത്തിയിരുന്നു. തറവാട്ടിലെ അംഗങ്ങളായ, പി.വി കുഞ്ഞിരാമൻ വൈദ്യർ, പി.വി.ചന്തുവൈദ്യർ എന്നിവരായിരുന്നു ആ പീടികകളുടെ നടത്തിപ്പുകാർ. അങ്ങനെയാണു ആ സ്ഥലത്തിനു "വൈദ്യരെമുക്ക്" എന്ന പേരുണ്ടായത്. പടിഞ്ഞാറെ വീട്ടുകാർ, ജ്യോതിഷം, നാട്ടുവൈദ്യം, ഗുരുകുല വിദ്യാഭ്യാസം എന്നിവയിലെല്ലാം ലബ്ധപ്രതിഷ്ഠരായിരുന്നു. പണ്ടുകാലത്ത് ഈ തറവാട്ടുകാർ, കടലായിയിൽ തുടങ്ങിയ ഗുരുകുലവിദ്യാലയത്തിന്റെ തുടർച്ചയാണു ഇപ്പോഴത്തെ കടലായി യു.പി സ്കൂൾ. ഈ തറവാട്ടിലെ ഒരു ജ്യോത്സ്യപണ്ഡിതൻ കൂടിയായ പൈതൽ ഗുരിക്കളാണു ആദ്യകാലത്ത് കടലായി സ്കൂളിന്റെ നടത്തിപ്പുകാരൻ. കടലായി സ്കൂളിൽ നിന്നും ആദ്യാക്ഷരം കുറിച്ച് പ്രഗത്ഭമതികളായിത്തീർന്നവർ നിരവധിയാണ്. ചോലമരങ്ങൾ നിഴൽ വിരിക്കുന്ന കലാലയാന്തരീക്ഷത്തിൽ വെച്ച് പുതിയ പ്രതിഭകളെ വാർത്തെടുക്കുന്ന സദുദ്യമം കടലായി യു.പി സ്കൂൾ ഇപ്പോഴും തുടർന്നുകൊണ്ടേയിരിക്കുന്നു എന്നുകൂടി പറഞ്ഞു കൊള്ളട്ടെ. പൈതൽ ഗുരിക്കൾക്ക് പുറമെ ആ

തറവാട്ടിലെ പി.വി.ദാറൂട്ടി മാസ്റ്റർ, പി.വി.രാഘവൻ മാസ്റ്റർ, പി.വി.പത്മനാഭൻ മാസ്റ്റർ തുടങ്ങിയവർ ഈ നാട്ടിലെ പ്രഗത്ഭരായ അദ്ധ്യാപകന്മാരാണ്. പടിഞ്ഞാറെ വീട്ടുകാർ തങ്ങളുടെ വളപ്പിൽ ധാരാളം താളിയോലപ്പനകൾ നട്ടു വളർത്തിയിരുന്നു. ആ കാലത്തു സ്കൂളിൽ എഴുതാനുപയോഗിച്ചിരുന്നത് താളിയോലകളായിരുന്നു. കുട്ടികളൊക്കെ എഴുത്തോല ശേഖരിക്കാൻ ഈ വീട്ടിൽ പോകുക പതിവായിരുന്നു. സാമൂഹ്യപ്രതിബദ്ധതയുടെ കാര്യത്തിൽ അനുകരണീയമായ ചില കീഴ്വഴക്കങ്ങൾ പുലർത്തിപ്പോന്നവരായിരുന്നു പടിഞ്ഞാറെ വീട്ടുകാർ. രാത്രികാലത്തു യാത്ര പോകുന്നവർക്ക് വേണ്ടി വൈദ്യരുടെ മുക്കിൽ നേരം പുലരുന്നതുവരെ ഒരു റാന്തൽ വിളക്ക് കത്തിച്ചു വെക്കുമായിരുന്നു, ഈ തറവാട്ടുകാർ. കൂടാതെ കുഞ്ഞിരാമൻ വൈദ്യർ രാത്രി തന്റെ പലചരക്കു പീടിക പൂട്ടുന്ന സമയത്ത് വിൽക്കാൻ വച്ചിരിക്കുന്ന ഓലച്ചൂട്ടുകൾ പുറത്തുതന്നെ വെക്കുമായിരുന്നു. രാത്രിയിൽ വെളിച്ചമില്ലാതെ പോകേണ്ടിവരുന്നവർക്ക് എടുത്തുപയോഗിക്കുവാൻ വേണ്ടിയായിരുന്നു ഇങ്ങനെ ഓലച്ചൂട്ടുകറ്റകൾ പുറത്തുവെച്ചുപോകുന്നത്. പല സ്ഥലത്തും പോകേണ്ട യാത്രക്കാർ കുഞ്ഞിരാമൻ വൈദ്യരുടെ പൂട്ടിയ പീടികയ്ക്ക് പുറത്തുവെച്ച ഓലച്ചൂട്ടെടുത്ത് തൂണിൽ കൊളുത്തിയിരിക്കന്ന റാന്തർ വിളക്കിൽ നിന്നു തീ കത്തിച്ച് വീശിപ്പോകുന്നതു സാധാരണ സംഭവമായിരന്നു. സർപ്പദംശനമേറ്റുള്ള മരണങ്ങൾ ധാരാളം സംഭവിക്കുന്ന ആ കാലത്ത്, ഓലച്ചൂട്ടയിൽ നിന്നു മിന്നിത്തിളങ്ങുന്നത് കുഞ്ഞിരാമൻ വൈദ്യരുടെ നല്ല മനസ്സിലെ സ്നേഹജ്വാലയായിരുന്നു. പീടികയിൽ വരുന്ന കുട്ടികൾക്കൊക്കെ ഭരണിയിൽ കയ്യിട്ടു, വാരിക്കൊടുക്കുന്ന പൊടിവെല്ലത്തിന്റെ മധുരവും, കുഞ്ഞിരാമൻ വൈദ്യരുടെ പുഞ്ചിരിയുടെ മധുരവും ഈ നാട്ടുകാർ മറക്കുന്നതെങ്ങിനെ?

അക്ഷരത്തിനും വെളിച്ചത്തിനും, ആതുരശുശ്രൂഷക്കും പുറമെ മറ്റൊരു സവിശേഷ പരിപാടിയും ഈ തറവാട്ടിൽ നടന്നിരുന്നു. കർക്കടമാസത്തെ എല്ലാ രാത്രികളിലും വീട്ടിലെ സ്ത്രീകൾ ഉമ്മറക്കോടിയിൽ നിലവിളക്കിനുമുമ്പിൽ നിരന്നിരുന്നു ഉച്ചത്തിൽ രാമായണം വായിക്കുന്നതു പതിവായിരുന്നു. വീട്ടിലെ മുതിർന്ന സ്ത്രീയായ കുഞ്ഞാതേടത്തിയുടെ നേതൃത്വത്തിലായിരുന്നു അക്ഷരസ്ഫുടതയോടെയും ഈണത്തിലുമുള്ള രാമായണം വായന.

“ഭോഗങ്ങളെല്ലാം ക്ഷണപ്രഭാചഞ്ചലം
വേഗേന പോകുന്നുമായുസ്സുമോർക്ക നീ
വഹ്നി സന്തപ്തലോഹാസ്താംബു ബിന്ദുനാ-
സന്നിഭം മർത്യജന്മം ക്ഷണഭംഗുരം”

എന്നൊക്കെയുള്ള രാമായണതത്ത്വങ്ങൾ കുഞ്ഞാതേടത്തിയിൽ നിന്നും അനർഗ്ഗളം നിർഗ്ഗളിക്കുന്നതു കേൾക്കാൻ പരിസരവാസികൾ വരെ വൈദ്യരുടെ മുക്കിൽ ഒത്തുകൂടാറുണ്ടായിരുന്നുവത്രെ!

കുഞ്ഞാതിയേടത്തിയുടെ ഒരേയൊരു മകനായിരുന്നു ഏ.കെ ബാലകൃഷ്ണൻ. ഫുട്ബോൾ കളിക്കാരൻ, ചിത്രകാരൻ, രാഷ്ട്രീയ സാമൂഹ്യ

പ്രവർത്തകൻ സഹൃദയൻ എന്നീ വിശേഷണങ്ങൾക്കെല്ലാം അർഹനായ ബാലകൃഷ്ണൻ, ഹൈസ്കൂൾ വിദ്യാഭ്യാസം കഴിഞ്ഞു, ഉപരി പഠനത്തിനു തയ്യാറെടുക്കുകയായിരുന്നു. അപ്പോഴാണു കൊലയാളിയെപ്പോലെ വസൂരി, ബാലകൃഷ്ണനെ ആക്രമിക്കുന്നത്. രാത്രിയിൽ തനിച്ചു വീട്ടിലേക്കു വരുമ്പോൾ, ഇടവഴിയിൽവെച്ച് എന്തോ കണ്ടു പേടിച്ചതാണ് കാരണം. തുടർന്നു വിറച്ച് വിറച്ച് വീട്ടിലെത്തിയ ബാലനു ശക്തിയായ തലവേദനയും പനിയും പിടിപെട്ടു. നാടൻ ചികിത്സ പലതും നടത്തിയിട്ടും അസുഖത്തിനു കുറവൊന്നും കണ്ടില്ല. അങ്ങനെ ഒരു ദിവസം ദരസർ, മാധവപൈയ്യെ കൂട്ടിക്കൊണ്ടുവരുന്നു. പരിശോധനയ്ക്ക് ശേഷം മാധവപൈ സൂചിവെക്കുന്നു. അടുത്ത ദിവസം ബാലകൃഷ്ണന്റെ ശരീരമാസകലം വസൂരിക്കുരുക്കൾ പ്രത്യക്ഷപ്പെട്ടു. ഏതാനും ദിവസങ്ങൾക്കുള്ളിൽ തന്നെ ബാലൻ മരിക്കുകയും ചെയ്തു. എല്ലാമെല്ലാമായ മകന്റെ ആക്സ്മികമായ വേർപാട് സഹിക്കാനാകാതെ അമ്മ കുഞ്ഞാതയേടത്തി ബോധരഹിതയായി. പിന്നീടവർ പായയിൽ നിന്നെഴുന്നേറ്റില്ല, ജലപാനം ചെയ്തില്ല. ബാലൻ മരിച്ച് 3-ാം നാളിൽ അവർക്കും വസൂരി പിടിപെട്ടു. 7-ാം നാളിൽ അവരും മകന്റെ വഴിയെ യാത്രയായി. ഒരാഴ്ചക്കുള്ളിൽ രണ്ടുപേരും അപ്രത്യക്ഷരായി. നാടിന്റെ കാതുകളിൽ രാമായണമന്ത്രങ്ങൾ അവശേഷിപ്പിച്ചുകൊണ്ടു കുഞ്ഞാതയേടത്തിയും ഭാവിയുടെ വാഗ്ദാനമായ പന്തുക്കളിക്കാരൻ ബാലകൃഷ്ണനും കാലയവനികക്കുള്ളിൽ മറഞ്ഞു. അമ്മയുടെയും മകന്റെയും ശവക്കല്ലറകൾ വീടിനു മുമ്പിൽ തൊട്ടടുത്തായി പ്രത്യക്ഷപ്പെട്ടു.

ഒരു വിലാപകാവ്യം

ബാലകൃഷ്ണൻ സംഭവത്തോടെ കരാറിനകത്ത് ഒരു വിലാപകാവ്യവും പിറന്നുവീണു. ഇംഗ്ലണ്ടിൽ കീറ്റ്സ് എന്ന കവി അകാലചരമമടഞ്ഞപ്പോൾ ഷെല്ലി ഒരു കവിതയെഴുതിയിരുന്നു. അഡോണിസ് എന്നു പേരുള്ള ആ വിലാപകാവ്യം, ലോകത്തിന്റെ തന്നെ പ്രശസ്തി പിടിച്ചുപറ്റിയിരുന്നു. അതുപോലെ ഇടപ്പള്ളിരാഘവൻ പിള്ള മരണപ്പെട്ടപ്പോൾ ചങ്ങമ്പുഴ എഴുതിയ വിലാപകാവ്യമാണല്ലോ രമണൻ. കരാറിനകത്തുമുണ്ടായി ഒരു വിലാപകാവ്യം. ആത്മസുഹൃത്തായ ഏ.കെ.ബാലകൃഷ്ണന്റെ അകാലവിയോഗത്തിൽ മനമുരുകിക്കൊണ്ടു കെ.കുഞ്ഞിരാമൻ മാസ്റ്റർ (കെ.ആർ.കെ. കാഞ്ഞിര) ഒരു വിലാപകാവ്യമെഴുതി. ആ വിലാപകാവ്യത്തിന്റെ പേര് യവനിക എന്നായിരുന്നു. ഒരു കരാറിനകക്കാരന്റെ വിയോഗത്തിൽ മറ്റൊരു കരാറിനകക്കാരൻ എഴുതിയ കവിത എന്ന പ്രത്യേകതയും യവനികയ്ക്കുണ്ട്. ഒരുപക്ഷേ കരാറിനകത്തുണ്ടായ ആദ്യവിലാപകാവ്യവും യവനികയായിരിക്കും. ഹൃദയം പൊട്ടുന്ന ഭാഷയിൽ കുഞ്ഞിരാമൻ മാസ്റ്ററെഴുതി.

“ജനകജനനിമാർക്കേകപുത്രൻ
ജനതക്കും നാട്ടിന്നുമൊരാശാകേന്ദ്രം
യവനിക വീണേ കെ.ബാലകൃഷ്ണൻ
അവനിയിലെങ്ങോ മറഞ്ഞുപോയി.

ഒരു വെറും സ്വപ്നമല്ലെന്മനമെ..
ശരിയാണാരമ്യാഭ മാഞ്ഞുപോയി
പകലവനന്തി വിൺ ഭിത്തി തന്നിൽ
മഴവില്ലിൻ ചായങ്ങൾ തേച്ചിടുമ്പോൾ
അവനൊരു സഞ്ചാര നിത്യമുണ്ടാം
ഒരു കൊച്ചു ഗന്ധർവ്വയാനംപോലെ"

ദരസ്സർ മാധവപൈ

പണ്ടുകാലത്തു ഇംഗ്ലീഷ് ചികിത്സ ചെയ്യുന്നവരെ, ഡോക്ടർ എന്നതിന്നു പകരം ദരസ്സർ എന്നാണു ഈ നാട്ടുകാർ വിശേഷിപ്പിച്ചിരുന്നത്. ആ കാലത്തു കണ്ണൂരിലെ അറിയപ്പെടുന്ന ഡോക്ടർമാരായ മാധവപൈ ബാലരാമൻ പോത്തേരിപ്പാറു എന്നിവരെല്ലാം ഈ നാട്ടുകാർക്ക് ദരസ്സർമാരായിരുന്നു. ഡോക്ടർമാർ ദരസ്സർമാരയതിന്റെ കാരണത്തിലേക്കും ഒന്നു കണ്ണോടിക്കാം.

ആ കാലത്തു മിലിട്ടറി ആസ്പത്രികളിൽ, മുറിവ് ബേന്റേജ് ചെയ്യുന്ന നേഴ്സിംഗ് അസിസ്റ്റന്റ്മാരെ ഡ്രസ്സർ എന്നാണു വിളിച്ചിരുന്നത്. ഈ ഡ്രസ്സർമാർ ജോലിയിൽനിന്നും പിരിഞ്ഞതിന്നുശേഷം നാട്ടിൻപുറങ്ങളിൽ വന്നു അല്ലറചില്ലറ ഇംഗ്ലീഷ് ചികിത്സകൾ ഒപ്പിക്കാറുണ്ടായിരുന്നു. ഒരു പക്ഷേ ഈ നാട്ടുകാർ അലോപ്പതി ചികിത്സ തൊട്ടറിയുന്നത്, കോട്ടും സൂട്ടു മിട്ട ഈ ഡ്രസ്സർമ്മാരിലൂടെയായിരുന്നു. നാട്ടുകാരുടെ "കൊഞ്ഞണം വളഞ്ഞ" ഉച്ചാരണം കാരണമാണു ഡ്രസ്സർമ്മാർ ദരസ്സരായിപ്പോയത്. പിൽക്കാലത്ത്, അലോപ്പതിയിൽ ബിരുദമെടുത്ത് ക്വാളിഫൈഡായ ഡോക്ടർമാർ ചികിത്സിക്കുവാൻ വന്നാലും അവരെല്ലാം നാട്ടുകാർക്ക് ദരസ്സർ ന്മാർ തന്നെ. അങ്ങനെയാണു എം.ബി.ബി.എസ്സ് ബിരുദധാരിയായ മാധവപൈ ദരസ്സർ മാധവപൈ ആകുന്നത്. ആ കാലത്തു കണ്ണൂരിലെ ഒരു ജനകീയ ഡോക്ടറായിരുന്നു കർണ്ണാടക ബ്രാഹ്മണനായ മാധവപൈ. നാട്ടുകാർ രോഗവിവരം വീട്ടിൽ ചെന്നു അറിയിച്ചാലുടൻ, കാൽനടയായി അതാത് വീടുകളിൽ പോയി ചികിത്സിക്കുന്ന ഡോക്ടറായിരുന്നു മാധവ പൈ.

പരിഷ്കാരപ്രിയനും, പട്ടാളത്തിൽ നിന്നും പിരിഞ്ഞുവന്നയാളുമായ ഒരു കുമാരേട്ടൻ ഡോക്ടറെ വിളിക്കുവാൻ മാധവപൈയുടെ വീട്ടിൽ പോയ ഒരു തമാശക്കഥയും ഇവിടെ പ്രചാരത്തിലുണ്ട്. ഡോക്ടറെ വിളിക്കാനായി വീട്ടിൽച്ചെന്ന കുമാരേട്ടന്, വറാന്തയിൽ നിൽക്കുന്ന വീട്ടുകാരിയോടു മാധവ "പൈ" ഉണ്ടോ എന്നു ചോദിക്കുന്നത് അപരിഷ്കാരമായി തോന്നിയത്രെ! അതിനാൽ കുമാരേട്ടൻ ചോദിച്ചത് ഇവിടെ ഡോക്ടർ മാധവപ്പശു ഉണ്ടോ യെന്നായിരുന്നു.

വസൂരിയുടെ മറ്റൊരു ഇര-അന്ധവിശ്വാസത്തിന്റേയും!

വസൂരി എന്ന മഹാമാരി കശക്കിയെറിഞ്ഞ മറ്റൊരു ജീവിതം സത്യ ഭാമ എന്നു പേരായ പത്തു വയസ്സുകാരി പെൺകുട്ടിയുടെതായിരുന്നു.

(ശരിയായ പേര് അതല്ല) സത്യഭാമയുടെ വീട്ടിൽ ആദ്യം വസൂരി കടന്നാക്രമിക്കുന്നത് അവളുടെ അമ്മാവനെയായിരുന്നു. കെ.പി.ഗോവിന്ദനും സന്നദ്ധപ്രവർത്തകരും വന്നു. അയാളെ പരിചരിച്ച് വസൂരിക്കുരുക്കൾ കരിഞ്ഞു വരുമ്പോളാണ് സത്യഭാമക്ക് രോഗം പിടിപെടുന്നത്. അവൾക്ക് വസൂരി മൂർച്ഛിച്ചപ്പോൾ ആസ്പത്രിയിൽ കൊണ്ടുപോകാമെന്നു കെ.പി.ഗോവിന്ദൻ പറഞ്ഞുനോക്കിയെങ്കിലും വീട്ടുകാർ അതിനു തയ്യാറായില്ല. കാരണം ഇംഗ്ലീഷു ചികിത്സ ഈ രോഗത്തിനു പറ്റിയതല്ലെന്നാണ് അവർ വിശ്വസിച്ചിരുന്നത്. അസുഖം മൂർച്ഛിച്ച് സത്യഭാമ അവശനിലയിലായപ്പോൾ വീട്ടുകാരുടെ എതിർപ്പ് വകവെക്കാതെ തന്നെ കെ.പി ഗോവിന്ദൻ, കുട്ടിയെ ചുമലിൽകിടത്തി സന്നദ്ധപ്രവർത്തകരോടൊപ്പം ആസ്പത്രിയിലേക്കു കുതിച്ചു. ആസ്പത്രിയിലെത്തി ഏതാനും നിമിഷങ്ങൾക്കകം തന്നെ സത്യഭാമ അന്ത്യശ്വാസം വലിക്കുകയും ചെയ്തു. കെ.പി ഗോവിന്ദൻ പറഞ്ഞ സമയത്തു തന്നെ കുട്ടിയെ ആസ്പത്രിയിലെത്തിച്ചിരുന്നുവെങ്കിൽ ഒരുപക്ഷേ കുട്ടി രക്ഷപ്പെടുമായിരുന്നുവത്രെ. ഇത്തരം സന്ദർഭങ്ങളിൽ പൊതുപ്രവർത്തകർക്ക് നേരിടേണ്ടിവരുന്ന ഏറ്റവും വലിയ വെല്ലുവിളി ജനങ്ങളുടെ അന്ധവിശ്വാസമാണ്. വീട്ടുകാരുടെ സമ്മതമില്ലാതെയാണ് കെ.പി ഗോവിന്ദൻ, കുട്ടിയെയുംകൂട്ടി ആസ്പത്രിയിലേക്ക് പോകുന്നത്. തിരിച്ചു വീട്ടിൽ വരുന്നതു കുട്ടിയുടെ ശവശരീരവുമായാണ്. ഈ സന്ദർഭത്തിൽ ഒരു പൊതുപ്രവർത്തകനു അനുഭവിക്കേണ്ടിവരുന്ന മാനസികപിരിമുറുക്കം ഊഹിക്കാവുന്നതേയുള്ളൂ. ഇതുപോലെയുള്ള എത്രയെത്ര അഭിശപ്തമുഹൂർത്തങ്ങളാണു കെ.പി ഗോവിന്ദന് തരണം ചെയ്യേണ്ടി വന്നിട്ടുള്ളത്? 1980-ലാണു കെ.പി ഗോവിന്ദൻ ഈ ലോകത്തോടു യാത്ര പറയുന്നത്. അദ്ദേഹത്തിന്റെ അന്ത്യനാളുകളും ദുരിതപൂരിതമായിരുന്നു. മറ്റുള്ളവർക്ക് സ്വർഗ്ഗം പണിയാനുള്ള നെട്ടോട്ടത്തിൽ സ്വന്തം ജീവിതം മറന്നുപോയവരാണല്ലോ, പഴയകാല കമ്മ്യൂണിസ്റ്റുകാർ? ഏകദേശം മധ്യവയസ്കനായപ്പോളാണ് അദ്ദേഹം കല്ല്യാണം കഴിക്കുന്നത്. കുറുവയിലെ ചെമ്മിണിയൻ പത്മിനിയെയാണു അദ്ദേഹം സഹധർമ്മിണിയാക്കിയത്. ചൊവ്വയിൽ ഒരു വീവിങ്ങ് കമ്പനിയിൽ മേസ്ത്രിയായിരുന്ന കെ.പി ഗോവിന്ദനു പ്രായം കൂടിയപ്പോൾ ആ ജോലി നഷ്ടപ്പെട്ടു. അതോടെ അദ്ദേഹം സാമ്പത്തികമായി നന്നേ ബുദ്ധിമുട്ടിലായി. നെയ്ത്തുകാരൻ കൂടിയായ കെ.പി.ഗോവിന്ദന് വാർദ്ധക്യകാലത്തും, കുടുംബജീവിതത്തിന്റെ ഇഴയടുപ്പിക്കുന്നതിനുവേണ്ടി മഗ്ഗത്തിന്മേലിരുന്ന്, അങ്ങോട്ടുമിങ്ങോട്ടും "ഓടം" ചാടിക്കേണ്ടി വന്നു. ആ കാലത്ത് ഇന്ദിരാഗാന്ധി സർക്കാർ, സ്വാതന്ത്ര്യസമരഭടന്മാർക്കനുവദിച്ച പെൻഷൻ തുകയായിരുന്നു കെ.പി.ഗോവിന്ദനു അല്പമാശ്വാസമായത്. സ്വാതന്ത്ര്യസമര പ്പെൻഷൻ ലഭിക്കുന്ന അപൂർവ്വം കരാറിനകക്കാരിൽ, ഒരാളാണു കെ.പി. ഗോവിന്ദൻ എന്നു കൂടി പറഞ്ഞുകൊള്ളട്ടെ.

പട്ടാളബാരക്കുകൾ പിക്കറ്റ് ചെയ്യുവാൻ മുന്നിട്ടിറങ്ങിയ മനുഷ്യൻ! വസൂരിരോഗികളെ, പരിചരിക്കുവാൻ വേണ്ടി രാത്രിയും പകലും അവരുടെ കൂടെ കിടന്നുറങ്ങിയ മനുഷ്യൻ! വസൂരി വന്നു മരണമടഞ്ഞവരുടെ ശവ

ശരീരങ്ങൾ പായയിൽ കെട്ടി ശ്മശാനങ്ങളിലേക്ക് എത്തിക്കാൻ ഓടിക്കിതച്ച മനുഷ്യൻ! എത്രയോ തൂങ്ങിമരിച്ച മൃതദേഹങ്ങൾക്ക് പോലീസ് വരുന്നത് വരെ കാവൽ കിടന്ന മനുഷ്യൻ. ഇങ്ങനെയുമുള്ള ഒരാൾ ഈ നാട്ടിൽ ജീവിച്ചിരുന്നു എന്നത് ഒരുപക്ഷേ പുതിയ തലമുറയ്ക്ക് വിശ്വസിക്കുവാൻ പ്രയാസമായിരിക്കും.

എ. ഗോവിന്ദൻ
കരാറിനകത്തെ കമ്മ്യൂണിസ്റ്റ് ഗാന്ധി

കെ.പി ഗോവിന്ദന്റെ സംഭവബഹുലമായ രാഷ്ട്രീയ-സാമൂഹ്യജീവിതത്തിൽനിന്നു ഏതാനും കാര്യങ്ങൾ മാത്രമേ പ്രതിപാദിക്കുവാൻ തുനിഞ്ഞിട്ടുള്ളൂ. അതുപോലെ സമാനമായ രാഷ്ട്രീയസാമൂഹിക പശ്ചാത്തലത്തിലൂടെ കടന്നുപോകേണ്ടിവന്നിട്ടുള്ള എ.ഗോവിന്ദന്റെ ത്യാഗനിർഭരമായ ജീവിതത്തെക്കുറിച്ച് ചിലതു പറയുവാനുണ്ട്.

ഈ നാടിന്റെ വർത്തമാനകാല സ്ഥിതിവിവരങ്ങൾ ഒരു ഗ്രാഫ് ബുക്കിൽ പകർത്തുകയാണെങ്കിൽ അതിൽ നേട്ടങ്ങളുടെ വര ഉയർന്നു തന്നെ നിൽക്കുമെന്ന കാര്യത്തിൽ സംശയമില്ല. ആ ഉയർച്ചയുടെ പിന്നിൽ ഒരുപാടു ത്യാഗികളുടെ കണ്ണീരിന്റെയും വിയർപ്പിന്റെയും കഥകൾ മറഞ്ഞുകിടക്കുന്നുണ്ട്. ആ ത്യാഗിവര്യന്മാർ പണ്ട് ഒറ്റയ്ക്കും കൂട്ടായും ഉഴുതുമറിച്ചിട്ട മണ്ണിലാണു നാം ഇന്നു വിതക്കുന്നതും കൊയ്യുന്നതും അളന്നളന്നു കൂട്ടുന്നതും. ആ ത്യാഗി പരമ്പരയിലെ സമാദരണീയരിൽ സമാദരണീയനാണ്, ഈ നാട്ടുകാർ “കാരി”, എന്നു വിളിക്കുന്ന ആയാടത്തിൽ ഗോവിന്ദൻ. ഈ നാടിന്റെ ആന്തരീക സൗന്ദര്യം രൂപപ്പെടുന്നതിൽ “കാരി” എന്ന ഈ ഗാന്ധിയൻകമ്മ്യൂണിസ്റ്റിന്റെ ലാളിത്യവും സഹിഷ്ണുതയും ക്രമപ്രവൃദ്ധമായ ചലനവേഗങ്ങളും സാരവത്തായ മൃദുഭാഷണങ്ങളും ഒരളവോളം കാരണമായിട്ടുണ്ട്.

ഒരു നീണ്ട കാലത്തോളം മുൻസിപ്പാലിറ്റിയിലും പഞ്ചായത്തിലും ഉൾപ്പെടാതെ, ഭരണപരമായി തികച്ചും ത്രിശങ്കുവിലായിപ്പോയ ഈ നാടിനെ നിർമ്മാണാത്മകരംഗങ്ങളിലെ പൂജ്യം ഡിഗ്രിയിൽ നിന്നും, ഇന്നത്തെ നിലയിലേക്ക് എത്തിക്കുന്നതിനുവേണ്ടി കാരി ഗോവിന്ദൻ എന്ന പൊതുപ്രവർത്തകൻ സഹിച്ചിട്ടുള്ള കഷ്ടപ്പാടുകൾ എഴുതിയാലും പറഞ്ഞാലും തീരുകയില്ല. ആ ചലനവേഗങ്ങളെ തടഞ്ഞുനിർത്താൻ, കടലായിപ്പറമ്പിലെ പൊള്ളുന്ന സൂര്യതാപങ്ങൾക്കോ, ഇടവപ്പാതിയിൽ ഇല്ലിക്കുന്നിൽ നിന്നൊലിച്ചിറങ്ങുന്ന മലവെള്ളപ്പാച്ചലിനോ, കടലായി അഴിമുഖത്തെ വേലിയേറ്റങ്ങൾക്കൊ, കാമ്പിലെ ഇടവഴിയിലെ രൂക്ഷശിലാഖണ്ഡങ്ങൾക്കോ കഴിയുമായിരുന്നില്ല. ആ ശരീരത്തിൽ നിന്നൊലിച്ചിറങ്ങിയ വിയർപ്പുകണങ്ങളിലെ ലവണാംശം ഈ നാട്ടിലെ ഓരോ മൺതരിയിലും അലിഞ്ഞു ചേർന്നിട്ടുണ്ട്.

വാക്കിലും പ്രവൃത്തിയിലും ചിന്തയിലും സഹിഷ്ണുതയുടെ താളബോധം സൂക്ഷിച്ച ഈ കർമ്മയോഗി നാനാജാതിമതസ്ഥർക്കും ഒരുപകാരിയായിരുന്നു.

കാരി എന്ന പദം ഏതെങ്കിലും തരത്തിൽ കർമ്മവുമായി ബന്ധപ്പെട്ടതാണെങ്കിൽ അതു തികച്ചും അന്വർത്ഥമാക്കുന്നതായിരുന്നു അദ്ദേഹത്തിന്റെ ദിനചര്യകൾ. കാരിഗോവിന്ദൻ തന്റെ വളയൻകാലൻ കുടയൂന്നി നടന്നുപോകുമ്പോഴൊക്കെയും, കരാറിനകത്തിന്റെ മണ്ണ്, ഏതെങ്കിലും തരത്തിലുള്ള പരിവർത്തനത്തിനു പാകപ്പെടുകയായിരുന്നു. ആധുനിക കരാറിനകത്തിന്റെ ശിൽപികളിൽ പ്രധാനി ആരെന്നു ചോദിച്ചാൽ അതു ആയാടത്തിൽ ഗോവിന്ദനാണെന്ന് നിസ്സംശയം പറയാം. ഇവിടെ നവോത്ഥാനത്തിന്റെ ചിറകടി കേൾക്കാൻ തുടങ്ങുന്നത് കോൺഗ്രസ്സ് സംഘടനയുടെ പ്രവർത്തനത്തോടെയായിരുന്നു. ആ സംഘടനയുടെ കരാറിനകത്തെ ആദ്യകാല പ്രവർത്തകരിൽ ഒരാളായിരുന്നു കാരിഗോവിന്ദൻ. 1932-ൽ പയ്യാമ്പലത്ത് വെച്ചുനടന്ന ഉപ്പ് കുറുക്കൽ സമരത്തിൽ വാസുദേവപ്പിള്ളയുടെ കൂടെ പങ്കെടുക്കുന്നതോടെയാണ് കാരി രാഷ്ട്രീയത്തിൽ അറിയപ്പെടാൻ തുടങ്ങുന്നത്. അന്നു കാരിക്ക് പതിനെട്ടു വയസ്സായിരുന്നു പ്രായം. പിന്നീട് കോൺഗ്രസ്സ് സോഷ്യലിസ്റ്റ് പാർട്ടിയിലൂടെ 1939 ഓടുകൂടി കമ്മ്യൂണിസ്റ്റ് പാർട്ടിയുടെ സജീവ പ്രവർത്തകനായി മാറി. ചുരുക്കിപ്പറഞ്ഞാൽ കരാറിനകത്തെ കോൺഗ്രസ്സ് പാർട്ടിയുടെയും, കോൺഗ്രസ്സ് സോഷ്യലിസ്റ്റ് പാർട്ടിയുടെയും കമ്മ്യൂണിസ്റ്റ് പാർട്ടിയുടെയും ആദ്യകാല പ്രവർത്തകരിൽ ഓരാളായിരുന്നു കാരി ഗോവിന്ദൻ. 1932 മുതൽ ജീവിതത്തിന്റെ അവസാനനാളുകൾവരെ, കരാറിനകത്തെ രാഷ്ട്രീയത്തിലും മറ്റെല്ലാ പൊതുപ്രവർത്തനങ്ങളിലും കാരിഗോവിന്ദന്റെ പതിഞ്ഞ ശബ്ദം കേൾക്കാമായിരുന്നു.

ഇവിടെ സാംസ്കാരികമുന്നേറ്റത്തിനു വഴിമരുന്നായിമാറിയ മൂന്നു വായനശാലകളുടെയും, പ്രവർത്തനങ്ങളിലും കാരി മുമ്പിൽത്തന്നെയുണ്ടായിരുന്നു. കുറുവപ്പാലം നിർമ്മാണം, തോണിയോട്ട് മൊട്ട-കാനാമ്പുഴ റോഡ്, കക്കറ-കടലായിറോഡ്, ദിനേശ് മുക്ക് കടലായി റോഡ്, കുറുവ വായനശാല-കടലായിനടറോഡ്, തോട്ടട ബണ്ടുപാലം നിർമ്മാണം, വട്ടക്കുളം ഹെൽത്ത് സെന്റർ, പഞ്ചായത്തു കിണറുകൾ എന്നിങ്ങിനെ ഒട്ടനവധി നിർമ്മാണ പ്രവർത്തനങ്ങളിൽ, കാരിഗോവിന്ദനു നേതൃത്വപരമായ പങ്ക് തന്നെയുണ്ടായിരുന്നു.

കരാറിനകം ബാങ്കിന്റെ പൂർവ്വരൂപമായിരുന്ന 'കരാറിനകം ഐക്യ നാണയസംഘ'ത്തിന്റെ രൂപീകരണത്തിലും കാരിക്ക് പങ്കുണ്ടായിരുന്നു. അതിന്റെ തുടക്കത്തിലുള്ള അഞ്ചു പ്രവർത്തകസമിതി മെമ്പർമാരിൽ ഒരാൾ കാരിഗോവിന്ദനായിരുന്നു. കാരിയുടെ സാമൂഹ്യപ്രവർത്തനത്തിൽ ഏറ്റവും തിളങ്ങിനിൽക്കുന്നത്, 70-ൽ അച്യുതമേനോൻ സർക്കാർ പ്രാബല്യത്തിൽ കൊണ്ടുവന്ന ഭൂപരിഷ്കണനിയമത്തിലെ കുടികിടപ്പവകാശം ഈ നാട്ടിലെ കുടികിടപ്പുകാർക്കെല്ലാം സ്ഥാപിച്ചുകിട്ടുന്നതിനുവേണ്ടിയും, ലക്ഷംവീടു പദ്ധതിപ്രകാരം കടലായിയിൽ വീടില്ലാത്തവർക്ക് വേണ്ടി ഹൗസിംഗ്കോളനി സ്ഥാപിതമാക്കുന്നതിനുംവേണ്ടിയുള്ള പ്രവർത്തനങ്ങളുമായിരുന്നു. ഇവിടുത്തെ കുടികിടപ്പുകാർക്ക് തങ്ങൾ നിൽക്കുന്ന വീടും, അതിനു ചുറ്റുമുള്ള പത്തു സെന്റ് സ്ഥലവും, അളന്നു നൽകാൻ വേണ്ടി വില്ലേജാഫീസറുടെ

കൂടെ ചങ്ങലയും പിടിച്ചുപോകുന്ന ഗോവിന്ദേട്ടന്റെ രൂപം മറക്കാൻ സാധിക്കുകയില്ല. സമഗ്രമായ സാമൂഹ്യമാറ്റത്തിനു വഴിമരുന്നായ ആ രണ്ടു പദ്ധതികളും പ്രാവർത്തികമാക്കാൻ വാർദ്ധക്യത്തിലെത്തിയ കാരിഗോവിന്ദനാണ് മുന്നിൽ നിന്നത്, 80കളിലെ ഗൾഫ് കുടിയേറ്റത്തെ മാറ്റി നിർത്തിയാൽ മേൽപ്പറഞ്ഞ രണ്ടു പദ്ധതികളും കാര്യക്ഷമമായി നടപ്പലിലാക്കുവാൻ സാധിച്ചതാണ്, കരാറിനകത്തിന്റെ തലവര മാറിമറിയാൻ കാരണമായത്. നൂറുക്കണക്കിനു കുടികിടപ്പുകാർക്കാണ് അവർ അന്തിയുറങ്ങുന്ന വീടും അതിനോടു ചേർന്നുള്ള പത്തു സെന്റ് ഭൂമിയും സ്വന്തമായത്. അതുവരെ താമസിക്കുന്ന പുരയിടത്തിലെ തെങ്ങിൽ നിന്നു വീഴുന്ന ഓലപോലും എടുക്കാന വകാശമില്ലാത്തവർക്കാണ് പത്തും പതിനഞ്ചും തെങ്ങുകളുള്ള പുരയിടം ലഭ്യമായത്. മറ്റുള്ളവരുടെ സ്ഥലത്ത് അവരുടെ ആട്ടും തുപ്പും സഹിച്ചു കഴിയേണ്ടവരാണെന്നുള്ള അധമബോധമാണ് ഭൂപരിഷ്കരണനിയമത്തിലൂടെ ഇല്ലാതായത്. അതുപോലെ തല ചായ്ക്കാൻ ഇടമില്ലാതിരുന്ന നൂറുകണക്കിന് കുടുംബങ്ങൾക്കാണു ലക്ഷംവീടു പദ്ധതിപ്രകാരം കടലായിൽ വീടൊരുങ്ങിയത്. അതിനു പണം പിരിക്കാനും കാരിഗോവിന്ദൻ തന്നെയായിരുന്നു മുന്നിൽ നടന്നത്. ഇല്ലാത്തവനു സ്വന്തം മണ്ണിൽ കാലുറപ്പിച്ചുകൊണ്ടു ഉയരങ്ങളിലേക്ക് പോകുവാൻ വഴിയൊരുക്കി എന്നതാണ് മേൽപ്പറഞ്ഞ രണ്ടു പദ്ധതികളുടെയും ഗുണഫലം.

ഭൂപരിഷ്കരണനിയമപ്രകാരം കുടികിടപ്പുകാർക്ക് അർഹമായ ഭൂമി വാങ്ങിക്കൊടുക്കുവാൻ കാരിയോടൊപ്പം പ്രവർത്തിച്ച മറ്റു രണ്ടു വ്യക്തികളാണ് കടലായിയിലെ പി.കെ.ആവീദും, കാര്യങ്കണ്ടി രവീന്ദ്രനും. കടലായി, തോട്ടട, വട്ടക്കുളം ഭാഗങ്ങളിൽ ഈ രണ്ടു വ്യക്തികളാണു കാരിയോടൊപ്പം ലാന്റ്ട്രൈബ്യൂണിൽ പോകാനും മറ്റും സഹായിച്ചത്. മറ്റൊന്ന് കുറുവയിലും അവേരയിലും കാഞ്ഞിരയിലും ആ പ്രവൃത്തി ചെയ്തിരുന്നത് അവേരയിലെ താളിക്കണ്ണനായിരുന്നു. സന്ദർഭോചിതമായി ഈ മൂന്നു വ്യക്തികളേയും അനുസ്മരിച്ചുകൊള്ളട്ടെ. സഹിഷ്ണുതയാണ് കാരിയുടെ ജീവിതത്തിന്റെ മുഖമുദ്ര. മഹാത്മാഗാന്ധിയെപ്പോലെ സത്യവും ത്യാഗവുമാണു ആ ജീവിതത്തിന്റെ സന്ദേശം. ജാതിമത രാഷ്ട്രീയവ്യത്യാസമില്ലാതെ കരാറിനകത്തെ പൗരാവലി കാരിയെ സ്നേഹിക്കുന്നു. അനുകരിക്കാവുന്ന ഒരുപാടു ഗുണവിശേഷങ്ങൾ കാരിയുടെ ജീവിതത്തിൽനിന്നു ഈ നാടിനു ലഭിച്ചിട്ടുണ്ട്. മതപരമായും, രാഷ്ട്രീയമായും പല അനിഷ്ടസംഭവങ്ങളിലൂടെ ഈ നാടു കടന്നുപോകുമ്പോഴും അതു രൂക്ഷമാകാതെ കെട്ടടങ്ങുന്നത് കാരിയെപ്പോലുള്ളവരുടെ ഉയർന്ന ജീവിതവീക്ഷണത്തിന്റെ സ്വാധീനമാണ്.

1914-ൽ കാക്കേൻ കോരന്റെയും, ആയാടത്തിൽ കല്യാണിയുടെയും മകനായി കടലായിയിൽ ജനിച്ച കാരിഗോവിന്ദന്റെ വിദ്യാഭ്യാസം അഞ്ചാം ക്ലാസ്സു വരെയായിരുന്നു. ആ കാലയളവിനുള്ളിൽ തന്നെ സംസ്കൃതത്തിൽ അമരം, കാവ്യം, രൂപവുമൊക്കെ ഹൃദിസ്ഥമാക്കിയിരുന്നു. സ്കൂൾ വിട്ടതിനുശേഷം ഗോവിന്ദനെക്കാണുന്നത് തയ്യിലെ ഒരു പലചരക്ക് പീടികയിൽ റൈട്ടറായി ജോലി ചെയ്യുന്നതാണ്. കടം വന്നതുകാരണം കച്ചവടം പൊളിഞ്ഞ് മുതലാളി

മാഹിയിലേക്ക് പലായനം ചെയ്തു. ഗോവിന്ദൻ, അടുത്തുള്ള ഒരു തുന്ന പ്പീടികയിൽ, കുപ്പായത്തിനു കുടുക്ക് വെക്കുന്ന പണി പഠിക്കുവാനും ചേർന്നു. തുന്നൽപ്പണി പഠിക്കുന്ന കാലത്താണ് വാസുദേവപ്പിള്ളയുമായി പരിചയപ്പെടുന്നത്. വാസുദേവപ്പിള്ളയുമായുള്ള ചങ്ങാത്തമാണു ഗോവിന്ദന്റെ ജീവിതം രാഷ്ട്രീയകാര്യത്തിലേക്ക് തിരിയുവാൻ കാരണമായത്. വാസു ദേവപ്പിള്ളയുമായുള്ള ചങ്ങാത്തം, ജീവിതാവസാനം വരെ കാരി തുടർന്നി രുന്നു. അതുപോലെ കെ.പി.ഗോവിന്ദനുമായും വളരെ നല്ല ബന്ധമായിരുന്നു കാരി പുലർത്തിയിരുന്നത്. രാഷ്ട്രീയത്തിലെ ദുർഘടസന്ധികൾ ഈ മൂന്നുപേരും ഒരുപോലെതരണം ചെയ്തവരായിരുന്നുവെങ്കിലും വാസുദേവ പ്പിള്ളയെപ്പോലെയോ, കെ.പി ഗോവിന്ദനെപ്പോലെയോ മർദ്ദനങ്ങൾ കാരിക്ക് ഏൽക്കേണ്ടി വന്നിട്ടില്ല. അതിന്റെ കാരണം, കാരിയുടെ ഒരു സഹോദരൻ, ആയാടത്തിൽ അച്യുതൻ, സജീവ കോൺഗ്രസ്സ് പ്രവർത്തകൻ ആയതി നാലാണ്. സ്വാതന്ത്ര്യസമരത്തിൽ ജയിൽവാസമനുഭവിച്ചിട്ടുള്ള ആയാട ത്തിലച്ചു പ്രവർത്തനമേഖല, കരാറിനകത്തിനു വെളിയിലായിരുന്നു. മറ്റൊരു കാരണം 1948 കാലത്ത് കാരി, കോയമ്പത്തൂരിലുള്ള തന്റെ സഹോദരിയുടെ വീട്ടിൽ ഒളിവുജീവിതം നയിക്കുകയായിരുന്നു എന്നതാണ്. കിഴുന്നയിലെ ശാരദ എന്ന സ്ത്രീയെയാണു കാരി ആദ്യം വിവാഹം കഴിച്ചത്. മൂന്നു കൊല്ലമേ ആ വിവാഹബന്ധം നിലനിന്നുള്ളൂ. പിന്നീടു ചെമ്പിലോട്ടെ ഗോപാ ലൻ വൈദ്യരുടെ പെങ്ങൾ യശോദയെ കല്ല്യാണം കഴിച്ചു. 1988 ഡിസംബർ 15-നു 74-ാം വയസ്സിൽ കാരി, കരാറിനകത്തോടും ഈ ലോകത്തോടു തന്നെയും യാത്ര പറഞ്ഞു. എടക്കാട് പഞ്ചായത്തുരൂപീകരണം മുതൽ ഇരു പത്തിരണ്ടു കൊല്ലക്കാലം കാരി കടലായിയെ പ്രതിനിധീകരിച്ചിരുന്നു. എട ക്കാട് പഞ്ചായത്തു രൂപീകരിക്കുന്നത് 1963-ലാണ്. അവിടെ ആദ്യമായി നടന്ന തിരഞ്ഞെടുപ്പിൽ മൂന്നു കമ്മ്യൂണിസ്റ്റുകാരാണു ജയിച്ചത്. കരാറിന കത്തുനിന്നു രണ്ട് ഗോവിന്ദന്മാരും ആറ്റടപ്പയിൽ നിന്ന് ആർ.കൃഷ്ണനും എ.ഗോവിന്ദനായിരിക്കും പഞ്ചായത്തു പ്രസിഡണ്ടാവുക എന്നു ആ കാലത്തു പറഞ്ഞുകേട്ടിരുന്നു. എന്നാൽ ആർ.കൃഷ്ണനെയാണ് പ്രസിഡ ണ്ടായി പാർട്ടി തീരുമാനിച്ചത്.

കാരിയുടെ രാഷ്ട്രീയ പ്രവർത്തനങ്ങളിലും സാമൂഹ്യസേവനപ്രവർത്ത നങ്ങളിലും കുടുംബജീവിതത്തിലും താങ്ങായും തണലായും നിന്ന ചില വ്യക്തികളെക്കൂടി ഇവിടെ ഓർക്കേണ്ടതുണ്ട്.

യശോദാമ്മ

രാഷ്ട്രീയ പ്രവർത്തനങ്ങളിലും സാമൂഹ്യസേവനത്തിലും മാത്രം ശ്രദ്ധി ച്ചിരുന്ന, പറയത്തക്ക സാമ്പത്തികവരുമാനമൊന്നുമില്ലാത്ത, അടുത്ത അനു യായികളുടെ കീശയിൽനിന്നും ഒരണയും രണ്ടണയുമെടുത്ത് കാലി ച്ചായയും, പാസ്സിങ്ങ് ഷോ സിഗരറ്റും വാങ്ങി, പകൽ കഴിച്ചിരുന്ന കാരിയുടെ എല്ലാ ഇല്ലായ്മയിലും, വല്ലായ്മയിലും ഒരു നിഴൽപോലെ പിന്തുടർന്ന സഹ ധർമ്മിണി യശോദയാണു അവരിൽ പ്രമുഖസ്ഥാനത്ത്. മോശമല്ലാത്ത

സാമ്പത്തിക ചുറ്റുപാടിൽ ചെമ്പിലോട്ടെ ഒരു വൈദ്യരുടെ കുടുംബത്തിൽ ജനിച്ചു വളർന്ന യശോദാമ്മ "ഗോവിന്ദേട്ട"ന്റെ കൂടെ എണ്ണിത്തീർത്ത പഞ്ഞ കർക്കടകങ്ങൾ ചില്ലറയല്ല. എന്നിട്ടും ഭർത്താവിനെ ഒരു പൂജാവിഗ്രഹം പോലെ അവർ പരിചരിച്ചുകൊണ്ടിരുന്നു. എന്നും അലക്കിത്തേച്ച വസ്ത്ര മിടാതെ അവർ കാരിയെ പുറത്തിറങ്ങാൻ അനുവദിച്ചിരുന്നില്ല. കാരിയുടെ ജീവിതവിശുദ്ധി അദ്ദേഹത്തിന്റെ വേഷവിധാനത്തിലും കാണാമായിരുന്നു.

ആയാടത്തിൽ ഗോപാലൻ

കാരിയുടെ വ്യക്തിജീവിതത്തിലും കുടുംബജീവിതത്തിലും, രാഷ്ട്രീയ സാമൂഹ്യപ്രവർത്തനങ്ങളിലും കൈത്താങ്ങായി നിന്ന മറ്റൊരാളാണു സഹോ ദരൻ ആയാടത്തിൽ ഗോപാലൻ. കാരി എന്ന ജ്യേഷ്ഠസഹോദരന്റെ ബഹു മുഖ പ്രവർത്തനങ്ങൾക്ക് മുമ്പിൽ ഒരാട്ടവിളക്കായി കത്തിയെരിഞ്ഞയാളാണു കാരിഗോപാലൻ എന്ന ആയാടത്തിൽ ഗോപാലൻ. ജ്യേഷ്ഠന്റെ കൂടെ തുന്നൽ പണിയിലേർപ്പെട്ട ഗോപാലൻ, പൊതുപ്രവർത്തനത്തിന്റെ തിരക്കിൽ ജ്യേഷ്ഠൻ ചെയ്യാതെ ബാക്കിയാക്കുന്ന തുന്നൽ ജോലികളൊക്കെ, ചിമ്മിണി വിളക്കിന്റെ അരണ്ടവെളിച്ചത്തിൽ രാത്രി വൈകുംവരെ ഇരുന്നു ചെയ്തു തീർക്കുമായിരുന്നു. ഇവർ തമ്മിലുണ്ടായിരുന്ന അടുപ്പം, സഹോദരസ്നേഹ ത്തിന്റെ ഒരുത്തമമാതൃക കൂടിയായിരുന്നു.

എ.നാരായണൻ

1950-നു ശേഷമുള്ള കാരിഗോവിന്ദന്റെ രാഷ്ട്രീയവ്യവഹാരങ്ങളിൽ ഏറെ ബന്ധപ്പെട്ടു പ്രവർത്തിച്ച കമ്മ്യൂണിസ്റ്റ് പ്രവർത്തകനാണ് കുറുവയിലെ എ. നാരായണൻ. 1960-നു ശേഷം കാരി പങ്കെടുത്ത എല്ലാ സമരങ്ങളിലും, ജയിൽവാസങ്ങളിലും കാരിയോടൊപ്പം നാരായണനുമുണ്ടായിരുന്നു. 1965-ൽ കമ്മ്യൂണിസ്റ്റ് പാർട്ടിയുടെ ഒരു സമരത്തിൽ പങ്കെടുത്തതിന്റെ പേരിൽ രണ്ടു പേർക്കും കണ്ണൂർ സെൻട്രൽ ജയിലിൽ ഒരു മാസത്തെ തടവുശിക്ഷ അനു ഭവിക്കേണ്ടിവന്നിട്ടുണ്ട്. വളരെ കാലത്തോളം സി.പി.ഐയുടെ കണ്ണൂർ താലൂക്ക് കമ്മിറ്റി അംഗങ്ങളായി രണ്ടുപേരും പ്രവർത്തിച്ചിട്ടുണ്ട്. അവിഭക്ത കമ്മ്യൂണിസ്റ്റ് പാർട്ടിയുടെ കാലത്തും (1960-ൽ) എ.നാരായണൻ ഒരു കർഷകസമരത്തിൽ പങ്കെടുത്തതിന്റെ പേരിൽ രണ്ടുമാസം ജയിൽശിക്ഷ അനുഭവിച്ചിട്ടുണ്ട്. ആ സമരത്തിൽ പങ്കെടുക്കുന്നതിനുവേണ്ടി എ.നാരായ ണനെയും കാര്യങ്കണ്ടി ഭരതനെയും ബാന്റ് വാദ്യത്തോടെ കുറുവയിൽനിന്നു ടൗൺവരെ പാർട്ടിക്കാർ ആനയിച്ചാണു കൊണ്ടുപോയിരുന്നത്. കാരിയുടെ ഏറ്റവും അടുത്ത ശിഷ്യൻ എന്നു വിശേഷിപ്പിക്കാവുന്ന എ.നാരായണൻ നല്ല ഒരു സംഘാടകനും സാമൂഹ്യപ്രവർത്തകനുമായിരുന്നു.

കാടാങ്കണ്ടി ഹമീദ്

നാലാമതായി പരിചയപ്പെടുത്തുന്നത് ഒരപൂർവ്വ വ്യക്തിത്വത്തെയാണ്. കടലായിയിലെ കാടാങ്കണ്ടി ഹമീദ് എന്ന ചുരുട്ടുതൊഴിലാളിയാണു ആ അപൂർവ്വവ്യക്തി, ഈ നാട്ടിലെ നാനാജാതി മതസ്ഥരും കാരിയെ സ്നേഹി

ക്കുകയും ബഹുമാനിക്കുകയും ചെയ്തിരുന്നു എന്നു പറഞ്ഞുവല്ലോ? അതിൽ കടലായിലെ മുസ്ലീം സമൂഹം ഏറെ മുന്നിലായിരുന്നു. ആ സമൂഹത്തിലെ പലരും കാരിയെ അവരുടെ വീട്ടിലെ ഒരംഗത്തെപ്പോലെയാണു കണ്ടിരുന്നത്. ഗ്രാമപഞ്ചായത്തിലേക്കു മത്സരിച്ചപ്പോഴെല്ലാം കാരി കടലായിയിൽ നിന്നു നല്ല മാർജ്ജിനു വിജയിച്ചിരുന്നു. മുസ്ലീം സമൂഹത്തിനു കാരി, അവരുടെ സ്വന്തം "ഗോവിന്ദൻ മൂപ്പരായിരുന്നു." അവരുടെ ഏതു പ്രശ്നവും പറയാനുള്ള ഒരാളായിരുന്നു കാരി. കാരിയോടു ഒരു പ്രത്യേകതരത്തിലുള്ള ആരാധന വെച്ചു പുലർത്തുകയും ഒരു നിഴൽപോലെ പിന്തുടരുകയും ചെയ്ത ആളാണു മേൽപ്പറഞ്ഞ കാടാങ്കണ്ടി ഹമീദ്. "ആമിക്ക" എന്നു നാട്ടുകാർ വിളിക്കുന്ന ഈ ചുരുട്ടുപണിക്കാരൻ, സിറ്റിയിൽനിന്നു ജോലി കഴിഞ്ഞു നേരെപോവുക കാരിയുടെ തുന്നൽപ്പീടികയിലേക്കായിരിക്കും. അവിടെ നിന്നു രാത്രിയോടുകൂടി രണ്ടുപേരും നടന്നു കടലായിയിലെത്തും. നാട്ടിലെ റോഡ്, പാലം, തീരദേശക്കാർക്കുള്ള സൗജന്യറേഷൻ തുടങ്ങിയ നാനാതരം പരാതികളും കേട്ടു തെങ്ങിനോടും കവുങ്ങിനോടുമെല്ലാം സംസാരിച്ച് കാരി വീട്ടിലെത്തുമ്പോൾ രാത്രി പന്ത്രണ്ടുമണി കഴിഞ്ഞിരിക്കും. അപ്പോഴും ഒരു ബോഡിഗാർഡിനെപ്പോലെ ഹമീദ് കൂടെയുണ്ടാകും. മുണ്ടു "മാടിക്കെട്ടി" കത്തിച്ച ഓലച്ചൂട്ട് ഉയർത്തിപ്പിടിച്ച് ചുരുട്ടു കടിച്ചു പിടിച്ചുകൊണ്ടു, കാരിയുടെ മുന്നിൽ നടക്കുന്ന കാടാങ്കണ്ടി ഹമീദിന്റെ രൂപം കടലായിയിലെ പഴയ ആളുകൾക്ക് എളുപ്പം മറക്കാൻ സാധിക്കുകയില്ല. ആമിക്ക ഉയർത്തിപ്പിടിച്ച ആ ഓലച്ചൂട്ട്, ഈ നാടിനു നേരെ ഉയർത്തിപ്പിടിച്ച സ്പോട്ടുലൈറ്റായിരുന്നു. കാരണം, കാരിയെ സേവിക്കുക എന്നാൽ, ഈ നാട്ടിനെ സേവിക്കുക എന്നാണു അർത്ഥം. രാത്രി എത്ര വൈകിയാലും "ഗോയിന്ദൻ മൂപ്പരെ", വീട്ടിൽ കൊണ്ടുപോയി വിട്ടിട്ടേ ആമിക്ക സ്വന്തം വീട്ടിൽ പോയിരുന്നുള്ളൂ. കാടാങ്കണ്ടി ഹമീദ് കാരിയോടു കാണിച്ച ആരാധനയും ബഹുമാനവും എഴുതി ഫലിപ്പിക്കാൻ സാധ്യമല്ല. അത്രയും അഗാധമായിരുന്നു അവർ തമ്മിലുള്ള സ്നേഹബന്ധം. ഉയർന്ന ചിന്തയും, ത്യാഗമനോഭാവവുമുള്ള ഒരു നല്ല കമ്മ്യൂണിസ്റ്റ് പ്രവർത്തകനായിരുന്നു കാടാങ്കണ്ടി ഹമീദ്. വിവാഹംപോലും കഴിക്കാതെ മുഴുവൻ സമയവും രാഷ്ട്രീയ പ്രവർത്തനം നടത്തിയ ആമിക്കയോട്, ആരെങ്കിലും വിവാഹത്തെപ്പറ്റി ഓർമ്മിപ്പിച്ചാൽ കിട്ടുന്ന ഉത്തരം "നമുക്കെന്ത് വിവാഹം അതിലും വലിയ കാര്യം നമുക്കുണ്ടല്ലോ" എന്നായിരിക്കും. എന്താണു ആമിക്ക ഉദ്ദേശിക്കുന്ന ആ വലിയ കാര്യം? ഇന്ത്യയിൽ സോഷ്യലിസവും കമ്മ്യൂണിസവും വരുന്ന കാര്യമല്ലേ ആമിക്ക സൂചിപ്പിക്കുന്നത്? കമ്മ്യൂണിസം വന്നിട്ടു കല്ല്യാണം കഴിക്കാമെന്നു ചിന്തിച്ചവർ കരാറിനകത്തു വേറെയും കുറെപ്പേരുണ്ടായിരുന്നു.

തൊണ്ടയിൽ ക്യാൻസർ വന്നു മരണത്തെ മുഖാമുഖം കാണുമ്പോഴും ആമിക്ക സംസാരിച്ചത് പാർട്ടിയുടെ വളർച്ചയെക്കുറിച്ചും നാടിന്റെ പുരോഗതിയെക്കുറിച്ചുമായിരുന്നു. രോഗശയ്യയിൽ കിടക്കുമ്പോൾ സന്ദർശകരായെത്തുന്ന വേണ്ടപ്പെട്ടവർ, നൽകുന്ന സാമ്പത്തികസഹായംപോലും സന്തോഷത്തോടെ നിരസിക്കുന്ന ആമിക്കയെ ഏതു മഹാനുഭാവനോടാണു

ഉപമിക്കേണ്ടത്? കരാറിനകത്തെക്കുറിച്ചെഴുതുമ്പോൾ കാരിഗോവിന്ദനും കാരിഗോവിന്ദനെക്കുറിച്ചെഴുമ്പോൾ കാടാങ്കണ്ടി ഹമീദും മുന്നിൽ വന്നു നിൽക്കുന്നു.

സാമ്പത്തികകാര്യത്തിലുള്ള കാരിയുടെ കൃത്യനിഷ്ഠ

സാമ്പത്തികമായ കൃത്യനിഷ്ഠയുടെ കാര്യത്തിൽ ഒരു പൊതുപ്രവർത്തകനുവേണ്ടുന്ന എല്ലാ ഗുണവിശേഷങ്ങളും ഒത്തുചേർന്ന വ്യക്തിയായിരുന്നു കാരിഗോവിന്ദൻ. അനേകം ശിഷ്യസമ്പത്തുള്ള, കാരിഗോവിന്ദൻ തന്റെ ശിഷ്യന്മാരിൽ പലരും, പിൽക്കാലത്ത് സമ്പന്നരായിമാറിയപ്പോൾ, സാമ്പത്തികകാര്യത്തിൽ അവരുമായി ഒരകൽച്ച സൂക്ഷിക്കാനാണു ശ്രമിച്ചിരുന്നത്. ഏറ്റവും അടുപ്പമുള്ള തൊഴിലാളി സഖാക്കളിൽ നിന്നുമാത്രമേ കാരി ചായക്കുള്ള ക്ഷണം പോലും സ്വീകരിച്ചിരുന്നുള്ളൂ. നടന്നു പോകാവുന്ന സ്ഥലങ്ങളിലൊക്കെ അദ്ദേഹം നടന്നേ പോകുമായിരുന്നുള്ളൂ. ബസ്സിൽ പോകാൻ മാത്രം ദൂരമുണ്ടെങ്കിൽ കൃത്യസമയത്ത് എത്തിച്ചേരുവാൻ സാധിക്കില്ലായെന്നു തോന്നിയാൽ മാത്രമേ, അദ്ദേഹം ബസ്സിനു കൊടുക്കുവാൻ വേണ്ടി അടുത്ത അനുഭാവികളിൽനിന്നും പത്തുപൈസ ചോദിച്ചുവാങ്ങിയിരുന്നുള്ളൂ. സാമ്പത്തികമായി മറ്റുള്ളവരെ ബുദ്ധിമുട്ടിക്കുന്നത്, അദ്ദേഹത്തിനു ഒട്ടും ഇഷ്ടമുള്ള കാര്യമായിരുന്നില്ല. സാമ്പത്തികകാര്യത്തിൽ കാരിഗോവിന്ദൻ എത്രമാത്രം കൃത്യനിഷ്ഠയുള്ളയാളെന്നെന്നറിയുന്നതിനുവേണ്ടി വട്ടക്കുളത്തെ എം.വി ചന്ദ്രൻ പറഞ്ഞ ഒരു സംഭവം വിവരിക്കാം. പതിവുപോലെ സഹധർമ്മിണി യശോദാമ്മ അലക്കിതേച്ചുകൊടുത്ത മുറിക്കയ്യൻ ഖദർകുപ്പായവും കറുത്ത കരയുള്ള ഒറ്റമുണ്ടും ചുമലിൽ വേഷ്ടിയും ധരിച്ച്, പകൽ പതിനൊന്നുമണിയോടെ കാരി വട്ടക്കുളം സാധുബീഡി ബ്രാഞ്ചിലെത്തുന്നു. അവിടെ നിന്നു തന്റെ തടിച്ച കൺപുരികം വിടർത്തി 'ബീഡി ബ്രാഞ്ചി'ന്റെ മുകൾ തട്ടിൽനോക്കി ചന്ദ്രായെന്നു നീട്ടി വിളിക്കുന്നു. ബീഡിക്ക് ഇല മുറിക്കുകയായിരുന്ന ചന്ദ്രൻ, വിളികേട്ടയുടനെ മുറവും താഴെ വെച്ച് എഴുന്നേറ്റ് മുണ്ടും കുടഞ്ഞു ഏണിപ്പടിയിറങ്ങി താഴേക്കുവരുന്നു. രണ്ടുപേരും ബാപ്പുവേട്ടന്റെ ചായപ്പീടികയിലെ നിരപ്പല ചാരിവെച്ചിട്ടുള്ള "കരാത്തണയിൽ ഇരിക്കുന്നു. ചന്ദ്രൻ ഓർഡർ ചെയ്തതനുസരിച്ചു ബാപ്പുവേട്ടൻ അരച്ചായയും ഒരു പറങ്കി റൊട്ടിയും, കരാത്തണമേൽ കൊണ്ടുവെക്കുന്നു. ഓരോ കഷണം റൊട്ടി കൈകൊണ്ടു മുറിച്ച് ചായയിൽ മുക്കി ഗോവിന്ദേട്ടൻ തിന്നുതീർക്കുന്നു. എന്നിട്ടു ഒരു പാസ്സിങ്ങ് ഷോ സിഗരറ്റ് വാങ്ങി രണ്ടായി മുറിച്ച് ഒരു കഷണം സമോവറിലെ തീയിൽ കത്തിച്ച് ചുണ്ടിൽ വെച്ച്, മറ്റേ കഷണം പിന്നീടു വലിക്കാൻ വേണ്ടി ചെവിമടക്കിൽ സൂക്ഷിക്കുന്നു. ഗോവിന്ദേട്ടന്റെ സിഗരറ്റ് വലിക്കും ഒരു പ്രത്യേകതയുണ്ടായിരുന്നു. അദ്ദേഹം സിഗരറ്റ് നേരിട്ടു ചുണ്ടിൽ വെക്കുകയില്ല. കൈവിരൽ മടക്കിപ്പിടിക്കുമ്പോൾ ചെറുവിരലിനിടയിലുണ്ടാകുന്ന ദ്വാരത്തിലാണു സിഗരറ്റിന്റെ അറ്റം തിരുകിവെക്കുക. എന്നിട്ടു തള്ള വിരലിന്റെയും ചൂണ്ടുവിരലിന്റേയും ദ്വാരത്തിൽ ചുണ്ടുചേർത്താണ് പുകവലിച്ചെടുക്കുക.

മുറിച്ച പാസ്സിങ്ങ്ഷോ സിഗരറ്റ് വലിച്ചു പുകവിട്ടുകൊണ്ട് ചെയ്തു തീർക്കേണ്ട കാര്യങ്ങളെപ്പറ്റി ചന്ദ്രനെ ഒരോർമ്മപ്പെടുത്തുന്നു. പാലം പണിയുന്നതിനെപ്പറ്റി, റോഡ് നന്നാക്കേണ്ടതിനെപ്പറ്റി, പൊതുകിണർ കുഴിക്കേണ്ടതിനെപ്പറ്റിയുമെല്ലാമുള്ള ഒരു ഓർമ്മപ്പെടുത്തൽ. ചന്ദ്രൻ എല്ലാം തലകുലുക്കിക്കേട്ടുകൊണ്ടിരിക്കുന്നു. അവസാനം 50 പൈസയുടെ ആവശ്യം കാരി, ചന്ദ്രന്റെ മുമ്പിൽവെക്കുന്നു. തീരദേശക്കാർക്കുള്ള, സൗജന്യറേഷന്റെ അനുമതിക്ക് വേണ്ടി വില്ലേജാഫീസിൽ പോകണം. അതുകഴിഞ്ഞു താലൂക്കാഫീസിലെത്തണം എല്ലാം കഴിഞ്ഞതിനുശേഷം തയ്യിലിലെ ജോലിസ്ഥലത്തേക്കും. അതിനു ബസ്സിനു പോകാൻ അമ്പതു പൈസ വേണം. ചന്ദ്രൻ കുപ്പായത്തിന്റെ കൈമടക്കിൽ നിന്ന് അമ്പതു പൈസയുടെ ഒരു നാണയമെടുത്ത് ഗോവിന്ദേട്ടന്റെ നേരെ നീട്ടുന്നു. അതുവാങ്ങി ഉള്ളംകൈയിൽ അമർത്തിപ്പിടിച്ച്, തന്റെ വളയൻ കാലൻകുടയും തുറന്നു മുണ്ടിന്റെ അറ്റം ഒരു കൈകൊണ്ട് ഉയർത്തിപ്പിടിച്ച്, ചെരിപ്പില്ലാത്ത കാലുകൾ നീട്ടിവെച്ച്, വട്ടക്കളത്തിലെ പൊള്ളുന്ന പാറക്കെട്ടുകൾക്കിടയിലൂടെ കരാറിനകത്തെ കമ്മ്യൂണിസ്റ്റ് ഗാന്ധി ഒരു സ്വപ്നാടകനെപ്പോലെ നടന്നുപോകുന്നു.

കുറേ സമയം കഴിഞ്ഞപ്പോൾ വട്ടക്കുളം ബീഡി ബ്രാഞ്ചിലേക്ക് ഒരാൾ ഓടിവന്നു, ഗോവിന്ദേട്ടൻ അമ്മൂപ്പറമ്പിൽ കുഴഞ്ഞുവീണു എന്ന വിവരം അറിയിക്കുന്നു. ഉടനെ ചന്ദ്രനും മറ്റു ചിലരും ചേർന്ന് അമ്മൂപ്പറമ്പിലേക്ക് കുതിച്ചുചെന്നപ്പോൾ, അവിടെ ഒരു മരച്ചോട്ടിൽ ഗോവിന്ദേട്ടൻ ബോധമില്ലാതെ കിടക്കുന്നു. കൂടി നിന്നവർ വെള്ളം മുഖത്തു തളിച്ചും, വീശിയും ശുശ്രൂഷിച്ചുകൊണ്ടിരിക്കുന്നു. ചന്ദ്രൻ ഉടനെ അണ്ടിക്കമ്പനിയിൽപോയി ഫോൺ ചെയ്തു, ടാക്സി വരുത്തുന്നു. ടാക്സിയിൽ മാധവൻ ഡോക്ടറുടെ അടുത്തെത്തിച്ച ഗോവിന്ദേട്ടനെ ഡോക്ടർ വിശദമായി പരിശോധിച്ചു. കുറച്ചു കഴിഞ്ഞപ്പോൾ ഗോവിന്ദേട്ടനു പരിസരബോധം വീണ്ടുകിട്ടി. വെയിൽ കൊണ്ടതുകൊണ്ടുണ്ടായ നിർജലീകരണമായിരിക്കാം അബോധാവസ്ഥയ്ക്ക് കാരണമെന്നു ഡോക്ടർ അഭിപ്രായപ്പെട്ടു. അപ്പോഴും ഗോവിന്ദേട്ടന്റെ ഉള്ളം കൈ പൂട്ടിപ്പിടിച്ചതുപോലെയായിരുന്നു. ഇതു പക്ഷാഘാതത്തിന്റെ ലക്ഷണമാണോയെന്നും ഡോക്ടർ സംശയിക്കാതിരുന്നില്ല. അങ്ങനെ ഡോക്ടർ മടക്കിപ്പിടിച്ച ഉള്ളം കൈവിരലുകൾ ശക്തിയിൽ നിവർത്താൻ ശ്രമിച്ചു. അപ്പോൾ ചന്ദ്രനിൽ നിന്നും വാങ്ങിയ അമ്പതു പൈസയുടെ നാണയം കൈവെള്ളയിലെ വിയർപ്പിൽ പറ്റിപ്പിടിച്ച നിലയിൽകിടക്കുന്നു. ബസ്സിനു കൊടുക്കുവാനാണല്ലോ? ഗോവിന്ദേട്ടൻ ചന്ദ്രനിൽ നിന്നും അമ്പതു പൈസ വാങ്ങിയത്? സാധാരണഗതിയിൽ ഗോവിന്ദേട്ടനു പോകാനുള്ള സ്ഥലങ്ങളിലൊക്കെ എത്താൻ അമ്പതു പൈസ മതിയാകുമായിരുന്നില്ല. ആ കാലത്ത് എടക്കാട് വില്ലേജാഫീസ്സ് ചാലയിലായിരുന്നു. ചാലയിലെത്തണമെങ്കിൽ തോട്ടടയിൽനിന്നും താഴെ ചൊവ്വയിലിറങ്ങി, അവിടെനിന്നും മറ്റൊരു ബസ്സിനു പോകണമായിരുന്നു. തോട്ടടയിൽ നിന്നു താഴെചൊവ്വയിലേക്ക് പത്തു പൈസ, താഴെ ചൊവ്വയിൽ നിന്നും ചാലയിലേക്ക് പത്തു പൈസ, ചാലയിൽ നിന്നും താലൂക്കാഫീസ്സിലേക്ക് മുപ്പതു പൈസ, താലൂക്കാഫീസിൽ

നിന്നും തയ്യിലിലേക്ക് ഇരുപതു പൈസ. മൊത്തം എഴുപതു പൈസ ബസ്സ് ടിക്കറ്റിനായി ഗോവിന്ദേട്ടനു ആവശ്യമുണ്ടായിരുന്നു. ചന്ദ്രനിൽ നിന്നുവാങ്ങി യതാകട്ടെ അമ്പതു പൈസയും. ചാലവരെ ബസ്സിൽ പോകാതെ, അമ്മൂ പ്പറമ്പിലൂടെ കുറുകെ നടന്നാൽ ഇരുപതു പൈസ ലാഭിക്കാമെന്നും ചന്ദ്രനിൽ നിന്നും വാങ്ങിയ അമ്പതു പൈസകൊണ്ടു കാര്യം നടത്തി തയ്യിലിലെ പീടിക യിലെത്താമെന്നും ഗോവിന്ദേട്ടൻ കണക്കുകൂട്ടി. അതുപ്രകാരം, അമ്മൂപ്പറ മ്പിലെ പൊരിവെയിലിലൂടെ നടന്നുപോയതാണ് ഗോവിന്ദേട്ടേനു ബോധ ക്ഷയമുണ്ടാകുവാനുള്ള കാരണം. ഗോവിന്ദേട്ടൻ എന്ന കമ്മ്യൂണിസ്റ്റ് എത്ര മാത്രം ലളിതമായാണു ജീവിച്ചിരുന്നത് എന്നതിനു ഈ സംഭവം തെളിവാണ്.

താളിക്കണ്ണൻ -
ദുഃഖം പുഞ്ചിരികൊണ്ടൊളിപ്പിച്ച കമ്മ്യൂണിസ്റ്റ്

ഭൂപരിഷ്കണനിയമപ്രകാരമുള്ള കുടികിടപ്പവകാശം കുറുവ, കാഞ്ഞിര, അവേര പ്രദേശങ്ങളിലെ കുടികിടപ്പുകാർക്കുകൂടി ലഭ്യമാക്കുന്നതിനുവേണ്ടി പ്രയത്നിച്ച താളിക്കണ്ണനെക്കുറിച്ചും ചില കാര്യങ്ങൾ പറയുവാനുണ്ട്. മറ്റു ള്ളവർക്ക് തല ചായ്ക്കാൻ കിടപ്പാടം ഒരുക്കിക്കൊടുക്കുന്നതിനുവേണ്ടി വില്ലേജാഫീസിലും, താലൂക്കാഫീസിലും ലാന്റ് ട്രൈബ്യൂണലിലുമൊക്കെ കയറിയിറങ്ങിക്കൊണ്ടിരുന്ന താളിക്കണ്ണനു, യഥാർത്ഥത്തിൽ അന്നു തല ചായ്ക്കാൻ ഒരു വീടുണ്ടായിരുന്നില്ല. അതുവരെ കണ്ണനും കുടുംബവും താമസിച്ചിരുന്ന, അവേരയിലെ തറവാട്ടുവീട് പഴകി അപകടാവസ്ഥയിലാ യതുകാരണം പൊളിച്ചുമാറ്റിയിരുന്നു. വീടു പുതുക്കിപ്പണിയാനുള്ള സാമ്പ ത്തികചുറ്റുപാടുക്കളൊന്നും അന്നു ആ കുടുംബത്തിനുണ്ടായിരുന്നില്ല. രാഷ്ട്രീ യവും സാമൂഹ്യസേവനവും തൊഴിലായി സ്വീകരിച്ച താളിക്കണ്ണന് പറ യത്തക്ക വരുമാനമൊന്നുമുണ്ടായിരുന്നില്ല. ബന്ധുജനങ്ങളുടെ ഔദാര്യത്തി ലായിരുന്നു നിത്യവൃത്തികൾ കഴിച്ചുകൊണ്ടിരുന്നത്. പൊളിച്ചുമാറ്റിയ തറ വാട്ടുവീടിന്റെ അവശേഷിക്കുന്ന മൺതറമേൽ, ഓലകൊണ്ടു മറച്ചുണ്ടാക്കിയ ഒരു ചെറു ഷെഡ്ഡിലായിരുന്നു അന്നു കണ്ണനും കുടുംബവും അന്തിയുറങ്ങി യിരുന്നത്. മുത്തപ്പന്റെ മടപ്പുരപോലെ ചെറുതായ ആ കുടിലിൽ കുടുംബ ത്തിലുള്ള എല്ലാ അംഗങ്ങൾക്കും നിവർന്നു കിടക്കാൻകൂടി സ്ഥലമുണ്ടായി രുന്നില്ല. ഇടിവെട്ടിയവനെ പാമ്പുകടിച്ചു എന്നു പറയുന്നതുപോലെ, ആ കാലത്ത് കണ്ണനു വസൂരിരോഗവും പിടിപെട്ടു. കണ്ണന്റെ വെളുവെളുത്ത ശരീരം മുഴുവൻ, മഞ്ചാടിക്കുരുപോലുള്ള വസൂരി പുണർത്തുവന്നു. കൺപോളകൾക്കുള്ളിൽ പോലും വസൂരിക്കുരുക്കൾ മുളച്ചുവന്നു എന്നു പറഞ്ഞാൽ അതു തികച്ചും സത്യമായിരുന്നു. പഴുത്ത പ്ലാവിലയിൽ ചക്ക വീണകണക്കെ, ദേഹം മുഴുവൻ വസൂരിപ്പാടുമായി നിൽക്കുന്ന കണ്ണന്റെ അന്നത്തെ രൂപം കാണുന്നവർക്കെല്ലാം പേടി തോന്നുന്ന തരത്തിലായിരുന്നു. മീനമാസത്തിലെ കൊടുംചൂടിൽ ഓലക്കുടിലിലെ പരുപരുത്ത മൺതറയിൽ, വസൂരി വന്നു നിറഞ്ഞ ശരീരവുമായി, കിടക്കാനോ, ഇരിക്കാനോ കണ്ണു തുറന്നു നോക്കുവാനോ സാധിക്കാതെ, എരിപൊരി കൊള്ളുന്ന കണ്ണന്റെ

അപ്പോഴത്തെ അവസ്ഥ ഹൃദയഭേദകമായിരുന്നു. ദുരന്തം ഒന്നിനു പിറകെ മറ്റൊന്നായി വേട്ടയാടിയ ജീവിതമായിരുന്നു താളി കണ്ണന്റേത്. കരാറിന കത്തെ ഇളംതലമുറയിൽപ്പെട്ട കമ്മ്യൂണിസ്റ്റുകാരിൽ പ്രമുഖനായ താളിക്ക ണ്ണൻ അവിഭക്ത കമ്മ്യൂണിസ്റ്റ് പാർട്ടിയുടെ കാലത്തുതന്നെ രാഷ്ട്രീയത്തിൽ സജീവമായിരുന്നു. 64-ൽ പാർട്ടി പിളർന്നപ്പോൾ സി.പി.എമ്മിന്റെ കൂടെയാ യിരുന്നു കണ്ണൻ നിലയുറപ്പിച്ചത്. സി.പി എമ്മിൽ അദ്ദേഹത്തിന്റെ പ്രവർ ത്തനമേഖല പ്രധാനമായും ട്രേഡ് യൂണിയൻ രംഗമായിരന്നു. എത്രയോ തൊഴിൽ സമരങ്ങളിൽ അദ്ദേഹം നേതൃത്വപരമായ പങ്ക് വഹിച്ചിരുന്നു. തൽഫലമായി ഒരുപാടു മർദ്ദനങ്ങളും ഏറ്റുവാങ്ങേണ്ടി വന്നിട്ടുണ്ട്. ഒരു കായികാഭ്യാസി കൂടിയായ കണ്ണന്റെ വടിവൊത്ത ശരീരത്തിൽ കൈത്ത രിപ്പ് തീർത്ത എസ്.ഐ മാരും, കോൺസ്റ്റബിൾമാരും ചില്ലറയൊന്നുമല്ല. 1968-ൽ ലക്ഷ്മി ബീഡിക്കമ്പനിക്കെതിരെ നടന്ന സമരത്തിലായിരുന്നു, കണ്ണന് ഏറ്റവും കൂടുതൽ മർദ്ദനമേൽക്കേണ്ടി വന്നത്. മേംഗ്ലൂർ ഗണേഷ് ബീഡിക്കമ്പനി പലായനം ചെയ്തതിനുശേഷം, അതേ കമ്പനി ലക്ഷ്മീ ബീഡി എന്ന പേരിൽ പുനരവതരിക്കാൻ നടത്തിയ ശ്രമത്തിനെതിരെയാ യിരുന്നു അന്നു തൊഴിലാളികൾ സമരം നയിച്ചത്. നീർച്ചാലിൽ നടന്ന ആ സമരത്തിന്റെ നായകൻ താളിക്കണ്ണനായിരുന്നു. ഒരു ദിവസം എം.എസ്.പി ക്കാർ വന്ന് സമരം നടത്തുന്ന തൊഴിലാളികളെ അതിക്രൂരമായി മർദ്ദിച്ചു. സമരക്കാരിൽ പലരും ചിന്നിച്ചിതറിപ്പോയെങ്കിലും കണ്ണൻ സമരമുഖത്ത് അപ്രതിരോധ്യനായി നിലകൊണ്ടു. എം.എസ്.പി ക്കാരുടെ ശൗര്യം മുഴുവൻ കണ്ണന്റെ ജിംനാസ്റ്റിക് ബോഡിയിൽ പ്രയോഗിക്കപ്പെട്ടു. അതോടെയാണു നിറഞ്ഞ കളരിയഭ്യാസിയായ കണ്ണൻ ക്ഷീണിതനാകുന്നത്. 1968-ൽ എ.കെ.ജി യുടെ നേതൃത്വത്തിൽ കേരളത്തിൽ വളണ്ടിയർ സേന രൂപീ കരിച്ചപ്പോൾ അതിന്റെ കരാറിനകത്തെ ക്യാപ്റ്റനും പരിശീലകനുമായിരുന്നു താളിക്കണ്ണൻ. കുറച്ചുകാലം അദ്ദേഹം നക്സൽപ്രസ്ഥാനവുമായും ബന്ധ പ്പെട്ടു പ്രവർത്തിച്ചിരുന്നു. തലശ്ശേരി പുൽപ്പള്ളി സംഭവത്തോടനുബന്ധിച്ച് കണ്ണൻ ഒളിവിൽ കഴിയുമ്പോഴാണു മാതാവു മരിക്കുന്നത്. അവേരക്കോവി ലിലെ പൂജാരിണി കൂടിയായ ആ മാതാവിന്റെ ഉദകക്രിയയിൽ പങ്കെടുക്കു വാൻ പോലും കണ്ണനു സാധ്യമായില്ല. ആ കാലത്തുണ്ടായ ഒരു പ്രേമപരാ ജയവും കണ്ണനെ വല്ലാതെ ഉലച്ചിരുന്നു. ആത്മഹത്യയുടെ വക്കോളം ആ പ്രേമപരാജയം കണ്ണനെ കൊണ്ടെത്തിച്ചിരുന്നു. പിൽക്കാലത്ത് രണ്ടു വാഹ നാപകടങ്ങളിൽ കണ്ണനു ഗുരുതരമായി പരിക്ക് പറ്റിയിരുന്നു. അതോടെ അദ്ദേഹം തീർത്തും രോഗിയായിത്തീർന്നു. ഇവിടെ പാൽവിതരണ സഹ കരണസംഘത്തിനു ബീജാവാപം നൽകിയവരിലൊരാളായ താളിക്കണ്ണന്, തന്റെ രോഗാവസ്ഥയിലും, നിത്യജീവിതത്തിന്റെ രണ്ടറ്റവും കൂട്ടിമുട്ടിക്കു വാൻ വേണ്ടി പാൽപ്പാത്രം ചുമക്കേണ്ടി വന്നു എന്നു മാത്രമല്ല, തൊഴുത്തിൽ പശുക്കളോടു മല്ലടിക്കേണ്ടിയും വന്നു. രോഗം മൂർച്ഛിച്ച് താമസിയാതെ അദ്ദേഹം ഈ ലോകത്തോടു വിടപറയുകയും ചെയ്തു. ഉള്ളിൽ ഉമിത്തീ എരിയുമ്പോഴും ചുണ്ടിൽ ചിരിയുമായി സമൂഹമധ്യത്തിൽ നിറഞ്ഞുനിന്ന ഒരു നല്ല കമ്മ്യൂണിസ്റ്റാണ് താളിക്കണ്ണൻ.

കോട്ടേങ്കണ്ടി ഗോപാലൻ -
ബീഹാറിലെ കമ്മ്യൂണിസ്റ്റ് നേതാവ്

വിവിധതരത്തിൽ, രാഷ്ട്രീയമായും അല്ലാതെയും കരാറിനകവുമായി ബന്ധം വെച്ചു പുലർത്തിയ കമ്മ്യൂണിസ്റ്റ് നേതാക്കന്മാർ നിരവധിയാണ്. ഇവിടെ ഒളിവ് ജീവിതം നയിച്ച കമ്മ്യൂണിസ്റ്റ് നേതാക്കളെപ്പറ്റി മുമ്പ് സൂചിപ്പിച്ചുവല്ലോ? അതുപോലെ വിവാഹബന്ധത്തിലൂടെ ഈ നാട്ടുകാരായി ത്തീർന്ന കമ്മ്യൂണിസ്റ്റ് നേതാക്കന്മാരുമുണ്ട്. ആ നേതാക്കന്മാരിൽ രണ്ടു പാർലമെന്റ് മെമ്പർമാരും ഉൾപ്പെടുന്നുണ്ട്. കമ്മ്യൂണിസ്റ്റ് പാർട്ടിയുടെ കേരളത്തിലെ സ്ഥാപകനേതാക്കളിലൊരാളായ എൻ.സി ശേഖറും, സി.ഐ.ടി.യുവിന്റെ അഖിലേന്ത്യാ നേതാവായിരുന്ന ഒ.ഭരതനുമാണ് ആ രണ്ടു പാർലമെന്റംഗങ്ങൾ. എൻ.സി. ശേഖർ അവേരയിലെ ഇടയത്ത് ജാനകിയെയും ഒ.ഭരതൻ കുറുവയിലെ കേളോത്ത് സരോജിനിയെയുമാണ് വിവാഹം കഴിച്ചത്. മറ്റൊരു കാര്യം, കരാറിനകത്ത് ജനിച്ചവർ തന്നെ സാഹചര്യത്തിന്റെ സമ്മർദ്ദത്താൽ അന്യനാടുകളിൽ ചേക്കേറി അവിടങ്ങളിൽ രാഷ്ട്രീയ പ്രവർത്തനങ്ങളിലേർപ്പെട്ട്, ഉന്നതനേതാക്കന്മാരായിത്തീർന്നിട്ടുമുണ്ട്. അങ്ങനെ അന്യനാട്ടിൽ പോയി പ്രമുഖ നേതാവിയിത്തീർന്ന ഒരു കരാറിനകക്കാരനാണു കോട്ടേങ്കണ്ടി ഗോപാലൻ.

ഈ നാട്ടിലെ പുതിയ തലമുറയ്ക്ക് അത്രയൊന്നും പരിചിതനായ ഒരു നേതാവല്ല കോട്ടേങ്കണ്ടി ഗോപാലൻ. അതിന്റെ കാരണം 1936-ൽ തന്റെ പതിനെട്ടാം വയസ്സിൽതന്നെ സ്വാതന്ത്ര്യസമരവുമായി ബന്ധപ്പെട്ടു ഗോപാലനു ഇവിടെനിന്നു വടക്കേ ഇന്ത്യയിലേക്ക് പോകേണ്ടി വന്നതിനാലായിരുന്നു.

യാദൃച്ഛികസംഭവങ്ങൾ മനുഷ്യനെ എത്രമാത്രം മാറ്റിത്തീർക്കും എന്നതിന്റെ നല്ല ഒരു ഉദാഹരണം കൂടിയാണു കോട്ടേങ്കണ്ടി ഗോപാലന്റെ ജീവിതം.

1936-ൽ സ്വാതന്ത്രസമരത്തിന്റെ പ്രചരാണാർത്ഥം പ്രമുഖദേശീയ നേതാക്കളിലൊരാളും, പിൽക്കാലത്തു ഇന്ത്യയുടെ രാഷ്ട്രപതിയുമായിരുന്നിട്ടുള്ള ഡോക്ടർ രാജേന്ദ്ര പ്രസാദ് കണ്ണൂരിലെത്തുന്നതോടുകൂടിയാണ് കോട്ടേങ്കണ്ടി ഗോപാലന്റെ ജീവിതം മാറിമറിയുന്നത്. അന്നു കണ്ണൂർ പോലീസ് മൈതാനിയിൽ കോൺഗ്രസ്സ് പാർട്ടിയുടെ നേതൃത്വത്തിൽ സംഘടിപ്പിക്കപ്പെട്ട ഒരു വലിയ സമ്മേളനത്തിലെ പ്രാസംഗികനായിരുന്നു ബാബുരാജേന്ദ്രപ്രസാദ്.

രാജേന്ദ്രപ്രസാദിന്റെ ഹിന്ദിയിലുള്ള പ്രസംഗം പരിഭാഷപ്പെടുത്താമെന്നേറ്റിരുന്ന വ്യക്തിക്ക്, സാങ്കേതികമായ കാരണത്താൽ പൊതുയോഗസ്ഥലത്ത് തത്സമയം എത്തിച്ചേരാൻ സാധിച്ചില്ല. അതിനെ തുടർന്നുളവായ പ്രതിസന്ധി തരണം ചെയ്യാനാകാതെ സംഘാടകർ വിഷമിച്ചുനിൽക്കുകയായിരുന്നു. അപ്പോളാണു കേവലം പതിനെട്ടു വയസ്സുമാത്രം പ്രായമുള്ള കോട്ടേങ്കണ്ടി ഗോപാലനെന്ന സുമുഖനായ ചെറുപ്പക്കാരൻ, ആ പ്രതിസന്ധി തരണം ചെയ്യാൻ സ്വയം മുന്നോട്ടുവരുന്നത്.

ആ കാലത്ത്, കണ്ണൂർ ടൗണിൽ, തിയോസോഫിക്കൽ സൊസൈറ്റിയുടെ കീഴിലുള്ള ഗൗതമ ലോഡ്ജിൽ വെച്ചു നടത്തിയിരുന്ന ഹിന്ദി ക്ലാസ്സിലെ

ഒരു വിദ്യാർത്ഥിയും ഒപ്പം അദ്ധ്യാപകനുമായിരുന്നു കോട്ടേങ്കണ്ടി ഗോപാലൻ. ആ ഹിന്ദി പഠനകേന്ദ്രത്തിന്റെ പ്രിൻസിപ്പാൾ സ്വദേശാഭിമാനി രാമകൃഷ്ണ പ്പിള്ളയുടെ മകൾ ഗോമതി അമ്മയും, അവിടുത്തെ അദ്ധ്യാപകരിൽ ഒരാൾ ഏ.കെ.ജിയുമായിരുന്നുവെന്നും പറഞ്ഞുകൊള്ളട്ടെ. മീശ മുളക്കാത്ത ഒരു ചെറുപ്പക്കാരൻ ഇന്ത്യയിലെ സമുന്നതനായ ഒരു നേതാവിന്റെ സാഹിത്യം കലർന്ന പ്രസംഗം അനായാസം പരിഭാഷപ്പെടുത്തുന്നത് കണ്ടു സദസ്സ് ഒന്നടങ്കം അത്ഭുതപരതന്ത്രരായി. പ്രസംഗം കഴിഞ്ഞപ്പോൾ രാജേന്ദ്രപ്രസാ ദുൾപ്പെടെയുള്ള പ്രമുഖ വ്യക്തികളെല്ലാം ഗോപാലനെ അനുമോദന ങ്ങൾകൊണ്ടു മൂടി. തുടർന്നുള്ള, രാജേന്ദ്രപ്രസാദിന്റെ മലബാർ പര്യടന വേളയിലെ എല്ലാ പ്രസംഗങ്ങളും പരിഭാഷപ്പെടുത്തിയത് കോട്ടേങ്കണ്ടി ഗോപാലനായിരുന്നു. മലബാർ പര്യടനം കഴിഞ്ഞു തിരിച്ചുപോയി, ഒരു മാസം കഴിഞ്ഞപ്പോൾ ഗോപാലന്റെ പിതാവിനു രാജേന്ദ്ര പ്രസാദിന്റെ ഒരു കത്തു ലഭിക്കുന്നു. “താൽപര്യമാണെങ്കിൽ മകനെ, സ്വാതന്ത്ര്യസമര പ്രവർത്തനങ്ങൾക്ക് സേവാഗ്രാമിലേക്ക് അയക്കണമെന്നായിരുന്നു ആ കത്തിലെ ഉള്ളടക്കം. ഗോപാലന്റെ പിതാവ്, ആ, അഭ്യർത്ഥന സസന്തോഷം സ്വീകരിക്കുകയും മകനെ സേവാഗ്രാമിലേക്ക് അയക്കുകയും ചെയ്തു. സേവാഗ്രാമിൽ ജയപ്രകാശനാരായണന്റെ പ്രൈവറ്റ് സെക്രട്ടറിയായി വളരെ ക്കാലം സേവനമനുഷ്ഠിച്ചിരുന്ന ഗോപാലൻ ഇന്ത്യയ്ക്ക് സ്വാതന്ത്ര്യം ലഭി ച്ചതിനു ശേഷമാണ് കമ്മ്യൂണിസ്റ്റ്കാരനായി മാറുന്നത്. ബീഹാർ സംസ്ഥാന മായിരുന്നു ഗോപാലന്റെ പ്രവർത്തനമേഖല. മരിക്കുന്നത് വരെ അദ്ദേഹം കമ്മ്യൂണിസ്റ്റ് പാർട്ടിയുടെ ബീഹാർ സംസ്ഥാനകമ്മിറ്റി അംഗമായിരുന്നു. കൂടാതെ കമ്മ്യൂണിസ്റ്റ് പാർട്ടിയുടെ ദേശീയമുഖപത്രമായ ന്യൂ ഏയ്ജിന്റെ പാറ്റ്നാ ലേഖകനുമായിരുന്നു. ന്യൂ ഏജിൽ “കെ.ഗോപാൽ” എന്ന ചുരുക്ക പ്പേരിലായിരുന്നു അദ്ദേഹത്തിന്റെ ലേഖനങ്ങൾ പ്രത്യക്ഷപ്പെട്ടിരുന്നത്. ഇവിടെനിന്നു പോയതിനുശേഷം മൂന്നു പ്രാവശ്യം മാത്രമേ അദ്ദേഹം കടലായിയിൽ വന്നിരുന്നുള്ളൂ. അവസാനമായി വന്നത് 1974-ലാണ്. അന്നു കടലായിയിൽ സംഘടിപ്പിക്കപ്പെട്ടിരുന്ന ഒരു കമ്മ്യൂണിസ്റ്റ് കൂട്ടായ്മയിൽ ഗോപാലൻ മുഖ്യ അതിഥിയായിരുന്നു. 2005-ൽ തന്റെ 87-ാം വയസ്സിൽ അദ്ദേഹം ബീഹാറിൽ വെച്ച് അന്തരിച്ചു ശവസംസ്കാരം ബീഹാറിൽ വെച്ചു തന്നെയാണ് നടത്തിയിരുന്നത്. കരാറിനകത്ത് ജനിച്ച്, പ്രഗത്ഭവ്യക്തികളുടെ കൂട്ടത്തിൽ കോട്ടേങ്കണ്ടി ഗോപാലനെയും നാം ഓർക്കേണ്ടതുണ്ട്.

വയലാർ

കമ്മ്യൂണിസ്റ്റ് പ്രവർത്തകരുടെ കൂട്ടായ്മയിൽ 1952-ൽ ഒരു നാടകവും ഇവിടെ അരങ്ങേറിയിട്ടുണ്ട്. പുന്നപ്ര വയലാർ സംഭവങ്ങളെ പശ്ചാത്തല മാക്കി പൂജപ്പുര കൃഷ്ണൻ നായർ എഴുതിയ, “വയലാർ” എന്ന നാടക മാണു ഇവിടെ അരങ്ങേറിയത്. 1949-ൽ കുറുവയിലെ പി.പി. മമ്മുവിന്റെ പീടികമുറി കേന്ദ്രീകരിച്ച് കമ്മ്യൂണിസ്റ്റ് യൂത്ത് ലീഗ് എന്ന പേരിൽ യുവാക്കളുടെ ഒരു സംഘടന പ്രവർത്തിച്ചിരുന്നു. നെയ്ത്തു, ബീഡി, ചുരുട്ടു തുടങ്ങിയ തൊഴിൽശാലകളിൽ ജോലിചെയ്യുന്നവർക്ക് മുൻതൂക്കമുള്ള ആ

സംഘടനയിലെ ഒരു കൂട്ടം യുവകലാകാരന്മാരാണ് വയലാർ ഗർജ്ജിക്കുന്നു എന്ന നാടകത്തിന്റെ അണിയറ ശിൽപ്പികൾ. 1948-ലെ കൽക്കത്ത തിസ്സീസ്സിനെത്തുടർന്നു പ്രതിരോധത്തിലായിപ്പോയ പാർട്ടിപ്രവർത്തനം ഊർജ്ജസ്വലമായി മുന്നോട്ടു കൊണ്ടുപോകുവാൻ ആ നാടകം ഒരു പരിധിവരെ കമ്മ്യൂണിസ്റ്റുകാരെ സഹായിച്ചിട്ടുണ്ട്. നാടകം സംവിധാനം ചെയ്തത്, കാഞ്ഞിരയിലെ ഇ.പി.നാരായണനായിരുന്നു. പിൽക്കാലത്ത് ബോംബെയിൽ ചേക്കേറി സ്ഥിരതാമസമാക്കിയ ഇ.പി. നാരായണൻ ഈ നാട്ടിലെ ഒരു പ്രതിഭാധനനായിരുന്നു. എത്ര സമയം വേണമെങ്കിലും മേഗാഫോണിലൂടെ പ്രസംഗിക്കുവാൻ കഴിവുള്ള നാരായണൻ, ടൗണിലെ ഉമയാൾ വീവിംഗ് കമ്പനിയിലെ ഒരു തൊഴിലാളി നേതാവായിരുന്നു. നാടകത്തിൽ സംഗീതം കൈകാര്യം ചെയ്തത് വിപ്ലവഗാനങ്ങൾ പാടി ആ കാലത്തു കണ്ണൂരിൽ പ്രസിദ്ധനായിത്തീർന്ന മച്ചാട്ടു കൃഷ്ണനായിരുന്നു. അദ്ദേഹത്തിന്റെ മകളും, പിൽക്കാലത്ത് ആകാശവാണിയിലും സിനിമയിലുമൊക്കെപ്പാടി പ്രസിദ്ധയായിത്തീർന്ന മച്ചാട്ടു വാസന്തിയായിരുന്നു നാടകത്തിലെ ഗാനങ്ങൾ ആലപിച്ചിരുന്നത്. ഇ. പി.നാരായണനെ കൂടാതെ, ഒ.പി. അനന്തൻ, ബങ്കണ ഗോപാലൻ, കൂക്കിരി മാധവൻ, കെ.കെ ഭരതൻ, സി.കെ രാഘവൻ, പി.വി ഭാസ്കരൻ, ഇ.പി രാഘവൻ, കൂക്കിരി അനന്തൻ, പുത്തൻപുര ബാലൻ, ബങ്കണ കറുവൻ, ടി.കെ ലക്ഷ്മണൻ, കക്കാടൻ കുമാരൻ തുടങ്ങിയവരായിരുന്നു ആ നാടകത്തിലെ കഥാപാത്രങ്ങൾക്ക് ജീവൻ നൽകിയത്.

പുന്നപ്ര വയലാർ സമരഭടന്മാർ പോലീസിന്റെ വെടിയേറ്റ് മരിച്ചുവീഴുന്ന രംഗത്തോടെയാണു നാടകത്തിനു തിരശ്ശീല വീഴുന്നത്. "ഉയരും ഞാൻ നാടാകെ പടരും ഞാൻ, ഒരു പുത്തനുയിർ നാട്ടിനേകിക്കൊണ്ടുയരും വീണ്ടും."

"അലയടിച്ചെത്തുന്ന തെക്കൻ കൊടുംകാറ്റിൽ അലറുന്ന വയലാറിൽ ശബ്ദം കേൾപ്പൂ" എന്നിങ്ങനെ തുടങ്ങുന്ന പി .ഭാസ്കരന്റെ "വയലാർ ഗർജ്ജിക്കുന്നു" എന്ന കവിതയിലെ വരികൾ അപ്പോൾ അന്തരീക്ഷത്തിൽ മുഴങ്ങുന്നു. കാലികപ്രസക്തികൊണ്ട് ജനപ്രീതി ആർജ്ജിച്ച ആ നാടകം അരങ്ങേറുന്നതിന്നുവേണ്ടി സമീപജില്ലയിൽ നിന്നുപോലും ക്ഷണം ലഭിച്ചിരുന്നു. വയലാർ നാടകം കുറുവയിലവതരിപ്പിച്ചപ്പോഴുണ്ടായ ഒരു രസകരമായ സംഭവവും വിശദമാക്കാം. ആ നാടകത്തിലെ കഥാനായകനായ ഭാസിയായി അഭിനയിച്ചത്, പി.വി ഭാസ്കരനായിരുന്നു. ഭാസി പോലീസിന്റെ വെടിയേറ്റ് മരിച്ചു വീഴുന്ന രംഗത്തോടെയാണ് നാടകമവസാനിക്കുന്നത്. അപ്പോൾ, സദസ്സിൽനിന്നും നാടകം കണ്ടുകൊണ്ടിരിക്കുകയായിരുന്ന പി.വി ഭാസ്കരന്റെ മാതാവ് ഉച്ചത്തിൽ പൊട്ടിക്കരഞ്ഞുവത്രെ! മകൻ യഥാർത്ഥത്തിൽ മരിച്ചുപോയി എന്നാണ് നിഷ്കളങ്കയായ ആ മാതാവ് കരുതിയത്! അവരെ സാന്ത്വനിപ്പിക്കുവാൻ മറ്റുള്ളവർ എത്ര ശ്രമിച്ചിട്ടും ഫലമുണ്ടായില്ല. അവർ നെഞ്ചത്തടിച്ചുകൊണ്ടു "എന്റെ മകൻ പോയേ, നിനക്കിതോ വിധി" എന്നു നിലവിളിച്ചുകൊണ്ടേയിരുന്നു. അവസാനം നാടകം കഴിഞ്ഞു മകൻ പി.വി ഭാസ്കരൻ തന്നെ നേരിട്ടുവന്നു താൻ മരിച്ചിട്ടില്ലെന്നു അമ്മയെ ബോധ്യപ്പെടുത്തേണ്ടി വന്നുവത്രെ!

നാല്

അക്ഷരവെളിച്ചം

വായനശാലകൾ

വായനശാലയുടെ കാര്യത്തിൽ, കരാറിനകം ഒരു കാലത്ത് മറ്റേതൊരു സമീപപ്രദേശത്തേക്കാളും ഒരു പണത്തൂക്കം മുമ്പിലായിരുന്നു. ഏകദേശം എഴുപതു വർഷങ്ങൾക്കുമുമ്പ് തന്നെ, മൂന്നു വായനശാലകൾ കരാറിനകത്ത്, കെട്ടിടത്തോടുകൂടി ഉയർന്നു വന്നിരുന്നു. അതിനും എത്രയോ മുമ്പ്, കാഞ്ഞിരയിൽ ടാഗോർ സ്മാരക വായനശാല എന്ന പേരിൽ കരിക്കൻ ഗോപാലൻ ഓലമേഞ്ഞ ഷെഡിൽ ഒരു വായനശാല നടത്തിവന്നിരുന്നതായി മുമ്പു വിവരിച്ചിട്ടുണ്ടല്ലോ. കടലായി, തോട്ടട, കുറുവ എന്നിവിടങ്ങളിലായി സ്ഥാപിക്കപ്പെട്ട മേൽപ്പറഞ്ഞ ആ മൂന്നു വായനശാലകൾക്കും ശ്രീനാരായണ ഗുരുവിന്റെ നാമധേയമാണു നൽകപ്പെട്ടിരുന്നത്. കരാറിനകംപോലുള്ള ഒരു ചെറുവൃത്തത്തിൽ ഉൾപ്പെടുന്ന മൂന്നുദേശങ്ങളിലായി, ഒരേ കാലത്ത് മൂന്നു വായനശാലകൾ ഉയർന്നു വന്നു എന്നതും, ആ മൂന്നു വായനശാലകൾക്കും ശ്രീനാരായണഗുരുവിന്റെ പേര് നൽകിയെന്നതും ഈ നാടിന്റെ ആന്തരികസൗന്ദര്യത്തിന്റെ ശുഭസൂചകങ്ങളാണ്. "ഒരു ജാതി, ഒരു മതം, ഒരു ദൈവം മനുഷ്യന്", "മതമേതായാലും മനുഷ്യൻ നന്നായാൽ മതി" തുടങ്ങിയ പരിവർത്തനോന്മുഖമായ തത്ത്വരത്നങ്ങൾ ലോകത്തിനു സമ്മാനിച്ച, ആ മഹാനായ സാമൂഹ്യപരിഷ്കർത്താവിന്റെ പേര് തന്നെ മൂന്നു വായനശാലകൾക്കും നൽകിയതിൽ നിന്നു വായിച്ചെടുക്കാനാവുന്നത് പരിവർത്തനങ്ങൾക്ക് തീവ്രമായി അഭിലഷിച്ച ഒരു സമൂഹം കരാറിനകത്തുണ്ടായിരുന്നു എന്നുതന്നെയാണ്. അതിന്റെ കൊടിയടയാളങ്ങളായിരുന്നു ആ മൂന്നു വായനാശാലകളും. ഈ നാടിന്റെ മനസ്സെന്താണെന്നു, ആ വായനശാലകളുടെ പേരിൽ നിന്നുമാത്രം, ചികഞ്ഞെടുക്കാവുന്നതാണ്. കരാറിനകത്തെ മുതിർന്നവരായ പൗരസമൂഹം തങ്ങളുടെ ബാല്യകാലങ്ങളിലേക്കു തിരിഞ്ഞുനോക്കുമ്പോഴെല്ലാം ഒരുപക്ഷേ ആദ്യമായി മുന്നിൽ വന്നു നിൽക്കുക ഈ മൂന്നു വായനശാലകളും അവയുടെ പരിസരങ്ങളുമായിരിക്കും.

ശ്രീനാരായണ ഗുരുജയന്തിക്ക്, വായനശാലയുടെ മുമ്പിൽ വട്ടച്ചെമ്പിൽ വേവുന്ന ശർക്കരപ്പായസത്തിന്റെ കൊതിപ്പിക്കുന്ന മണം ഇപ്പോഴും

അവരുടെ നാസാരന്ധ്രങ്ങളിൽ തങ്ങിനിൽക്കുന്നുണ്ടാവില്ലേ? വാഴയിലയിൽ വിളമ്പിയ ചൂടുപായസത്തിനു മുമ്പിൽ ചമ്രം പടിഞ്ഞിരുന്നു പ്ലാവിലക്കരണ്ടി കൊണ്ടു കോരി ഊതിക്കുടിക്കുമ്പോളുള്ള ആർത്തിയും അക്ഷമയും അവരെ ലജ്ജിപ്പിക്കുന്നുണ്ടാവില്ലേ? ചങ്ങാതിമാരോടൊത്ത് മത്സരിച്ച് പായസം കുടിച്ച് എഴുന്നേൽക്കാൻപോലും സാധിക്കാതെ വിമ്മിട്ടപ്പെടുന്നതും, പണി പ്പെട്ടെഴുന്നേൽക്കുമ്പോൾ ട്രൗസർ നാടപൊട്ടി ഊരിപ്പോകുന്നതിലെ ജാള്യ തയും എളുപ്പം മറക്കുന്നതെങ്ങനെ? ഊരിക്കൊണ്ടിരിക്കുന്ന ട്രൗസർ ഒരു കൈകൊണ്ട് താങ്ങിപ്പിടിച്ച്, അടുത്ത തോട്ടിലേക്ക് കൈകഴുകാനുള്ള നെട്ടോട്ടവും അന്നത്തെ വള്ളി ട്രൗസർ ബാല്യങ്ങൾക്ക് എന്നെങ്കിലും മറക്കു വാൻ സാധിക്കുമോ? ഒരുപക്ഷേ അവരുടെയൊക്കെ പിൽക്കാലജീവിതത്തിൽ തങ്ങൾ എത്ര അധികതുംഗപഥങ്ങളിലെത്തിച്ചേർന്നാലും അവരെയെല്ലാം നയിക്കുന്ന ഗൃഹാതുരസ്മരണകൾ ഈ വായനശാലകളും അതിന്റെ പരി സരങ്ങളും തന്നെയായിരിക്കില്ലേ?

തായത്ത് രാഘവൻ എന്ന അക്ഷരനഭസ്സിലെ ഓസോൺപാളി

വായനശാലകളെക്കുറിച്ചു പറയുമ്പോൾ, ആ രംഗത്ത് താരപരിവേഷം നൽകി വിശേഷിപ്പിക്കേണ്ട വ്യക്തികൾ കരാറിനകത്തുണ്ടായിരുന്നു. കേരള ഗ്രന്ഥശാലാസംഘത്തിന്റെ സാരഥികളിലൊരാൾ കരാറിനകത്ത് ജനിച്ചയാളാ യിരുന്നു. പറഞ്ഞുവരുന്നത് ശ്രീ. തായത്ത് രാഘവനെക്കുറിച്ചാണ്. പി.ടി. ഭാസ്കരപ്പണിക്കരെപ്പോലെ, പി.എൻ.പണിക്കരെപ്പോലെ, ഗ്രന്ഥശാലയുമായി ചേർത്തു വായിക്കപ്പെടേണ്ട ഒരു വ്യക്തിത്വമാണു ശ്രീ.തായത്തു രാഘവ ന്റേത്. ആദ്യകാലത്ത് കണ്ണൂർ ടൗണിലും പരിസരങ്ങളിലുമുണ്ടായ എല്ലാ വായനശാലകളും ശൈശവദശയിൽ തന്നെ കരിഞ്ഞുപോകാതിരുന്നത്, തായത്ത് രാഘവൻ എന്ന "ഓസോൺ പാളി" കണ്ണൂരിന്റെ അക്ഷരനഭസ്സിൽ നിറഞ്ഞു നിന്നതുകൊണ്ടായിരുന്നു. അക്ഷരത്തിന്റെ സഹായാത്രികനായ തായത്ത് രാഘവൻ തന്നെയാണു കണ്ണൂരിൽ സഹകരണപ്രസ്ഥാനങ്ങൾക്ക് ജീവൻ നൽകിയതും നിലനിർത്തിയതും. കരാറിനകം ഐക്യനാണയ സംഘ ത്തിന്റെ സൂത്രധാരനും തുടക്കത്തിൽ അതിന്റെ സെക്രട്ടറിയുമായിരുന്നു തായത്ത് രാഘവൻ. ഇപ്പോൾ ഈ നാട്ടിൽ ഒരു വടവൃക്ഷംപോലെ പടർന്നു പന്തലിച്ചിട്ടുള്ള കരാറിനകം സർവ്വീസ് സഹകരണബാങ്കിന്റെ മാതൃ സംഘടനയായിരുന്നു, കരാറിനകം ഐക്യനാണയസംഘം.

1921-ൽ കടലായിയിലെ ബങ്കണ അപ്പയുടെയും പാച്ചറ് പാറുവമ്മയു ടെയും മകനായിപ്പിറന്ന തായത്ത് രാഘവൻ, കണ്ണൂരിലെ സ്വാതന്ത്ര്യസമര പ്രവർത്തനങ്ങളിൽ എന്നും മുന്നിൽ നടന്ന വ്യക്തിയായിരുന്നു. ക്വിറ്റ് ഇന്ത്യാ സമരത്തിലും ഉപ്പുസത്യാഗ്രഹത്തിലുമൊക്കെ അദ്ദേഹം സജീവമായി പങ്കെ ടുത്തിരുന്നു. കണ്ണൂർ മുനിസിപ്പാലിറ്റിയിലെ തോട്ടിത്തൊഴിലാളികളെ സംഘടി പ്പിച്ച മൂന്നു പ്രമുഖ നേതാക്കളിലൊരാൾ തായത്തു രാഘവനായിരുന്നു. മറ്റു രണ്ടുപേർ ഒരാൾ കെ.പി.ഗോപാലനും മറ്റേയാൾ സി.കണ്ണനുമായിരുന്നു.

പക്ഷിബലി, മൃഗബലി തുടങ്ങിയ സമുദായത്തിലെ ദുരാചാരങ്ങൾക്കെതിരെ അദ്ദേഹം ശക്തമായി പ്രതികരിച്ചിരുന്നു. അറുപത്തിയഞ്ചോളം ഗ്രന്ഥശാലകളാണ് തായത്തിന്റെ മേൽനോട്ടത്തിൽ കണ്ണൂരിൽ സ്ഥാപിതമായത്. അതുപോലെ കണ്ണൂരിലെ ക്ഷീരവികസന സഹകരണസംഘവും തുടങ്ങുന്നത് തായത്തിന്റെ മേൽനോട്ടത്തിലായിരുന്നു. പിൽക്കാലത്ത് കേരളദിനേശ് ബീഡി പെൻഷൻ അസോസിയേഷൻ അഡ്വൈസറികമ്മിറ്റി അംഗമെന്ന നിലയിലും എഫ്.സി.ഐ യുടെ തൊഴിലാളി സംഘടനാഭാരവാഹി എന്ന നിലയിലും പത്രപ്രവർത്തകയൂണിയന്റെ സംസ്ഥാനപ്രസിഡണ്ട് എന്ന നിലയിലും തായത്ത് പ്രവർത്തിച്ചിട്ടുണ്ട്. കണ്ണൂർ പബ്ലിക്ക് ലൈബ്രറിയിലും വളരെക്കാലം പ്രവർത്തിച്ചിട്ടുള്ള തായത്തിനു പി.കുഞ്ഞിരാമൻ മെമ്മോറിയൽ ഗ്രന്ഥശാലാഅവാർഡും ലഭിച്ചിട്ടുണ്ട്.

ഗതാഗതത്തിന്റെ കാര്യത്തിൽ വളരെക്കാലം കരാറിനകകാർക്ക് ഒരു ബാലികേറാമലപോലെ നിലനിന്നിരുന്ന കക്കറ–കടലായി റോഡിന്റെ പ്രാരംഭ പ്രവർത്തനവും പൂർത്തീകരണവും നടന്നത് ഈ ഗാന്ധിയൻ സോഷ്യലിസ്റ്റിന്റെ പ്രായോഗിക പ്രവർത്തനത്തിന്റെ ഫലമായിരുന്നു. ഗ്രന്ഥങ്ങളായിരുന്നു തായത്തിന്റെ സന്തതസഹചാരികൾ. കക്ഷത്തിൽ ഗ്രന്ഥങ്ങൾ അടുക്കിപ്പിടിച്ചുപോകുന്ന സ്ഥൂലഗാത്രനായ ഒരു ഖദർധാരിയെയാണു തായത്തിൽ എപ്പോഴും കാണാനാവുക. പ്രഗത്ഭ പ്രാസംഗികൻ കൂടിയായ തായത്ത് പ്രസംഗവേളയിൽ, അടിസ്ഥാന ഗ്രന്ഥങ്ങൾ തുറന്നു തെളിവുകൾ നിരത്തുമായിരുന്നു. തായത്തിന്റെ പ്രസംഗത്തിലെ വെല്ലുവിളികൾ ഒരു സൈറൺപോലെയാണു മുഴങ്ങിയിരുന്നത്. സോഷ്യലിസ്റ്റ് പാർട്ടിയുടെ സമുന്നതനേതാവായിരുന്ന തായത്ത് തിരഞ്ഞെടുപ്പിലും മത്സരിച്ചിരുന്നു. 1970-ൽ കൂത്തുപറമ്പ് അസംബ്ലി മണ്ഡലത്തിൽ നിന്നു പിണറായി വിജയനോടു വെറും അഞ്ഞൂറു വോട്ടിനാണു തായത്തു പരാജയപ്പെടുന്നത്!

കോട്ടേങ്കണ്ടി കുഞ്ഞിക്കണ്ണൻ
എന്ന അക്ഷരതാരം

തായത്ത് രാഘവനെപ്പോലെ കരാറിനകത്ത് ജനിച്ച മറ്റൊരു അക്ഷരസ്നേഹിയേയും പരിചയപ്പെടുത്താം. കളക്ടർ കുഞ്ഞിക്കണ്ണനെന്നു വിളിപ്പേരുള്ള കോട്ടേങ്കണ്ടികുഞ്ഞിക്കണ്ണനാണ് ആ അക്ഷരതാരം. അദ്ദേഹമാണു കടലായി ശ്രീനാരായണഗുരുസ്മാരക വായനാശാലയുടെ സ്ഥാപകൻ. കടലായിയിൽ കോട്ടേങ്കണ്ടി എന്ന സ്ഥലത്ത് സ്വന്തം ചെലവിൽ ഒരു വായനശാല നിർമ്മിച്ച് നാട്ടുകാരെ ഏൽപ്പിക്കുകയായിരുന്നു കുഞ്ഞിക്കണ്ണൻ. കടലായി ശ്രീനാരായണഗുരു സ്മാരക വായനശാല എന്ന പേരുള്ള ആ സ്ഥാപനത്തെ കോട്ടേങ്കണ്ടി വായനശാല എന്നാണ്, ആദ്യകാലത്ത് വിളിച്ചിരുന്നത്. കോട്ടേങ്കണ്ടി കുഞ്ഞിക്കണ്ണൻ സ്ഥാപിച്ച വായനശാല എന്ന നിലക്കോ, കോട്ടേങ്കണ്ടി വളപ്പിൽ നിലകൊള്ളുന്ന വായനശാല എന്നതുകൊണ്ടോ ആയിരിക്കണം അതിനെ കോട്ടേങ്കണ്ടി വായനശാല എന്നു വിളിക്കുവാൻ കാരണമായത്. കുട്ടിക്കാലം മുതൽ ബർമ്മയിലായിരുന്ന കുഞ്ഞിക്കണ്ണന്

മലയാളം എഴുതുവാനോ, വായിക്കുവാനോ അറിയില്ലായിരുന്നു. ആദ്യം പീടികമുറിയിൽ തുടങ്ങിയ വായനശാലയ്ക്ക് പിന്നീടു പ്രത്യേകം കെട്ടിടം പണിത്, നാട്ടുകാരെ ഏൽപ്പിക്കുകയായിരുന്നു കുഞ്ഞിക്കണ്ണൻ. തായത്തു രാഘവനും എ.ഗോവിന്ദനും കോട്ടേങ്കണ്ടി തറവാട്ടുകാരും ഈ വായനശാല യുടെ ആദ്യകാലത്തെ നടത്തിപ്പുകാരായിരുന്നു. പിൽക്കാലത്ത് ഈ വായന ശാല കടലായി സൗത്ത് യു.പി സ്കൂൾ പരിസരത്ത് മാറ്റിസ്ഥാപിക്കപ്പെടു കയായിരുന്നു. അതാണു നിലവിലുള്ള കടലായി ശ്രീനാരായണഗുരു സ്മാരക വായനശാലയുടെ പൂർവ്വചരിത്രം. വിവിധ കാലങ്ങളിലായുള്ള വായനശാലയുടെ പ്രവർത്തനങ്ങളിൽ സജീവമായി പങ്കെടുത്ത മറ്റു ചിലരു മുണ്ട്. അവരിൽ അരിപ്പ വിജയൻ, പി.വി വിജയൻ മേസ്ത്രി, വി.വി ഉമ്മർ, ടി.കെ.ഖാലിദ്, ടി.സി ബാലകൃഷ്ണൻ തുടങ്ങിയവരൊക്കെ ഉൾപ്പെടുന്നുണ്ട്. അമ്പലവും പള്ളിയും പണിയാൻ പണം വാരിക്കോരി എറിയുകയും മഴ പെയ്താൽപോലും വായനശാലയുടെ കോലായി ചവിട്ടാൻ മടികാണിക്കു കയും ചെയ്യുന്ന വർത്തമാനകാലസമൂഹവുമായി താരതമ്യം ചെയ്യുമ്പോൾ സ്വന്തം കീശയിൽ നിന്നു വായനശാല നിർമ്മിക്കുവാൻ പണമെടുത്തെറിഞ്ഞ കളക്ടർ കുഞ്ഞിക്കണ്ണൻ വെറുമൊരു താരമല്ല, ഒരു മെഗാതാരം തന്നെ യാണ്.

തോട്ടട വായനശാല

കടലായിയിൽ വായനശാല തുടങ്ങിയ കാലത്ത് തന്നെയാണ് തോട്ടട വായനശാലയും ഉയർന്നുവരുന്നത്. സംഗീത പഠനപ്രവർത്തനം വായന ശാലാപ്രവർത്തനമായി വിപുലീകരിക്കപ്പെട്ട ചരിത്രമാണ് തോട്ടട വായന ശാലയ്ക്കുള്ളത്, സ്വാതന്ത്ര്യസമ്പാദനത്തിനും സാമൂഹ്യപരിഷ്കാരങ്ങൾക്കു വേണ്ടിയുള്ള പോരാട്ടങ്ങളിലും സംഘർഷഭരിതമായ ദിനരാത്രങ്ങളിലൂടെ കടന്നുപോകുമ്പോഴും സർഗ്ഗചേതനയുടെ ലോലതന്ത്രികളെ പുൽകിയു ണർത്താനും പഴയ തലമുറ സമയം കണ്ടെത്തിയിരുന്നു. അതിന്റെ ദൃഷ്ടാന്ത ങ്ങളാണ്, തോട്ടട ശ്രീനാരായണ ഗുരു സ്മാരകവായനശാലാ ആന്റ് സംഗീത സമിതിയുടെ ആദ്യനാളുകൾ നമുക്ക് മുമ്പിൽ വ്യക്തമാക്കിത്തരുന്നത്. ഒരു പാടു സംഗീതജ്ഞന്മാർ ആ കാലത്ത് തോട്ടടയിലുണ്ടായിരുന്നു. ഉണക്കൻ ഭാഗവതർ, ഗോവിന്ദൻ ഭാഗവതർ, അച്യുതൻ ഭാഗവതർ, എ.സി.മാധവൻ കോരമ്പേത്ത് കണ്ണൻ എന്നിങ്ങനെ ആ പട്ടിക വളരെ നീണ്ടതാണ്. ഈ സംഗീതകാരന്മാർക്ക് പുറമെ മധുമ്മൽ രാമൻ, ഒതയോത്ത് കുഞ്ഞിരാമൻ, ചോനോളി രാഘവൻ, കെ.പി.ഗോപാലൻ എന്നീ പൊതുപ്രവർത്തകരും ചേർന്ന് 1938ൽ സ്ഥാപിച്ച ശ്രീനാരായണഗുരു സ്മാരക സംഗീത സമിതി ആന്റ് വായനശാല ഒരു നാടിന്റെ തന്നെ, രാഷ്ട്രീയ സാമൂഹ്യ, സാംസ്കാ രിക ചരിത്രത്തിന്റെ ഭാഗമായി മാറുകയായിരുന്നു. സ്വന്തമായി കെട്ടിടമില്ലാ ത്തത് കാരണം പീടികമുറിയിലും, സ്വകാര്യവ്യക്തിയുടെ വീട്ടിലും ആദ്യ കാലത്ത് പ്രവർത്തിച്ചു വന്നിരുന്ന, വായനശാലയ്ക്ക് മധുമ്മൽ രാമൻ എന്ന മഹാമനസ്കൻ സൗജന്യമായി നൽകിയ സ്ഥലത്ത് കെട്ടിടമുയർന്നു.

സംഗീത പഠനത്തിന് പുറമെ ഹിന്ദിപഠനവും വായനശാലയിൽ നടന്നിരുന്നു ഉണക്കൻ ഭാഗവതരായിരുന്നു അദ്ധ്യാപകൻ. റോഡു പണി മുതൽ, കിണർ കുഴിച്ചു നൽകൽവരെയുള്ള നിർമ്മാണപ്രവർത്തനങ്ങൾക്കും വായനശാല നേതൃത്വം നൽകിയിരുന്നു. തോട്ടട വായനശാലയുടെ ആഭിമുഖ്യത്തിൽ കൊല്ലം തോറും നടത്തിവരാറുള്ള നവരാത്രി ആഘോഷപരിപാടികളും സാഹിത്യസമ്മേളനങ്ങളും എടുത്തുപറയേണ്ടവയാണ്. അതൊക്കെ ഈ നാടിന്റെ സംസ്കാരസമ്പന്നതയുടെ കൊടിയടയാളങ്ങളായിരുന്നു.

കേരളത്തിലെ തന്നെ പ്രഗത്ഭരായ സംഗീതകാരന്മാരെ പങ്കെടുപ്പിച്ചു കൊണ്ടുള്ള സംഗീതസായാഹ്നങ്ങളായിരുന്നു അവിടെ അരങ്ങേറിയിരുന്നത്. ആ സംഗീതവിരുന്ന്, ആസ്വദിക്കുവാൻ വേണ്ടി ദൂരദേശങ്ങളിൽ നിന്നുപോലും ജനങ്ങൾ ഒഴുകിയെത്തുമായിരുന്നു.

പണ്ഡിറ്റ് വാമനൻ മാസ്റ്റർ

തോട്ടട വായനശാലയുടെ നവരാത്രി ആഘോഷത്തെപ്പറ്റി പറയുമ്പോൾ ഈ നാടുമായി ഏറ്റവും അടുത്ത ബന്ധം വെച്ചുപുലർത്തിയ ഒരു കഥാ പ്രാസംഗകനെയാണ് ഓർമ്മ വരുന്നത്. ഒരു കാലഘട്ടത്തിൽ ഉത്തരകേരളത്തിലെ പ്രഗത്ഭകാഥികനായ പണ്ഡിറ്റ് വാമനൻ മാസ്റ്ററെക്കുറിച്ചാണു പറഞ്ഞുവരുന്നത്. പുരാണകഥകൾ പാടിപ്പറയുന്ന, പണ്ടത്തെ ഹരികഥാ എന്ന കലാരൂപത്തെ ആധുനിക മനുഷ്യന്റെ ജീവിതങ്ങൾകൂടി അനാവരണം ചെയ്യുന്ന കഥാപ്രസംഗം എന്ന കലാമാധ്യമത്തിലേക്ക് വഴി തിരിച്ചു വിട്ടവരിൽ പ്രധാനിയായിരുന്നു പണ്ഡിറ്റ് വാമനൻ മാസ്റ്റർ. ഈ നാട്ടുകാർ കഥാപ്രസംഗം ആദ്യമായി കേൾക്കുന്നത് വാമനൻ മാസ്റ്ററിലൂടെയായിരുന്നു. നമ്മുടെ സമീപപ്രദേശമായ കണ്ണൂർ തയ്യിൽ സ്വദേശിയായ വാമനൻ മാസ്റ്റർ പാണ്ഡിത്യം കൊണ്ടും അഭിനയമികവ് കൊണ്ടും സ്വരശുദ്ധികൊണ്ടും അനുഗൃഹീതനായിരുന്നു.

ഹനുമാൻ മൃതസഞ്ജീവനിക്ക് പകരമായി മലതന്നെ വഹിച്ചുകൊണ്ടു വരുന്ന രാമായണ സന്ദർഭം, വാമനൻ മാസ്റ്റർ സ്റ്റേജിലവതരിപ്പിക്കുമ്പോൾ യഥാർത്ഥസംഭവം നേരിൽ കാണുന്നതുപോലെ സദസ്യർക്ക് തോന്നുമായിരുന്നുവത്രെ. ഇതിഹാസകാവ്യങ്ങൾ മാത്രമല്ല, ആധുനിക കാവ്യങ്ങളും വാമനൻ മാസ്റ്റർ കഥാപ്രസംഗത്തിനു വിഷയമാക്കാറുണ്ടായിരുന്നു. വള്ളത്തോളിന്റെ മദ്ഗലനമറിയം, കുമാരനാശാന്റെ ചണ്ഡാലഭിക്ഷുകി, ദുരവസ്ഥ എന്നീ കാവ്യങ്ങളൊക്കെ ഈ നാട്ടുകാർക്ക് പരിചിതമാകുന്നത് വാമനൻ മാസ്റ്ററുടെ സ്വരശുദ്ധിയുള്ള ആലാപനം കേട്ടിട്ടായിരുന്നു. "വാതിൽക്കൽ ശങ്കിച്ചുനിൽക്കേണ്ട മുഗ്ദ്ധേ നീ," "സ്വാതന്ത്ര്യത്തോടെ അകത്തേക്ക് ചെല്ലാം" എന്നീ വരികളൊക്കെ ഇവിടുത്തെ സാധാരണ ജനങ്ങൾക്ക് സിനിമാപ്പാട്ടുപോലെ ഹൃദിസ്ഥമായിരുന്നു. അവരുടെ ഓർമ്മപ്പുസ്തകത്തിൽ വാമനൻ മാസ്റ്ററുടെ ആലാപനവൈഭവവും അഭിനയചാതുരിയും പൊടി പിടിക്കാതെ ഇപ്പോഴും തെളിഞ്ഞുകിടക്കുന്നുണ്ട്. രസം, വിജ്ഞാനം, ബോധവൽക്കരണം ഇവ മൂന്നും സമന്വയിപ്പിച്ചാണു വാമനൻ മാസ്റ്റർ കഥ

പറഞ്ഞിരുന്നത്. അതുകൊണ്ടുതന്നെ എല്ലാ വിഭാഗം ആസ്വാദകർക്കും വാമനൻ മാസ്റ്ററുടെ കഥാപ്രസംഗം പ്രിയങ്കരമായിരുന്നു.

തോട്ടട വായനശാലയുടെ ആഭിമുഖ്യത്തിൽ കൊല്ലംതോറും നടത്തി വരാറുള്ള സാഹിത്യസമ്മേളനങ്ങളും മാതൃകായോഗ്യമായിരുന്നു. സംസ്ഥാന നിലവാരത്തിലുള്ള സാഹിത്യസമ്മേളനങ്ങളായിരുന്നു ആ വായനശാലയുടെ നേതൃത്വത്തിൽ സംഘടിപ്പിച്ചിരുന്നത്. മലയാളത്തിലെ പ്രഗത്ഭരായ എത്രയോ സാഹിത്യ സാംസ്കാരിക നായകന്മാർ ആ സമ്മേളനങ്ങളിൽ പങ്കുകൊള്ളാറുണ്ടായിരുന്നു. കുട്ടിക്കൃഷ്ണമാരാർ, ജി.ശങ്കരക്കുറുപ്പ് തുടങ്ങിയവരൊക്കെ അതിലുൾപ്പെട്ടിരുന്നു. അതുപോലെ കണ്ണൂർ ജില്ലയിലെ പ്രഗത്ഭപ്രാസംഗികരായ ചിറയ്ക്കൽ ടി.ബാലകൃഷ്ണൻ നായർ, വാണിദാസ് എളയാവൂർ, എം.ടി കുമാരൻ, കെ.പി.കറുവൻ മാസ്റ്റർ, ടി.പി സുകുമാരൻ, എം.അബ്ദുറഹ്മാൻ, ഏ.കെ.ചൊവ്വ മുതലായവരും അവിടുത്തെ സ്ഥിരം പ്രാസംഗികരായിരുന്നു. വാഹനങ്ങൾപോലും കടന്നുചെല്ലാത്ത ഒരു ഗ്രാമത്തിൽ, കേരളത്തിലെ വിവിധകോണുകളിലുള്ളവരായ സാഹിത്യ നായകന്മാർ രാവും പകലുമെന്നില്ലാതെ, വയലും തോടും ഇടയും കുന്നും കയറിയിറങ്ങി വന്നു മണിക്കൂറുകളോളം സാഹിത്യസംബന്ധിയായ വിഷയങ്ങൾ നാട്ടുകാരോട് പങ്കു വെച്ചതൊക്കെ കാണിക്കുന്നത് ആ നാട്ടുകാർക്ക് ആ രംഗത്തുള്ള താൽപര്യം തന്നെയാണ്.

കുറുവ വായനശാല

1935-ലാണു മുമ്പ് വിവരിച്ച മണപ്പുറം എന്ന സ്ഥലത്ത് കുറുവ വായനശാലയ്ക്ക് തറക്കല്ലിടുന്നത്. കുഴിപ്പള്ളി വലിയപുരയിൽ ഗോവിന്ദൻ എന്ന വലിയ മനുഷ്യനാണ് വായനശാല നിർമ്മിക്കുവാൻ ആവശ്യമായ സ്ഥലം സൗജന്യമായി വിട്ടുകൊടുത്തത്. ഇവിടുത്തെ ഒരു പ്രമുഖതീയ്യത്തറവാടായ കുഴിപ്പള്ളി പുരാതനകാലത്ത് ഒരു നമ്പൂതിരിയില്ലമായിരുന്നുവെന്നു പറയപ്പെടുന്നുണ്ട്. കുഴിപ്പള്ളിക്ക് പുറമെ, ഇവിടെ പള്ളിയിലവസാനിക്കുന്ന മറ്റു തറവാടുകളും പുരാതന കാലത്ത് നമ്പൂതിരിയില്ലങ്ങളായിരിക്കുവാനുള്ള സാധ്യത തള്ളിക്കളയാനാവുകയില്ല. ആ കാര്യം, പുരാതനകടലായി ക്ഷേത്രവുമായി ബന്ധപ്പെടുത്തി മുമ്പു വിവരിച്ചിട്ടുണ്ട്. ഇത്രയൊക്കെ പറയാൻ കാരണം, വായനശാലയ്ക്കുവേണ്ടി സൗജന്യമായി സ്ഥലം നൽകിയ കുഴിപ്പള്ളി വലിയ പുരയിൽ ഗോവിന്ദൻ എന്ന തീയ്യത്തറവാട്ടുകാരണവരുടെ വേഷഭൂഷാദികളിൽ ഒരു നമ്പൂതിരിയുടെ ആഢ്യത്വം പ്രകടമായിരുന്നു. കുടുമയും, കുടവയറും, നെഞ്ചോളമുയർന്നു നിൽക്കുന്ന മുണ്ടും ഓലക്കുട ചൂടിയുള്ള യാത്രയും കുഴിപ്പള്ളിക്കാരണവരുടെ ആഢ്യത്വത്തിന്റെ വിളംബരമായിരുന്നു.

തീയ്യത്തറവാടുകൾക്കു പള്ളിയുമായി ബന്ധപ്പെട്ടു പേരുകളുണ്ടായതിനെപ്പറ്റി മറ്റു ചില വഴികളിലൂടെയും പരിശോധിക്കേണ്ടതുണ്ട്. പാലി ഭാഷയിൽ പള്ളി എന്നാൽ വീട് എന്നാണ് അർത്ഥം. ആയതിനാൽ ബുദ്ധമതത്തിന്റെയോ, ജൈനമതത്തിന്റെയോ സ്വാധീനം ഈ നാട്ടിൽ ഉണ്ടായിരുന്നോ

എന്നതാണു അതിലൊന്ന്. തോണിയോട്ടു ക്ഷേത്രത്തിലെ അനുഷ്ഠാനങ്ങളും ചില കർമ്മങ്ങളും ഉത്സവകാഴ്ചകളുമാണ് ആ വഴിയിലൂടെ ചിന്തിക്കുവാൻ പ്രേരണ നൽകുന്നത്. ഒരു കാലഘട്ടം വരെ തോണിയോട്ടു ക്ഷേത്രത്തിൽ മദ്യവും മാംസവും നേർച്ചയായിക്കൊണ്ടുപോയിരുന്നു. ബുദ്ധമതത്തിലെ രണ്ടു അവാന്തരവിഭാഗങ്ങളിൽ ഒരു കൂട്ടർക്ക് മദ്യവും മാംസവും നിഷിദ്ധമായിരുന്നില്ല. ചുരുക്കിപ്പറഞ്ഞാൽ തോണിയോട്ടുകാവ് പുരാതന കാലത്ത് ബുദ്ധവിഹാരമായിരുന്നോ എന്നും സംശയിക്കാവുന്നതാണ്. മറ്റൊന്നു ഗുരുകുലവിദ്യാഭ്യാസവുമായി ബന്ധപ്പെട്ടാണ്. ആധുനികവിദ്യാഭ്യാസം വരുന്നതിനുമുമ്പ് ഇവിടെ നിലനിന്നിരുന്നത് ഗുരുകുലവിദ്യാഭ്യാസ സമ്പ്രദായമാണല്ലോ? ഗുരുകുല വിദ്യാഭ്യാസ സ്ഥാപനങ്ങളെ പള്ളിക്കൂടം എന്നാണു വിളിച്ചു വന്നിരുന്നത്. അതുതന്നെ ദേശവ്യത്യാസത്തിനനുസരിച്ച് കുടിപ്പള്ളിക്കൂടം, എഴുത്തുപള്ളി എന്നുമൊക്കെ വിളിച്ചു വന്നിരുന്നു. വീടിനോടു ചേർന്നുള്ള വിദ്യാഭ്യാസസ്ഥാപനമായതുകൊണ്ടായിരിക്കണം അതിനു കുടിപ്പള്ളിക്കൂടം എന്നു പേരുണ്ടായത്. കുടിപ്പള്ളിക്കൂടം എന്നത്, ഒരുപക്ഷേ കുഴിപ്പള്ളിയായി മാറിയിരിക്കാനും സാധ്യതയുണ്ട്. മറ്റൊരു കാര്യം ഗുരുകുലവിദ്യാഭ്യാസത്തിന്റെ ആചാര്യന്മാരെ ഇവിടെ ഗുരിക്കൾ എന്നാണു വിളിച്ചിരുന്നത്. കുറുവയിൽ കുഴിപ്പള്ളിത്തറവാട്ടുകാരുടെ തന്നെ അധീനതയിലുള്ള ഒരു സ്ഥലം പണ്ടു കാലത്ത് "ഗുരിക്കളെ കുന്നിൻപുറം" എന്നാണു അറിയപ്പെട്ടിരുന്നത്.

അരിച്ചാക്കുമായി വന്ന ആര്യബന്ധു

കുറുവ വായനശാലയ്ക്ക് തറക്കല്ലിട്ടത് ആര്യബന്ധു പി.കെ.ബാപ്പുവായിരുന്നു. സമീപപ്രദേശമായ ചൊവ്വയിലെ ഒരു ധനാഢ്യനും പൊതുകാര്യപ്രശസ്തനുമായിരുന്നു ആര്യബന്ധു പി.കെ.ബാപ്പു. ചൊവ്വയിലെ പ്രമുഖ നെയ്ത്തു കമ്പനിയായിരുന്ന വിഷ്ണു വീവിങ്ങിന്റെ ഉടമകൂടിയായ അദ്ദേഹത്തെ വിഷ്ണു കുഞ്ഞാപ്പു എന്നാണു നാട്ടിൽ അറിയപ്പെട്ടിരുന്നത്. തികച്ചും ഒരു പാവപ്പെട്ട കുടുംബത്തിൽ പിറന്ന കുഞ്ഞാപ്പു സ്വന്തം പരിശ്രമംകൊണ്ട് സമ്പത്തിന്റെ ഉയരങ്ങൾ കീഴടക്കുകയും, തനിക്ക് കരഗതമായ സമ്പത്ത് നാടിന്റെ ക്ഷേമാശ്വൈര്യങ്ങൾക്ക് കൂടി ഉതകുന്ന വിധത്തിൽ നിർലോഭം ചിലവഴിക്കുകയും ചെയ്ത ഒരപൂർവ്വ വ്യക്തിയാണ്. ദാനശീലത്തിൽ കർണ്ണനെപ്പോലെയായിരുന്നു ആര്യബന്ധു. നാട്ടുകാർ ഏതു കാര്യത്തിനുവേണ്ടി സമീപിച്ചാലും ചോദിച്ചതിലും കൂടുതൽ നൽകുന്നയാളായിരുന്നു. നാട്ടിൽ വസൂരി, കോളറ മുതലായ പകർച്ചവ്യാധികൾ പിടിപെട്ട കാലഘട്ടത്തിൽ മരുന്നു തയ്യാറാക്കി സന്നദ്ധപ്രവർത്തകരെ അയച്ചിരുന്ന ഒരു വലിയ മനുഷ്യനുമായിരുന്നു അദ്ദേഹം. പാവപ്പെട്ടവരോടു തികഞ്ഞ അനുകമ്പ വെച്ചു പുലർത്തിയിരുന്ന ഈ വ്യവസായി, ഒരു ഗാന്ധിയനും കലാസാഹിത്യരംഗങ്ങളിൽ അതീവ തൽപ്പരനും നർമ്മബോധമുള്ള ഒരു പ്രാസംഗികനുമായിരുന്നു. നാനാമുഖവ്യക്തിത്വമുള്ള, കലയും കമലയും ഒത്തുചേർന്ന, ഈ വലിയ മനുഷ്യൻ നമ്മുടെ വായനശാലയ്ക്കു തറക്കല്ലിടാൻ വന്നത് ഒരു ചാക്ക് അരിയും കൊണ്ടായിരുന്നുവത്രെ!

വായനശാലയ്ക്കു തറക്കല്ലിടാൻ വന്നയാൾ, ഒരു ചാക്ക് അരിയും കൊണ്ടാണു വന്നതെന്നു പറഞ്ഞാൽ അതു പുതിയ തലമുറയ്ക്ക് വിശ്വസിക്കാൻ പ്രയാസമായിരിക്കും. പട്ടിണിക്കാരുടെ മുമ്പിൽ ദൈവം പോലും ഭക്ഷണവുമായി മാത്രമേ പ്രത്യക്ഷപ്പെടാവൂ എന്നുള്ള മാർക്സിന്റെ വചനം ഇത്തരണത്തിൽ ഓർത്തുപോവുകയാണ്. ഈ നാട്ടിലെ അക്കാലത്തെ ഇല്ലായ്മയുടെ ആഴത്തിലേക്ക് വെളിച്ചം വീശുന്ന ആ അരിച്ചാക്കിൽ നിന്നും ആഴക്കും മൂഴക്കുമായി അന്ന് സന്നിഹിതരായവർക്കെല്ലാം വിതരണം ചെയ്തുവത്രെ. പലരും തലയിൽ കെട്ടിയ തോർത്തിലും ഉടുത്ത മുണ്ടിന്റെ കോന്തലയിലും കെട്ടിപ്പൊതിഞ്ഞാണു തങ്ങളുടെ വിഹിതം കൊണ്ടുപോയത്. തിരിച്ചുപോകാൻ നേരത്ത്, വായനശാലയുടെ നിർമ്മാണത്തിനായി നൂറു ഉറുപ്പികയും ആര്യബന്ധു നൽകിയത്രെ! ആ കാലത്ത് നൂറു ഉറുപ്പിക കൊടുത്താൽ ഒരു ഏക്കർ സ്ഥലം വിലയ്ക്കു വാങ്ങാൻ സാധിക്കുമെന്ന കാര്യം ഓർക്കണം.

തറക്കല്ലിടൽ ചടങ്ങിന് ഒരു വലിയ ജനസഞ്ചയം തന്നെ മണപ്പുറത്ത് തടിച്ചുകൂടിയിരുന്നു. അന്നു സന്നിഹിതരായ മുഴുവനാളുകളും, വിശിഷ്ട വ്യക്തികളുടെ കൂടെ നിന്ന് എടുത്ത ഫോട്ടോ പി.സി ഭരതൻ മാസ്റ്ററുടെ ശേഖരത്തിൽ കേടുകൂടാതെ ഇപ്പോഴും നിലനിൽക്കുന്നുണ്ട്. കുറുവ വായനശാലയുടെ തുടക്കക്കാരാരൊക്കെയാണെന്നു ആ ഫോട്ടോ നമ്മോടു നിശ്ശബ്ദമായി വിളിച്ചു പറയുന്നു. കുഴിപ്പള്ളി വലിയ പുരയിൽ ഗോവിന്ദൻ, ചക്കര ഉണക്കൻ, പാച്ചറ് കേളൻ, പൊയിൽ കുഞ്ഞിക്കണ്ണൻ, നാളുകണ്ടി രാമൻ, കാളികല രാമുണ്ണി മേസ്ത്രി, തയ്യിൽ കറുവൻ, എൻ.വി അനന്തൻ മാസ്റ്റർ, ടി.പി.കുഞ്ഞിരാമൻ, ആയാടത്തിൽ കുഞ്ഞിക്കണ്ണൻ, എ.ഗോവിന്ദൻ, ആയത്താൻ അനന്തൻ മാസ്റ്റർ, പുത്തൻപുര ഗോവിന്ദൻ, തൊത്തേൻ ചന്ദൻ റൈട്ടർ, പൂവേൻ ഗോപാലൻ, പി.സി ഭരതൻ മാസ്റ്റർ, ആയാടത്തിൽ അനന്തൻ മാസ്റ്റർ, കരയൻ മുകുന്ദൻ, കെ.കുഞ്ഞിരാമൻ മാസ്റ്റർ, സി.പി. കൃഷ്ണൻ, കരയൻ ഗോപാലൻ മാസ്റ്റർ, കാളികല ഗോപാലൻ, വി.സി. കുഞ്ഞിരാമൻ, തിരുമംഗലത്തു കൃഷ്ണൻ ചക്കരകൊക്കേൻ കുമാരൻ, കെ.പി അച്യുതൻ, തയ്യിൽ കുമാരൻ, കാര്യങ്കണ്ടി രാമദാസ്, കൂക്കിരി അനന്തൻ, പൊണ്ണേങ്കണ്ടി കുമാരൻ, താളി ഗോപാലൻ, തയ്യിലെക്കണ്ടി കുമാരൻ മാസ്റ്റർ, കിത്താരിക്കണ്ടി രാഘവൻ, തയ്യിൽ അച്യുതൻ കൂടാതെ ഫോട്ടോയിൽ തിരിച്ചറിയാൻ സാധിക്കാത്ത മറ്റുള്ളവരെയും ഇത്തരുണത്തിൽ അനുസ്മരിച്ചുകൊള്ളട്ടെ. പിന്നീടു കെട്ടിടം പണി പൂർത്തിയായി. 1938 ഓടുകൂടിയാണ് കുറുവവായനശാല പ്രവർത്തനക്ഷമമാകുന്നത്. മേൽപ്പറഞ്ഞ പൂർവ്വസൂരികൾ കൊളുത്തിത്തന്ന അക്ഷരത്തിന്റെ ഈ ദീപസ്തംഭം ഇപ്പോഴും കരാറിനകത്തിന്റെ യശഃസ്തംഭമായി കുറുവ മണപ്പുറത്ത് പ്രോജ്ജ്വലിച്ചു നിലകൊള്ളുന്നു. “മതമേതായാലും മനുഷ്യൻ നന്നായാൽ മതി”യെന്നുള്ള ഗുരുപ്രോക്തമായിക്കിട്ടിയ നന്മയുടെ സാരസംഗ്രഹമന്ത്രം വിളംബരം ചെയ്തുകൊണ്ട്. ആ ദീപസ്തംഭവുമായി തുടർന്നും പ്രയാണം ചെയ്തു പോന്ന മറ്റു ചിലരേയും ഇത്തരുണത്തിൽ ഓർക്കാം. ആയാടത്തിൽ

അച്യുതൻ എം.കെ ഭരതൻ, കരയൻ രവീന്ദ്രൻ, ആയാടത്തിൽ മുകുന്ദൻ, വി.വി.വിജയൻ, പി.വി ഭാസ്കരൻ, അണ്ടപ്പള്ളി രവീന്ദ്രൻ, ജി.ലക്ഷ്മണൻ, കോറോത്ത് പ്രകാശൻ, കെ.പവിത്രൻ, കെ.ഭാർഗ്ഗവൻ, തയ്യിൽ ദിനേശൻ, പി.സി വിജയൻ എന്നിവരെയൊക്കെ.

പി.സി.ഭരതൻ മാസ്റ്റർ എന്ന കർമ്മയോഗി

കുറുവ വായനശാലയുടെ സർവ്വതോമുഖമായ വളർച്ചയിൽ വലിയ പങ്ക് വഹിക്കുകയും, അതുപോലെ മറ്റു പല മേഖലകളിലും കരാറിനകത്തിനുണ്ടായ പുരോഗതിയിൽ വലിയ സംഭാവനകൾ നൽകുകയും ചെയ്ത ഒരു മഹാപ്രതിഭാശാലിയെക്കൂടി ഇത്തരുണത്തിൽ ഓർക്കേണ്ടതുണ്ട്. "കർമ്മണ്യേ വാധികാരസ്തെ" "മാഫലേഷു കഥാചന" എന്ന ഗീതാതത്ത്വം, ജീവിതസന്ദേശമാക്കി മാറ്റിയ ആ കർമ്മയോഗി ശ്രീ.പി.സി ഭരതൻ മാസ്റ്ററാണ്. വിദ്യാഭ്യാസവിചക്ഷണൻ, ചരിത്രഗവേഷകൻ, ഹിന്ദി ഭാഷാപണ്ഡിതൻ, സഹകാരി, അക്ഷരപടു എന്നിങ്ങനെ ഒട്ടനവധി ധൈഷണികമാനമുള്ള, വിശേഷണങ്ങൾക്ക് അർഹനായ ഭരതന്മാസ്റ്റർ, ഏഴു പതിറ്റാണ്ടോളം കാലം ഊർജ്ജസ്വലതയോടെ, ഈ നാടിന്റെ പൊതുമണ്ഡലങ്ങളിൽ നിറഞ്ഞു നിന്നു.

കുറുവയിലെ ഒരു പ്രഗത്ഭ പെരുതേരിയായിരുന്ന ചക്കര അമ്പുമേസ്ത്രിയുടെയും തിരു മംഗലത്ത് കല്യാണിയുടെയും മകനായി 1927-ൽ ജനിച്ച ഭരതൻ മാസ്റ്റർ, നാലുതലമുറകൾക്ക് അക്ഷരവെളിച്ചം നൽകാൻ ഭാഗ്യം സിദ്ധിച്ച ഒരപൂർവ്വ വ്യക്തിയാണ്. കുറുവ സ്കൂളിലെ ഒരദ്ധ്യാപകനെന്ന നിലയിലാണ് ഭരതന്മാസ്റ്റർ ഇവിടെ ലബ്ധപ്രതിഷ്ഠനാകുന്നത്. ഗുരുശിഷ്യബന്ധം "വേട്ടക്കാരും" "ഇരകളു"മെന്നപോലെ ഭയകലുഷിതമായി നിലനിന്നിരുന്ന കാലത്ത്, ചൂരൽ വടി ചുഴറ്റാതെയും മുഖം കറുപ്പിക്കാതെയും, കഥ പറഞ്ഞും, പാട്ടു പാടിയും, കുട്ടികൾക്ക് അക്ഷരവെളിച്ചം നൽകിയ ഭരതൻ മാസ്റ്ററെ ആദരവോടെ മാത്രമേ പഴയതലമുറയ്ക്ക് ഓർക്കാൻ സാധിക്കുകയുള്ളൂ.

ആധുനിക വിദ്യാഭ്യാസത്തോടു പുറംതിരിഞ്ഞുനിൽക്കുന്ന ഒരു സാമൂഹികചുറ്റുപാടു പണ്ട് ഇവിടെ ഉണ്ടായിരുന്നു. അന്നന്നത്തെ അഷ്ടിക്ക് വക കണ്ടെത്താൻ നട്ടം തിരിഞ്ഞുകൊണ്ടിരിക്കുന്ന ബഹുഭൂരിപക്ഷം രക്ഷിതാക്കൾക്കും തങ്ങളുടെ കുട്ടികളെ സ്കൂളിലയയ്ക്കുക എന്നുള്ളതൊന്നും ഒരു വിഷയമേ ആയിരുന്നില്ല. കുട്ടികളെ വള്ളിട്രൗസർ ബാല്യത്തിൽ തന്നെ, കൈത്തൊഴിൽ ചെയ്യാൻ അയയ്ക്കുക എന്നതായിരുന്നു മിക്കവാറും രക്ഷിതാക്കളുടെ അന്നത്തെ രീതി. കുട്ടികളും "നയിക്കാൻ" പോയി വല്ല വരുമാനവുമുണ്ടാക്കട്ടെ എന്നാണു അന്നത്തെ ഒട്ടുമിക്ക രക്ഷിതാക്കളും ചിന്തിച്ചിരുന്നത്. അതുതന്നെ ഓരോരോ സമുദായക്കാരും തങ്ങൾ പാരമ്പര്യമായി ചെയ്തുപോരുന്ന തൊഴിലിലേക്ക് തന്നെയായിരിക്കും മക്കളെയും കൂട്ടിക്കൊണ്ടുപോവുക. ഇവിടെ ഒരു സമുദായമെന്ന നിലയിൽ ഭൂരിപക്ഷമുള്ള തീയർ പ്രധാനമായും കൃഷി, തെങ്ങുചെത്തൽ, പെരുതേരിപ്പണി,

തുടങ്ങിയവയായിരുന്നു തങ്ങളുടെ കുലത്തൊഴിലായിക്കണ്ടിരുന്നത്. മുസ്ലീം സമുദായക്കാർ, കച്ചവടത്തിലും മത്സ്യബന്ധനത്തിലുമാണ് തങ്ങളുടെ ശ്രദ്ധ കേന്ദ്രീകരിച്ചിരുന്നത്. ആശാരി, തട്ടാൻ, കൊല്ലൻ എന്നീ സമുദായക്കാർ യഥാക്രമം മരപ്പണി, സ്വർണ്ണപ്പണി, ഇരുമ്പുപകരണ നിർമ്മാണം എന്നിവയൊക്കെ ചെയ്തുപോന്നു. കണിയാൻ സമുദായക്കാർ ജ്യോതിഷവും അദ്ധ്യാപനവും തൊഴിലാക്കിയവരായിരുന്നു. മലയസമുദായത്തിലെ സ്ത്രീകൾ പ്രസവ ശുശ്രൂഷയും പുരുഷന്മാർ ആഭിചാരക്രിയകളും (മന്ത്രവാദം) ചെണ്ട വാദനവും തൊഴിലായി സ്വീകരിച്ചവരായിരുന്നു. മാവിലാൻ സമുദായക്കാർ ചൂരൽ പണിയിലും, വേട്ടുവ സമുദായക്കാർ നായാട്ടുകാരുമായിരുന്നു. ഹരിജൻ സമുദായത്തിലെ സ്ത്രീകൾ പുഴമത്സ്യം പിടിച്ചും പുരുഷന്മാർ കൂലിപ്പണിയെടുത്തും കഴിഞ്ഞു കൂടി. വണ്ണാൻ സമുദായത്തിലെ സ്ത്രീകൾ, അലക്കുകാരും, പുരുഷന്മാർ തെയ്യം കെട്ടുകാരുമായിരുന്നു. ഓരോ സമുദായക്കാരേയും അതാത് ജോലിയിൽ തന്നെ തളച്ചിടുന്ന ഒരു സാമൂഹ്യ ബോധമാണ് ഇവിടെ നിലനിന്നിരുന്നത്. ആരെങ്കിലും അതിൽ നിന്നു മാറി നടന്നാൽ അപ്പോൾ തുടങ്ങും പരിഹാസം

"ഏടിയാട രാമാ നിന്റെ മോൻ പോയിനു?"

"ഓൻ ഉസ്കൂളില് പോയിനു ബല്ല്യച്ചോ "

"ഉസ്കൂളിലെന്തിനാടാ, ഇംഗ്ലീഷില് ചെണ്ട മുട്ടാനോ?" ചെണ്ട മുട്ടുന്നവന്റെ മകൻ ചെണ്ടമുട്ടിയാൽ മതി അവൻ സ്കൂളിലൊന്നും പോകരുത് എന്നാണ് ആ പരിഹാരം നിറഞ്ഞ ചോദ്യത്തിന്റെ അർത്ഥം. അതുപോലെ "ഓതാൻ പോയിറ്റ് ഉള്ള പുത്തിയും പോയി"! എന്നുള്ള വിദ്യാഭ്യാസത്തെ താഴ്ത്തിക്കെട്ടുന്ന മറ്റൊരു ചൊല്ലും ഇവിടെയുണ്ടായിരുന്നു. ഇത്തരത്തിലുള്ള സാമൂഹ്യാവസ്ഥകളോടാണു ഭരതൻമാഷെപ്പോലുള്ള ഉല്പതിഷ്ണുക്കൾക്ക് പോരാട്ടം നടത്തേണ്ടിയിരുന്നത്. അങ്ങനെയുള്ള വീടുകളിൽ ഭരതൻമാസ്റ്റർ നേരിട്ടു ചെന്നു വിദ്യാഭ്യാസത്തിന്റെ ആവശ്യകതയെപ്പറ്റി രക്ഷിതാക്കളെ ബോധവാന്മാരാക്കുന്നതും പതിവാണ്. മടിയന്മാരായി ചായിപ്പിലും കൂടയിലുമൊക്കെ ഒളിച്ചുകഴിയുന്ന കുട്ടികളെ കൈയോടെ പിടിച്ച് സ്കൂളിലേക്ക് കൂട്ടിക്കൊണ്ടുവരികയും ചെയ്യുമായിരുന്നു ഭരതൻമാസ്റ്റർ. ഭരതൻമാസ്റ്ററുടെ കത്രികപ്പൂട്ടുപോലുള്ള കൈപ്പിടിയിൽ നിന്നു കുതറിമാറാനാകാതെ കരഞ്ഞും നിലവിളിച്ചും കൊണ്ടു മൂക്കള ഒലിപ്പിച്ചു സ്കൂളിലേക്കു പോകുന്ന എത്രയോ കുട്ടികളെ അന്നു കാണാമായിരുന്നു. സ്കൂളിൽ പോകുന്ന കുട്ടികൾത്തന്നെ എല്ലാ ദിവസവും സ്കൂളിൽ എത്തുന്ന പതിവില്ല. അതിനോരോരോ കാരണങ്ങളവർക്കുണ്ടാകും. തലേന്നു വരാത്ത കുട്ടികളോടു എന്തുകൊണ്ടു ഇന്നലെ വന്നില്ലാ എന്നു ചോദിച്ചാൽ ഒരാളുടെ ഉത്തരം, "ഇന്നലെ വീട്ടിൽ കഞ്ഞിവെച്ചിട്ടില്ല. എന്നായിരിക്കും, രണ്ടാമത്തെയാളുടെ ഉത്തരം വസ്ത്രമുണങ്ങിയില്ലാ എന്നായിരിക്കും. മൂന്നാമത്തെയാളുടെ ഉത്തരം അടുത്ത വീട്ടിൽ പുരകെട്ടലായിരുന്നു" എന്നായിരിക്കും. "അടുത്ത വീട്ടിൽ പുരകെട്ടുന്നത് കൊണ്ട് നിനക്കെന്താ" എന്നു ചോദിക്കരുത് അതു പകൽപോലെ വ്യക്തമാണ്. ആ കാലത്തു പുര കെട്ടുന്ന വീട്ടിൽ കഞ്ഞിയും

ചക്കപ്പുഴുക്കും ഫ്രീയായിരുന്നു. ആ കാലത്ത് ഫ്രീയായികിട്ടുന്ന വേറെയും ചില സാധനങ്ങളുണ്ടായിരുന്നു. പശുവിനെ പോറ്റുന്ന വീട്ടിൽ പോയാൽ മോരും ചാണകവും ഫ്രീയായിരുന്നു. കൊപ്പരക്കളത്തിൽ പോയാൽ തേങ്ങാവെള്ളവും, അവിലിടിക്കുന്ന വീട്ടിൽ പോയാൽ കീശ നിറയെ അവിലും ഫ്രീ. ഏറ്റുകാരുടെ വീട്ടിൽ പോയാൽ "ഒയ്യവും(ശർക്കര വാർത്തതിന്റെ അവശിഷ്ടം)" തേങ്ങ പറിക്കുന്ന സ്ഥലത്ത് ചെന്നാൽ ഒരു തേങ്ങയും സൗജന്യമായി കിട്ടുമായിരുന്നു. എണ്ണയാട്ടുന്ന വീട്ടിൽ പോയാൽ പിണ്ണാക്കും, കടപ്പുറത്തു തോണി വരുന്ന സമയത്ത് ചെന്നാൽ മീനും ഒപ്പം പങ്കായം കൊണ്ടുള്ള അടിയും ഫ്രീയായി കിട്ടുമായിരുന്നു. ഇങ്ങനെ സൗജന്യങ്ങളുടെ കർക്കടകപ്പെരുമഴ പെയ്യുമ്പോൾ ചേമ്പിൻ ഇല കുടയായിപ്പിടിച്ച് "ഇസ്കോളില്" പോകണമെന്ന് പറഞ്ഞാൽ അതു വലിയ കഷ്ടം തന്നെയാണ്. ആധുനിക വിദ്യാഭ്യാസത്തിന്റെ കാര്യത്തിൽ ഏറ്റവും പിന്നിലായിപ്പോയത് ഇവിടുത്തെ മുസ്ലീം സമുദായക്കാരായിരുന്നു. അവർ അന്നു മതവിദ്യാഭ്യാസത്തിനു മാത്രമേ താൽപര്യം കാണിച്ചിരുന്നുള്ളൂ. അവരുടെ ഇടയിൽ, പെൺകുട്ടികളെ പന്ത്രണ്ടു വയസ്സു കഴിഞ്ഞാൽ സ്കൂളിൽ വിട്ടിരുന്നില്ല. "ഓതാൻ പോയിട്ടു, ഉള്ള പുത്തിയും" പോയി എന്ന ചൊല്ല് മുസ്ലീംങ്ങളുടെ ഇടയിൽ നിന്നുണ്ടായിട്ടുള്ളതാണ്. എന്നാൽ മുസ്ലീംങ്ങളിലെ അഹമ്മദീയ വിഭാഗക്കാർ ഇവിടെ വിദ്യാഭ്യാസത്തിന്റെ കാര്യത്തിൽ ഏറെ മുന്നിലുമായിരുന്നു. പാരമ്പര്യവിദ്യാഭ്യാസമായാലും ആധുനിക വിദ്യാഭ്യാസമായാലും അവർ അവയെ നല്ലവണ്ണം ഉപയോഗപ്പെടുത്തിയിരുന്നു. ഇവിടുത്തെ ആയുർവേദ വൈദ്യന്മാരിൽ നല്ലൊരു ശതമാനം അഹമ്മദീയ സമുദായക്കാരായിരുന്നു.

ഇല്ലായ്മയോടൊപ്പം മറ്റു പലതരത്തിലുമുള്ള അജ്ഞതയുമാണ് ആധുനികവിദ്യാഭ്യാസത്തിനു വിലങ്ങുതടിയായിമാറിയത്. അത്തരം പ്രതികൂല പരിതഃസ്ഥിതികളോടു പോരാടിയ ഒരു ചരിത്രമാണു ഭാരതൻമാസ്റ്റർ എന്ന അദ്ധ്യാപകന്റേത്. വിദ്യാഭ്യാസത്തോടു അഗാധമായ പ്രതിപത്തി വെച്ചു പുലർത്തിയ ഈ പ്രായോഗികവാദി പൊതുപ്രവർത്തനത്തിന്റെ കാര്യത്തിലും വളരെ മുന്നിലായിരുന്നു. കരാറിനകത്തിന്റെ സർവ്വതോന്മുഖമായ വളർച്ചയിൽ ഈ പ്രജാ സോഷ്യലിസ്റ്റ്കാരന്റെ സംഭാവനകൾ ചില്ലറയല്ല. രാവിലെ സ്കൂളിൽ പോകുന്നതിന്നു മുമ്പ് നാട്ടിലെ റോഡ് പണി, പാലം പണി തുടങ്ങിയ നിർമ്മാണപ്രവർത്തനങ്ങൾ നടക്കുന്ന സ്ഥലങ്ങളിൽ കൈക്കോട്ടുമായി എത്തുന്നു ഭരതൻമാസ്റ്റർ. എന്നിട്ടു അവിടെ കുറച്ചു സമയം ശ്രമദാനം നടത്തിയതിനു ശേഷമാണ് പത്തു മണിക്ക് സ്കൂളിൽ പോകുക. വൈകുന്നേരം നാലു മണിക്ക് സ്കൂൾ വിട്ടാലും ഭരതൻ മാസ്റ്റർ പോകുന്നത് വീട്ടിലേക്കല്ല. നേരെ വാർദ്ധാ മോഡൽ സ്കൂളിലേക്കായിരിക്കും. വാർദ്ധാ മോഡൽ സ്കൂൾ ഭരതൻമാസ്റ്ററുടെ മറ്റൊരു സേവനകേന്ദ്രമായിരുന്നു. അവിടെ തൊഴിലാളികളടക്കമുള്ളവരെ ഹിന്ദി പഠിപ്പിക്കുക എന്ന ചുമതലയും ഭരതൻ മാസ്റ്റർ ഏറ്റെടുത്തിരുന്നു. ദക്ഷിണ ഭാരത ഹിന്ദി പ്രചാരസഭയുടെ ഒരു പ്രമുഖ പരീക്ഷാകേന്ദ്രമായിരുന്നു അന്നു വാർദ്ധാമോഡൽ സ്കൂൾ. വളരെക്കാലം

ദക്ഷിണ ഭാരത ഹിന്ദിപ്രചാരസഭയുടെ ഒരു ഉപദേഷ്ടാവായിരുന്നു ഭരതൻ മാസ്റ്റർ. ഔപചാരിക വിദ്യാഭ്യാസം നേടാനാകാതെ കൈത്തൊഴിലിനു പോകേണ്ടിവന്ന ആളുകളെ ഹിന്ദിപഠനത്തിലൂടെ വിദ്യാസമ്പന്നരാക്കുക എന്നതായിരുന്നു ഭരതൻമാസ്റ്ററുടെ അന്നത്തെ ലക്ഷ്യം. അദ്ദേഹം ഹിന്ദി പഠിപ്പിച്ചിട്ടുള്ള ഒരുപാടു തൊഴിലാളികൾ പിന്നീടു അദ്ധ്യാപകന്മാരായും മറ്റും ഉയർന്ന നിലകളിലെത്തിയിട്ടുണ്ട്. ഹിന്ദി ഭാഷയിൽ അഗാധമായ പാണ്ഡിത്യമുള്ള ഭരതന്മാസ്റ്ററുടെ സായാഹനക്ലാസ്സുകൾ പഠിതാക്കളെ സംബന്ധിച്ചിടത്തോളം ഹൃദ്യമായ അനുഭവമായിരുന്നു. ഹിന്ദികവികളായ തുളസീദാസ്, കബീർദാസ്, റഹിം എന്നിവരുടെ കവിതകളും പ്രേംചന്ദ് മുൽക്കുരാജ്, ആനന്ദ്, കിഷൻ ചന്ദ്, കെ.എ.അബ്ബാസ്, യശ്പാൽ തുടങ്ങിയവരുടെ കഥകളും ഈ നാട്ടുകാർക്ക് പരിചിതങ്ങളാകുന്നത് ഭരതൻമാഷുടെ ഹിന്ദി ക്ലാസ്സുകളിലെ വിവരണങ്ങൾ കേട്ടിട്ടായിരുന്നു. വാർദ്ധാമോഡൽ സ്കൂളിലെ ക്ലാസ്സുകൾക്ക് ശേഷം, സന്ധ്യയോടെ ഭരതൻമാസ്റ്റർ പോകുന്നത് കുറുവ വായനശാലയിലേക്കായിരിക്കും.

പുസ്തകം തോളിൽ വെച്ചു ചിന്താമഗ്നനായി, തല താഴ്ത്തിക്കൊണ്ടു എളിമയുടെ ആൾരൂപമായി നടന്നുപോകുന്ന ഭരതൻമാസ്റ്ററുടെ രൂപം, അതു കണ്ടവർക്കൊന്നും എളുപ്പത്തിൽ മറക്കുവാൻ സാധിക്കുകയില്ല. കുറുവ വായനശാലയിൽ, വായനക്കാർക്ക് പുസ്തകം വിതരണം ചെയ്യുന്നതും ഭരതൻ മാസ്റ്ററായിരുന്നു. പുസ്തകവിതരണവും പത്രം വായനയുമൊക്കെ കഴിഞ്ഞു വീട്ടിലെത്തുമ്പോൾ വളരെ വൈകിയിരിക്കും. മേൽപ്പറഞ്ഞവയൊക്കെ ഭരതൻമാസ്റ്ററുടെ ദിനചര്യയുടെ ഭാഗമായിരുന്നു. ഭരതൻമാസ്റ്ററുടെ സാമൂഹ്യപ്രവർത്തനചരിത്രത്തിലെ തിളങ്ങുന്ന ഒരദ്ധ്യായമാണ് കരാറിനകം ഐക്യനാണയസംഘത്തിന്റെ രൂപീകരണവും അതിന്റെ നിലനിൽപ്പിന്നുവേണ്ടി നടത്തിയ പോരാട്ടവും. ഇപ്പോഴത്തെ കരാറിനകം ബാങ്കിന്റെ ആദിരൂപമായിരുന്ന കരാറിനകം ഐക്യനാണയസംഘത്തിന്റെ ആദ്യകാലത്തെ പ്രവർത്തനങ്ങളിൽ തായത്ത് രാഘവന്റെ കൂടെ ഒരു നിഴൽപോലെ ഭരതൻ മാസ്റ്ററുമുണ്ടായിരുന്നു. കരാറിനകം ഐക്യനാണയസംഘം, 1969 ഓടുകൂടി കരാറിനകം സർവ്വീസ് സഹകരണസംഘമായി രൂപാന്തരം പ്രാപിക്കുകയുണ്ടായി. ആ സംഘത്തിൻ കീഴിലാണു ഇവിടുത്ത റേഷൻ ഷോപ്പുകൾ പ്രവർത്തിച്ചിരുന്നത്. റേഷൻ ഷോപ്പിനുവേണ്ടി സ്വകാര്യവ്യക്തികളുടെ ചരടുവലികളുമുണ്ടായിരുന്നു. അതൊക്കെ അതിജീവിച്ച് റേഷൻ ഷോപ്പ് കരാറിനകം സർവ്വീസ് സഹകരണസംഘത്തിനു കീഴിൽ തന്നെ നിലനിർത്തുന്നതിനുവേണ്ടി ഭരതൻമാസ്റ്റർ നടത്തിയ ശ്രമങ്ങൾ ശ്ലാഘനീയമായിരുന്നു. ഇവിടെ ക്ഷീരവ്യവസായ സഹകരണസംഘത്തിന്റെ പ്രവർത്തനത്തിലും ഭരതൻമാസ്റ്റർ വലിയ പങ്കു വഹിച്ചിട്ടുണ്ട്. ഈ നാട്ടിൽ സഹകരണപ്രസ്ഥാനത്തിന്റെ മാതാവ് എന്നു വിളിക്കാവുന്ന ഒരു സംഘടന പണ്ടുണ്ടായിരുന്നു. കരാറിനകം തീയ്യസമുദായസംഘം എന്നാണു അതിന്റെ പേര്. നാട്ടിലെ കല്യാണാടിയന്തിരങ്ങൾക്കാവശ്യമായ ചെമ്പ് പാത്രം, പുൽപ്പായ, കോരി, ചട്ടുകം, നിലവിളക്ക് മുതലായവയും, മരണവീടുകളിലാവശ്യമായ പലകയും

ശവപ്പെട്ടിയുമൊക്കെയായിരുന്നു ആ സമുദായ സംഘത്തിലെ ജംഗമ വസ്തുക്കൾ. ചക്കര ഉണക്കൻ, കരിക്കൻ ചോയി മേസ്ത്രി, തയ്യിൽ കറുവൻ, ആയത്താൻ അനന്തമാസ്റ്റർ തുടങ്ങിയവരായിരുന്നു അതിന്റെ ഭാരവാഹികൾ. പിൽക്കാലത്ത് ഈ സംഘം തീയ്യസമുദായ സംഘം എന്ന പേര് മാറ്റി, ദേശസേവാസംഘം എന്നു പുനർനാമകരണം ചെയ്യപ്പെട്ടിരുന്നു. അതോടെ ഈ സംഘത്തിന്റെ സെക്രട്ടറി സ്ഥാനം ഭരതൻ മാസ്റ്റർ ഏറ്റെടുത്തു. വള രെക്കാലം അദ്ദേഹം അതിന്റെ സെക്രട്ടറിയായി തുടർന്നിരുന്നു.

പുസ്തകത്തിന്റെ സഹയാത്രികനായിരുന്നു ഭരതൻമാസ്റ്റർ. പുസ്തക പ്പുഴു എന്നുപോലും ആലങ്കാരികമായി ഭരതൻമാസ്റ്ററെ വിളിക്കാം. അദ്ദേഹം വായിച്ചു തീർത്ത പുസ്തകങ്ങൾക്കു "കൈയും കണക്കുമില്ല" ഒരുപക്ഷേ ആ കാലത്തെ കരാറിനകത്തെ പ്രഗത്ഭരിൽ പാമ്പൻമാധവനെ ഒഴിച്ചു നിർത്തിയാൽ ഏറ്റവും കൂടുതൽ ഗഹനങ്ങളായ ഗ്രന്ഥങ്ങൾ വായിച്ചിട്ടുള്ള വ്യക്തി ഭരതൻമാസ്റ്ററായിരിക്കും. സിനിമ റിലീസ് ചെയ്യുന്ന ദിവസം തന്നെ അതു കാണുവാൻ ധൃതിപ്പെട്ടോടുന്ന യുവാക്കളെപ്പോലെ, പുസ്തകം പബ്ലിഷ് ചെയ്യുന്ന ദിവസം തന്നെ അതു വാങ്ങി വായിക്കുവാൻ ആവേശ ത്തോടെ പോകുന്നയാളായിരുന്നു ഭരതൻമാസ്റ്റർ. ജോലിയിൽ നിന്നുപിരിഞ്ഞ ശേഷം പെൻഷനായിക്കിട്ടുന്ന തുകയിൽ നിന്നുപോലും പുസ്തകം വാങ്ങി വായിച്ചിരുന്ന ഭരതൻമാസ്റ്ററുടെ, വീട്ടിലെ അലമാരകളിൽ ഒരു വലിയ ഗ്രന്ഥ ശാലയിലുള്ളതിനേക്കാൾ കൂടുതൽ ഗ്രന്ഥങ്ങൾ അടുക്കിവെച്ചിരിക്കുന്നു. ഭരതൻമാഷുടെ ധൈഷണികമായ ജീവിതം നോക്കിക്കണ്ട ഏതൊരാൾക്കും മനസ്സിൽ ചില ചോദ്യങ്ങൾ സ്വാഭാവികമായും ഉരുത്തിരിഞ്ഞു വന്നേക്കാം. എത്രയോ ഗഹനങ്ങളായ ഗ്രന്ഥങ്ങൾ ചെറുപ്പം മുതലേ വായിച്ചു തീർത്ത ഒരാൾ, വായനശാലയെ, ക്ഷേത്രം പോലെയും വായന ആരാധനയായും കരുതിപ്പോന്നിരുന്ന ഒരാൾ, പൊതുപ്രവർത്തനത്തിന്റെ എത്രയോ തീഷ്ണ ങ്ങളായ അനുഭവങ്ങളിലൂടെ നടന്നുപോയ ഒരു മനുഷ്യസ്നേഹി, പുതിയ തലമുറക്കുവേണ്ടി ഒരു ഗ്രന്ഥം രചിച്ചില്ലല്ലോ എന്നായിരിക്കും ആ ചോദ്യം. ജീവിതം തന്നെ ഒരു തുറന്ന പുസ്തകമാക്കി മാറ്റിയ ഭരതൻമാസ്റ്റർ മറ്റൊരു പുസ്തകമെഴുതേണ്ടയാവശ്യമുണ്ടോ എന്നായിരിക്കും അതിനുള്ള ഉത്തരം.

കാഞ്ഞിര വായനശാല

1947 മുതൽ തന്നെ കാഞ്ഞിര പ്രദേശം ഒരു വായനശാലകെട്ടിടത്തിന്റെ പേറ്റ് നോവനുഭവിക്കുകയായിരുന്നു. കെട്ടിടനിർമ്മാണവുമായി ബന്ധപ്പെട്ട പെരുന്തേരി മേസ്ത്രിമാരുടെ നാടാണല്ലോ കാഞ്ഞിര. ആ ജനസമൂഹമായി രുന്നു കാഞ്ഞിരയുടെ സാമ്പത്തിക സ്രോതസ്സ്. അവരാണ് കാഞ്ഞിര വായന ശാലയുടെ സൂത്രധാരന്മാർ. പാലങ്ങാടൻ കൊഞ്ഞൻ കുഞ്ഞമ്പു എന്ന ഉദാര മതിയാണു വായനശാലയ്ക്കു വേണ്ടി സ്ഥലം സൗജന്യമായി നൽകിയത്. ആദ്യകാലത്ത് ഓലഷെഡ്ഡിൽ തുടങ്ങിയ വായനശാലയ്ക്ക് 1965ഓടു കൂടി യാണ് കെട്ടിടമുയരുന്നത്. കാഞ്ഞിര യുവക് സംഘം വായനശാല എന്ന

പേരിൽ നല്ല നിലയിൽ പ്രവർത്തിച്ചുകൊണ്ടിരിക്കുന്ന ഈ വായനശാല യുമായി തുടക്കം മുതൽ ബന്ധപ്പെട്ടവർ നിരവധിയാണ്. കണ്ണോത്ത് നാരായണൻ, കണാരൻ മേസ്ത്രി, എ.പി.നാരായണൻ, ആറുകണ്ടിക്കുഞ്ഞമ്പു, ആറുകണ്ടി അച്യുതൻ, സി.വി.കൃഷ്ണൻ, അരിപ്പ ഉണക്കൻ, താളി വാസു, കെ.കുഞ്ഞിരാമൻ മാസ്റ്റർ, അരിപ്പക്കുമാരൻ, ചാത്തോത്ത് നാരായണൻ, കെ.പി രാമകൃഷ്ണൻ, ഒ.പി പത്മനാഭൻ, ടി.വി പത്മനാഭൻ, കെ.വി പത്മ നാഭൻ, കണ്ണോത്ത് മോഹനൻ, പി.കെ പ്രകാശൻ തുടങ്ങിയവർ അവരിൽ ചിലരാണ്.

കെ.ആർ.കെ.കാഞ്ഞിര എന്ന ഭാവഗായകൻ

മേൽപ്പറഞ്ഞവരിൽ കാഞ്ഞിരവായനശാലയുമായി ഒരു വൈകാരിക ബന്ധം തന്നെ വെച്ചുപുലർത്തിയ ആളാണു കവി കെ.കുഞ്ഞിരാമൻ മാസ്റ്റർ. കെ.ആർ.കെ. കാഞ്ഞിര എന്ന തൂലികാനാമത്തിലായിരുന്നു അദ്ദേഹം പിൽക്കാലത്ത് അറിയപ്പെട്ടിരുന്നത്. ഒരു കവിയിലൂടെ അല്ലെങ്കിൽ ഒരു വ്യക്തി യിലൂടെ ഒരു നാട് പ്രകാശമാനമാകുന്നുവെങ്കിൽ, ആ വ്യക്തി, നാടിന്റെ ചരിത്രവുമായി ചേർത്തുവായിക്കപ്പെടേണ്ടയാളായി മാറുന്നു. കാഞ്ഞിര എന്ന ദേശത്തെ മാത്രമല്ല. കരാറിനകത്തെ മുഴുവൻ ദേശങ്ങളെയും, കാവ്യകല യുടെ അനുഭൂതിയിലേക്ക് കൈപിടിച്ചുയർത്തിയ കവിയാണ് കെ.ആർ.കെ കാഞ്ഞിര എന്ന കെ.കുഞ്ഞിരാമൻ മാസ്റ്റർ.

1948 ജനുവരി 30-നു മഹാത്മാഗാന്ധി വെടിയേറ്റു മരിച്ച വാർത്ത കേട്ടു ലോകം മുഴുവൻ വിറങ്ങലിച്ചു നിന്നു. ഇന്ത്യാരാജ്യം കണ്ണീർക്കടലായി. പത്ര ങ്ങളിലും റേഡിയോവിലും അനുശോചനസന്ദേശങ്ങൾ പ്രവഹിച്ചു. “ആ ദീപം പൊലിഞ്ഞു” എന്നാണ്, ജവഹർലാൽ നെഹ്റു വിലപിച്ചത്. കരാറി നകവും അന്നു വിലാപം പൊഴിച്ചു. കുറുവ വായനശാലയിൽ ഒത്തുകൂടിയ നാട്ടുകാർ, മഹാത്മാവിന്റെ ദേഹവിയോഗത്തിൽ അനുശോചിച്ചു പ്രമേയം പാസ്സാക്കി. ആ പ്രമേയം ഒരു കവിതയായിരുന്നു. മഹാത്മാഗാന്ധിയുടെ വേർപാടിൽ ദുഃഖം രേഖപ്പെടുത്തിക്കൊണ്ട്, കുഞ്ഞിരാമൻ മാസ്റ്റർ തൽക്ഷണമെഴുതിയ ഒരു കവിത, അതു അനുശോചനയോഗത്തിൽ വായിക്ക പ്പെട്ടു.

“ഇതെന്തു ഭീകരചരമസംഭവം
മനമുരുകുന്നു തനു കുഴയുന്നു
വിയത്തിൽ നോക്കുവിന്നതിരമ്യമൊരു
വിശുദ്ധതേജസ്സുണ്ടുയർന്നു കാണുന്നു
അതെന്തുവാനോർത്താൽ മഹാത്മാഗാന്ധി
തന്നുയിരുയർന്നുപോയ് ചമഞ്ഞതാരമാം”

മഹാത്മാഗാന്ധിയുടെ ഭൗതികശരീരത്തിനുമേൽ കരാറിനകം സമർപ്പിച്ച അന്ത്യഹാരമായിരുന്നില്ലേ ആ കാവ്യാഞ്ജലി? മഹാത്മാഗാന്ധിയുടെ ദേഹ വിയോഗത്തിൽ ദുഃഖാർത്തരായ ജനങ്ങളോടു അതാ നോക്ക് മഹാത്മാഗാന്ധി ഒരു താരമായി ആകാശത്തിലുദിച്ചിരിക്കുന്നു എന്ന ഭാവന എത്ര ഉദാത്തം.

ഇതുപോലെ എത്രയെത്ര കാവ്യശകലങ്ങളാണു കുഞ്ഞിരാമൻ മാസ്റ്ററിൽ നിന്നു നമുക്ക് കിട്ടിയത്?

1924-ൽ കാഞ്ഞിരയിലെ കൂവക്കായി പൈതലിന്റെയും, കുറുവയിലെ കാര്യങ്കണ്ടി കണ്ണന്റെയും മകനായിപ്പിറന്ന കുഞ്ഞിരാമൻ മാസ്റ്റർ കവി, വാഗ്മി അദ്ധ്യാപകൻ എന്നീ നിലകളിലെല്ലാം ഇവിടെ പ്രോജ്ജ്വലിച്ച ഒരു വ്യക്തിത്വത്തിന്നുടമയായിരുന്നു. ലാളിത്യം, ജീവിതവ്രതമാക്കിയ കുഞ്ഞിരാമന്മാസ്റ്ററെ എളിമയുടെ ആൾരൂപമെന്നും വിളിക്കാം. സംസാരരീതിയിലും വേഷവിധാനത്തിലും ഭാവചലനങ്ങളിലും, ആ ലാളിത്യം ഏറെ പ്രകടമായിരുന്നു. മറ്റൊന്ന് അദ്ദേഹത്തിന്റെ കവിതകളിലും പ്രഭാഷണങ്ങളിലും ആ ലാളിത്യത്തിന്റെ നിഴൽപ്പാടുകൾ കാണാൻ സാധിക്കും. വാഗ്മി എന്നു കുഞ്ഞിരാമൻ മാസ്റ്ററെ വിളിക്കുന്നത് അക്ഷരാർത്ഥത്തിൽ ശരിയാണ്. “മിതം ച, സാരം ച വചോഹി വാഗ്മിത” - മിതമായും സാരവത്തായും സംസാരിക്കുന്നവനാണല്ലോ വാഗ്മി ചെറുപ്പകാലം മുതൽ, സാഹിത്യവുമായി ബന്ധപ്പെട്ടു എഴുതുകയും പാടുകയും ചെയ്തിട്ടുള്ള കുഞ്ഞിരാമൻ മാസ്റ്ററുടെ സ്വകാര്യസംഭാഷണങ്ങൾ പോലും കാവ്യമയമായിരുന്നു. എം.ടി യുടെ സാഹിത്യരചനകളെപ്പറ്റി പൊതുവെ പറയപ്പെടുന്ന ഒരു മേന്മ അദ്ദേഹം വാക്കുകളെ കാവ്യാത്മകമായി വിന്യസിക്കുന്നു എന്നാണല്ലോ? അതുപോലെ കുഞ്ഞിരാമൻ മാസ്റ്ററുടെ എഴുത്തിലും പ്രഭാഷണങ്ങളിലും സ്വകാര്യസംഭാഷണത്തിൽപോലും കവിത നിറഞ്ഞു തുളുമ്പുമായിരുന്നു. ക്ലാസ്സിൽ കുട്ടികളെ പഠിപ്പിക്കുമ്പോഴും സുഹൃത്തുക്കളോടു രാഷ്ട്രീയ വാദപ്രതിവാദം നടത്തുമ്പോഴും കാവ്യദേവത ജാലകത്തിരശ്ശീല നീക്കി ഒളിഞ്ഞുനോക്കുന്നത് കാണാമായിരുന്നു. ഒരിക്കൽ അപ്പന്റസൈറ്റിസിനുള്ള ഒരോപ്പറേഷനെത്തുടർന്നു ആസ്പത്രിയിൽ കിടക്കുകയായിരുന്ന മാസ്റ്ററോട് ഒരു സന്ദർശകൻ, ഭക്ഷണമെന്താണു കഴിക്കുന്നത്? എന്നു ചോദിച്ചപ്പോൾ മാഷിന്റെ ഉത്തരം ഇങ്ങനെയായിരുന്നു. “ഭക്ഷണം കഴിക്കുന്നുണ്ട് വേദന ചവച്ചിറക്കിക്കൊണ്ട് ” ഗ്ലൂക്കോസ് കുത്തിക്കയറ്റുമ്പോഴുള്ള വേദനയെപ്പറ്റിയാണ് മാഷ് ആലങ്കാരികമായി സൂചിപ്പിക്കുന്നത്. ഇതുപോലെ ഭാഷയെ ഭംഗിയായി പ്രയോഗിച്ച, എത്രയോ ഉദാഹരണങ്ങൾ മാഷുമായി ഇടപഴകിയവർക്ക് പറയുവാനുണ്ടാകും. പ്രസംഗം പൂർത്തിയാക്കുന്നതിന്നു മുമ്പ് അതുപസംഹരിക്കാൻ കുറിപ്പ് കൊടുത്ത കമ്മിറ്റിക്കാരനോടു ഞാൻ പ്രസംഗം ഉപസംഹരിക്കുന്നില്ല “സംഹരിക്കാം” എന്നായിരുന്നു മാഷിന്റെ ഉത്തരം. ശാന്തശീലനെങ്കിലും ഏതു പ്രകോപനഘട്ടത്തിലും തന്റെ അഭിപ്രായം ശക്തിയുക്തം പ്രതിപക്ഷബഹുമാനത്തോടെ തുറന്നു പറയാൻ അദ്ദേഹം മടികാണിച്ചിരുന്നില്ല. “എഴുത്തുകാരൻ സ്വതന്ത്രനാണ് അവനെന്തെഴുതണമെന്നു പറയാൻ മറ്റുള്ളവർക്കവകാശമില്ല” എന്നൊക്കെ ഒരു ചെറുപ്പക്കാരൻ ഒരു സാഹിത്യവേദിയിൽ വെച്ചു പ്രസംഗിച്ചപ്പോൾ അതിനുള്ള മാഷിന്റെ മറുപടി, “എഴുത്തുകാരൻ സ്വതന്ത്രനാണെങ്കിൽ വായനക്കാരൻ അതിലും സ്വതന്ത്രനാണെന്നായിരുന്നു.” ദേശീയസ്വാതന്ത്ര്യവുമായി ബന്ധപ്പെട്ടാണു കുഞ്ഞിരാമൻ മാസ്റ്റർ സാമൂഹ്യപ്രവർത്തനം തുടങ്ങുന്നത്.

മഹാത്മാഗാന്ധിയായിരുന്നു അദ്ദേഹത്തെ ഏറെ സ്വാധീനിച്ച നേതാവ്. ഈ നാട്ടിൽ പണ്ടുകാലത്ത് നടമാടിയ കുപ്രസിദ്ധമായ അയിത്താചാരണത്തിനെതിരെ മെഗാഫോണിലൂടെ പ്രസംഗിച്ചുകൊണ്ടായിരുന്നു സാമൂഹ്യപ്രവർത്തനത്തിനു തുടക്കം കുറിക്കുന്നത്. കുമാരനാശാന്റെയും ചങ്ങമ്പുഴയുടെയും കവിതകളിൽ അനാചാരങ്ങൾക്കെതിരെ ഉയർത്തിയ രൂക്ഷവിമർശനങ്ങൾ ആ കവികളുടെ ഒരാരാധകൻ കൂടിയായ കുഞ്ഞിരാമൻമാസ്റ്ററെ നല്ലവണ്ണം സ്വാധീനിച്ചിരുന്നു. ഹരിജനങ്ങളോടു മറ്റുള്ളവർ കാണിക്കുന്ന അവഗണനക്കെതിരെയും അവരെ പൊതുസമൂഹത്തിന്റെ മുഖ്യധാരയിൽ കൊണ്ടുവരുന്നതിനുവേണ്ടിയും അദ്ദേഹം മെഗാഫോണിലൂടെ കാവ്യാത്മകമായി പ്രസംഗിക്കുമായിരുന്നു. സ്വാതന്ത്ര്യസമരകാലത്ത് ഈ നാട്ടിലെ കോൺഗ്രസ്സ് പ്രവർത്തനങ്ങളുടെ മെഗാഫോൺ പ്രചാരകനായിരുന്നു കുഞ്ഞിരാമൻ മാസ്റ്റർ.

ആ കാലത്ത് തന്നെ തോട്ടടയിൽ രൂപംകൊണ്ട യുവസാഹിത്യകാരന്മാരുടെ ഒരു കൂട്ടായ്മയിലും കുഞ്ഞിരാമൻ മാസ്റ്റർ പങ്കാളിയായിരുന്നു. കുഞ്ഞിരാമൻ മാസ്റ്ററെക്കൂടാതെ, ടി.പി സുകുമാരൻ, പി.പി.രാഘവൻ മാസ്റ്റർ, ടി.വി. കരുണാകരൻ, ടി.പി.ബാലകൃഷ്ണൻ മുതലായവരും ആ കൂട്ടായ്മയിലെ പങ്കാളികളായിരുന്നു. ഞായറാഴ്ചതോറും തോട്ടട വെസ്റ്റ് യു.പി സ്കൂളിൽ വെച്ചായിരുന്നു ആ സാഹിത്യചർച്ചാക്ലാസ്സ് നടന്നിരുന്നത്. സ്കൂളിന്റെ അന്നത്തെ മാനേജരായിരുന്ന കുമാരൻമാസ്റ്റർ സാഹിത്യസംബന്ധിയായ വിഷയങ്ങളിൽ അവഗാഹമുള്ളയാളും അത്തരം വിഷയങ്ങളെ സർവ്വാത്മനാ പ്രോത്സാഹിപ്പിക്കുന്നയാളുമായിരുന്നു. ആ സാഹിത്യകൂട്ടായ്മയിൽ പങ്കെടുത്തവരെല്ലാം പിൽക്കാലത്ത് സാംസ്കാരികരംഗത്ത് ഒരു തരത്തിലെല്ലെങ്കിൽ മറ്റൊരു തരത്തിൽ പ്രാഗത്ഭ്യം തെളിയിച്ചിട്ടുണ്ട്. അവരിൽ ടി.പി.സുകുമാരൻ ഒരു വിശേഷണത്തിന്റെ ആവശ്യമില്ലാത്തവിധം കേരളത്തിന്റെ സാംസ്കാരികരംഗത്തു ചിരപ്രതിഷ്ഠനായിത്തീർന്ന വ്യക്തിയാണ്. ടി.വി കരുണാകരൻ മാസ്റ്റർ, പത്രപ്രവർത്തകനെന്ന നിലയിലും പി.പി.രാഘവൻ മാസ്റ്റർ പ്രാസംഗികൻ എന്ന നിലയിലും ടി.പി ബാലകൃഷ്ണൻ പ്രാസംഗികൻ എന്നതിനു പുറമെ നാടകസംവിധായകനെന്ന നിലയിലും ലബ്ധപ്രതിഷ്ഠരായിത്തീർന്നു. പ്രാസംഗികൻ എന്ന നിലയിലായിരുന്നു കുഞ്ഞിരാമൻ മാസ്റ്ററെ ജനങ്ങൾ കൂടുതലായി ഇഷ്ടപ്പെട്ടിരുന്നത്. ഗഹനങ്ങളായ വിഷയങ്ങൾ ലളിതമായി അവതരിപ്പിക്കുവാൻ അദ്ദേഹത്തിനു പ്രത്യേകം കഴിവുണ്ടായിരുന്നു. പാമ്പൻ മാധവൻ, സുകുമാർ അഴീക്കോട് മുതലായ പ്രഗത്ഭമതികളൊക്കെ കുഞ്ഞിരാമൻ മാസ്റ്ററുടെ പ്രസംഗത്തെ പുകഴ്ത്തിപ്പറഞ്ഞിട്ടുണ്ട്. തുടക്കത്തിൽ ഒരു അരുവിയുടെ പ്രവാഹം പോലെ ശാന്തമായി ഒഴുകുന്ന പ്രസംഗം, അവസാനിക്കുന്നത് സാഗരഗർജ്ജനംപോലെ പ്രക്ഷുബ്ധമായിട്ടായിരിക്കും. ഈ പ്രസംഗിക്കുന്നയാൾ കുഞ്ഞിരാമൻ മാസ്റ്റർ തന്നെയാണോ എന്നു സദസ്സ്യർ ഒന്നടങ്കം ആശ്ചര്യപ്പെട്ടുപോകും. സംസ്കൃതത്തിലും മലയാളത്തിലും പാണ്ഡിത്യമുള്ള കുഞ്ഞിരാമൻമാസ്റ്റർക്ക് ഹിന്ദിയിലും ഇംഗ്ലീഷിലും സാമാന്യ ജ്ഞാനവുമുണ്ടായിരുന്നു. സ്കൂളുകളിലെ സാഹിത്യ

സമാജങ്ങളിൽ മുഖ്യപ്രഭാഷകനായിരുന്നു കുഞ്ഞിരാമൻ മാസ്റ്റർ. പിൽക്കാലത്ത് പ്രസംഗവേദികളിൽ പ്രസംഗങ്ങൾക്ക് പകരമായി കവിതാസ്വാദനം എന്ന ഒരു പരിപാടി കൂടി മാസ്റ്റർ അവതരിപ്പിക്കാറുണ്ടായിരുന്നു. കവിത ഈണത്തിൽ ചൊല്ലി, അതിന്റെ സാരാംശം വിശദമാക്കുക എന്നതായിരുന്നു ആ പരിപാടി. മാസ്റ്ററുടെ സ്വതസിദ്ധമായ അഭിയനപാടവവും, ശബ്ദസൗകുമാര്യവുമൊക്കെ ആ പരിപാടിയുടെ ആകർഷണീയത വർദ്ധിപ്പിക്കുവാൻ കാരണമായിരുന്നു.

1940കളുടെ അന്ത്യത്തിലാണ് കുഞ്ഞിരാമൻമാസ്റ്ററുടെ ആദ്യകവിതാസമാഹാരമായ 'പുഷ്പമാല്യം' പ്രസിദ്ധീകരിക്കുന്നത്. പല സന്ദർഭങ്ങളിലായി അദ്ദേഹമെഴുതിയ കൊച്ചു കൊച്ചു കവിതകളുടെ സമാഹാരമായിരുന്നു 'പുഷ്പമാല്യം.' നേരത്തെ വിവരിച്ച കാഞ്ഞിരയിലെ ഏ.കെ.ബാലകൃഷ്ണനെക്കുറിച്ചുള്ള കവിത ആ സമാഹാരത്തിലാണ്. ഓരോരോ കാലത്ത് കവിതകൾക്ക് വന്നുചേരുന്ന അക്കാദമിക് സവിശേഷതകളും ഭാവുകത്വ പരിണാമങ്ങളും അദ്ദേഹം നന്നായി മനസ്സിലാക്കിയിരുന്നു. റൊമാന്റിസിസം, സാഡിസം, മസോക്കിസം, സിംബോളിസം തുടങ്ങി പാശ്ചാത്യകവിതകളിലെ പുതിയ പുതിയ പ്രവണതകളും അദ്ദേഹം നന്നായി ഉൾക്കൊണ്ടിരുന്നു. റൊമാന്റിസിസവും സാഡിസവുമൊക്കെ കുഞ്ഞിരാമൻമാസ്റ്ററുടെ പ്രസംഗത്തിലൂടെയാണു നാട്ടുകാർ മനസ്സിലാക്കുന്നത്. സാമ്പത്തിക പരിമിതികൾ കാരണം അടുത്ത പുസ്തകപ്രകാശനം വൈകി, അദ്ധ്യാപകവൃത്തിയിൽ നിന്നും വിരമിച്ചശേഷമാണ് 'വിണ്ണിന്റെ താരാട്ട്' എന്ന കവിതാസമാഹാരം പ്രസിദ്ധീകരിക്കുന്നത്. സ്വന്തം ജീവിതാനുഭവങ്ങളുടെ ചൂടും ചൈതന്യവും ഉൾക്കൊള്ളുന്നതാണ് ആ കവിതാസമാഹാരം. അതിൽ 'കാലം' എന്ന പേരിലുള്ള കവിതയിൽ കുഞ്ഞിരാമൻ മാസ്റ്റർ ഇങ്ങനെ എഴുതി. "നാളെ വിദൂരമല്ലാത്ത ഭാവിയിൽ മമ ജീവിതം മൺമറഞ്ഞിടാമെങ്കിലും നന്മ നാട്ടിൽ പുലരണം." കുഞ്ഞിരാമൻ മാസ്റ്ററുടെ ജീവിതദർശനമാണു ആ വരികളിൽ തുടിച്ചുനിൽക്കുന്നത്. എനിക്ക് ശേഷം പ്രളയം എന്ന് അദ്ദേഹം ഒരിക്കലും ചിന്തിച്ചിരുന്നില്ല.

വിണ്ണിന്റെ താരാട്ട് എന്ന കവിതാസമാഹാരത്തിലെ മറ്റൊരു കവിതയുടെ പേര് "വിണ്ണിലേക്ക് പോകുന്ന സ്വർണ്ണവിമാനം" എന്നാണ്. കുഞ്ഞിരാമൻ മാസ്റ്ററുടെ ഒരു മകൾ സ്നേഹിച്ചു മതി വന്നിട്ടില്ലാത്ത പ്രായത്തിൽ വസൂരി രോഗം വന്നു മരണപ്പെട്ടിരുന്നു. ആ കുട്ടിയുടെ ഓർമ്മയാണു വിണ്ണിലേക്കു പോകുന്ന സ്വർണ്ണവിമാനം എന്ന കവിതയ്ക്കു പ്രേരണയായതെന്നു തോന്നുന്നു.

"എങ്ങു പോകുന്നു കൺമണി മീരെ
എന്നു നിന്നെ ഞാൻ കാണും മകളെ"

ഇങ്ങനെ തുടങ്ങുന്ന കവിതയവസാനിക്കുന്നത് ഇപ്രകാരമാണ്

"ആറ്റു വക്കിലച്ചക്കരമാവിൻ
ചോട്ടിലുണ്ടൊരാ കൽത്തറകണ്ടോ
മീര തന്നുടൽ വെന്തെരിഞ്ഞുള്ള
പൂതഭൂതിയാണായതിന്നുള്ളിൽ"

ആ കുട്ടിയുടെ വേർപാട് ഉണ്ടാക്കിയ ശോകച്ഛായ കുഞ്ഞിരാമൻ മാസ്റ്റർ ജീവിതാവസാനം വരെ കൊണ്ടുനടന്നു.

കാളിദാസൻ, കുമാരനാശാൻ, വള്ളത്തോൾ, ഉള്ളൂർ, ചങ്ങമ്പുഴ, ഇടപ്പള്ളി രാഘവൻപിള്ള തുടങ്ങിയവരായിരുന്നു കുഞ്ഞിരാമൻമാസ്റ്ററുടെ ഇഷ്ട കവികൾ. കുമാരനാശാന്റെ എല്ലാ കവിതകളും അദ്ദേഹത്തിനു പദാനുപദം ഹൃദിസ്ഥമായിരുന്നു. എങ്കിലും കുഞ്ഞിരാമൻ മാസ്റ്ററുടെ കവിതകളിൽ ചങ്ങമ്പുഴയുടെയും ഇടപ്പള്ളി രാഘവൻപിള്ളയുടെയും സ്വാധീനമാണ് കൂടുതലായി നിഴലിക്കുന്നത്.

പ്രസംഗത്തിന്റെ കാര്യത്തിൽ തന്നെ സ്വാധീനിച്ചത് ആനിബസന്റിന്റെ പ്രസംഗമായിരുന്നെന്ന് കുഞ്ഞിരാമൻ മാസ്റ്റർ പറയാറുണ്ട്.

നാട്ടുകാർ കുഞ്ഞിരാമൻ മാസ്റ്ററോട് കാണിച്ച സ്നേഹബഹുമാനങ്ങളുടെ മറ്റൊരു കാരണം കുറുവ സ്കൂൾ അദ്ധ്യാപകനെന്ന നിലയിലുള്ള അദ്ദേഹത്തിന്റെ സേവനങ്ങളായിരുന്നു. പാഠങ്ങൾ സ്വരശുദ്ധിയോടെ ഈണത്തിൽ ചൊല്ലിയും കഥകളിക്കാരുടെ അംഗചലനങ്ങൾ പോലെ അഭിനയിച്ചുമാണു കുട്ടികളെ പഠിപ്പിച്ചിരുന്നത്. ക്ലാസ്സുമുറിയിൽ പഠിപ്പിക്കുന്നതിന്റെ അലയൊലി വളരെ അകലത്തിൽ വരെ കേൾക്കാമായിരുന്നു. ആടിയും പാടിയുമുള്ള അദ്ദേഹത്തിന്റെ പ്രകടനങ്ങൾ ഒരു കലാപരിപാടിപോലെ കുട്ടികൾ ആസ്വദിച്ചിരുന്നു. തല്ലാത്ത അദ്ധ്യാപകൻ എന്ന പേര് കുഞ്ഞിരാമൻ മാസ്റ്റർ നേടിയെടുത്തിരുന്നു. കുഞ്ഞിരൻമാസ്റ്റർ ക്ലാസ്സെടുക്കുന്നത് ജനവാതിലിന്നു പുറത്തു നിന്നും നോക്കിക്കാണുന്ന നാട്ടുകാരുമുണ്ടായിരുന്നു. ഈ നാട്ടിലെ മുതിർന്ന വീട്ടമ്മമാർ തങ്ങളെ പഠിപ്പിച്ചത് കുഞ്ഞിരാമമാസ്റ്ററായിരുന്നു എന്നു പറയുന്നതിൽ അഭിമാനിച്ചിരുന്നു.

'പദവിജ്ഞാനദീപിക' എന്ന വിജ്ഞാനപ്രദമായ ഒരു പുസ്തകം കൂടി പിന്നീട് പ്രസിദ്ധീകരിച്ചിരുന്നു, കെ.ആർ.കെ.കാഞ്ഞിര.

'കാലം' എന്ന തന്റെ കവിതയിൽ മരണത്തെ ഒരു മായാവിനോദിനിയായാണ് കെ.ആർ.കെ.കാഞ്ഞിര കൽപ്പിച്ചിരിക്കുന്നത്.

"മാഞ്ഞുപോകുന്ന മർത്ത്യജീവിതം മാലയാക്കുന്ന മായികേ
ഏകപുഷ്പമാണായതിലെന്റെ
ശോകമൂകമാം ജീവിതം "

ആ ഏക പുഷ്പം 2009 ആഗസ്ത് 11-ന് ആ മാലയിലെ ഭാഗമായിത്തീർന്നു.

തോട്ടട വെസ്റ്റ് യു.പി സ്കൂൾ

ശൂദ്രർക്ക് അക്ഷരം പഠിക്കാൻ അവകാശമില്ലാത്ത കാലത്ത്, അവർക്കുക്കൂടി അക്ഷരവെളിച്ചം നൽകണമെന്നുള്ള സദുദ്ദേശ്യത്തോടെ, ചക്കരമാത്തൻ ഗോവിന്ദൻ ഗുരിക്കൾ സ്ഥാപിച്ച ഗുരുകുലവിദ്യാലയത്തിന്റെ ഒരു തുടർച്ചയാണ് ഇന്നു കണ്ണൂർ ജില്ലയിൽ മാതൃകാവിദ്യാലയങ്ങളിലൊന്നായി പരിഗണിക്കപ്പെടുന്ന തോട്ടട വെസ്റ്റ് യു.പി സ്കൂൾ. അനേകമനേകം

പ്രതിഭകളുടെ പരിശീലനക്കളരിയായി മാറിയ ഈ സരസ്വതിക്ഷേത്രം, വാരിക്കൂട്ടിയ പുരസ്കാരങ്ങൾക്ക് കൈയ്യും കണക്കുമില്ല. ഈ വിദ്യാലയത്തിന്റെ ചുമരുകൾക്കുള്ളിൽ കുരുന്നുഭാവനകൾ ചിറകടിക്കുമ്പോൾ സാക്ഷരകേരളത്തിനു ലഭ്യമാകുന്നത് ലക്ഷണമൊത്ത കുറെ കയ്യെഴുത്ത് മാസികകളാണ്. കയ്യെഴുത്തുമാസികൾക്കുള്ള സംസ്ഥാനനിലവാരമുള്ള എത്രയോ പുരസ്കാരങ്ങൾ ഈ വിദ്യാലയത്തിനെ തേടിയെത്തിയിട്ടുണ്ട്. തോട്ടടയുടെ സാഹിത്യപാരമ്പര്യം അരക്കിട്ടുറപ്പിക്കുന്നതാണ് തോട്ടട വെസ്റ്റ് യു.പി സ്കൂളിൽനിന്ന് കൊല്ലംതോറും പ്രസിദ്ധീകരിച്ചുകൊണ്ടിരിക്കുന്ന കയ്യെഴുത്തുമാസികകൾ.

തോട്ടട വെസ്റ്റ് യു.പി സ്കൂളിൽ പല കാലങ്ങളിലായി അദ്ധ്യാപകവൃത്തിയിലേർപ്പെട്ടവരിൽ, ലബ്ധപ്രതിഷ്ഠരായ സാഹിത്യസാംസ്കാരിക പ്രവർത്തകരുമുണ്ടായിരുന്നു. അവരിൽ ടി.പി സുകുമാരൻ, ഏ.കെ.ചൊവ്വ, ടി.വി കരുണാകരൻ മാസ്റ്റർ, പി.പി രാഘവൻമാസ്റ്റർ എന്നിവരെല്ലാം ഉൾപ്പെടുന്നുണ്ട്.

ഈ വിദ്യാലയത്തിന്റെ സർവ്വതോന്മുഖമായ വളർച്ചയ്ക്ക് കാരണക്കാരനായ ഒരാൾ കക്കിരക്കൻ കുമാരൻ മാസ്റ്ററായിരുന്നു. അദ്ദേഹം വളരെക്കാലം തോട്ടട വെസ്റ്റ് യു.പി സ്കൂളിന്റെ മാനേജരും, ഹെഡ് മാസ്റ്ററുമായിരുന്നു. ചിന്തയിലും പ്രവൃത്തിയിലും ഗാന്ധിയൻ ലോകവീക്ഷണം വെച്ചുപുലർത്തിയ കുമാരൻമാസ്റ്റർ മാതൃകായോഗ്യനായ ഒരദ്ധ്യാപകനായിരുന്നു. തോട്ടട വെസ്റ്റ് യു.പി സ്കൂളിൽ അദ്ധ്യാപകനായിരുന്ന മറ്റൊരു കുമാരൻ മാസ്റ്ററാണ് നേരത്തെ സൂചിപ്പിച്ച ഏ.കെ.ചൊവ്വ. സ്വാതന്ത്ര്യ സമരപ്പോരാളിയും ഉത്തരകേരളത്തിൽ അറിയപ്പെടുന്ന ഒരു കവിയും മംഗളപത്രരചതിയാവുമായിരുന്നു ഏ.കെ.ചൊവ്വ. കാലികപ്രാധാന്യമുള്ള ഒരുപാടുകവിതകളും സ്വാതന്ത്ര്യസമരഗാനങ്ങളും ഏ.കെ.ചൊവ്വയുടേതായിട്ടുണ്ട്.

> "വായനശാലയതാവട്ടെ,യമ്പലം
> വായനയാകട്ടെ ആരാധന
> ഗ്രന്ഥങ്ങളാണല്ലോ, കിടക്കുന്നൂ...
> ജ്ഞാനസ്വരൂപനാം സത്യദീപം"

ലളിതകോമളപദാവലികളെക്കൊണ്ടും ആശയഗാംഭീര്യംകൊണ്ടും സമ്പന്നമായിത്തീർന്നിട്ടുള്ള ഈ വരികളുടെ കർത്താവ് ഏ.കെ.ചൊവ്വയാണ്. നമ്മുടെ സമീപപ്രദേശത്തുകാരനായ ഒരാൾ. ദർശനസൗരഭ്യം വഴിഞ്ഞൊഴുകുന്ന ഇത്തരത്തിലുള്ള കവിതകളുടെ കർത്താവാണെന്നറിയുന്നത് തന്നെ വലിയ സന്തോഷം തരുന്നു. ഒരു കവിയെന്ന നിലയിൽ ഏ.കെ.ചൊവ്വ ഈ നാട്ടുകാർക്ക് പ്രിയങ്കരനാകുന്നത് "കാണിക്ക" എന്ന അദ്ദേഹത്തിന്റെ കൃതിയിലൂടെയാണ്. ആ കവിത ഈ നാട്ടുകാർക്ക് സുപരിചിതമായിരുന്നു. പ്രത്യേകിച്ചും സ്ത്രീകളായിരുന്നു കാണിക്കയുടെ ആസ്വാദകരിൽ കൂടുതലും. സമീപഗ്രാമമായ കണ്ണൂക്കരയിൽ നടന്ന ഒരു പ്രണയദുരന്തത്തിന്റെ കാവ്യാവിഷ്കാരമായിരുന്നു കാണിക്ക.

അയൽവാസികളായ രാഘവനും നാരായണിയും പരസ്പരം പ്രേമബദ്ധരായി. രണ്ടുപേരുടെ വീട്ടുകാരും ആ പ്രേമബന്ധത്തെ ഒരുപോലെ എതിർത്തു. നാരായണിയെ തങ്ങളുടെ വീട്ടിൽ ഇണങ്ങത്തിയായി കൊണ്ടുവരാൻ സമ്മതിക്കില്ലെന്നു രാഘവന്റെ വീട്ടുകാരും, രാഘവനെ തങ്ങളുടെ വീട്ടുപുരുഷനായി അംഗീകരിക്കാൻ കഴിയില്ലെന്നു നാരായണിയുടെ വീട്ടുകാരും തീരുമാനമെടുത്തു. എന്നാൽ രാഘവനും നാരായണിയുമാകട്ടെ, തങ്ങൾ പരസ്പരമല്ലാതെ ഈ ജീവിതത്തിൽ മറ്റൊരു വിവാഹമുണ്ടാകില്ലെന്നു തറപ്പിച്ചു പറയുകയും ചെയ്തു. "രാഘവൻ രാഘവനാണെങ്കിൽ നാരായണിയെ സ്വന്തമാക്കുമെന്നും", "നാരായണി നാരായണിയാണെങ്കിൽ രാഘവനെ സ്വന്തമാക്കുമെന്നും പ്രതിജ്ഞ ചെയ്തു". എന്നാൽ വീട്ടുകാർ കെട്ടിപ്പൊക്കിയ പ്രതിബന്ധത്തിന്റെ വന്മതിൽക്കെട്ട് തകർക്കാൻ ഇരുവർക്കുമായില്ല. "ആ, ഇണക്കുരുവികളെത്ര ചിറകിട്ടടിച്ചാലും, ആ ഇരുമ്പഴികളെ തകർക്കാൻ കഴിയില്ല" എന്ന കവിവാക്യം ഓർമ്മിപ്പിക്കുന്നതായിരുന്നു അവരുടെ സ്ഥിതി. അവസാനം ജീവിതത്തിൽ ഒരുമിക്കുവാൻ സാധിക്കാത്തവർ, മരണത്തിൽ ഒരുമിക്കുവാൻ തീരുമാനിച്ചു. ഒരു ദിവസം കാലത്തു കണ്ണൂക്കര നിവാസികൾ കാണുന്നത്, സമീപത്തുള്ള ഒരു കുളത്തിൽ പരസ്പരം ബന്ധിച്ചനിലയിൽ ഒരു സ്ത്രീയുടെയും പുരുഷന്റെയും മൃതദേഹം വെള്ളത്തിൽ പൊങ്ങിക്കിടക്കുന്നതാണ്. ആ സംഭവമാണ് 'കാണിക്ക' എന്ന കവിതയ്ക്ക് ഇതിവൃത്തമായത്.

"അക്കാണും വയലിന്റെ മറുഭാഗത്തായി നിൽക്കുന്നു
തേഞ്ഞുമാഞ്ഞു മങ്ങിയ പാഴ്മൺകുടിൽ"

എന്നു തുടങ്ങുന്ന ആ കവിതയിലെ വരികളൊക്കെ ഇവിടെ സ്ത്രീകൾക്ക് പോലും മനഃപാഠമായിരുന്നു. നാട്ടിൽ നടന്ന ഒരു ദുരന്തസംഭവം കാവ്യമായി അച്ചടിച്ചിറങ്ങിയപ്പോൾ പ്രായഭേദമെന്യേ ജനങ്ങൾ അതു സ്വീകരിച്ചു. കരഞ്ഞും നെടുവീർപ്പിട്ടുംകൊണ്ടാണു സ്ത്രീകളൊക്കെ ആ കവിത വായിച്ചുതീർത്തത്. ഉത്സവപ്പറമ്പുകളിൽ ചൂടപ്പം പോലെയാണ് ആ കവിതാപുസ്തകം വിറ്റുകൊണ്ടിരുന്നത്. തൊഴിൽശാലകളിലും പാടത്തും വരമ്പത്തുമൊക്കെ കാണിക്ക ചർച്ച ചെയ്യപ്പെട്ടിരുന്നു. അതോടെ ഏ.കെ.ചൊവ്വ എന്ന കവി ഈ നാട്ടിൽ ലബ്ധപ്രതിഷ്ഠനാവുകയായിരുന്നു. ഇതുപോലെ പ്രണയദുരന്തത്തെ ഇതിവൃത്തമാക്കിയ മറ്റൊരു കവിതയും ആ കാലത്തു ഇവിടെ പ്രചാരത്തിലുണ്ടായിരുന്നു. "സരോജിനിക്കുട്ടിയുടെ കടുംകൈ " എന്ന പേരിലുള്ള ആ കവിതയും ഇവിടുത്തെ വായനക്കാരെ ഹരംകൊള്ളിച്ചിരുന്നു. ഉത്തര കേരളത്തിൽ നടന്ന ഒരു പുരുഷവഞ്ചനയുടെ ബാക്കിപത്രമാണ് സരോജിനിക്കുട്ടിയുടെ കടുംകൈ എന്ന പേരിലുള്ള ആ കവിത.

തീയ്യനായ ശങ്കരൻ നമ്പ്യാർ ജാതിയിൽപ്പെട്ട യുവതിയെ പ്രേമിച്ചു വഞ്ചിക്കുന്നതാണു സരോജിനിക്കുട്ടിയുടെ കടുംകൈ എന്ന കവിതയുടെ ഇതിവൃത്തം.

തീയ്യനും സമ്പന്നനുമായ ശങ്കരൻ, നമ്പ്യാർജാതിയിൽപെട്ട സരോജിനിയുമായി പ്രണയത്തിലാവുന്നു. പ്രണയം വളർന്നുവരുന്ന ഘട്ടത്തിൽ

എംഫിൽ പഠിക്കാൻ വേണ്ടി ശങ്കരനു മദിരാശിയിലേക്ക് വണ്ടി കയറേണ്ടി വരുന്നു.

ശങ്കരൻ മദിരാശിയിലേക്കു പോയതിനുശേഷം സരോജിനിക്കുട്ടിക്ക്, താൻ ഗർഭിണിയാണെന്ന സത്യം ബോധ്യപ്പെടുന്നു. വിവരം വീട്ടുകാര റിഞ്ഞപ്പോൾ വലിയ കോളിളക്കമുണ്ടായി. എന്തുതന്നെയായാലും ശങ്കരൻ വന്നു തന്നെ കല്ല്യാണം കഴിക്കുമെന്നുള്ള ഉറച്ച വിശ്വാസത്തിലായിരുന്നു സരോജിനിക്കുട്ടി. ആ വിശ്വാസം അവൾ വീട്ടുകാരുമായി പങ്കിടുകയും അവരെ ധൈര്യപ്പെടുത്തുകയും ചെയ്തു. "ഉടനെ നാട്ടിൽ വന്നു തന്നെ കല്ല്യാണം കഴിച്ച് ഈ അപമാനത്തിൽ നിന്നു കുടുംബത്തെ കരകയറ്റണ മെന്നു സരോജിനിക്കുട്ടി പലവട്ടം കത്തിലൂടെ ശങ്കരനോടു ആവശ്യപ്പെട്ടു. എന്നാൽ അയച്ച കത്തുകൾക്കൊന്നും ശങ്കരനിൽനിന്നു യാതൊരു മറുപ ടിയും ലഭിച്ചില്ല. എല്ലാം കൊണ്ടും നിരാശയായിത്തീർന്ന സരോജിനിക്കു ട്ടിക്ക് പോംവഴികളൊന്നും കണ്ടെത്താൻ കഴിഞ്ഞില്ല. ഒരു ദിവസം ബന്ധ പ്പെട്ടവർക്കെല്ലാം കത്തെഴുതിവെച്ചു വീട്ടിലെ കിടപ്പുമുറിയിൽ അവൾ തൂങ്ങി മരിക്കുന്നു.

"രാവെട്ടു പത്തുമണിക്ക് അവൾ തൂങ്ങിമരിക്കാനുറച്ചു
മേശമേൽ കേറിയിരുന്നു അവൾ കാന്തന്നുകത്തങ്ങെഴുതി
വല്ലഭാ ശങ്കരാ താങ്കൾ നിനക്കെള്ളോളമില്ലേ, കരുണ
നാണക്കേടൊക്കെ സഹിച്ചു, ഇനി ഞാനിതാപോകുന്നു നാഥാ...
പോകട്ടെ അച്ഛനുമമ്മേ ഇനിപ്പോകട്ടെ മാതുലന്മാരെ", എന്നൊക്കെയുള്ള സരോജിനിക്കുട്ടിയുടെ വിടവാങ്ങൽ സന്ദേശം ഹൃദയഭേദകമാണ്.

ഒരു തരത്തിൽ പറഞ്ഞാൽ നമ്മുടെ കഴിഞ്ഞകാലസാഹിത്യത്തിലെ നടപ്പുസമ്പ്രദായത്തിൽ നിന്നു വഴിമാറിയാണ് സരോജിനിക്കുട്ടിയുടെ കഥ സഞ്ചരിക്കുന്നത്. ഉയർന്ന ജാതിക്കാർ താണ ജാതിക്കാരെ പ്രേമിച്ചു വഞ്ചി ക്കുന്ന കഥകളാണല്ലോ? നമ്മുടെ സാഹിത്യത്തിലെ ഒരു കാലത്തെ നടപ്പു സമ്പ്രദായം. ഇവിടെ അയിത്തജാതിക്കാനായ ശങ്കരനാണു, നമ്പ്യാർ ജാതി ക്കാരിയായ യുവതിയെ പ്രേമിച്ച് വഞ്ചിക്കുന്നത്, തുടർന്ന് അവളെ ആത്മ ഹത്യയിൽവരെ എത്തിക്കുന്നതും. നമ്പ്യാന്മാരുടെ വീടുകളിൽ നിന്ന് ആ കാലത്ത് തീയ്യരായിട്ടുള്ളവർക്ക് കുടിവെള്ളം പോലും നൽകുമായിരുന്നില്ല. വളരെ വേണ്ടപ്പെട്ട തീയ്യനാണു വീട്ടിൽ വരുന്നതെങ്കിൽ പുറംകോലായി യിൽ "പടുത്തിരിക്ക" എന്നു വിളിക്കുന്ന പുൽപ്പായയിലാണു ഇരുത്തിയിരു ന്നത്. ഇവിടെ ശങ്കരനു ലഭിക്കുന്ന പ്ലസ് പോയിന്റ് അവന്റെ സമ്പത്തും വിദ്യാഭ്യാസവും സൗന്ദര്യവുമൊക്കെയാണെന്നു വരികൾക്കിടയിലൂടെ വായി ക്കുമ്പോൾ ബോധ്യപ്പെടും. കവി, ശങ്കരനെപ്പറ്റിപ്പറയുന്നതു നോക്കുക.

"ശങ്കരനാണവൻ നാമവും, ജാതിയിൽ
തീയ്യനാണെങ്കിലും കോമളാങ്കൻ"

ഇതുപോലെ കാലികപ്രാധാന്യമുള്ള സംഭവങ്ങളെ ആസ്പദമാക്കി പാട്ടു കളെഴുതി അച്ചടിച്ചു പ്രസിദ്ധീകരിക്കുന്ന പതിവും അക്കാലത്തുണ്ടായിരുന്നു.

അങ്ങനെ ചെയ്തിരുന്ന ഒരു കരാറിനകക്കാരനാണു, കണ്ണിച്ചാങ്കണ്ടി സോമൻ, അദ്ദേഹം രാഷ്ട്രീയപ്പാട്ടുകൾ എഴുതി കേരളം മുഴുവൻ സഞ്ച രിച്ച് പാടി പ്രചരിപ്പിച്ചിരുന്നു. കൂടാതെ ആ കാലത്തുണ്ടായ ചില പ്രമാദ മായ കൊലക്കേസ്സുകൾ, ശാരദാമ്മ കൊലക്കേസ്, മറിയക്കുട്ടിക്കൊലക്കേസ്, ചൊവ്വയിൽ നടന്ന കണ്ണൻ കൊലക്കേസ് ഇവകളൊക്കെ ഇതിവൃത്തമാക്കി പാട്ടുകൾ എഴുതി പ്രസിദ്ധീകരിക്കുകയും ചെയ്തിരുന്നു. നാട്ടിൽ നടക്കുന്ന അനീതി. പ്രേമവഞ്ചന, കൊലപാതകം, പ്രകൃതിദുരന്തം മുതലായവയൊക്കെ സമൂഹത്തിന്റെ ബോധമണ്ഡലത്തിലെത്തിക്കുന്നതിനുവേണ്ടി ഇത്തരം പാട്ടുകവിതകൾ ഒരു പരിധിവരെ സഹായിച്ചിട്ടുണ്ട്. ശീലാവതി, കടാങ്കോട്ടു മാക്കം തുടങ്ങിയ പാട്ടുകഥകൾ സാധാരണക്കാരായ ജനങ്ങൾക്കിടയിലു ണ്ടാക്കിയ സ്വീകാര്യതയായിരിക്കണം ഇത്തരം പാട്ടുകഥകൾ കെട്ടിപ്പാടാൻ പ്രേരണയായതെന്നു തോന്നുന്നു.

ഇത്രയും പറഞ്ഞപ്പോൾ നമ്മുടെ സമീപപ്രദേശത്തെ ഒരാണ്ടി നായ രെക്കുറിച്ചും ചില കാര്യങ്ങൾ ഓർത്തുപോകുന്നു. പ്രേമിച്ച പെണ്ണിനെ മറ്റൊരാൾ കല്ല്യാണം കഴിച്ചതിനെത്തുടർന്ന് മനസ്സിന്റെ സമനില തെറ്റി, സ്വന്തം പ്രേമകഥ കവിതപോലെ, ബീഡിക്കമ്പനികളിലും ചായപ്പീടിക കളിലും നാലാൾ കൂടുന്നിടത്തൊക്കെ ചെന്നു ഹൃദയ പൊട്ടുമാറു പാടിക്കേൾപ്പിച്ച ഒരു നിരാശാകാമുകനായിരുന്നു ആണ്ടിനായർ. ആണ്ടിനാ യരുടെ ആത്മവിലാപകാവ്യം ഇപ്രകാരം.

"നിസ്സാരമായൊരു രാധമൂലം
നിത്യനിരാശയിലാണ്ടിയായി
എന്ത് ചെയ്യാനെന്റെ പൊന്നുരാധേ,
അത്തരം യോഗങ്ങൾ ആണ്ടിക്കില്ല."

ടി.പി. സുകുമാരൻ

തോട്ടടയിൽ നടന്ന സാഹിത്യക്കൂട്ടായ്മയ്ക്ക് വെസ്റ്റ് യു.പി സ്കൂൾ നൽകിയ സംഭാവനയെപ്പറ്റിയാണല്ലോ പറഞ്ഞുവരുന്നത്. ആ കൂട്ടായ്മയ്ക്ക് നേതൃത്വം നൽകിയവരിൽ, മലയാളസാഹിത്യത്തിലെ ഒരു മഹാപ്രതിഭാ ശാലിയും ഉൾപ്പെട്ടിരുന്നു. കരാറിനകത്തിന്റെ സമീപപ്രദേശമായ കിഴുന്ന യിലെ, ചൂട്ടാച്ചികുമാരന്റെ മകനായി ജനിച്ച ഡോക്ടർ ടി.പി.സുകുമാര നാണു ആ മഹാപ്രതിഭാശാലി. നാടകകൃത്ത്, പ്രഭാഷകൻ, ഫോർക്ക്ലോ റിസ്റ്റ്. പരിസ്ഥിതിവാദി എന്നിങ്ങനെ അനേകം വിശേഷണങ്ങൾ ചേർത്തു വിളിക്കാവുന്ന, ഡോക്ടർ, ടി.പി സുകുമാരൻ, കൈവെച്ച മേഖലകളിലൊക്കെ സർഗ്ഗാത്മകത തെളിയിച്ച ഒരു തികഞ്ഞ ജീനിയസ്സാണ്. മറ്റൊരു തരത്തിൽ പറഞ്ഞാൽ, ഉത്തരമലബാറിൽനിന്നും കേരളത്തിന്റെ സാംസ്കാരിക നായകപദവിയിലേക്കുയർന്നു വന്ന മറ്റൊരു സുകുമാരനുമാണ്.

തോട്ടട വെസ്റ്റ് യു.പി സ്കൂളിലെ അദ്ധ്യാപകനെന്ന നിലയിലാണു സുകു മാരൻ മാസ്റ്ററുടെ ഔദ്യോഗിക ജീവിതം തുടങ്ങുന്നത്. ആ കാലഘട്ട ത്തിലാണ് ടി.പി സുകുമാരൻ എന്ന സംസ്കാരസമ്പന്നന്റെ സേവനങ്ങൾ

കരാറിനകത്തിന് ലഭ്യമാകുന്നത്. സ്കൂൾ വിദ്യാർത്ഥികളിൽ മാത്രമല്ല, നാട്ടിലെ സാധാരണക്കാരായ തൊഴിലാളികളുടെ മനസ്സിൽപോലും സാഹിത്യാഭിരുചി ജനിപ്പിക്കുവാൻ, പാണ്ഡിത്യത്തിന്റേതായ, യാതൊരു തലക്കനവും ബാധിക്കാത്ത, "പൊൻമുടിയൻ" വൈദ്യന്മാരുടെ പാരമ്പര്യ ത്തിൽ പിറന്ന ഈ പച്ച മനുഷ്യൻ ഒരുപാടു പരിശ്രമിച്ചിട്ടുണ്ട്.

കീഴുന്ന സ്കൂളിലെ വിദ്യാർത്ഥിയാണ് ഏതാനും വർഷങ്ങൾക്കുശേഷം തോട്ടട വെസ്റ്റ് യു.പി സ്കൂളിലെ അദ്ധ്യാപകനായി വരുന്നത്. ഈ രണ്ടു നാടുകൾ തമ്മിലുള്ള ദൂരക്കുറവുപോലെ സുകുമാരൻമാഷിലെ വിദ്യാർ ത്ഥിക്കും അദ്ധ്യാപകനും തമ്മിലുള്ള ദൂരവും നന്നേ കുറവായിരുന്നു. ചുരുക്കിപ്പറഞ്ഞാൽ സുകുമാരൻമാസ്റ്റർ എല്ലായ്പ്പോഴും വിദ്യാർത്ഥിയും അദ്ധ്യാപകനുമായിരുന്നു. പകൽ പഠിപ്പിക്കുമ്പോൾ രാത്രി പഠിക്കുകയായി രുന്നു സുകുമാരൻമാസ്റ്റർ. ചിറക് വിടർത്തുന്ന സർഗ്ഗവാസനയും വിജ്ഞാന തൃഷ്ണയും തോട്ടട വെസ്റ്റ് യു.പി സ്കൂളിന്റെ ചുമരുകൾക്കുള്ളിൽ ഒതു ങ്ങുന്നതായിരുന്നില്ല. അതു ബഹുമുഖമായ അറിവിന്റെ അനന്തസാധ്യതക ളിലേക്ക് പറന്നുയരുകയായിരുന്നു. അതിന്റെ ഫലമെന്നോണം തോട്ടട വെസ്റ്റ് യു.പി സ്കൂളിലെ അദ്ധ്യാപകനായ ആൾ ലക്ചററായും, പ്രൊഫസ്സറായും സർവകലാശാലയുടെ വിസിറ്റിംഗ് ഗൈഡായും ഉയരങ്ങളിലേക്കെത്തുന്നു. തീർന്നില്ല, മൂല്യവത്തായ സർഗ്ഗസൃഷ്ടികൾ, നാടകമായും നിരൂപണമായും ഉപന്യാസങ്ങളായും പുനർവായനകളായും പരിസ്ഥിതി ശാസ്ത്രമായും, ഫോക്‌ലോർ പഠനങ്ങളായും പിറന്നുവീഴുന്നു. 'നിരൂപകനായ കേസരി' എന്ന പഠനഗവേഷണഗ്രന്ഥത്തിനു സുകുമാരൻ മാസ്റ്റർക്ക് ഡോക്ടറേറ്റ് ലഭി ക്കുന്നു. ദക്ഷിണായനം എന്ന നാടകത്തിനു കേരളസാഹിത്യഅക്കാദമിയുടെ അവാർഡും. ഇങ്ങനെ എത്രയെത്ര പുരസ്കാരങ്ങളാണു സുകുമാരൻ മാസ്റ്ററെ തേടിയെത്തിയിട്ടുള്ളത്? ഇതിന്റെയൊക്കെ തിരക്കിലും ചിത്രം വര യ്ക്കാനും സംഗീതം പഠിക്കാനും സമയം കണ്ടെത്തുന്നു സുകുമാരൻമാഷ്. അച്യുതൻ ഭാഗവതരുടെ ഹാർമ്മോണിയത്തിനു മുന്നിലും കോരമ്പേത്ത് കണ്ണന്റെ മൃദംഗത്തിന് മുന്നിലും ചമ്രം പടിഞ്ഞിരിക്കുന്ന സുകുമാരൻ മാഷുടെ രൂപം നാട്ടുകാർക്ക് എളുപ്പം മറക്കുവാൻ സാധിക്കുകയില്ല. പഠിപ്പ്, ജോലിക്ക് വേണ്ടിയോ, അറിവിനു വേണ്ടിയോ ഉള്ള ചടങ്ങുപ്രവർത്തനമല്ല സുകുമാരമാസ്റ്റർക്ക്. പഠിപ്പ്, അത് പാശ്ചാത്യസാഹിത്യമായാലും, നമ്മുടെ അവേരപ്പറമ്പിൽ കെട്ടിയാടുന്ന പുലിമറഞ്ഞതൊണ്ടച്ചൻ എന്ന കീഴാള തെയ്യത്തിന്റെ പുരാവൃത്തമായാലും, അവയെയൊക്കെ അന്വേഷണാത്മക മായ പുനർവായനയായാണു സുകുമാരൻമാസ്റ്റർ കണ്ടിരുന്നത്. സുകുമാരൻ മാസ്റ്ററുടെ "മാടായിക്കാരി" എന്ന ഗ്രന്ഥം പുലിമറഞ്ഞതൊണ്ടച്ചൻ തെയ്യ ത്തിന്റെ പുനർവായനയാണ്. അത്തരം അന്വേഷണങ്ങൾക്ക് വേണ്ടിയാണ് നിർമ്മലഗിരികോളേജിലെ ലക്ചറർ, തോട്ടടയിലെ കോരമ്പേത്ത് കണ്ണന്റെ മൃദംഗത്തിനു മുമ്പിൽ ചമ്രം പഠിഞ്ഞിരിക്കുന്നത്. ഉപകരണസംഗീതത്തിലും അദ്ദേഹം ഗവേഷണങ്ങൾ നടത്തിയിരുന്നു.

സുകുമാരൻമാഷെ മൃദംഗവാദനം പഠിപ്പിച്ച കോരമ്പേത്ത് കണ്ണനെക്കുറിച്ചും, ഇടയ്ക്ക്, ചില കാര്യങ്ങൾ സൂചിപ്പിക്കുവാനുണ്ട്. പണ്ടുകാലത്ത് കണ്ണൂരിലെ പ്രഗത്ഭനായ ഒരു മൃദംഗവാദകനായിരുന്നു, നാട്ടുകാർ “സായ്‌വ് കണ്ണൻ' എന്നു വിളിക്കുന്ന കോരമ്പേത്ത് കണ്ണൻ. ഒരു നെയ്ത്തു തൊഴിലാളിയായ ഈ തോട്ടടക്കാരൻ, കണ്ണൂരിലെ നവരാത്രി ആഘോഷവേളകളിൽ പാട്ടുകച്ചേരി നടത്തുവാൻ വന്നെത്തുന്ന പ്രശസ്തരായ പല ഗായകർക്ക് വേണ്ടിയും മൃദംഗം വായിച്ചുണ്ട്. കൂടാതെ ഈ നാട്ടിലും, പുറത്തുമായി ധാരാളം പേരെ മൃദംഗവാദനം പഠിപ്പിക്കുകയും ചെയ്തിട്ടുണ്ട്. കോരമ്പേത്ത് കണ്ണനില്ലാതെ ഒരു സംഗീതപരിപാടിയും ഈ നാട്ടിൽ ആ കാലത്തു നടന്നിരുന്നില്ല.

നാടകരംഗത്താണു ടി.പി സുകുമാരൻ ഏറ്റവും കൂടുതൽ സർഗ്ഗശേഷി തെളിയിച്ചതെന്നു തോന്നുന്നു. “ആയഞ്ചേരി വല്ലശമാനൻ” എന്ന ഒറ്റനാടകം മതി ടി.പി സുകുമാരനെ അനശ്വരനാക്കാൻ. വെള്ളരിനാടകമെന്ന പേരിൽ പണ്ടുകാലത്ത് ഇവിടുത്തെ വയലുകളിൽ അരങ്ങേറാറുള്ള ഒരു വിനോദ പരിപാടിയെ പരിചയപ്പെടുത്തുന്ന നാടകമാണു “ആയഞ്ചേരി വല്ല്യശമാനൻ.” ഗ്രാമീണജനതയുടെ സർഗ്ഗശേഷി പ്രകടമാക്കാൻ സഹായിക്കുന്ന, വെള്ളരി നാടകങ്ങൾക്ക് വേദിയാകുന്നത് കൊയ്ത്തു കഴിഞ്ഞ പാടങ്ങളായിരുന്നു. മകരക്കൊയ്ത്തു കഴിഞ്ഞതിനുശേഷം വിഷുവരെയുള്ള സമയം ഇവിടെ കൃഷിപ്പണിക്ക് കാലാവസ്ഥയുമായും വിശ്വാസവുമായും ബന്ധപ്പെട്ടുള്ള ഒരിട വേളയായിരുന്നു. ആ ഇടവേളക്ക് ഇവിടെ “ഉച്ചാരൽ” എന്നാണു പറയുന്നത്. ഉച്ചാരൽ കാലം നെൽകൃഷിയുമായി ബന്ധപ്പെട്ട്, ഒരു പണിയും കൃഷിക്കാർ വയലിൽ നടത്തുമായിരുന്നില്ല. ഉച്ചാരൽ കഴിഞ്ഞ് വിഷുവോടു കൂടിയാണ് നെൽകൃഷി പുനരാരംഭിക്കുന്നത്. അതിനു “ഞാറ്റുവേലയെന്നും നാട്ടിപ്പണി”യെന്നുമാണു പറഞ്ഞുവന്നിരുന്നത്. ഉച്ചാരൽ കാലത്ത് വയലിൽ നെൽകൃഷി നടത്തുകയില്ലെങ്കിലും പച്ചക്കറിക്കൃഷി നടത്തുന്നതിന്നു തടസ്സമൊന്നുമില്ല. പച്ചക്കറിക്കൃഷി നടത്തുവാൻ തയ്യാറുള്ളവർക്ക് തങ്ങളുടെ കൃഷിസ്ഥലം വിട്ടുകൊടുക്കാൻ കൃഷിക്കാർ തയ്യാറായിരിക്കും. പച്ചക്കറി കൃഷിനടത്താൻ തയ്യാറുള്ളവർക്ക്, കൃഷിക്കാരുടെ അനുമതിയില്ലാതെ തന്നെ വെള്ളരിയും കുമ്പളവും നടാൻ സ്വാതന്ത്ര്യമുണ്ടായിരുന്നു. ഇവിടെ പ്രധാനമായും വെള്ളരിയാണ് നട്ടുവളർത്തിയിരുന്നത്. “ഉച്ചാറുച്ചയ്ക്ക് വെള്ളരി നട്ടാൽ വിഷു ഉച്ചയ്ക്ക് വെള്ളരി പറിക്കാം” എന്ന ഒരു പഴഞ്ചൊല്ല് ഇവിടെയുണ്ടായിരുന്നു. ഇങ്ങനെ വെള്ളരിനടുന്നവർ, തങ്ങളുപയോഗിക്കുന്ന കണ്ടത്തിനു അതിരിട്ടു മറക്കി, അതിനുള്ളിൽ ഒരു പൊട്ടക്കുളവും, രാത്രി കാലത്ത് കാവൽകിടക്കാൻ, ഒരു തട്ടുകടയുടെ വലുപ്പത്തിലുള്ള പന്തലും ഒരുക്കുന്നു. അതിനു വെള്ളരിപ്പന്തൽ എന്നാണു പറയുന്നത്. വെള്ളരി പാകമാകുമ്പോൾ അതു തിന്നാൻ വരുന്ന കുറുക്കന്മാരെ ഓടിക്കുന്നതിനാണു രാത്രി കാവൽ കിടക്കുന്നത്. ഇങ്ങനെ കാവൽ നിൽക്കുന്നവർ ഒത്തുകൂടി, വെള്ളരിപ്പന്തൽ സ്റ്റേജാക്കി റാന്തൽ വിളക്കിന്റെ വെളിച്ചത്തിൽ അരങ്ങേറുന്ന വിനോദപരിപാടിയാണ് വെള്ളരിനാടകങ്ങൾ. അതാണു, ടി.പി സുകുമാരൻ,

ആയഞ്ചേരി വല്ല്യശ്മാനനിലൂടെ പുതിയ തലമുറയ്ക്ക് പരിചയപ്പെടുത്തി ത്തന്നത്. സ്വന്തം അനുഭവത്തിന്റെ ചൂടും ചൈതന്യവും ഉൾക്കൊണ്ടാണു ആയഞ്ചേരി വല്ല്യശ്മാനൻ എന്ന നാടകം ഉരുത്തിരിയുന്നത്. എത്രയോ രാത്രികളിൽ, തോട്ടട വയലിൽ വെള്ളരിപ്പന്തൽ സ്റ്റേജാക്കി റാന്തൽ വിള ക്കിന്റെ മങ്ങിയവെളിച്ചത്തിൽ കോരമ്പേത്തു കണ്ണന്റെ മൃദംഗത്തിന്റെ അകമ്പടിയോടെ ഒരുപാടു വെള്ളരിനാടകങ്ങൾ ടി.പി സുകുമാരൻ സംവി ധാനം ചെയ്ത് അവതരിപ്പിച്ചുട്ടുണ്ടത്രെ?

ടി.പി സുകുമാരനെപ്പറ്റിപ്പറയുമ്പോൾ അദ്ദേഹത്തിന്റെ പ്രസംഗത്തെ പ്പറ്റിയും ചിലകാര്യങ്ങൾ സൂചിപ്പിക്കേണ്ടതുണ്ട്. 1960 കാലഘട്ടത്തിൽ മല ബാറിൽ രാഷ്ട്രീയ സമ്മേളനങ്ങൾ എന്നതുപോലെ സാംസ്കാരികസമ്മേള നങ്ങളും സർവ്വസാധാരണമായിരുന്നു. സ്കൂൾ വാർഷികം, വായനശാലാ വാർഷികം, അമേച്ചർനാടകസമിതികളുടെ വാർഷികം എന്നിവയോടനുബ ന്ധിച്ചായിരന്നു സാംസ്കാരികസമ്മേളനങ്ങൾ കൂടുതലായും നടന്നിരുന്നത്. 1960 മുതൽ 90 വരെ വടക്കൻ കേരളത്തെ സംബന്ധിച്ചെടുത്തോളം അമേചർ നാടകസമിതിയുടെ ഒരു സുവർണ്ണകാലഘട്ടമായിരുന്നു. ആ സമിതിക ളുടെയൊക്കെ വാർഷികസമ്മേളനങ്ങളിൽ നാടകവും തൊട്ടുമുമ്പ് സാംസ്കാ രികസദസ്സുകളും നിർബന്ധമായും ഉണ്ടാകുമായിരുന്നു. അത്തരം സാംസ്കാ രിക സമ്മേളനങ്ങളിൽ ആ രംഗത്തെ പ്രഗത്ഭമതികളായ പ്രാസംഗികരെ യാണ് പങ്കെടുപ്പിക്കാറുള്ളത്. ആ കാലത്തു ഉത്തരകേരളത്തിൽ പ്രഗത്ഭ രായ പ്രാസംഗികരുടെ ഒരു നീണ്ടനിര തന്നെയുണ്ടായിരുന്നു. സുകുമാർ അഴീക്കോട്, വാണിദാസ് എളയാവൂർ, എം.ടി കുമാരൻ മാസ്റ്റർ അടക്കമുള്ള ആ പ്രസംഗകരെല്ലാം സദസ്സിനെ ഇളക്കി മറിക്കുന്നവരായിരുന്നു. ആ പ്രഗത്ഭ രൊക്കെ അരങ്ങു വാഴുന്ന സമയത്താണ് പാശ്ചാത്യസാഹിത്യത്തെയും ആധുനികതയെയും പരിചയപ്പെടുത്തിക്കൊണ്ടു രണ്ടു ചെറുപ്പക്കാർ ആ രംഗത്തേക്കു വരുന്നത്. അടുത്തടുത്ത ദേശക്കാരായ ആ രണ്ടു ചെറുപ്പ ക്കാരിൽ ഒരാൾ ടി.പി സുകുമാരനും മറ്റേയാൾ എം.അബ്ദുറഹ്മാനുമായി രുന്നു.

സംഘാടകരുടെ രാഷ്ട്രീയചായ്വിനനുസരിച്ചായിരുന്നു പ്രാസംഗിക ന്മാരെ ക്ഷണിച്ചു വരുത്തിയിരുന്നത്. കമ്മ്യൂണിസ്റ്റ്കാരോടു അടുപ്പമുള്ള സംഘാടകരാണെങ്കിൽ അവിടെ ടി.പി സുകുമാരനും, കോൺഗ്രസ്സുകാരോടു അടുപ്പമുള്ള സംഘാടകരാണെങ്കിൽ അവിടെ എം.അബ്ദുറഹ്മാനും ഉറ പ്പായും ഉണ്ടാകുമായിരുന്നു. പ്രത്യേകരാഷ്ട്രീയപാർട്ടികളോടു താൽപര്യ മില്ലാത്ത സ്വതന്ത്രസംഘടനകളാണെങ്കിൽ അവിടെ ഇവർ രണ്ടുപേരും ഉണ്ടാ കുമായിരുന്നു. അടുത്ത ദേശക്കാരായത് കൊണ്ടു ഇവർ രണ്ടുപേരും ഒരു മിച്ചായിരുന്നു മീറ്റിംഗ് സ്ഥലത്ത് പോകുകയും തിരിച്ചു വരികയും ചെയ്തു കൊണ്ടിരുന്നത്. മീറ്റിങ്ങു തീരാൻ വൈകിയാൽ ബസ്സുകിട്ടാതെ രണ്ടുപേരും നടന്നു വീട്ടിലെത്തേണ്ട അവസ്ഥയും വന്നുചേരുമായിരുന്നു. പ്രസംഗം കഴിഞ്ഞുപോകുമ്പോൾ സംഘാടകർ ഒരുറുപ്പികയുടെ ഒരു നോട്ട് ലക്കോട്ടി ലാക്കി നൽകാറുണ്ട്. ഈ സംഖ്യയാണ് പ്രാസംഗികർ യാത്ര ചെലവിനായി

ഉപയോഗിക്കുന്നത്. ചിലപ്പോൾ ലക്കോട്ടുകൊടുക്കാൻ സംഘാടകർ മറക്കാറുമുണ്ട്. പ്രാസംഗികർക്കാണെങ്കിൽ അതു ചോദിച്ചുവാങ്ങാനും പറ്റുകയില്ല. കലാപരിപാടി തുടങ്ങേണ്ടതുകൊണ്ട് പ്രസംഗം ഇടയ്ക്ക് വെച്ച് നിർത്താൻ കുറിപ്പ് കൊടുക്കുന്ന ക്രൂരമായ നടപടിയും ചിലപ്പോൾ സംഘാടകരുടെ ഭാഗത്ത് നിന്നുണ്ടാകാറുണ്ട്.

സദസ്സിലെ അച്ചടക്കമില്ലായ്മയാണ് പ്രാസംഗികർക്ക് നേരിടേണ്ടിവരുന്ന മറ്റൊരു വെല്ലുവിളി. കലാപരിപാടി മാത്രം കാണാൻ വരുന്ന കുട്ടികളുടെ അച്ചടക്കമില്ലായ്മയും, ബലൂണും, "പീപ്പിയും" ലൊട്ടുലൊടുക്കും വിൽക്കുന്ന ചന്തക്കച്ചവടക്കാരുടെ കോലാഹലങ്ങളും പ്രാസംഗികർക്ക് വലിയ പ്രയാസങ്ങൾ വരുത്തിവെക്കാറുണ്ട്. ഇത്തരം സന്ദർഭങ്ങളിൽ സദസ്സിനെ കൈയിലെടുക്കുവാനുള്ള ചില നമ്പറുകളും സുകുമാരൻ മാസ്റ്റർ ഇറക്കാറുണ്ട്. അതിലൊരു സംഭവം വിവരിക്കാം. സമീപപ്രദേശത്തെ ഒരു വായനശാലയുടെ വാർഷികസമ്മേളനം നടക്കുകയായിരുന്നു. ടി.പി സുകുമാരനായിരുന്നു ഉദ്ഘാടകൻ. അധ്യക്ഷം വഹിച്ചത് പഞ്ചായത്ത് പ്രസിഡണ്ട് ഒരു കുഞ്ഞിക്കണ്ണൻമാഷായിരുന്നു. പ്രാസംഗികനായി. ആ കാലത്ത് ഇവിടെ ബി.ഡി.ഒ ആയി പ്രവർത്തിക്കുന്ന ഒരു സെബാസ്റ്റ്യനുമുണ്ടായിരുന്നു. അധ്യക്ഷൻ സുകുമാരൻമാഷെ സമ്മേളനം ഉദ്ഘാടനം ചെയ്യാൻ ക്ഷണിച്ചപ്പോൾ, മേൽപ്പറഞ്ഞതുപോലെ കുട്ടികളുടെയും മുതിർന്നവരുടെയും കലപില കൊണ്ട് സദസ്സ് ബഹളമയമായിരുന്നു. സുകുമാരൻമാഷ് സാവധാനം വന്നു മൈക്കിനു മുമ്പിൽ നിന്നു, ഇങ്ങനെ വിളിച്ചുപറഞ്ഞു. "ഞാൻ ഒരു തീയ്യനാണു" ശബ്ദം കുറച്ചുകൂടി വർദ്ധിപ്പിച്ച് വീണ്ടും അതാവർത്തിച്ചു. "ഞാൻ ഒരു തീയ്യനാണ് " അത്ഭുതമെന്നു പറയട്ടെ ഇതുകേട്ടപാടെ സദസ്സിന്റെ ശ്രദ്ധ മുഴുവൻ സുകുമാരൻമാഷിലായി. ജാതിയും മതവുമൊന്നുമില്ലാത്ത തികഞ്ഞ യുക്തിവാദിയും കമ്മ്യൂണിസ്റ്റ്കാരനുമായ സുകുമാരൻ മാഷ് താൻ തീയ്യനാണെന്നു പറയുന്നതു കേട്ട് സദസ്സ് അക്ഷരാർത്ഥത്തിൽ ഒന്നു ഞെട്ടി. ആ ഞെട്ടൽ തീരുന്നതിന്നു മുമ്പ് വന്നു രണ്ടാമത്തെ വെടിയും. ഇവിടെ അധ്യക്ഷം വഹിക്കുന്ന കുഞ്ഞിക്കണ്ണൻമാഷിലുമുണ്ട് ഒരു തീയ്യൻ. (കുഞ്ഞിക്കണ്ണൻ മാഷ് കാവ്തീയ സമുദായക്കാരനായിരുന്നു.) സംഭവം പിടികിട്ടാതെ ജനങ്ങൾ അമ്പരന്നു നിൽക്കുമ്പോൾ വന്നൂ മൂന്നാമത്തെ വെടിയും. ഇവിടെ പ്രാസംഗികനായി വന്ന സെബാസ്റ്റ്യനിലുമുണ്ട് ഒരു തീയ്യൻ, "ക്രിസ്തീയൻ" ജനങ്ങൾ സുകുമാരൻമാഷുടെ നർമ്മം ഉൾക്കൊള്ളാൻ തുടങ്ങുന്നതോടെ വന്നൂ അവസാനത്തെ അമിട്ടിന്റെ പൊട്ടിച്ചിതറൽ. ഞങ്ങൾ മാത്രമല്ല നിങ്ങളും തീയ്യരാണ്", "ഭാരതീയർ" നാമെല്ലാവരും ഏകോദരസഹോദരങ്ങളായ "ഭാരതീയർ". സുകുമാരൻമാഷുടെ നർമ്മം പൂർണ്ണമായും ഉൾക്കൊണ്ട സദസ്സ് ഹർഷാരവത്തോടെ അതു എതിരേൽക്കുകയായിരുന്നു.

വി.കെ.രഞ്ജിത് കുമാർ

തോട്ടട വെസ്റ്റ് യു.പി സ്കൂൾ ഉയർത്തിപ്പിടിച്ച സാക്ഷരതയുടെ ജ്യോതിയുമായി നിലവിൽ പ്രയാണം ചെയ്തുകൊണ്ടിരിക്കുന്നത് ശ്രീ.വി.കെ.

രഞ്ജിത് കുമാറാണ്. നേരത്തെ സൂചിപ്പിച്ചിട്ടുള്ള കക്കിരിക്കൻ കുമാരൻ മാസ്റ്ററുടെ, മകനായ രഞ്ജിത് മാസ്റ്റർ, നിലവിൽ ആ വിദ്യാലയത്തിന്റെ മേനേജരും ഹെഡ്മാസ്റ്ററുമാണ്.

വിദ്യാഭ്യാസപ്രവർത്തനങ്ങളെ സൃഷ്ടിപരതയോടെ സമീപിക്കുന്നു എന്നതാണു തോട്ടട വെസ്റ്റ് യു.പി സ്കൂളിന്റെ പ്രത്യേകത. ആ സൃഷ്ടിപരതക്ക് നേതൃത്വം നൽകുന്നതാകട്ടെ വി.കെ.രഞ്ജിത് കുമാർ എന്ന അദ്ധ്യാപകനും. അദ്ദേഹത്തിൽ ഉറഞ്ഞുകൂടുന്ന നിർവിഘ്നമായ സർഗ്ഗാത്മകത പാഠാകാശത്തെ മലർവാടിയാക്കുവാൻ പോന്നവയാണ്. “വിദ്യ വിനയം പ്രദാനം ചെയ്യുന്നു” എന്ന ഒരു ചൊല്ലുണ്ട്. ആ ചൊല്ല് അക്ഷരാർത്ഥത്തിൽ രഞ്ജിത് മാസ്റ്റർക്കും ചേരും. അദ്ധ്യാപകസമൂഹത്തിനുതന്നെ ഒരു മാതൃകയായിട്ടുള്ള രഞ്ജിത് മാസ്റ്ററെ തേടിയെത്തിയ അംഗീകാരങ്ങളും പുരസ്കാരങ്ങളും നിരവധിയാണ്. ദേശീയ അദ്ധ്യാപക അവാർഡുജേതാവ് എന്ന ഒറ്റ ബഹുമതി മാത്രം മതി രഞ്ജിത് മാസ്റ്ററെ ആ രംഗത്ത് ലബ്ധപ്രതിഷ്ഠനാക്കാൻ. ആ പുരസ്കാരം ലഭിക്കുന്ന ആദ്യത്തെ കരാറിനകക്കാരനും രഞ്ജിത് മാസ്റ്ററാണ്.

അക്ഷരത്തിന്റെ ഈ ഉപാസകൻ ഒരു നല്ല സാമൂഹ്യപ്രവർത്തകനും, സംഗീതപ്രേമിയുമാണ്. തോട്ടട ശ്രീനാരായണ ഗുരു സ്മാരകവായനശാലാ കമ്മറ്റി പ്രവർത്തകൻ, ആദികടലായി ശ്രീകൃഷ്ണക്ഷേത്രത്തിന്റെ തോട്ടട ഉത്സവകമ്മിറ്റി ഭാരവാഹി, ഭാരത് സ്കൗട്ട് ആന്റ് ഗൈഡൻസ് കണ്ണൂർ സൗത്ത് സോൺ രക്ഷാധികാരി, കണ്ണൂർ ചൈതന്യ സാംസ്കാരികസമിതി ഭാരവാഹി എന്നിങ്ങനെ വിവിധരംഗങ്ങളിൽ രഞ്ജിത് മാസ്റ്റർ കണ്ണൂരിൽ നിറഞ്ഞുനിൽക്കുന്നു.

കുറുവ യു.പി സ്കൂൾ

1919-ലാണ് കുറുവ സ്കൂൾ നിലവിൽ വരുന്നത്. കുറുവപ്പള്ളിക്കൂടത്തുള്ള ആനത്താൻ പാറയിലാണു അതു ഉയർന്നുവന്നത്. കുറുവയിലെ ആയത്താൻ തറവാട്ടുകാരാണു സൗജന്യമായി സ്കൂളിനു വേണ്ടുന്ന സ്ഥലം അനുവദിച്ചത്. ആറ്റടപ്പയിലെ കുഞ്ഞിരാമൻ മാസ്റ്ററും ചെമ്പിലോട്ടെ കണ്ണൻ മാസ്റ്ററുമായിരുന്നു കുറുവ സ്കൂളിന്റെ തുടക്കക്കാർ. ആയത്താൻ തറവാട്ടിലെ ആ കാലത്തെ കാരണവരും, തോന്നിയോട്ടു ക്ഷേത്രത്തിലെ ആയത്താരുമായിരുന്ന ചന്ദൻ കാരണവരും, മേൽപ്പറഞ്ഞ അദ്ധ്യാപകരും തമ്മിലുള്ള സുഹൃദ്ബന്ധമാണു കുറുവ സ്കൂളിനു നിമിത്തമായത്.

കരാറിനകത്തെ മറ്റു രണ്ടു വിദ്യാഭ്യാസസ്ഥാപനങ്ങളായ തോട്ടട വെസ്റ്റ് യു.പി.സ്കൂളും കടലായി സൗത്ത് യു.പി സ്കൂളും ഗുരുകുല വിദ്യാഭ്യാസത്തിന്റെ തുടർച്ചകളായിരുന്നു എന്നു മുമ്പ് പറഞ്ഞുവല്ലോ. എന്നാൽ കുറുവ സ്കൂൾ ഗുരുകുലവിദ്യാഭ്യാസത്തിന്റെ തുടർച്ചയായിരുന്നില്ല. ആയത്താൻ പാറയിൽ കുറുവ സ്കൂൾ തുടങ്ങുന്നതിന്നു എത്രയോ മുമ്പ്, ആ പറമ്പിന്റെ പടിഞ്ഞാറു വശത്തായി , “തട്ടാന്റെ വളപ്പ്” എന്ന സ്ഥലത്ത് ഒരു ഗുരുകുല

വിദ്യാഭ്യാസസ്ഥാപനമുണ്ടായിരുന്നതായി പറയപ്പെടുന്നുണ്ട്. ചിള്ളിത്തറവാടിനോടു ചേർന്നായിരുന്നു, ആ വിദ്യാഭ്യാസ സ്ഥാപനം പ്രവർത്തിച്ചിരുന്നതത്രെ. ചിള്ളി ഗുരിക്കൾ എന്നായിരുന്നു അതിന്റെ ഉടമസ്ഥൻ അറിയപ്പെട്ടിരുന്നത്. ചിള്ളിത്തറവാട്ടുകാർ പിൽക്കാലത്ത് വിദ്യാഭ്യാസ സ്ഥാപനങ്ങളുടെ നടത്തിപ്പുമായി ബന്ധപ്പെട്ടിട്ടില്ലാത്തതുകൊണ്ട് ഈ വിഷയത്തിൽ ആധികാരികമായ തെളിവ് ഹാജരാക്കുവാൻ സാധ്യമല്ല. എന്നാൽ ചിള്ളി എന്ന വിചിത്രമായ തറവാട്ടു പേരിൽ നിന്നു, ചില അനുമാനങ്ങളിലെത്തിച്ചേരുവാൻ കഴിഞ്ഞേക്കും. ഗുരുകുല വിദ്യാഭ്യാസസ്ഥാപനത്തിനു പള്ളിക്കൂടം എന്നാണു പണ്ടുകാലത്ത് പറഞ്ഞുവന്നിരുന്നത്. പള്ളിക്കൂടത്തിനു മുമ്പിൽ "ശ്രീ" എന്ന, പൂജനീയ ബഹുവചനം ചേർത്തു വിളിക്കുന്നതും സാധാരണമാണ്. അങ്ങനെ വരുമ്പോൾ ശ്രീ പള്ളിക്കൂടം എന്നായിത്തീരുന്നു. പള്ളിക്കൂടം എന്നതിനെ "പള്ളി" എന്നു മാത്രമാണല്ലോ ഉച്ചരിച്ചു വരുന്നത്. അങ്ങനെ നോക്കുമ്പോൾ ശ്രീപള്ളി എന്ന പേരിൽ നിന്നായിരിക്കണം ചിള്ളി എന്ന തറവാട്ടു പേരുണ്ടാകുന്നത്. ശ്രീധരനെ ഇവിടെ ചീരൻ എന്നാണു വിളിക്കുന്നത്. ശ്രീകണ്ഠനെ ചിണ്ടൻ, എന്നും വിളിക്കുന്നു. ശ്രീദേവിയമ്മയെ "ചിയമ്മ" എന്നും, ശ്രീകുറുംമ്പയെ ചീറുംമ്പ എന്നും വിളിച്ചുവരുന്നു. അത്തരത്തിൽ നോക്കുമ്പോൾ ശ്രീപള്ളിയാണു ചിള്ളിയായിത്തീർന്നതെന്നു അനുമാനിക്കാം.

കുറുവ സ്കൂൾ ഗുരുകുല വിദ്യാഭ്യാസത്തിന്റെ ഒരു തുടർച്ചയല്ലെങ്കിലും ആദ്യകാലത്ത് അവിടുത്തെ ചിട്ടവട്ടങ്ങൾ, ഗുരുകുലവിദ്യാഭ്യാസത്തിന്റെ കാലത്തെന്നതുപാലെ തന്നെയായിരുന്നു. വിദ്യാർത്ഥികളെ ശിക്ഷിച്ച് പഠിപ്പിക്കുന്ന രീതിയാണല്ലോ, ഗുരുകുലവിദ്യാഭ്യാസകാലത്ത് അനുവർത്തിക്കപ്പെട്ടിരുന്നത്. കുറുവ സ്കൂളും, ആദ്യകാലത്ത് അങ്ങനെ തന്നെയായിരുന്നു. പഠിക്കാത്ത കുട്ടികളെ അരിച്ചൂരൽ കൊണ്ടു തലങ്ങനെയും വിലങ്ങനെയും അടിക്കുന്നത് പതിവായിരുന്നു. കുട്ടികളെ അടിക്കുവാനുള്ള വടി, അവർ തന്നെയാണ് ചെത്തിക്കൊണ്ടു വരേണ്ടത്. പാവം കുട്ടികൾ, തങ്ങളെ അടിക്കുവാനുള്ള വടിക്കുവേണ്ടി കുറ്റിക്കാട്ടിൽ പോയി തിരച്ചിൽ നടത്തുന്നത് കാണാമായിരുന്നു. ചൂരൽ വടികൊണ്ടു മാത്രമല്ല, ചില അദ്ധ്യാപകർ, കൈയിൽ കിട്ടുന്നതൊക്കെ എടുത്തു ശിഷ്യന്മാരെ പ്രഹരിക്കുമായിരുന്നു. ഓലയിലെഴുതാനുപയോഗിക്കുന്ന എഴുത്താണി കൊണ്ടും "സിലേറ്റി" ന്റെ ചട്ടകൊണ്ടും അടി നടത്തുമായിരുന്നു. ചൂരൽ പ്രഹരമേറ്റ് ചോരപൊടിഞ്ഞ ചന്തിയുമായി വീട്ടിലെത്തുന്ന ആൺകുട്ടികളും പെൺകുട്ടികളും അന്നു നിരവധിയായിരുന്നു. അടിവീരന്മാരായ മാഷമ്മാരെ പേടിച്ച് സ്കൂളിൽ പോകാത്തവരും, പഠിപ്പ് തന്നെ നിർത്തിയവരുമുണ്ടായിരുന്നു. അടിക്കാരായ ഗുരുക്കന്മാർ ഇന്നു വരരുതേ എന്ന് പ്രാർത്ഥിച്ചാണു പല കുട്ടികളും സ്കൂളിൽ പോയിരുന്നത്. കണ്ണിന്റെ പുരികരോമം പറിച്ച് അതു ഉറപ്പുവരുത്തുന്നവരുമുണ്ടായിരുന്നു. പിഞ്ചുകുട്ടികളുടെ മനസ്സിൽ വിദ്യാഭ്യാസം ഒരു പേടിസ്വപ്നമായി മാറുന്നതിൽ, മേൽ സൂചിപ്പിച്ച, ഗുരുകുല വിദ്യാഭ്യാസ രീതി തുടർന്നുവരുന്ന അദ്ധ്യാ'പഹയ'ന്മാരുടെ ചെയ്തികളും കാരണമായിട്ടുണ്ട് എന്നത്

തികച്ചും വാസ്തവമാണ്. കാലം മാറിയതോടെ അടിവീരന്മാരും അരങ്ങൊഴിഞ്ഞു.

വിവിധ കാലഘട്ടങ്ങളിലായി, ധിഷണാശാലികളായ ഒരുപാടു അദ്ധ്യാപകർ കുറുവ സ്കൂളിൽ സേവനമനുഷ്ഠിച്ചിട്ടുണ്ട്. കെ.ആർ.കെ.കാഞ്ഞിര, പി.സി.ഭരതൻ മാസ്റ്റർ, അണ്ടപ്പള്ളി ഗോവിന്ദൻ മാസ്റ്റർ, വെളിയനാടു സോമൻ മാസ്റ്റർ, ആയത്താൻ ആനന്ദൻ മാസ്റ്റർ എന്നിവരൊക്കെ അതിലുൾപ്പെടുന്നുണ്ട്.

അതുപോലെ ഈ സ്കൂളിൽനിന്നു ആദ്യാക്ഷരം കുറിച്ചവർ പിൽക്കാലത്ത് ആ രംഗത്ത് വളരെ ഉയർന്ന നിലയിലെത്തിയിട്ടുമുണ്ട്. പൂവേൻ ഗോപാലൻ, ആയത്താൻ ബാലകൃഷ്ണൻ, ആയാടത്തിൽ ശ്യാമള ടീച്ചർ, അരിപ്പ രവീന്ദ്രൻ, വി. അശോകൻ മാസ്റ്റർ തുടങ്ങിയവർ അവരിൽ ചിലരാണ്.

കുറുവ യു.പി സ്കൂളിൽ നിന്നും വിദ്യാഭ്യാസം തുടങ്ങിയവരിൽ ഇപ്പോൾ ഏറ്റവും ഉയരത്തിൽ നിൽക്കുന്നത് ശ്രീ.അരിപ്പ രവീന്ദ്രനാണ്. അദ്ദേഹം ഇപ്പോൾ അമേരിക്കയിൽ ഒരു സയന്റിസ്റ്റായാണ് സേവനമനുഷ്ഠിച്ചുകൊണ്ടിരിക്കുന്നത്. കുറുവ യു.പി സ്കൂളിലെ പ്രാഥമികവിദ്യാഭ്യാസത്തിനുശേഷം ചൊവ്വ ഹൈസ്കൂൾ, കണ്ണൂർ എസ്.എൻ കോളേജ്, ഡൽഹി ജവഹർലാൽ നെഹ്റു യൂണിവേഴ്സിറ്റി എന്നിവിടങ്ങളിലെല്ലാം പഠിച്ചാണു ശ്രീ.രവീന്ദ്രൻ അമേരിക്കയിലെത്തുന്നത്.

കടലായി സൗത്ത്.യു.പി സ്കൂൾ

നേരത്തെ സൂചിപ്പിച്ചത് പോലെ കൂറുവയിലെ "പടിഞ്ഞാറെ വീടു" എന്ന തറവാട്ടുകാർ പുരാതനകാലത്ത് തുടങ്ങിയ ഗുരുകുലവിദ്യാലയത്തിന്റെ ആധുനികരൂപമാണു കടലായി സൗത്ത് യു.പി സ്കൂൾ. 20-ാം നൂറ്റാണ്ടിന്റെ ആദ്യപാദത്തിലാണു ആധുനികരീതിയിലുള്ള കടലായി സൗത്ത് യു.പി സ്കൂൾ പ്രവർത്തനമാരംഭിക്കുന്നത്. അക്ഷരത്തോടു നൂറുശതമാനം പ്രതിബദ്ധതവെച്ചു പുലർത്തിയ ഒരു പാരമ്പര്യമായിരുന്നു പടിഞ്ഞാറെ വീട്ടുകാരുടേത്. പൈതൽ ഗുരുക്കൾ എന്ന ജ്യോതിഷപണ്ഡിതനായിരുന്നു കടലായി സ്കൂളിന്റെ ആദ്യകാലത്തെ സാരഥി. അദ്ദേഹത്തിന്റെ പിതാവും പിതാമഹന്മാരും മറ്റുമായിരുന്നു ഗുരുകുല കാലഘട്ടത്തിൽ ആ സ്ഥാപനത്തെ നയിച്ചിരുന്നത്. പൈതൽ ഗുരുക്കൾക്കുശേഷം കടലായി സൗത്ത് യു.പി സ്കൂളിന്റെ മാനേജർമാരായി വരുന്നത് മരുമക്കൾ രാഘവൻമാസ്റ്ററും പത്മനാഭൻമാസ്റ്ററുമാണ്. മാനേജർ എന്നതിനു പുറമെ രാഘവൻമാസ്റ്റർ വളരെക്കാലത്തോളം ആ സ്കൂളിലെ ഹെഡ് മാസ്റ്ററായും സേവനമനുഷ്ഠിച്ചിരുന്നു. ഇന്നു കാണുന്ന തരത്തിലുള്ള വൻപുരോഗതിയിലേക്ക് കടാലായി സ്കൂൾ എത്തിച്ചേരുന്നത് രാഘവന്മാസ്റ്ററുടെ കാലം മുതൽക്കാണ്. സ്കൂൾ നിലകൊള്ളുന്ന കടലായിപ്പറമ്പ്, പണ്ടുകാലത്ത് മധ്യാഹനവെയിൽപ്പക്ഷി അഗ്നിച്ചിറകിട്ടടിക്കുന്ന "പൊട്ടപ്പാറ"യായിരുന്നു. ആ സ്ഥലത്ത് സ്ഥാപിതമായ വിദ്യാ

ലയം ഇന്ന് ഒരാശ്രമവാടിപോലെ ശീതളച്ഛായ പകരുന്ന ഇടമായി മാറിയിരിക്കുന്നു. അല്ലെങ്കിൽ മാറ്റിയിരിക്കുന്നു. ആ മാറ്റത്തിന്റെ സൂത്രധാരൻ പി.വി. രാഘവന്മാസ്റ്ററാണ്. വിദ്യയ്ക്ക് വേണ്ടി സമർപ്പിക്കപ്പെട്ട ഒരു ജീവിതമായിരുന്നു രാഘവൻമാസ്റ്ററുടേത്. സൗഹൃദയത്വമായിരുന്നു അദ്ദേഹത്തിന്റെ കൈമുതൽ. വിദ്യാർത്ഥികളോടും രക്ഷിതാക്കളോടും ബന്ധപ്പെടുന്ന എല്ലാവരോടും രാഘവന്മാസ്റ്റർ സഹൃദം പുലർത്തി. ഒരു സഹൃദയൻ എന്ന നിലയിൽ രാഘവന്മാസ്റ്ററുടെ വിജയമാണു കടലായി സ്കൂളിന്റെ വിജയം. വിദ്യാഭ്യാസത്തോടു നിഷേധാത്മക സമീപനം പുലർത്തുന്ന ഒരു സാമൂഹ്യാന്തരീക്ഷം ഇവിടെ ഉണ്ടായിരുന്നുവെന്നു മുമ്പു സൂചിപ്പിച്ചുവല്ലോ? തീരദേശത്തിനു പ്രാമുഖ്യമുള്ള കടലായിയിൽ അതു അല്പം ശക്തവുമായിരുന്നു. രാഘവൻമാസ്റ്ററുടെ എളിമയും സഹൃദയത്വവും പ്രസക്തമാകുന്നത്, ഇത്തരം അവസ്ഥയിലാണ്. കൊടുത്താൽ പത്തുമടങ്ങ് സ്നേഹം തിരികെ നൽകുന്നവരാണ് നാട്ടുകാരെന്നു ബോദ്ധ്യപ്പെടാൻ കാലം കുറെയൊന്നും വേണ്ടിവന്നില്ല. ദന്തഗോപുരത്തിലിരുത്തിയിരുന്ന വിദ്യാദേവതയെ ജനകീയമാക്കി എന്നതാണു രാഘവൻമാസ്റ്ററുടെ വിജയം. കടലായി യു.പി സ്കൂളിന്റെയും.

രാഘവൻമാസ്റ്റർക്ക് ശേഷം കടലായി സൗത്ത് യു.പി സ്കൂളിന്റെ മാനേജരായി വരുന്നത് പി.വി. പത്മനാഭൻ മാസ്റ്ററാണ്. അദ്ദേഹവും വിദ്യാഭ്യാസത്തോടു തികഞ്ഞ പ്രതിബദ്ധത വെച്ചുപുലർത്തുന്ന വ്യക്തിയാണ്. മഞ്ഞുകണങ്ങളെ മാണിക്യക്കല്ലുകളാക്കി മാറ്റുന്ന സാംസ്കാരിക ദൗത്യം നിരന്തരം തുടർന്നുകൊണ്ടിരിക്കുന്നു കടലായി സൗത്ത് യു.പി സ്കൂൾ.

എം. അബ്ദു റഹ്മാൻ

കടലായി സൗത്ത് യു.പി സ്കൂളിൽ നിന്നും അറിവിന്റെ ആദ്യാക്ഷരങ്ങൾ ശീലിച്ചവരിൽ പലരും പിൽക്കാലത്ത്, അത്യുന്നതങ്ങളിൽ എത്തിച്ചേർന്നിട്ടുണ്ടെന്നു പറഞ്ഞുവല്ലോ?

അവരിൽ, രാഷ്ട്രീയപ്രവർത്തനം, പ്രസംഗകല, പത്രപ്രവർത്തനം തുടങ്ങി വിവിധമേഖലകളിൽ കേരളത്തിൽ പ്രാഗത്ഭ്യം തെളിയിച്ച ശ്രീ. എം.അബ്ദുറഹ്മാനും ഉൾപ്പെടുന്നുണ്ട്. ചരിത്രമുറങ്ങുന്ന കടലായിയിൽ, രാജഭരണത്തിന്റെ അവശേഷിപ്പായി, മുമ്പ് വിവരിച്ചിട്ടുള്ള, മനയുള്ളതിൽ എന്ന തറവാട്ടിൽ പ്രമുഖ ആയുർവ്വേദ വൈദ്യരും കോൺഗ്രസ്സ് പ്രവർത്തകനുമായിരുന്ന എം. അലി വൈദ്യരുടെ മകനായി 1941-ൽ ജനിച്ച എം.അബ്ദുറഹ്മാന്റെ പ്രാഥമിക വിദ്യാഭ്യാസം കടലായി സൗത്ത് യു.പി സ്കൂളിലായിരുന്നു.

തുടർന്നു തയ്യിൽ സെന്റ് ആന്റണീസ് സ്കൂളിൽനിന്നും ഇ.എസ്.എൽ.സി യും, കണ്ണൂർ മുൻസിപ്പൽ ഹൈസ്കൂളിൽ നിന്നും എസ്.എസ്.എൽ.സി യും, കോഴിക്കോട് ഫാറൂഖ് കോളേജിൽ നിന്നും പ്രീയൂണിവേഴ്സിറ്റിയും, തലശ്ശേരി ബ്രണ്ണൻ കോളേജിൽ നിന്നും ചരിത്രത്തിൽ ബിരുദാനന്തര

ബിരുദവും കരസ്ഥമാക്കിയ എം.അബ്ദുറഹ്മാന്റെ അക്ഷരസപര്യ ഡൽഹി ജവഹർലാൽ നെഹ്റു യൂണിവേഴ്സിറ്റിയിലെ ജേർണലിസത്തിലുള്ള പഠനത്തോളം വിപുലമായിരുന്നു.

കെ.എസ്.യു വിലൂടെ പൊതുപ്രവർത്തനം തുടങ്ങുന്ന എം.അബ്ദുറഹ്മാൻ ഹൈസ്കൂളിൽ പഠിക്കുമ്പോൾ തന്നെ ലീഡറായി തിരഞ്ഞെടുക്കപ്പെട്ടിട്ടുണ്ട്. കണ്ണൂർ മുൻസിപ്പൽ ഹൈസ്കൂളിൽ ലീഡറായി തെരെഞ്ഞെടുക്കപ്പെടുന്ന ആദ്യ മുസ്ലീം വിദ്യാർത്ഥിയും എം.അബ്ദുറഹ്മാനായിരുന്നു. തലശ്ശേരി ബ്രണ്ണൻ കോളേജിൽ യൂണിയൻ ചെയർമാനായും, സെക്രട്ടറിയായും പ്രവർത്തിച്ചിട്ടുള്ള എം.അബ്ദുറഹ്മാൻ ഏ.കെ.ആന്റണി യൂത്ത് കോൺഗ്രസ്സിന്റെ സംസ്ഥാന പ്രസിഡണ്ടായിരുന്ന കാലഘട്ടത്തിൽ ആ സംഘടനയുടെ കണ്ണൂർ ജില്ലാ പ്രസിഡണ്ടുമായിരുന്നു. വി.കെ.കൃഷ്ണമേനോനുമായും പനമ്പള്ളി ഗോവിന്ദമേനോനുമായും വ്യക്തിബന്ധം വെച്ചുപുലർത്തിയിരുന്ന ഈ ഉറച്ച കോൺഗ്രസ്സുകാരൻ ഏ.കെ.ആന്റണിയുടെ ആദർശരാഷ്ട്രീയശൃംഖലയിലെ ഒരുറച്ച കണ്ണിയുമാണ്. കണ്ണൂർ എസ്.എൻ കോളേജിൽ അദ്ധ്യാപകനായും, കെ.കരുണാകരൻ ആഭ്യന്തരമന്ത്രിയായിരുന്ന കാലത്ത് അദ്ദേഹത്തിന്റെ പേഴ്സണൽ സെക്രട്ടറിയായും, സേവനമനുഷ്ഠിച്ചിട്ടുള്ള എം.അബ്ദുറഹ്മാൻ പത്രപ്രവർത്തകൻ എന്ന നിലയിലാണ് ഔദ്യോഗികജീവിതത്തിന്റെ സിംഹഭാഗവും ചെലവഴിച്ചിട്ടുള്ളത്. ഡെൽഹി സ്റ്റേറ്റ്സ്മാൻ പത്രത്തിൽ സബ് എഡിറ്ററായും, കേരള കൗമുദിയിൽ എഡിഷൻ ചീഫായും വീക്ഷണം പത്രത്തിൽ സബ് എഡിറ്ററായും സേവനമനുഷ്ഠിച്ചിട്ടുള്ള അബ്ദുറഹ്മാൻ, നിലവിൽ കണ്ണൂരിൽ നിന്നും പ്രസിദ്ധീകരിക്കുന്നു 'സമയം മാസിക'യുടെ എക്സിക്യൂട്ടീവ് എഡിറ്ററുമാണ്. പ്രസംഗകലയിലാണ് അബ്ദുറഹ്മാൻ ഏറെ പ്രശസ്തനായിട്ടുള്ളത്. കേരളത്തിൽ പ്രത്യേകിച്ച് ഉത്തരകേരളത്തിലെ സാംസ്കാരികസായാഹ്നങ്ങളെ സാരവത്തായ പ്രഭാഷണങ്ങളിലൂടെ അദ്ദേഹം നിരന്തരം പ്രോജ്ജ്വലിപ്പിച്ചുകൊണ്ടിരിക്കുന്നു കോളേജ് വിദ്യാഭ്യാസകാലം മുതൽത്തന്നെ അദ്ദേഹം ആ കലയിൽ പ്രാഗത്ഭ്യം നേടിയിരുന്നു. ആ കാലത്ത് യൂണിവേഴ്സിറ്റി തലത്തിൽ സംഘടിപ്പിക്കപ്പെട്ടിട്ടുള്ള അനേകം പ്രസംഗമത്സരങ്ങളിൽ അദ്ദേഹം പുരസ്കാരങ്ങൾ വാരിക്കൂട്ടിയായിരുന്നു. സ്വാമി വിവേകാനന്ദന്റെ ചിക്കാഗോ പ്രസംഗത്തെ ഓർമ്മിപ്പിക്കുന്ന സാഗരഗർജ്ജനങ്ങളാണ് അബ്ദുറഹ്മാന്റെ ഓരോ പ്രസംഗവും. അടുക്കും ചിട്ടയുമുള്ള ആ പ്രസംഗങ്ങളിലെല്ലാം മഹാത്മാഗാന്ധിയുടെയും ശ്രീനാരായണഗുരുവിന്റെയും മഹത ദർശനങ്ങൾ, കമ്പിപ്പൂത്തിരിപോലെ കത്തിച്ചിതറുമായിരുന്നു. വാക്കുകളെ പുഷ്പങ്ങളായി തൊടുത്തുവിടുന്ന അബ്ദുറഹ്മാന്റെ പ്രസംഗങ്ങൾ അന്യസമുദായക്കാർക്കും, എതിർ പക്ഷരാഷ്ട്രീയക്കാർക്കുപോലും പ്രിയങ്കരങ്ങളാണ്. വിഷയത്തിൽ നിന്നും വ്യതിചലിക്കാനോ, കാടും പടലും പറിക്കുവാനോ, എതിരാളികളെ കുത്തിനോവിപ്പിക്കുവാനോ, അബ്ദുറഹ്മാൻ തയ്യാറാകുമായിരുന്നില്ല. എന്നാൽ തനിക്ക് പറയുവാനുള്ളത് മുഴുവൻ, നിർഭയം,

പ്രതിപക്ഷ ബഹുമാനത്തോടുകൂടി തന്നെ തുറന്നു പറയുവാനും അദ്ദേഹം മടികാണിച്ചിരുന്നുമില്ല. ആദ്ധ്യാത്മികവാദികളും യുക്തിവാദികൾപോലും താന്താങ്ങളുടെ വേദികളെ പ്രഭാഷണം കൊണ്ടലങ്കരിക്കുവാൻ എം. അബ്ദു റഹ്മാനെ ക്ഷണിച്ചുവരുത്താറുണ്ട്. ഉത്തരകേരളത്തിൽ നിലവിലുള്ള സാംസ്കാരിക പ്രഭാഷകരിൽ, മഹാത്മാഗാന്ധിയുടെയും, ശ്രീനാരായണ ഗുരുവിന്റെയും ദർശനങ്ങൾ മൃദംഗധ്വനിപോലെ സാധാരണക്കാരുടെ കാതുകളിൽ സന്നിവേശിപ്പിക്കുന്നവരിൽ പ്രധാനിയാണ് എം.അബ്ദു റഹ്മാൻ.

സുകുമാർ അഴീക്കോടിനെ മാറ്റി നിർത്തിയാൽ ഉത്തരകേരളത്തിൽ ഏറ്റവും കൂടുതൽ സാംസ്കാരിക സദസ്സുകളെ അഭിസംബോധന ചെയ്തത് എം.അബ്ദുറഹ്മാനായിരിക്കും. അതുകൊണ്ടു തന്നെ കരാറിനകക്കാരെ സംബന്ധിച്ചിടത്തോളം എം.അബ്ദുറഹ്മാൻ അഭിമാനം മാത്രമല്ല അഹങ്കാരവുമാണ്.

കവി ഉമേഷ് ബാബു കെ.സി.

കടലായി സൗത്ത് യു.പി സ്കൂളിൽ നിന്നും ആദ്യാക്ഷരം കുറിച്ച് കേരളത്തിന്റെ സാംസ്കാരികരംഗത്ത് ഉന്നതിയിലെത്തി നിൽക്കുന്ന മറ്റൊരാൾ, ശ്രീ. ഉമേഷ് ബാബു കെ.സിയാണ്.

കവി, പ്രഭാഷകൻ, മാർക്സിസ്റ്റ് ചിന്തകൻ എന്നിങ്ങനെ ബഹുമുഖ പ്രതിഭയുള്ള ഉമേഷ് ബാബു കെ.സി. പ്രസിദ്ധ കോൽക്കളിക്കലാകാരനായ കോരൻ ഗുരുക്കളുടെ മകനായി കടലായിയിലെ കുരുപ്പഞ്ചാൽ എന്ന സ്ഥലത്താണു ജനിക്കുന്നത്. കടലായി യു.പി സ്കൂളിലെ പ്രാഥമിക വിദ്യാഭ്യാസത്തിനുശേഷം ചൊവ്വ ഹൈസ്കൂളിൽ നിന്നും എസ്.എസ്.എൽ.സിയും കണ്ണൂർ ഗവൺമെന്റ് പോളിടെക്നിക്കിൽ നിന്നും സിവിൽ എഞ്ചിനീയറിംഗിൽ ഡിപ്ലോമയും കരസ്ഥമാക്കിയ ഉമേഷ്ബാബു കെ.സി. നിലവിൽ പി.ഡബ്ല്യു.ഡിയിൽ അസിസ്റ്റന്റ് എക്സിക്യൂട്ടിവ് എഞ്ചിനീയറായി സേവനമനുഷ്ഠിച്ചു കൊണ്ടിരിക്കുന്നു.

കാൽനൂറ്റാണ്ടുകാലം കേരളപുരോഗമനകലാസാഹിത്യസംഘത്തിന്റെ ഒരമരക്കാരനായി പ്രവർത്തിച്ചിട്ടുള്ള കെ.സി യുടെ ഒൻപത് കവിതാസമാഹാരങ്ങളും രണ്ടുലേഖനസമാഹാരങ്ങളും പ്രസിദ്ധീകൃതമായിട്ടുണ്ട്. കൂടാതെ വിവിധവിഷയങ്ങളെക്കുറിച്ച്, ആനുകാലികങ്ങളിൽ കവിതകളും, ലേഖനങ്ങളും അദ്ദേഹം എഴുതികൊണ്ടിരിക്കുകയും ചെയ്യുന്നു. അദ്ദേഹത്തിന്റെ പല കവിതകളും സാംസ്കാരിക കേരളം ചർച്ച ചെയ്തിട്ടുമുണ്ട്. മലയാളി മനസ്സിൽ വന്നുപെട്ട അരാഷ്ട്രീയതയുടെ ആഴവും പരപ്പും വ്യക്തമാക്കുന്ന എത്രയോ കവിതകൾ ഉമേഷ് ബാബു കെ.സിയുടേതായി നമുക്ക് കിട്ടിയിട്ടുണ്ട്.

പ്രഭാഷണകലയിലും ഉമേഷ് ബാബു കെ.സി. പ്രാഗത്ഭ്യം തെളിയിച്ചിട്ടുണ്ട്. കേരളത്തിലങ്ങോളമിങ്ങോളം സഞ്ചരിച്ച് മാർക്സിസ്റ്റ് ചിന്താപദ്ധതിയുടെ കാലികപ്രസക്തിയെപ്പറ്റി അദ്ദേഹം നിത്യവും പ്രഭാഷണങ്ങൾ ചെയ്തു

കൊണ്ടിരിക്കുന്നു. സംഗീതം പോലെ ഈണവും താളവുമുള്ളതാണ്, അദ്ദേഹത്തിന്റെ പ്രസംഗങ്ങൾ. പ്രക്ഷോഭകാരിയായ ഈ ചിന്തകൻ ഇടതുപക്ഷ പ്രത്യയ ശാസ്ത്രത്തിൽ വെള്ളം ചേർക്കുന്നവരെ അതിരൂക്ഷമായി വിമർശിക്കാറുണ്ട്. എല്ലാറ്റിനോടും സമരസപ്പെട്ടുപോകുന്നതാണ് ദേഹരക്ഷയ്ക്ക് അഭികാമ്യം എന്നു ചിന്തിക്കുന്നവരോടു അദ്ദേഹത്തിനു പുച്ഛമാണ്. മുന്നിൽ നടക്കുന്നവർക്ക് വഴിതെറ്റുമ്പോൾ, അവരുടെ മുദ്രാവാക്യത്തിനു പിഴവു പറ്റുമ്പോൾ, "അങ്ങനെ അങ്ങനെത്തന്നെ" എന്നു ഏറ്റുവിളിച്ചു പിറകേ നടക്കുവാൻ ഉമേഷ് ബാബു.കെ.സി.യെ കിട്ടില്ല. രാജാവ് നഗ്നനാണെങ്കിൽ അതു ഉച്ചത്തിൽ വിളിച്ചു പറയുന്നയാളാണു ഉമേഷ് ബാബു കെ.സി. സത്യത്തിനും നീതിയിലുമാണ് ഈ കരാറിനകക്കാരൻ വിശ്വസിക്കുന്നത്.

അജന്ത കലാനിലയം

'വയലാർ' എന്ന നാടകാവതരണത്തിനുശേഷം 1964 വരെ കരാറിനകത്ത് കാര്യമായ നാടകപ്രവർത്തനങ്ങളൊന്നും നടന്നതായി അറിവില്ല. സ്കൂൾ വാർഷികത്തിനു കുട്ടികൾ തട്ടിക്കൂട്ടുന്ന നാടകങ്ങളും, കൊയ്തു കഴിഞ്ഞ പാടങ്ങളിൽ പച്ചക്കറിക്കൃഷി നടത്തുന്നവർ അരങ്ങേറുന്ന വെള്ളരി നാടകങ്ങളും മാത്രമാണു ഇതിനൊരപവാദമായിട്ടുള്ളത്. രാഷ്ട്രീയ പാർട്ടികളുടെ സമ്മേളനങ്ങളിൽ, പുറം നാട്ടിൽ നിന്നുമുള്ള കലാസമിതികൾ വന്നവതരിപ്പിക്കുന്ന രാഷ്ട്രീയ നാടകങ്ങളെപ്പറ്റി ഇവിടെ വിസ്മരിക്കുന്നില്ല. അങ്ങനെ സർഗ്ഗാത്മകകലകളുടെ കാര്യത്തിൽ ഒരു ശൂന്യത നിലനിൽക്കുന്ന ഘട്ടത്തിലാണ് അജന്ത കലാനിലയം എന്ന സാന്ധ്യതാരകം കരാറിനകത്തിന്റെ അംബരനടയിൽ അഞ്ചിതൾ പൂവിടർത്തി പുഞ്ചിരിതൂകി പ്രത്യക്ഷപ്പെടുന്നത്. ആ പുഞ്ചിരിപ്പൂവിൽനിന്നുതിർന്നു വീണ പരാഗരേണുക്കൾ ഈ നാട്ടിൽ ഒരു സർഗ്ഗവസന്തത്തിനു തന്നെ കാരണമായിത്തീർന്നു. കാട്ടുപുല്ലുകൾ പൊൻകതിർ ചൂടും, ചെടികളായിത്തീർന്നു. പുൽക്കൊടിത്തുമ്പിലെ മഞ്ഞുതുള്ളികൾ മാണിക്യകല്ലുകളായി മാറി. വിരസസന്ധ്യകൾ സംഗീതസാന്ദ്രങ്ങളായി. ആവിഷ്കാരഭംഗികൊണ്ട് അരങ്ങുകൾ, അനുഭൂതിദായകങ്ങളായി. ചുരുക്കിപ്പറഞ്ഞാൽ ഒരു നാടിന്റെ സാംസ്കാരികദാരിദ്ര്യത്തിനു മുമ്പിൽ ധർമ്മക്കഞ്ഞിയായി വന്നു അജന്താ കലാനിലയം തിളച്ചു മറിയുകയായിരുന്നു.

ചാലയിലെ, അണ്ടപ്പള്ളി ഗോവിന്ദൻമാസ്റ്റർ എന്ന ബഹുമുഖ പ്രതിഭ, കുറുവ യു.പി സ്കൂളിൽ ചിത്രകലാദ്ധ്യാപകനായി വന്നെത്തിയതാണ് അജന്താ കലാനിലയത്തിനു നിമിത്തമായത്. കണ്ണൂരിലെ പ്രഗത്ഭനാടകക്കാരനായ, ഏ.ആർ.കീഴുത്തള്ളിയുടെ പ്രെഫഷണൽ നാടകട്രൂപ്പിൽ സഹസംവിധായകനും, പശ്ചാത്തലദൃശ്യങ്ങൾ ഒരുക്കുന്നയാളുമായിരുന്നു അണ്ടപ്പള്ളി ഗോവിന്ദൻ മാസ്റ്റർ. "അണ്ടപ്പള്ളി ചാല" എന്ന തൂലികാനാമത്തിൽ, സിനിമയിൽ കലാസംവിധാനവും ആ കാലത്ത് ഗോവിന്ദൻ മാസ്റ്റർ നിർവ്വഹിച്ചുപോന്നിരുന്നു.

ഉത്തരകേരളത്തിലെ പ്രഗത്ഭനാടകക്കാരനായ ഏ.ആർ.കീഴുത്തള്ളിയെ ഇത്തരുണത്തിൽ സ്പർശിക്കാതെ പോകുന്നത് അനുചിതമായിരിക്കും. കരാറിനകത്തിന്റെ അതിർത്തിഗ്രാമമായ കീഴുത്തള്ളിയിൽ ജനിച്ച ഏ.ആർ. കീഴുത്തള്ളി, ആ കാലത്ത് കേരളത്തിലെ തലയെടുപ്പുള്ള ഒരു നാടകക്കാരനായിരുന്നു. അദ്ദേഹത്തിന്റെ നാടകങ്ങൾ കേരളത്തിലങ്ങോളമിങ്ങോളം നൂറു കണക്കിനു സ്റ്റേജുകളിൽ അരങ്ങേറിയിട്ടുണ്ട്. നാടകാവതരണത്തിൽ ഒരു പാടു പുതുമകൾ കൊണ്ടുവന്നിട്ടുള്ള ഏ.ആർ.കീഴുത്തള്ളി, സിനിമയിലും ഒരു കൈ നോക്കിയിരുന്നു. "പെങ്ങൾ" എന്ന മലയാള സിനിമ ഏ.ആർ. കീഴുത്തള്ളിയുടെ സംരംഭമായിരുന്നു.

ഏ.ആർ കീഴുത്തള്ളിയുടെ സന്തതസഹചാരിയും ആത്മമിത്രവുമായിരുന്നു അണ്ടപ്പള്ളി ഗോവിന്ദൻ മാസ്റ്റർ.

അവധിദിവസങ്ങളിൽ, കുറുവ യു.പി സ്കൂളിന്റെ ചുമരുകളോടു ചേർത്തുനിർത്തിയ വലിയ ക്യാൻവാസിൽ രംഗപശ്ചാത്തല ദൃശ്യങ്ങൾ വരയ്ക്കാറുണ്ടായിരുന്നു ഗോവിന്ദൻ മാസ്റ്റർ. വയലും തോടും പുഴയും തെങ്ങിൻ തോപ്പുകളുമെല്ലാമുള്ള ആ ഗ്രാമ സൗന്ദര്യചിത്രങ്ങൾ ഒന്നിനു പിറകെ മറ്റൊന്നായി കുറുവ സ്കൂളിനുള്ളിൽ പിറന്നുകൊണ്ടേയിരുന്നു. കൗതുകം മുറ്റിയ കണ്ണുകളുമായി ജനവാതിലിനു പുറത്തുനിന്ന്, നാട്ടിലെ ചെറുപ്പക്കാർ ആ ഗ്രാമക്കാഴ്ചകൾ കണ്ടു അത്ഭുതപരതന്ത്രരായി. ആ ചിത്രത്തിലൂടെ "അണ്ടപ്പള്ളി ചാല" എന്ന അനുഗൃഹീതചിത്രകാരനെ നാടു തൊട്ടറിയുകയായിരുന്നു. അതുപോലെ, ഗോട്ടി കളിച്ചും ശീട്ടു കളിച്ചും നേരമ്പോക്കിയിരുന്ന നാട്ടിലെ കരുമാടിക്കുട്ടന്മാരുടെ കലയോടുള്ള അഭിനിവേശം അണ്ടപ്പള്ളി ഗോവിന്ദൻമാസ്റ്റർ നേരിട്ടു കണ്ടറിയുകയുമായിരുന്നു. ഇതാണു അജന്താ കലാനിലയത്തിന്റെ ആരംഭത്തിന്റെ പശ്ചാത്തലവർണ്ണന. കുറുവയിലെ പള്ളിക്കമ്മറ്റിയുടെ വകയായുള്ള കെട്ടിടത്തിന്റെ ഒന്നാംനിലയിലെ ഒറ്റ മുറിയിലാണ് അജന്താ കലാനിലയത്തിന്റെ പ്രവർത്തനമാരംഭിക്കുന്നത്.

ടി.പി.രാഘവൻ പ്രസിഡണ്ടായും, വി.സി ജനാർദ്ദനൻ സെക്രട്ടറിയായും, ടി.പി ഭാസ്കരൻ കാഷ്യറായും തുടങ്ങിയ അജന്താ കലാനിലയത്തിനു അതിന്റെ തുടക്കത്തിലുണ്ടായിരുന്ന സ്ഥാവരജംഗമ വസ്തുക്കൾ ഒരു കീറപ്പായയും ഒരു വീഞ്ഞപ്പെട്ടിയും മാത്രമായിരുന്നു. യുവാക്കൾ കീറപ്പായയിൽ ചമ്രം പടിഞ്ഞിരുന്നു വീഞ്ഞപ്പെട്ടിക്കു താളം പിടിച്ചുകൊണ്ടു അവരവരുടെ സർഗ്ഗവാസനകൾ കോറസ്സായി ഉച്ചത്തിൽ നീട്ടിപ്പാടി.

"കതിരവനുണരുന്നൂ, പുതുജീവിതമുണരുന്നൂ,
ഒരു കലയുടെ കൈത്തിരിനാളമുയർത്തിയ
കലാത്മകാഹളമുയരുന്നു"

അജന്താ കലാനിലയം ആദ്യമായി രംഗത്തവതരിപ്പിച്ച നാടകം സി.എൽ. ജോസിന്റെ വിഷക്കാറ്റായിരുന്നു. അണ്ടറപ്പള്ളി ഗോവിന്ദൻ മാസ്റ്റർ

സംവിധാനം നിർവ്വഹിച്ച നാടകത്തിനു പാട്ടുകളെഴുതിയത് മുരളി കാടാച്ചിറയായിരുന്നു. മാനുവൽ ഭാഗവതരും, സി.കെ.രാഘവനും ചേർന്നായിരുന്നു സംഗീതസംവിധാനം നിർവ്വഹിച്ചത്. ഏ.ആർ കുറുവ, വി.ആർ നാഥ, വി.സി. ജനാർദ്ദനൻ, സോമൻ കുറുവ, കക്കാടൻ ഗോപാലൻ, പി.പി സത്താർ, എ.ഗംഗാധരൻ എന്നീ നാട്ടുകാരെ കൂടാതെ ബർണ്ണശ്ശേരി സ്വദേശികളായ ജോയിസി, ട്രീസ എന്നീ യുവതികളും ആ നാടകത്തിനുവേണ്ടി വേഷമിട്ടിരുന്നു. വൻ സ്വീകാര്യതയാണ് ആ നാടകത്തിനു നാട്ടുകാരിൽ നിന്നുണ്ടായത്. ഈ നാട്ടിലെ അഭിനയപ്രതിഭകളെ തിരിച്ചറിയാൻ ആ നാടകം കാരണമായി. അതോടെ അജന്താ കലാനിലയം വർഷംതോറും നാടകങ്ങളും മറ്റു കലാപരിപാടികളും അരങ്ങിലെത്തിച്ചു കൊണ്ടേയിരുന്നു. ഒരുപാടു കലാകാരന്മാരെ വാർത്തെടുക്കുവാൻ സാധിച്ചു എന്നതാണ് അജന്ത കലാനിലയത്തിന്റെ വിജയം.

അഭിനേതാക്കൾ, ഗായകർ, ഗാനരചയിതാക്കൾ, ഉപകരണസംഗീതകാരന്മാർ, നാടകകൃത്തുക്കൾ, സംവിധായകർ വരെ ആ പട്ടികയിലിടം പിടിച്ചിട്ടുണ്ട്. അജന്ത കലാനിലയത്തിൽ നിന്നും അഭിനയരംഗത്ത് കഴിവ് തെളിയിച്ചവർ, വി.ആർ.നാഥ, ഏ.ആർ.കുറുവ, ജനു പി.സി, കക്കാടൻ ഗോപാലൻ, കെ.പി കുണ്ടങ്ങാട്, അണ്ടറപ്പള്ളി രാജൻ, പുതിയ പുരയിൽ ഹസ്സീസ് എന്നിവരാണ് അവരിൽ വി.ആർ നാഥ ഏറെ ഉയരത്തിലെത്തിച്ചേർന്ന അഭിനേതാവാണ് കണ്ണൂരിലെ പല നാടകസംഘങ്ങൾക്കു വേണ്ടിയും വി.ആർ നാഥ വേഷമിട്ടിട്ടുണ്ട്. സുരാസുവിന്റെ വിശ്വരൂപം എന്ന നാടകത്തിൽ നായകനായി അഭിനയിക്കുവാനും വി.ആറിനു അവസരം ലഭിച്ചിരുന്നു. അജന്താ കലാനിലയത്തിൽ നിന്നുയർന്നുവന്ന മറ്റൊരു കലാകാരൻ സോമൻ കുറുവയാണ്. ഒരു സംഗീതകാരൻ എന്ന നിലയിൽ അദ്ദേഹം ഇവിടെ ലബ്ധപ്രതിഷ്ഠനാണ്. വളരെക്കാലം ഗൾഫിലായിരുന്ന സോമൻ കുറുവ അവിടെയും തന്റെ സംഗീതസപര്യ തുടർന്നുവന്നിരുന്നു..ഒരുപാടു സംഗീതാൽബങ്ങളുമായി ബന്ധപ്പെട്ടിട്ടുള്ള സോമൻ കുറുവ, മാപ്പിളകലാ അക്കാഡമി, സിറ്റി അബ്ദുറഹ്മാൻ മ്യൂസിക്ക് ക്ലബ്ബ് എന്നിവയുടെ നടത്തിപ്പുകാരൻ കൂടിയാണ്,

അജന്താ കലാനിലയത്തിൽ നിന്നും ഉയർന്നു വന്ന മറ്റൊരാൾ പി.പി ഹസ്സൻ ബാവയാണ്. ഒരു ഗായകൻ എന്ന നിലയിൽ അദ്ദേഹം കണ്ണൂർ മുഴുവൻ പ്രസിദ്ധനായിരുന്നു. ആ കാലത്ത് കണ്ണൂരിലെ വിവാഹപാർട്ടി സദസ്സുകളിൽ ഹസ്സൻ ബാവയുടെ ഗാനമേള ഒരു പ്രധാന ഇനമായിരുന്നു. മുഹമ്മദ് റാഫിയുടെ ഗാനങ്ങളാണ് ഹസ്സൻ ബാവ ഏറ്റവും കൂടുതൽ പാടിയിട്ടുള്ളത്. “ഗരീബോം കീസുനോ/ഹോ തുമാരി സുനേഗ” എന്ന റാഫി ഗാനം ഹസ്സൻ ബോവയുടെ മാസ്റ്റർപീസ് ഗാനമാണ്. നൂറുകണക്കിനു വേദികളിൽ ആ ഗാനം ഹസ്സൻബാവ പാടീട്ടുണ്ട്. ആകാശവാണിയിലും അദ്ദേഹം പാടാറുണ്ട്.

അജന്താ കലാനിലയുവുമായി ബന്ധപ്പെട്ട മറ്റൊരു പ്രതിഭയാണു വെളിയനാട്ടു സോമൻ മാസ്റ്റർ. നാടകകൃത്ത്, അഭിനേതാവ്, സംവിധായകൻ എന്നീ

നിലകളിലെല്ലാം വെളിയനാട് സോമൻ മാസ്റ്റർ കഴിവ് തെളിയിച്ചിട്ടുണ്ട്. ആലപ്പുഴ സ്വദേശിയായ സോമൻ മാസ്റ്റർ, കുറുവ യു.പി സ്കൂളിൽ അദ്ധ്യാപകനായിരുന്നു. സോമൻ മാസ്റ്ററുടെ സഹധർമ്മിണി കെ.കെ.വനജയും ഒരു പ്രതിഭയുള്ള കലാകാരിയാണ്. കഥാപ്രസംഗരംഗത്തു കഴിവു തെളിയിച്ച ഈ മഹിളാരത്നം ഒരു ഗായിക കൂടിയാണ്.

അജന്താ കലാനിലയവുമായി ബന്ധപ്പെട്ടിട്ടില്ലെങ്കിലും കരാറിനകത്ത് ജീവിക്കുന്ന വളരെ പ്രശസ്തനായ ഒരു നാടകനടനാണ് മുഹമ്മദ് കുറുവ. കെ.പി.എ.സി നാടക സമിതിയിലാണ് അദ്ദേഹം പ്രവർത്തിച്ചത്. നാടകരംഗത്ത് കരാറിനകത്ത് പ്രസിദ്ധനായ മറ്റൊരു വ്യക്തിയാണ് കടലായിയിലെ വി.വി.ഉമ്മർകുഞ്ഞി. അദ്ദേഹം ഒരുപാട് റേഡിയോ നാടകങ്ങളിലും അഭിനയിച്ചിട്ടുണ്ട്.

കരാറിനകവുമായി ബന്ധമുള്ള മറ്റൊരു പ്രമുഖ നാടകനടനാണു ശ്രീ. കെ.വി.ലക്ഷ്മണൻ. അദ്ദേഹം ധാരാളം അമേച്വർ നാടകങ്ങളിലും പ്രൊഫഷണൽ നാടകങ്ങളിലും അഭിനയിച്ചിട്ടുണ്ട്. കണ്ണൂർ സംഘചേതനയുടെ സജീവപ്രവർത്തകനായ കെ.വി.ലക്ഷ്മണൻ ഒരു റോഡപകടത്തെത്തുടർന്നാണ് അരങ്ങിൽനിന്നു പിന്മാറുന്നത്. പിൽക്കാലത്ത് എടയ്ക്കാട് പഞ്ചായത്ത് പ്രസിഡന്റു പദംവരെ അലങ്കരിച്ചിട്ടുള്ള ലക്ഷ്മണൻ ഒരു നല്ല സഹൃദയൻ കൂടിയാണ്.

അഞ്ച്

തൊഴിലും തവരവും

നാടിനെ നയിച്ചവർ

കരാറിനകത്ത് സമീപകാലത്തുണ്ടായ പ്രധാനസംഭവങ്ങളിലൊന്നു ഇവിടെ ബീഡിബ്രാഞ്ചുകൾ എന്നന്നേക്കുമായി ഇല്ലാതായി എന്നതാണ്. ആലങ്കാരികമായിപ്പറഞ്ഞാൽ, എട്ടുപതിറ്റാണ്ട് കാലത്തോളം ഈ നാടിനു ശുദ്ധരക്തം പ്രദാനം ചെയ്ത ആർട്ടറികളായിരുന്നു ഇവിടുത്തെ ബീഡിബ്രാഞ്ചുകൾ. ആധുനിക കരാറിനകം ഇന്നത്തെ നിലയിൽ എത്തുന്നതിൽ, ബീഡിബ്രാഞ്ചുകൾക്കുള്ള പങ്ക് തീരെ ചെറുതല്ല. രാഷ്ട്രീയരംഗമായാലും, കലാസാംസ്കാരികരംഗമായാലും അവയൊക്കെ പുരോഗമനദിശയിലേക്ക് നീങ്ങുന്നതിൽ ബീഡിബ്രാഞ്ചുകൾ വലിയ പങ്കാണു വഹിച്ചിരുന്നത്. പി.വി.എസ് ഗണേഷ്, ലക്ഷ്മി, ഗുരുകൃപ, സാധു, ചട്ട, ഹരിദാസ് മന്ദമ്പേത്ത് എന്നിങ്ങനെ പേരുകളുള്ള നാടനും, മറുനാടനുമായ ബീഡിസ്ഥാപനങ്ങളുടെ അനേകം ബ്രാഞ്ചുകൾ മേൽപ്പറഞ്ഞ കാലയളവിൽ കരാറിനകത്ത് പ്രവർത്തിച്ചിരുന്നു. ആ ബീഡിബ്രാഞ്ചുകളിലൊക്കെ നൂറുകണക്കിനു നാട്ടുകാർ തൊഴിലാളികളായി ജോലി ചെയ്യുകയും ചെയ്തിരുന്നു. മറ്റു പരമ്പരാഗതതൊഴിലാളികളേക്കാൾ ആധുനികത പുലർത്തുന്നവരായിരുന്നു ബീഡിത്തൊഴിലാളികൾ. അതു അവരുടെ വേഷവിധാനത്തിൽ തന്നെ പ്രകടമായിരുന്നു. ഇവിടെ കർഷകരും ചെത്തുകാരും കൂലിപ്പണിക്കാരുമൊക്കെ അല്പവസ്ത്രമായ ചെട്ടിയാർ തോർത്തും പാളത്തൊപ്പിയും ധരിച്ചു പ്രത്യക്ഷപ്പെടുമ്പോൾ, ബീഡിതൊഴിലാളികൾ അലക്കിത്തേച്ച പോപ്ലെയിൻ കുപ്പായവും ബിന്നിയുടെ കരയൻ മുണ്ടും ധരിച്ചേ പ്രത്യക്ഷപ്പെടാറുണ്ടായിരുന്നുള്ളൂ. ഇതിന്റെ പേരിൽ ബീഡിത്തൊഴിലാളികളോടു അസൂയ തോന്നിയവരും കുറവായിരുന്നില്ല.

ബീഡിപ്പണിക്കു പോകുന്നവർക്കെല്ലാം ക്ഷയരോഗം പിടിപെടുമെന്നുള്ള ഒരു കള്ളപ്രചരണം അന്നു സമൂഹത്തിൽ വ്യാപകമായിരുന്നു. എന്നിരുന്നാലും ഇവിടുത്തെ എല്ലാ തറവാടുകളിലും ഒരാളെങ്കിലും ബിഡിപ്പണിക്കാരനായുണ്ടായിരുന്നു. പണി പഠിക്കാൻ തുടങ്ങുന്ന ഘട്ടത്തിൽ തന്നെ ആഴ്ചയിൽ നാലണയോ, എട്ടണയോ കൂലി കിട്ടുമെന്നുള്ളതായിരുന്നു ബിഡിപ്പണിയുടെ ആകർഷണീയത. അതുകൊണ്ട് രക്ഷിതാക്കൾ തങ്ങളുടെ ആൺമക്കളെ വള്ളി ട്രൗസർ ബാല്യത്തിൽ തന്നെ ബീഡിപ്പണി പഠിക്കുവാൻ

പറഞ്ഞയക്കുന്നു. അതിനു "നയിക്കാനയക്കുക", എന്നായിരുന്നു ഇവിടെ പറയാറുള്ളത്. അതു മറ്റൊരർത്ഥത്തിൽ തികച്ചും ശരിയായിരുന്നു. ഒരു കാലഘട്ടത്തിൽ ഇവിടുത്തെ സമൂഹത്തെ മുമ്പോട്ടു നയിച്ചിരുന്നത് ഇവിടുത്തെ ബിഡിത്തൊഴിലാളികളായിരുന്നു.

ഗുരുനാഥൻ തിരച്ചുതരുന്ന ബീഡി അപ്പപ്പോൾ വാങ്ങി നൂലുകൊണ്ടു കെട്ടുക എന്നതാണു ബീഡിപ്പണി പഠിപ്പിന്റെ ആദ്യ എപ്പിസോഡ്. ഗുരുനാഥൻ മടിയിൽ വെച്ചിരിക്കുന്ന മുറത്തിനു മുമ്പിൽ, കാൽപാദം പുറകോട്ടു വരത്തക്കവണ്ണം മുട്ടുമടക്കിയിരുന്നാണ് ശിഷ്യന്മാർ ബീഡി വാങ്ങി നൂല് കെട്ടേണ്ടത്. ഗുരുനാഥൻ വാങ്ങുന്ന അരചായയിൽ നിന്നും കുടിച്ചു ബാക്കിയാകുന്ന ഏതാനും ഇറക്ക് ചായയും, ശനിയാഴ്ചയാകുമ്പോൾ നൽകുന്ന അര ഉറുപ്പിക "പൈശയും" അന്നത്തെ അവസ്ഥയിൽ വലിയ കാര്യം തന്നെയായിരുന്നു. നല്ലവണ്ണം കെട്ടിക്കൊടുത്തില്ലെങ്കിൽ ഗുരുനാഥന്റെ ഭാരിച്ച കൈ ശിഷ്യന്റെ മുഖത്ത് ചെമ്പടതാളമായി കൊട്ടിക്കയറുകയും ചെയ്യുമായിരുന്നു. അപ്പോൾ ബീഡിപ്പണി പഠിക്കൽ, കണ്ണീർ പരമ്പരപോലെ കരച്ചിലും പിഴിച്ചലുമായി മാറുകയും ചെയ്യുമായിരുന്നു.

ഗുരുകുലവിദ്യാഭ്യാസകാലത്തെ, ഗുരുശിഷ്യബന്ധം അനുസ്മരിപ്പിക്കുന്ന തരത്തിലായിരുന്നു. ബീഡിതിരപ്പുകാരനും, കെട്ടുകാരനും തമ്മിലുള്ള ബന്ധം. പണി പഠിക്കുന്നത് വരെ ശിഷ്യനെ എന്തും ചെയ്യുവാനുള്ള അധികാരം നിക്ഷിപ്തമായതുപോലെയാണ് ചില തിരക്കാരുടെ മർദ്ദനമുറകളും പെരുമാറ്റരീതികളും കാണുമ്പോൾ തോന്നിപ്പോവുക. രണ്ടുമൂന്നു കൊല്ലത്തെ കഠിനതരമായ പീഡനപരമ്പരകൾക്കു ശേഷമാണു കെട്ടുകാരൻ തിരപ്പുക്കാരനാകുന്നത്. അതിനു "തെരക്കാനിരുത്തൽ" എന്നാണു പറയുന്നത്. ബീഡിപ്പണിയെ സംബന്ധിച്ചെടത്തോളം തെരക്കാനിരുത്തൽ ഒരു കിരീടധാരണമാണ്. വേണ്ടപ്പെട്ടവരെയൊക്കെ ക്ഷണിച്ചുവരുത്തി, ചായ സൽക്കാരം നടത്തി ആഘോഷത്തോടെയായിരുന്നു തെരക്കാനിരുത്തുന്നത്.

ബീഡി മുതലാളിയുടെ അനുമതിയോടെ ഗുരുനാഥൻ, ശിഷ്യന്റെ മടിയിൽ പുതുമുറം വെച്ചുകൊടുത്താണ് കിരീടധാരണച്ചടങ്ങ് നടത്തുന്നത്. ഗുരുനാഥനിൽനിന്നു മുറം ലഭിക്കുന്നതോടെ ശിഷ്യൻ ഒരു സ്വതന്ത്രതൊഴിലാളിയായി വാഴിക്കപ്പെടുന്നു. അതോടെ സർവ്വതന്ത്രസ്വതന്ത്രനും, സേവനതൽപ്പരനും, അന്യരുടെ തലവേദന സ്വന്തം തലവേദനയായി ഏറ്റെടുക്കുന്നവനുമായ ഒരു "റിപ്പുവാൻ വിങ്കൾ" ജന്മമെടുക്കുകയായി. അതോടെ വള്ളിട്രൗസർ, മുണ്ടിനു വഴിമാറുന്നു. ചുണ്ടിലെപ്പോഴും കത്തിച്ച ബീഡി, കൈയ്യിലൊരു തീപ്പെട്ടി, കക്ഷത്തിൽ വർത്തമാനപത്രം, മുണ്ട് മടക്കിക്കുത്തിക്കൊണ്ടുള്ള ചടുലപദസഞ്ചലനം, വെള്ളത്തിലെ മീനിനെപ്പോലെ, അടിത്തട്ടിൽ മുങ്ങിയും, പൊങ്ങിയുമുള്ള സൂക്ഷ്മനിരീക്ഷണം ഇവയൊക്കെ ബീഡിത്തൊഴിലാളികളെ അടയാളപ്പെടുത്തുന്ന ചില ലക്ഷണങ്ങളാണ്.

ബീഡിത്തൊഴിലാളികളെ മറ്റു തൊഴിലാളികളിൽനിന്നു വ്യത്യസ്തരാക്കുന്നത് അവരുടെ സാമൂഹ്യസേവനതൽപ്പരതയും വിജ്ഞാനദാഹവുമായിരുന്നു. "എരുമക്കുട്ടിയെ ആരും നീന്തി പഠിപ്പിക്കേണ്ടതില്ല" എന്ന ചൊല്ലു

പോലെ, ബീഡിത്തൊഴിലാളിയെ സാമൂഹ്യസേവനത്തിനിറങ്ങാൻ ആരും പഠിപ്പിക്കേണ്ടയാവശ്യമില്ലായിരുന്നു. നാട്ടിൽ എവിടെയെങ്കിലും ഒരു വിഷമ പ്രശ്നമുണ്ടെന്നു കേട്ടാൽ, ഉടനെ മടിയിലെ മുറം താഴെവെച്ച് മുണ്ടും കുടഞ്ഞു സംഭവസ്ഥലത്തേക്ക് കുതിക്കുകമായി ബീഡിത്തൊഴിലാളി. എന്നിട്ടു ആ വിഷമം നേരിടുന്ന കുടുബത്തിന്റെ പ്രശ്നങ്ങൾ മുഴുവൻ സ്വയം ഏറ്റെടുക്കുകയും പരിഹാരത്തിനുവേണ്ടി ഉരുകിഒലിക്കുകയും ചെയ്യുന്നു. ഇത്തരം സന്ദർഭങ്ങളിൽ ബീഡിത്തൊഴിലാളി തന്നെയും തന്റെ കുടുംബ ത്തെത്തന്നെയും മറന്നുപോകുന്നു.

ബീഡിത്തൊഴിലാളി സമൂഹത്തിന്റെ മറ്റൊരു സവിശേഷത അവരുടെ വായനാശീലമാണ്. തൊഴിലാളികൾ കൂട്ടമായി ജോലിചെയ്യുന്ന ബ്രാഞ്ചിൽ ഒരാൾ ഉച്ചത്തിൽ പത്രം വായിക്കുന്നു. മറ്റുള്ളവർ അത് സശ്രദ്ധം കേട്ടു കൊണ്ടിരിക്കുന്നു. വൈകുന്നേരമാകുമ്പോൾ വായിക്കുന്നയാൾക്ക് ഓരോ കെട്ടുബീഡി കേൾവിക്കാരായ തൊഴിലാളികൾ സംഭാവന ചെയ്യുന്നു. വായി ക്കുന്നയാൾ ബീഡി തിരക്കേണ്ടയാവശ്യമില്ല. അറിവിനു അറിവും തൊഴി ലിനു തൊഴിലും. വർത്തമാനപത്രങ്ങൾ മാത്രമല്ല ആനുകാലികങ്ങളിൽ വരുന്ന കഥകളും കവിതകളും നോവലുകളുമൊക്കെ ആ വായനയിൽ സ്ഥാനം പിടിക്കും. മലയാളത്തിലിറങ്ങുന്ന ഒട്ടുമിക്ക പ്രസിദ്ധീകരണങ്ങളും ബീഡിബ്രാഞ്ചിലെത്തിച്ചേരും. ലോകവാർത്തകളും വിശേഷങ്ങളും അതാതു ദിവസം തന്നെ ഉള്ളിലെത്തുന്ന ബീഡിത്തൊഴിലാളിക്കെന്തിനാണു സർവ്വ കലാശാലാബിരുദം?

വായനമാത്രമല്ല ബീഡിബ്രാഞ്ചുകളിൽ നടക്കുന്നത്, വായിക്കുന്ന വിഷ യത്തെക്കുറിച്ചുള്ള ചർച്ചകളും സംവാദങ്ങളും തൊഴിലാളികൾ പരസ്പരം നടത്തുന്നു. ഹിരോഷിമയിൽ വർഷിച്ച ആറ്റം ബോംബിന്റെ കെടുതികളെ ക്കുറിച്ച്, വിയറ്റ്നാമിൽ യാങ്കിപട്ടാളക്കാർ നടത്തിയ നരനായാട്ടിനെക്കുറിച്ച്, ആമസോൺ നദി വറ്റിവരണ്ടാലുണ്ടാകാവുന്ന ഭവിഷ്യത്തുക്കളെക്കുറിച്ചെല്ലാം തൊഴിലാളികൾ ഉൽക്കണ്ഠയോടെ ചർച്ച നടത്തുന്നു.

സാമൂഹ്യസേവനവും വായനാശീലവും ജീവിതവ്രതമാക്കിയ, ഈ തൊഴി ലാളി സമൂഹത്തിൽ നിന്നും ഉയർന്നുവന്ന പ്രതിഭാധനന്മാർ ചില്ലറയൊന്നു മല്ല. ഒരുപക്ഷേ വിവിധരംഗങ്ങളിൽ പ്രതിഭാധനരായിട്ടുള്ള കരാറിനക ക്കാരിൽ മുക്കാൽ പങ്കും ബീഡിത്തൊഴിലാളിമേഖല സംഭാവന ചെയ്തി ട്ടുള്ളവരായിരിക്കും. അവരിൽ രാഷ്ട്രീയപ്പാർട്ടി നേതാക്കൾ, ട്രേഡ് യൂണി യൻ നേതാക്കൾ, സാഹിത്യകാരന്മാർ, നാടകനടന്മാർ, സംഗീതകാരന്മാർ, ഫുട്ബോൾ താരങ്ങൾ, കരകൗശലപ്രതിഭകൾ എന്നിങ്ങനെ ഒരു നീണ്ട നിര തന്നെയുണ്ട്.

കേരളദിനേശ് ബീഡിയുടെ ആവിർഭാവം

ബീഡിത്തൊഴിലാളികളുടെ തലവര മാറ്റി വരയ്ക്കപ്പെടുന്നത് 1969-ൽ കേരളാ ദിനേശ് ബീഡിയുടെ ആവിർഭാവത്തോടെയാണ്. അതുവരെ ബീഡി ത്തൊഴിലാളികൾ എന്നാൽ ഇടനിലക്കാരായ കരാറുകാരുടെ കീഴിലെ വെറും

കൂലിപ്പണിക്കാർ മാത്രമായിരുന്നു. ഉത്പാദിപ്പിക്കുന്ന ബീഡിക്ക് നിശ്ചിതകൂലി ലഭിക്കുമെന്നല്ലാതെ ഒരു തൊഴിലാളിക്ക് കിട്ടേണ്ടതായ മറ്റാനുകൂല്യങ്ങളൊന്നും അവർക്ക് ലഭിച്ചിരുന്നില്ല. ഉത്തരകേരളത്തിൽ അന്നു മേംഗ്ലൂർ ഗണേഷ് ബീഡിക്കമ്പനിയുടെതായി, പതിനായിരത്തിലേറെ തൊഴിലാളികൾ മേൽപ്പറഞ്ഞ കരാറുകാരുടെ കീഴിൽ പ്രവർത്തിച്ചിരുന്നു. ഒരു ദിവസം യാതൊരു മുന്നറിയിപ്പുമില്ലാതെ മേംഗ്ലൂർ ഗണേഷ് ബീഡിക്കമ്പനി തങ്ങളുടെ പ്രവർത്തനം അവസാനിപ്പിച്ച് മേംഗ്ലൂരിലേക്ക് പലായനം ചെയ്തു. തൽഫലമായി പതിനായിരത്തിൽ കൂടുതൽ തൊഴിലാളികൾ ഉത്തരകേരളത്തിൽ തൊഴിലില്ലാത്തവരായിത്തീർന്നു. ആ വിഷമഘട്ടത്തിൽ അന്നു കേരളത്തിലെ വ്യവസായ മന്ത്രിയായിരുന്ന ടി.വി.തോമസ് തൊഴിലാളികളുടെ രക്ഷയ്ക്കെത്തി. ബിഡീത്തൊഴിലാളികളുടെ സഹകരണസംഘം എന്ന ആശയം അദ്ദേഹമാണു മുന്നോട്ടുവെച്ചത്. ടി.വി തോമസിന്റെ അശ്രാന്ത പരിശ്രമഫലമായാണ് കേരളാ ദിനേശ് ബീഡി എന്ന സ്ഥാപനം രൂപം കൊള്ളുന്നത്. കേരള ദിനേശ് ബീഡിയുടെ ആവിർഭാവത്തോടെയാണ്, ബീഡിത്തൊഴിലാളികൾ എല്ലാ ആനുകൂല്യങ്ങളും ലഭിക്കുന്ന തൊഴിലാളികളായിത്തീരുന്നത്.

എം.കെ.ഭരതൻ

ഇരുപതു പ്രാഥമിക സംഘങ്ങളുള്ള കേരള ദിനേശ് ബീഡിയുടെ ഒരു പ്രധാനപ്പെട്ട ശാഖ തോട്ടടയിലായിരുന്നു. കരാറിനകത്തെ തൊഴിലാളികൾ മുഴുവനും തോട്ടട സംഘത്തിനു കീഴിലായിരുന്നു. ആ സംഘത്തിനു കീഴിൽ കരാറിനകത്തു നിന്നു മാത്രം അഞ്ച് ബ്രാഞ്ചുകൾ പ്രവർത്തിച്ചിരുന്നു. തോട്ടട സംഘത്തിന്റെ ആദ്യത്തെ പ്രസിഡണ്ട്, കരാറിനകത്തെ ഒരു ബഹുമുഖ പ്രതിഭയായ എം.കെ.ഭരതനായിരുന്നു. രാഷ്ട്രീയരംഗത്തും സാമൂഹ്യസേവന രംഗത്തും സ്പോർട്സ് രംഗത്തും ഊർജ്ജസ്വലതയോടെ പ്രവർത്തിച്ചിരുന്ന ഭരതൻ സ്വപ്രയത്നം ഒന്നുകൊണ്ടു മാത്രമാണു ആ പദവിയിലെത്തിച്ചേരുന്നത്. പ്രമുഖ കമ്മ്യൂണിസ്റ്റ് നേതാവ് സി.കണ്ണന്റെ സന്തതസഹചാരിയായ ഭരതൻ കണ്ണൂരിൽ ഫുട്ബോൾ സംഘാടകനെന്ന നിലയിലും പ്രവർത്തിച്ചിരുന്നു. കണ്ണൂർ ലക്കിസ്റ്റാർ ക്ലബ്ബിന്റെ ഭാരവാഹി കൂടിയായിരുന്ന എം.കെ. ഭരതൻ, താൻ പ്രവർത്തിച്ച മേഖലകളിലെല്ലാം നേതൃപാടവം തെളിയിച്ച ഒരു വ്യക്തിയുമാണ്.

പി.ജയൻ

ബീഡിത്തൊഴിലാളിരംഗത്ത് നിന്നു ഏറ്റവും ഉയരത്തിലെത്തിയ കരാറിനകക്കാരൻ അവേരയിലെ പി.ജയനായിരുന്നു. അദ്ദേഹം ഐ.എൻ.ടി.യു.സിയുടെ കീഴിലുള്ള നാഷ്ണൽ ബീഡി സിഗർ വർക്കേഴ്സ് യൂണിയന്റെ കണ്ണൂർ ജില്ലാസെക്രട്ടിയായിരുന്നു. ആ കാലത്തു ആ യൂണിയന്റെ പ്രസിഡണ്ട് പി.ടി പവിത്രനായിരുന്നു. പി.ടി.പവിത്രന്റെ പത്രാധിപത്യത്തിൽ ആ കാലത്തു കണ്ണൂരിൽ നിന്നു പ്രസിദ്ധീകരിച്ച “ലേബർവ്യൂ” എന്ന തൊഴിലാളി മാസികയുടെ സഹപത്രാധിപരുമായിരുന്നു പി.ജയൻ. ആനുകാലികങ്ങളിൽ

കഥയും കവിതയുമെഴുതിയിരുന്ന പി.ജയൻ ആദർശശാലിയായ ഒരു തൊഴിലാളിനേതാവായിരുന്നു. നന്നേ ചെറുപ്പത്തിൽത്തന്നെ വിധി ആ ധന്യജീവിതത്തെ കശക്കിയെറിയുകയായിരുന്നു. ഒരു തൊഴിലാളി മീറ്റിംഗ് കഴിഞ്ഞു രാത്രി വീട്ടിലേക്ക് വരുമ്പോൾ, അവേരപ്പറമ്പിനടുത്തു വെച്ച് പാമ്പ് കടിയേറ്റാണു അദ്ദേഹം മരിക്കുന്നത്. ജീവിച്ചിരുന്നുവെങ്കിൽ ഇന്നു എത്രയോ ഉയരത്തിലെത്തേണ്ടിയിരുന്ന ഒരു വ്യക്തിയാണ് പി.ജയൻ. കരാറിനകത്തിലെ, എന്നല്ല ഉത്തരകേരളത്തിലെ മുഴുവൻ തൊഴിലാളികളെ സംബന്ധിച്ചെടുത്തോളം ദീപ്തമായ ഒരു ഓർമ്മയാണ് പി.ജയന്റേത്.

താളി നാരായണൻ

ബീഡിത്തൊഴിലാളികളുടെ സാമൂഹ്യസേവനത്തെക്കുറിച്ചു പറയുകയാണെങ്കിൽ, ഒരുപാടു സംഭവങ്ങളും ആ സംഭവങ്ങളിൽ ഭാഗഭാക്കുകളുമായിട്ടുള്ള അനേകം വ്യക്തികളെക്കുറിച്ചും പറയേണ്ടതായി വരും. കാരണം ബീഡിത്തൊഴിലാളികളിൽ, ഒരു തരത്തിലല്ലെങ്കിൽ മറ്റൊരു തരത്തിൽ സാമൂഹ്യപ്രശ്നങ്ങളിലിടപെടാത്തവർ ചുരുക്കമാണ്. അതുകൊണ്ടു എല്ലാവരുടെയും പേര് രേഖപ്പെടുത്തുന്നത് പ്രായോഗികമല്ല. എന്നാൽ സാമൂഹ്യസേവനം ഒരു ലഹരി പോലെ ഈ അറുപത്തിയഞ്ചാം വയസ്സിലും കൊണ്ടു നടക്കുന്ന ഒരു തൊഴിലാളിസുഹൃത്തിനെക്കുറിച്ച് രണ്ടുവാക്ക് പറയാതിരിക്കുന്നത് ഉചിതമല്ല. പറഞ്ഞുവരുന്നത് ശ്രീ.താളി നാരായണനെക്കുറിച്ചാണ്. 1965 മുതൽ ഈ നാടിനെ എല്ലാ തരത്തിലും സേവിച്ചുകൊണ്ടിരിക്കുന്ന നാരായണൻ അവശതയനുഭവിക്കുന്നവർക്കെല്ലാം ഒരു കൈത്താങ്ങാണ്. സഹായത്തിനുവേണ്ടി അദ്ദേഹത്തിന്റെ അടുക്കലേക്ക് ആരും പോകേണ്ടതില്ല. അദ്ദേഹം, അവശതയനുഭവിക്കുന്നവരെ തേടിച്ചെല്ലുകയാണ് ചെയ്യുന്നത്. അതോടെ ആ അവശതയനുഭവിക്കുന്ന വ്യക്തിയുടെ, അല്ലെങ്കിൽ കുടുംബത്തിന്റെ എല്ലാ ബുദ്ധിമുട്ടുകളും സ്വയം ഏറ്റെടുത്തു പരിഹാരത്തിനുവേണ്ടി ഓടുകയാണ് താളി നാരായണൻ. താളി നാരായണന്റെ സേവനങ്ങൾ കാണുമ്പോൾ ഒരു കഥയാണു ഓർമ്മ വരുന്നത്. ഒരു ഭക്തൻ ദൈവത്തോടു ഇങ്ങനെ പരാതിപ്പെട്ടു. “ദൈവമേ, വിശ്വാസികൾ ആപത്തിൽ അകപ്പെടുമ്പോൾ, ദൈവം വന്നു കൈപിടിച്ചു നടത്തിക്കുമെന്നാണല്ലോ വേദപുസ്തകത്തിൽ പറയുന്നത്. എന്നിട്ടു, എനിക്ക് ഒരു വലിയ ആപത്തു പിണഞ്ഞപ്പോൾ അങ്ങുവന്നു എന്റെ കൈപിടിച്ച്, നടത്തിച്ചില്ലല്ലോ?” അപ്പോൾ ദൈവം പറഞ്ഞ മറുപടി, “മകനേ, നീ ആപത്തിൽപെട്ടപ്പോൾ എനിക്ക് നിന്റെ കൈപിടിച്ച് നടത്തിക്കുവാൻ പറ്റില്ലായിരുന്നു. കാരണം നീ അപ്പോൾ എന്റെ ചുമലിൽ ഇരിക്കുകയായിരുന്നു”. അതുപോലെ താളി നാരായണൻ ഇവിടെ ആപത്തിൽപ്പെടുന്നവരെ കൈപിടിച്ചു നടത്തിക്കുകയല്ല അവരെ എടുത്ത് ചുമലിൽ ഏറ്റിക്കൊണ്ടു ഓടുകയാണ് ചെയ്യുന്നത്.

കരാറിനകം ഐക്യനാണയസംഘം

നിലവിൽ ഒരു വടവൃക്ഷം പോലെ, അനേകം ശാഖകളുമായി ഈ നാടിന്റെ പ്രശാന്തസുന്ദരഗ്രാമാന്തരീക്ഷത്തിൽ പടർന്നുപന്തലിച്ചു

നിൽക്കുന്ന, കരാറിനകം സർവ്വീസ് സഹകരണബാങ്കിന്റെ മാതൃസംഘടന യായിരുന്നു കരാറിനകം ഐക്യനാണയ സംഘം. 1953-ലാണ് അത് ഇവിടെ സ്ഥാപിതമായത്. ഈ നാട്ടിലെ ആദ്യകാല സോഷ്യലിസ്റ്റ് പാർട്ടിക്കാരായി രുന്ന തായത്തു രാഘവനും, പി.സി. ഭരതൻ മാസ്റ്ററുമായിരുന്നു കരാറിനക ഐക്യനാണയസംഘത്തിന്റെ സൂത്രധാരന്മാർ. ഗ്രാമീണജനതയെ വട്ടി പ്പലിശക്കാരുടെ ചൂഷണത്തിൽ നിന്നും മോചിപ്പിച്ച് അവരെ പരസ്പര സഹായത്തിലൂടെ സാമ്പത്തികമായി സ്വാശ്രയത്വത്തിലേക്ക് എത്തിക്കുക എന്ന ലക്ഷ്യം വെച്ച്, അഖിലേന്ത്യാ തലത്തിൽ തന്നെ സോഷ്യലിസ്റ്റ് പാർട്ടി ക്കാർ ആസൂത്രണം ചെയ്ത ഒരു പദ്ധതിയുടെ ചെറുരൂപങ്ങളായിരുന്നു ഐക്യനാണയസംഘങ്ങൾ. ആ കാലത്ത് കണ്ണൂരിന്റെ പല ഭാഗങ്ങളിലമായി അനേകമനേകം ഐക്യനാണയസംഘങ്ങളും മറ്റും വിവിധോദ്ദേശ്യസഹ കരണസംഘങ്ങളും രൂപം കൊണ്ടിരുന്നു. കണ്ണൂരിലെ അന്നത്തെ പ്രജാ സോഷ്യലിസ്റ്റ് നേതാക്കളായിരുന്ന പി.എം.കുഞ്ഞിരാമൻ നമ്പ്യാർ, പി.ആർ കുറുപ്പ്, എൻ.കെ.ബാലകൃഷ്ണൻ, തായത്ത് രാഘവൻ മുതലായവർ ആദ്യ കാലത്ത് ഇത്തരം സഹകരണസംഘങ്ങളുമായി ബന്ധപ്പെട്ടു പ്രവർത്തിച്ച വരായിരുന്നു.

അഞ്ച് ഉറുപ്പികയുടെ ഓഹരിയുള്ള അമ്പത് കരാറിനകക്കാരായിരുന്നു തുടക്കത്തിൽ കരാറിനകം ഐക്യനാണയസംഘത്തിലെ അംഗങ്ങൾ. തായത്തു രാഘവനെയും ഭരതൻമാസ്റ്ററെയും കൂടാതെ, പുതിയ പുരയിൽ സൂപ്പി, ആയാടത്തിൽ ഗോവിന്ദൻ, നമ്പോലൻ അനന്തൻ മേസ്ത്രി, തൊത്തേൻ ചന്ദൻ റൈട്ടർ, ആയത്താൻ അനന്തൻ മാസ്റ്റർ, പുതിയാണ്ടി അനന്തൻ, ടികെ. ഭാസ്കരൻ മാസ്റ്റർ, പി.വി.രാഘവൻ മാസ്റ്റർ, ചെറുകുന്നേൻ നാരായണൻ വെളുമ്പൻ കൃഷ്ണൻ, തൊത്തേൻ കരുണാകരൻ മാസ്റ്റർ, തട്ടാരി ഗോപാലൻ, കണ്ണോളി നാരായണൻ, തുടങ്ങിയവരും ഈ സ്ഥാപന ത്തിന്റെ ആദ്യകാല പ്രവർത്തകൻമാരായിരുന്നു. പി.പി സൂപ്പിയായിരുന്നു പ്രസിഡണ്ട്, തായത്തുരാഘവൻ സെക്രട്ടറിയും കരാറിനകം ഐക്യനാണയ സംഘത്തിനു തുടക്കം കുറിച്ച അമ്പത് മെമ്പർമാരിൽ അപൂർവ്വം ചിലർ മാത്രമേ ഇപ്പോൾ ജീവിച്ചിരിപ്പുള്ളൂ. അവരിൽ ഒരാൾ കാഞ്ഞിരയിലെ ചെറു കുന്നേൻ നാരായണനാണ്. അദ്ദേഹത്തിന്റെ ഓർമ്മയെ അധികരിച്ചുകൊണ്ട് ഈ സംഘം തുടങ്ങുവാനുള്ള സാഹചര്യങ്ങളെക്കുറിച്ച് വിശദമാക്കാം.

ഗ്രാമീണബാങ്കുകളൊന്നും വ്യാപകമാകാത്ത ആ കാലത്ത് നാട്ടുകാർക്കു ണ്ടാകുന്ന സാമ്പത്തിക ബുദ്ധിമുട്ടുകൾ ഒരു പരിധിവരെ പരിഹരിച്ചിരുന്നത്, സ്വകാര്യക്കുറി നടത്തിപ്പുകാരായിരുന്നു. അല്പം സാമ്പത്തികശേഷിയുള്ള നാലഞ്ചുപേർ ഒത്തുചേർന്നു സംഘം രൂപീകരിച്ചായിരുന്നു കുറി നടത്തിയിരു ന്നത്. കുറി നടത്തുന്നതോടൊപ്പം സ്വർണ്ണപ്പണയത്തിന്മേൽ വായ്പ കൊടു ക്കുന്ന പതിവുമുണ്ടായിരുന്നു. ആദ്യകാലത്തു പ്രമാണിമാരുടെ വീടു കേന്ദ്രീ കരിച്ചായിരുന്നു കുറി സംഘങ്ങൾ പ്രവർത്തിച്ചുകൊണ്ടിരുന്നത്. ഇവിടെ ബീഡിവ്യവസായം വ്യാപകമായതോടെ ലേലക്കുറിസംഘങ്ങൾ ബീഡി ബ്രാഞ്ച് കേന്ദ്രീകരിച്ചും സജ്ജീവമായി. കല്യാണം, വീടുനിർമ്മാണം തുടങ്ങി

വലിയ വലിയ കാര്യങ്ങൾക്ക് വരെ ജനങ്ങൾ ലേലക്കുറി സംഘങ്ങളെയാണ് ആശ്രയിച്ചിരുന്നത്. ഒരു ലേലക്കുറി വിളിച്ചുകിട്ടുന്ന തുകയും, കേളോത്തു കുമാരനെപ്പോലുള്ള പെരുതേരി മേസ്ത്രിമാരുടെ ആത്മാർത്ഥമായ പരിശ്രമവും തയ്യിൽ കുമാരനെപ്പോലുള്ള കൈക്കോട്ടു പണിക്കാരുടെ എല്ലുമുറിയേയുള്ള കൂലിപ്പണിയും ചേരുമ്പോൾ ആ കാലത്ത് ഒരു പാർപ്പിടം ഉയർന്നു വരുമായിരുന്നുവത്രെ. മൺകട്ട കൊണ്ടുള്ള ചുമരും, തെങ്ങിൻ കഴുക്കോൽ പാകിയ മോന്തായവും, അതിന്മേൽ ഓലയും, പുല്ലും ചേർന്നുള്ള വിതാനവും ചാണകം തേച്ച തറയുമുള്ള പാവപ്പെട്ടവന്റെ ഒരു പാർപ്പിടം.

മേൽപ്പറഞ്ഞ ചെറുകുന്നേൻ നാരായണനനും, ബീഡി ബ്രാഞ്ച് കേന്ദ്രീകരിച്ച് ലേലക്കുറി സംഘം നടത്തിയിരുന്നു. സ്വർണ്ണം പണയം വെച്ച അധമർണ്ണന്മാർ കാലാവധി കഴിഞ്ഞിട്ടും സ്വർണ്ണം തിരിച്ചെടുക്കാതെയായപ്പോൾ സംഘം സാമ്പത്തികമായി ഞെരുക്കത്തിലായി. ദിവസവും പത്രം വായിക്കുവാൻ ബീഡിബ്രാഞ്ചിൽ എത്തുന്ന ഭാരതൻമാസ്റ്ററുമായി കുറിസംഘക്കാർ ഈ പ്രതിസന്ധിയെക്കുറിച്ച് ചർച്ച നടത്തി. ഭരതൻമാസ്റ്റർ തായത്തു രാഘവനുമായി ബന്ധപ്പെട്ടാണു സർക്കാരിൽ നിന്നും കുറഞ്ഞ പലിശക്ക് കടം ലഭിക്കുന്നു ഐക്യനാണയ സംഘം എന്ന ആശയം ഉരുത്തിരിയുന്നത്.

സംഘം രജിസ്റ്റർ ചെയ്യണമെങ്കിൽ അഞ്ചു രൂപ മുതൽ മുടക്കുവാൻ തയ്യാറുള്ള അമ്പത് കരാറിനകക്കാർ വേണമായിരുന്നു.

അഞ്ച് ഉറുപ്പിക പോയിട്ടു "അരു തേഞ്ഞ അരക്കാശ്" മുതൽ മുടക്കുവാൻ പോലും അന്നു ഭൂരിപക്ഷം കരാറിനകക്കാർക്കും കഴിയുമായിരുന്നില്ല. തായത്തു രാഘവനും ഭരതൻമാസ്റ്ററും ഷെയർ പിരിക്കുന്നതിന്നുവേണ്ടി കരാറിനകത്തെ വീടുകൾ മുഴുവൻ കയറി ഇറങ്ങിയിട്ടും അഞ്ച് ഉറുപ്പിക മുതൽ മുടക്കുവാൻ തയ്യാറുള്ള പതിനഞ്ചു പേരെ മാത്രമേ കണ്ടെത്താൻ കഴിഞ്ഞുള്ളൂ. ആ പരിനഞ്ച് പേർ തന്നെ ഇവിടുത്തെ തേങ്ങാക്കച്ചവടക്കാരും, നെയ്ത്തു കമ്പനി നടത്തിപ്പുകാരും മേൽ സൂചിപ്പിച്ച ലേലക്കുറി സംഘാടകരുമൊക്കെയായിരുന്നു. ഈ സന്ദർഭത്തിൽ അന്നത്തെ സഹകരണ ഇൻസ്പെക്ടർ വഴിവിട്ട ഒരു സഹായം കരാറിനകത്തിനുവേണ്ടി ചെയ്യാമെന്നേറ്റു. സംഘം രജിസ്ട്രാർ ചെയ്യുന്നതിനു മുമ്പ് തന്നെ തിരിമറി എന്ന നിലയിൽ സംഘത്തിന്റെ പേരിൽ ലോൺ തരപ്പെടുത്തിത്തരാമെന്നായിരുന്നു ആ വഴിവിട്ട സഹായ വാഗ്ദാനം. ആവശ്യക്കാർക്ക് അമ്പത് ഉറുപ്പിക ലോൺ പാസ്സാക്കുമ്പോൾ നാല്പത്തിയഞ്ച് ഉറുപ്പികയേ കയ്യിൽ കൊടുക്കേണ്ടതുള്ളൂ. ബാക്കിയുള്ള അഞ്ച് ഉറുപ്പിക ലോൺ വാങ്ങിയ വ്യക്തിയുടെ ഓഹരിയായി വകയിരുത്തപ്പെടും. അങ്ങനെ മുൻകൂർ ലോൺ കൊടുത്താണു അമ്പതു കരാറിനകക്കാരെ സഹകരണസംഘത്തിൽ അംഗങ്ങളാക്കി ഐക്യനാണയസംഘം രജിസ്റ്റർ ചെയ്യുന്നത്.

തുടക്കത്തിൽ സംഘം പ്രവർത്തിച്ചിരുന്നത് പ്രസിഡണ്ട് പി.പി.സൂപ്പിയുടെ വീടിന്റെ ഓഫീസ് മുറിയിലായിരുന്നു. പിന്നീടു അതിന്റെ പ്രവർത്തനം കുറുവായിലെ ആയത്താൻ കുഞ്ഞിക്കണ്ണന്റെ പീടികമുറിയിൽ തുടർന്നു വന്നു.

1965 മുതൽ ഈ നാട്ടിലെ റേഷൻ വിതരണത്തിന്റെ ചുമതല ഐക്യ നാണയസംഘത്തിനായിരുന്നു. അരിക്ഷാമം രൂക്ഷമായിരുന്ന ഒരു കാലഘട്ട മായിരുന്നു 1965. ചില കൃഷിക്കാരുടെ വീടുകളിൽ മാത്രമായിരുന്നു അന്നു അരി വെന്തിരുന്നത്. ഒരു സേറരിക്ക് വേണ്ടി മരക്കാർകണ്ടിയിലും അഞ്ചു കണ്ടിമില്ലിലും പകൽ മുഴുവൻ ക്യൂവിൽ നിൽക്കേണ്ട അവസ്ഥയായിരുന്നു ജനങ്ങൾക്ക്. മൂന്നു ഔൺസ് പശപ്പച്ചരിക്ക് വേണ്ടി തലേദിവസം തന്നെ കാർഡുമായിപ്പോയി റേഷൻ കടകളിൽ കാത്തുനിൽക്കേണ്ടുന്ന കാലം.

ആ കാലത്ത് ഇവിടുത്തെ റേഷൻ വിതരണക്കാർ എന്ന നിലയിൽ ഐക്യനാണയ സംഘക്കാർ കേട്ട പഴിയും കഷ്ടപ്പാടുകളും കുറച്ചൊന്നു മായിരുന്നില്ല. 1969-ടുകൂടി കരാറിനകം ഐക്യനാണയ സംഘം സർവ്വീസ് സഹകരണസംഘമായി രൂപാന്തരം പ്രാപിച്ചു. ഐക്യനാണയസംഘത്തിന്റെ അവസാനകാലത്തെ പ്രസിഡണ്ടും, സർവ്വീസ് സഹകരണസംഘത്തിന്റെ ആദ്യ പ്രസിഡണ്ടും ശ്രീ.തട്ടാരി ഗോപാലനായിരുന്നു. 1980-നു ശേഷമാണ് ഇന്നത്തെ നിലയിലുള്ള ബാങ്കായി മാറുന്നത്. തുടക്കത്തിൽ വി.വി.വിജയ നായിരുന്നു ബാങ്കിന്റെ പ്രസിഡണ്ട്, സെക്രട്ടറി കെ.സി.ചന്ദ്രനും.

വി.വി.വിജയൻ

കരാറിനകം സർവ്വീസ് സഹകരണബാങ്കിന്റെ ആദ്യ പ്രസിഡണ്ട് എന്ന നിലയിൽ മാത്രമല്ല, ദീർഘകാലമായി ഈ നാട്ടിലെ രാഷ്ട്രീയ- സാമൂഹ്യ രംഗങ്ങളിൽ സജീവമായി ഇടപെട്ടുകൊണ്ടിരിക്കുന്ന വ്യക്തി എന്ന നില യിലും ശ്രീ.വി.വി.വിജയനു പ്രാധാന്യമുണ്ട്. അരനൂറ്റാണ്ടോളം കാലമായി, സി.പി.എമ്മിനെ ഇവിടെ നയിച്ചുകൊണ്ടിരിക്കുന്ന വി.വി.വിജയനെ ആല ങ്കാരികമായ ഭാഷയിൽ പറയുകയാണെങ്കിൽ, ആ പാർട്ടിയുടെ കരാറിന കത്തെ ജീവാത്മാവും പരമാത്മാവും എന്നു വിശേഷിപ്പിക്കാം. ഒരു നല്ല സംഘാടകനും ആജ്ഞാശക്തിയുള്ള രാഷ്ട്രീയപ്രവർത്തകനുമായ വിജ യൻ കാര്യനിർവ്വഹണശേഷിയുള്ള ഒരു സാമൂഹ്യപ്രവർത്തകൻ കൂടിയാണ്. കരാറിനകം ബാങ്കിന്റെ പ്രസിഡണ്ട് എന്നതിനു പുറമെ എടയ്ക്കാട് ഗ്രാമ പഞ്ചായത്ത് മെമ്പറായും, കുറുവ വായനശാലാകമ്മിറ്റി പ്രസിഡണ്ട് എന്ന നിലയിലും സേവനമനുഷ്ഠിച്ചിട്ടുണ്ട്. പ്രസംഗത്തെക്കാൾ പ്രവർത്തന ങ്ങൾക്ക് പ്രാമുഖ്യം കൽപ്പിക്കുന്ന, വി.വി.വിജയന്റെ പരിശ്രമഫലമാണു കരാ റിനകം എജ്യുക്കേഷണൽ സൊസൈറ്റി. ആ സ്ഥാപനത്തിന്റെ കീഴിലാണു കുറുവ യു.പി സ്കൂൾ പ്രവർത്തിച്ചുവരുന്നത്. കടലായിപ്പറമ്പിൽ ഒരു കളി ക്കളവും ആ സൊസൈറ്റിയുടെ കീഴിലുണ്ട്.

പി.പി.സൂപ്പി

ഐക്യനാണയ സംഘത്തിന്റെ ആദ്യപ്രസിഡണ്ടായിരുന്ന പി.പി. സൂപ്പി, ഈ നാട്ടിലെ മുഴുവൻ ജനങ്ങൾക്കും പ്രിയങ്കരനായ ഒരു പൗരപ്രമുഖനായി രുന്നു. ഒരു തേങ്ങാക്കച്ചവടക്കാരനായിരുന്ന അദ്ദേഹം, ഈ നാട്ടിലെ വിരലി ലെണ്ണാവുന്ന സമ്പന്നരിലൊരാളുമായിരുന്നു. നാനാജാതിമതസ്ഥരോടും

സൗഹൃദം പുലർത്തിയിരുന്ന അദ്ദേഹത്തെ നാട്ടുകാർ "സുപ്പുക്ക" എന്നാണു വിളിച്ചിരുന്നത്. തുടക്കത്തിൽ ഐക്യനാണയസംഘത്തിന്റെ ഓഫീസ് പ്രവർത്തിച്ചിരുന്നത്, പി.പി സൂപ്പിയുടെ മാളിക വിട്ടിലായിരുന്നു എന്നു പറഞ്ഞുവല്ലോ? അതുപോലെ നാട്ടിലെ സഹൃദയന്മാർ ഒത്തുകൂടുന്ന ഇടവുമായിരുന്നു ആ മാളികവീട്. സമുദായത്തിലെ വിശേഷദിവസങ്ങളിൽ, കോൽക്കളി, ദഫ്മുട്ട് നേർച്ചപ്പാട്ട് എന്നിവയൊക്കെ ആ വീട്ടുമുറ്റത്ത് അരങ്ങേറാറുണ്ടായിരുന്നു. ആ ദിവസങ്ങളിൽ അന്യസമുദായത്തിലെ സ്നേഹിതന്മാരെയൊക്കെ വീട്ടിൽ ക്ഷണിച്ചുവരുത്തി വിഭവസമൃദ്ധമായ ഭക്ഷണവും ഒരുക്കാറുണ്ടായിരുന്നു. അതുപോലെ പെരുന്നാളിന്നു വിവിധതരം അപ്പങ്ങളുണ്ടാക്കി, കൊട്ടയിലാക്കി, അന്യസമുദായക്കാരായ ചങ്ങാതിമാരുടെ വീടുകളിൽ കൊടുത്തയക്കുകയും ചെയ്യുമായിരുന്നു "സൂപ്പുക്ക." ഇവിടെ സമുദായങ്ങൾ തമ്മിലുള്ള സൗഹൃദം അരക്കിട്ടുറപ്പിക്കുന്നതിൽ പി.പി.സൂപ്പി വഹിച്ചിട്ടുള്ള പങ്ക് വളരെ വലുതാണ്. അപൂർവ്വമായിട്ടെങ്കിലും പടിഞ്ഞാറു നിന്നും വീശിയടിക്കാറുള്ള സമുദായ സംഘർഷങ്ങളുടെ പ്രചണ്ഡവാതത്തെ തടഞ്ഞുനിർത്തുന്ന ഇവിടുത്തെ വിന്ധ്യാപർവ്വതമായിരുന്നു പി.പി. സൂപ്പി!

തട്ടാരി ഗോപാലൻ

കരാറിനകം ഐക്യനാണയസംഘം വിവിധോദ്ദേശ്യസഹകരണസംഘമായി രൂപാന്തരം പ്രാപിക്കുന്ന ഘട്ടത്തിൽ ആ സ്ഥാപനത്തിന്റെ പ്രസിഡണ്ട് ശ്രീ.തട്ടാരി ഗോപാലനായിരുന്നു. അങ്ങനെ നോക്കുമ്പോൾ ഐക്യനാണയ സംഘത്തിന്റെ അവസാനത്തെ പ്രസിഡണ്ടും സർവ്വീസ് സഹകരണസംഘത്തിന്റെ ആദ്യത്തെ പ്രസിഡണ്ടും ശ്രീ തട്ടാരി ഗോപാലനാണ്. ഈ സഹകരണപ്രസ്ഥാനം തഴച്ചു വളരുന്നതിനു വേണ്ടി അഹോരാത്രം നിസ്വാർത്ഥ സേവനം ചെയ്തവരുടെ കൂട്ടത്തിൽ തട്ടാരി ഗോപാലനും വലിയ സ്ഥാനമുണ്ട്.

കരാറിനകത്തെ ആദ്യകാലകമ്മ്യൂണിസ്റ്റ് പ്രവർത്തകരിലൊരാളായ തട്ടാരിയെ, പ്രായോഗിക രാഷ്ട്രീയത്തിന്റെ വക്താവെന്ന നിലയിലും പക്വമതിയായ പൊതുപ്രവർത്തകൻ എന്ന നിലയിലുമാണ് അടയാളപ്പെടുത്തേണ്ടത്. ഈ നാടിന്റെ മുഖച്ഛായ തന്നെ മാറ്റിമറിച്ച പല രാഷ്ട്രീയ സാമൂഹ്യ പരിഷ്കരണപ്രവർത്തനങ്ങളിലും, ശാന്തനും മിതഭാഷിയുമായ തട്ടാരി ഗോപാലന്റെ സൗമ്യവും ദീപ്തവുമായ സാന്നിധ്യമുണ്ടായിരുന്നു. രാഷ്ട്രീയ, സാമൂഹ്യപ്രവർത്തനങ്ങളിൽ മാത്രമല്ല, അദ്ധ്യാത്മീക രംഗത്തും അദ്ദേഹം സജീവമാണ്. ഇവിടെ ക്ഷേത്രങ്ങളിൽ രാമായണം വായിക്കുന്നത് തട്ടാരി ഗോപാലനാണ്. രാമായണം വായനാമത്സരങ്ങളിൽ ഒരുപാടു സമ്മാനങ്ങളും അദ്ദേഹം നേടിയിട്ടുണ്ട്. കോലാഹലങ്ങളിൽ നിന്നു വഴിമാറിനടക്കുന്ന ഈ നിശ്ശബ്ദ പോരാളി വാർദ്ധക്യത്തിലും കർമ്മനിരതനാണ്. മദ്യത്തിനും പരിസ്ഥിതിനാശത്തിനുമെതിരെയുള്ള പോരാട്ടവഴിയിലാണ് ഈ എൺപതു വയസ്സുകാരൻ.

നമ്മുടെ പ്രദേശത്തിനു ഒരുപാടു നേട്ടങ്ങൾ കൈവരിക്കാനായിട്ടുണ്ടെങ്കിലും അതിനെയൊക്കെ നിഷ്പ്രഭമാക്കാൻ പോന്ന ചില വിപത്തുകളും വന്നുഭവിച്ചിട്ടുണ്ട്. നമ്മുടെ ചെറുപ്പക്കാരിൽ വളർന്നു വരുന്ന മദ്യപാനാസക്തിയാണ് ആ വിപത്തുകളിൽ പ്രധാനമായിട്ടുള്ളത്. ഇവിടെ നടക്കുന്ന ആഘോഷങ്ങളെല്ലാം മദ്യപാനവുമായി ഒരവിഹിതബന്ധത്തിലാണ്, അതുകൊണ്ടുതന്നെ മദ്യപാനത്തിനു കപടമാന്യതയും വന്നുചേർന്നിരിക്കുന്നു. വീട്ടിൽ വിരുന്നുവരുന്നവർക്ക് ഫ്രിഡ്ജ് തുറന്നു റെഡ് ലേബലും, ബ്ലേക്ക് ലേബലും സൽക്കരിക്കുന്ന പരിഷ്കാരത്തിലേക്ക് നാം എത്തിയിരിക്കുന്നു! ഇതുകണ്ടു വളരുന്ന നമ്മുടെ കുട്ടികൾ മദ്യം വിശിഷ്ട വസ്തുവാണെന്നു തെറ്റിദ്ധരിച്ചാൽ അവരെ കുറ്റം പറയുവാൻ പറ്റുമോ? നാളെ ആ കുട്ടികൾ മുഴുക്കുടിയന്മാരായിത്തീരുകയാണെങ്കിൽ അതിന്റെ ഉത്തരവാദികൾ നമ്മൾ തന്നെയല്ലേ? ഇതൊക്കെ മനസ്സിലാക്കിയാണു തട്ടാരിയെപ്പോലുള്ള പഴയ കമ്മ്യൂണിസ്റ്റ് പ്രവർത്തകർ പുതിയ പോരാട്ടത്തിന് വഴി തുറന്നിരിക്കുന്നത്.

എം.മകുന്ദൻ മാസ്റ്റർ

തട്ടാരി ഗോപാലനെപ്പോലുള്ള രാഷ്ട്രീയ പ്രവർത്തകരെ മദ്യത്തിനെതിരെ രംഗത്തിറക്കുന്നതിൽ വലിയ പങ്കു വഹിച്ചിട്ടുള്ള ഒരു ഗാന്ധിയനെക്കുറിച്ചും ചിലതു പറയുവാനുണ്ട്. കിഴുന്നയിൽ ജനിച്ച്, പിൽക്കാലത്ത് തോട്ടടയിൽ സ്ഥിരതാമസമാക്കിയ എം.മുകുന്ദൻ മാസ്റ്റർ എന്ന മദ്യവിരുദ്ധ പ്രവർത്തകനെക്കുറിച്ചാണ് പറഞ്ഞു വരുന്നത്. മദ്യം മനുഷ്യസമൂഹത്തിന് വരുത്തിവെക്കുന്ന ദുരിതം വളരെ വലുതാണെന്നും, മദ്യത്തിനെതിരെയുള്ള പോരാട്ടം കാലത്തിന്റെ ആവശ്യമാണെന്നും മുൻകൂട്ടി മനസ്സിലാക്കിയ ഒരു ദീർഘദർശിയാണു എം.മുകുന്ദൻ മാസ്റ്റർ.

കേരള മദ്യനിരോധനസമിതിയുടെ കണ്ണൂർ ജില്ലാ പ്രസിഡണ്ട്, ഗാന്ധി സെന്റിനറി സൊസൈറ്റിയുടെയും കേരള സർവ്വോദയമണ്ഡലത്തിന്റെയും സജീവപ്രവർത്തകൻ എന്നിങ്ങനെ വിവിധരംഗങ്ങളിൽ കണ്ണൂരിൽ നിറഞ്ഞുനിൽക്കുന്ന മുകുന്ദൻ മാസ്റ്റർ, ഗാന്ധിയൻ ജീവിതവിശുദ്ധി രൂപത്തിലും ഭാവത്തിലും പ്രവൃത്തിയിലും കൊണ്ടുനടക്കുന്ന ഒരു സമാദരണയീനാണ്.

ഏഴു പതിറ്റാണ്ടിലേറെയായി, ഗാന്ധിയൻ ജീവിതവഴിയിലൂടെ സനിഷ്കർഷം സഞ്ചരിക്കുന്ന മുകുന്ദൻ മാസ്റ്റർ, ഹിന്ദി പ്രചാരകനായാണ് ദേശീയസ്വാതന്ത്ര്യസമരത്തിൽ പങ്കാളിയാകുന്നത്. ദക്ഷിണ ഭാരത് ഹിന്ദി പ്രചാരസഭയുടെ അനേകം പരീക്ഷകൾ പാസ്സായിട്ടുള്ള മുകുന്ദൻ മാസ്റ്റർ വളരെക്കാലം ആഗ്രയിൽ താമസിച്ച് ഹിന്ദിയിലെ അത്യുന്നത ബിരുദങ്ങളും സ്വായത്തമാക്കിയിട്ടുണ്ട്. ഹിന്ദി അദ്ധ്യാപകനെന്ന നിലയിൽ കണ്ണൂരിൽ പല സ്കൂളുകളിലും മാതൃകാപരമായ സേവനം കാഴ്ച വെച്ചിട്ടുള്ള മുകുന്ദൻ മാസ്റ്റർ ഔദ്യോഗിക ജീവിതത്തിനുശേഷം മുഴുവൻ സമയമദ്യനിരോധന പ്രവർത്തകനായി മാറുകയായിരുന്നു.

ചെറിയ തോതിലെങ്കിലും ഈ നാട്ടിൽ മദ്യത്തിനെതിരെ ഒരു അവബോധം സൃഷ്ടിക്കുവാൻ സഹായകമായത് മുകുന്ദൻ മാസ്റ്റർ എന്ന കറകളഞ്ഞ ഗാന്ധിയന്റെ അശ്രാന്തപരിശ്രമഫലമായിരുന്നു എന്നുകൂടി പറഞ്ഞുകൊള്ളട്ടെ! എല്ലായ്പ്പോഴും പ്രസാദാത്മകമുഖഭാവത്തോടെ പ്രത്യക്ഷപ്പെടുന്ന ഈ തൂവെള്ള ഖദർ വസ്ത്രധാരി, മന്ദമാരുതൻ നെൽച്ചെടികളെ തഴുകുന്നതുപോലെ, മദ്യത്തിനെതിരെ നാട്ടുകാരെ ഉണർത്തിക്കൊണ്ടിരുന്നു. കാലത്തിന്റെ ആവശ്യകത മനസ്സിലാക്കുകയും അതിനുവേണ്ടി പോരാടുകയും ചെയ്യുമ്പോഴാണു ഏതൊരു പൊതുപ്രവർത്തനവും അർത്ഥപൂർണ്ണമാകുന്നത്.

ആറ്

മാംഗല്യത്രയം

പുടമുറിക്കല്ല്യാണം

"കൊട്ടും വാദ്യവും കേൾക്കണ് ദൂരെ
തെക്കേക്കുന്നിന്റെ പിറകീന്നു,
നൂറു മലകളും കാടും കടന്നൂ
നൂറു പുഴകളും തോടും കടന്നൂ
തെക്കൂ തെക്കൊരു നാട്ടീന്നു നിന്നെ
കെട്ടാനാളു വരണുണ്ട്."

പണ്ടത്തെ കല്ല്യാണത്തെക്കുറിച്ചു ചിന്തിക്കുമ്പോൾ ആദ്യമോടിയെത്തുന്നത്, ഈ പാട്ടാണ്. ഒപ്പം ഒരു ബെയ്പിന്റെ മണവും മൂക്കിൽ അരിച്ചിറങ്ങുന്നുണ്ട്. "ബെയ്പ്പ്" എന്നു പറഞ്ഞാൽ ഒരുപക്ഷേ പുതിയ തലമുറയ്ക്ക് മനസ്സിലാകണമെന്നില്ല. സദ്യക്ക് ഉത്തരകേരളത്തിൽ മാത്രം പറഞ്ഞു വന്നിരുന്ന പേരായിരുന്നു "ബെയ്പ്" പണ്ടു കല്യാണത്തിനു പോകുന്നു എന്നല്ല പറയുക, മംഗലത്തിനു ബെയ്പടിക്കാൻ പോകുന്നു എന്നാണു പറയുക. ഇവിടെ ചോറു തിന്നുകയല്ല ചോറു ബെയിക്കുകയാണ്. "ബെയ്ക്കാൻ ചോറില്ലാത്തവനല്ലെ, കൂട്ടാൻ കോഴിയിറച്ചി" എന്നു ഒരുപാട്ടു തന്നെയുണ്ട്. അതുപോലെ "പയിച്ചിട്ടല്ലെ നെയ്ച്ചോറല്ലെ, ബെയ്ച്ചോട്ടല്ലെ", എന്ന മറ്റൊരു പാട്ടുമുണ്ട്. "ബെയ്പൻ" എന്നാൽ ശാപ്പാട്ടുരാമൻ എന്നാണു ഇവിടുത്തെ അർത്ഥം.

തിന്നുന്നതിനു "ബെയിക്കുക' എന്ന പ്രയോഗമുണ്ടായത്, ഒരുപക്ഷേ കർണ്ണാടകവുമായി ബന്ധപ്പെട്ടാണെന്നു തോന്നുന്നു. അല്ലെങ്കിൽ 'വെച്ചൂട്ടു' എന്ന മലയാളവാക്കിൽ നിന്നോ, അതുമല്ലെങ്കിൽ അത്യുത്തരകേരളത്തിലെ വയനാട്ടുകുലവൻ ക്ഷേത്രങ്ങളിൽ നടക്കാറുള്ള "ബപ്പിടൽ" എന്ന ഊട്ടു സദ്യയിൽ നിന്നോ ആകാനും സാധ്യതയുണ്ട്.

എന്തായാലും ബെയ്പു തുടങ്ങുന്നതിന്നു മുമ്പ് നമുക്ക് കല്ല്യാണത്തിന്റെ മറ്റുചിട്ടവട്ടങ്ങളെന്താണെന്നു നോക്കാം.

പണ്ടുകാലത്ത് ഒരു കല്യാണമെന്നു പറഞ്ഞാൽ അതു ആ നാടിന്റെ കൂട്ടായ്മയുടെ വിളംബരം കൂടിയായിരുന്നു. മുകളിലാകാശം താഴെ ഭൂമി

എന്ന അവസ്ഥയിൽ കഴിഞ്ഞുകൂടുന്ന ജനങ്ങൾക്ക്, നാട്ടുകൂട്ടായ്മയല്ലാതെ മറ്റെന്താണു ഒരു പോംവഴിയുണ്ടായിരുന്നത്? ഒരു കല്യാണം തീരുമാനിച്ച വീട്ടിൽ, "എപ്പേരപ്പെട്ടവരൊക്കെ" (ബന്ധുജനങ്ങളും നാട്ടുകാരും) കാലെ ക്കൂട്ടിത്തന്നെ വന്നുചേരും. എന്നിട്ടു ഓരോ ആളും ഞാനോ? നീയോ എന്ന ഭാവത്തിൽ, ഒരു തോർത്തുമുണ്ടും നടുവിനു വട്ടം കെട്ടി "ചെറമിക്കുവാൻ" രംഗത്തിറങ്ങും. ശ്രമദാനത്തിനാണു ഇവിടെ "ചെറമിക്കൽ" എന്നു പറയു ന്നത്. ശ്രമദാനം ചെയ്യുന്നവരെ ചെറമിക്കുന്നോർ എന്നാണു അറിയപ്പെട്ടിരു ന്നത്. ഉള്ളവന്റേതായാലും ഇല്ലാത്തവന്റേതായാലും മാംഗല്യം മംഗളകര മാക്കിക്കൊടുക്കുന്നത് ഈ ചെറമിക്കുന്നോരായിരുന്നു. മംഗലത്തിനു "ബങ്കയും വെടിപ്പും" (നിറപ്പകിട്ടു) കുറഞ്ഞുപോയാൽ, അതു നാടിന്റെ പോരായ്മയായാണു കണക്കാക്കപ്പെടുക. അതുകൊണ്ടു നാട്ടിലെ ഓരോ കല്യാണവും നാടിന്റെ അഭിമാനപ്രശ്നം കൂടിയാണ്. ആ അഭിമാനം സംരക്ഷിക്കപ്പെടുന്നത് ഈ ചെറമിക്കുന്നോരുടെ ഉരുകിയൊലിക്കലിലൂടെ ആയിരുന്നു.

കല്യാണത്തിനു പരസഹായം ഏറ്റവും കൂടുതൽ ആവശ്യമായി വരു ന്നത് താരതമ്യേന പെൺവീട്ടുകാർക്കായിരുന്നു. അവരെ സംബന്ധിച്ചിട ത്തോളം "മംഗലം" ഓർക്കാപ്പുറത്തു വന്നെത്തുന്ന അടിയന്തിരമായതു കൊണ്ടു ഇല്ലായ്മയുടെ ആഴം വളരെ വലുതായിരിക്കും. ഒരു കല്യാണ വീട്ടിലെ എല്ലാ ദേഹണ്ഡങ്ങളും നാട്ടുകാരുടെ വകയായിരുന്നു. കല്യാണ വീടിന്റെ കളമുറ്റം ചായ്ച്ച്, ചാണകം തളിക്കുന്ന പണിമുതൽ, അടിയന്തിരം കഴിഞ്ഞു അമ്മിക്കല്ല് മടക്കി കൊടുക്കുന്ന പണിവരെ നാട്ടുകാർ ചെയ്യുമാ യിരുന്നു. കല്യാണവീട്ടിലേക്ക് ആവശ്യമായി വരുന്ന സാധനസാമഗ്രികളിൽ പെട്രോൾ മാക്സ് ഒഴികെ മറ്റുള്ളവയെല്ലാം, നാട്ടിലെ ഓരോരോ വീടുക ളിലും പോയി വായ്പ വാങ്ങുകയായിരുന്നു, പാചകം ചെയ്യുവാനുള്ള പാത്ര ങ്ങൾ, പന്തലൊരുക്കുവാനുള്ള ഓലയും മുളയും, ഇരിക്കുവാനുള്ള പലകയും പുൽപ്പായയും എന്നു വേണ്ട കിണ്ണം, കിണ്ടി, കോളാമ്പിവരെ ഇങ്ങനെ വായ്പ വാങ്ങുമായിരുന്നു. ചുരുക്കിപ്പറഞ്ഞാൽ നാട്ടിൽ ഒരു കല്യാണം നടക്കുന്നു ണ്ടെങ്കിൽ അയൽവീടുകളിലെ എല്ലാ ഗാർഹികോപകരണങ്ങളും കല്യാണ വീട്ടിൽ എത്തിച്ചേരുമായിരുന്നു. ആ ഗാർഹികോപകരണങ്ങളെല്ലാം നാട്ടിലെ ഓരോരോ വീടുകളിലും പോയി ശേഖരിച്ചു തലച്ചുമടായി കൊണ്ടുവരുന്നതും ഈ ചെറമിക്കുന്നോർ തന്നെയായിരുന്നു.

കല്യാണത്തിനാവശ്യമായിവരുന്ന മുഴുവൻ വാഴയിലകളും നാട്ടിലെ വാഴ ത്തോട്ടങ്ങളിൽ നിന്നും വിലയൊന്നും ഇല്ലാതെ മുറിച്ചെടുക്കാമായിരുന്നു. ചില കൃഷിക്കാർ തങ്ങളുൽപ്പാദിപ്പിക്കുന്ന വെള്ളരിയും മറ്റു പച്ചക്കറികളും കല്യാണമുള്ള വീടുകളിൽ സൗജന്യമായി നൽകാറുമുണ്ടായിരുന്നു.

ഓലയും മുളയും കൊണ്ടായിരുന്നു പന്തലൊരുക്കിയിരുന്നത്. താലി കെട്ടുള്ള കല്യാണമാണെങ്കിൽ, ഈന്തോലകളും, പനയോലയും കൊണ്ട് താലിപ്പന്തലുമൊരുക്കും. ഇളനീർക്കുലകളും വാഴക്കുലകളും കെട്ടിത്തൂക്കി പന്തലിലേക്കുള്ള വീഥി അലങ്കരിക്കുകയും ചെയ്യും.

"ഈന്തോലപന്തലൊരുക്കി
പനയോലപ്പട്ട പുതച്ചു
രോമാഞ്ചം കൊള്ളുന്നല്ലോ
കല്ല്യാണപ്പന്തൽ"

എന്ന ഒരു പാട്ടു തന്നെയുണ്ട്.

ചെറമിക്കുന്നവരിൽ ആണുങ്ങൾ മാത്രമല്ല പെണ്ണുങ്ങളും സജീവമായിട്ടുണ്ടാകും. നിലം തല്ലിക്കൊണ്ടു മുറ്റം ചായ്ക്കുന്നത് ആണുങ്ങളുടെ പണിയാണെങ്കിൽ, അവിടെ ചാണകം തേക്കുന്നതു പെണ്ണുങ്ങളാണ്. ഉരലും ഉലക്കയും കൊണ്ടു ഇടിക്കുന്നതും പൊടിക്കുന്നതും സ്ത്രീകളായിരുന്നു. പെണ്ണുങ്ങളുടെ മറ്റൊരു പ്രധാനജോലി അരവായിരുന്നു. കല്യാണത്തിന്റെ തലേദിവസം മുറ്റത്തെ പന്തലിൽ നിരനിരയായിട്ട പത്തുപതിനഞ്ചോളം അമ്മിക്കല്ലിനടുത്തു പലകയിൽ കുത്തിയിരുന്നാണു പെണ്ണുങ്ങൾ അരയ്ക്കുക. അമ്മിക്കുട്ടിയുടെ ചലനത്തിനനുസരിച്ച് മുന്നോട്ടും പിന്നോട്ടും ആഞ്ഞു കൊണ്ടും ഈണത്തിൽ പാട്ടുപാടിക്കൊണ്ടുമാണു അരയ്ക്കുക. വടക്കൻ പാട്ടായിരിക്കും അവർ പ്രധാനമായും പാടുക. ഒരാൾ പാടിക്കൊടുക്കും മറ്റുള്ളവർ ഏറ്റുപാടും. നേരത്തെ പറഞ്ഞതുപോലെ, വയലിൽ നാട്ടിപ്പണിക്ക് പാടുന്ന അതേ പാട്ട്.

ആ വാക്കുകേട്ടുള്ളു കുഞ്ഞിഒതേനൻ
ചാപ്പനോടല്ലെ പറയുന്നതു
കൊണ്ടുനടന്നതും നീയെചാപ്പാ
കൊണ്ടുപോയ് കൊല്ലിച്ചതും നീയേ ചാപ്പാ
ഞാലിക്കരമ്മേലെ പയ്യമ്പള്ളി
കെട്ടിയകെട്ടുകയിച്ചോളുന്നു
കെട്ടുകയിച്ചൊരുനേരത്തില്

കിടന്നുമരിച്ചല്ലൊ, കുഞ്ഞിഒതേനൻ തച്ചോളി ഒതേനന്റെ അന്ത്യനിമിഷങ്ങളാണ് പാട്ടിലൂടെ അനാവൃതമാകുന്നത്. കേട്ടാലും കേട്ടാലും മതിവരാത്ത വരികൾ! ഇങ്ങിനെ എത്രയെത്ര പാട്ടുകളാണു അരയ്ക്കുന്ന പെണ്ണുങ്ങളിൽ നിന്നും കേട്ടിട്ടുള്ളത്? ചില സന്ദർഭങ്ങളിൽ അരയ്ക്കുന്ന പെണ്ണുങ്ങൾ സ്വന്തമായി പാട്ടുകൾ ഉണ്ടാക്കി പാടുന്നതും കേൾക്കാൻ കഴിഞ്ഞിട്ടുണ്ട്. കല്യാണത്തിനു വന്നെത്തുന്ന ചില വിശിഷ്ട വ്യക്തികളെ സുഖിപ്പിക്കുന്നതിനാണു ഇങ്ങനെ റെഡിമെയ്ഡ് പാട്ടുകൾ പാടുന്നത്.

അരയ്ക്കുന്ന പെണ്ണുങ്ങൾ വീട്ടുകാരിൽ നിന്നും പ്രതിഫലമൊന്നും വാങ്ങാറില്ല. തലേദിവസത്തെ പാർട്ടിക്ക് അതിഥികളായി എത്തുന്നവർ നൽകുന്ന പാരിതോഷികങ്ങളാണ് അവരുടെ രണ്ടു ദിവസത്തെ ജോലിക്കുള്ള വരുമാനം. അതിനായി അരയ്ക്കുന്നവരുടെ മുമ്പിൽ ഒരു നിറപറ വെക്കും. വരുന്നവർ, വരുന്നവർ ആ നിറപറയിൽ പണമിടും. ആ പണമാണു അരയ്ക്കുന്നവരുടെ വരുമാനം. സമ്പന്നരെന്നു തോന്നിക്കുന്ന ചില അഴകിയ രാവണന്മാർ പന്തലിൽ അതിഥികളായി എത്തിപ്പെട്ടാലാണ് റെഡിമെയ്ഡ് പാട്ടുകൾ പാടുന്നത്.

"ആരാപ്പാ മുറ്റത്ത് വന്നീനത്?
പട്ട് ഞൊറിയുള്ള കച്ചയുടുത്ത്
മാനേരിക്കുന്നത്തെ കുഞ്ഞമ്പുവല്ലേ?
കുഞ്ഞമ്പുപന്തലിൽ വന്നോണ്ടേരം

പന്തലരങ്ങായി ശോഭയായി - "ഇത്തരം സുഖിപ്പിക്കുന്ന പാട്ടുകൾ കേൾക്കുമ്പോൾ അഴകിയ രാവണന്മാരുടെ കിഴി സഞ്ചിയിൽനിന്നും നാണയങ്ങൾ മൊത്തമായും ചില്ലറയായും നിറപറയിൽ വന്നു വീണുകൊണ്ടിരിക്കും. താലികെട്ടുകല്യാണവും താലികെട്ടില്ലാത്ത കല്യാണവുമുണ്ട്. താലികെട്ടില്ലാത്ത കല്യാണമെന്നു പറഞ്ഞാൽ, സ്വർണ്ണത്തിന്റെ വരണമാല്യത്തിനു പകരം ഒരു നൂൽചരടുമാത്രം വധുവിന്റെ കഴുത്തിൽ കെട്ടി വിവാഹിതരാകുന്നതാണ്. പാവപ്പെട്ടവരുടെ മാംഗല്യം മിക്കവാറും താലികെട്ടില്ലാത്തതായിരിക്കും. അതുപോലെ പണം വെച്ചുള്ള കല്യാണവും പണം വെപ്പില്ലാത്ത കല്യാണവുമുണ്ട്. പണം വെച്ചുള്ള കല്യാണമെന്നു പറഞ്ഞാൽ, പുതിയ ചെക്കന്റെ കൂടെ, കൊട്ടും വാദ്യവും മുഴക്കി, ഘോഷയാത്രയായിവരുന്ന "ബെയ്പന്മാർ" ഓരോ ആളും തങ്ങളുടെ ഭക്ഷണത്തിന്റെ ചിലവിലേക്കായി ഒരു നിശ്ചിത തുക നുരിച്ചു നൽകുന്നതാണ്. അഞ്ചുപണം അതായത് ഒരു റുപ്പികയായിരുന്നു ആ കാലത്തെ നിശ്ചിത തുക. താലികെട്ടുന്നതിനു മുമ്പ് പന്തലിൽ പായ വിരിച്ച് നിറപറയുടെയും നിലവിളക്കിന്റെയും മുമ്പിൽ പുതിയ ചെക്കനെ ഇരുത്തി വന്നവർ വന്നവർ പണം വെക്കും. നിറപറയിൽ നിന്നും അല്പം അരിയെടുത്ത് നിലവിളക്കിലും പുതിയ ചെക്കന്റെ തലയിലും വിതറിയ ശേഷമാണ് ഒരുറുപ്പിക വെക്കുക. അപ്പോൾ പണം വെക്കുന്നയാളുടെ തറവാട്ടുപേർ സഹിതം ഉച്ചത്തിൽ വിളിച്ചുപറയുകയും, ആ പേർ ഒരു നോട്ടുപുസ്തകത്തിൽ എഴുതിവെക്കുകയും ചെയ്യുന്നു. വരന്റെ കൂടെ നൂറുപേരാണു വന്നതെങ്കിൽ പിരിഞ്ഞു കിട്ടിയ നൂറു ഉറുപ്പിക ഒരു തോർത്തിൽ കെട്ടി പുതിയ പെണ്ണിന്റെ അമ്മാവനെ ഏൽപ്പിക്കും.

പണം വെക്കാത്ത മാംഗല്യത്തിനു കെട്ടിക്കുറി എന്നാണു പറയുന്നത്. പങ്കെടുക്കുന്നവരിൽനിന്നും പണം പിരിക്കാതെ, നവവരൻ സ്വന്തം കീശയിൽ നിന്നും കൂടെ വന്നവരുടെ ബെയ്പിന്റെ ചിലവ് മൊത്തമായി പെൺവീട്ടുകാർക്ക് നൽകുന്നതാണ് കെട്ടിക്കുറി. വിവാഹം ആൺവീട്ടുകാർക്കും, പെൺവീട്ടുകാർക്കും വലിയ സാമ്പത്തിക ബാദ്ധ്യത വരുത്താതിരിക്കുവാനായിരിക്കണം, നമ്മുടെ പൂർവ്വികർ താലികെട്ടില്ലാത്ത "മംഗലവും" പണം വെച്ചുള്ള "മംഗലവും" പ്രാവർത്തികമാക്കീട്ടുണ്ടാവുക.

ഇടയ്ക്ക്, നമ്മുടെ പൂർവ്വികരോട് ഏറെ ബഹുമാനം തോന്നുന്ന മറ്റൊരു കാര്യവും സൂചിപ്പിക്കാം. ഹിന്ദുക്കളുടെ വിവാഹത്തിനു സ്ത്രീധനസമ്പ്രദായമില്ലാത്ത കേരളത്തിലെ ഒരേയൊരു ജില്ലയാണ് അവിഭക്ത കണ്ണൂർജില്ല. പെൺവീട്ടുകാരോട് പണത്തിനോ, സ്വർണ്ണത്തിനോ മറ്റു സാധനങ്ങൾക്കോ ആവശ്യപ്പെടുന്ന പതിവ് കണ്ണൂർ ജില്ലയിലില്ല. അത്തരം ആവശ്യങ്ങളുമായി അന്യ ജില്ലക്കാരാരെങ്കിലും വിവാഹബന്ധത്തിനു സമീപിക്കുകയാണെങ്കിൽ, അതു അപമാനകരമായാണു ഈ ജില്ലക്കാർ കണക്കാക്കിയിരുന്നത്.

പണം വെപ്പുകഴിഞ്ഞാൽ പിന്നെ താലികെട്ടാണ്, അതിനുശേഷം പുടമുറി, കാണപ്പണം, കെട്ടിക്കൊടുക്കൽ, അരിനുരിക്കൽ, മച്ചുനിയൻ പണം നൽകൽ എന്നിവയൊക്കെയാണ് കല്യാണപ്പന്തലിലെ മറ്റു ചടങ്ങുകൾ. കല്യാണപ്പന്തലിലെ ചടങ്ങുകൾ തീർന്നു, തീർന്നില്ല എന്ന ഘട്ടത്തിൽ തന്നെ "ബെയ്പ്പടി'യുടെ ഉരസലും പടയും തുടങ്ങുകയായി. പഞ്ചഗുസ്തിയിൽ പങ്കെടുക്കുന്നത് പോലെയാണു ചിലർ പന്തിയിലിരിക്കുക. സദ്യയ്ക്കായി ചെറമിക്കുന്നോർ, മുറ്റം അടിച്ചുവാരി മണ്ണും ചാണകപ്പൊടിയും അടങ്ങുന്നതിനുമുമ്പ് തന്നെ, ആളുകൾ പുൽപ്പായ നിവർത്തി പന്തിയിൽ ചമ്രം പടിഞ്ഞിരിക്കാൻ തിക്കിത്തിരക്കും. അപ്പോൾ ചിലർക്കു സീറ്റ് കിട്ടും. ചിലർ പുറത്താകും. സീറ്റ് കിട്ടാത്തവർ ജാള്യതയോടെ സീറ്റ് കിട്ടിയവരുടെ പിറകിൽ പോയി നിൽക്കും. അടുത്ത പന്തിയിലെങ്കിലും ഒരു സീറ്റ് ഒത്തുകിട്ടാൻ. ഓരോ പന്തികഴിയുന്തോറും ഈ ഉരസലും പടയും ബെയ്ക്കുന്നവരുടെ പിറകേ പോയിനിൽക്കലും ആവർത്തിക്കും. പന്തിയിൽ എല്ലാവരും ഇരുന്നു കഴിഞ്ഞതിനുശേഷമേ ഇല വെയ്ക്കൂ. കൊടിഭാഗം ഇരിക്കുന്നവരുടെ ഇടതുവശം വരത്തക്കവിധമാണു ഇലവെക്കേണ്ടത്. തിരിച്ചായാൽ കുറ്റമാണ്. പഴവും പർപ്പടവുമാണ് ഇലയിൽ ആദ്യം വിളമ്പുക. അതു പഞ്ചസാരയും പശുവിൻ നെയ്യും ചേർത്തു കുഴച്ചുരുളയാക്കി, സായ്പിന്റെ വായയിൽ ബോളെറിയുന്ന പണ്ടത്തെ കളിപോലെ, വായയിലേക്ക് ഒരോ ഏറാണ്. അതാണു ബെയ്പടിയുടെ ഒന്നാംഘട്ടം. പത്തുപന്ത്രണ്ടു മൈസൂർപ്പഴവും അഞ്ചാറുപപ്പടവും അകത്താകുമ്പോൾ തന്നെ വയറു നിറഞ്ഞിരിക്കും. പിന്നെയാണു ചോറും കറിയും വിളമ്പുന്നത്. അവസാനം പായസവും.

പന്തിയിൽ പക്ഷഭേദം പാടില്ലാ എന്നാണു നിയമം. ബെയ്പടിക്കുവാനിരിക്കുന്നവർ ചോദിക്കുന്നതൊക്കെ കൊടുക്കുവാൻ വിളമ്പുന്നവർ ബാധ്യസ്ഥരാണ്. അല്ലെങ്കിൽ കൈകൊണ്ടു കൊടുക്കാത്ത നാട്ടുകാർ എന്ന പേരുദോഷം വന്നു ചേരും. പണം വെച്ചിട്ടാണല്ലോ ആളുകൾ ബെയ്പടിക്കുവാനിരിക്കുന്നത്. "നുരിച്ചു" കൊടുത്ത പണം മുതലാക്കേണ്ടേ? പണ്ടുകാലത്തു കല്യാണസദ്യയിൽ മത്സ്യവും മാംസവും വിളമ്പാറുണ്ടായിരുന്നു. മത്സ്യങ്ങളിൽ വലിയ മത്സ്യങ്ങളും മാംസമാണെങ്കിൽ ആട്ടിറച്ചിയും മാത്രമേ വിളമ്പുകയുള്ളൂ. മത്തിപോലുള്ള ചെറിയ മത്സ്യങ്ങൾ പന്തിയിൽ വിളമ്പുന്നതു നിഷിദ്ധമാണ്. മത്തി വിളമ്പിയതിന്റെ പേരിൽ സദ്യകൾ അലങ്കോലമാകുന്നതും വിരളമല്ല.

പന്തിയിൽ എല്ലാ വിഭവങ്ങളും വിളമ്പിക്കഴിഞ്ഞാൽ മാത്രമേ ഉപ്പ് വിളമ്പുകയുള്ളൂ. പന്തിയിലെ അവസാന വരിയിലെ ആൾക്കും ഉപ്പു കിട്ടിയാൽ മാത്രമേ ഏതൊരാളും ഭക്ഷണം കഴിക്കാൻ തുടങ്ങാവൂ. ഉപ്പു വിളമ്പിയതിനുശേഷമായിരിക്കും മത്തി വിളമ്പിയതിലുള്ള പ്രതിഷേധവുമായി ചിലർ എഴുന്നേൽക്കുക. "അല്ലയോ നാട്ടുകാരെ സദ്യയ്ക്ക് മത്തി വിളമ്പുന്നത് ഞായമാണോ? ഇതു ഈ നാട്ടിലെ മര്യാദയാണോ?" എന്നൊക്കെയായിരിക്കും മത്തിവിരുദ്ധരായ ചില സദാചാരപോലീസുകാരുടെ ചോദ്യങ്ങൾ. മിക്കവാറും മുതിർന്നകാരണവന്മാരായിരിക്കും മത്തിവിരുദ്ധമുന്നണിക്ക് നേതൃത്വം

കൊടുക്കുക. തുടർന്നു മറ്റു ചിലരും പന്തിയിൽ നിന്നെഴുന്നേറ്റ് മത്തിവിരുദ്ധ പ്രക്ഷോഭത്തിൽ പങ്കുചേരും. അതോടെ വാക്കും വക്കാണവുമായി സദ്യ അലങ്കോലമാകും. അപ്പോൾ, ഒരു തോക്കു കിട്ടുകയാണെങ്കിൽ കാരണവരുടെ നേരെ തുരാതുരാ വെടിവെക്കാനാണ് മറ്റു ചിലർക്കു തോന്നുക. കാരണം വിശിഷ്ടഭോജ്യങ്ങൾ ഇലയിലും, ചുണ്ടിനുമിടയിൽ നിൽക്കുമ്പോളാണ് കാരണവരുടെ "അല്ലയോ നാട്ടുകാരെ" എന്നു തുടങ്ങുന്ന മത്തിവിരുദ്ധസദാചാരപ്രസംഗം. ഒടുവിൽ വീട്ടുകാർ വന്നു കൈയും കാലും പിടിച്ചു ക്ഷമാപണം നടത്തുന്നതോടെയാണ് പന്തി ഉപരോധം അവസാനിക്കുക.

സദ്യയിൽ മാംസം വിളമ്പുന്നത്, വീട്ടുകാരുടെ സമ്പത്തിന്റെ വിളംബരപ്പെടുത്തലാണ്. കേളികേട്ട വീട്ടുകാർ മാത്രമേ സദ്യയ്ക്ക് മാംസം വിളമ്പി "കിബറ്" കാണിക്കുകയുള്ളൂ. "അക്കടതുക്കട" വിളമ്പുകാരെയൊന്നും ആട്ടിറച്ചി വിളമ്പുവാൻ ഏൽപ്പിക്കുകയില്ല. അതിനു വിളമ്പുകാരിലെ പരിണിതപ്രജ്ഞരെ ട്രെയിനിംഗ് നൽകി ഏൽപ്പിക്കുകയാണ് പതിവ്. പാചകം ചെയ്ത ചട്ടിയോടെ എടുത്ത് ഇടതു കൈവെള്ളയിൽ വെച്ചു ചിരട്ടക്കയ്യില് കൊണ്ടു ഒരു കഷണം ഇറച്ചിയും അല്പം ചാറും എന്ന തോതിലാണു മാംസക്കറി വിളമ്പുക. വിളമ്പുകയല്ല വിളമ്പി ഒപ്പിക്കുകയാണ്. അതിനാണു മുൻകൂട്ടി ട്രെയിനിംഗ് കൊടുക്കുന്നത്.

ചില സദ്യവട്ടത്ത് ഇറച്ചി വിളമ്പുന്നയാളെ നിരീക്ഷിക്കുവാൻ വീട്ടുകാരൻ പിന്നാലെ നടക്കുമായിരുന്നു. ഇറച്ചിക്കഷണങ്ങൾ കൂടുതൽ വിളമ്പുന്നുണ്ടോയെന്നു നോക്കുവാനാണു ഈ പിന്തുടരൽ. ഇതുപോലെയുള്ള ഒരുപാടു മധ്യവർഗ്ഗച്ചെറ്റത്തരങ്ങളും വിളമ്പുകാർക്ക് അഭിമുഖീകരിക്കേണ്ടി വരാറുണ്ട്. ഏതു കൊലകൊമ്പന്റെ വീട്ടിലെ കല്യാണമായാലും സദ്യ പകുതിയാകുമ്പാൾത്തന്നെ മാംസക്കറി തീർന്നിരിക്കും. തുടർന്നു മറ്റു വിഭവങ്ങളും ഒന്നിനു പിറകെ മറ്റൊന്നായി കാലിയാകും. പിന്നെ കലവറയിൽ വെള്ളപ്പൊക്കം തുടങ്ങും. സാമ്പാറിനെയും ഇഞ്ചിത്തൈരിനെയുമാണ് വെള്ളപ്പൊക്കം ശരിക്കും ബാധിക്കുക. അവസാനം പന്തിയിലിരിക്കുന്നവർക്ക് വേവാത്ത, കല്ലുകടിക്കുന്ന ചോറും പച്ചവെള്ളം കയറിയ സാമ്പാറും. വിഭവങ്ങൾ തീർന്നുപോകുമെന്നുള്ളതാണ് പന്തിയിലെ തിക്കിത്തിരക്കലിന്റെ ഒരു പ്രധാന കാരണം. "പന്തിക്ക് പോകുമ്പോൾ മുമ്പെ, പടയ്ക്ക് പോകുമ്പോൾ പിറകെ" എന്ന ഒരു ചൊല്ലുത്തന്നെയുണ്ട്.

പണ്ടത്തെ കല്യാണത്തിനു ക്ഷണിച്ചുവരുന്നവരെക്കാൾ അറിഞ്ഞുവരുന്നവരായിരുന്നു കൂടുതലും. കോളാമ്പി സ്പീക്കറിൽ നിന്നുള്ള പാട്ടുകൾ കേട്ടിട്ടാണു ദൂരസ്ഥലങ്ങളിലുള്ളവർ കല്യാണവിവരം മനസ്സിലാക്കുക. ആ കാലത്ത് എല്ലാ കല്യാണവീടുകളിലും, കോളാമ്പി സ്പീക്കർ തെങ്ങിന്മേൽ കെട്ടി, നാടു മുഴുവൻ കേൾക്കത്തക്കവണ്ണം ഉച്ചത്തിൽ പാട്ടുവെക്കും. തമിഴ് - ഹിന്ദി സിനിമാഗാനങ്ങളും, അപൂർവ്വം ചില മലയാളഗാനങ്ങളുമായിരിക്കും കോളാമ്പി സ്പീക്കറിലൂടെ ദിഗന്തങ്ങൾ ഭേദിക്കുക. എ.കെ.സുകുമാരന്റെ ലളിതഗാനങ്ങളായിരുന്നു അക്കാലത്തു മലയാളത്തിലെ ഹിറ്റ് ഗാനങ്ങൾ.

"പുതുമുല്ല വിരിഞ്ഞല്ലോ
പുതുമണം ചൊരിഞ്ഞല്ലോ
പുതുമാരൻ വരുന്നല്ലൊ
പുതിയ പെണ്ണേ " -

"കാണാൻ നല്ലൊരു മൊഞ്ചത്തിമാൻകണ്ണേ
കണ്ടാൽ കൊതി തൂകും താമരപ്പൂ"

"മണവാട്ടിച്ചമഞ്ഞൂ നീ മണിപ്പന്തലിൽ
തലതാഴ്ത്തി മുഖം പൊത്തിമരുവുന്നുവോ."

"കാനനമോഹനകന്യകളെ
നാം കാണുക കാട്ടിൻ സൗന്ദര്യം -"

എന്നൊക്കെയുള്ള എ.കെ.സുകുമാരന്റെ ഗാനങ്ങൾ ആ കാലത്തു ജനങ്ങളെ ഇളക്കിമറിച്ചിരുന്നു. കാവ്യഭംഗിയും സംഗീതമാധുര്യവും ശബ്ദ സൗകുമാര്യ വുമുള്ളവയായിരുന്നു ഏ.കെ.സുകുമാരന്റെ ഗാനങ്ങളെല്ലാം. വർഷങ്ങൾ എത്രയോ കഴിഞ്ഞിട്ടും ആ ഗാനങ്ങൾക്കൊന്നും പുതുമ നശിച്ചിട്ടില്ല എന്നതാണു വാസ്തവം. കോളാമ്പി സ്പീക്കർ വരുന്നതിന്നു മുമ്പ് ഗ്രാമ ഫോൺ റിക്കാർഡ് വെച്ചിട്ടാണത്രെ പാട്ടുകേൾപ്പിച്ചിരുന്നത്. ഗ്രാമഫോൺ റിക്കാർഡിന്ന് ഇവിടെ "പെട്ടിപ്പാട്ടു" എന്നാണു പറഞ്ഞുവന്നിരുന്നത്. അപൂർവ്വം പണക്കാരുടെ, വീട്ടിലെ കല്യാണത്തിനു മാത്രമേ പെട്ടിപ്പാട്ടു കേൾക്കാൻ കഴിഞ്ഞിരുന്നുള്ളൂ. പെട്ടിപ്പാട്ടിൽ ഗാനങ്ങൾ കേൾക്കുന്നത് മുറി മൂക്കന്റെ സംഭാഷണങ്ങൾ കേൾക്കുന്നതുപോലെയായിരുന്നു. കലവറ കാലി യാകുമ്പോൾ, ഏറ്റവും കൂടുതൽ പിരിമുറുക്കമനുഭവിക്കുന്നത് "ചെറമി ക്കുന്നോരാ"യിരിക്കും. പന്തിയിലിരിക്കുന്നവർക്ക്, വിഭവങ്ങൾ കൊടുക്കാനാ കാതെ അവർ വിഷണ്ണരാകും. കാലിയായ കലവറ നോക്കി നെടുവീർപ്പിടാ നല്ലാതെ അവർക്ക് മറ്റൊന്നും ചെയ്യുവാൻ സാധിക്കുകയില്ല. സദ്യയ്ക്ക് ഭക്ഷണം തീർന്നുപോകുന്നത് ഏതൊരു വീട്ടുകാരനും കുറച്ചിലാണ്. അതു കൊണ്ട് ഭക്ഷണം തീർന്നുപോയതിന്റെ കുറ്റം മുഴുവൻ, വീട്ടുകാർ, വിളമ്പു ന്നവരുടെ തലയിൽ കെട്ടിവെക്കും. "തിന്നുന്നവർക്ക് നാണമില്ലെങ്കിൽ വിളമ്പുന്നവർക്കെങ്കിലും നാണം വേണ്ടേ?" എന്നായിരിക്കും ചില വീട്ടു കാരുടെ നിലപാട്. പാവം ചെറമിക്കുന്നവർക്ക് കല്യാണദിവസം മുഴുപ്പട്ടിണി യായിരിക്കും. കല്യാണം കഴിഞ്ഞു സ്വന്തം വീട്ടിൽ പോയാലും അവർക്ക് ഉച്ചഭക്ഷണമുണ്ടാവുകയില്ല. കാരണം കല്യാണത്തിനു പോയവർക്ക് ഏതെ ങ്കിലും വീട്ടുകാർ ഭക്ഷണം കരുതുമോ?

ക്ഷണിച്ചുവരുന്നവരായാലും അറിഞ്ഞുവരുന്നവരായാലും, സദ്യ, ഉണ്ണു ന്നവരുടെ ഒരവകാശം പോലെയാണ് കരുതപ്പെട്ടിരുന്നത്. ഒരുദാഹരണം കൊണ്ടു അതു വ്യക്തമാക്കാം.

ആളുകളുടെ ബാഹുല്യം കാരണം, പലവട്ടം ശ്രമിച്ചിട്ടും സദ്യയ്ക്ക് വന്ന ഒരാൾക്ക് ഇരിപ്പിടം കിട്ടിയിട്ടില്ല. ഓരോ പന്തി കഴിയുന്തോറും അയാൾ ഇരിക്കുവാൻ ശ്രമിച്ചെങ്കിലും ആളുകളുടെ തിക്കിത്തിരക്കൽ കാരണം

പുറത്താകുകയായിരുന്നു. വിശപ്പും കോപവും അടക്കാനാവാതെ, അയാൾ സദ്യ നിയന്ത്രിച്ചുകൊണ്ടിരുന്ന വീട്ടുകാരണവരോടു പൊട്ടിത്തെറിച്ചു "ഞാളെന്താ ഈട കാറ്റ് കൊള്ളാൻ വന്നതാണോ?" എന്നായിരുന്നു അയാളുടെ ചോദ്യം. സത്യത്തിൽ അയാൾ ക്ഷണിച്ചു വന്നയാളായിരുന്നില്ല. വഴി പോകുമ്പോൾ കല്യാണവീടു കണ്ടു ബെയ്പ് അടിക്കാൻ കയറിയതായിരുന്നു.

പന്തിയിൽ പക്ഷഭേദമില്ലായെന്നു പറയുന്നതു തികച്ചും സത്യമല്ല. ചില താണസമുദായക്കാർക്കു പന്തിയിൽ പ്രവേശനമില്ലായിരുന്നു. നാട്ടിലെ ജമാരികൾ എന്ന സ്ഥാനപ്പേരുള്ള ആ വിഭാഗക്കാർക്ക്, സദ്യകഴിഞ്ഞതിനുശേഷം പന്തലിന്നു പുറത്തുവെച്ചാണു ഭക്ഷണം വിളമ്പി നൽകിയിരുന്നത്. പാത്രങ്ങളുമായി വരുന്ന അവർ ഭക്ഷണം വാങ്ങി വീട്ടിൽ കൊണ്ടുപോയാണു കഴിച്ചിരുന്നത്. ഇവിടുത്തെ മുഖ്യധാരാസമൂഹത്തിനുവേണ്ടി ദാസ്യവേല ചെയ്യുന്നതിന്നു വേണ്ടി പുറമെ നിന്നും കൂട്ടിക്കൊണ്ടുവന്നവരായിരുന്നു ജമാരികൾ. അടിമവേല ചെയ്യുന്നതിന്നു ജമാരികൾ ഉപയോഗിക്കുന്ന വാക്ക് ജന്മം വീട്ടൽ എന്നായിരുന്നു. പേറെടുക്കൽ, മാറ്റ് തുണികൊടുക്കൽ, ചാവ് തളിക്കൽ, ആഭിചാരക്രിയകൾ നടത്തൽ, തെയ്യം കെട്ട്, ചെണ്ടവാദ്യം, നാവേറും കണ്ണേറും തീർക്കൽ മുതലായ കാര്യങ്ങൾ ചെയ്യുവാൻ അവർ ബാധ്യതപ്പെട്ടവരായിരുന്നു. മലബാറിൽ പണ്ടുകാലത്തുണ്ടായിരുന്ന അടിമസമ്പ്രദായത്തിന്റെ ഒരു പ്രത്യക്ഷസാക്ഷ്യമായിരുന്നു ഇവിടുത്തെ ജമാരികളുടെ "ജന്മം വീട്ടൽ." മുഖ്യധാരാസമൂഹത്തിനുവേണ്ടി ദാസ്യവൃത്തി ചെയ്യുവാൻ പുറമേനിന്നും കൂട്ടിക്കൊണ്ടുവരപ്പെട്ടവരാണു ജമാരികൾ എന്നതിനു അവരുടെ വിധേയത്വവും ഭാഷാശൈലിയും തന്നെ തെളിവ് നൽകുന്നു. അടിയൻ എന്നു സ്വയം വിശേഷിപ്പിക്കുന്ന അവർ തീയ്യരെ അച്ഛൻ എന്നുമാണു സംബോധന ചെയ്തിരുന്നത്. അടിമവേല ചെയ്യുന്ന ഇവർക്ക് ജമാരികൾ എന്ന സ്ഥാനപ്പേരുണ്ടായത് എങ്ങനെയെന്നല്ലേ? ജമാരികൾ താമസിക്കുന്ന സ്ഥലത്തിനു, രാജാവിനോ ജന്മിക്കോ അവർ നികുതിയൊന്നും കൊടുക്കേണ്ടതില്ല. ആ സ്ഥലത്തിനു അവർക്ക് ജന്മാവകാശമുണ്ട്. അതുകൊണ്ടാണത്രെ അവരെ ജമാരികൾ എന്നു വിളിക്കുന്നത്. മേൽസൂചിപ്പിച്ച തൊഴിലുകൾ നാട്ടിലെ ഓരോരോ വീടുകളിലും പോയി അറിഞ്ഞുകൊണ്ടു ചെയ്തു കൊടുക്കുവാൻ ബാധ്യതപ്പെട്ട ജമാരികൾക്ക് തങ്ങൾ ചെയ്യുന്ന തൊഴിലിനു പ്രതിഫലം ചോദിക്കുവാനുള്ള അവകാശമൊന്നുമുണ്ടായിരുന്നില്ല. അതാതു വീട്ടുകാർ നൽകുന്ന പ്രതിഫലം എന്തായാലും അതു സന്തോഷത്തോടെ സ്വീകരിക്കുവാൻ അവർ ബാധ്യസ്ഥരുമാണ്. "ചീനിക്കോല് പൊന്നായാലും വായിൽപ്പോകുന്നത് പുല്ല്" എന്ന പഴംഞ്ചൊല്ല് ഇവരുടെ പ്രതിഫലവുമായി ബന്ധപ്പെട്ടുണ്ടായതാണത്രെ! ഓണം, വിഷു തുടങ്ങിയ നല്ല നാളുകളിലും കല്യാണം പോലുള്ള അടിയന്തിരങ്ങളിലും ജമാരിമാർക്ക് പാരിതോഷികം വീട്ടുകാർ നൽകേണ്ടതുണ്ട്. അതു ജമാരിമാരുടെ അവകാശമാണ്. അതിനു കോളു വാങ്ങുക എന്നാണു പറയുന്നത്. അങ്ങനെ കല്യാണക്കോള് വാങ്ങാൻ കൂട്ടമായി വരുന്ന ജമാരികളെയാണു പന്തിക്ക് പുറത്ത് നിർത്തി ഭക്ഷണം നൽകിയിരുന്നത്.

നടുമുറിക്കല്യാണം

വിചിത്രമായ മറ്റൊരു വിവാഹസമ്പ്രദായവും പണ്ടുകാലത്തു ഇവിടെ നടമാടിയിരുന്നു. കാൽക്കാശ് ചെലവില്ലാത്ത ആ വൈവാഹികാടിയന്തിരത്തിനു വീടാരംകേറൽ എന്നാണു ഇവിടുത്തെ നാട്ടുമൊഴി. പണ്ടു നമ്പൂതിരിമാർ അർദ്ധരാത്രി ചൂട്ടയും കത്തിച്ചു പോയി നായർ സ്ത്രീകളെ സംബന്ധം ചെയ്തുവന്നതിന്റെ ഒരു തനിയാവർത്തനമായിരുന്നു ഇവിടുത്തെ തീയ്യപ്രമാണിമാരുടെ "വീടാരം കേറൽ." കൊട്ടും കുരവയോ, ഘോഷയാത്രയോ, സദ്യവട്ടമോ ഇല്ലാതെ, ജാതകം നോക്കലോ നാളും പക്കവും നോക്കലോ, മുഹൂർത്തം പോലുമോ നോക്കാതെയുള്ള ആ വിവാഹകർമ്മം പലപ്പോഴും പാതിരാത്രി പന്ത്രണ്ടുമണിക്ക് ശേഷമുള്ള സമയത്ത് പെൺവീടിന്റെ നടുമുറിയിൽ വെച്ചാണു അരങ്ങേറുക. നിശാസഞ്ചാരം ശീലമാക്കിയ ഏതെങ്കിലും പുരുഷവണ്ടായിരിക്കും വീടാരം കേറൽ എന്ന തൽക്ഷണ കല്യാണത്തിലെ മണവാളൻ. പൂത്ത് നിൽക്കുന്ന രാത്രിമുല്ല മണവാട്ടിയും. മൂളിപ്പാട്ടും പാടിക്കൊണ്ടുള്ള പുരുഷവണ്ടിന്റെ പിന്നാമ്പുറ സഞ്ചാരം അതിരുവിടുമ്പോഴാണു പെൺവീടിന്റെ നടുമുറി കതിർമണ്ഡപമാകുന്നത്. നിലവിളക്കിനും നിറപറയ്ക്കും മുമ്പിൽ മണവാളനെയും മണവാട്ടിയെയും പലകമേലിരുത്തി അരിനുരിച്ചാണു പരിണയം നടത്തുന്നത്. അതോടെ വഴിതെറ്റി വന്ന വനവേടൻ തറവാട്ടിലെ ഇണങ്ങനായി കണക്കാക്കപ്പെടുന്നു. ഇണക്ക് വേണ്ടുന്ന എണ്ണയും കരിമ്പടവും കൃത്യമായി എത്തിച്ചുകൊടുക്കലാണു ഇണങ്ങന്റെ ഉത്തരവാദിത്തം.

കാലത്തു ഉറക്കമുണരുമ്പോളാണു നാട്ടുകാർ, അമ്പോച്ചൻ കൊറുമ്പാച്ചിയെ വീടാരംകേറിയ സെൻസേഷ്യനൽ ന്യൂസ് അറിയുക. ഹിന്ദുക്കളിലെ ബഹുഭാര്യാത്വം നിയമം മൂലം ഇല്ലാതായതോടെയാണു വീടാരം കേറൽ എന്ന ഇൻസ്റ്റന്റ് മംഗലം ഇവിടെയില്ലാതാകുന്നത്.

ഋതുമതിക്കല്യാണം

പണ്ടുകാലത്തു നടക്കാറുണ്ടായിരുന്ന മറ്റൊരു വിചിത്രമായ കല്യാണമാണു തിരണ്ടുകുളിക്കല്യാണം.

കുടുംബത്തിലെ പെൺകുട്ടിക്ക് കല്ല്യാണപ്രായമായെന്നു മാലോകരെ അറിയിക്കുകയാണു തിരണ്ടുകുളിക്കല്ല്യാണം കൊണ്ടു ഉദ്ദേശിക്കുന്നത്. ബന്ധുജനങ്ങളെയും നാട്ടുകാരെയുമെല്ലാം വിളിച്ചുകൂട്ടി സദ്യ ഒരുക്കി, ആഘോഷത്തോടുകൂടിത്തന്നെയാണു തിരണ്ടുകുളിക്കല്യാണവും നടത്തുന്നത്. ഋതുമതിയായ പെൺകുട്ടിയെ ബന്ധുക്കളും, നാട്ടുകാരും ചേർന്ന് ഘോഷയാത്രയായി സമീപത്തുള്ള ഏതെങ്കിലും കുളത്തിൽ ആനയിക്കുകയാണു അതിന്റെ ചടങ്ങുകൾ. ചെണ്ട കൊട്ടിയും ആർത്തുവിളിച്ചും പട്ടാപ്പകൽ ചൂട്ട കത്തിച്ചും കൊണ്ടാണു ആനയിക്കുക. നീരാട്ടുകഴിഞ്ഞതിനു ശേഷം പെൺകുട്ടിയെ, ഈറൻ വസ്ത്രത്തോടെ തന്നെ തിരിച്ചു വീട്ടിലേക്കും ഘോഷയാത്രയായി ആനയിക്കുന്നു. അങ്ങനെ ആനയിക്കുമ്പോൾ വഴിയിലുള്ള തൂണിനോടും, തുരുമ്പിനോടും, തെങ്ങിനോടും, മാവിനോടും, പുല്ലുകളോടും, പുഴുക്കളോടും, മറ്റെല്ലാ ജീവജാലപുരുഷകേസരികളോടും

പെൺകുട്ടി വയസ്സറിയിച്ച സന്തോഷവാർത്ത വിളംബരം ചെയ്യുന്നു. അതാണു തെരണ്ടുകുളിക്കല്ല്യാണം.

മംഗളപത്രസമർപ്പണം

പണ്ടത്തെ കല്യാണത്തെക്കുറിച്ചു പറഞ്ഞപ്പോൾ ഒരു കാര്യം വിട്ടുപോയി, മംഗളപത്രസമർപ്പണം. ആ കാലത്ത് വിവാഹകർമ്മങ്ങളോടനുബന്ധിച്ചു മംഗളപത്രസമർപ്പണവും പതിവായിരുന്നു. നവദമ്പതികളെ നല്ല വാക്കുകൾകൊണ്ടു ആശീർവദിക്കുക എന്നതായിരുന്നു. മംഗളപത്രസമർപ്പണം കൊണ്ടു ഉദ്ദേശിക്കുന്നത്. വരന്റെ സാമൂഹ്യബന്ധങ്ങളായിരിക്കും മിക്ക മംഗളപത്രങ്ങൾക്കും ഹേതുവാകുന്നത്. വരന്റെ ചങ്ങാതിമാരോ അവരുൾപ്പെടുന്ന സാമൂഹ്യസംഘടനകളോ, മറ്റോ ആയിരിക്കും മംഗളപത്രത്തിന്റെ പ്രയോജകർ. താലികെട്ടും മറ്റു ചടങ്ങുകളും കഴിഞ്ഞതിനുശേഷം കതിർമണ്ഡപത്തിൽ വെച്ചു തന്നെയായിരിക്കും മംഗളപത്രവായനയും നടക്കുക. വായനയ്ക്ക് ശേഷം ഫ്രെയിം ചെയ്ത ഓരോ കോപ്പി വീതം വധുവരന്മാർക്ക് നൽകുന്നു. വധൂവരന്മാർ അത് തങ്ങളുടെ വീടുകളുടെ ചുമരുകളിൽ കാലാകാലം പ്രദർശിപ്പിക്കുന്നു. പല തകർന്ന വീടുകളുടെ ചുമരുകളിലും കരിപിടിച്ചു ജീർണ്ണിച്ച മംഗളപത്രങ്ങൾ ഏങ്കോണിച്ചുതൂങ്ങിക്കിടക്കുന്നത് കാണാൻ സാധിച്ചിട്ടുണ്ട്.

സാഹിത്യപദങ്ങൾ കൊണ്ടുള്ള ഒരു കസർത്തുകളിയായിരുന്നു പണ്ടത്തെ മംഗളപത്രങ്ങൾ. അതുകൊണ്ടുതന്നെ നാട്ടിലെ, മുറിമുൻഷികൾക്കൊന്നും അതു രചിക്കുവാൻ സാധിക്കുമായിരുന്നില്ല. അതുകൊണ്ടു അന്യദേശങ്ങളിൽ പോയി കേളികേട്ട ഗുരുക്കന്മാരെയോ വിദ്വാന്മാരെയോ തേടിപ്പിടിച്ചു ദക്ഷിണ വെച്ചു എഴുതിവാങ്ങുകയായിരുന്നു പതിവ്. വായിക്കുന്നയാൾക്കോ, കേൾക്കുന്നവർക്കോ, ഇതു അങ്ങാടിമരുന്നോ, തറിമരുന്നോ, എന്നൊന്നും മനസ്സിലാകില്ലെങ്കിലും, മംഗളപത്രം വായിക്കുന്നത്, കേൾക്കാനും അതിന്റെ അച്ചടിച്ച ഒരു കോപ്പി കരസ്ഥമാക്കാനും വേണ്ടി, കല്ല്യാണപ്പന്തലിൽ പൂരുഷകേസരികൾ തിക്കിത്തിരക്കുന്നുണ്ടാവും. ദാമ്പത്യജീവിതം എങ്ങിനെയൊക്കെ മുമ്പോട്ടു കൊണ്ടുപോകണമെന്നുള്ള സാരോപദേശങ്ങളും ജീവിതപ്രതിസന്ധികൾ തരണം ചെയ്യുവാനുള്ള ഒറ്റമൂലിയും, കടമകളെക്കുറിച്ചുള്ള ബോധവൽക്കരണവുംക്കൊണ്ട് മംഗളപത്രങ്ങൾ സമൃദ്ധമായിരിക്കും. ഇഷ്ടസന്താനലബ്ധിയും ആയുരാരോഗ്യസൗഖ്യവും നേർന്നുകൊണ്ടായിരിക്കും എല്ലാ മംഗളപത്രങ്ങളും ഉപസംഹരിക്കുക. പണ്ടു വായിച്ചു കേട്ട ഒരു മംഗളപത്രത്തിലെ ഏതാനും വരികളും ഓർമ്മയിൽ നിന്നും ഉദ്ധരിക്കാം.

വധു : ശ്രീമതി. കരിമ്പിച്ചിപ്പൊക്കിച്ചി   വരൻ : ശ്രീമാൻ കുഞ്ഞിക്കണാരൻ

യുവമിഥുനങ്ങളെ

അനന്തഗഗനതൃപ്പടിമേലിരുന്നു, അംബോജബന്ധുവിന്റെ കടാക്ഷവിക്ഷേപം! മലയാചലസാനുവിൽ നിന്നും രാമച്ചവിശറി വീശിവരുന്ന മന്ദമാരുതൻ. മാമരച്ചില്ലയിലിരുന്നു ഗായത്രിമന്ത്രമുരുവിടുന്ന കോകിലജാലങ്ങൾ,

തകിലടിതാളവും, നാദസ്വരമേളവും കൊണ്ടു സംഗീതസാന്ദ്രമായ കതിർമണ്ഡപത്തിൽ നിലവിളക്കിനും നിറപറക്കും മുമ്പിൽ സാനന്ദം, സനിഷ്കർഷം സമാഗതരായിരിക്കുന്ന നിങ്ങൾക്ക് ഞങ്ങളുടെ നമസ്കാരം.

പൊക്കിച്ചിക്കണാരന്മാരെ? ഞങ്ങൾക്കു നിങ്ങളോടൊന്നേ പറയുവാനുള്ളൂ, ദാമ്പത്യം ആനന്ദദായകമാണ്, അവിടെ ഭാഷ മൂകമാണ്, വിചാരം വികലമാണ്. താരകളുടെ കൺചലനങ്ങളിൽ തളരാത്ത ഹൃദയമില്ല. ഇടറാത്ത കാലുകളില്ല. പക്ഷേ, നിങ്ങൾ അതിൽ മതിമറന്നുപോകരുത്. നമുക്ക് വലുത് ലക്ഷ്യമാണ്. ആ ലക്ഷ്യത്തിലേക്കെത്തിച്ചേരുവാൻ നിങ്ങൾ രണ്ടു പേരും കൈയ്യോടുകൈയും മെയ്യോടുമെയ്യും ചേർത്ത് മുന്നോട്ടു കുതിക്കുക.

ഇഷ്ടസന്താനലബ്ധിയും ആയുരാരോഗ്യസൗഖ്യവും നിങ്ങൾക്ക് നേരുന്നു. എന്നു, ഗ്രാമോദ്ധാരണവായനശാല പ്രവർത്തകർ. (മംഗളപത്രം വായിച്ചാൽ ആർക്കും ഒന്നും മനസ്സിലാകില്ലെന്നു പറഞ്ഞത് തികച്ചും സത്യമല്ല.) ഈ മംഗളപത്രം വായിച്ചയാളോടു ഒരു കുട്ടി വന്നു ചോദിച്ചത്, "ഏട്ടാ കൈയ്യോടു കൈ ചേർത്തും മെയ്യോടു മെയ്യ് ചേർത്തും മുന്നോട്ടു പോകണമെന്നു പറഞ്ഞാൽ അതു ചീത്തവാക്കല്ലേ?" എന്നായിരുന്നു.

ഏഴ്

കളിച്ചു തിമിർക്കൽ

ചക്കപ്പന്ത്

രാഷ്ട്രീയകാര്യത്തിലെന്നതുപോലെ, ഫുട്ബോൾകളിയുടെ കാര്യത്തിലും അമിതമായ താൽപ്പര്യമുള്ളവരായിരുന്നു കരാറിനകക്കാർ. ജില്ലാ ഫുട്ബോൾ ലീഗ് മത്സരങ്ങളുടെയും ഗ്രാമങ്ങളിൽ സെവൻസ് ഫുട്ബോൾ മത്സരങ്ങളുടെയും സീസണാകുന്നതോടെ, അങ്കം കുറിച്ച കോലാഹലമായിരിക്കും ഈ നാടുമുഴുവൻ. ജില്ലയിലെ പ്രമുഖ ടീമുകളായ ലക്കിസ്റ്റാർ, സ്പിരിട്ടഡ് യൂത്ത്സ് ബ്രദേഴ്സ്, ജിംഖാന എന്നിവയുടെ അനുഭാവികളായിട്ടുള്ളവർ തമ്മിലുള്ള പക്ഷം പിടിച്ചുള്ള വാഗ്വാദങ്ങളും പോർവിളികളും കൊണ്ട് നാട്ടിലെ ചായപ്പീടികകളും തൊഴിൽശാലകളും തെരുവോരങ്ങളും മുഖരിതമാകാൻ തുടങ്ങും. പണ്ടുകാലത്തു ആട്ടപ്പന്ത് ചവിട്ടിക്കളിച്ചുകൊണ്ടായിരുന്നു ഇവിടുത്തെ ചെറുബാല്യങ്ങൾ ഫുട്ബോൾകളിയുടെ ആദ്യപാഠങ്ങൾ പരിശീലിച്ചിരുന്നത്. പഴംതുണികൾ ഉരുളപോലെ ചുരുട്ടിക്കെട്ടിയും, കണ്ടൽ മരത്തിന്റെ കായകൊണ്ടും കുട്ടികൾ "ഫുട്ബോൾ " കളിക്കുമായിരുന്നു. വെളിമ്പറമ്പുകളിലും മുറ്റത്തും വഴിവക്കിലുമെല്ലാം രണ്ടു കല്ലുകൾ വീതം അപ്പുറവും ഇപ്പുറവും സമാന്തരമായി വെച്ചാണു കുട്ടികൾ ഫുട്ബോൾ ഗ്രൗണ്ട് ഉണ്ടാക്കിയിരുന്നത്. ഫുട്ബോൾ കളിക്ക് പണ്ടുകാലത്തു ചക്കപ്പന്ത് കളിക്കുക എന്നായിരുന്നു ഇവിടെ പറഞ്ഞിരുന്നത്.

ബാല്യം കഴിഞ്ഞു കൗമാരമാകുന്നതോടെ ആട്ടപ്പന്തിൽ നിന്നു റബ്ബർപ്പന്തിലേക്ക് കളി പുരോഗമിച്ചെന്നിരിക്കും. കൗമാരം കഴിഞ്ഞു യൗവ്വനമാകുന്നതോടെയായിരിക്കും മിക്കവർക്കും കാറ്റ് വീർപ്പിച്ച ഫുട്ബോൾ, ഉപയോഗിച്ച് മുതിർന്നവരുടെ കൂടെ കളിക്കുവാൻ അവസരം ലഭിക്കുന്നത്. അതുവരെ മുതിർന്നവർ കളിക്കുമ്പോൾ പുറത്തുപോകുന്ന പന്ത് ഓടിച്ചെന്നെടുത്തു കൊടുക്കുക എന്നതായിരുന്നു കുട്ടികളുടെ നിയോഗം. എന്തു തന്നെയായാലും പണ്ടത്തെ ബാല്യങ്ങളും കൗമാരക്കാരും മുതിർന്നവരുമെല്ലാം കളിച്ചുതിമർക്കുന്ന ഒരു നല്ല ശീലം വെച്ചുപുലർത്തിയിരുന്നു. അന്നത്തെ ചുറ്റുപാടിൽ ഇവിടുത്തെ കുട്ടികളെ സംബന്ധിച്ചിടത്തോളം ഒരു അഞ്ചാം നമ്പർ ഫുട്ബോൾ സ്വന്തമാക്കുക എന്നത് അത്രയെളുപ്പമുള്ള കാര്യമായിരുന്നില്ല. അന്നത്തെ കുട്ടികളുടെ പോക്കറ്റ് മണി എന്നു പറയുന്നത്,

വീട്ടിലേക്കുള്ള സാധനങ്ങൾ വാങ്ങിയ വകയിൽ മിച്ചമാകുന്ന ഓട്ടമുക്കാലുകളായിരുന്നു. കശുവണ്ടി സീസണിൽ, സമീപത്തുള്ള പറമ്പിൽ ഒളിച്ചും പതുങ്ങിയും ചെന്നു, നായക്കാഷ്ടത്തിൽ വീണു കിടക്കുന്ന കശുവണ്ടികളൊക്കെ പെറുക്കി വിറ്റും ചിലർ ഓട്ടമുക്കാലുകൾ സമ്പാദിക്കുമായിരുന്നു. ഇങ്ങനെയൊക്കെ ലഭിക്കുന്ന ഓട്ടമുക്കാലുകൾ, മറ്റു കുട്ടികളുമായിച്ചേർന്നു മാസങ്ങളോളം ഒരു "കള്ളപ്പാട്ട"യിൽ സ്വരുക്കൂട്ടി വെച്ചാണു കുട്ടികൾ ഒരു ഫുട്ബോൾ വാങ്ങുവാൻ പണം കണ്ടെത്തിയിരുന്നത്. പാട്ട നിറയുമ്പോൾ, അതു തുറന്നു എണ്ണിത്തിട്ടപ്പെടുത്തി വള്ളിട്രൗസറിന്റെ സഞ്ചിപോലുള്ള കീശയിൽ വാരി നിറച്ചു കിലുക്കിക്കൊണ്ട് കുട്ടികൾ കൂട്ടമായി ടൗണിലേക്കു പോകുന്ന ഒരുപോക്കുണ്ട്. അതുകണ്ടു വഴിവക്കിൽ നിന്നു ആരെങ്കിലും "ഏടിയാടാ മക്കളെ എല്ലാരും കൂടി രാവിലെത്തന്നെ പോകുന്നത്?" എന്നു ചോദിച്ചാൽ, "ഞാളു ബയാർത്ത് പോന്നു, ഒരു "ചക്കപ്പന്ത്" മാങ്ങാൻ എന്നായിരിക്കും ഉത്തരം ഇങ്ങനെ കൂട്ടംചേർന്നു കണ്ണൂർ ടൗണിൽ പോയി, കെ.പി ആമൂഞ്ഞിന്റെ പീടികയിൽ നിന്നു ചക്കപ്പന്തും വാങ്ങി ,ലോകം തന്നെ പിടിച്ചടക്കിയ സന്തോഷത്തിൽ കുട്ടികളുടെ ഒരു തിരിച്ചുവരവുണ്ട്. ആ വരവ് ഈ നാടിന്റെ വിനോദത്തോടുള്ള അളവറ്റ ആർത്തിയുടെ ഉത്തമനിദർശനമായിരുന്നു.

ഫുട്ബോൾ വാങ്ങിയാലും അതു കാറ്റടിച്ചു വീർപ്പിക്കണമെങ്കിൽ കുട്ടികൾക്ക് തയ്യിൽവരെ നടക്കണമായിരുന്നു. സൈക്കിൾ ഷാപ്പിൽ നിന്നായിരുന്നു ഫുട്ബാളിനു കാറ്റടിച്ചുക്കൊടുത്തിരുന്നത്.

ഫുട്ബോൾ കളി വ്യാപകമാകുന്നതിന്നുമുമ്പ് ഇവിടുത്തെ പ്രാധാന കായികവിനോദം തലപ്പന്തുകളിയും കുട്ടിയും കോലും കളിയുമായിരുന്നു. ഇവിടെ "തലമ്മ" എന്നു വിളിക്കുന്ന തലപ്പന്തുകളിയുടെ ടൂർണമെന്റുകൾ അന്നു പല ഭാഗത്തും നടക്കാറുണ്ടായിരുന്നു. കരാറിനകത്തെ തലപ്പന്തുകളിയുടെ പ്രധാനകേന്ദ്രം പട്ടാണിച്ചാലായിരുന്നു. അവിടെ കൊല്ലം തോറും തലപ്പന്തുകളിയുടെ ടൂർണമെന്റുകൾ സംഘടിപ്പിക്കാറുണ്ടായിരുന്നു. കൈക്കരുത്തുള്ളവരുടെ കളിയാണു തലമ്മ, പന്ത് കൈമുഷ്ടികൊണ്ട് എത്ര ദൂരം വരെ അടിച്ചു പായിക്കാൻ സാധിക്കുമോ, അതായിരുന്നു ടീം വിജയിക്കാനുള്ള സാദ്ധ്യത വർദ്ധിപ്പിച്ചിരുന്നത്.

തലമ്മ, ഒറ്റ, ഇരട്ട, ഇളുപ്പി എന്നിങ്ങനെ നാലു രീതിയിലാണു പന്തടിച്ച് പായിക്കേണ്ടത്. ഒരു കുറ്റിക്കഭിമുഖമായി നിന്ന് ഒരു കൈകൊണ്ടു പന്തുമുകളിലെറിഞ്ഞു മറ്റേക്കൈകൊണ്ടു പിറകിലേക്ക് അടിച്ചു പായിക്കുന്നത് തലമ്മ, കുറ്റിയുടെ മുന്നിൽ നിന്നു ഒരു കൈ കൊണ്ട് പന്തുമുകളിലെറിഞ്ഞു വീഴുമ്പോൾ അതേ കൈകൊണ്ടു പന്തടിച്ചു പായിക്കുന്നത് ഒറ്റ, ഒരു കൈകൊണ്ടു പന്തെറിഞ്ഞു മറ്റേ കൈകൊണ്ടു അടിച്ചുപായിക്കുന്നത് ഇരട്ട, കാലിനിടയിലൂടെ മേലോട്ടു പന്തെറിഞ്ഞു അടിച്ചുപായിക്കുന്നത് ഇളുപ്പിയെന്നും പറയുന്നു. ഇങ്ങനെ അടിച്ചു പായിക്കുന്ന പന്ത് നിലത്തു വീഴാതെ എതിരാളികൾ പിടിച്ചാൽ അടിച്ചയാൾ ഔട്ടാകും. താപ്പള്ളി രാമുണ്ണി, അരിപ്പ അച്യുതൻ, കാട്ടാമ്പള്ളി കുമാരൻ, കുറ്റിക്കാടൻ അച്യുതൻ, ചെക്കിക്കുണ്ടിൽ

നാരായണൻ തുടങ്ങിയവർ ഇവിടുത്തെ പ്രഗത്ഭ തലപ്പന്ത് കളിക്കാരായിരുന്നു.

കുട്ടിയും കോലും കളി ഏറിയകൂറും ക്രിക്കറ്റുകളിയുടെ ഒരു നാടൻ രൂപഭേദമാണ്. കാഞ്ഞിരമരത്തിന്റെ കമ്പ് ചെത്തിയായിരുന്നു കുട്ടിയും കോലും നിർമ്മിച്ചിരുന്നത്. രണ്ടടിയോളം നീളം വരുന്ന ഒരറ്റം പരന്ന തടിക്കമ്പ് കോലായും, അരയടിയോളം നീളമുള്ള രണ്ടറ്റവും കൂർത്ത ചെറു കമ്പ് കുട്ടിയുമായാണു ആ കളിയിൽ ഉപയോഗിക്കുന്നത്. കുട്ടിക്കമ്പ് ക്രിക്കറ്റ് ബോളിനെയും, കോല് ക്രിക്കറ്റ് ബാറ്റിനേയുമാണ്, പ്രതിനിധീകരിക്കുന്നത്. ക്രിക്കറ്റ് പോലെ തന്നെ ഒരു ടീം ബാറ്റിങ്ങ് നിരയിലും, എതിർ ടീം കേച്ചിംഗ് നിരയിലുമാണ് നിലയുറപ്പിക്കുക. ആദ്യം കളിക്കുന്നയാൾ അടയാളപ്പെടുത്തിയ ഒരു ചെറുകുഴിയിൽ കുട്ടിക്കമ്പ് വിലങ്ങനെ വെച്ച്, അതിന്റെ നടുഭാഗത്ത് കോലിന്റെ പരന്നയറ്റം ലംബമായി ചേർത്ത് വെച്ചു കുനിഞ്ഞുനിന്ന് വലതുകൈകൊണ്ടു കോലിനടിയിൽ ശക്തിയായി അടിച്ചു കുട്ടിക്കമ്പിനെ വായുവിൽ പറപ്പിക്കുന്നു. വായുവിൽ പറന്നു വരുന്ന കുട്ടിക്കമ്പ് ക്യേച്ചിങ്ങ് നിരയിൽ നിൽക്കുന്ന എതിരാളികൾ പിടിച്ചാൽ ക്രിക്കറ്റ് പോലെ തന്നെ അടിച്ചയാൾ ഔട്ടാകും. ഇങ്ങനെ പിടിക്കാൻ കിട്ടാതെ തറയിൽ വീഴുന്ന കുട്ടിക്കമ്പ്, അടിച്ചയാൾ, നിൽക്കുന്ന മേൽപ്പറഞ്ഞ കുഴിയെ ലക്ഷ്യമാക്കി എതിരാളികൾ എറിയുന്നു. എറിഞ്ഞുവീഴുന്ന കുട്ടിക്കമ്പിന്റെ സ്ഥാനം കുഴിപ്പോയിന്റിൽ നിന്നു ഒരു കോൽ പരിധിക്കുള്ളിലാണെങ്കിൽ അടിച്ചയാൾക്ക് ബാറ്റിങ്ങ് ചാൻസ് നഷ്ടമാകും. ഒരു കോൽപരിധിക്ക് പുറത്താണു കുട്ടിയുടെ സ്ഥാനമെങ്കിൽ ബാറ്റ് ചെയ്യുന്നയാൾക്ക് കുട്ടിയുടെ ഒരു തലയ്ക്കൽ കോലുകൊണ്ടടിച്ചു പൊക്കി കുട്ടിയെ ദൂരത്തേക്ക് പായിക്കാവുന്നതാണ്. മൂന്നു പ്രാവശ്യം ഇങ്ങനെ കുട്ടി അടിച്ചുപായിക്കുവാനുള്ള അവസരമുണ്ട്. ആദ്യത്തെ അടിയിൽ കുട്ടി ചെന്നു വീഴുന്ന സ്ഥലത്ത് നിന്നാണു രണ്ടാമത്തെ അടി നടത്തേണ്ടത്. തുടർന്നു മൂന്നാമതുള്ള അടിയിൽ കുട്ടി പോയി വീഴുന്ന സ്ഥലവും ബാറ്റ് ചെയ്തയാൾ നിൽക്കുന്ന കുഴിപ്പോയിന്റും തമ്മിലുള്ള അകലം കോലുകൊണ്ടളന്നാണ് റൺസ് തീരുമാനിക്കുന്നത്. കുട്ടിയും കോലുകളിയിൽ ജയിച്ച ടീമിനു തോറ്റ ടീമിനെ ശിക്ഷിക്കുവാനുള്ള അവകാശമുണ്ട്. അതിനു പാടിക്കുക എന്നാണു പറയുന്നത്. ജയിച്ച ടീം, കുട്ടിക്കമ്പ് മൂന്നു പ്രാവശ്യം തുടർച്ചയായി അടിച്ചു വളരെ അകലത്തിലാക്കും. അതെടുത്ത് എതിരാളികൾ ശ്വാസം വിടാതെ കത്തി, കബഡി എന്നു കേൾക്കത്തക്കവണ്ണം ഉച്ചത്തിൽ പാടി കുഴിപ്പോയന്റ് വരെ വരണം. ജയിച്ചവർ പിന്നാലെ വന്നു ശ്വാസം വിടുന്നുണ്ടോയെന്നു നിരീക്ഷിക്കുകയും ചെയ്യും. ചില വിരുതന്മാർ കത്തി കബഡി എന്നു പാടുന്നതിനു പകരം കടിച്ചീന പിടിക്കാം കണ്ടിക്ക് കെട്ടാം നൂലിട്ടു വലിക്കാം നൂലവലീ എന്നാക്കി മാറ്റിപ്പാടും. ഈ പാട്ട് അനുവദനീയമല്ല. ഇതുപാടി വരുമ്പോൾ പിടിച്ചുവെക്കുവാനും ജയിച്ചവർക്ക് അവകാശമുണ്ട്. അതു കാരണം കുട്ടിയും കോലും കളിയുടെ കൊട്ടിക്കലാശം മിക്കവാറും മാവിലാക്കാവിലെ അടിയുത്സവമായി പര്യവസാനിക്കാറുണ്ട്.

തുടക്കത്തിൽ സൂചിപ്പിച്ച ജില്ലാഫുട്ബോൾ ലീഗ് മത്സരങ്ങൾ നടന്നിരുന്നത് കണ്ണൂർ പോലീസ് മൈതാനിയിലായിരുന്നു. അവിടെ പങ്കെടുക്കാറുള്ള പ്രമുഖ ടീമുകളിൽ ലക്കിസ്റ്റാർ, സ്പിരട്ടഡ് യൂത്ത്സ് എന്നീ രണ്ടു ടീമുകൾക്കായിരുന്നു ഇവിടെ കൂടുതൽ അനുഭാവികൾ ഉണ്ടായിരുന്നത്. ലക്കിസ്റ്റാറിനു ഒരു കമ്മ്യൂണിസ്റ്റ് ചായ്വും, സ്പിരിട്ടഡ് യൂത്ത്സിനു ഒരു കോൺഗ്രസ്സ് ചായ്വും ജനങ്ങൾ സ്വയം കൽപ്പിച്ചു പോന്നിരുന്നു. ബ്രദേഴ്സ് ക്ലബ്ബിനു ഇവിടെ അനുഭാവികൾ കുറവായിരുന്നു. ആ ടീമിനു ഒരു മുസ്ലീം ലീഗ് ചായ്വാണു അനുയായികൾ സ്വയം കൽപ്പിച്ചിരുന്നത്. ജിംഖാനക്ക് ഇവിടെ അനുഭാവികൾ തീരെയുണ്ടായിരുന്നില്ല. അതിനു കാരണം ആ ടീമിന്റെ നടത്തിപ്പുകാർ കണ്ണൂരിലെ മുതലാളിമാരായതുകൊണ്ടായിരുന്നു. ഒരു വിഭാഗമാളുകൾ തങ്ങളുടെ രാഷ്ട്രീയ പ്രത്യാശാസ്ത്രം ടീമിൽ സങ്കൽപ്പിച്ച് അവയുടെ അനുഭാവികളായിത്തീർന്നിട്ടുണ്ടെങ്കിലും, പൊതുവേ വ്യത്യസ്ത പാർട്ടിക്കാരായ ആളുകൾ എല്ലാ ടീമിലും സമ്മിശ്രമായി ഉണ്ടായിരുന്നു. പോലീസ് മൈതാനിയിൽ ജില്ലാ ലീഗ് ഫുട്ബോൾ മത്സരങ്ങൾ കൂടാതെ, അഖിലേന്ത്യാടൂർണ്ണമെന്റുകളും സംഘടിപ്പിക്കാറുണ്ടായിരുന്നു. ചന്തൻ മെമ്മോറിയൽ, ശ്രീ നാരായണ ഫുട്ബോൾ എന്നിവയായിരുന്നു ആ അഖിലേന്ത്യാടൂർണമെന്റുകൾ. വിഭജനപൂർവ്വ ഇന്ത്യയിലെ, പ്രമുഖ ടീമുകളൊക്കെ ആ മത്സരങ്ങളിൽ പങ്കെടുക്കാറുണ്ടായിരുന്നു. കണ്ണൂർ മുൻസിപ്പാലിറ്റിയുടെ ആദ്യകാലചെയർമ്മാനും, പ്രഗത്ഭ സ്പോർട്ട്മാനും കരാറിനകത്തു ജനിച്ചു വളർന്നയാളുമായ കനോത്ത് ചന്ദന്റെ ഓർമ്മ നിലനിർത്താനുമാണു ചന്തൻ മെമ്മോറിയൽ ടൂർണമെന്റ് സംഘടിപ്പിക്കുന്നത്. ഭരണരംഗത്തു ചന്തനുള്ള കഴിവിനെ മാനിച്ച് ബ്രിട്ടീഷ് ഗവൺമെന്റ് അദ്ദേഹത്തെ റാവു ബഹദൂർ പദവി നൽകി ആദരിച്ചിരുന്നു. കനോത്ത് ചന്ദൻ എന്നതിനു പുറമേ, റാവു ബഹദൂർ ചന്ദൻ, ചന്ദൻ ചേർമ്മാൻ എന്നുമെല്ലാം അദ്ദേഹം അറിയപ്പെട്ടിരുന്നു. ബ്രിട്ടീഷ് ഗവൺമെന്റിൽ നിന്നു റാവു ബഹദൂർ പദവി ലഭിച്ച ഒരേയൊരു കരാറിനകക്കാരനാണ് കനോത്ത് ചന്ദൻ.

കാര്യങ്കണ്ടി ഭരതൻ – മന്ത്രമറിയാത്ത മന്ത്രവാദി!

പോലീസ് മൈതാനിയിൽ ഫുട്ബോൾ ടൂർണമെന്റ് നടക്കുന്ന ദിവസങ്ങളിൽ കരാറിനകക്കാർ കാലേക്കൂട്ടിത്തന്നെ, സിറ്റിയിലൂടെ ഒഴുകാൻ തുടങ്ങും. മിക്കവാറും കാൽനടയായിട്ടായിരിക്കും അവരുടെ പോക്കും, വരവും ഒരു ഉത്സവാഘോഷങ്ങളിൽ പങ്കെടുക്കുന്നതുപോലുള്ള ആവേശമായിരുന്നു അന്നത്തെ സമൂഹത്തിനുണ്ടായിരുന്നത്. അതുമനസ്സിലാക്കുന്നതിനു ഇവിടെ നടന്ന ഒരു രസകരമായ സംഭവം വിവരിക്കാം. ഈ നാട്ടിലെ നല്ല ഒരു ഫുട്ബോൾ പ്രേമിയായിരുന്നു കാര്യങ്കണ്ടി ഭരതൻ. നാട്ടിൽ ഏതൊരു ഫുട്ബോൾ മത്സരമുണ്ടെങ്കിലും "താടിഭരതൻ" എന്നു വിളിക്കുന്ന കാര്യങ്കണ്ടി ഭരതന്റെ സാന്നിധ്യം ഉറപ്പായും ഉണ്ടാകുമായിരുന്നു. ഫുട്ബോൾ കളി കാണുക അദ്ദേഹത്തിന്, ഒരു ലഹരിപോലെയായിരുന്നു. കണ്ണൂർ സ്പിരിട്ടഡ് യൂത്ത് ക്ലബ്ബിന്റെ അടിയുറച്ച അനുഭാവിയായിരുന്നു ഭരതൻ. കണ്ണൂരിൽ സ്പിരട്ടഡ് യൂത്തിന്റെ കളിയുള്ള ദിവസങ്ങളിൽ ഭരതൻ കുളിച്ചു കുറിതൊട്ട്

സ്പിരട്ടഡ് യൂത്ത് ക്ലബ്ബിലെത്തും. ക്ലബ്ബിൽ നിന്നു വൈകുന്നേരം നാലു മണിക്ക് യൂണിഫോമിട്ട കളിക്കാർ നടന്നു ഗ്രൗണ്ടിലേക്ക് പോകുമ്പോൾ അവരുടെ കൂടെ സന്ന്യാസിയെപ്പോലെ ദീക്ഷ വളർത്തിയ ഭരതനും കൂടെയുണ്ടാകും. ടീം ഗ്രൗണ്ടിൽ ഇറങ്ങുന്നതുവരെ ഭരതൻ അവരുടെ ഒപ്പം തന്നെയായിരിക്കും. കളി തുടങ്ങിയാൽ ടീമിന്റെ ജയപരാജയങ്ങളെക്കുറിച്ചുള്ള ആധിയിലായിരിക്കും മിക്ക സമയവും ഭരതൻ. സ്പിരിട്ടഡ് യൂത്ത്സ് ടീം തോറ്റാലും ജയിച്ചാലും, ക്ലബ്ബിലേക്ക് കളിക്കാർ തിരിച്ചു പോകുമ്പോഴും, ഭരതൻ കൂടെയുണ്ടാകും. സ്പിരട്ടഡ് യൂത്ത് ടീമിനോടു ഭരതനുണ്ടായിരുന്ന അഭിനിവേശം എത്ര ആഴത്തിലുള്ളതാണെന്നു ഇത്രയും കാര്യങ്ങളിൽ നിന്നു ബോദ്ധ്യമായിക്കാണുമല്ലോ? എന്നാൽ, സ്പിരിട്ടഡ് യൂത്ത് ക്ലബ്ബിന്റെ കൂടെയുള്ള "താടിഭരതന്റെ" പോക്കും വരവും എതിർടീമിന്റെ അനുഭാവികളിലുണ്ടാക്കിയ സംശയം വേറെയായിരുന്നു. അവർ കരുതിയത്, ടീമിന്റെ കൂടെ, താടിയും മുടിയും വളർത്തി, ഭസ്മക്കുറിയും പൂശിപ്പോകുന്നയാൾ മന്ത്രവാദിയാണെന്നും ടീമിനെ വിജയിപ്പിക്കുവാൻ വേണ്ടി മന്ത്രവാദം നടത്തുവാനാണ് അയാളെ കൂടെ കൊണ്ടുപോകുന്നത് എന്നുമായിരുന്നു. കളിക്കിടയിൽ ഹാലിളകുന്ന എതിരാളികൾ അതു ഉച്ചത്തിൽ വിളിച്ചു പറയുകയും ചെയ്യുമായിരുന്നു. "എടാ കള്ളാ, മന്ത്രവാദി, നിന്റെ മന്ത്രമൊന്നും ഫലിക്കില്ലെടാ ലക്കി സ്റ്റാറോടു കളിച്ചാൽ നീ വീട്ടിൽ പോകില്ലടാ കള്ളത്താടിക്കാരാ" എന്നൊക്കെയുള്ള പുലഭ്യങ്ങളാണ് അവർ ഭരതന്റെ നേർക്ക്നേരെനിന്നു വിളിച്ചുപറയുക. പാവം ഭരതനു മന്ത്രവുമറിയില്ല തന്ത്രവുമറിയില്ല. സ്പിരിട്ടഡ് യൂത്തിനോടും, ഫുട്ബോളിനോടുമുള്ള അനുഭാവവും ആരാധനയും മാത്രം. സ്പിരിട്ടഡ് യൂത്തിന്നു വേണ്ടി ഭരതൻ കേട്ട പുലഭ്യങ്ങൾ ചില്ലറയായിരുന്നില്ല. ഒരു നല്ല പാചകക്കാരൻ കൂടിയായ ഭരതൻ തന്റെ കൈപ്പുണ്യം ബഹുരുചിയായി ഈ നാട്ടുകാരുടെ നാവുകളിൽ എത്തിക്കാറുണ്ടായിരുന്നു. കല്യാണവീടുകളിൽ ഭക്ഷണം പാചകം ചെയ്യാൻ പോകാറുള്ള ഭരതൻ അവിടെ നിന്നു ഒരു പൈസപോലും പ്രതിഫലം പറ്റിയിരുന്നില്ല. അതു ഒരു സാമൂഹ്യസേവനമായാണു അദ്ദേഹം കരുതിയിരുന്നത്. എന്നുമാത്രമല്ല അവിടെ നിന്നും ഭക്ഷണം പോലും, കഴിക്കാത്ത അത്ഭുതമനുഷ്യനുമാണ്. സാധാരണയായി ഒരാൾ കല്യാണത്തിനു പോകുമ്പോൾ നല്ല ഭക്ഷണം കഴിക്കാമല്ലോ എന്നുള്ള ചിന്തയായിരിക്കും അയാളെ നയിക്കുക. എന്നാൽ കല്യാണത്തിനു മൂന്നു ദിവസം ഉറക്കമൊഴിഞ്ഞു തീയും പുകയും കൊള്ളുന്ന മനുഷ്യൻ അവിടെ നിന്നു ഭക്ഷണം കഴിക്കില്ലാ എന്നത് അത്ഭുതം തന്നെയാണ്. പാചകം ചെയ്യുമ്പോഴുള്ള ചൂടും പുകയും, ഭക്ഷണവും ഉറക്കവുമില്ലാതുള്ള സേവനവും, ഭരതനെ ചെറുപ്പത്തിൽ തന്നെ ഒരു രോഗിയാക്കി മാറ്റി. അതുകൊണ്ടുതന്നെ അകാലത്തിൽ അദ്ദേഹം നമ്മിൽ നിന്നു അകന്നുപോകുകയും ചെയ്തു. സേവനത്തിന്റെ കാര്യത്തിൽ കരാറിനകത്തെ അതുല്യമാതൃകയായിരുന്നു കാര്യങ്കണ്ടി ഭരതൻ.

കണ്ണൂർ പോലീസ് മൈതാനത്തിൽ നടക്കുന്ന വലിയമത്സരങ്ങൾക്കെന്നതുപോലെ തന്നെ, നാട്ടിൻപുറങ്ങളിൽ നടക്കുന്ന സെവൻസ് ഫുട്ബോൾ

സീസണും ഇവിടുത്തെ ഫുട്ബോൾ പ്രേമികളെ സംബന്ധിച്ചിടത്തോളം ഉത്സവത്തിന്റെ സായാഹ്നങ്ങളായിരുന്നു. കരാറിനകത്തെ, കോട്ടമ്മൽ, പട്ടാണിച്ചാൽ, കുറുവവയൽ, അവരേക്കോട്ടമ്മൽ, കാഞ്ഞിരവയൽ കൂടാതെ സമീപപ്രദേശങ്ങളായ പതിരിപ്പറമ്പ്, അമ്മുപ്പറമ്പ്, മാളികപ്പറമ്പ് എന്നിവിട ങ്ങളിലുമെല്ലാം ആ കാലത്ത് സെവൻസ് ഫുട്ബോൾ ടൂർണ്ണമെന്റുകൾ നട ക്കാറുണ്ടായിരുന്നു. മിക്കവാറും ഗ്രാമങ്ങളിലും ഒന്നോ രണ്ടോ സെവൻസ് ഫുട്ബോൾ ടീമുകളും അക്കാലത്ത് ഉണ്ടാകുമായിരുന്നു. അത്തരം ക്ലബ്ബു കളെ പങ്കെടുപ്പിച്ചുകൊണ്ടായിരുന്നു സെവൻസ് ടൂർണ്ണമെന്റുകൾ നടത്ത പ്പെട്ടിരുന്നത്. അതാതു നാട്ടിലെ വളർന്നുവരുന്ന കളിക്കാരെക്കണ്ടെത്തി. അവരെ ഉയരങ്ങളിലെത്തിക്കുക എന്നതായിരുന്നു സെവൻസ് ഫുട്ബോൾ സംഘാടകരുടെ പ്രധാന ലക്ഷ്യം. എന്നാൽ, ഒന്നുരണ്ടു കളികൾ ജയിച്ചു കഴിഞ്ഞാൽ, ടീമുകൾ നാട്ടിലെ കളിക്കാരെ വളർത്തുക എന്ന ലക്ഷ്യ ത്തിൽനിന്നു വഴിമാറും. പിന്നീടു എങ്ങനെയെങ്കിലും തങ്ങളുടെ ടീമിനെ ഫൈനലിലെത്തിച്ച്, കപ്പ് നേടുക എന്ന ഒറ്റ ലക്ഷ്യം മാത്രമായിരിക്കും ടീം സംഘാടകരെയും, പ്രത്യേകിച്ച് നാട്ടുകാരെയും നയിക്കുക. അതിനുവേണ്ടി ദൂരദേശങ്ങളിൽ വരെപോയി മികച്ച കളിക്കാരെ വിലകൊടുത്ത്, കളിപ്പിക്കു വാനായി കൂട്ടിക്കൊണ്ടു വരും. ലീവിൽ വരുന്ന പട്ടാളക്കാരായിരിക്കും ഇങ്ങനെ വില കൊടുത്ത് കളിക്കാൻ കൂട്ടിക്കൊണ്ടുവരുന്നവരിൽ ഭൂരി ഭാഗവും. എതിർ ടീമിലും ഇതുപോലെ വില കൊടുത്ത് കൊണ്ടുവരുന്ന കളിക്കാരായിരിക്കും അണിനിരക്കുക. അതോടെ സെവൻസ് ഫുട്ബോൾ കളി ക്ലബിന്റെ എന്നല്ല, നാടിന്റെ തന്നെ അഭിമാനപ്രശ്നമായി വളരുന്നു. ഇരു ദേശക്കാരും താന്താങ്ങളുടെ ടീമിനെ വിജയിപ്പിക്കുവാൻ വേണ്ടി കച്ച മുറുക്കി രംഗത്തു വരുമ്പോൾ ഫുട്ബോൾ കളി നാടും നാടും തമ്മിലുള്ള അങ്കം വെട്ടലായി മാറുന്നു. ഫൈനലിൽ തങ്ങളുടെ ടീം എത്തുന്നതോടെ തന്നെ അതാത് നാട്ടുകാരുടെ കപ്പ് നേടാനുള്ള മോഹവും അലകടലായി ആർത്തലയ്ക്കാൻ തുടങ്ങും. പിന്നീടു ടീമിനെ വിജയിപ്പിക്കുവാൻ ഏത് കുത്സിതമാർഗ്ഗവും സ്വീകരിക്കുവാൻ തയ്യാറാകും. എതിർ ടീമിൽ കളിക്കു ന്നവരെ രഹസ്യമായി ചെന്നുകണ്ട്, അവർക്ക് പണം കൊടുത്ത് കളിയിൽ നിന്നു പിന്മാറാൻ നിർബന്ധിക്കുക, കളിയിൽ തങ്ങളുടെ ടീമിനെ ചതി ക്കാൻ എതിർകളിക്കാർക്ക് കൈക്കൂലികൊടുക്കുക, റഫറിയെ ഭീഷണി പ്പെടുത്തി അനുകൂലമായി നിൽക്കാൻ പ്രേരിപ്പിക്കുക, എന്തിനു പറയുന്നു എതിർ ടീം തോൽക്കാൻ വേണ്ടി മന്ത്രവാദികളുടെ അടുത്തുപോയി കൂടോത്ര മുറകൾ വരെ പലരും നടത്തിക്കാറുണ്ട്.

എൻ.എസ് മാധവന്റെ "ഹിഗ്വിറ്റ" എന്ന കഥയിലെ നായകനായ ഗീവറു ഗീസച്ചനോടു അയാളുടെ പിതാവ് പറയുന്ന ഒരു വാക്കുണ്ട്. "ഫുട്ബോൾ എന്റെ ജീവിതാഭിലാഷമാണ് എന്നാൽ സെവൻസ് ഫുട്ബോൾ നിന്റെ അന്തി ക്രിസ്തുവുമാണ്"

സെവൻസ് ഫുട്ബോളിൽ ഏറ്റവും കൂടുതൽ ശാരിരീകവും മാന സികവുമായ പീഡനങ്ങൾ അനുഭവിക്കേണ്ടി വരുന്നതു അതിലെ റഫറി

മാർക്കായിരിക്കും. കളിയുടെ തുടക്കം മുതൽ അവസാനിക്കുന്നതുവരെ, റഫറിയായി നിൽക്കുന്നവരെ സംബന്ധിച്ചിടത്തോളം ഒരു യുദ്ധമുന്നണിയിൽ നിൽക്കുന്ന അനുഭവമാണു ഉണ്ടാവുക. കളിയിൽ റഫറി, ഫൗൾ ക്ലെയിം ചെയ്താൽ കുറ്റം, ക്ലെയിം ചെയ്തില്ലെങ്കിൽ അതും കുറ്റം, ഓഫ് സൈഡ് വിളിച്ചാൽ കുറ്റം, വിളിച്ചില്ലെങ്കിലും കുറ്റം. റഫറി ഏതു ക്ലെയിം ചെയ്താലും ഏതെങ്കിലും ഒരു പക്ഷത്തിന്റെ എതിർപ്പ് നേരിടേണ്ടിവരുമായിരുന്നു. കളിക്കാർ ഗ്രൗണ്ടിൽ കാലുകൊണ്ടു കളിക്കുമ്പോൾ, അനുഭാവികൾ പുറത്ത് നിന്നു നാവുകൊണ്ടാണ് കളിക്കുക. ചീത്ത വാക്ക് കേൾക്കാത്ത റഫറിമാർ ഇല്ലെന്നു തന്നെ പറയാം. ഒരുവിധപ്പെട്ട റഫറിമാർക്കെല്ലാം പൊതിരെ തല്ലും കിട്ടാറുണ്ട്. സാമ്പത്തികനേട്ടം വിചാരിച്ചല്ല, മറിച്ച് ഫുട്ബോളിനോടുള്ള പ്രതിബദ്ധത ഒന്നുകൊണ്ടുമാത്രമാണു ഫുട്ബോൾ റഫറിമാർ, പരസ്പരം കൊമ്പുകോർക്കുന്ന കാണികളുടെ മുമ്പിൽ വിസിലും കടിച്ചു പിടിച്ച് മണിക്കൂറുകളോളം ഉരുകി ഒലിക്കുന്നത്.

കഴിവ് തെളിയിച്ച ഒരുപാടു ഫുട്ബോൾ റഫറിമാർ കരാറിനകത്തുണ്ടായിരുന്നു. കടലായിലെ കാട്ടാമ്പള്ളി കുമാരൻ, തോട്ടടയിലെ ബങ്കണ നാരായണൻ, കുറുവയിലെ മേച്ചിറ മഹമ്മൂദ് തുടങ്ങിയവർ അവരിൽ ചിലരാണ്.

എത്രയോ ഫൈനൽ മത്സരങ്ങൾ ഗ്രൗണ്ട് കൈയ്യേറ്റത്തിലും, വിവിധ നാടുകൾ തമ്മിലുള്ള അടിപിടിയിലും കലാശിച്ചിട്ടുണ്ട്. ജനങ്ങളുടെ ഇത്തരം അതിവൈകാരിക പ്രകടനങ്ങൾ, സെവൻസ് ഫുട്ബോളിന്റെ വളർച്ചക്ക് വിഘാതം സൃഷ്ടിച്ചിട്ടുണ്ട് എന്നത് തികച്ചും വാസ്തവമാണെങ്കിലും, അത്തരം വികാരപ്രകടനങ്ങൾ ഫുട്ബോൾ കളിയോടു നാട്ടുകാർക്കുള്ള താൽപര്യത്തിന്റെ ആഴത്തെയും സൂചിപ്പിക്കുന്നുണ്ട്. അതു ബോധ്യപ്പെടാൻ ഇവിടെ നടന്ന ഒരു സംഭവം കൂടി വിശദമാക്കാം.

അവിശ്വസനീയം എന്നു തോന്നാവുന്ന ആ സംഭവം നടന്നത് കുറുവ നവോദയ ഫുട്ബോൾ ടീമുമായി ബന്ധപ്പെട്ടായിരുന്നു. എടയ്ക്കാട് മാളികപ്പറമ്പ് ഗ്രൗണ്ടിൽ വെച്ച് നടന്നിരുന്ന ഒരു സെവൻസ് ടൂർണ്ണമെന്റിൽ കുറുവ നവോദയാ ടീമും പേരു കൊടുത്തിരുന്നു. ആദ്യമത്സരമായതുകൊണ്ട് ക്ലബ്ബിലെ സ്വന്തം കളിക്കാരെത്തന്നെ മത്സരിപ്പിക്കുവാനായിരുന്നു തീരുമാനം. എ.കുമാരൻ, സി.കെ.ഭാസ്കരൻ, കെ.ഗംഗാധരൻ,സി.കെ.രാഘവൻ, കണ്ണിച്ചാങ്കണ്ടി ഭാസ്കരൻ, കെ.പി.ബാലകൃഷ്ണൻ, ചക്കര ലക്ഷ്മണൻ, എ.രാഘവൻ, കെ.കെ.ശ്രീധരൻ തുടങ്ങിയ നാട്ടിലെ പ്രഗത്ഭകളിക്കാർ ആ കാലത്തു നവോദയ ക്ലബിലുണ്ടായിരുന്നു. അന്നത്തെ കളിക്ക് വേണ്ടി കെ.പി.ബാലകൃഷ്ണൻ ഗോൾക്കീപ്പറായും, സി.കെ ഭാസ്കരൻ, ഏ.കുമാരൻ, ഏ.രാഘവൻ എന്നിവർ ഫോർവേഡ് നിരയിലും, കെ.ഗംഗാധരൻ, കണ്ണിച്ചാങ്കണ്ടി ഭാസ്കരൻ, കെ.കെ.ശ്രീധരൻ എന്നിവർ പ്രതിരോധനിരയിലും കളിക്കുവാൻ തീരുമാനിച്ചു.

ദൗർഭാഗ്യമെന്നു പറയട്ടെ, കളി നിശ്ചയിച്ച ദിവസം കാലത്തുത്തന്നെ കിട്ടുന്ന വിവരം പ്രതിരോധ നിരയിൽ കളിക്കാൻ തീരുമാനിച്ച കെ.കെ.

ശ്രീധരന്റെ പിതാവ് വാർദ്ധക്യസഹജമായ അസുഖത്താൽ കക്കാടുള്ള വീട്ടിൽ വെച്ചു മരണപ്പെട്ടതായിരുന്നു. ശ്രീധരന്റെ അഭാവത്തിൽ, കരുത്തനായ ഒരാളെ പ്രതിരോധനിരയിൽ കളിപ്പിക്കുവാൻ ആ സന്നിഗ്ധഘട്ടത്തിൽ സാധിച്ചില്ല. അവസാനം തോൽവി ഉറപ്പിച്ചുകൊണ്ടു കരുത്തനല്ലാത്ത ഒരാളെ ശ്രീധരനു പകരക്കാരനായി ഉൾപ്പെടുത്തിക്കൊണ്ടു കളിയിൽ പങ്കെടുക്കുവാൻ തന്നെ തീരുമാനിച്ചു. അതുപ്രകാരം ടീമംഗങ്ങളെല്ലാം ഏകദേശം നാലുമണിയോടെ കിറ്റും തോളിലിട്ട് മാളികപ്പറമ്പിലെത്തിച്ചേർന്നു. അപ്പോൾ അവിടെക്കണ്ട കാഴ്ച അവിശ്വസനീയമായിരുന്നു.കെ.കെ. ശ്രീധരൻ, കളിക്കാൻ തയ്യാറായി മൈതാനത്തെ ഒരു മരച്ചോട്ടിലിരുന്നു ബൂട്ടു കെട്ടിക്കൊണ്ടിരിക്കുന്നു! പിതാവിന്റെ ശവസംസ്കാരം കഴിഞ്ഞു ശ്മശാനത്തിൽ നിന്നു നേരെ മാളികാപ്പറമ്പിലേക്ക് കളിക്കുവാനായി കുതിച്ചെത്തുകയായിരുന്നു കെ.കെ ശ്രീധരൻ. ചുരുക്കിപ്പറഞ്ഞാൽ അന്നു ശ്രീധരൻ നന്നായി കളിക്കുകയും കുറുവ നവോദയ ടീം വിജയിക്കുകയും ചെയ്തിരുന്നുവത്രെ!

സെവൻസ് ടൂർണ്ണമെന്റുകളിൽ ടീമിനെ ഇറക്കിയത് കാരണം കടക്കെണിയിലായവർ ഇവിടെ ധാരാളമാണ്. കളിക്കാർക്ക് കൊടുക്കാൻ പണമില്ലാതെ, ഫൈനൽ മത്സരദിവസം ഒളിച്ചോടിപ്പോയവരുണ്ട്. ഭാര്യയുടെ കെട്ടുതാലി വിറ്റും ലേലക്കുറി നഷ്ടത്തിനു വിളിച്ചും കടം വീട്ടിയവരുണ്ട്. ടീമിനെ ഇറക്കുന്ന ചെലവിലേക്കായി, ഉപ്പയറിയാതെ പറമ്പിൽ നിന്നു തേങ്ങ പറിച്ചു വിൽക്കുന്ന മേച്ചിറ ഹസ്സൻകുഞ്ഞി എന്ന ഒരു ഫുട്ബോൾക്കമ്പക്കാരൻ കുറുവയിലുണ്ടായിരുന്നു. സെവൻസ് ടൂർണ്ണമെന്റ് തുടങ്ങിയാൽ ജോലിയുപേക്ഷിച്ച് കളിക്കാരെപ്പരതിപ്പോകുന്ന ഒരു ടി.പി നാരായണനും ഇവിടെയുണ്ടായിരുന്നു. കളിക്കളത്തിൽ സ്വന്തം ടീം തോൽക്കുമെന്നുള്ള ഉൽക്കണ്ഠ കാരണം കളികാണാതെ ദൂരെപ്പോയി തലതാഴ്ത്തിയിരിക്കാറുള്ള ഒരു തുന്നക്കാരൻ ഗോപാലനെപ്പറ്റിയും പറഞ്ഞുകേട്ടിട്ടുണ്ട്. ടീമിനെ വിജയിപ്പിക്കുവാൻ വേണ്ടി മന്ത്രവാദികളായ മന്ത്രവാദികളുടെ അടുത്തൊക്കെപ്പോയി കൂടോത്രമുറകൾ ചെയ്യുന്ന കണ്ണിച്ചാങ്കണ്ടി ഗോപാലനെപ്പറ്റിയും ഒരു കഥ പ്രചരിച്ചിരുന്നു. കുറുവ ചന്ദ്രതാരാ ക്ലബ്ബ് പാതിരിപ്പറമ്പിലെ ഒരു ടൂർണ്ണമെന്റിൽ ഫൈനൽ കളിക്കുന്ന ദിവസം. ടീമംഗങ്ങളെല്ലാം മൂന്നുമണിയോടെ തന്നെ കൂട്ടമായി പാതിരിപ്പറമ്പിലേക്ക് പുറപ്പെട്ടു. എന്നാൽ ടീമിന്റെ പ്രധാന സംഘാടകനായ കണ്ണിച്ചാങ്കണ്ടി ഗോപാലൻ പോയതാകട്ടെ മന്ത്രവാദിയായ ഒരു പണിക്കരുടെ വീട്ടിലേക്കായിരുന്നു. ആഗമനോദ്ദേശ്യം കേട്ടറിഞ്ഞ പണിക്കർ നിശ്ചയമായും ചന്ദ്രതാരാ ടീമിനെ വിജയിപ്പിക്കാമെന്നു ഗോപാലനു വാക്കുകൊടുത്തു. പണിക്കർക്ക് ദക്ഷിണയും നൽകി സന്തോഷാധിരേകത്തോടെ ഗോപാലൻ നേരെ പാതിരിപ്പറമ്പിലേക്ക് കുതിച്ചുചെന്നു. അന്നത്തെ ക്കളിയിൽ കുറുവ അക്ഷരാർത്ഥത്തിൽ, എട്ടു നിലയിൽ പൊട്ടി. ശരിക്കും പറഞ്ഞാൽ കുറുവ അന്നു തോറ്റത് എട്ടു ഗോളിനായിരുന്നു. കുറുവക്ക് വേണ്ടി കൂലിക്ക് കൊണ്ടുവന്നിരുന്ന ഒരു കളിക്കാരൻ, എതിർ ടീമിൽ നിന്നു കൈക്കൂലി വാങ്ങി കുറുവയെ ചതിക്കുകയായിരുന്നു. കുറുവയുടെ മറ്റു കളിക്കാർ ഗോളടിക്കുവാൻ കൊണ്ടുപോകുന്ന പന്തുപോലും ഇയാൾ ഇടപെട്ടു അലോസരപ്പെടുത്തിയത്രെ.

കളിതീർന്നയുടനെ കോപം കൊണ്ടു കടുംതുടികൊട്ടുന്ന നെഞ്ചും വിരിച്ച്, ഒരു കായികാഭ്യാസികൂടിയായ കണ്ണിച്ചാങ്കണ്ടി ഗോപാലൻ, അങ്കച്ചുവടും വെച്ച് ചൊവ്വറയിൽപ്പാലം ചാടിക്കടന്നു കുറുവയിലെത്തി. എന്നിട്ടു നേരെപോയത് പണിക്കരുടെ വീട്ടിലേക്കായിരുന്നു. ഗോപാലന്റെ തുള്ളിത്തുള്ളിയുള്ള ധൃതിപിടിച്ച വരവിൽ, പന്തികേടു തോന്നിയ പണിക്കർ വീടിനകത്ത് കേറി വാതിലടച്ചു. എന്നിട്ടു ഗോപാലൻ കേൾക്കുവാനായി ഇങ്ങനെ വിളിച്ചു പറഞ്ഞു. "ഗോപാലച്ചോ തോറ്റുപോയി അല്ലേ? അടിയനറിയാമായിരുന്നു തോറ്റുപോകുമെന്നു. അച്ഛൻ പോയ ഉടനെ നിലവിളക്ക് കെട്ടുപോയിരുന്നു. നിലവിളക്ക് കെട്ടുപോയാൽ മന്ത്രവാദം ഫലിക്കില്ലെന്നു ഇപ്പോൾ മനസ്സിലായില്ലേ?"

1940 കാലഘട്ടത്തിലാണു കരാറിനകത്ത് ഫുട്ബോൾ കളി വ്യാപകമാകുന്നത്. ആട്ടപ്പന്തു ചവിട്ടിക്കളിച്ചുകൊണ്ടു തുടങ്ങിയവർ പിന്നീടു ഫുട്ബോളിന്റെ ഉത്തുംഗശൃംഗങ്ങൾ കീഴടക്കുന്ന കാഴ്ചയാണ് കാണാനായത്. കൊയ്ത്തുകഴിഞ്ഞ പാടവും വെളിമ്പറമ്പുകളും അവരുടെ പരിശീലനക്കളരികളായി. പട്ടാണിച്ചാൽ, കാഞ്ഞിരവയൽ, കുറുവ വയൽ, കടലായിക്കോട്ടമ്മൽ, അവേരക്കോട്ടമ്മൽ എന്നീ ഗ്രൗണ്ടുകളിലൊക്കെ അവർ പന്തിനെ ബുള്ളറ്റായി തൊടുത്തുവിട്ടു, ഗോൾമുഖം വിറപ്പിച്ചു. അമ്മുപ്പറമ്പിലും പാതിരിപ്പറമ്പിലും മാളികപ്പറമ്പിലുമൊക്കെയുള്ള ടൂർണ്ണമെന്റുകളിൽ അവർ എതിരാളികളെ കിടിലംകൊള്ളിക്കുന്ന പ്രകടനങ്ങൾ കാഴ്ച വെച്ചു.

പോലീസ് മൈതാനിയിലെ ജില്ലാ ഫുട്ബോൾ ലീഗ് മത്സരങ്ങൾ മുതൽ, അഖിലേന്ത്യാ ടൂർണ്ണമെന്റുകളിൽ വരെ കരാറിനകക്കാർ നിറഞ്ഞ സാന്നിധ്യമായി. പന്തുകളിയിൽ ഇന്ത്യയോളമുയർന്ന എത്രയോ കളിക്കാരെപ്പറ്റിയുള്ള നല്ല നല്ല കഥകൾ പെരുമ്പറകൊട്ടിപ്പറയുവാനുണ്ട് കരാറിനകത്തെ ഫുട്ബോൾ പ്രേമികൾക്ക്. 1950-ലാണു സ്വരാജ് ഫുട്ബോൾ ടീം എന്ന പേരിൽ ശക്തമായ ഒരു ഫുട്ബോൾ ടീം കുറുവയിൽ ഉദയംകൊള്ളുന്നത്. ആ ടീമിന്റെ സൂത്രധാരന്മാർ, കുറുവയിലെ പൂവേൻ ബാലൻ, അനന്തൻ എന്നീ സഹോദരങ്ങളായിരുന്നു. അതിന്നു മുമ്പേ തന്നെ പ്രഗത്ഭരായ ഫുട്ബോൾ കളിക്കാർ കരാറിനകത്തുണ്ടായിരുന്നു. പടിയത്ത് രാഘവൻ, കോറോത്ത് മുകുന്ദൻ, സി.കെ.രാഘവൻ, പി.കെ.ഭാസ്കരൻ, പി.പി. രാഘവൻ മാസ്റ്റർ, കാക്കേൻ കൃഷ്ണൻ മുതലായവർ അവരിൽ ചിലരാണ്. മേൽപ്പറഞ്ഞവരിൽ സി.കെ.രാഘവനാണു ആദ്യമായി ഇവിടെ നിന്നു ജില്ലാ ലീഗ് മത്സരങ്ങളിൽ കളിക്കാനാവസരം ലഭിച്ചിരുന്നത്. കണ്ണൂർ ബ്രദേഴ്സ് ക്ലബ്ബിന്റെ ആദ്യകാലകളിക്കാരനായിരുന്നു സി.കെ.രാഘവൻ. അദ്ദേഹവും പടിയത്തു രാഘവനുമുൾപ്പെടെ മേൽപ്പറഞ്ഞവരെല്ലാം സ്വരാജ്ടീമിനുവേണ്ടി പല സെവൻസ്ടൂർണ്ണമെന്റുകളിലും കളിച്ചവരായിരുന്നു. സ്വരാജ് ടീമിൽ വിവിധകാലഘട്ടങ്ങളിലായി വേറെയും കുറേ പ്രഗത്ഭകളിക്കാരുണ്ടായിരുന്നു. മേൽപ്പറഞ്ഞ ബാലനേയും അനന്തനേയും കൂടാതെ, ചന്ദ്രോത്ത് കണ്ണൻ, കാട്ടാമ്പള്ളി കുമാരൻ, ഒ.പി.അനന്തൻ, കിത്താരിക്കണ്ടി കുഞ്ഞിരാമൻ, ടി.വി രാമുണ്ണി, ടി.പി ശേഖരൻ മുതലായവർ അതിലുൾപ്പെടുന്നുണ്ട്. സ്വരാജ്

ക്ലബ്ബിന്റെ ആഭിമുഖ്യത്തിൽ കുറുവവയിലിൽ വർഷം തോറും ടൂർണമെന്റുകൾ നടക്കാറുണ്ടായിരുന്നു. കരാറിനകത്തെ ഒരു നല്ല ഫുട്ബോൾ കളിക്കാരനായിരുന്ന, ഏ.കെ.ബാലന്റെ സ്മരണ നിലനിർത്തുവാനായിരുന്നു ആ ടൂർണ്ണമെന്റ് സംഘടിപ്പിക്കപ്പെട്ടിരുന്നത്. കുറുവവയലിനു പുറമെ കോട്ടമ്മൽ, പട്ടാണിച്ചാൽ, കാഞ്ഞിരവയൽ, അവേരപ്പറമ്പ് തുടങ്ങിയ ഗ്രൗണ്ടുകളിലും ടൂർണ്ണമെന്റുകൾ നടക്കാറുണ്ടായിരുന്നു. മേൽപ്പറഞ്ഞ ബാലനും അനന്തനും ഉദ്യോഗാർത്ഥം അന്യദേശങ്ങളിൽ പോയതോടെയാണ് സ്വരാജ്ഫുട്ബോൾ ടീം ഇല്ലാതാകുന്നത്. അതിനുശേഷവും കരാറിനകത്തെ അഞ്ചുദേശങ്ങളിലും ശക്തമായ ഫുട്ബോൾ ടീമുകൾ വിവിധകാലത്തായി ഉദയംകൊണ്ടിരുന്നു. തോട്ടട നാഷണൽ, കടലായി ബ്രദേഴ്സ്, കുറുവ നവോദയ, ചന്ദ്രതാര, പ്രകാശൻ മെമ്മോറിയൽ, കുറുവ ബ്രദേഴ്സ്, കാഞ്ഞിര റൈസിങ്ങ് സ്റ്റാർ, അവേരഷൂട്ടിങ്ങ് സ്റ്റാർ തുടങ്ങിയവയെല്ലാം ദേശത്തും അന്യദേശങ്ങളിലും കളിച്ചു പേരെടുത്ത ടീമുകളായിരുന്നു. ഈ ടീമുകളിലെല്ലാമായി വിവിധകാലഘട്ടത്തിൽ കളിച്ചു പേരെടുത്തവരും നിരവധിയാണ്. കാഞ്ഞിരയിൽ സി.കെ.രാഘവനും, പി.കെ.ഭാസ്കരനും, പുറമെ എം.സി വിജയൻ, വെളുമ്പൻ ഗോപാലൻ, കരിക്കൻ അനന്തൻ, ചെറുകുന്നേൻ നാരായണൻ, കക്കാടൻ സുമൻ, മൊട്ടമ്മൽ പ്രേമൻ, എ പ്രഭാകരൻ, പി.പി. വിജയൻ, മുതലായവർ കണ്ണൂർ ജില്ലാ ഫുട്ബോൾ ലീഗ് മത്സരങ്ങളിൽ വിവിധ ടീമുകളുടെ കുപ്പായമണിയാൻ ഭാഗ്യം ലഭിച്ചവരാണ്. അതുപോലെ കുറുവയിലും ആദ്യകാലകളിക്കാർക്കു പുറമെ ഒരുപാടു ഫുട്ബോൾ പ്രതിഭകൾ ഉയർന്നു വന്നിട്ടുണ്ട്. കെ.ഗംഗാധരൻ, ആയാടത്തിൽ കുമാരൻ, സി.കെ. ഭാസ്കരൻ, എ.രാഘവൻ, ചക്കര ലക്ഷ്മണൻ, കെ.പി.ബാലകൃഷ്ണൻ, എ.ഭരതൻ, തയ്യിൽ ലക്ഷ്മണൻ, കണ്ണിച്ചാങ്കണ്ടി ഭാസ്കരൻ, എ.മിത്രൻ, പുത്തൻപുര രാജേഷ്, കാര്യങ്കണ്ടി ശശീന്ദ്രൻ തുടങ്ങിയവരൊക്കെ അതിലുൾപ്പെടുന്നുണ്ട്. ഇവരിൽ കെ.ഗംഗാധരൻ തിരുവന്തപുരം ടൈറ്റാനിയം ഉൾപ്പെടെയുള്ള ഇന്ത്യയിലെ പല പ്രമുഖടീമുകളിലും കളിക്കുവാൻ ഭാഗ്യം ലഭിച്ചയാളായിരുന്നു. അതുപോലെ കെ.പി ബാലകൃഷ്ണനും ചക്കര ലക്ഷ്മണനും എ.മിത്രനും ജില്ലാ ലീഗ് ഫുട്ബോൾ മത്സരങ്ങളിൽ പങ്കെടുക്കുവാൻ അവസരം ലഭിച്ചവരാണ്. അതുപോലെ കടലായിയിലും ആദ്യകാല കളിക്കാർക്കു പുറമെ പി.വി.മാധവൻ, ഏ.കെ.ശ്രീധരൻ, ഏ.കെ.ഭാസ്കരൻ, നാണൂട്ടി, ഐ.കെ.അലി, കക്കറയിൽ മുസ്തഫ, ഡി.കെ. സുധാകരൻ, ഹരിദാസൻ, പി.വി.സത്യൻ, ഡി.കെ.പുഷ്പൻ, അണ്ടറപ്പള്ളി രമേശൻ, കെ.പി ദിനേശൻ തുടങ്ങിയ പ്രഗത്ഭമതികളൊക്കെയുണ്ടായിരുന്നു.

തോട്ടട എന്ന സ്ഥലം ഫുട്ബോളിന്റെ വളർത്തുതൊട്ടിലായിരുന്നു. ഒരു പക്ഷേ സെവൻസ് ടീമുകളിൽ കണ്ണൂരിൽ ഏറ്റവും കൂടുതൽ അറിയപ്പെടുന്ന ടീമായിരിക്കും തോട്ടട നേഷ്ണൽ ക്ലബ്ബ്. ഈ വർത്തമാനകാലത്തും ഒരു ശുക്രനക്ഷത്രംപ്പോലെ ഫുട്ബോൾ നഭസ്സിൽ തോട്ടട നേഷ്ണൽ ടീം ജ്വലിച്ചു നിൽക്കുന്നു. തോട്ടട നേഷ്ണൽ ടീം ക്ലബ്ബ് രംഗത്തിറക്കിയ കളിക്കാരുടെ എണ്ണം അളവറ്റതാണ്.

അതുപോലെ അവേരയിലും പ്രഗത്ഭകളിക്കാരുണ്ടായിരുന്നു. സി.എച്ച്. രമേശൻ, കല്ലേൻ സതീശൻ, എ.ഗംഗാധരൻ, തച്ചൻ ലക്ഷ്മണൻ, കെ.പവിത്രൻ എന്നിവരൊക്കെ അതിലുൾപ്പെടുന്നുണ്ട്.

പി.വി മാധവൻ

കരാറിനകത്ത് ജനിച്ചു വളർന്ന മേൽപ്പറഞ്ഞ അനേകം പ്രഗത്ഭ ഫുട്ബോൾ കളിക്കാരിൽ ഏറ്റവും ഔന്നിത്യത്തിൽ നിൽക്കുന്നത് പി.വി. മാധവനാണ്. ചരിത്രമുറങ്ങുന്ന കടലായിക്കോട്ടമ്മലിൽ ഗോപൻമ്മാറാജിയുടെ മകനായിപ്പിറന്ന പി.വി.മാധവൻ, കോട്ടമ്മൽ ഗ്രൗണ്ടിൽ കുറുവ നവോദയ ടീമിലൂടെയാണു ഫുട്ബോളിന്റെ ബാലപാഠം ശീലിക്കുന്നത്. പിന്നീടു ബാംഗ്ലൂർ എം.ഇ.ജിയിൽ ചേർന്ന മാധവൻ വളരെക്കാലത്തോളം അതിന്റെ ഫുട്ബോൾ ടീം കാപ്റ്റൻ പദവിയും അലങ്കരിച്ചിരുന്നു. എം.ഇ.ജി ടീമിന്റെ ക്യാപ്റ്റനായിരിക്കുന്ന കാലത്ത് കോലാലംപൂരിൽ വെച്ചുനടന്ന മെർദ്ദേക്ക ഏഷ്യൻ ഫുട്ബോൾ മത്സരത്തിൽ ഇന്ത്യൻ കുപ്പായമണിയാനും പി.വി. മാധവനു അവസരം ലഭിച്ചിരുന്നു. ഇന്ത്യക്ക് വേണ്ടി കളിക്കാൻ ഭാഗ്യമുണ്ടായ ഒരേയൊരു കരാറിനകക്കാരനാണ് പി.വി.മാധവൻ.

സി.കെ.രാഘവൻ

ഫുട്ബോൾ കളിയുടെ കാര്യത്തിൽ ഈ നാടിനുണ്ടായ വളർച്ചയിൽ വലിയ പങ്കു വഹിച്ച വ്യക്തിയാണ് സി.കെ.രാഘവൻ. കണ്ണൂർ ബ്രദേഴ്സ് ക്ലബ്ബിന്റെ കിടയറ്റ കളിക്കാരനും, സെവൻസ് ഫുട്ബോളിൽ കളിക്കാരനെന്നതിനു പുറമേ, സംഘാടകനായും നിറഞ്ഞു നിന്നയാളുമായിരുന്നു സി.കെ രാഘവൻ. പണ്ടുകാലത്ത് ഇവിടെ വളർന്നുവരുന്ന കളിക്കാരെ അന്യനാട്ടിലെ ടീമുകൾ വന്നു റാഞ്ചികൊണ്ടു പോകുന്നത് സാധാരണമായിരുന്നു. മദിരാശിയിലെ ഒരു വലിയ ടീമിലേക്കു സി.കെ.രാഘവനെയും ഇവിടെ വന്ന് സെലക്ട് ചെയ്യുകയുണ്ടായി. എന്നാൽ മദ്രാസ്സിൽ വണ്ടി കയറാൻ ദിവസങ്ങൾ മാത്രം ബാക്കി നിൽക്കെ, കഷ്ടകാലം ടൈഫോയിഡിന്റെ രൂപത്തിൽ രാഘവനെ ആക്രമിച്ചു. ആ അവസരം നഷ്ടപ്പെട്ടതോടെ സെവൻസുകളിയും കലാസാംസ്കാരിക പ്രവർത്തനവുമായി നാട്ടിൽ തന്നെ കഴിയുകയായിരുന്നു സി.കെ.രാഘവൻ. കാഞ്ഞിര ടാഗൂർ സ്മാരകസംഗീതസമിതിയിൽ നിന്നു സംഗീതം പരിശീലിച്ച രാഘവൻ സംഗീതവും ഫുട്ബോൾകളിയും ഒരുമിച്ചു കൊണ്ടുപോയ ഒരു കരാറിനകക്കാരനാണ്. ഒരു സ്പോർട്സ് സംഘാടകനായ രാഘവൻ ആ രംഗത്ത് പുതുതായി പ്രവേശിക്കുന്നവരെ കൈയും മെയ്യും മറന്നു പ്രോത്സാഹിപ്പിക്കുകയും ചെയ്തിരുന്നു.

കെ.പി പ്രകാശൻ

ഫുട്ബോൾ കളിയുമായി ബന്ധപ്പെട്ട ഓർമ്മയിൽ തിങ്ങിനിൽക്കുന്ന ഒരു ദുരന്തസംഭവവും രേഖപ്പെടുത്തുവാനുണ്ട്. കടലായിക്കോട്ടമ്മൽ ഗ്രൗണ്ടിൽ, ഒരു കാലത്ത് മുതിർന്നവരെക്കാൾ ഫുട്ബോൾ കളിയിൽ മികവ് പുലർത്തിയിരുന്ന ഒരു കൗമാരക്കാരന്റെ ആക്സ്മികമായ മരണമാണ് ആ ദുരന്ത

സംഭവം. കളിക്കിടെയുണ്ടായ പരുക്കിനെത്തുടർന്നു ഇഞ്ചക്ഷ്ൻ എടുത്തപ്പോൾ, അതു റിയാക്ഷൻ ആയതിനെത്തുടർന്നാണു പ്രകാശൻ എന്ന കുരുന്നു പ്രതിഭ മരണമടയുന്നത്. പ്രകാശന്റെ ഓർമ്മ നിലനിർത്താൻ പ്രകാശൻ മെമ്മോറിയൽ ഫുട്ബോൾ ക്ലബ്ബ് ഇവിടെ വളരെക്കാലം പ്രവർത്തിച്ചിരുന്നു. പ്രകാശൻ മെമ്മോറിയൽ ക്ലബ്ബിന്റെ ആഭിമുഖ്യത്തിൽ ഫുട്ബോൾ ടൂർണ്ണമെന്റുകളും സംഘടിപ്പിക്കപ്പെട്ടിട്ടുണ്ട്.

അടവും തടവും

കായികാഭ്യാസത്തിന്റെ കാര്യത്തിലും നമ്മുടെ സമൂഹം വളരെയേറെ താൽപര്യം വെച്ചു പുലർത്തിയിരുന്നു. മഴക്കാലം തുടങ്ങുന്നതോടെ വീടുകളോട് ചേർന്നുതന്നെ വ്യായാമകേന്ദ്രങ്ങളും ഉയർന്നവരുമായിരുന്നു. കുഴിക്കളരികൾ എന്നു വിളിക്കപ്പെടുന്ന ആ വ്യായാമ കേന്ദ്രങ്ങളിൽ വ്യായാമത്തിനു പുറമെ, കളരിപ്പയറ്റ് തുടങ്ങിയ ആയോധനകലകളും പരിശീലിപ്പിച്ചു വന്നിരുന്നു. പുരാതനകാലം മുതൽതന്നെ ആയോധനകലകളുടെ വേരുകളും ഇവിടുത്തെ മണ്ണിൽ ആണ്ടിറങ്ങിയിരുന്നു എന്നതിനു തെളിവുകൾ ധാരാളമുണ്ട്. കോലത്ത് രാജാക്കന്മാർ കടലായിക്കോട്ടയിൽ പടയാളികളെ പരിശീലിപ്പിച്ചിരുന്നതായി മുമ്പ് വിവരിച്ചിട്ടുണ്ടല്ലോ? അതിന്റെ പ്രത്യക്ഷ സാക്ഷ്യങ്ങളാണു കടലായിയിൽ നിലവിലുള്ള കളരിക്കണ്ടി, കളരിയാടത്ത്, കളമുള്ള വളപ്പിൽ മന്ദമ്പേത്ത് മല്ലാട്ടി തുടങ്ങിയ പടയാളി സ്പർശം ധ്വനിപ്പിക്കുന്ന തറവാട്ടു പേരുകൾ. ഒരുപക്ഷേ ആ പഴയ പാരമ്പര്യത്തിന്റെ സ്വാധീനം കൊണ്ടു തന്നെയായിരിക്കണം. ആയോധനകലകളോട് ഇപ്പോഴും ജനങ്ങൾ അമിതമായ താൽപ്പര്യം വെച്ചുപുലർത്തുന്നത്. പേരെടുത്ത ഒരു പാടുകളരിയഭ്യാസികൾ ഇവിടെയുണ്ടായിരുന്നു. അടവും തടവും പഠിച്ചവർ എന്നാണ്, കായികാഭ്യാസികളെപ്പറ്റി പൊതുജനങ്ങൾ വിലയിരുത്തിയിരുന്നത്. എല്ലിനുണ്ടാവുന്ന ഒടിവ്, ചതവ്, മുതലായ അസുഖങ്ങളൊക്കെ ചികിത്സിച്ചു മാറ്റുന്നത്. മർമ്മ ചികിത്സയിൽ പ്രാവീണ്യമുള്ള കളരി ഗുരുക്കന്മാരായിരുന്നു. വടിവൊത്ത ശരീരമുള്ളവരും ചുവടുറപ്പിച്ചു നടക്കുന്നവരുമായ ആ കായികഭ്യാസികളോട് നാട്ടുകാർ ഭയം കലർന്ന ബഹുമാനവും വെച്ചുപുലർത്തിയിരുന്നു. കണ്ണിച്ചാങ്കണ്ടിഗോപാലൻ, അവേര ഗോവിന്ദൻ ഗുരുക്കൾ, ചെമ്മിണിയൻ കോരൻ ഗുരുക്കൾ, മൂർക്കോത്ത് കോരൻ, പാലയാട്ടു ഗോവിന്ദൻ, നാലമ്പ്രത്ത് കുമാരൻ, പലുങ്ക് വീട്ടിൽ ഹംസ, കിത്താരിക്കണ്ടി ബാലൻ, ബങ്കണ ഗോപാലൻ, കണ്ണിച്ചാങ്കണ്ടി ഗോവിന്ദൻ, മായിമാങ്കണ്ടി അച്യുതൻ, കണ്ണിച്ചാങ്കണ്ടി ഭാസ്കരൻ, പുതിയപുരയിൽ ഹംസ, കുണ്ടങ്ങാട്ടു കേശവനാചാരി, ചെരിഞ്ഞാണ്ടി രാഘവൻ, പറമ്പത്ത് കുഞ്ഞിരാമൻ, ടി.കെ.ലക്ഷ്മണൻ, താളിക്കണ്ണേൻ, പി.കെ.ആവിദ്, ഡി.കെ സുധാകരൻ തുടങ്ങിയ കളരി അഭ്യാസികളുടെതായ ഒരു നീണ്ടനിര തന്നെ കരാറിനകത്തന്നുണ്ടായിരുന്നു. അവരിൽ കണ്ണിച്ചാങ്കണ്ടി ഗോപാലൻ, അവേര ഗോവിന്ദൻ ഗുരുക്കൾ, പാലയാട്ടു ഗോവിന്ദൻ, മായിമാങ്കണ്ടി അച്യുതൻ, കണ്ണിച്ചാങ്കണ്ടി ഭാസ്കരൻ മുതലായവർ മർമ്മചികിത്സരംഗത്തും

സജീവമായി സാന്നിധ്യമുറപ്പിച്ചവരായിരുന്നു. പണ്ടുകാലത്തു കണ്ണൂർ ടൗണിൽ, കായികാഭ്യാസികളുടെ മത്സരക്കാഴ്ചകൾ സംഘടിപ്പിക്കാറുണ്ടായിരുന്നു. ആ മത്സരക്കാഴ്ചകളിൽ പങ്കെടുത്തു സമ്മാനം നേടിയവരായിരുന്നു ബങ്കണഗോപാലനും പളുങ്ക് വീട്ടിൽ ഹാംസയും മായിമാങ്കണ്ടി അച്യുതനും.

അറുപതുകളുടെ മധ്യത്തിൽ ഏ.കെ.ജിയുടെ നേതൃത്വത്തിൽ തുടങ്ങിയ, മാർക്സിറ്റ് വളണ്ടിയർ സേനയുടെ കരാറിനകത്തെ പരിശീലകനായിരുന്നു താളിക്കണ്ണൻ എന്നു മുമ്പ് സൂചിപ്പിച്ചിട്ടുണ്ട്. ചുരുക്കിപ്പറഞ്ഞാൽ മേൽപ്പറഞ്ഞ കായികാഭ്യാസികളെല്ലാം തന്നെ, ഒരു തരത്തിലല്ലെങ്കിൽ മറ്റൊരു തരത്തിൽ, ആ രംഗത്ത് ഇവിടെയും പുറംനാടുകളിലും പേരെടുത്തവരായിരുന്നു.

ചെമ്മണിയൻ കോരൻ ഗുരുക്കൾ

മേൽ സൂചിപ്പിച്ച ചെമ്മിണിയൻ കോരൻ ഗുരുക്കൾ ഒരു കളരിയഭ്യാസി എന്നതിനു പുറമെ മലബാർ മുഴുവൻ അറിയപ്പെടുന്ന കോൽക്കളിക്കലാകാരനുമായിരുന്നു. കൊറ്റാളിയിൽ ജനിച്ച കോരൻ ഗുരുക്കൾ തോട്ടടയിൽ വിവാഹം കഴിച്ചതോടെയാണ് കളരിയിലും കോൽക്കളിയിലുമുള്ള അദ്ദേഹത്തിന്റെ പ്രാവീണ്യം കരാറിനകത്തിനു ലഭ്യമാകുന്നത്. കളരിയഭ്യാസത്തലും കോൽക്കളിയിലും അദ്ദേഹത്തിനു ഇവിടെ ധാരാളം ശിഷ്യന്മാരുണ്ടായിരുന്നു.

താളക്രമത്തിൽ കോലുകളടിച്ചും, ചടുതലയോടെ ചുവടുകൾ വെച്ചും, ദൈവസ്തുതികൾ നീട്ടിപ്പാടി പൂരപ്പറമ്പുകളിലും തെയ്യക്കാവുകളിലും അരങ്ങേറിയിരുന്ന കോൽക്കളിയെ കാലത്തിനനുസരിച്ച് അനിവാര്യമായ മാറ്റങ്ങൾ വരുത്തി അവതരിപ്പിച്ചവരിൽ മലബാറിലെ പ്രധാനിയാണു ചെമ്മിണിയൻ കോരൻ ഗുരുക്കൾ. ദൈവ സ്തുതിക്കു പകരം സ്വാതന്ത്ര സമരഗാനങ്ങളും വിപ്ലവഗാനങ്ങളും വരെ കോൽക്കളിയിൽ കോരൻ ഗുരുക്കൾ പാടാറുണ്ടായിരുന്നു. പിൽക്കാലത്ത് മലബാറിലെ കമ്മ്യൂണിസ്റ്റ് പാർട്ടി സമ്മേളനങ്ങളിൽ കോരൻ ഗുരുക്കൽ രചിച്ച രാഷ്ട്രീയഗാനങ്ങൾക്കൊത്ത് കോലടിച്ചു ചുവടുവെയ്ക്കുന്ന കോൽക്കളികൾ സർവ്വസാധാരണമായിരുന്നു. കോൽക്കളിയിൽ രാഷ്ട്രീയഗാനങ്ങൾ പാടുമ്പോൾ ചില ക്ഷേത്രമുറ്റത്ത് സംഘർഷങ്ങളും നടക്കാറുണ്ടായിരുന്നു. ആ സംഘർഷങ്ങളെ നേരിടാൻ കോരൻ ഗുരുക്കളിലെ നിറഞ്ഞ കളരിയഭ്യാസിക്ക് നിഷ്പ്രയാസം സാധിക്കുമായിരുന്നു.

കണ്ണിച്ചാങ്കണ്ടി ഭാസ്കരൻ ഗുരുക്കൾ

മേൽപ്പറഞ്ഞ കായികാഭ്യാസികളിൽ ഇപ്പോഴും ആ രംഗത്ത് തിളങ്ങി നിൽക്കുന്ന, ഒരു പ്രതിഭയാണു കണ്ണിച്ചാങ്കണ്ടി ഭാസ്കരൻ ഗുരുക്കൾ. തെക്കൻമുറയും വടക്കൻമുറയും, തുളുനാടൻമുറയുമെല്ലാം കരതലാമലകം പോലെ സ്വായത്തമായ ഭാസ്കരൻ ഗുരുക്കൾ, ഇന്ന് കണ്ണൂരിലുടനീളം

അറിയപ്പെടുന്ന ഒരു കായികാഭ്യാസിയും പഞ്ചകർമ്മചികിത്സകനുമാണ്. കണ്ണൂരിലെ പല പ്രധാനപ്പെട്ട ആതുരാലയങ്ങളിലും അദ്ദേഹം പഞ്ചകർമ്മ ചികിത്സകനായി സേവനമനുഷ്ഠിച്ചിട്ടുണ്ട്. ചെറുപ്പം മുതലേ തുടങ്ങിയ കളരിസപര്യ എഴുപതു വയസ്സു കഴിഞ്ഞിട്ടും ഒരു ചെറുപ്പക്കാരന്റെ ചുറു ചുറുക്കോടെ ഭാസ്കരൻ ഗുരുക്കൾ ഇപ്പോഴും തുടർന്നുകൊണ്ടിരിക്കുന്നു. നാടിന്റെ പലഭാഗത്തായി അനേകം ശിഷ്യസമ്പത്തുള്ള ഭാസ്കരൻ ഗുരുക്കൾ ആ രംഗത്തു പഠനവും ഗവേഷണവും നടത്തുന്ന സർവ്വകലാശാല വിദ്യാർത്ഥികൾക്കുപോലും ഉപദേശനിർദ്ദേശങ്ങൾ നൽകാറുണ്ട്. ഒരു വിജ്ഞാന കുതുകി കൂടിയായ ഭാസ്കരൻ ഗുരുക്കൾ ആയോധനമുറകളെ ക്കുറിച്ചിറങ്ങുന്ന സർവ്വപ്രസിദ്ധീകരണങ്ങളും വാങ്ങി വായിക്കുകയും ആ കലയെ അന്വേഷണാത്മകമായി വിലയിരുത്തുകയും ചെയ്യുന്ന ഒരു ധീഷണാശാലിയുമാണ്. അദ്ദേഹത്തിന്റെ വീട്ടിൽ അടുക്കിവെച്ചിട്ടുള്ള, വിവിധ വിഷയങ്ങളെ സംബന്ധിച്ചുള്ള, ഗ്രന്ഥങ്ങളുടെ നിര കണ്ടാൽ, ഇതു വീടോ, അതോ ഗ്രന്ഥശാലയോയെന്നു സംശയിച്ചുപോകും. "വെറും ഒരു സാധാരണ ക്കാരനായ താങ്കൾക്ക്, വലിയ വിലപിടിപ്പുള്ള പുസ്തകങ്ങൾ നിരന്തരം വാങ്ങി വായിക്കാൻ എങ്ങനെ സാധിക്കുന്നു? എന്നു ചോദിച്ചാൽ ഭാസ്കരേ ട്ടന്റെ ഉത്തരം ഇപ്രകാരമായിരിക്കും. "മറ്റുള്ളവർ പലരും മദ്യം കുടിക്കു വാൻവേണ്ടി പണം ചെലവാക്കുന്നു. എനിക്കാശീലമില്ല. ആ പൈസകൊണ്ടു ഞാൻ പുസ്തകം വാങ്ങി വായിക്കുന്നു."

ഈ കാലത്തു ഇത്രയും സന്തോഷകരമായ ഉത്തരം നമുക്കെവിടെ നിന്നാണു ലഭിക്കുക.

ഏടാടാ നിന്റെ അടവും തടവും?

മേൽ സൂചിപ്പിച്ച പ്രമുഖ കായികാഭ്യാസികളിൽ കൈക്കരുത്തിന്റെ കാര്യ ത്തിൽ അഗ്രഗണ്യനായിരുന്നു പളുങ്ക് വീട്ടിൽ ഹംസ. വടിവൊത്ത ശരീര ത്തിനുടമയായ ഹംസക്കയുടെ നടത്തത്തിനുപോലും ഒരു ചേകവകാഴ്ച യുണ്ടായിരുന്നു. പണ്ടുകാലത്തു കണ്ണൂരിൽ കളരി ഗുരുക്കന്മാർ തമ്മിൽ മത്സരക്കാഴ്ചകൾ സംഘടിപ്പിക്കാറുണ്ടായിരുന്നു. അത്തരത്തിലുള്ള ഒരു മത്സരക്കാഴ്ചയിൽ എതിരാളിയുടെ ഇടിയേറ്റ് മൂക്ക് മുറിഞ്ഞുപോയ ആളാ യിരുന്നു പളുങ്കുവീട്ടിൽ ഹംസ. മൂക്ക് മുറിഞ്ഞത് കാരണം സംസാരിക്കു മ്പോൾ അല്പം കൊഞ്ഞിപ്പുണ്ടെന്നല്ലാതെ, ശാരീരികമായ മറ്റു കാര്യങ്ങളി ലെല്ലാം ഹംസക്ക തലയെടുപ്പുള്ള ഒരു യോദ്ധാവിന്റെ ശേഷിയുള്ളയാളായി രുന്നു. മൂക്കിനു ക്ഷതം പറ്റിയതോടെ മത്സരക്കാഴ്ചകളിൽ പങ്കെടുക്കാറി ല്ലെങ്കിലും, നാട്ടിലെ അടിപിടിക്കേസ്സുകളിൽ മധ്യസ്ഥനായി ഹംസക്കയുടെ സാന്നിദ്ധ്യം എപ്പോഴുമുണ്ടാകുമായിരുന്നു. ഹംസക്ക തന്റെ "ഓലങ്കം" പോലുള്ള കൈയുയർത്തി "ബേണ്ടാട" എന്നു പറഞ്ഞാൽ നാട്ടിലെ ഏതു തച്ചോളി ഒതേനക്കുറുപ്പും പത്തിതാഴ്ത്തും. അത്രയും ആജ്ഞാശക്തിയുള്ള യാളായിരുന്നു പളുങ്കുവീട്ടിൽ ഹംസ. ജോലികഴിഞ്ഞുള്ള സായാഹ്നങ്ങളിൽ പീടികക്കോലായിലിരുന്നു നാട്ടുകാരോട് താൻ നടത്തിയ പഴയകാല

വട്ടംതിരുപ്പുകളെക്കുറിച്ചു വാചാലനാകും ഹംസക്ക. നാട്ടുകാർ ശ്വാസമടക്കിപ്പിടിച്ചാണ് ഹംസക്കയുടെ വീരശൂരപരാക്രമണങ്ങളെക്കുറിച്ചുള്ള കഥകൾ കേട്ടിരിക്കുക. നാട്ടിൽ പുതുതായി കളരിയഭ്യാസം ശീലിച്ച ഭരതൻ ഗുരുക്കൾക്ക് ഹംസക്ക പറയുന്നതൊക്കെ "കുളൂസാ"ണെന്നു ഒരു തോന്നൽ. അയാൾ ഹംസക്കയെ ഗുസ്തി പിടിക്കാൻ വെല്ലുവിളിച്ചു. "പോടാ പോയി ലങ്കോട്ടികെട്ടിപ്പഠിക്കടാ' എന്നായിരുന്നു ഹംസക്കയുടെ അതിനോടുള്ള പ്രതികരണം. ഹംസക്ക തന്നെ ഇത്രയും കൊച്ചാക്കിയതിൽ നീരസം തോന്നിയ ഭരതൻ ഗുരുക്കൾ, പിന്നീടു ഹംസക്കയുടെ മുറിഞ്ഞ മൂക്കിനെ പരിഹസിച്ചുകൊണ്ടാണു അതിനെ നേരിട്ടത്. നമ്മുടെ നാട്ടിൽ ചിലർ അങ്ങനെയാണ്. വ്യക്തിയുടെ ശാരീരികവൈകല്യങ്ങളെ പേരിനോടൊപ്പം വിശേഷണമായി ചേർക്കും. ചെവി കേൾക്കാത്തയാളെ ചെവിടൻ എന്നും, കണ്ണു കാണാത്തയാളെ കുരുടൻ എന്നും കാലിനു മുടന്തുള്ളവരെ ഞൊണ്ടി എന്നും പേരിനുമുമ്പേ ചേർത്തു വിളിക്കാറുണ്ട്. കൈമുറിഞ്ഞവരെല്ലാം ഇവിടെ വൈസ്രോയ്മാരാണ്. കാലിനു മുടന്തുള്ളവരെല്ലാം രാമമൂർത്തിമാരും മൂക്ക് മുറിഞ്ഞവരെ ഇവിടെ വിളിക്കുന്നത് "മൂക്കറേൻ" എന്നാണ്. അതുതന്നെയാണു ഭരതൻ ഗുരുക്കൾ ഹംസക്കായെ പരിഹസിക്കാനും ഉപയോഗിച്ച വാക്ക്. ഇതുകേട്ടപാടെ മദമിളകിയ ആനയെപ്പോലെ കുതിച്ചുചെന്ന ഹംസക്ക, ഭരതൻ ഗുരുക്കളെ രണ്ടു കൈകൊണ്ടും തലയ്ക്ക് മുകളിൽ എടുത്തുയർത്തി ഫുട്ബോൾ പന്ത് ത്രോ ചെയ്യുന്നതുപോലെ ആഞ്ഞൊരേറ്. ഭരതൻ ഗുരുക്കൾ പോയിവീണത് അടുത്തുള്ള പലചരക്ക് പീടികയുടെ മുന്നിലുള്ള ഉപ്പ് പെട്ടിയുടെ മുകളിലായിരുന്നു. വീണപാടെ ഉപ്പ് പെട്ടിയുടെ മൂടിപൊട്ടി ഭരതൻ ഗുരുക്കളുടെ കാലുകൾ അകത്താകുകയും ചെയ്തു. പെട്ടിക്കകത്തു നിന്നു പുറത്തു കടക്കാൻ സാധിക്കാതെ ഇളിഭ്യനായിരിക്കുന്ന ഭരതൻ ഗുരുക്കളെ നോക്കി ഹംസക്കപറഞ്ഞത് "ഇപ്പം ഏടാ....ടാ നിന്റെ അടവും തടവും." എന്നായിരുന്നു.

എട്ട്

വിശ്വാസവും അന്ധവിശ്വാസവും

1969-ലാണു കരാറിനകത്ത് യുക്തിവാദപ്രസ്ഥാനത്തിന്റെ കടന്നുവരവ്. എല്ലാ പുരോഗമന ആശയങ്ങളും, കിളിർത്തുവരാൻ തക്കവണ്ണം പാകപ്പെടുത്തിയ മണ്ണായിരുന്നു കരാറിനകത്തിന്റേത്. ഒരാൾക്ക് ഏതെങ്കിലും അദൃശ്യശക്തിയിൽ വിശ്വസിക്കാൻ അവകാശമുള്ളതുപോലെ തന്നെ, മറ്റൊരാൾക്ക് അതു യുക്തിപൂർവ്വം പരിശോധിച്ച് അശാസ്ത്രീയമെന്നു കണ്ടാൽ നിഷേധിക്കുവാനും അവകാശമുണ്ട്. പാരമ്പര്യമായി തുടർന്നു വരുന്ന സമ്പ്രദായങ്ങളും, കാഴ്ചപ്പാടുകളും യുക്തിപൂർവ്വം പുനഃപരിശോധിക്കുമ്പോഴാണ്, ഒരു സമൂഹം വളരുകയും വികസിക്കുകയും ചെയ്യുന്നത്. ഒരാൾ താൻ വെച്ചു പുലർത്തുന്ന ആചാരവും വിശ്വാസവും മാത്രമാണ് ശരി എന്നു ശഠിക്കുന്നതിനെയാണ് മൗലികവാദമെന്നു പറയുന്നത്. അത്തരം മൗലികവാദചിന്താഗതികൾ കരാറിനകത്ത് തഴച്ചുവളരാൻ പോകുന്നില്ല എന്നതിന്റെ ഏറ്റവും നല്ല തെളിവായിരുന്നു, നേരത്തെ വിവരിച്ച തോണിയോട്ടെ മൃഗബലിക്കെതിരായ സമരം.

ആശയമാണ് ആദ്യമുണ്ടായതെന്ന പരമ്പരാഗതമായ വിശ്വാസത്തെ യുക്തിവാദികൾ ചോദ്യം ചെയ്തു. ആശയമുണ്ടാകുന്നത് തന്നെ ഭൗതിക പദാർത്ഥങ്ങളുടെ പ്രത്യേകതരത്തിലുള്ള കൂടിച്ചേരൽ കാരണമാണെന്ന് ആധുനിക സയൻസിന്റെ പിൻബലത്തിൽ യുക്തിവാദികൾ സമർത്ഥിച്ചു. മാതൃഭൂമി, ജനയുഗം, യുക്തിവാദി മുതലായ ആനുകാലിക പ്രസിദ്ധീകരണങ്ങളിൽ സർവ്വശ്രീ കുറ്റിപ്പുഴകൃഷ്ണപ്പിള്ള, എം.സി ജോസഫ്, എ.ടി കോവൂർ, പവനൻ, ഇടമറുക്, എം.ബി.കെ. മുതലായവരുടെതായി വന്നുകൊണ്ടിരുന്നു. യുക്തിവാദപരമായ ലേഖനങ്ങൾ, മനസ്സിന്റെ ഇരുളടഞ്ഞ കോണുകളിൽ വെളിച്ചമെത്തിക്കാൻ പോന്നവയായിരുന്നു.

കുറുവയിലെ "മനക്കാക്കാരന്റെ" പീടികയിൽ വെച്ചായിരുന്നു യുക്തിവാദികളുടെ ആദ്യയോഗം നടന്നത്. ഈ നാടിന്റെ ചരിത്രത്തിൽ മനക്കാക്കാരന്റെ പീടികയ്ക്ക് വലിയ സ്ഥാനമുണ്ട്. കോൺഗ്രസ്സിന്റെയും കമ്മ്യൂണിസ്റ്റ് പാർട്ടിയുടെയും, പി.എസ്.പി യുടെയും ആഫീസുകൾ വിവിധകാലത്തായി ആ പീടികയുടെ "മാടത്തിൽ" (മട്ടുപ്പാവിൽ) പ്രവർത്തിച്ചിരുന്നു.

അതുപോലെ സാംസ്കാരികനിലയമായും, സ്പോർട്ട്സ് ക്ലബ്ബായും ആ കെട്ടിടത്തെ ഉപയോഗപ്പെടുത്തിയിരുന്നു. ഒരു കെട്ടിടത്തിന്റെ മുകൾത്തട്ടിനെയാണു ഇവിടെ മാടം എന്നു പറയുന്നത്. മുകൾത്തട്ടുള്ള വീടിനെ മാടപ്പുര എന്നും, മുകൾത്തട്ടുള്ള പീടികയെ മാടപ്പീടുക എന്നും പറയുന്നു.

ഈ നാട്ടിലെ ഒരു ധനാഢ്യനായിരുന്ന പാറക്കടവത്ത് മൊയ്തീൻ എന്നയാളെയാണു "മനക്കാക്കാരൻ" എന്നു വിളിക്കുന്നത്. മിനാക്കോയ് ദ്വീപിൽ വ്യാപാരിയായിരുന്ന പാറക്കടവത്ത് മൊയ്തീനു, കടൽയാനങ്ങളായ അനേകം ഉരുവും മഞ്ചുവും സ്വന്തമായുണ്ടായിരുന്നു. കൂടാതെ കരാറിനകത്ത് ഒരുപാടു തെങ്ങിൻതോപ്പുകളും പുരയിടങ്ങളും "മനക്കാക്കാരന്റെ" അധീനതയിൽ ഉണ്ടായിരുന്നു.

ഉദാരമതി, നിഷ്കളങ്കൻ എന്നൊക്കെ വിശേഷണങ്ങൾക്കർഹനായ മനക്കാക്കാരൻ 1970-ൽ അച്യുതമേനോൻ സർക്കാർ, ഭൂപരിഷ്കരണനിയമം നടപ്പാക്കിയപ്പോൾ അസംഖ്യം വരുന്ന കുടികിടപ്പുകാർക്ക് യാതൊരു തർക്കവും കൂടാതെ വീടും ഭൂമിയും പതിച്ചു നൽകിയ ഒരു മഹത് വ്യക്തിയാണ്. അദ്ദേഹത്തിന്റെ ഉടമസ്ഥതയിൽ പള്ളിത്തോടിന്റെ കരയിൽ നിലനിന്നിരുന്ന ഒരു മാടപ്പീടികയെയാണു മനക്കാക്കാരന്റെ പീടിക എന്നു പറയുന്നത്. അവിടെ യുക്തിവാദികളുടെ ഒരു യോഗം സംഘടിപ്പിക്കുവാൻ മുൻകൈയ്യെടുത്തത് കടലായിലെ, എ.വി.നാരായണനായിരുന്നു. ആ യോഗത്തിൽവെച്ച്, എ. ഗംഗാധരൻ പ്രസിഡണ്ടും സോമൻ കുറുവ സെക്രട്ടറിയും, കെ.സി പുരുഷോത്തമൻ ഖാജാൻജിയുമായി യുക്തിവാദി സംഘത്തിന്റെ കരാറിനകം യൂണിറ്റ് രൂപീകരിക്കപ്പെട്ടു. നാവത്ത് ഗംഗാധരൻ, പുഷ്പരാജൻ എന്നീ രണ്ടു കീഴുത്തള്ളി സ്വദേശികളും ആ സംരംഭത്തിനു വേണ്ടുന്ന ഒത്താശകൾ ചെയ്തു പോന്നവരാണ്. യുക്തിവാദി സംഘത്തിന്റെ യൂണിറ്റ് രൂപീകരണത്തോടനുബന്ധിച്ച് കുറുവ സ്കൂൾ പരിസരത്ത് യുക്തിവാദികളുടെ ഒരു പൊതുയോഗവും സംഘടിപ്പിക്കപ്പെടുകയുണ്ടായി. പ്രസിദ്ധ യുക്തിവാദിനേതാക്കളായ എം.ബി.കെ, ചിണ്ടൻ എന്നിവർ ആ യോഗത്തിലെ പ്രാസംഗികരായിരുന്നു. കേരളയുക്തിവാദി സംഘത്തിന്റെ അനിഷേധ്യരായ നേതാക്കളിലൊരാളായിരുന്നു മുണ്ടച്ചാലിൽ ബാലകൃഷ്ണൻ മാസ്റ്റർ എന്ന എം.ബി.കെ. ഭാരതീയപുരാണങ്ങളിൽ അപാരമായ പാണ്ഡിത്യമുള്ള എം.ബി.കെ, ആ കാലത്ത് കണ്ണൂരിലെ സാംസ്കാരികവേദികളിൽ എണ്ണപ്പെട്ട ഒരു പ്രാസംഗികനുമായിരുന്നു. എം.ബി.കെ കുറുവയിൽ അന്നു നടത്തിയ പ്രസംഗം നാട്ടുകാർക്ക് ഒരു പുതിയ അനുഭവമായിരുന്നു. ഭാരതീയ ദർശനങ്ങൾ ആസ്തികം മാത്രമല്ലെന്നും നാസ്തികം കൂടിയാണെന്നും, ബുദ്ധ-ജൈന, ചാർവാക ദർശനങ്ങളെ ഉദാഹരിച്ചുകൊണ്ടു എം.ബി.കെ.സമർത്ഥിച്ചു. ചില ഭാരതീയ ദർശനങ്ങൾ ആത്മീയജീവിതത്തിനു ഊന്നൽ നൽകുമ്പോൾ, മറ്റുചില ദർശനങ്ങൾ ഭൗതികജീവിതത്തിന്റെ പ്രാധാന്യത്തെയാണു ഊന്നിപ്പറയുന്നത്.

"യാവത് ജിവേൽ, സുഖം ജീവേൽ
ഋണം കൃത്യാകൃതം പിബേൽ
ഭസ്മീഭൂതസ്യദേഹസ്യ, പുനരാഗമനം കുതം?"

ഇതു ചാർവ്വാകന്റെ ലോകായദ ദർശനത്തിലെ വരികളാണ്. ജീവിതത്തോടുള്ള പ്രതിബദ്ധതയാണു ഈ വരികളിൽ അനാവൃതമാകുന്നത്. ജീവിക്കുന്ന കാലം വരെ സുഖമായി ജീവിക്കണമെന്നും മരിച്ചു ഭസ്മമായിക്കഴിഞ്ഞ ശരീരം തിരിച്ചു വരില്ലെന്നുമാണ് ഇതു നൽകുന്ന സന്ദേശം.

രാഷ്ട്രീയത്തിലും, സാമൂഹ്യ സേവനരംഗത്തും എത്ര ഉന്നതനിലവാരം വെച്ചു പുലർത്തുന്ന ജനങ്ങളായാലും, പരമ്പരാഗതമായ ആചാരങ്ങളും വിശ്വാസങ്ങളും അവ അനാചാരമാണെന്നും അന്ധവിശ്വാസമാണെന്നും ബോധ്യമായാൽപ്പോലും കണ്ണടച്ചു പിന്തുടരുന്ന ഒരു പ്രവണത ഏതൊരു സമൂഹത്തിലും കാണാവുന്നതാണ്. അത്തരം പ്രവണതകളെ പ്രചാരണത്തിലൂടെ തുറന്നു കാണിച്ച്, ബോധവൽക്കരിക്കുക എന്നതായിരുന്നു യുക്തിവാദിപ്രസ്ഥാനത്തിന്റെ രൂപീകരണംകൊണ്ട് പ്രവർത്തകർ ലക്ഷ്യമാക്കിയത്. അത്തരം ബോധവൽക്കരണത്തിന്റെ ആവശ്യകത എത്രമാത്രമുണ്ടെന്നുള്ളതിന് ആ കാലഘട്ടത്തിലും അതിനു മുമ്പും ഇവിടെ ആചരിക്കപ്പെട്ട ചില വിശ്വാസപരമായ ചടങ്ങുകൾ തന്നെ ഉദാഹരണം. അതിലൊന്നു ഇവിടെ വിശദമാക്കാം.

മലയാളം വായിക്കുന്ന പാമ്പ്

1962-ൽ, കുറുവ വായനശാലയുടെ പരിസരത്തുനിന്നും വിലങ്ങനെ, കടലായി നടവരെ ഒരു റോഡു നിർമ്മിക്കുവാൻ നാട്ടുകാർ തീരുമാനമെടുത്തു. അന്നു കുറുവയിൽ നിന്നു കടലായിയിലേക്ക് ഒരു കാളവണ്ടി പോകണമെങ്കിലും തോട്ടടയിലെ കക്കറ, കടലായി റോഡുവഴി മാത്രമേ സാധ്യമായിരുന്നുള്ളൂ. കുറുവയിൽ നിന്നും മേൽപ്പറഞ്ഞ കടലായി നടയിലേക്ക് കാൽനടയായി പോയിരുന്നത് ഇടവഴികളിലൂടെയും അന്യരുടെ വീട്ടുവളപ്പിലൂടെയുമായിരുന്നു. റോഡ് നിർമ്മിക്കാൻ മുൻകൈയെടുത്തത് കുറുവ, കടലായി ദേശങ്ങളിലെ പൗരപ്രമുഖരായിരുന്നു. വായനശാലയുടെ മുൻഭാഗത്തുള്ള വലിയ കുന്നിലൂടെ റോഡുണ്ടാക്കുക എന്നത് ആ കാലത്തു വലിയ പ്രയാസമുള്ള കാര്യമായിരുന്നു. സ്വകാര്യവ്യക്തികളിൽനിന്നു സ്ഥലം വിട്ടുകിട്ടുന്നതൊക്കെ ഇന്നത്തെപ്പോലെ അന്നും വലിയ കീറാമുട്ടിയായിരുന്നു. നാട്ടുകാരുടെ ശ്രമദാനം മാത്രമായിരുന്നു റോഡുനിർമ്മാണത്തിന്റെ മൂലധനം. റോഡുനിർമ്മാണക്കമ്മിറ്റിയിൽ ടി.പി കുഞ്ഞിരാമൻ, പി. കരുണാകരൻ, ആയാടത്തിൽ ഗോവിന്ദൻ, കെ.പി.ഗോവിന്ദൻ, കെ.പി അച്യുതൻ മുതലായവരൊക്കെയുണ്ടായിരുന്നു. സ്ഥലമെടുപ്പുമായി ബന്ധപ്പെട്ട പ്രശ്നങ്ങളൊക്കെ ബന്ധപ്പെട്ട കക്ഷികളുമായി നിരന്തരമുള്ള ചർച്ചയിലൂടെ ഒരുവിധം പരിഹരിക്കപ്പെട്ടു കഴിഞ്ഞെങ്കിലും റോഡു പണി തുടങ്ങാൻ നേരത്ത് വിചിത്രമായ മറ്റൊരു കീറാമുട്ടി കമ്മിറ്റിക്കാരുടെ മുമ്പിൽ വന്നുപെട്ടു. പണ്ടുകാലത്ത് ചിലതരം ഇടവഴികളെയും പറമ്പിന്റെ മൂലകളെയും, പാമ്പിന്റെ അധിവാസമുണ്ടെന്നു പറഞ്ഞു മാറ്റിനിർത്തിയിരുന്നു. അത്തരം സ്ഥലങ്ങളിലൂടെ വഴി നടക്കാൻ ആളുകൾ തയ്യാറായിരുന്നില്ല. മാത്രമല്ല അത്തരം സ്ഥലങ്ങൾ അശുദ്ധമാക്കരുതെന്നും മുതിർന്നവർ മറ്റുള്ളവരെ ഉപദേശിക്കാറുമുണ്ട്.

അത്തരത്തിലുള്ള ഒരു സ്ഥലം റോഡ് നിർമ്മിക്കുവാൻ തീരുമാനിച്ച വഴിയിൽ ഉണ്ടായിരുന്നു. ഇത്തരം സന്ദർഭങ്ങളിൽ നാട്ടിലെ നടപ്പു സമ്പ്രദായം ഏതെങ്കിലും നാഗക്കാവിൽ പോയി വിവരം പറഞ്ഞു പരിഹാരം തേടുക എന്നതായിരുന്നു.

ഒരു ദിവസം കാലത്ത് റോഡ് നിർമ്മിക്കേണ്ടുന്ന ഇടവഴിയിൽ ചോക്ക് കൊണ്ട് എഴുതിയ ഒരു മലയാളം ബോർഡ്, പ്രത്യക്ഷപ്പെട്ടു. അതിൽ ഇപ്രകാരം എഴുതിയിരിക്കുന്നു. "ഓം, കണ്ണൂർ ജില്ല മേപ്പടി താലൂക്ക് എടയ്ക്കാട് അംശം, കരാറിനകം ദേശം, കുറുവയിൽ നിന്നും, കടലായി നടയിലേക്ക്, പൊതുജനങ്ങളുടെ ആവശ്യാർത്ഥം ഒരു നിരത്ത് നിർമ്മിക്കുവാൻ നാട്ടുകാർ തീരുമാനിച്ചിരിക്കുന്നു. ആയതിനാൽ, ആ നിരത്തുപോകുന്ന സ്ഥലങ്ങളിലും പരിസരങ്ങളിലും, കാലാകാലങ്ങളായി കുടിപാർത്തുവരുന്ന നാഗശ്രേഷ്ഠന്മാർ, ആ ഭാഗത്ത് നിന്നു മറ്റൊരു സ്ഥലത്തേക്ക് ഒഴിഞ്ഞുപോയി, നാട്ടുകാരുടെ സദുദ്യമം നിറവേറ്റിത്തരണമെന്നു താണുകേണു അപേക്ഷിച്ചുകൊള്ളുന്നു. ഇതിന്റെ പേരിൽ നിങ്ങൾക്കുണ്ടാകുന്ന കഷ്ടനഷ്ടങ്ങൾ, ഗുരുക്കന്മാർകാവിലെ നാഗസ്ഥാനത്ത് വെള്ളികൊണ്ടുള്ള ഒരു മുട്ട ഒപ്പിച്ചും പൂജകളും മറ്റു വഴിപാടുകളും കഴിപ്പിച്ചും പരിഹരിക്കുന്നതാണെന്നും കൂടി അറിയിച്ചുകൊള്ളുന്നു.

എന്ന് കുറുവ,
കടലായി നിരത്തു നിർമ്മാണക്കമ്മിറ്റി

ഒപ്പ്

ബോർഡ് കെട്ടിത്തൂക്കിയതിന്റെ ഏഴാം ദിവസം, മേൽപ്പറഞ്ഞ ഗുരുക്കന്മാർ കാവിൽനിന്നു ഒരു കർമ്മി വന്നു, കോടിമുണ്ടു തറ്റുടുത്ത്, നിലത്തിരുന്നു, ചില മന്ത്രങ്ങൾ ചൊല്ലിയതിനു ശേഷം വിവാദസ്ഥലത്തെ കാട്ടുചെടികളും വള്ളിപ്പടർപ്പുകളും കൊടുവാളുപയോഗിച്ച് വെട്ടിമാറ്റി. ഇങ്ങനെ മലയാളത്തിൽ ബോർഡെഴുതി തൂക്കുകയും ചില മന്ത്രങ്ങളും ജപിക്കുന്നതോടെ സ്ഥിരതാമസക്കാരായ "നാഗശ്രേഷ്ഠന്മാർ" "പൃഷ്ടത്തിലെ" പൊടിയും തട്ടിപ്പോകുമെന്നാണു അന്നത്തെ വിശ്വാസം!

ജനങ്ങളുടെ പെരുമാറ്റമില്ലാത്ത സ്ഥലത്താണ്, പാമ്പുകളെ സംബന്ധിച്ചിടത്തോളം സുരക്ഷിതസ്ഥാനം. പ്രതികൂല സാഹചര്യം ഉണ്ടാകുമ്പോൾ മറ്റേതൊരു ജീവിയേയും പോലെ പാമ്പുകളും സുരക്ഷിതസ്ഥാനങ്ങളിലേക്ക് ഒഴിഞ്ഞുപോകുന്നു. പാമ്പുകളെ ആരാധനയുമായി ബന്ധപ്പെടുത്തിയത് മനുഷ്യന്റെ ഭയം കാരണമാണ്. ആ ഭയത്തെ ക്ഷേത്രങ്ങൾ ചൂഷണത്തിനു വേണ്ടി ഉപയോഗപ്പെടുത്തുന്നു. ആ കാലത്തു ഈ നാട്ടിലെ സാക്ഷരതാനിലവാരം അമ്പതു ശതമാനമായിരുന്നു. സ്ത്രീകളുടെ സാക്ഷരതാനിലവാരമാണെങ്കിൽ അതിലും താഴെയായിരുന്നു. സാക്ഷരരായ ആളുകളിൽ ത്തന്നെ, കരാറിനകം എന്നത്, "കരിനാഗം" എന്നു വായിക്കുന്നവരായിരുന്നു കൂടുതലും. പണ്ടത്തെ പൊതുയോഗനോട്ടീസുകളുടെ അടിയിൽ,

യോഗത്തിനു ഉച്ചഭാഷിണിയുണ്ടായിരിക്കും എന്നെഴുതാറുണ്ടായിരുന്നു. അതു പലരും വായിച്ചു മനസ്സിലാക്കുന്നത്, യോഗത്തിനു ഉച്ചഭക്ഷണമുണ്ടായിരിക്കുമെന്നായിരുന്നു. ജനങ്ങളിൽ പകുതിയോളം പേർ നിരക്ഷരകുക്ഷികളായിക്കഴിഞ്ഞുകൂടുന്ന കാലത്ത് കാർഡ് ബോർഡിൽ ചോക്കു കൊണ്ട് ആധാരമെഴുത്തുപോലെ മലയാളമെഴുതിയത് വായിച്ചു മനസ്സിലാക്കി, പാമ്പുകൾ ഒഴിഞ്ഞുപോകുമെന്നുള്ള വിശ്വാസം കുറച്ചു കടന്നതായിപ്പോയി. വിശ്വാസവും യുക്തിയും രണ്ടും രണ്ടാണെന്ന വാദിച്ചാൽ പോലും, ഇതു ദുരാചാരം തന്നെയാണ്. സാമാന്യബുദ്ധിക്കു നിരക്കാത്ത ഇത്തരം ആചാരങ്ങൾ മാറുക തന്നെ വേണം. ഇത്തരം അന്ധവിശ്വാസങ്ങളാണ് യുക്തിവാദി സംഘടനയുടെ ഒരു യൂണിറ്റ് രൂപീകരണത്തിനു കാരണമായിത്തീർന്നത്.

ആൾ ദൈവം കരാറിനകത്ത്

ആ കാലത്ത് ഒരു ആൾ ദൈവവും കരാറിനകത്ത് അവതരിക്കുകയുണ്ടായി. “ജിന്നു” എന്നാണു അയാൾ സ്വയം പരിചയപ്പെടുത്തിയിരുന്നത്. മാംഗ്ലൂർ ഗണേഷ് ബിഡിക്കമ്പനിയിൽ ജോലി ചെയ്തുകൊണ്ടിരുന്ന ഒരു തൊഴിലാളിയാണ് ഒരു സുപ്രഭാതത്തിൽ “ജിന്നായി” അവതാരമെടുക്കുന്നത്. ശരിക്കും മലയാളം പോലും സംസാരിക്കാനറിയാത്തയാൾ ഇംഗ്ലീഷും ഹിന്ദിയും സംസാരിക്കുന്നു. ഏത് മാറാരോഗത്തിനും ചികിത്സ നിർദ്ദേശിക്കുന്നു. മനുഷ്യനെ അലട്ടിക്കൊണ്ടിരിക്കുന്ന ശാരീരികവും, മാനസികവുമായ എല്ലാ പ്രശ്നങ്ങൾക്കും ജിന്നിന്റെ കൈവശം ഒറ്റമൂലിയുണ്ട്. അത്ഭുതസിദ്ധിയുള്ള ജിന്നിനെ അന്വേഷിച്ച് അശരണരായ ആളുകൾ, അന്യജില്ലകളിൽ നിന്നുപോലും അഭയാർത്ഥികളെപ്പോലെ കരാറിനകത്ത് പ്രവഹിച്ചുകൊണ്ടിരുന്നു. തന്നെക്കാണാൻ വീട്ടിൽ ആരെങ്കിലും വരുന്ന സമയത്ത് ജിന്ന്, നടുമുറിയിൽ വാതിലടച്ചു ധ്യാനനിരതനാകുന്നു. പിന്നീടു പുതച്ചു മൂടി പുറത്തേക്ക് വരുന്ന ജിന്നു, ആഗതന്റെ മുമ്പിൽ സാഷ്ടാംഗം കുമ്പിടുന്നു. ആ സമയത്ത് ജിന്നിന്റെ വായിൽ നിന്നും നുരയും പതയും വന്നുകൊണ്ടിരിക്കും. വെളിപാടു വരാൻ സമയമായിരിക്കുന്നു എന്നതിന്റെ ലക്ഷണമാണത്രെ ഈ നുരയും പതയും. ഉടനെ ജിന്നു വന്നയാളെ അലട്ടിക്കൊണ്ടിരിക്കുന്ന പ്രശ്നങ്ങൾ ഓരോന്നോരോന്നായി, ഇടയ്ക്കിടയ്ക്ക് ഹിന്ദിയും ഇംഗ്ലീഷും ചേർത്ത് “കാച്ചി വിടുന്നു.” വന്നവരെ സംബന്ധിച്ചെടുത്തോളം അത്ഭുതകരമായ അനുഭവമായിരിക്കും ഇത്. കാരണം അവരെ അലട്ടിക്കൊണ്ടിരിക്കുന്ന പ്രശ്നങ്ങളാണു ജിന്നിൽനിന്നു അനർഗളം നിർഗളിക്കുന്നത്. പ്രശ്നത്തിന്റെ പരിഹാരത്തിനായുള്ള ചില നിർദ്ദേശങ്ങളും മരുന്നിന്റെ കുറിപ്പടികളും ചിലപ്പോൾ മരുന്നു തന്നെയും നൽകി, ദക്ഷിണയും വാങ്ങി ജിന്നു വീണ്ടും നടുമുറിയിൽ കയറി വാതിലടക്കുന്നു. വന്നവർ തങ്ങളുടെ പ്രശ്നത്തിനു പരിഹാരമായി എന്നു ഉറച്ചു വിശ്വസിച്ച്, അതിയായ സന്തോഷത്തോടെ തിരിച്ചു പോകുന്നു. കാരണം ജിന്നിനോടു എന്തു പറയുവാനാണോ ജനങ്ങൾ വരുന്നത്, അതുതന്നെ വന്നവരോടു ജിന്ന് തിരിച്ച് പറയുമ്പോൾ ആരാണു വിശ്വസിക്കാതിരിക്കുക!

ജിന്നിന്റെ അത്ഭുതസിദ്ധികൾ നാടൊട്ടുക്കും ചർച്ചാവിഷയമായി. എത്രയോ മാറാരോഗങ്ങൾ ജിന്നു സുഖപ്പെടുത്തിയതായി ആസ്ഥാന ശിങ്കിടികൾ പലരും സാക്ഷ്യപ്പെടുത്തി. ചിലരാകട്ടെ നൂറുനാവിട്ടു ജിന്നിനു സ്തുതിപാടി. ചിലർ, ജിന്നു ദൈവം തന്നെയാണെന്നു സർട്ടിഫിക്കറ്റ് നൽകി. ഈ സന്ദർഭത്തിൽ നാട്ടിലെ യുക്തിവാദികളായ ചില ചെറുപ്പക്കാർ ജിന്നിന്റെ ദിവ്യാത്ഭുതം അനാവരണം ചെയ്യാൻ തയ്യാറായി മുന്നോട്ടു വന്നു. അവരാണു ജിന്നിന്റെ കള്ളിവെളിച്ചെത്തുകൊണ്ടുവന്നത്. ജിന്നിന്റെ വീടു ഗ്രാമത്തിലെ പൊതുവഴിയിൽനിന്നും വളരെ അകലെയായിരുന്നു സ്ഥിതി ചെയ്തിരുന്നത്. ഒരു ചായപ്പീടികയല്ലാതെ ആ പ്രദേശത്തു മറ്റു പീടികകളൊന്നും ഉണ്ടായിരുന്നില്ല. പല നാടുകളിൽ നിന്നും ജിന്നിന്റെ അത്ഭുതകഥകൾ കേട്ടു പ്രശ്നപരിഹാരം തേടിവരുന്നവർ ബസ്സിറിങ്ങി കുറേ ദൂരം നടന്നതിനുശേഷം എത്തിപ്പെടുന്നത് മേൽ സൂചിപ്പിച്ച ചായപ്പീടികയുടെ മുന്നിലായിരിക്കും. ആ ചായപ്പീടികയിൽ എല്ലാസമയത്തും ജിന്നിന്റെ സിൽബന്തികൾ സന്നിഹിതരായിരിക്കും. ആരെങ്കിലും ജിന്നിന്റെ വീടു അന്വേഷിച്ച് ചായപ്പീടികയിലെത്തിയാൽ ആദ്യം ബന്ധപ്പെടുന്നത്,. ഈ പറഞ്ഞ സിൽബന്തികളിൽ ആരെങ്കിലുമായിരിക്കും. അവർ, സ്വാഭാവികമായ അന്വേഷണമെന്ന നിലയ്ക്ക്, വരുന്നവരോട് നാടും ,വീടും അലട്ടുന്ന പ്രശ്നം, നിലവിൽ ചെയ്തുകൊണ്ടിരുന്ന ചികിത്സ മുതലായ കാര്യങ്ങളെല്ലാം ചോദിച്ചു മനസ്സിലാക്കും. എന്നിട്ടു ജിന്നിന്റെ വീടു പറഞ്ഞുകൊടുത്ത് അങ്ങോട്ടേക്ക് പറഞ്ഞുവിടും. പിന്നിട്ട സിൽബന്തി, ചായപ്പീടികയുടെ പിറകുവശത്തുകൂടിയുള്ള ഊടുവഴിയിലൂടെ ധൃതിയിൽ നടന്നു, ജിന്നിന്റെ വീടിന്റെ പിറകുവശത്തെത്തി, മുറിയിൽ വാതിലടച്ചിരിക്കുന്ന ജിന്നിനോട് ചോദിച്ചറിഞ്ഞ കാര്യങ്ങൾ മുഴുവൻ വിളമ്പുന്നു. ആ വിവരം വെച്ചിട്ടാണ് ജിന്നു ആഗതരോടു മുറി ഹിന്ദിയും ഇംഗ്ലീഷും ചേർത്തു വെളിപാടുകൾ തട്ടിവിടുന്നത്. ഒരാൾക്ക് കുറെപ്പേരെ കുറെക്കാലത്തേക്ക് കബളിപ്പിക്കുവാൻ സാധിക്കും. എല്ലാവരെയും എല്ലാകാലത്തും കബളിപ്പിക്കാൻ പറ്റുകയില്ലല്ലോ? ജിന്നു മുറി ഹിന്ദിയും ഇംഗ്ലീഷും തട്ടിവിടുന്നതും മരുന്നും കുറിപ്പടികളും നൽകുന്നതുമെങ്ങിനെയെന്നല്ലേ? ജിന്നു പൂർവ്വാശ്രമത്തിൽ ഒരു ബീഡിത്തൊഴിലാളിയായിരുന്നുവെന്നു പറഞ്ഞുവല്ലോ? ആ കാലത്തു ബീഡിത്തൊഴിലാളികളുടെ ഇടയിൽ ഹിന്ദി പഠിക്കുന്നവർ ധാരാളമുണ്ടായിരുന്നു. ജോലി സമയത്തു അവരിൽ നിന്നു തെറിച്ചുവീഴുന്ന മുറി ഹിന്ദിയാണു ജിന്നിനു മുതൽ കൂട്ടായത്. അന്നത്തെ ബീഡി ബ്രാഞ്ച് എന്നു പറഞ്ഞാൽ ഒരു വായനശാലയേക്കാൾ വായന നടക്കുന്ന സ്ഥലമായിരുന്നു. ആ വായന കേട്ട് സ്വായത്തമാക്കിയതായിരിക്കണം ഏതാനും ഇംഗ്ലീഷുവാക്കുകൾ.

പറമ്പ് ഓഹരിവെക്കാൻ നിർബന്ധിക്കുന്ന പ്രേതം

ആളുകൾക്ക് പ്രേതം കൂടുന്നത് പണ്ടുകാലത്ത് ഇവിടെ സർവ്വസാധാരണമായിരുന്നു. രാത്രി എല്ലാവരും കൂർക്കം വലിച്ചുറങ്ങുന്ന നേരത്തായിരിക്കും പ്രേതം വന്നു വീട്ടിലുള്ള ഏതെങ്കിലും ഒരംഗത്തെ പിടികൂടുക. മിക്കവാറും

സ്ത്രീകളെയായിരിക്കും പ്രേതം വന്നുപിടികൂടുന്നത്. ഉറക്കത്തിൽ ഞെട്ടിയുണർന്നു അസാധാരണരീതിയിൽ പെരുമാറുക, വെളിപാടു വന്നവരെപ്പോലെ സംസാരിക്കുക, അസാധ്യമായ കാര്യങ്ങൾ ആവശ്യപ്പെടുക, ആവലാതികൾ പറയുക ഇവയൊക്കെ ഒരാളിൽ കാണുമ്പോഴാണ് ഇതു പ്രേതബാധയാണെന്നു തീരുമാനിക്കുന്നത്. പ്രേതം കൂടിയ വ്യക്തിയോടു മറ്റുള്ളവർ സംസാരിക്കുന്നത്, ആ വ്യക്തിയോടെന്ന നിലയിലല്ല. മറിച്ച് ആ വ്യക്തിയുടെ ശരീരത്തിൽ പ്രവേശിച്ച അപരവ്യക്തിയോടെന്ന നിലയിലാണ്. ഉദാഹരണത്തിനു പ്രേതം കൂടിയത് ഭാര്യയ്ക്കാണെങ്കിൽ, ഭർത്താവ് ചോദിക്കുക, "നിങ്ങൾ ആരാണ്? നിങ്ങൾക്കെന്താ വേണ്ടത്?" എന്ന മട്ടിലായിരിക്കും. നീ എന്നാണു ഇവിടെ ഭാര്യമാരെ ഭർത്താക്കന്മാർ സംബോധന ചെയ്യുന്നത്. നിങ്ങൾ എന്ന ബഹുവചനം ചേർത്തു ഏതെങ്കിലും ഭർത്താവ് ഭാര്യയെ സംബോധന ചെയ്യുന്നുണ്ടെങ്കിൽ അതു ഭാര്യയ്ക്ക് പ്രേതം കൂടിയ സമയത്ത് മാത്രമായിരിക്കും. പ്രേതം കൂടിയവരോടു മറ്റുള്ളവർ, ആചാരമര്യാദയോടെയാണു പെരുമാറുക. നിലവിളക്ക് കത്തിച്ചുവെക്കലും, ആണിയില്ലാപ്പലകമേൽ ഇരുത്തിക്കലും, ഇളനീർ കുടിപ്പിക്കലുമൊക്കെ അതിന്റെ ഭാഗമാണ്. ഇളനീർ കുടിക്കുവാൻ ആഗ്രഹം തോന്നുമ്പോളാണു ചില സ്ത്രീകൾക്ക് പ്രേതം കൂടുന്നതെന്നു ഇവിടെ ചിലർ തമാശ പറയാറുണ്ട്.

ഇളനീർ കുടിപ്പിച്ചതിന്നു ശേഷം വീട്ടിലെ മുതിർന്നയാൾ ഭവ്യതയോടെ ചോദിക്കും. "നിങ്ങളാരാണു? നിങ്ങൾക്കെന്താ വേണ്ടത്? ഞാളെ ബുദ്ധിമുട്ടിക്കാണ്ടു നിങ്ങൾക്ക് ഒയിഞ്ഞുപോയിക്കൂടെ?"

'ഞാൻ പോകാം അനക്ക് കൊറെ വെശമങ്ങളുണ്ട്"

എന്താണു നിങ്ങളെ വെശമം?

"വല്ല്യച്ചനുള്ളേരം, തെക്കേക്കുന്നുമ്പ്രം കരിഞ്ചിപ്പെണ്ണിനു കൊടുക്കുന്നു പറഞ്ഞിനേനും" പറമ്പിന്റെ പാർട്ടീഷനെക്കുറിച്ചാണു പ്രേതം ഉരിയാടുന്നത്. ഇപ്പോഴാണു വീട്ടുകാർക്ക് പ്രേതം ആരാണെന്നു മനസ്സിലാകുന്നത്. "ഓ പാഞ്ചാലിത്താച്ചിയാണോ?" "തെക്കേക്കുന്നുമ്പ്രം കരിഞ്ചിപ്പെണ്ണിനുതന്നെ കൊടുക്കും. അതു എയ്ത്ത്കാരൻ കുഞ്ഞിരാമൻ, തിരക്കിലായത് കൊണ്ടാണു താമസിക്കുന്നത്."

"എന്നാ, എനി നിങ്ങക്ക് പോയിക്കൂടെ?"

"ഞാൻ പോകാം. ഞാൻ പോകാൻ വന്നതു തന്നെയാ"

"നിങ്ങൾ പോയി എന്നതിനു എന്താണു അടയാളം?"

"അടയാളം, ചെമ്പകമരത്തിലുണ്ടാകും"

പിറ്റേന്നു കാലത്തു ചെന്നു നോക്കിയാൽ ചെമ്പകത്തിന്റെ ഏതെങ്കിലുമൊരു കൊമ്പ് ഒടിഞ്ഞിട്ടുണ്ടാകുമത്രെ! അതാണു പ്രേതം ഒഴിഞ്ഞു പോയി എന്നതിന്റെ അടയാളം. എല്ലാ പ്രേതങ്ങളും ഇങ്ങിനെ ഇളനീർ സൽക്കാരവും മോഹനസുന്ദരവാഗ്ദാനങ്ങളും കേട്ടു ഒഴിഞ്ഞുപോയെന്നു വരില്ല. പലപ്പോഴും മന്ത്രവാദികളെക്കൂട്ടിക്കൊണ്ടു വന്നു ചില കർമ്മങ്ങൾ

നടത്തേണ്ടിയും വരും. രണ്ടു സമുദായക്കാർ ഇവിടെ പ്രേതമൊഴിപ്പിക്കാറുണ്ട്. ഒന്നു ഗണകസമുദായക്കാരും മറ്റൊന്നു മലയസമുദായക്കാരും. ഗണകസമുദായക്കാർ രാശിചക്രം വരച്ച് കവിടികൾ നിരത്തി, കുറെ ചോദ്യങ്ങൾ ചോദിച്ചാണു പ്രേതത്തെ ഒഴിപ്പിക്കുന്നത്. മലയസമുദായക്കാർ ആഭിചാര ക്രിയ നടത്തിയാണു പ്രേതത്തെ ഒഴിപ്പിക്കുന്നത്.

ചെറിയമ്മയ്ക്ക് പ്രേതം വന്നപ്പോൾ

എന്റെ ചെറിയമ്മയെ ബാധിച്ച പ്രേതത്തെ ഒരു ഗുരുക്കൾ വന്നു ഒഴിപ്പിക്കുന്നത് നേരിട്ടു കണ്ട ഒരു കുട്ടിക്കാല അനുഭവവും വിവരിക്കാം. ചെറിയമ്മയെ പ്രേതം ശല്യം ചെയ്യാൻ തുടങ്ങിയിട്ടു നാളുകൾ പലതായെങ്കിലും വീട്ടുകാരാരും അതു അത്ര കാര്യമായെടുത്തില്ല. അങ്ങനെയായപ്പോൾ ചെറിയമ്മ തന്നെ ഒരു ഗുരിക്കളുടെ അടുത്തുചെന്നു കാര്യം പറഞ്ഞു. ഒരു ദിവസം സന്ധ്യാസമയത്തു ഗുരിക്കൾ കവിടി സഞ്ചിയും തൂക്കി, പരികർമ്മികളേയും കൂട്ടി വീട്ടിൽ വന്നു കേറി. ഇറയത്ത് ചാണകം തേച്ച തറയിൽ രാശിചക്രം വരച്ച് ഗുരിക്കൾ കവിടി നിരത്തി. മറ്റൊരു വലിയ കളം വരച്ച് ചെറിയമ്മയെ ഇരുത്തി. നിലവിളക്കും മറ്റു പൂജാസാമഗ്രികളും അടുത്തടുത്തായി വിന്യസിച്ചു. അഗർബത്തി, സാമ്പ്രാണി, കുന്തിരിക്കം മുതലായ ധൂമക്കുറ്റികൾ മുറിയിൽ എരിഞ്ഞുകൊണ്ടിരുന്നു. അവയിൽ നിന്നുയരുന്ന പുകയും ഗന്ധവും വീടിനെ ചന്ദനക്കുടം നേർച്ച നടക്കുന്ന പള്ളിപോലെ പരിമളപൂരിതമാക്കി. പ്രേതം വരുന്നത് ലൈവായി കാണാൻ ബന്ധുജനങ്ങളും അയൽവാസികളും വീട്ടിൽ വന്നു തമ്പടിച്ചു. രാശിചക്രത്തിൽ കവിടികൾ അങ്ങോട്ടുമിങ്ങോട്ടും നീക്കിക്കൊണ്ടു ഗുരിക്കൾ ചെറിയമ്മയോടു ചില ചോദ്യങ്ങൾ ചോദിക്കുന്നു. അഴിഞ്ഞ മുടിയുമായി, ഇരുന്ന ഇരുപ്പിൽ ആടിക്കൊണ്ട് ചെറിയമ്മ എന്തെല്ലാമോ ഉത്തരം പറയുന്നു. ചെറിയമ്മയുടെ ഉരിയാട്ടു കേൾക്കുവാൻ, ചുറ്റും കൂടിനിന്നവരെല്ലാം കാതുകൂർപ്പിച്ച് നിന്നു. വീടു ഒരു തെയ്യക്കാവിൻമുറ്റം പോലെ ഭക്തിസാന്ദ്രം. അങ്ങിനെയിരിക്കുന്ന സമയത്തിങ്കൽ അംഗാ സ്പിന്നിങ്ങ് മില്ലിൽ നിന്നും ഫസ്റ്റ് ഷിഫ്റ്റ് കഴിഞ്ഞു അമ്മാവൻ വന്നു കേറുന്നു. അസാധാരണമായി വീടു നിറയെ ആളുകൾ നിരന്നു നിൽക്കുന്നത് കണ്ടു അമ്മാവൻ ആദ്യമൊന്നമ്പരന്നിരിക്കണം. പ്രേതത്തിൽ വിശ്വാസമില്ലാത്തയാളും ക്ഷിപ്രകോപിയുമായ അമ്മാവനു വീട്ടിൽ കണ്ട കാഴ്ചകളൊക്കെ സഹിക്കാൻ കഴിയുന്നതിനും അപ്പുറമായിരുന്നു. പിന്നെ കണ്ടത് എം.എൻ നമ്പ്യാരുടെ തമിഴ് സിനിമ. ഒരു ചവിട്ടിനു നിലവിളക്ക് വാഴത്തടിപോലെ കടപുഴകി വീഴുന്നു. മുരുട വെള്ളം ഇടവപ്പാതിപോലെ ചെറിയമ്മയുടെ തലയിൽ പെയ്തിറങ്ങുന്നു. വലംപിരി ശംഖ് മുറിയുടെ ചുമരിനോടേറ്റു തകർന്നടിയുന്നു. ഇളനീർ വീടിന്റെ ഇറം കല്ലിൽ അടിച്ചുടക്കുന്നു. ഭസ്മത്തട്ട് ഫ്ളൈയിങ്ങ് സ്വാസർപോലെ പറന്നുപോകുന്നു. ഭസ്മധൂളികൾ കൊണ്ടു ആർക്കും കണ്ണുകാണാത്ത അവസ്ഥ. ഗുരിക്കളും സിൽബന്തികളും പേടിച്ച് വിറച്ച് കവിടി സഞ്ചിപോലും എടുക്കാതെ ഇറങ്ങിയോടി. സംഗതി പന്തിയല്ലെന്നു മനസ്സിലാക്കിയ അയൽവാസികളും

നിരാശയോടെ ഓരോരുത്തരായി പുറത്തേക്കിറങ്ങി. ഏതാനും നിമിഷം കൊണ്ടു വീടു പൂരം കഴിഞ്ഞപറമ്പ് പോലെ അലങ്കോലമായി. ചെറിയമ്മ കരയ്ക്ക് പിടിച്ചിട്ട കക്കുമൻ സ്രാവിനെപ്പോലെ നിലത്ത് കമിഴ്ന്നു കിടന്നു ഏങ്ങലടിക്കുന്നു. എല്ലാവരും അമ്മാവനെ പിരാകി. കാരണം വീട്ടിൽ വന്നു കയറിയ പ്രേതഗുരുകാരണവന്മാരെയാണല്ലോ, അമ്മാവൻ നിഷ്കരുണം ആട്ടിപ്പായിച്ചിരിക്കുന്നത്. അയൽവാസികൾക്കാണ് അമ്മാവനോടു വലിയ നീരസം തോന്നിയത്. കാരണം ആരാന്റെ അമ്മക്ക് ഭ്രാന്ത് പിടിച്ചാൽ കാണാൻ നല്ല രസമായിരിക്കുമല്ലോ? എന്നാൽ എന്റെ അമ്മ മാത്രം അമ്മാവനെ കുറ്റമൊന്നും പറഞ്ഞില്ല. അവർ പറഞ്ഞത്, "പ്രേതം കൂടലൊക്കെ ചെറിയമ്മ മനഃപൂർവ്വം നടത്തുന്ന നാടകമാണെന്നായിരുന്നു. മരിച്ചവരൊന്നും പ്രേതമായോ, അല്ലാതെയോ, കർക്കടവാവിന് കടലക്കപ്പായസം കുടിക്കാൻ മടങ്ങിവരില്ലെന്നുമായിരുന്നു." ഇതുതന്നെയല്ലെ തുടക്കത്തിൽ ഉദ്ധരിച്ച ചാർവാകശ്ലോകത്തിന്റെയും അർത്ഥം. "ഭസ്മമായിത്തീർന്നദേഹം എങ്ങനെ തിരിച്ചുവരാനാണ്?" ഇവിടെ യുക്തിചിന്തയുടെ വേരുകൾ വളരെ ആഴത്തിലാണു നിലകൊള്ളുന്നതെന്നു സൂചിപ്പിക്കുവാൻ മാത്രമാണ് ഇത്രയും കാര്യങ്ങൾ പറയാനിടയായത്.

കടലായിപ്പറമ്പ് എന്ന പ്രേതപ്പറമ്പ്

പ്രേതഭൂതാദികൾ പൊതുസമ്മേളനം കൂടുന്ന ഒരു സ്ഥലമായിരുന്നു പണ്ടുകാലത്ത് കടലായിപ്പറമ്പ്.

കിഴക്ക് ഇല്ലിക്കുന്നുമുതൽ പടിഞ്ഞാറ് കടലായിക്കോട്ടമ്മൽ വരെ കണ്ണെത്താത്ത ദൂരത്തോളം നീണ്ടുകിടക്കുന്ന ഈ പാറപ്പറമ്പിന്, കരാറിനകത്തോളംത്തന്നെ നീളമുണ്ട്. ആന ചരിഞ്ഞത് പോലെ തോന്നിക്കുന്ന കരിംപാറക്കെട്ടുകളും കൂടാരങ്ങൾപോലെ നിലത്തു ചാഞ്ഞുനിൽക്കുന്ന പറങ്കിമാവുകളും പാമ്പുകൾ ഇഴയുന്നതുപോലെ വളഞ്ഞു പുളഞ്ഞു നീളുന്ന പരശതം പെരുവഴികളുമുള്ള കടലായിപ്പറമ്പിനെപ്പറ്റി, പ്രേതഭവനത്തിന്നുള്ളറകൾ എന്നതു പോലുള്ള ഒരു നിഗൂഢത നാട്ടുകാരുടെ മനസ്സിൽ രൂഢമൂലമായിരുന്നു. പ്രേതങ്ങൾ മനുഷ്യരുടെമേൽ അധീശത്വം സ്ഥാപിച്ച സ്ഥലം എന്നു കരുതപ്പെട്ടുപോന്നിരുന്ന കടലായിപ്പറമ്പിനെക്കുറിച്ച്, പണ്ടുകാലത്ത് പ്രചരിപ്പിക്കപ്പെട്ടിരുന്ന ഐതിഹ്യങ്ങൾക്കും കെട്ടുകഥകൾക്കും കയ്യും കണക്കുമില്ല. മാടൻ, മറുത, ഭൂതം, കുട്ടിച്ചാത്തൻ, വീരൻ, ഗുളികൻ, ബ്രഹ്മരക്ഷസ്സ്, ഒടിയൻ, ഒറ്റമുലച്ചി, പന്ത്രണ്ടുമണികല്ല്യാണി തുടങ്ങി ആൺവർഗ്ഗവും പെൺവർഗ്ഗവും അവർണ്ണരും സവർണ്ണരും സ്വദേശികളും വിദേശികളുമായ ഭൂതപ്രേതാദികൾ രാത്രിയും പകലുമെന്നില്ലാതെ, ഈ പറമ്പിൽ സ്വൈരവിഹാരം നടത്താറുണ്ടത്രെ. ആ പ്രേതാത്മാക്കൾ പറമ്പിലൂടെ യാത്ര പോകുന്നവരെ വഴിതെറ്റിക്കുമെന്നും കൊലപാതകമുൾപ്പെടെയുള്ള ശിക്ഷാനടപടികൾ കൈക്കൊള്ളുമെന്നുമൊക്കെയും പ്രചരിപ്പിക്കപ്പെട്ടിരുന്നു. ആയതിനാൽ പകൽപോലും ജനങ്ങൾ ആ പറമ്പിലൂടെ യാത്ര പോകുവാൻ വിമുഖത പ്രകടിപ്പിച്ചിരുന്നു. കടലായിപ്പറമ്പിലൂടെ പ്രത്യേകിച്ചും, സന്ധ്യാ

സമയത്ത് ആരും യാത്ര ചെയ്യരുതെന്ന്, തറവാട്ടിലെ മുതിർന്നവർ ഇളമുറക്കാരെ ഉപദേശിക്കാറുമുണ്ടായിരുന്നു. പ്രത്യക്ഷത്തിൽ വലിയ അസുഖമൊന്നുമില്ലാത്തവർ ആരെങ്കിലും പെട്ടെന്നു മരണപ്പെട്ടുപോയാൽ "അതു കടലായിപ്പറമ്പിലൂടെ മയ്യാലക്ക് വഴി പോയത് കാരണം, വീരന്റെയോ, ഗുളികന്റെയോ, ബ്രഹ്മരക്ഷസ്സിന്റെയോ വരവിൽപ്പെട്ടുപോയിട്ടാണെന്നാണു" പറയാറുള്ളത്. അതുകൊണ്ടു വളരെ അത്യാവശ്യകാര്യത്തിനുമാത്രമേ ആളുകൾ കടലായിപ്പറമ്പിൽ പ്രവേശിച്ചിരുന്നുള്ളൂ.

പ്രേതഭയം കാരണം മനുഷ്യർ സഞ്ചരിക്കുവാൻ മടിച്ചിരുന്ന ഈ പറമ്പിൽ, സമീപപ്രദേശങ്ങളിലെ പശുക്കളായ പശുക്കളൊക്കെ, രാത്രിയെന്നോ, പകലെന്നോ വ്യത്യാസമില്ലാതെ കൂട്ടം കൂട്ടമായി വന്നെത്തുമായിരുന്നു. അതിനു കാരണം, കടലായിപ്പറമ്പിൽ പരവതാനി വിരിച്ചത് പോലെ തോന്നിക്കുന്ന, മിനുമിനുപ്പിള്ള നെയ്പുല്ല് ആ ഗോമാതാശ്രികൾക്ക് ഇഷ്ടമുള്ള ഭോജ്യമായതിനാലായിരുന്നു. കടലായിപ്പറമ്പിൽ പശുക്കൾ കൂട്ടംകൂട്ടമായി വന്നുചേരുന്നതിനെപ്പറ്റിയും കഥകൾ പ്രചരിപ്പിക്കപ്പെട്ടിരുന്നു. ആ ഗോമാതാക്കൾക്കൊപ്പം മഞ്ഞപ്പട്ടുടയാടയണിഞ്ഞ് മൗലിയിൽ മയിൽപ്പീലി ചൂടിയ ഉണ്ണിക്കണ്ണനെ കാണാറാകുമെന്നാണു ആ കഥ. കാർമുകിൽവർണ്ണന്റെ അരഞ്ഞാണകിലുക്കവും ഓടക്കുഴൽ വിളിയും കേട്ടവർ നിരവധിയായിരുന്നു! വിശാലമായ ഈ പറമ്പിൽ ഒരു ഏക്കർ സ്ഥലം പത്തുറുപ്പികയ്ക്ക് കിട്ടിയാലും അന്നു ആരും അതു വാങ്ങുമായിരുന്നില്ല. അത്യാവശ്യത്തിനു വഴി പോകുന്നവരും, പറങ്കിയണ്ടി, വിറക്, ചപ്പ്, ചാണകം മുതലായവ ശേഖരിക്കാൻ വരുന്നവരുമായ അപൂർവ്വം ചിലരെ ഒഴിച്ചുനിർത്തിയാൽ കടലായിപ്പറമ്പ്, രാത്രിയും പകലും വിജനമായിരുന്നു.

ചാണകമാഹാത്മ്യം

ചാണകം വാരാൻ പോകുന്നവർ അതികാലത്താണു കടലായിപ്പറമ്പിൽ പോയിരുന്നത്. അപ്പോൾ ഹരിതഭംഗി മുറ്റി നിൽക്കുന്ന പുതുപുത്തൻ ചാണകം എത്ര വേണമെങ്കിലും വാരിയെടുക്കാമായിരുന്നു. പശുക്കൾക്ക് പണമൊന്നും കൊടുക്കേണ്ടയാവശ്യവുമില്ലായിരുന്നു. കറിച്ചട്ടികൾ കമഴ്ത്തിയത് പോലെ കാണപ്പെടുന്ന ആ "ചാണകക്കുന്തി" കയ്യിട്ടു വാരുമ്പോൾ വിരലുകൾക്ക് ഒരുസുഖമുള്ള ചൂടും അനുഭവപ്പെടുമായിരുന്നു.

ഇവിടെ ഹിന്ദുഭവനങ്ങളിൽ ആ കാലത്തു ചാണകം അത്യാവശ്യ വസ്തുവായിരുന്നു. വീടിന്റെ നിലവും ചുമരും മെഴുകുന്നത് ചാണകം കൊണ്ടായിരുന്നു. കാലത്തു മുറ്റമടിച്ചു തളിക്കുന്നതിന്നും ഉണക്കി ഇന്ധനമായി ഉപയോഗിക്കുന്നതിനും കൃഷിക്ക് വളപ്രയോഗം നടത്തുന്നതിനും ചാണകമാവശ്യമായിരുന്നു. ചില അസുഖങ്ങൾക്ക് ചാണകം തുണിയിൽ പൊതിഞ്ഞു കഴുത്തിൽക്കെട്ടി കൊടുക്കുന്ന പതിവുണ്ടായിരുന്നു. വീട്ടുപരിസരത്ത് പാമ്പിനെക്കണ്ടാൽ ചാണകവെള്ളം കുടഞ്ഞിട്ടാണ് അതിനെ അകറ്റിയിരുന്നത്. ഹിന്ദുക്കളുടെ ആചാരപരമായ ഏതു ചടങ്ങു നടക്കുന്നതിനു മുമ്പും പരിസരം ചാണകവെള്ളം തളിച്ചു വൃത്തിയാക്കാറുണ്ട്. ചാണകവെള്ളം തളിക്കുന്നതോടെ ആ പരിസരം ശുദ്ധിയായി എന്നാണു വിശ്വാസം!

ചില സ്ഥലങ്ങളിൽ ചാണകംകൊണ്ടു മറ്റുചില വിചിത്രമായ കാര്യങ്ങളും നടക്കാറുണ്ടത്രെ! വിമൽമിത്രയുടെ ഒരു കഥയിൽ അതു വിശദമാക്കുന്നുണ്ട്. ഇംഗ്ലണ്ടിൽ പഠിക്കുവാൻ പോയ ഒരു ബ്രാഹ്മണയുവാവ്, വീട്ടിൽ തിരിച്ചു വന്നത് ഒരു യൂറോപ്യൻ യുവതിയെ പട്ടമഹിഷിയായി കൂടെക്കൂട്ടിയായിരുന്നു. യാഥാസ്ഥിതികരായ ആ ബ്രാഹ്മണകുടുംബത്തിനു ക്രിസ്ത്യാനിയായ പെണ്ണിനെ വധുവായി അംഗീകരിക്കാൻ പ്രസായം നേരിട്ടു. ആ അസ്പർശ്യത മാറ്റാൻ ആ കുടുംബം ചെയ്തത്, യുവതിയെക്കൊണ്ടു ചാണകവെള്ളം കുടിപ്പിക്കുകയായിരുന്നു! ചാണകത്തിനു കൽപ്പിക്കപ്പെട്ട വിശുദ്ധി എത്രത്തോളമാണെന്ന് ഇതിൽ നിന്നും മനസ്സിലാക്കാമല്ലോ?

കൗതുകകരമെന്നു തോന്നാവുന്ന മറ്റൊരാവശ്യത്തിനും ഇവിടെ ചാണകം ഉപയോഗിച്ചിരുന്നു. പണ്ടുകാലത്ത് ഇവിടെ കാമദേവപൂജ നടക്കാറുണ്ടായിരുന്നു. മീനമാസത്തിലെ കാർത്തിക നക്ഷത്രം മുതൽ പൂരം നാൾവരെയുള്ള ഒൻപതു ദിവസങ്ങളിലാണു കാമദേവപൂജ നടക്കുന്നത്. ആൾ രൂപത്തിൽ കാമദേവന്റെ പ്രതിമ നിർമ്മിച്ച്, ആ പ്രതിമയെ ചെമ്പകപ്പൂക്കൾ കൊണ്ടലങ്കരിച്ച്, മുറ്റത്ത് നിലവിളക്കിനുമുമ്പിൽ വെച്ചാണു കാമദേവപൂജാചടങ്ങുകൾ നടക്കുന്നത്. വീട്ടിൽ വിവാഹപ്രായമെത്തിയ പെൺകുട്ടികളെയാണ് കാമദേവപൂജയുടെ പരികർമ്മിണികളായി നിയോഗിക്കപ്പെടുന്നത്. സൗന്ദര്യത്തിന്റെ ദേവനായ കന്ദർപ്പന്റെ പ്രതിമ ഇവിടെ ചാണകം കൊണ്ടായിരുന്നു നിർമ്മിച്ചിരുന്നത്. ഉപ്പിടാത്ത അടയും കാടിയുമാണ് കാമദേവന്റെ നിവേദ്യങ്ങൾ. അതിനു യഥാക്രമം "പൂരട" എന്നും "പൂരക്കാടി" എന്നുമാണ് പറയുന്നത്. കാമദേവനെക്കാണാൻ വരുന്ന ഇടവലക്കാർക്കെല്ലാം പൂരടയും പൂരക്കാടിയും നൽകുകയും ചെയ്യുമായിരുന്നു. 9–ാം ദിവസം പൂരം നാളിൽ കാമദേവനെ അയപ്പിക്കുന്ന ചടങ്ങോടെയാണു പൂജയവസാനിക്കുന്നത്. അന്നു രാത്രി കുടുംബക്കാരെല്ലാം ഒത്തുചേർന്നു കാമദേവനെ തലയിൽവെച്ച് ഘോഷത്തോടെ യാത്രാമൊഴി നൽകിക്കൊണ്ടു, അടുത്തുള്ള ഏതെങ്കിലും ചെമ്പകമരച്ചോട്ടിൽ കൊണ്ടുവെക്കുന്നു. കാമൻപാട്ട് എന്നു പേരുള്ള ആ യാത്രാമൊഴി രസാവഹമാണ്.

"കാമാ ദേവാ നേരത്തെ കാലത്തെ വരണേ കാമ
കുഞ്ഞിമംഗലത്തെ ആറാട്ടു കാണാനും,
പൂക്കോത്ത് നടയിലെ ശീവേലി തൊഴാനും,
വരണേ കാമാ....
തെക്കോട്ട് പോകല്ലേ....കാമാ.
തെക്കര് നന്നച്ചതിയരാണേ,
തെക്കൻദിക്കിലെ കൂത്തലച്ചിപെണ്ണുങ്ങൾ
ഈന്തട തന്ന് ചതിക്കുമേ കാമാ"....കാമദേവന്റെ കാര്യത്തിൽ നമ്മുടെ പൂർവ്വികർ എത്രമാത്രം താൽപ്പര്യമുള്ളവരായിരുന്നു എന്നതിനു ഈ യാത്രാമൊഴി തന്നെ സാക്ഷ്യം.

യൂറോപ്പിൽ കമിതാക്കളുടെ ദിനമായി, സെന്റ് വാലന്റൈൻസ് ഡേ ആഘോഷിക്കുന്നതുപോലെ, ഇവിടെ പൂരം നാളുകളും കമിതാക്കളുടെ

ആഘോഷരാവുകളായിരുന്നു. കാമദേവന് പെൺകുട്ടികളെക്കൊണ്ട് "അട" നിവേദിപ്പിക്കുന്ന നമ്മുടെ പൂർവ്വികരുടെ റൊമാന്റിക് ഭാവനക്ക് നൂറ് നൂറു നമസ്കാരം.

കടലായിപ്പറമ്പിനെക്കുറിച്ചു പറഞ്ഞുവന്നിരുന്ന കെട്ടുകഥകളിൽ പ്രധാനം, പ്രേതങ്ങൾ യാത്രക്കാരെ വഴിതെറ്റിക്കുന്നു എന്നതായിരുന്നു. രാത്രിയിൽ കടലായിപ്പറമ്പിലൂടെ നടക്കുമ്പോൾ വഴി തെറ്റി അങ്ങോട്ടുമിങ്ങോട്ടും നടന്നു നേരം പുലർന്നുപോയ കഥകൾ ധാരാളമുണ്ടായിരുന്നു. കടലായിപ്പറമ്പിൽ നിന്നു വഴിതെറ്റിയതിനെ തുടർന്നു പേടിച്ച് പോയ ചിലർ, പിന്നീടു പനി വന്നു മരണമടയുകയും ചെയ്തിരുന്നുവത്രെ. ആർക്കെങ്കിലും ഒരു പനി വന്നാൽ, അതു കടലായിപ്പറമ്പിലൂടെ നടന്നു വരുമ്പോൾ പേടിച്ചു പോയതുകൊണ്ടാണെന്നാണു പറയാറ്. അതിനു പ്രതിവിധിയായി ചില മന്ത്രവാദികളെ കൂട്ടിക്കൊണ്ടു വന്നു ചില ആഭിചാരക്രിയകൾ നടത്തിക്കുന്ന പതിവുമുണ്ടായിരുന്നു. "ഓം ഗ്രീം ഗ്രീം, ദേഹത്തോടും ദേഹിയോടും ഉള്ളോടും ഉയിരോടും ബാധിച്ച തൊണ്ണൂറ്റിയാറു മഹാവ്യാധികളും മാറേണം നിങ്ങേണം ഒഴിയേണം സമ്പ്രദായത്തിങ്കൽ എന്നു ചൊല്ലി, നീ പോകുന്നുണ്ടോയെന്നു മൂന്നു പ്രാവശ്യം ചോദിച്ചതിനുശേഷം വിരലുകൾ ഞൊടിച്ച് കൊണ്ട് ഭസ്മം പാറ്റുന്നതാണു ആ കർമ്മം. അതിനു ഇവിടെ അരിയും ഭസ്മവും ഇടൽ എന്നും അടിച്ചുഴിയൽ എന്നുമാണു പറയുന്നത്. കടലായിപ്പറമ്പിനു ഭീതിജനകമായ ഒരു പരിപ്രേക്ഷ്യം ഉണ്ടാകുന്നതിന്നുപിന്നിൽ, മേൽപ്പറഞ്ഞ ആഭിചാരക്രിയകൾ നടത്തുന്ന മന്ത്രവാദികളുടെ കുപ്രചരണവും ഒരു കാരണമായിരുന്നു. എന്നു മാത്രമല്ല ആ മന്ത്രവാദികൾ രാത്രികാലങ്ങളിൽ വേഷപ്രച്ഛന്നരായി വഴിവക്കിൽ ഒളിച്ചിരുന്നു യാത്ര പോകുന്നവരെ പേടിപ്പിക്കുന്നതും പതിവായിരുന്നുവത്രെ.

"മാരണം" "മന്ത്രവാദം" തുടങ്ങിയ ആഭിചാരക്രിയകൾക്ക് പണ്ടുകാലത്ത് ഈ നാട്ടിൽ വലിയ മാർക്കറ്റ് തന്നെയുണ്ടായിരുന്നു. ജാതിവ്യത്യാസമില്ലാതെ എല്ലാവരും അതിൽ അറിഞ്ഞും അറിയാതെയും, ഭാഗഭാക്കുകളുമായിട്ടുണ്ട്. അഞ്ജനം നോക്കൽ, പിഞ്ഞാണത്തിൽ എഴുതൽ, ഉറുക്ക് മന്ത്രിച്ചുകെട്ടൽ, തകിടു കുഴിച്ചിടൽ, വെള്ളം മന്ത്രിച്ചു കുടിപ്പിക്കൽ, എതിരാളികളുടെ വീടിനു പിറകിൽ ചെന്നു രാത്രികാലങ്ങളിൽ അപശബ്ദമുണ്ടാക്കി പേടിപ്പിക്കൽ മുതലായ കൂടോത്രമുറകൾ, സ്വയംരക്ഷയ്ക്കും, അന്യനെ വീഴ്ത്താനും വേണ്ടി, എത്രയോ ഇവിടെ നടന്നിട്ടുണ്ട്. പാരമ്പര്യമായി ആഭിചാരക്രിയകൾ ചെയ്യുന്ന വിഭാഗക്കാരെക്കൂടാതെ, മുറിമന്ത്രവാദികളും, താടി സിദ്ധന്മാരും ചുട്ടകോഴിയെ പറത്തുന്ന ലാട ഗുരിക്കന്മാരുമെല്ലാം ഇവിടെ ധാരാളമുണ്ടായിരുന്നു. എതിരാളികളെ എങ്ങനെ ഉന്മൂലനം ചെയ്യാമെന്ന് രാവും പകലും തലപുകഞ്ഞു ചിന്തിച്ച് ജോലിക്ക് പോലും പോകാതെ, നടപ്പും കിടപ്പും മന്ത്രവാദികളുടെ കൂടെയാക്കിയവർ, ചില്ലറയായിരുന്നില്ല. എതിരാളികളെ മാത്രമല്ല, അവരുടെ കന്നുകാലികളെയും, പറമ്പിലെ ഫലമൂലാദികളെയും വരെ "മാരണം" ചെയ്തു നശിപ്പിക്കാറുണ്ടത്രെ. എതിരാളിയുടെ ഉടമസ്ഥതയിലുള്ള വാഹനം അപകടത്തിൽപ്പെടുവാനും, ഫുട്ബോൾ

കളിയിൽ എതിർപക്ഷം തോൽക്കുവാനുംവരെ കൂടോത്രമുറകൾ നടത്താറുണ്ടായിരുന്നു. മാരണം, മന്ത്രവാദം, വശീകരണം എന്നിവയുടെ പേരിൽ നല്ല അയൽക്കാർ തമ്മിൽ പരസ്പരം ശത്രുക്കളായ സംഭവവും ഇവിടെ ഒട്ടേറെയുണ്ട്. ഏതെങ്കിലും ഒരു വീട്ടിൽ ആർക്കെങ്കിലും, ഒരു വയറുവേദന വരുന്നതോടെ തുടങ്ങുകയായി മാരണത്തിന്റേതായ സംശയരോഗങ്ങളും. ആ സംശയനിവർത്തിക്കായി ഇത്തരക്കാർ ആദ്യം ചെല്ലുന്നത് ഏതെങ്കിലും മന്ത്രവാദിയുടെ അടുക്കലേക്കായിരിക്കും. വേലിപ്പുറത്ത് നിൽക്കുന്ന തേങ്ങ പോലെ അപ്പുറവുമില്ല, ഇപ്പുറവുമില്ല എന്ന കണക്കിൽ മന്ത്രവാദികൾ ചില സംശയങ്ങൾ തൊടുത്ത് വീടുന്നു. "അടുത്ത കാലത്തെങ്ങാനും, ഇടവലത്ത് നിന്നു വല്ല ഭക്ഷണപദാർത്ഥങ്ങളോ മറ്റോ കഴിച്ചിരുന്നോ?" എന്നായിരിക്കും മന്ത്രവാദിയുടെ നിരുപദ്രവമെന്നു തോന്നിപ്പിക്കുന്ന ആ ചോദ്യം. ചോദ്യം കേട്ടപാടെ വന്നയാൾക്ക് എല്ലാ സംശയവും തീരുന്നു. ഉടനെ വീട്ടിൽ തിരിച്ചു വന്നു വീടിനു ചുറ്റും വേലി കെട്ടാൻ തുടങ്ങുന്നു. എന്നിട്ടു അയൽവാസി കേൾക്കാനായി ഉച്ചത്തിൽ, "ഈ എടവലത്ത് ഇത്രയും ദുഷ്ടന്മാരുള്ള കാര്യം നമ്മളറിഞ്ഞില്ലപ്പാ, പാലു കൊടുത്ത കൈയ്ക്ക് തന്നെ കടിച്ചല്ലോ? എനി ആരെങ്കിലും ഈമിറ്റത്ത് ഉപ്പ് നോട്ടെ, കടുനോട്ടെ എന്നു പറഞ്ഞിറ്റ് വന്നാല്, ആ കാല് ഞാൻ കൊത്തി വായക്കിടും" എന്നു പറഞ്ഞു നിലത്തു രണ്ടു ചവിട്ടും കാർക്കിച്ചൊരു തുപ്പും. നല്ല അയൽവാസികൾ തമ്മിൽ ശത്രുക്കളാകാൻ ഒരു വയറ് വേദന മതിയായിരുന്നു. ചുരുട്ടുപണിക്കാരായ കുഞ്ഞമ്പുവും കരുണനും നല്ല അയൽവാസികളായിരുന്നു. കാലത്ത് ജോലിക്കു പോകുന്നതും തിരിച്ചു വീട്ടിൽ വരുന്നതും അവർ ഒരുമിച്ചായിരുന്നു. കുഞ്ഞമ്പുവിനു മുതുകിൽ ഒരു കൂനും, കരുണനു കാലിൽ അൽപം മുടന്തുമുണ്ടായിരുന്നു. കണ്ണൂർ സിറ്റിയിൽ നിന്നും ജോലി കഴിഞ്ഞു മാർക്കറ്റിൽ നിന്നു വീട്ടു സാധനങ്ങൾ വാങ്ങി, നാട്ടുകാര്യവും രാഷ്ട്രീയവുമെല്ലാം പറഞ്ഞു, ഒരു ചൂട്ടയുടെ വെളിച്ചത്തിലായിരുന്നു അവർ വീടുകളിലെത്തിയിരുന്നത്. കൂനുള്ള കുഞ്ഞമ്പുവിനെ വീട്ടിലാക്കിയതിനു ശേഷമേ മുടന്തുള്ള കരുണൻ തന്റെ വീട്ടിൽ പോയിരുന്നുള്ളൂ. "വീണ പാടുന്നതേ പുള്ളുവനും പാടൂ" എന്നു പറയുന്നതുപോലെ, കരുണൻ എന്താണോ പറയുന്നതു അത് തന്നെയാണ് കുഞ്ഞമ്പുവും പറഞ്ഞിരുന്നത്.

ഒരു ദിവസം പതിവുപോലെ വീട്ടിലെത്തിയ കുഞ്ഞമ്പുവിന്നു പെട്ടെന്ന് ഒരു തലക്കറക്കവും ക്ഷീണവും അനുഭവപ്പെട്ടു. ആസ്പത്രിയിലെത്തിക്കുന്നതിനുമുമ്പ് തന്നെ കുഞ്ഞമ്പു മരണപ്പെടുകയും ചെയ്തു. ഒരു രോഗമില്ലാതിരുന്ന കുഞ്ഞമ്പു പെട്ടെന്നു മരണപ്പെട്ടത് വീട്ടുകാരെ അസ്വസ്ഥരാക്കി. അവർ അതിന്റെ കാരണങ്ങളറിയാൻ ആദ്യം പോയത് ഒരു മന്ത്രവാദിയുടെ അടുക്കലേക്കായിരുന്നു. മന്ത്രവാദിയുടെ സംശയം ചെന്നുനിന്നത്, എന്നും രാത്രി ചൂട്ട വീശി മുന്നിൽ നടക്കാറുള്ള കരുണനിലായിരുന്നു. അതോടെ കുഞ്ഞമ്പുവിന്റെയും കരുണന്റെയും കുടുംബങ്ങൾ തമ്മിൽ ബദ്ധവൈരികളായി. ആ ശത്രുത രണ്ടു തലമുറകൾ വരെ നീണ്ടുപോയത്രെ!

കടലായിപ്പറമ്പിലൂടെ നടക്കുമ്പോൾ വഴിതെറ്റുമെന്നു പറയുന്നത് തികച്ചും സത്യമായിരുന്നു. അതിനുകാരണം പരശതം പെരുവഴികളുടെ കൂടിച്ചേരലും, വ്യത്യസ്തദിശയിലേക്ക് നീണ്ടുകിടക്കുന്ന അനുബന്ധപാതകളുടെ ആധിക്യവുമായിരുന്നു. ആകൃതിയിൽ സമാനതകളുള്ള പറങ്കിമാവിൻ തലപ്പുകളും, പാറക്കെട്ടുകളും, കാരണമായി യാത്രപോകുന്നവർക്ക് ഒരു പ്രത്യേകദിശ അടയാളപ്പെടുത്തുവാൻ പറ്റുമായിരുന്നില്ല. ദിശയറിയാതെയുള്ള കടൽയാത്ര പോലെ ആയിരിക്കും കടലായിപ്പറമ്പിലൂടെയുള്ള രാത്രികാലസഞ്ചാരം. ചെറുപ്പകാലം മുതൽ ഈ പറമ്പിനെക്കുറിച്ചു മുതിർന്നവരിൽ നിന്നു കേൾക്കാനിടയായ സംഭ്രമജനകമായ കഥകൾ മറ്റൊരു കാരണമായിരുന്നു.

പേടിപ്പെടുത്തുന്ന പറമ്പ് എന്നതുപോലെതന്നെ കാമോത്തേജകവുമായിരുന്നു കടലായിപ്പറമ്പ്. ഇവിടുത്തെ വിജനതയും കശുമാവിന്റെ മറവും, പാറക്കെട്ടുകൾക്കിടയിലെ നെയ്യ്പ്പുല്ലിന്റെ ശയ്യയും യുവതീയുവാക്കളെ സംബന്ധിച്ചിടത്തോളം കാമാതുരമായിരുന്നു. മറ്റൊരു കാര്യം പറയുവാനുള്ളത്, കടലായിപ്പറമ്പിൽ പശുക്കൂട്ടങ്ങൾക്കൊപ്പം ശ്രീകൃഷ്ണനെ കാണാറുണ്ടെന്നും ഓടക്കുഴൽ നാദം കേൾക്കാറുണ്ടെന്നും തലമുറകളായി പറഞ്ഞുവരുന്നതിന്റെ കാരണത്തെപ്പറ്റിയാണ്. അതിനെക്കുറിച്ചു പരിശോധിക്കുമ്പോൾ നാം എത്തിച്ചേരുക പുരാതനകാലത്തു കടലായിയിൽ നിലനിന്നിരുന്നതും പിൽക്കാലത്തു തകർന്നുപോയതുമായ കടലായി ശ്രീബാലകൃഷ്ണക്ഷേത്രത്തിന്റെ നാൾ വഴികളിലേക്കാണ്. ആ ക്ഷേത്രം നിലനിന്നിരുന്ന കാലത്ത് അതിന്റെ പരിസരങ്ങളിൽ പശുവിനെ പരിപാലിച്ചു ജീവിക്കുന്ന വിഭാഗക്കാർ ധാരാളമായി താമസിച്ചിരിക്കുവാൻ സാധ്യതയേറെയാണ്. അവർ പരിപാലിക്കുന്ന പശുക്കൾ മേയുന്ന സ്ഥലമായിരിക്കണം കടലായിപ്പറമ്പ്. ആ പശുക്കളുടെ കൂടെ പശുപാലകനായ ശ്രീകൃഷ്ണനുമുണ്ടാകുമെന്നുള്ളത് ആ ജനങ്ങളുടെ വിശ്വാസമായിരിക്കാം. തലമുറ തലമുറയായി കൈമാറ്റം ചെയ്യപ്പെട്ട വിശ്വാസത്തിൽ നിന്നായിരിക്കണം, കടലായിപ്പറമ്പിനു ശ്രീകൃഷ്ണനുമായി ബന്ധപ്പെടുത്തിയുള്ള കഥകൾ പ്രചരിക്കുവാൻ കാരണമായത്. അതുപോലെ ബ്രഹ്മരക്ഷസ്സിനെക്കുറിച്ചുള്ള പേടിയും, കടലായി ക്ഷേത്രവുമായി ബന്ധപ്പെട്ടുണ്ടായതാണ്. അവിടുത്തെ ശാന്തിക്കാരുടെ യാത്രാവഴി കടലായിപ്പറമ്പിലൂടെയാണെന്നു മുമ്പ് വിവരിച്ചുവല്ലോ ? ആ ശാന്തിക്കാർ മരിച്ചു കഴിഞ്ഞാലും ബ്രഹ്മരക്ഷസ്സായി അതിലൂടെ സഞ്ചരിക്കുമെന്നുള്ളതാണ് ആ വിശ്വാസം. മറ്റൊന്നു, വീരന്റെ വരവിൽപ്പെട്ടാൽ പിന്നെ രക്ഷയില്ലെന്നു പറയുന്നതാണ്. അതു ഇവിടെ പണ്ടുകാലത്ത്, പട നയിച്ച, വീരന്മാരുടെ യാത്രയുമായി ബന്ധപ്പെട്ടുണ്ടായ പേടിയാണ്.

കരാറിനകത്തെ ഒരു ഫെമിനിസ്റ്റ്

മേൽപ്പറഞ്ഞ പ്രേതങ്ങളിൽ കരാറിനകത്തിനു മാത്രം സ്വന്തമായ ഒരു പ്രേതമാണു പന്ത്രണ്ടുമണിക്കല്യാണി. ഇവിടെ ഏതെങ്കിലും ഒരു സ്ത്രീ, പുരുഷന്മാരോടു കയർത്തു പെരുമാറിയാൽ അവരെ പന്ത്രണ്ടുമണിക്കല്യാണിയോടാണു താരതമ്യപ്പെടുത്തുക. അതുപോലെ ആരെങ്കിലും

അസാധാരണമായിപ്പെരുമാറിയാൽ അയാൾക്ക് പന്ത്രണ്ടുമണിക്കല്യാണി യുടെ പ്രേതം കൂടിയിരിക്കുന്നു എന്നു പറയും. കുട്ടികൾ വികൃതി കാട്ടി യാലോ, അവർ രാത്രിയുറങ്ങിയില്ലെങ്കിലോ, പന്ത്രണ്ടുമണിക്കല്യാണിയെ വിളിച്ചുവരുത്തുമെന്നു പറഞ്ഞു അവരെ പേടിപ്പിക്കും. ചുരുക്കിപ്പറഞ്ഞാൽ പന്ത്രണ്ടുമണിക്കല്യാണിയെ കരാറിനകക്കാർ ആസ്ഥാനപ്രേതമായി കൊണ്ടുനടക്കുകയായിരുന്നു. മുമ്പ് പരാമർശിച്ച ബ്രഹ്മരക്ഷസ്, വീരൻ, ഗുളികൻ, കുട്ടിച്ചാത്തൻ മുതലായ പ്രേതങ്ങൾ കടവിനു തേങ്ങ കൊടുത്ത് വന്ന, പരദേശി പ്രേതങ്ങളാണെങ്കിൽ പന്ത്രണ്ടുമണിക്കല്യാണി നൂറുക്ക് നൂറും, നാടൻ പ്രേതമായിരുന്നു. ആരാണ് ഈ പന്ത്രണ്ടുമണിക്കല്ല്യാണി? അവരെന്തിനാണു കടലായിപ്പറമ്പിലൂടെ പോകുന്നവരെ വഴി തെറ്റിക്കുന്നത്? ആളുകളുടെ ശരീരത്തിൽ പ്രവേശിച്ച് അതുമിതും പറയിക്കുന്നത്?

ഈ നാട്ടിലെ ജനങ്ങളുടെ മനസ്സിൽ പന്ത്രണ്ടുമണിക്കല്യാണി എന്ന പ്രേതനാരി കുടിപാർത്തതിന്റെ സംഭവങ്ങളിലേക്കും ഒന്നു കണ്ണോടിക്കാം.

പണ്ടുകാലത്ത് ടൗണിൽ പോയി, തൊഴിലെടുക്കുന്നവർക്ക് വേണ്ടി, അതാതു വീട്ടുകാർ ഉച്ചഭക്ഷണമെത്തിക്കുന്ന പതിവുണ്ടായിരുന്നു. വേണ്ട പ്പെട്ടവർക്കായി ബന്ധുജനങ്ങൾ കൊണ്ടുപോകുന്നതിനു പുറമെ ഒരു തൊഴി ലെന്ന നിലയിൽ അതാത് വീടുകളിൽ നിന്നും പൊതിച്ചോർ ശേഖരിച്ച് വലിയ കൊട്ടയിലാക്കി, കൊണ്ടുപോകുന്ന പതിവുമുണ്ടായിരുന്നു. ഇങ്ങനെകൊണ്ടു പോകുന്ന പൊതിച്ചോർ തൊഴിലാളികൾ ഒരുമിച്ചിരുന്നായിരുന്നു കഴിച്ചിരു ന്നത്. വിവിധ വീടുകളിൽ നിന്നും കൊണ്ടുവരുന്ന വ്യത്യസ്തവിഭവങ്ങൾ പരസ്പരം പങ്ക് വെച്ചുകൊണ്ടുള്ള ആ ഉച്ചഭക്ഷണത്തിലൂടെ ഒരു പുത്തൻ സാമൂഹ്യജീവിതത്തിന്റെ സന്ദേശമാണു കൈമാറിക്കൊണ്ടിരുന്നത്. മാത്ര മല്ല "ലോകം ഒരു കമ്മ്യൂൺ" എന്ന പ്രോലറ്ററിയൻ തത്ത്വശാസ്ത്രത്തിന്റെ പ്രായോഗിക പാഠങ്ങൾ രുചിച്ചറിയുകയുമായിരുന്നു. ഉച്ചപ്പട്ടിണിക്കാരായ തൊഴിലാളികൾ അന്നു ധാരാളമുണ്ടായിരുന്നു. ഇങ്ങനെ കൊണ്ടുപോകുന്ന പൊതിച്ചോറിൽ നിന്നും ഓരോ പിടി വാരി സ്വരൂപിച്ച് അവർക്കും നൽകിയി രുന്നു. കൂടാതെ ആ കാലത്തെ തൊഴിലാളി നേതാക്കളിൽ പലരും ഉച്ചഭക്ഷണം കഴിച്ചിരുന്നത് മേൽപ്പറഞ്ഞ പൊതിച്ചോറിൽനിന്നു പങ്കുപറ്റി യായിരുന്നു. രസകരമായ മറ്റൊരു കാര്യം തൊഴിലാളികളുടെ പൊതിച്ചോറിൽ നിന്നു പങ്കുപറ്റുന്ന മുതലാളിമാരും ഉണ്ടായിരുന്നു എന്നതാണ്. തീപ്പെട്ടി വാങ്ങാൻ പോലും ഗതിയില്ലാത്ത എത്രയോ ചുരുട്ടുമുതലാളിമാർ അന്നു കണ്ണൂരിലുണ്ടായിരുന്നു. റോഡിലൂടെ ബീഡി വലിച്ചുപോകുന്നവരെ കൈകൊട്ടി വിളിച്ച് നിർത്തി, "ലേശം തീ നോട്ടെ," എന്നു പറഞ്ഞു, ചുരു ട്ടിനു തീ പറ്റിക്കുന്ന മുതലാളിമാർ അന്നു ധാരാളമുണ്ടായിരുന്നു!

മുതലാളിമാരും തങ്ങളുടെ വീടുകളിൽ നിന്നും ഉച്ചഭക്ഷണം വരുത്തി ക്കുമായിരുന്നു. ആ ഭക്ഷണത്തിൽ നിന്നും തൊഴിലാളികൾക്ക് പങ്ക് നൽകിയും, തൊഴിലാളികളുടെ കറി വാങ്ങി രുചിച്ച് നോക്കി ഭക്ഷണം കഴി ക്കുന്നവരും ഉണ്ടായിരുന്നു.

തൊഴിലാളിനേതാക്കളുടെ സംഘടനാപ്രവർത്തനം മുന്നോട്ടുകൊണ്ടു പോകുന്നതിനും, തൊഴിലാളിമുതലാളി ബന്ധം അരക്കിട്ടുറപ്പിക്കുന്നതിനും ഈ പൊതിച്ചോർ രാഷ്ട്രീയം ഒരു പരിധിവരെ സഹായിച്ചിരുന്നു.

മേൽപ്പറഞ്ഞതൊഴിൽ മേഖലയിലേക്ക് കരാറിനകത്ത് നിന്നും ആദ്യ കാലത്ത് പൊതിച്ചോർ കൊണ്ടുപോകുന്നവരുടെ കൂട്ടത്തിലെ ഒരു സ്ത്രീ യായിരുന്നു കല്യാണിയേടത്തി. അവിവാഹിതയായ കല്യാണിയേടത്തി, തുറന്ന പെരുമാറ്റംകൊണ്ടും തന്റേടം കൊണ്ടും ഇവിടുത്തെ മറ്റു സ്ത്രീകളിൽ നിന്നും ഏറെ വ്യത്യസ്തയായിരുന്നു. ആണുങ്ങളുടെ സംശയ രോഗങ്ങൾക്കെല്ലാം, ഉരുളക്കുപ്പേരിപോലെ മറുപടി നൽകുന്ന കല്യാണി യേടത്തിയോടു തർക്കിച്ച് ജയിക്കാനൊന്നും ആർക്കും കഴിയുമായിരുന്നില്ല.

കല്യാണിയേടത്തി ചർച്ചാവിഷയമാകുന്നത് ദിവസവും പൊതിച്ചോർ കൊണ്ടുപോകുന്നതിലെ സമയകൃത്യതകൊണ്ടായിരുന്നു. എൺമ്പതു ദിവസം കൊണ്ട് ലോകം ചുറ്റി വരുന്ന, ലൂയിബേണിന്റെ ആ പ്രസിദ്ധകഥാ പാത്രത്തെപ്പോലെയുള്ള കൃത്യനിഷ്ഠയാണു പൊതിച്ചോർ കൊണ്ടുപോ കുമ്പോൾ കല്യാണിയേടത്തി പുലർത്തിയിരുന്നത്. പൊതിച്ചോറുമായി കൃത്യം പന്ത്രണ്ടുമണിക്ക് വീട്ടിൽനിന്നും പുറപ്പെടുന്ന കല്യാണിയേടത്തി പന്ത്രണ്ടേ കാലിനു കാനാമ്പുഴ, പന്ത്രണ്ടരയ്ക്ക് തയ്യിൽ, പന്ത്രണ്ടേമുക്കാ ലിനു കടപ്പുറം, ഒരു മണിക്ക് സിറ്റി, എന്നിങ്ങനെയുള്ള സമയക്രമത്തിലാ യിരുന്നു എന്നും സഞ്ചരിച്ചിരുന്നത്. ഈ കൃത്യനിഷ്ഠ കല്യാണിയേടത്തി ഒരിക്കലും തെറ്റിച്ചിരുന്നില്ല. കല്ല്യാണിയേടത്തിയെ കാണുമ്പോഴാണു ആളു കൾ സമയത്തെക്കുറിച്ച് ബോധവാന്മാരാകുന്നത്. അപ്പോഴാണ് വയലിലും മറ്റും പണിയെടുക്കുന്നവരൊക്കെ ഉച്ചഭക്ഷണം കഴിക്കാനായി പുറപ്പെടുന്നത്. വാൾ ക്ലോക്ക് അത്രയൊന്നും പ്രചാരത്തിലില്ലാത്ത കാലത്ത്, നാട്ടുകാർക്ക് കല്യാണിയേടത്തി ഒരു "ആൾ ക്ലോക്കായി മാറി" സമയക്രമം പാലിച്ചു കൊണ്ടുള്ള ഈ പൊതിച്ചോർ കൊണ്ടുപോകൽ കല്യാണിയേടത്തിക്ക് പേരിനു മുമ്പേ "പന്ത്രണ്ടുമണി" എന്ന വിശേഷണം നേടിക്കൊടുത്തു. അങ്ങനെയാണ് അവർ പന്ത്രണ്ടുമണിക്കല്യാണിയായി മാറുന്നത്.

പന്ത്രണ്ടുമണിയെന്ന പരിഹാസപ്പേർ ചിലർ കല്യാണിയേടത്തിയെ കാണുമ്പോൾ തന്നെ വിളിക്കാൻ തുടങ്ങും. ഒളിഞ്ഞും, പതുങ്ങിയുമുള്ള ആണുങ്ങളുടെ ഈ പരിഹാസത്തെ കല്യാണിയേടത്തി അതിവൈകാരിക തയോടെ പ്രതികരിച്ചു. "നിന്റെ അമ്മയാടാ പന്ത്രണ്ടുമണി"യെന്നു അവർ തിരിച്ചുവിളിച്ചു. കല്യാണിയേടത്തിയുടെ ഈ ദേഷ്യപ്രകടനം കാണുന്നതു ചിലർക്ക് ഹരമായി തോന്നി. അവർ കല്യാണിയേടത്തിയുടെ നിഴൽ കാണു മ്പോൾ തന്നെ ഈ പരിഹാസപ്പേർ ആവർത്തിച്ച് വിളിച്ചുകൊണ്ടിരുന്നു. കല്യാണിയേടത്തിയും വിട്ടുകൊടുത്തില്ല. അവർ പൊതിച്ചോർ കൊട്ട താഴെ വെച്ച് എതിരാളികളെ നാവുകൊണ്ട് നേരിട്ടു. "പോടാ, ആൺകോന്താ" എന്ന് അവർ ആണുങ്ങളുടെ മുഖത്തു നോക്കി വിളിച്ചു പറഞ്ഞു. ആൺകോന്താ എന്നത് ആണുങ്ങളെ സംബന്ധിച്ചിടത്തോളം അത്ര സുഖമുള്ള ഒരു കേൾവിയല്ല. ഒന്നിനും കൊള്ളാത്ത പുരുഷനെയാണ് ആൺകോന്തൻ എന്നു

വിളിക്കുന്നത്. അതു കേൾക്കുമ്പോൾ ആണുങ്ങൾക്ക് കോപം ഇരച്ചു കയറും. അവർ അവസാനത്തെ അടവായി ഒരു പഴംചൊല്ല് പ്രയോഗിക്കും. "ചെമ്മീൻ തുള്ളിയാൽ മുട്ടോളം" എന്നതാണു ആ പതിനെട്ടാമത്തെമത്തെ അടവ്, ആ ചാട്ടവാർ പ്രയോഗിക്കുന്നതോടെ കല്യാണി ഏടത്തി ഒന്നടങ്ങും. സ്ത്രീകളെ വരുതിയിൽ നിർത്തുവാൻ പുരുഷന്മാർ, പണ്ടുമുതലേ പ്രയോഗിക്കുന്ന ചാട്ടവാറാണു "ചെമ്മീൻ തുള്ളിയാൽ മുട്ടോളം" എന്നത്. ചുരുക്കിപ്പറഞ്ഞാൽ കല്യാണിയേടത്തിയുടെ പൊതിച്ചോർകൊണ്ടുപോകൽ, പകൽ കുറുക്കനിളകിയത് പോലെ കോലാഹലം നിറഞ്ഞതായി. ആ കോലാഹലം ഒരു തുടർക്കഥയായപ്പോൾ കല്യാണിയേടത്തിക്ക് പരാജയം സമ്മതിക്കേണ്ടിവന്നു. ഒരു ദിവസം രാത്രി അവേരയിലെ കുണ്ടോറക്കാത്തു എന്ന സ്ഥലത്തുള്ള പ്രസവിച്ചവരുടെയും തിരണ്ടവരുടെയും അഴുക്ക് തുണികൾ അലക്കുന്ന വണ്ണാത്തിക്കുണ്ടിൽ ചാടി അവർ ജീവിതമവസാനിപ്പിച്ചു. "ചെമ്മീൻ തുള്ളിയാൽ മുട്ടോളം" ഫെമിനിസത്തെക്കുറിച്ച് യാതൊരു അറിവുമില്ലാത്ത കാലത്ത് സാഹചര്യത്തിന്റെ സമ്മർദ്ദത്താൽ ഒരു ഫെമിനിസ്റ്റാകേണ്ടി വന്നയാളാണ് കല്യാണിയേടത്തി.

ഭൂതപ്രസവം

കടലായിപ്പറമ്പിൽ പ്രേതങ്ങളുണ്ടായതിനുപിന്നിൽ ചില കഥകളുള്ളതുപോലെ, ഭൂതങ്ങളുണ്ടായതിനും ചില പിന്നാമ്പുറ കഥകളുണ്ട്. ഭൂതപ്രസവമെന്ന പേരിൽ പണ്ടുകാലത്ത് വിചിത്രമായ ചില സംഭവങ്ങൾ ഇവിടെ നടന്നിട്ടുണ്ടെന്നു പറയപ്പെടുന്നു.

മനുഷ്യസ്ത്രീ, ചില സന്ദർഭങ്ങളിൽ ഭൂതത്തെ പ്രസവിക്കുമെന്നും! അങ്ങനെ പ്രസവിച്ചു വീഴുന്ന ഭൂതശിശു കാറ്റു തട്ടുന്നതോടെ വളരുകയും, വളർന്നു വളർന്നു ഭീകരരൂപം പൂണ്ട് തന്റെ മാതാപിതാക്കളെ വിഴുങ്ങുമെന്നുമാണു ആ ഭൂതകഥ. ഇത്തരം ഭൂതക്കെടുതിയിൽ നിന്നു കുടുംബത്തെ രക്ഷിക്കുന്നത് പണ്ടുകാലത്തു പ്രസവശുശ്രൂഷ നടത്തിയിരുന്ന ചില സൂതികർമ്മിണികളുടെ സന്ദർഭോചിതമായ ഇടപെടൽ കാരണമായിരുന്നുവത്രെ! പേറ്റിച്ചികൾ, വയറ്റാട്ടികൾ, എന്നെല്ലാം വിളിപ്പേരുകളുള്ള ഈ സൂതികർമ്മിണികൾ, പണ്ടുകാലത്ത് ഈ നാട്ടിലെ, സ്റ്റെതസ്കോപ്പ് കഴുത്തിൽ തൂക്കിയിടാത്ത, ഒന്നാംതരം ഗൈനിക്കോളജിസ്റ്റുകളായിരുന്നു. ഗർഭധാരണം മുതൽ പ്രസവം വരെ സ്ത്രീകൾക്കുണ്ടാകുന്ന എല്ലാ അസുഖങ്ങളും ചികിത്സിച്ച് മാറ്റുന്നത് മേൽപ്പറഞ്ഞ സൂതികർമ്മിണികളായിരുന്നു. ഇന്നു ഒരു പ്രസവത്തിനു പതിനായിരം ഉറുപ്പിക ചെലവഴിക്കുന്ന നമ്മൾ പണ്ട് കാലത്ത് ആ ജോലി ചെയ്തിരുന്ന മാണിയമ്മക്കും ചിരുതമ്മക്കും കൊടുത്തിരുന്നത് ഒരു സേർ നെല്ലും രണ്ടു തേങ്ങയുമായിരുന്നുവെന്നും നാം ഓർക്കേണ്ടതുണ്ട്. രാത്രിയെന്നോ പകലെന്നോ നോക്കാതെ വെയിലെന്നോ, മഴയെന്നോ നോക്കാതെ നമ്മുടെ വീട്ടിൽ വന്നു അമ്മയുടെ ഉദരത്തിൽ കൈയിട്ടു നമ്മെ പുറം ലോകം കാണിച്ചു തന്നതിനുള്ള കൂലി!

അതെന്തായാലും നമുക്ക് ഭൂതപ്രസവത്തിന്റെ നാൾവഴി എന്താണെന്നു നോക്കാം. ഗർഭലക്ഷണത്തെക്കുറിച്ചുള്ള സംശയനിവാരണത്തിനുവേണ്ടി വർത്തമാനകാലത്ത് ഒരു ഗൈനോക്കോളജിസ്റ്റിന്റെ സഹായം തേടുന്നതു പോലെ, പണ്ടുകാലത്ത് ഒരു പേറ്റിച്ചിയുടെ സഹായമാണ് തേടിയിരുന്നത്. പേറ്റിച്ചികൾ വീട്ടിൽ വന്നു, വിശദമായി പരിശോധിച്ചതിനുശേഷം ആളും തരവും നോക്കി രോഗനിർണ്ണയം നടത്തുന്നു. ഒരുപക്ഷേ, രോഗം ഗുന്മനെ ന്നായിരിക്കും പരിണിതപ്രജ്ഞയായ സൂതികർമ്മിണിയുടെ വ്യാഖ്യാനം. ഗുന്മനെന്നാൽ വായുകോപം കൊണ്ടു വയർ വീർക്കുന്ന ഒരു രോഗമാണത്രെ! ഗുന്മനെ പോക്കാൻ സൂതികർമ്മിണി തന്നെ "നീ നിന്ന നേരുപോലെ വെരും വെല്ല്യമ്മേ" എന്നു പറഞ്ഞു ചില മരുന്നുകൾ നൽകുന്നു. ഒരുവിധപ്പെട്ട ഗുന്മനൊക്കെ സൂതികർമ്മിണിയുടെ നാടൻമരുന്നുകൊണ്ടു അലസിപ്പോകും. അങ്ങനെ, ഗുന്മൻ അലസിപ്പോയില്ലെങ്കിൽ സൂതികർമ്മിണി വീണ്ടും വന്നു, നാടൻ മരുന്നിന്റെ ഡോസ് കൂട്ടുന്നു. എന്നിട്ടും ഗുന്മൻ അലസിപ്പോയില്ലെങ്കിൽ ഇതു ഭൂതപ്രസവത്തിന്റെ ലക്ഷണമാണെന്നു സൂതികർമ്മിണി രഹസ്യമായി വെളിപ്പെടുത്തുന്നു. മനുഷ്യശിശുക്കളുടെ കാര്യത്തിലെന്നതുപോലെ, തന്നെ ഗർഭസ്ഥഭൂതവും പിറന്നു വീഴുന്നത് പത്തുമാസം തികഞ്ഞാലാണത്രെ! പത്തുമാസം തികഞ്ഞു ഭൂതഗർഭിണി പ്രസവിച്ചാൽ വീട്ടുകാർക്ക് എന്തൊക്കെ അപകടം വരുത്തുമെന്നു പറയേണ്ടതില്ലല്ലോ? അവരെ സംബന്ധിച്ചെടുത്തോളം തീ തിന്നുന്ന അവസ്ഥയിലായിരിക്കും. അപ്പോൾ, ആ പ്രതിസന്ധിയിൽ നിന്നും കുടുംബത്തെ കരകേറ്റുവാനും സൂതികർമ്മിണിയുടെ പക്കൽ വിദ്യയുണ്ട്.

ഭൂതഗർഭിണിക്ക് പ്രസവനൊമ്പരമുണ്ടാകുന്ന ഘട്ടത്തിൽ സൂതികർമ്മിണി ഒരു മുറവും, മൺകുടവും, കൈക്കോട്ടുമായാണ് വീട്ടിലെത്തുക. അപ്പോൾ ഭൂതഗർഭിണി കിടക്കുന്ന മുറിയിൽ സൂതികർമ്മിണിയെ കൂടാതെ മറ്റാർക്കും പ്രവേശനവുമില്ല. പ്രസവിച്ചു വീഴുന്ന ചോരക്കുഞ്ഞിനെ ക്ഷമിക്കണം, ചോരഭൂതക്കുഞ്ഞിനെ, മുറം കൊണ്ടു പൊത്തുന്നു, കാറ്റ് തട്ടരുതല്ലോ? എന്നിട്ടു അതിനെ കുടത്തിലാക്കി, വായവട്ടം ചേരിക്കൊണ്ടു അടയ്ക്കുന്നു. അർദ്ധരാത്രിയോടുകൂടി കുടത്തിലാക്കിയ ഭൂതത്തെയുമെടുത്തു സൂതികർമ്മിണി കൈക്കോട്ടുമായി കടലായിപ്പറമ്പിൽ കൊണ്ടുപോയി കുഴിച്ചിടുന്നു. അതോടുകൂടി ഭൂതപ്രസവം ആർക്കും അപകടമില്ലാതെ പഴയ തമിഴു സിനിമപോലെ ശുഭമായി പര്യവസാനിക്കുന്നു. സൂതികർമ്മിണിക്ക് ബോണസ് കോള്. അരിക്കും തേങ്ങക്കും പുറമെ കുട്ടിപ്പായപോലുള്ള പത്തുറുപ്പികയുടെ ഒരു ചെള്ളുതെറിക്കുന്ന നോട്ടും ബർമ്മയിൽ നിന്നും കൊണ്ടുവന്ന മൽമ്മലിന്റെ ഒരു മുണ്ടും.

കടലായിപ്പറമ്പിൽ ഒരു തൂങ്ങിമരണം

ജീവിതനൈരാശ്യം വന്നു ആത്മഹത്യ ചെയ്യുവാൻ തീരുമാനിച്ചവർക്ക് അതു പ്രയോഗത്തിൽ വരുത്തുവാൻ പറ്റിയ ഇടമായിരുന്നു കടലായിപ്പറമ്പ്. അവിടുത്തെ വിജനതയും ചാഞ്ഞുനിൽക്കുന്ന പറങ്കിമാവിന്റെ കൊമ്പുകളും ആത്മഹത്യാപ്രവണതയുള്ളവരെ സംബന്ധിച്ചിടത്തോളം ഒരുപക്ഷേ

അനുകൂലഘടകങ്ങളായിത്തീർന്നിരിക്കാം. കടലായിപ്പറമ്പിലെ ചാഞ്ഞു നിൽക്കുന്ന കശുമാവിൻ കൊമ്പുകളിൽ കെട്ടിത്തൂങ്ങി ജീവിതമവസാനിപ്പിച്ചവർ നിരവധിയാണ്. അങ്ങനെ ജീവിതമവസാനിപ്പിച്ചവരിൽ ഈ നാട്ടുകാർക്ക് പ്രിയങ്കരനായ ഒരദ്ധ്യാപകനുമുണ്ടായിരുന്നു.

1940 കളുടെ മധ്യത്തിൽ കടലായി സ്കൂളിൽ, മുണ്ടലൂർ സ്വദേശിയായ ഒരു ഗോപാലൻമാസ്റ്റർ സേവനമനുഷ്ഠിച്ചിരുന്നു. സ്വാതന്ത്ര്യസമരപ്രവർത്തനങ്ങൾ ഭാരതം മുഴുവൻ കൊടുമ്പിരിക്കൊള്ളുന്ന ആ കാലഘട്ടത്തിൽ, ഈ കൊച്ചുഗ്രാമത്തിലും അതിന്റേതായ പ്രവർത്തനങ്ങളിൽ, സജീവമായി പങ്കുകൊണ്ടിരുന്ന ഒരു വ്യക്തിയായിരുന്നു ഗോപാലൻമാഷ്. അതുപോലെതന്നെ ഈ നാട്ടിൽ സംഘടിപ്പിക്കപ്പെട്ടിരുന്ന, കലാസാംസ്കാരികപ്രവർത്തനങ്ങളിലും സൗമ്യനും സാംസ്കാരസമ്പന്നനുമായ ഗോപാലൻമാസ്റ്റർ മുൻനിരയിൽ തന്നെ നിലയുറപ്പിച്ചിരുന്നു. സർവ്വോപരി ഒരു മാതൃകാ അദ്ധ്യാപകനെന്ന നിലയിലും ഗോപാലൻമാസ്റ്റർ ഈ നാട്ടുകാർക്ക് പ്രിയങ്കരനായിരുന്നു. കാവുതീയസമുദായക്കാരനായ ഗോപാലൻമാസ്റ്റർ ഇവിടെ അറിയപ്പെട്ടിരുന്നത് “കാതിയൻ” ഗോപാലൻമാസ്റ്റർ എന്നായിരുന്നു. അതേ കാലത്തു കടലായിയിൽ ഒരു ബാർബർ ഷാപ്പു നടത്തുകയായിരുന്ന ഗോപാലൻമാഷുടെ സഹോദരൻ, കൃഷ്ണനെ, “കാതിക്കിട്ടൻ” എന്നുമാണു വിളിച്ചിരുന്നത്. തീയ്യരുടെ മരണാനന്തരകർമ്മങ്ങൾ ചെയ്തു വന്നിരുന്നത് കാവുതീയ്യ സമുദായക്കാരായിരുന്നു. ആ കർമ്മികൾ ബലിക്കുറപ്പന്മാർ എന്നാണ് അറിയപ്പെട്ടിരുന്നത്. മൃതദേഹത്തിൽ പുതപ്പിക്കുന്ന കോടിത്തുണികൾ ചാവ് കർമ്മം നടത്തുന്ന ബലിക്കുറപ്പന്മാർക്ക് അവകാശപ്പെട്ടതാണ്.

ഉയർന്ന ജാതിക്കാരെ ജാതിചേർത്തു സംബോധന ചെയ്യുന്നത് അവരോടുള്ള ബഹുമാനസൂചകമാണെങ്കിൽ, താണ ജാതിക്കാരെ ജാതിചേർത്തു സംബോധന ചെയ്യുന്നത് അവഹേളനത്തിന്റെ ഭാഗമായിരുന്നു. അതുകൊണ്ടു പരിഷ്കൃതരായ ആളുകളൊന്നും താണ സമുദായക്കാരെ ജാതിപ്പേർ ചേർത്ത് വിളിക്കുന്ന പതിവില്ല. എന്നിരുന്നാലും ഇവിടെ തീയ്യർ താണ സമുദായക്കാരെ നേരിട്ടല്ലെങ്കിലും, ജാതിപ്പേർ പറഞ്ഞു പരിചയപ്പെടുത്തുന്നത് സാധാരണമായിരുന്നു. അതുകൊണ്ടുതന്നെയായിരിക്കണം ഒരു മാതൃകാ വ്യക്തിത്വത്തിന്റെ ഉടമയായ ഗോപാലൻമാസ്റ്ററും “കാതിയൻ” എന്ന ജാതിവിശേഷണത്തിൽ നിന്നും ഒഴിവാകാതിരുന്നത്. ഒരു ജാതി ഒരു മതക്കാർക്ക് മഹാഭൂരിപക്ഷമുള്ള നാടാണല്ലോ കരാറിനകം. 1940-നു മുമ്പ് തന്നെ ശ്രീ നാരായണഗുരുവിന്റെ നാമധേയത്തിൽ മൂന്നുവായനശാലകൾ സ്വന്തം കെട്ടിടത്തോടുകൂടി ഇവിടെ തല ഉയർത്തി നിൽക്കുന്നുമുണ്ട് എന്നു മാത്രമല്ല ആ വായനശാലകളുടെ ചുമരുകളിലെല്ലാം “ഒരു ജാതി ഒരു മതം” എന്നു വലിയ അക്ഷരത്തിൽ തന്നെ ആലേഖനം ചെയ്യപ്പെട്ടിട്ടുമുണ്ട്! എന്നിട്ടും താണ സമുദായക്കാരെ, അവരുടെ ജാതി ചേർത്തു വിശേഷിപ്പിക്കുന്നതിൽ ഈ നാട്ടുകാർക്ക് യാതൊരു മടിയുമുണ്ടായിരുന്നില്ല. തങ്ങളേക്കാൾ താണ സമുദായക്കാരെയാണു ഇങ്ങനെ വിശേഷിപ്പിക്കുന്നതെങ്കിൽ അതിൽ

അൽപ്പം പരിഹാസവും കലർന്നിരിക്കും. ഇവിടെ പുരുഷന്മാരെക്കാളും സ്ത്രീകളായിരുന്നു ജാതിപ്പേർ വിളിയിൽ മുന്നിൽ നിന്നിരുന്നത്.

ഈ നാട്ടിൽ അന്യരുടെ നേരെ പ്രയോഗിക്കുന്ന ഏറ്റവും ലഘുവായ ചീത്ത വാക്ക്, "നായിന്റെ മോനെ" അല്ലെങ്കിൽ മോളെ എന്നതാണ്. ദേഷ്യം വന്നാൽ പിതാവ് സന്താനങ്ങളെയും, ജ്യേഷ്ഠന്മാർ അനുജന്മാരെയും, കാരണവന്മാർ മരുമക്കളെയും, ഭർത്താവ് ഭാര്യയെയും സഹികെട്ടാൽ ചില ഭാര്യമാരെങ്കിലും, ഭർത്താവിനെയും ഈ പുലഭ്യം കൊണ്ടഭിഷേകം ചെയ്യാറുണ്ട്. എന്റെ അയൽപക്കത്തുള്ള ഒരു കോരേട്ടൻ വീടിന്റെ ഉമ്മറത്ത് വന്നു കേറുന്ന കാക്കകളെ തെളിക്കുന്നതു 'പോ നായിന്റെ മോനെ' എന്നു പറഞ്ഞുകൊണ്ടായിരുന്നു. ഈ ചീത്ത വാക്കിലെ നായയുടെ സ്ഥാനത്ത് ചില ജാതിയുടെ പേർ ചേർത്തുകൊണ്ടു..മോനേ.......മോളേ...എന്നു വിളിക്കുന്ന പതിവ് പണ്ടുകാലത്ത് ഇവിടെ സാർവ്വത്രികമായിരുന്നു. മറ്റൊന്ന് താണസമുദായത്തിലെ വ്യക്തികളെ അഭിസംബോധന ചെയ്യുമ്പോൾ "ഏട്ടൻ", "ഏച്ചി" എന്നൊക്കെയുള്ള ബഹുമാനസൂചകങ്ങൾ തീയ്യർ ഇവിടെ ചേർക്കാറില്ല എന്നതാണ്. അതുപോലെ തീയ്യരിലെ മുതിർന്നവരെ സംബോധന ചെയ്യുമ്പോൾ മുസ്ലീം സമുദായക്കാരും മേൽപ്പറഞ്ഞ ബഹുമാനസൂചക പദങ്ങൾ ഉപയോഗിക്കാറില്ല. കാലത്തിനനുസരിച്ചു കുറെ മാറ്റങ്ങൾ വന്നുവെങ്കിലും ചിലരുടെ ഇടയിലെങ്കിലും പഴയശീലങ്ങൾ മായാതെ കിടക്കുന്നുണ്ട്. ഒരു മുസ്ലീം യുവാവ് ഒരു തീയ്യത്തറവാട്ടിൽ ചെന്നു, കാരണവരെ അന്വേഷിച്ചത്, "കണ്ണാട്ടാ, തോലനുണ്ടോ?" എന്നായിരുന്നു. കണ്ണന്റെ അച്ഛനായിരുന്നു തോലൻ. തന്നെ കണ്ണാട്ടാ എന്നും അച്ഛനെ തോലനെന്നും വിളിച്ചത് കേട്ടു കണ്ണനു കോപം വന്നുവത്രെ? തികച്ചും അരോചകവും, പരിഷ്കൃതസമൂഹത്തിനു തന്നെ നാണക്കേടുണ്ടാക്കുന്നതുമായ മറ്റൊരു സംബോധനാരീതിയും ഈ നാട്ടിൽ നിലനിൽക്കുന്നുണ്ട്. ആൺകുട്ടികളെ എടാ എന്നു വിളിക്കുന്നതുപോലെ, പെൺകുട്ടികളെ "എണേ" എന്നും ഇവിടെ വിളിക്കാറുണ്ട്. പെൺകുട്ടികളെന്നാൽ, എല്ലാവരുടെയും ഇണകളാണെന്നു തോന്നിപ്പിക്കുന്ന ആ സംബോധനാരീതി ഈ പരിഷ്കൃതകാലത്തും യാതൊരു മാറ്റവുമില്ലാതെ തുടർന്നുകൊണ്ടിരിക്കുന്നു. അർത്ഥം ഗ്രഹിക്കാതെ, മാതാപിതാക്കളും സഹോദരന്മാരും അമ്മാവന്മാരും വരെ പെൺകുട്ടികളെ "എണേ" എന്നു സംബോധന ചെയ്യാറുണ്ട്. അതിലും വലിയ അത്ഭുതം ചങ്ങാതികളായ പെൺകുട്ടികൾ പരസ്പരം "എണേ" എന്നു സംബോധന ചെയ്യുന്നതാണ്. ഈ നാട്ടിൽ മാത്രമല്ല ഉത്തരകേരളത്തിൽ വ്യാപകമായി "എണേ" വിളി നിലനിൽക്കുന്നുണ്ട്. അതിന്റെ തെളിവിലേക്കായി പണ്ടുകാലത്തു കേട്ടുവന്നിരുന്ന ഒരു പടുപാട്ടിലെ വരികളുമുദ്ധരിക്കാം.

"ആരെടകോരാ മുട്ടപൊരിച്ചത്?"

"ഞാനല്ലച്ഛാമന്ദിപ്പെണ്ണ്"

"ആരണെ മന്ദിമുട്ടപ്പൊരിച്ചത്?"

"ഞാനല്ലച്ഛാ, കോരൻ ചെക്കൻ."

ഉത്തരകേരളത്തിൽ പണ്ടുകാലത്തു നിലനിന്നിരുന്ന ഹിന്ദുകൂട്ടു കുടുംബദായക്രമത്തിന്റെ ദുർഭഗസന്തതിയാണത്രെ ഈ "എണേ" വിളി. "ഇണ" എന്നതിന്റെ വാമൊഴി വഴക്കമാണു "എണ" അതു സംബോധന യാകുമ്പോൾ എണേ, എന്ന ദീർഘമായിത്തീരുന്നു. പണ്ടത്തെ കാരണവന്മാർ തറവാട്ടുസ്വത്ത് അന്യാധീനപ്പെടാതിരിക്കുവാൻ വേണ്ടി തങ്ങളുടെ പെൺമക്കളെ അനന്തിരവന്മാരെക്കൊണ്ടു വിവാഹം കഴിപ്പിക്കുകയാണല്ലോ ചെയ്തുവന്നിരുന്നത്? അങ്ങനെയാണു മുറപ്പെണ്ണും മുറച്ചെറുക്കനുമുണ്ടാ കുന്നത്. മുറപ്പെണ്ണിനെ ഇവിടെ മച്ചുനിച്ചി എന്നും മുറച്ചെറുക്കനെ മച്ചുനിയൻ എന്നുമാണ് വിളിക്കുന്നത്. മച്ചുനിച്ചിയെ വിവാഹം കഴിക്കാനുള്ള അവകാശം മച്ചുനിയനിൽ നിക്ഷിപ്തമാണ്. അതു മുൻകൂട്ടി ഉറപ്പിക്കുന്നതിന്നുവേണ്ടി, കുട്ടികളുടെ ബാല്യകാലത്തുതന്നെ കെട്ടുകല്യാണമെന്നപേരിൽ, ചില ചട ങ്ങുകൾ നടത്താറുണ്ട്. കുടുംബങ്ങളെയെല്ലാം വിളിച്ചുകൂട്ടി നിലവിളിക്കിനു മുമ്പിൽ മച്ചുനിച്ചിയെയും മച്ചുനിയെനും ഒരുമിച്ചിരുത്തി ശിശുമച്ചുനിച്ചിയുടെ താരിളം കഴുത്തിൽ, കുട്ടിമച്ചുനിയനെക്കൊണ്ട് മഞ്ഞച്ചരട് കെട്ടിക്കുക എന്ന താണ് ആ ചടങ്ങ്. അതിനു കെട്ടുകല്ല്യാണം എന്നാണു പേര്. പഴഞ്ചൻ പെണ്ണുങ്ങൾ പറയുന്നതുപോലെ, "മുലപ്പാൽ മണം മാറാത്ത പെണ്ണും, തീട്ടം നാറാത്ത ചെക്കനും തമ്മിലുള്ള" ബന്ധമുറപ്പിക്കൽ. കെട്ടുകല്യാണത്തോടെ മച്ചുനിച്ചി. മച്ചുനിയന്റെ ഭാവിവധുവാണെന്നു സ്ഥിരീകരിക്കപ്പെടുന്നു. ഭാവി വധു എന്നതിന്റെ നാടൻ പ്രയോഗമായിരിക്കണം "എണ" ചുരുക്കിപ്പറ ഞ്ഞാൽ മച്ചുനിയനു മച്ചുനിച്ചിയിലുള്ള വൈവാഹിക അവകാശത്തിന്റെ വിളംബരമാണു "എണേ" വിളി. കെട്ടുകല്യാണത്തിനുശേഷം കുട്ടികൾ പ്രായ പൂർത്തിയാകുന്നതോടെയാണു ദാമ്പത്യബന്ധത്തിനായുള്ള, പുടമുറി കല്ല്യാണം നടക്കുന്നത്. കെട്ടുകല്ല്യാണത്തിനുശേഷം മച്ചുനിച്ചിക്ക് മറ്റൊ രാളെ വരിക്കണമെങ്കിൽ മച്ചുനിയന് ഇരുപതു പണം കൊടുത്തു ഒഴിവാ ക്കാവുന്നതുമാണ്. അങ്ങനെ കൊടുക്കുന്ന പണത്തിനാണു മച്ചുനിയൻപണം എന്നു പറയുന്നത്.

കെട്ടുകല്യാണത്തിന്റെയും പുടമുറിക്കല്യാണത്തിന്റെയും ഇടയ്ക്കുള്ള കാലത്താണു എണേ വിളിയുടെ ഓർമ്മപ്പെടുത്തൽ ആവശ്യമായി വരുന്നത്. എട്ടും പൊട്ടും തിരിയാത്ത കാലത്ത് കുട്ടികളെക്കൊണ്ടു വിളിപ്പിക്കുന്ന "ഏണേ" വിളി അർത്ഥം ഗ്രഹിക്കാതെ മറ്റുള്ളവരും ഏറ്റു വിളിക്കുന്നതാണ് നാട്ടിലെ പെണ്ണായ പെണ്ണൊക്കെ "എണ" കളായിത്തീരാൻ കാരണം. ഹിന്ദു ക്കളിൽ മാത്രമല്ല, മുസ്ലീം സമൂഹത്തിലും ഇവിടെ എണേ വിളി വ്യാപക മാണ്. അവരും ഇവിടെ മരുമക്കത്തായത്തിന്റെ ഇരകളായിരുന്നു. അവരുടെ ഇടയിൽ പ്രചാരമുള്ള ഒരു പാട്ടും ഉദ്ധരിക്കാം.

ചക്കയെന്നും ചൊല്ലല്ലോണേ
ചക്കമ്മക്കൈ വെക്കല്ലോണെ
ഏലവെച്ച് മുറിക്കേണ്ട
വരിക്ക ചക്കാ........

ഗോപാലൻമാസ്റ്ററെക്കുറിച്ചാണല്ലോ പറഞ്ഞുവന്നത്. അദ്ദേഹത്തിന്റെ ഉറ്റ ചങ്ങാതിയായിരുന്നു കടലായിയിലെ യു.കെ.കരുണൻമാഷ്. കരുണൻ മാസ്റ്ററും കുറച്ചു കാലം കടലായി സ്കൂളിൽ അദ്ധ്യാപകനായി സേവന മനുഷ്ഠിച്ചിരുന്നു.ആ കാലത്തു കടലായി കേന്ദ്രീകരിച്ച് കരുണൻ മാസ്റ്ററുടെ നേതൃത്വത്തിൽ കരാറിനകം ബാലനാടകസംഘം എന്ന പേരിൽ ഒരു സാംസ്കാരികസംഘടനപ്രവർത്തിച്ചിരുന്നു. കരാറിനകത്തെ നൂറുകണ ക്കിനു യുവതീയുവാക്കൾ അംഗങ്ങളായിട്ടുള്ള ആ കലാസംഘടനനാടകം, കോൽക്കളി, പ്രഹസനം മുതലായ കലാപരിപാടികൾ നാട്ടൊടുക്കും അവ തരിപ്പിക്കാറുണ്ടായിരുന്നു. കോട്ടമ്മലിലെ കരുണൻമാസ്റ്ററുടെ വീട്ടിൽവെച്ചാ യിരുന്നു കലാപരിപാടികളുടെ റിഹേഴ്സൽ നടന്നിരുന്നത്. ഈ പരിശീലന ക്കളരിയിൽ കരുണൻമാസ്റ്ററുടെ കൂടെ ഗോപാലൻമാസ്റ്ററും സജീവമായി പങ്കെടുക്കുമായിരുന്നു. കരുണൻമാസ്റ്ററും ഗോപാലൻമാസ്റ്ററും തമ്മിലുള്ള ഈ സൗഹൃദബന്ധം ചില തൽപ്പരകക്ഷികൾക്ക് ഇഷ്ടമായില്ല. കാരണം കരുണൻ മാസ്റ്ററുടെ കുടുംബം കോടതിവ്യവഹാരികളുടെ കുടുംബമായി രുന്നു. കോടതിവ്യവഹാരികൾക്ക് ആ കാലത്ത് ശത്രുക്കളും ധാരാളമായി രുന്നു. കരുണൻമാസ്റ്ററോടുള്ള ശത്രുത ഉറ്റ ചങ്ങാതി എന്ന നിലയിൽ ഗോപാ ലൻ മാസ്റ്ററോടും ചിലർ വെച്ചുപുലർത്തി. ഒരു ദിവസം ഗോപാലൻമാസ്റ്ററെ ചിലർ വഴിയിൽ തടഞ്ഞുനിർത്തി മർദ്ദിക്കുകയും "കാതിയൻ" എന്നു വിളിച്ച് ആക്ഷേപിക്കുകയും ചെയ്തു. സ്വതവേ ശാന്തശീലനായ ഗോപാലൻ മാസ്റ്റർക്ക് ആ സംഭവം സഹിക്കുവാൻ കഴിയുന്നതിലും അധികമായിരുന്നു. പിന്നീ ടുള്ള ദിവസങ്ങളിൽ ഗോപാലന്മാസ്റ്ററെ നിരാശനും മൂകനുമായാണ് കാണ പ്പെട്ടത്. ഒരു ദിവസം രാത്രി കരുണൻമാസ്റ്ററുടെ കോട്ടമ്മലിലുള്ള വീട്ടിൽ ഒരു കോൽക്കളിയുടെ റിഹേഴ്സൽ കാണുവാൻ കരുണൻമാഷും വന്നിരുന്നു. പരിപാടി നടന്നുകൊണ്ടിരിക്കുമ്പോൾ "ഞാനൊന്നു പുറത്തുപോയി വരാം" എന്നു പറഞ്ഞു ഇറങ്ങിയതായിരുന്നു ഗോപാലൻമാസ്റ്റർ. പിറ്റേന്നു ഏതാണ്ടു ഉച്ചയോടുകൂടി കടലായിപ്പറമ്പിൽ "ചപ്പടിക്കാൻ"ചെന്ന ഒരു സ്ത്രീയാണു കോട്ടമ്മലിനു തെക്കു വശത്തുള്ള ഒരു വലിയ പറങ്കിമാവിൻകൊമ്പിൽ തൂങ്ങി നിൽക്കുന്ന ഗോപാലൻമാഷെ കാണുന്നത് കാലുകൾ നിലത്തു തൊട്ടു, തൊട്ടില്ല എന്ന നിലയിലായിരുന്നു മൃതദേഹത്തിന്റെ നിൽപ്പ്.

വാർത്ത ക്ഷണനേരം കൊണ്ടു നാടൊട്ടുക്കും പരന്നു. കേട്ടവർ കേട്ടവർ കടലായിപ്പറമ്പിലേക്ക് കുതിച്ചെത്തിക്കൊണ്ടിരുന്നു. മരിച്ചത് ഗോപാലൻ മാസ്റ്റർ തന്നെയാണെന്നു ഉറപ്പിച്ചതോടെ, നാട്ടുകാർ, അധികാരികളെ വിവര മറിയിക്കാൻ ശ്രമമാരംഭിച്ചു. എന്നാൽ അടുത്ത ദിവസം വൈകുന്നേരമേ അധികാരികൾ എത്തിച്ചേരാൻ സാധ്യതയുള്ളൂവെന്നു നാട്ടുകാർക്ക് വിവരം ലഭിച്ചു. അധികൃതർ വരാതെ തൂങ്ങി നിൽക്കുന്ന മൃതദേഹം അഴിച്ചുകിട ത്താനും പാടില്ല. അതിനാൽ രാത്രി മുഴുവൻ നാട്ടുകാരിൽ ചിലർ മൃതദേഹ ത്തിനു കാവൽ നിൽക്കാൻ തീരുമാനിച്ചു. കാരണം, നിലത്തോടു തൊട്ടു കിടക്കുന്ന മൃതദേഹം കുറുക്കന്മാർ വന്നു കടിച്ചു കീറുവാനുള്ള സാധ്യത

ഏറെയായിരുന്നു. കെ.പിഗോവിന്ദൻ, കൂക്കിരി അനന്തൻ, കീത്തരാക്കണ്ടി രാഘവൻ, തയ്യിൽ അച്യുതൻ തുടങ്ങിയവർ മൃതദേഹത്തിനു കാവൽക്കാരാകാമെന്നു ഏറ്റു പ്രകൃത്യാ ഭീതിജനകമായ കടലായിപ്പറമ്പിൽ, തൂങ്ങിനിൽക്കുന്ന ഒരു മൃതദേഹത്തിനു മുമ്പിൽ കൂരാക്കൂരിരുട്ടിൽ കാവൽ നിൽക്കാനൊന്നും ആ കാലത്തു ഒരുവിധപ്പെട്ട ധൈര്യശാലികളൊന്നും തയ്യാറാകുമായിരുന്നില്ല. ശവം മണത്തുവരുന്ന നായ്ക്കളെയും കുറുക്കന്മാരെയുമെല്ലാം കല്ലെറിഞ്ഞോടിച്ചാണത്രെ ആ ചെറുപ്പക്കാർ രാത്രി മുഴുവൻ കാവൽ നിന്നത്. അടുത്ത ദിവസം വൈകുന്നേരത്തോടെ അധികാരിയും പരിവാരങ്ങളും വന്നെത്തി. മുണ്ടും കുപ്പായത്തിനും പുറമെ ഓവർകോട്ടും ധരിച്ചെത്തിയ അധികാരിയെ നാട്ടുകാർ കൈകൂപ്പി വണങ്ങി. പണ്ടത്തെ അംശമധികാരികളെ ജനങ്ങൾ വലിയ ഭയഭക്തിബഹുമാനത്തോടെയാണു വീക്ഷിച്ചിരുന്നത്. കാരണം നാടിന്റെ അധികാരം മുഴുവൻ അധികാരിയുടെ കോട്ടിന്റെ പോക്കറ്റിൽ നിക്ഷിപ്തമായിരുന്നു! അധികാരി എവിടെപ്പോകുമ്പോഴും അകമ്പടിക്കാരായി, മേനോൻ, കോൽക്കാരൻ, ശിപായി തുടങ്ങിയ കീഴ്ജീവനക്കാരുമുണ്ടാകും. അധികാരിയെ മാത്രമല്ല കീഴ്ജീവനക്കാരെയും നാട്ടുകാർക്ക് പേടിയായിരുന്നു.

അധികാരി നാട്ടുകാരോടു സംസാരിക്കുകയില്ല, കലമ്പുക മാത്രമേ ചെയ്യുകയുള്ളൂ. ആരെയും പേരെടുത്തു വിളിക്കുകയുമില്ല. എടാ എന്നു മാത്രമേ വിളിക്കുകയുള്ളൂ. അതാണു അതിന്റെ ഒരു രീതി. അധികാരിയെ പ്രജകൾ സംബോധന ചെയ്യേണ്ടത് “എജമാനൻ” എന്നാണ്. ഇവിടെ അത് “എസമാനൻ” ആണ്. “അധികാരി എസമാനൻ” നാട്ടിൽ കീഞ്ഞതറിഞ്ഞാൽ, കണ്ടം കൊത്തുന്ന ബാപ്പുവും, തെങ്ങിൽ കേറുന്ന കേളനും, കാലി പൂട്ടുന്ന കുഞ്ഞാമനുമെല്ലാം തലയിൽ കെട്ടിയ തോർത്തഴിച്ച് അരയ്ക്ക് ചുറ്റിക്കെട്ടി ഓച്ഛാനിച്ചു നിൽക്കും. ചിലർ തളയില്ലാതെ തെങ്ങിൽ ചാടിക്കയറി ഇളനീർ പറിച്ച് “എസമാനനു” കാഴ്ച വെയ്ക്കും. അത്രയും ബഹുമാനമായിരുന്നു അധികാരിയോടു നാട്ടുകാർക്ക്. വിളവെടുപ്പു കഴിഞ്ഞാൽ കൃഷിക്കാർ വെള്ളരിയും വാഴക്കുലകളുമെടുത്ത് അധികാരിയുടെ വീട്ടിലേക്ക് ഒരു കാഴ്ചപോക്കുണ്ട്. ആ സാധനങ്ങളൊക്കെ വാങ്ങിവെക്കാൻ, അധികാരിയുടെ വീടിന്റെ പിറകിലും വരാന്തയുണ്ടായിരുന്നു. അധികാരിയിൽ നിന്നു എന്തെങ്കിലും ആവശ്യം സാധിക്കണമെങ്കിൽ കെട്ടുകാഴ്ച നിർബന്ധമായിരുന്നു. കെട്ടുകാഴ്ചയൊന്നും ഇല്ലാതെയാണു ആവശ്യക്കാർ പോകുന്നതെങ്കിൽ കുറഞ്ഞത് പത്തുപ്രാവശ്യമെങ്കിലും നടത്തിക്കുവാൻ അധികാരിക്ക് അധികാരമുണ്ടായിരുന്നു. അതാണ് അതിന്റെ ഒരു രീതി. കുറുവയിലെ ഒരു മമ്മൂക്ക കെട്ടുകാഴ്ചയൊന്നുമില്ലാതെ അധികാരിയുടെ വീട്ടിൽപ്പോയ കഥ പറഞ്ഞു കേട്ടിട്ടുണ്ട്. മാമുലൊന്നുമില്ലാതെ തന്റെ ഒരു ചെറിയാവശ്യത്തിനു പോയ മമ്മൂക്കയോടു, ഓരോരോ കാരണങ്ങൾ നിരത്തി, നാളെ വാ മറ്റന്നാൾ വാ” എന്നൊക്കെപ്പറഞ്ഞ് അധികാരി മടക്കിയയച്ചുകൊണ്ടിരുന്നു. ആറുപ്രാവശ്യം പോയിട്ടും അധികാരി മമ്മൂക്കയുടെ ആവശ്യം നിറവേറ്റിക്കൊടുത്തില്ല.

ഏഴാമത്തെ പ്രാവശ്യം ചെന്നപ്പോൾ അധികാരി വീട്ടിലില്ല. പൂമുഖത്തെ കസേരയിൽ അധികാരിയുടെ അമ്മ ചാരിയിരിക്കുന്നു. മമ്മൂക്ക ചെന്നപാടെ ഭവ്യതയോടെ ചോദിച്ചു. "അമ്മേ, അധികാരി എസമാനനുണ്ടോ?" അപ്പോൾ ചാരുകസേരയിൽ നിന്നും എഴുന്നേറ്റ് വന്ന അമ്മ പറഞ്ഞത്. ഓനിപ്പം അധികാരിപ്പണി ഇല്ലന്റെ മാപ്പളേ, ഓന്റെ അധികാരിപ്പണിയെല്ലാം പോയി എന്നായിരുന്നു ഇതു കേട്ട പാടെ മമ്മൂക്ക പരിസരം മറന്നു പൊട്ടിത്തെറിച്ചത് ഇങ്ങനെയായിരുന്നു. "അപ്പന്നീ"ന്റെ കളികണ്ടപ്പൊ ഞമ്മ പറഞ്ഞിനു ഓൻ ഉള്ള അധികാരിപ്പണികൊണ്ടുകളയുന്നു. ഇതു പറഞ്ഞപാടെ കൈയിലുള്ള തോർത്തും കുടഞ്ഞു മമ്മൂക്ക കോവിണി ഇറങ്ങി നടന്നുവത്രെ! അധികാരമുള്ളപ്പോൾ എസമാനൻ അധികാരം പോയപ്പോൾ പന്നി, മമ്മൂക്ക ഒരു വലിയ തത്ത്വമാണു ഓർമ്മിപ്പിച്ചത്. മമ്മൂക്ക അധികാരിയെ വിളിച്ചത് പന്നിയെന്നല്ല പൊന്നി എന്നായിരുന്നു. പന്നിയെ പൊന്നിയെന്നും ഇവിടെ വിളിക്കാറുണ്ട്. അധികാരികൾ വന്നു എല്ലാവിധ പരിശോധനകളും പൂർത്തിയായതിനു ശേഷം ഗോപാലൻമാസ്റ്ററുടെ മൃതദേഹം പോസ്റ്റ്മോർട്ടത്തിനായി കണ്ണൂർ ആസ്പത്രിയിലേക്കു കൊണ്ടുപോയി. അവിടെ നിന്നും വിലാപയാത്രയായി മൃതദേഹം മുണ്ടലൂരിൽ എത്തിച്ച് വീട്ടുവളപ്പിൽ സംസ്കരിച്ചു. ആ വിലാപയാത്രയിൽ കരാറിനകത്തു നിന്നു നൂറുകണക്കിന് ആളുകളാണു പങ്കെടുത്തത്. ഈ നാട്ടുകാർക്ക് ഗോപാലൻമാസ്റ്ററോടുള്ള സ്നേഹബഹുമാനത്തിന്റെ ഉത്തമനിദർശനമായിരുന്നു ആ വിലാപയാത്രയിലെ കരാറിനകത്തിന്റെ പങ്കാളിത്തം. ഗോപാലൻമാഷുടെ ദേഹവിയോഗം ഈ നാട്ടിനെ സംബന്ധിച്ചിടത്തോളം വലിയ നഷ്ടമാണു വരുത്തിവെച്ചത്. ആ സംസ്കാര സമ്പന്നന്റെ വേർപാട് ഒരു കുടുംബസുഹൃത്തിന്റെ വേർപാടായാണു പലർക്കും അനുഭവപ്പെട്ടത്. ഈ നാട്ടിൽ പിറന്നയാളല്ലെങ്കിലും ഗോപാലൻ മാസ്റ്റർക്ക് ഈ നാട്ടിലെ പഴമക്കാരുടെ ഇടയിൽ ഇപ്പോഴും വലിയ സ്ഥാനമുണ്ട്. കടലായിപ്പറമ്പിലെ ഒരു സ്ഥലം അറിയപ്പെടുന്നത് ഗോപാലൻമാസ്റ്റർ തൂങ്ങി മരിച്ച സ്ഥലമെന്നാണ്.

മരണത്തെ ഒരു ഫലിതബിന്ദുവാക്കി മാറ്റിയ കരാറിനകക്കാരൻ

ഗോപാലൻമാസ്റ്ററുടെ മരണത്തെത്തുടർന്നു ഇവിടെ ഒരു നാടകീയ സംഭവവും അരങ്ങേറുകയുണ്ടായി. സ്വാതന്ത്ര്യ സമര പ്രവർത്തകനായ ഗോപാലൻമാസ്റ്ററുടെ അകാലവിയോഗത്തിൽ അനുശോചനം രേഖപ്പെടുത്തുവാൻ വേണ്ടി, കരാറിനകം കോൺഗ്രസ്സ് കമ്മിറ്റിയുടെ ആഭിമുഖ്യത്തിൽ കുറുവയിൽ ഒരു യോഗം വിളിച്ചുകൂട്ടി. എൻ.വി.അനന്തൻ മാസ്റ്റർ, കെ.പി കറുവൻ മ്മാസ്റ്റർ, ടി.പി കുഞ്ഞിരാമൻ, പി.കരുണാകരൻ, കെ.പി അച്യുതൻ, പറമ്പത്ത് കണ്ണായി മേസ്ത്രി തുടങ്ങിയ പ്രമുഖരൊക്കെ ആ അനുശോചന യോഗത്തിൽ പങ്കെടുത്തിരുന്നു. അനുശോചന പ്രമേയം അവതരിപ്പിച്ചത് ടി.പി. കുഞ്ഞിരാമനായിരുന്നു. ആ സമയത്തു പറമ്പത്ത് കണ്ണായി മേസ്ത്രി എഴുന്നേറ്റ് അതിനെ തടസ്സപ്പെടുത്തി. ആത്മഹത്യ ചെയ്ത ഒരാൾക്ക് വേണ്ടി,

അനുശോചനം രേഖപ്പെടുത്തുവാൻ പാടില്ലെന്നായിരുന്നു കണ്ണായി മേസ്ത്രിയുടെ നിലപാട്. ആത്മഹത്യക്കെതിരെ കണ്ണായി മേസ്ത്രി ഒരു ചെറു പ്രസംഗം തന്നെ നടത്തി. "ഗോപാലൻമാസ്റ്ററെപോലുള്ള ചിന്താശീലനായ ഒരാൾ ജീവിതത്തിൽ നിന്നൊളിച്ചോടിയത് ശരിയായില്ല. ജനങ്ങളെ തുടർന്നും സേവിക്കേണ്ട ഒരു വ്യക്തിയായിരുന്നു ഗോപാലൻമാസ്റ്റർ. ജീവിതത്തിൽ പ്രതിസന്ധി നേരിടുമ്പോളെല്ലാം ആത്മഹത്യ ചെയ്യാനൊരുങ്ങിയാൽ ഭൂമുഖത്തു ആരെങ്കിലും ബാക്കിയുണ്ടാകുമോ? അതുകൊണ്ടു ഗോപാലൻമാഷുടെ മരണത്തിൽ അനുശോചനം രേഖപ്പെടുത്തിയാൽ അതു ആത്മഹത്യയെ പ്രോത്സാഹിപ്പിക്കലായിരിക്കും എന്ന് പറമ്പത്ത് കണ്ണായി മേസ്ത്രി വീറോടെ വാദിച്ചു. പറമ്പത്തു കണ്ണായി മേസ്ത്രിയുടെ അഭിപ്രായത്തിൽ അൽപം കഴമ്പുണ്ടെങ്കിലും, മരിച്ചു കഴിഞ്ഞയാളുടെ അനുശോചനയോഗം തടസ്സപ്പെടുത്തരുതെന്നു യോഗത്തിലെ പലരും കണ്ണായി മേസ്ത്രിയോടാവശ്യപ്പെട്ടു. എങ്കിലും കണ്ണായി മേസ്ത്രി തന്റെ നിലപാടിൽ ഉറച്ചുനിന്നു. അതോടെ അനുശോചനയോഗം നിർത്തിവെക്കേണ്ടി വന്നു. എന്തായാലും ആത്മഹത്യക്കെതിരെ തീവ്രവിമർശനം അഴിച്ചുവിട്ടുള്ള കണ്ണായി മേസ്ത്രിയുടെ പ്രയത്നത്തിനു ഫലമുണ്ടായി. ഗോപാലൻമാസ്റ്ററുടെ ആത്മഹത്യയ്ക്ക് ശേഷമുള്ള രണ്ടു കൊല്ലത്തിനിടയിൽ കരാറിനകത്തു ആരും ആത്മഹത്യ ചെയ്തതായി കേട്ടിട്ടില്ലത്രെ. രണ്ടു വർഷത്തിനുശേഷം തോട്ടടയിലെ ഒരു വീട്ടിൽ ഒരു തൂങ്ങിമരണം നടന്നു. അത് പറമ്പത്ത് കണ്ണായി മേസ്ത്രിയുടെ വീടായിരുന്നു. തൂങ്ങിമരിച്ചതാകട്ടെ പറമ്പത്ത് കണ്ണായി മേസ്ത്രിയും. സ്വന്തം മരണം ഒരു ഫലിതബിന്ദുവാക്കി മാറ്റിയ കരാറിനകക്കാരനാണ് പറമ്പത്ത് കണ്ണായി മേസ്ത്രി.

അറിയാതിരിക്കരുത് അപ്പോച്ചനെ

കടലായിപ്പറമ്പുമായി ബന്ധപ്പെട്ടു കിടക്കുന്ന മറ്റൊരു ദുരന്തസംഭവമാണ് അപ്പോച്ചന്റേത്.

അപ്പോച്ചനെ അറിയില്ലേ? അറിയാതിരിക്കില്ല. ഒരു കാലത്ത് ഈ നാട്ടിൽ വീടുനിർമ്മാണത്തിന്നാവശ്യമായ ചെങ്കല്ലുകൾ പണയിൽ കുനിഞ്ഞു നിന്നു, തന്നേക്കാൾ ഭാരമുള്ള മഴുകൊണ്ടു വെട്ടിയെടുത്തുതന്നയാളായിരുന്നു അപ്പോച്ചൻ. പകലന്തിയോളം പണയിൽ കുനിഞ്ഞു നിന്നു കല്ലുവെട്ടിയതിന്റെ ഫലമായി മുതുകിൽ കൂനുവന്നയാളുമായിരുന്നു അപ്പോച്ചൻ. ഒരു പ്രകൃതിക്ഷോഭത്തിന്റെ ഇരയായിത്തീർന്ന അപ്പോച്ചന്റെ കരളലിയിക്കുന്ന കഥയിലൂടെയും ഒന്നു സഞ്ചരിക്കാം.

1958-ൽ മഴ തിമിർത്തുപെയ്യുന്ന ഒരു തുലാമാസ രാത്രി. ആയിരം കാൽച്ചിലങ്കകൾ ഒരുമിച്ചു കിലുങ്ങുന്ന ശബ്ദത്തിൽ തുള്ളിക്കൊരു കുടമായി, മഴ, മേഘമൽഹാർ രാഗത്തിൽ പെയ്തുകൊണ്ടിരിക്കുന്നു. കണ്ണഞ്ചിക്കുന്ന മിന്നലും തുടർന്നു കാതടപ്പിക്കുന്ന ഇടിനാദവും. പ്രകൃതീദേവി ആകാശത്ത് വെള്ളിവാൾ വീശി സംഹാരതാണ്ഡവമാടുകയാണോ? എന്നു തോന്നിപ്പിക്കുംവിധത്തിലുള്ള ഭീതിജനകമായ കാഴ്ചകൾ കണ്ട് നാടും വീടും

വിറകൊണ്ടു. ഇടിമോന്തായത്തിൽ നിന്നു പൊട്ടുന്നതുപോലെയും, മിന്നൽ വീടിനകത്തു വാൾ വീശുന്നതുപോലെയുമാണു അന്നു എല്ലാവർക്കും അനുഭവപ്പെട്ടത്. ചരൽവാരിയെറിയുന്നതു പോലെ, വന്നു പതിക്കുന്ന പേമാരി, ഓലമേഞ്ഞ വീടുകളുടെ മോന്തായങ്ങളെ തുളച്ചുകൊണ്ടു വീടിനകത്തും പെയ്തിറങ്ങിക്കൊണ്ടിരുന്നു. ആ കാലത്തങ്ങനെയാണ്. വീട്ടിനു പുറത്തു മാത്രമല്ല മഴ ചെയ്യുക. പാവപ്പെട്ടവന്റെ വീടിനകത്തും മഴ പെയ്തുകൊണ്ടിരിക്കും. ചുരുക്കിപ്പറഞ്ഞാൽ അന്നത്തെ മഴ, ഈ നാട്ടുകാരെ സംബന്ധിച്ചിടത്തോളം അകത്തും പുറത്തും കുട പിടിച്ചുനിൽക്കേണ്ട അവസ്ഥയിലേക്കാണു കൊണ്ടെത്തിച്ചിരുന്നത്. വീട്ടിനകത്ത് മഴവെള്ളം വീഴുന്ന സമയത്ത് സാധാരണയായി വീട്ടുകാർ കിണ്ണം, കിണ്ടി, കോളാമ്പി, മുരുട തുടങ്ങിയ ചെറുപാത്രങ്ങൾ നിരത്തിവെച്ചായിരുന്നു മഴവെള്ളത്തെ പ്രതിരോധിച്ചിരുന്നത്. എന്നാൽ അന്നത്തെ ദിവസം കഞ്ഞിക്കലം മുതൽ വട്ടച്ചെമ്പ് വരെയുള്ള വലിയ വലിയ പാത്രങ്ങൾ തന്നെ നിരത്തിവെക്കേണ്ടി വന്നു വത്രെ, പല വീട്ടുകാർക്കും. മുമ്പൊരിക്കലും കണ്ടിട്ടില്ലാത്ത അതിഭയങ്കരമായ പ്രകൃതിക്ഷോഭത്തിൽ, ചകിതരായ ജനങ്ങൾക്ക് അവരവരുടെ വീടുകളിൽ കുടുംബസമേതമിരുന്നു കൂട്ടപ്രാർത്ഥന നടത്തുവാൻ മാത്രമേ സാധിച്ചുള്ളൂ. സ്വന്തം ദൈവങ്ങൾ മാത്രമല്ല അന്യസമുദായങ്ങളിലെ ദൈവങ്ങളും അന്നവർക്ക് പിടിവള്ളിയായിരുന്നു. അതിശക്തമായ പ്രകൃതിക്ഷോഭത്തിൽ ഒരുനാടുമുഴുവൻ ഭീതിയുടെ മുൾമുനയിൽ നിൽക്കുമ്പോളതാ, "ഇടിതട്ടിയവനെ പാമ്പും കടിച്ചു" എന്നു പറയുന്നതുപോലെ, കടലായിപ്പറമ്പിൽ നിന്നും അത്യുച്ചത്തിലുള്ള ആർത്തനാദമുയരുന്നു. ഇടിയുടെയും, മഴയുടെയും കോലാഹലങ്ങൾക്കിടയിലും ആ ആർത്തനാദം പലരും കേട്ടു. എവിടെയോ എന്തോ അപകടം സംഭവിച്ചിരിക്കുന്നു എന്നു സൂചിപ്പിക്കുന്ന ആ ആർത്തനാദം വീണ്ടും വീണ്ടും ഉയർന്നുകൊണ്ടേയിരുന്നു. പല വീട്ടുകാരും, ആ നിലവിളി കേട്ട ഭാഗത്തേക്ക് ജനൽവിടവിലൂടെ എത്തിനോക്കിയപ്പോൾ, കടലായിപ്പറമ്പിന്റെ മധ്യത്തിൽ നിന്നു അതിഭയങ്കരമായ തീജ്വാലയും കറുത്ത പുകയും ആകാശത്തേക്ക് ഉയരുന്നതു കാണപ്പെട്ടു. നിലവിളി അപ്പോഴും കൂടുതൽ കൂടുതൽ ഉച്ചത്തിൽ ഉയർന്നുകൊണ്ടേയിരുന്നു. ഇടിമിന്നലേറ്റ് ഏതോ വീടിനു തീപിടിച്ചതായി പലരും അനുമാനിച്ചു. ചിലർ എന്തും വരട്ടെ എന്നു കണക്കാക്കി, അപകടം നടന്ന സ്ഥലത്തേക്ക് കുതിച്ചു, ചെല്ലുവാൻ തയ്യാറായി വാതിൽ തുറന്നു. എന്നാൽ വീട്ടിലെ സ്ത്രീകൾ അവരെ തടഞ്ഞുനിർത്തി. പ്രകൃതിക്ഷോഭത്തിൽ അപകടം പതിയിരിക്കുന്ന ആ കാളരാത്രിയിൽ കടലായിപ്പറമ്പിലൂടെ നടന്നുപോകുക എന്നത് സ്ത്രീകളെ സംബന്ധിച്ചിടത്തോളം അചിന്തനീയമായിരുന്നു. എന്നിരുന്നാലും, കുടുംബിനികളുടെ തടസ്സപ്പെടുത്തലുകൾ വകവെക്കാതെ ചിലർ മഴയത്തിറങ്ങി മിന്നലിന്റെ വെളിച്ചത്തിൽ കടലായിപ്പറമ്പിലൂടെ അപകടം സംഭവിച്ച സ്ഥലത്തേക്കു കുതിച്ചുപാഞ്ഞു. ആദ്യമോടിയെത്തിയത് കടലായിലെ പടിയത്ത് രാഘവനും, തോട്ടടയിലെ ടി.കെ ഭാസ്കരൻമാഷുമായിരുന്നു. അവിടെ അവർ കണ്ട കാഴ്ച അതിഭയാനകമായിരുന്നു. കല്ലുവെട്ടുകാരൻ

അപ്പോച്ഛന്റെ ഓലപ്പുര ഇടിമിന്നലേറ്റ് കത്തിക്കൊണ്ടിരിക്കുന്നു. അതിശക്തമായി പെയ്യുന്ന മഴക്കിടയിലും തീജ്വാലയും കറുത്ത പുകയും ആകാശത്തു ഉയർന്നുകൊണ്ടിരിക്കുന്നു. കത്തിക്കൊണ്ടിരിക്കുന്ന ഓലകളും വാരിക്കഷണങ്ങളും പാതികരിഞ്ഞ കഴുക്കോലുകളും, മോന്തായത്തിൽ നിന്നും അടർന്നു വീണുകൊണ്ടിരിക്കുന്നു. അപ്പോഴേക്കും പുര കത്തുന്ന സ്ഥലത്ത് മറ്റു പലരും നനഞ്ഞൊലിച്ചു വന്നെത്തി. എല്ലാവരെയും ഏറ്റവും കൂടുതൽ അലട്ടിയ പ്രശ്നം വീട്ടുകാർക്ക് എന്തു സംഭവിച്ചു എന്നുള്ളതായിരുന്നു. ആറോളം അംഗങ്ങളുള്ള ഒരു കുടുംബമായിരുന്നു അപ്പോച്ഛന്റേത്. വീട്ടിൽ നിന്നു യാതൊരനക്കവും പുറത്തു കേൾക്കുന്നില്ല. കത്തിക്കരിഞ്ഞ മോന്തായത്തിന്റെ അവശിഷ്ടങ്ങൾ മുറ്റത്ത് കുന്നുകൂടിക്കിടന്നിരുന്നു. അതു കത്തിത്തീർന്നു നീക്കം ചെയ്യാതെ ആർക്കും വീട്ടിനകത്തു കടന്നു ചെല്ലാൻ പറ്റുമായിരുന്നില്ല. കത്തിക്കൊണ്ടിരുന്ന മോന്തായാവശിഷ്ടങ്ങളിൽ മഴവെള്ളം വീഴുമ്പോഴുള്ള പുകയും മണവും ശ്വാസം മുട്ടിക്കുന്നതായിരുന്നു. ഓടിയെത്തിയവർക്ക് ദൂരെ നിന്നു നിസ്സാഹായരായി നോക്കി നെടുവീർപ്പിടാനല്ലാതെ അപ്പോൾ മറ്റൊന്നും ചെയ്യുവാൻ കഴിയുമായിരുന്നില്ല.

അടുത്ത വീട്ടിലെ താമസക്കാരനും, പറങ്കിയപ്പം വിൽപ്പക്കാരനുമായ കേളോത്ത് കണ്ണൻ എന്നയാളാണു പുരക്ക് തീ പിടിച്ചത് ആദ്യമായി കാണുന്നത്. അയാൾ ഉടനെ സ്വന്തം വീടിന്റെ മോന്തായത്തിൽ കയറി നിന്നു, "എല്ലാവരും പാഞ്ഞുവായെ പുര കത്തുന്നേ" എന്നാർത്തലച്ചതാണു നേരത്തെ കേട്ട നിലവിളി. അപ്പോച്ഛനു "എടവലക്കാരൻ" എന്നു പറയാവുന്ന ഒരേയൊരു കുടുംബമായിരുന്നു കേളോത്ത് കണ്ണന്റേത്. (മച്ചുനിയൻ കണ്ണൻ എന്നു വിളിപ്പേര്). അപ്പോച്ഛന്റെയും കണ്ണന്റെയും വീടുകളല്ലാതെ അന്നു കടലായിപ്പറമ്പിന്റെ മധ്യത്തിൽ മറ്റൊരു വീടുണ്ടായിരുന്നില്ല. ഒരുവിധപ്പെട്ടവരാരും അന്നു കടലായിപ്പറമ്പിലെ മുട്ടൻപാറക്കെട്ടുകൾക്ക് നടുവിൽ വീടു വെക്കുവാനൊന്നും മുതിരുമായിരുന്നില്ല. പകൽ മുഴുവൻ തിളച്ചുമറിയുന്ന വെയിലും, രാത്രിയിലെ ചുടലമൂകതയും, പ്രേതങ്ങൾ സംസ്ഥാനസമ്മേളനം കൂടുന്ന പറമ്പെന്നുള്ള ഖ്യാതിയും കൊണ്ടു മനുഷ്യർക്ക് അധിവാസയോഗ്യമല്ലാത്ത സ്ഥലത്തിന്റെ ഗണത്തിലായിരുന്ന കടലായിപ്പറമ്പിനെ പരിഗണിക്കപ്പെട്ടിരുന്നത്.

കല്ലുവെട്ടുകാരനായ അപ്പോച്ഛൻ ജോലിക്കഴിഞ്ഞുവന്നുള്ള ഇടവേളകളിൽ, കരിമുട്ടൻ പാറക്കെട്ടുകളോടു മല്ലടിച്ചാണു ആ സ്ഥലം പുരയിടപ്പരുവമാക്കിയത്. ആ പുരയിടത്തിൽ നിർമ്മിച്ച "തീപ്പെട്ടിക്കൂടു" പരുവത്തിലുള്ള ഓലപ്പുരയാണു കത്തിച്ചാമ്പലായിരിക്കുന്നത്.

മോന്തായം മുഴുവൻ കത്തിയമർന്നതോടെ വീട്ടിനകത്ത് കടക്കുവാൻ നാട്ടുകാർ ശ്രമമാരംഭിച്ചു. മുറ്റത്ത് മേലേരിക്കൂനപോലെ കിടന്നിരുന്ന കരിഞ്ഞ അവശിഷ്ടങ്ങൾ ഒരുവിധത്തിൽ എടുത്തുമാറ്റി, ചിലർ വീടിനകത്തു പ്രവേശിച്ചു. ആശങ്കാഭരിതമായ നിമിഷങ്ങളായിരുന്നു അപ്പോൾ. തീച്ചൂളയിൽ

എത്തിപ്പെട്ടതു പോലെയാണത്രെ അവിടെ അവർക്ക് അനുഭവപ്പെട്ടത്. ചുമരൊക്കെ ചുട്ടുപൊള്ളുന്നുണ്ടായിരുന്നു. അകത്തുകണ്ട കാഴ്ചയാകട്ടെ ഹൃദയഭേദകവുമായിരുന്നു. നടുമുറിയിൽ അപ്പോച്ചൻ ഒരു കട്ടിലിൽ വായ മുഴുവൻ തുറന്ന നിലയിൽ മരിച്ചുകിടക്കുന്നു. അടുത്ത മുറിയിൽ ഭാര്യ മാധവിയേടത്തി അർദ്ധബോധാവസ്ഥയിൽ കിടന്നു ഞരങ്ങിക്കൊണ്ടിരിക്കുന്നു. വീട്ടുകാർ പോറ്റുന്ന രണ്ടാട്ടിൻകുട്ടികൾ അടുക്കള ഭാഗത്ത് ചത്തു മലച്ചു കിടക്കുന്നു. അടുപ്പിൻതണമേൽ വീട്ടിലെ പൂച്ചയും നിത്യനിദ്ര കൊള്ളുന്നു. ആടുകൾ തിന്നുബാക്കിയായ "പിലാച്ചപ്പുകൾ" പാതി കരിഞ്ഞ നിലയിൽ അങ്ങിങ്ങായി ചിതറിക്കിടക്കുന്നു. ഭാഗ്യമെന്നു പറയട്ടെ അപ്പോച്ചന്റെ മക്കളെല്ലാവരും അന്നു ഏതോ ബന്ധുവീട്ടിൽ പോയിരിക്കുകയായിരുന്നു.

അപ്പോച്ചൻ മരിച്ചുവെന്നും, ഭാര്യ മാധവിയേടത്തിക്ക് ജീവന്റെ തുടിപ്പുണ്ടെന്നും ബോധ്യമായതോടെ, മാധവിയേടത്തിയെ എങ്ങനെയെങ്കിലും രക്ഷിക്കുവാനുള്ള ശ്രമമാണു പിന്നീടു നടന്നത്. തന്തൂരി അടുപ്പ് പോലെ തീ എരിയുന്ന മുറിയിൽ നിന്നും മാധവിയേടത്തിയെ, രണ്ടുപേർ ചേർന്നു പുറത്തെത്തിച്ചു. മരക്കഷണങ്ങൾ കൊണ്ടുവന്നു അതിൽ തുണികെട്ടി ചാരുകസേരയുണ്ടാക്കി, മാധവിയേടത്തിയെ അതിൽ കിടത്തി, നാലുമൂല പിടിച്ചു പടിയത്തു രാഘവന്റെ നേതൃത്വത്തിൽ കണ്ണൂരാസ്പത്രിയിലേക്ക് കുതിച്ചു. കനത്ത മഴയാണെന്നോ, അർദ്ധരാത്രിയാണെന്നോ വഴിയിൽ കടലായി ആഴി നീന്തിക്കടക്കണമെന്നോ ഉള്ള കാര്യമൊന്നും അപ്പോൾ അവർക്ക് വിഷയമായിരുന്നില്ല. അവരുടെ മനസ്സിൽ അപ്പോൾ മാധവിയേടത്തിയുടെ ജീവൻ രക്ഷിക്കുക എന്നതുമാത്രമായിരുന്നു ചിന്ത. അതു സാധിക്കുകയും ചെയ്തു. യാത്രയിലെ എല്ലാ പ്രതിബന്ധങ്ങളെയും അതിജീവിച്ച് അവർ കണ്ണൂരാസ്പത്രിയിൽ എത്തിച്ചേർന്നു. അവിടെ ആസ്പത്രിയിൽ നിന്നുള്ള വിദഗ്ധ ചികിത്സ ലഭിച്ചതോടെ മാധവിയേടത്തി അപകടനില തരണം ചെയ്തുവെന്നുറപ്പായി. മാധവിയേടത്തിയെ പരിചരിക്കാൻ മറ്റു ചിലരെ ഏൽപ്പിച്ച ശേഷം പടിയത്തും ഭാസ്കരൻമാഷും കടലായിൽ തിരിച്ചു വന്നു. അപ്പോൾ നേരം പുലർന്നിരുന്നു. മഴയും ഇടിയും നിലച്ചിരുന്നു. തലേരാത്രി തുള്ളിക്കൊരു കുടമായി മഴ പെയ്തതിന്റെ ലക്ഷണമൊന്നും അപ്പോൾ കടലായിപ്പറമ്പിൽ കാണാനില്ലായിരുന്നു. കാർമേഘമൊഴിഞ്ഞ് ആകാശം തികച്ചും ശാന്തമായിരുന്നു."

ഈ സമയത്ത് അപ്പോച്ചന്റെ വീടും പരിസരവും ജനനിബിഡമായി മാറിക്കഴിഞ്ഞിരുന്നു. വന്നവരൊക്കെ കത്തിക്കരിഞ്ഞ വീടും അപ്പോച്ചന്റെ ചേതനയറ്റ ശരീരവും കണ്ടു നെടുവീർപ്പിട്ടു. തലേദിവസത്തെ പ്രകൃതിയുടെ ഉറഞ്ഞു തുള്ളലിൽ തങ്ങൾക്കുണ്ടായ ഭീതിദമായ അനുഭവങ്ങൾ നാട്ടുകാർ പരസ്പരം പങ്ക് വെച്ചു. "എന്തൊരു ഇടിയാണപ്പാ എടുത്തിട്ടത്? അന്റെ ഓർമ്മയിലൊന്നും ഇതുപോലത്തെ ഒരു വസുന്ധര ഞാൻ കണ്ടിറ്റില്ലപ്പാ" ഇങ്ങനെയാണു ഒരു മുതിർന്ന പൗരൻ ഈ സംഭവത്തെപ്പറ്റിപ്പറഞ്ഞത്.

"ആകാശം ഇടിഞ്ഞുപൊളിയുന്നത് പോലെയാ മോന്തി പൊലരുന്നതുവരെ ഇടി എടുത്തൂട്ടത്" മറ്റൊരാളുടെ അഭിപ്രായം ഇങ്ങനെയായിരുന്നു.

നാടിന്റെ ചരിത്രത്തിൽ അന്നേവരെ ആരും കണ്ടിട്ടില്ലാത്ത പ്രകൃതി കോപത്തിൽ, ഒരു കുടുംബം അന്തിയുറങ്ങുന്ന വീടു കത്തിയമർന്നിരിക്കുന്നു. ആ കുടുംബത്തിന്റെ ഉപജീവനത്തിനു വേണ്ടി, പകലന്തിയോളം ചെങ്കൽപ്പണയിൽ കുനിഞ്ഞു നിന്നു പാറ പിളർക്കുന്ന കുടുംബനാഥൻ കഥാവശേഷനായിരിക്കുന്നു. കുടുംബത്തിന്റെ വിളക്കായ വീട്ടമ്മ ആസ്പത്രിക്കിടയ്ക്കയിൽ അഭയം പ്രാപിച്ചിരിക്കുന്നു. വളർത്തുമൃഗങ്ങളെല്ലാം കാലപുരിപൂണ്ടിരിക്കുന്നു. ഉടുതുണിയടക്കമുള്ള സർവ്വസാധന സാമഗ്രികളും നഷ്ടപ്പെട്ടിരിക്കുന്നു. എല്ലാമെല്ലാം നഷ്ടപ്പെട്ട, ഒരു കുടുംബത്തെ എങ്ങനെ കരകയറ്റുമെന്നതായിരുന്നു അപ്പോൾ നാട്ടുകാരുടെ മുമ്പിലുള്ള ചോദ്യം.ആ ചോദ്യം അവർ ഒരു വെല്ലുവിളിയായി ഏറ്റെടുക്കുകയും, അതു ഈ നാടിന്റെ സേവനചരിത്രത്തിലെ ഏറ്റവും നല്ല ഉദാഹരണമായി മാറുകയും ചെയ്തു.

പരസ്നേഹത്തിന്റെ ഉദാത്ത മാതൃക

ഒരു നാട്ടിലെ മുഴുവൻ ജനങ്ങളും സ്വന്തം ജോലി ഉപേക്ഷിച്ച് പരസേവനത്തിനായി കൈയും മെയ്യും മറന്നു ഓടിച്ചാടുന്ന കാഴ്ചയാണ് പിന്നീടു കടലായിപ്പറമ്പിൽ കാണാനായത്. അപ്പോച്ചന്റെ മൃതശരീരം ഉപചാരപൂർവ്വം സംസ്കരിക്കുവാനും, അതോടൊപ്പം തന്നെ അപ്പോച്ചന്റെ വീടുപുനർനിർമ്മിക്കുവാനും നാട്ടുകാർ തീരുമാനിച്ചു. അവർ വീടുവീടാന്തരം കയറി പണവും സാധനങ്ങളും ശേഖരിക്കുവാൻ തുടങ്ങി. മരഉരുപ്പടികളും മെടഞ്ഞ ഓലകളുമായിരുന്നു ആ സാധനങ്ങളിൽ പ്രധാനം. അവ തലച്ചുമടായി ചെറുപ്പക്കാർ എത്തിച്ചുകൊണ്ടിരുന്നു. മരംമുറിക്കുന്നതിന്നു ആ രംഗത്തു കഴിവുള്ളവർ, കമ്പക്കയറും മഴുവുമായി പുറപ്പെട്ടു. മുറിച്ച മരം ഈർന്നു പരുവപ്പെടുത്തുവാൻ, ഈർച്ചവാളുമായി ഇവിടുത്തെ ഈർച്ചപ്പണിക്കാർ അണിനിരന്നു. അതു ചിന്തേരിട്ടു കഴുക്കോലാക്കാൻ ഉളിയും വാളുമായി കടലായിയിലെ വിശ്വകർമ്മസമുദായക്കാർ ഒരുങ്ങിനിന്നു. ആ സമുദായത്തിലെ മുഴുവനാളുകളും അന്നു മറ്റൊരു ജോലിക്കും പോകാതെ അപ്പോച്ചന്റെ വീട്ടിനുവേണ്ടിയുള്ള ശ്രമദാനത്തിൽ വ്യാപൃതമായിരുന്നു. മൂത്താശാരിമാർ മോന്തായക്കെട്ടു കയറ്റുമ്പോൾ, കയ്യാളുകൾ താഴെ നിന്നു ആവശ്യമുള്ള സാധനങ്ങൾ എത്തിച്ചുകൊടുത്തുകൊണ്ടിരുന്നു. ആശാരിമാർ മരംപാകിക്കൊണ്ടിരിക്കുമ്പോൾ തന്നെ, നാട്ടിലെ പുരകെട്ടുകാർ ഓലമേയാനും തുടങ്ങിയിരുന്നു.

ഈ സമയത്ത് പറമ്പിന്റെ മറ്റൊരു ഭാഗത്ത് അപ്പോച്ചന്റെ ചിതയ്ക്ക് തീ കൊളുത്തിയിരുന്നു. അത് ആളിക്കത്തുവാൻ വേണ്ടി, കുറേപ്പേർ "കാറ്റോല" പിടിക്കുന്നുണ്ടായിരുന്നു. സന്ധ്യയോടു കൂടി അപ്പോച്ചന്റെ ചിത എരിഞ്ഞടങ്ങി. ആ സമയത്ത് തന്നെ അപ്പോച്ചന്റെ വീടുപണിയും പൂർത്തിയായിരുന്നു. സന്ധ്യാവിളക്കുമായി അപ്പോച്ചന്റെ മകൾ പാർവ്വതി ഗൃഹ

പ്രവേശനം നടത്തിയതോടെ, ഒരു രാവും പകലും നീണ്ട സംഭവപരമ്പരകൾക്കു വിരാമമായി.

നാട്ടുകാരുടെ സേവനപ്രവർത്തനങ്ങളെപ്പറ്റിപ്പറയുമ്പോൾ അപ്പോച്ഛൻ സംഭവം ഓർക്കാതിരിക്കുവാനാവില്ല. ഈ നാട്ടിലെ മുഴുവൻ ജനങ്ങളും ഒരു തരത്തിലല്ലെങ്കിൽ മറ്റൊരു തരത്തിൽ ആ സേവനപ്രവർത്തനങ്ങളിൽ ഭാഗഭാക്കുകളായിട്ടുണ്ട്. അതിൽ കടലായിയിലെ വിശ്വകർമ്മസമുദായക്കാരുടെയും വട്ടക്കുളം സാധുബീഡിബ്രാഞ്ചിലെ തൊഴിലാളികളുടെയും സേവനം പ്രത്യേകം എടുത്തു പറയേണ്ടതാണ്. കൂടാതെ, പടിയത്ത് രാഘവൻ, ടി.കെ.ഭാസ്കരൻമാസ്റ്റർ, തട്ടാരിക്കണ്ണൻ, പൊൻമുടിയൻ ഗോവിന്ദൻ, എം.കെ.ഭരതൻ, ഏ.ഗോവിന്ദൻ, തട്ടാരിഗോപാലൻ, വയക്കടക്കുഞ്ഞൂട്ടി, കാര്യങ്കണ്ടി കുമാരൻ, പറമ്പത്ത് കണ്ണൻ, കാക്കേൻ കൃഷ്ണൻ, മഞ്ഞക്കാലിൽ നാരായണൻ, മണ്ടേൻ നാരായണൻ, പച്ചേൻ കുമാരൻ, പച്ചേൻ ഗോവിന്ദൻ, എ.വി. ഗോവിന്ദൻ, ദാവാരിക്കണ്ടി ഗോവിന്ദൻ, ടി.വി കുഞ്ഞമ്പു, ടി.വി ഭരതൻ, പുതിയാണ്ടി അനന്തൻ മേസ്ത്രി, കണ്ടോത്ത് ഹമീദ് മുതലായ വ്യക്തികളും ആ സേവനപ്രവർത്തനശൃംഖലയിലെ തിളങ്ങുന്ന കണ്ണികളാണ്.

പടിയത്ത് രാഘവൻ

ഇതിനു മുമ്പ് പല സന്ദർഭങ്ങളിലും പ്രതിപാദിക്കപ്പെട്ടിട്ടുള്ള ഒരു പേരാണു പടിയത്ത് രാഘവന്റേത്. അതിനർത്ഥം ഈ നാടിന്റെ സാമൂഹ്യ സേവനചരിത്രം ഉരുത്തിരിയുന്നതിൽ അദ്ദേഹത്തിനു വലിയ പങ്കുണ്ട് എന്നു തന്നെയാണ്. ഈ നാട്ടിലെ സാമൂഹ്യസേവകന്മാരുടെ നിരയിൽ പടിയത്തു രാഘവന്റെ സ്ഥാനം ഏറെ മുന്നിലാണ്. പട്ടാളസേവനത്തിലേർപ്പെട്ട കുറഞ്ഞ കാലയളവ് ഒഴിച്ചുനിർത്തിയാൽ പടിയത്തു രാഘവൻ കരാറിനകത്തിന്റെ പട്ടാളക്കാരനായിരുന്നു. ഇന്നു കാണപ്പെടുന്ന കരാറിനകമല്ല, പണ്ടത്തെ കരാറിനകം. പണ്ടു ഈ നാടു ചലിക്കണമെങ്കിൽ ശേഷിയും, ശേമുഷിയുമുള്ള ചെറുപ്പക്കാർ വേണമായിരുന്നു. ആ ചെറുപ്പക്കാർക്ക് ഏതു ഭാരവും കയറ്റിവെക്കുവാൻ ഉറപ്പുള്ള ചുമലുകൾ വേണമായിരുന്നു. എത്ര മൈൽ നടന്നാലും തളരാത്ത കാലുകൾ വേണമായിരുന്നു. ഏതു കുഴിയിൽ വീണവനെയും വലിച്ചെടുക്കുവാനുള്ള കൈക്കരുത്ത് വേണമായിരുന്നു. എത്രയുറക്കമൊഴിച്ചാലും കൂമ്പിപ്പോകാത്ത കൺപോളകൾ വേണമായിരുന്നു. ദാഹവും വിശപ്പും അറിയിക്കാത്ത ആമാശയവും വേണമായിരുന്നു. സർവ്വോപരി അന്യരെല്ലാം തന്റെ കൂടപ്പിറപ്പുകാരാണെന്ന ബോധം വേണമായിരുന്നു. അതൊക്കെ ഒത്തിണങ്ങിയ ഒരു മഹദ്വ്യക്തിയാണ് പടിയത്തു രാഘവൻ. ഇവിടെ ഇപ്പോൾ എല്ലാവരും, എല്ലാവർക്കും അപരിചിതരാണ്. ആർക്കും ആരുടെയും പേരുകളറിയില്ല. അന്യരെന്നാൽ ആ, അങ്കിളും ഈ അങ്കിളുമാണ്. പേരുകൾ നഷ്ടപ്പെട്ട ഒരു സമൂഹമായി നാം മാറിയിരിക്കുന്നു. പക്ഷേ, പടിയത്ത് രാഘവൻ കരാറിനകത്തെ ആരുടെ പേരും മറന്നിട്ടില്ല. ആരെ, എവിടെ, എപ്പോൾ വെച്ചു കണ്ടാലും പടിയത്തു രാഘവൻ അയാളുടെ പേര്

വിളിച്ചു സംബോധന ചെയ്യുന്നു. പടിയത്തു രാഘവൻ പേര് വിളിക്കു മ്പോഴാണു നാം നമ്മുടെ പേര് ഓർക്കുന്നത്. നമ്മേക്കാൾ നമ്മുടെ പേരോർക്കുന്നയാളാണു പടിയത്തു രാഘവൻ!

ചൊവ്വ കൊപ്പര ടാക്കീസ്

കരാറിനകത്ത് ഇന്നേവരെ ആരും, ഒരു ടാക്കീസ് തുടങ്ങുവാനായി മുന്നോട്ട് വന്നിട്ടില്ല. സമീപപ്രദേശമായ താഴെചൊവ്വയിൽ 1958 മുതൽ തന്നെ ഒരു സിനിമാടാക്കീസ് പ്രവർത്തിച്ചുവന്നിരുന്നു. "ചൊവ്വ കുമരപ്പാടാക്കീസ്" എന്നു പേരുള്ള ആ ഓലമേഞ്ഞ ഷെഡിന്റെ സ്ഥാപകൻ തമിഴ്നാട്ടുകാരനായ ഒരു ചെട്ടിയാരായിരുന്നു. കരാറിനകത്തെ ജനങ്ങളുടെ മനസ്സിൽ ഒരു വിനോ ദോപാധി എന്ന നിലയിൽ, സിനിമ കടന്നുവരുന്നത്, ആ ഓലച്ചാപ്പയിലൂടെ യായിരുന്നു. താഴെചൊവ്വയിൽ സിനിമാടാക്കീസ് വരുന്നതിന്നു മുമ്പ്, കരാറിന കക്കാർ എരുമ്മച്ചാണകവും ചവിട്ടി ചൊവ്വയ്ക്ക് പോകുന്നത്, പറങ്കിയണ്ടി വിൽക്കാനോ, കുമ്മായം വാങ്ങാനോ, തീവണ്ടി ഓടുന്നത് കാണുവാനോ മറ്റോ ആയിരുന്നു.

ഒരു ചെറുകച്ചവടകേന്ദ്രമായ ചൊവ്വയിൽ, പണ്ടുകാലത്ത് സമ്പന്നരായ ഒരുപാടു കേയിമാർ താമസിച്ചിരുന്നു. അന്യനാടുകളിൽ നിന്നും പത്തേമ്മാരി തുഴഞ്ഞു, കച്ചവടത്തിനെത്തിയ സമ്പന്നസമൂഹമാണത്രെ, കേയിമാർ. തല ശ്ശേരി, എടക്കാട്, ചൊവ്വ എന്നീ സ്ഥലങ്ങളിൽ അവർ കൂട്ടമായി താമസി ച്ചിരുന്നു. അറയ്ക്കൽ രാജാവിനുപോലും പണം കടം കൊടുത്തിരുന്ന ഒരു ചൊവ്വക്കാരൻ മൂസ്സക്കേയിയെപ്പറ്റി അറയ്ക്കൽ രാജവംശത്തിന്റെ ചരിത്ര ത്തിൽ വിവരിക്കുന്നുണ്ട്.

സിനിമാടാക്കീസ്സിനു വേണ്ടി ഓലച്ചാപ്പ ഉയർന്നുവന്നത് ഒരു "കൊപ്പര ക്കളത്തി"ലായിരുന്നു. അതുകൊണ്ട് ചില രസികന്മാർ, ചൊവ്വ കുമരപ്പാ ടാക്കീസ് എന്നതിന്നു പകരം, ചൊവ്വ "കൊപ്പരച്ചാപ്പ" യെന്നും ചൊവ്വ കൊപ്പര ടാക്കീസെന്നും കളിയാക്കി വിളിക്കാറുണ്ട്. സ്റ്റണ്ടും, ഭക്തിയും, ആവോള മുള്ള തമിഴ് പടങ്ങളായിരുന്നു അവിടെ മിക്ക ദിവസങ്ങളിലും കളിച്ചുകൊണ്ടി രുന്നത്. ഭക്തിരസപ്രധാനമുള്ള സിനിമയാണെങ്കിൽ സമീപത്തെ എരുമയെ പോറ്റി ജീവിക്കുന്ന യാദവസമുദായത്തിലെ "കുഞ്ഞികുട്ടി പരിവാരങ്ങളെ ക്കൊണ്ടു ടാക്കീസ് നിറഞ്ഞു കവിയും, അവരുടെ "ഏമ്മ്യാ....എപ്പണ്ടി", "ദുസ്റ്റ് കാവലാ", എന്നൊക്കെയുള്ള പദാവലികൾ, മുറുക്കാൻപതക്കൊപ്പം, ടാക്കീസിൽ അനർഗ്ഗളം നിർഗ്ഗളിക്കുമായിരുന്നു.

ഭക്തിക്ക് പുറമെ, വാൾപ്പയറ്റ്, വടിപ്പയറ്റ് തുടങ്ങിയവയായിരുന്നു. അന്നത്തെ സിനിമകളെ ബോക്സ് ഓഫീസ് ഹിറ്റുകളാക്കിയിരുന്നത്. കൈവളകളും, കാൽത്തളകളും കാതിൽ കടുക്കനുമിട്ടു, വാളുമെടുത്തു പയറ്റുന്ന അങ്കമുത്തുമാരുടെയും മാരിമുത്തുമാരുടെയും വിളയാട്ടവേദിയാ യിരുന്നു, ആ കാലത്തെ ചില തമിഴ് സിനിമകൾ. നടീനടന്മാരുടെ മുഴുനീളൻ ചിത്രങ്ങളുള്ള സിനിമാ പോസ്റ്ററുകൾ വീഞ്ഞപ്പെട്ടിക്കു മേൽ ഒട്ടിച്ച്, ഉന്തു

വണ്ടിയിൽ കയറ്റി, ചെണ്ടയുടെ അകമ്പടിയോടെ തള്ളിക്കൊണ്ടുപോകുന്നത് ഒരു സ്ഥിരം കാഴ്ചയായിരുന്നു. ആ വണ്ടിക്കൊപ്പം കാൽസറായിയും" തൊപ്പിയും ധരിച്ച് "ഇന്നു മുതൽ ചൊവ്വ കുമരപ്പാടാക്കീസിൽ, 6.30 നും 9.30 നും എങ്കൾ വിട്ടുമാഹാലക്ഷ്മി. എന്നൊക്കെ മെഗാഫോണിൽ വിളിച്ചു പറഞ്ഞുകൊണ്ടു ഒരു കോമാളിവേഷക്കാരനും, നടന്നുപോകുമായിരുന്നു. തറക്ലാസ്സിനു മൂന്ന് അണ, ബെഞ്ചിനു നാല് അണ, കസേരയ്ക്ക് ആറ് അണ എന്നിങ്ങനെയായിരുന്നു ടിക്കറ്റ് നിരക്കുകൾ. തറക്ലാസ്സ് എന്നാൽ, പൂഴി വിതറിയ നിലമായിരുന്നു. അവിടെ കാണികൾക്ക് യഥേഷ്ടം ഇരിക്കുവാനും, കിടക്കുവാനും അത്യാവശ്യമാണെങ്കിൽ മൂത്രമൊഴിക്കുവാനും സൗകര്യമുണ്ടായിരുന്നു. അടിപിടിരംഗം വരുമ്പോൾ ചിലർ പൂഴി വാരി വില്ലനു നേർക്കെറിയും. ഗുസ്തി കാണുമ്പോൾ കുട്ടികൾ പൂഴിയിൽ നിന്നു പരസ്പരം ഗുസ്തി പിടിക്കും, രംഗത്തു പാമ്പ് പ്രത്യക്ഷപ്പെടുമ്പോൾ പേടിച്ചോടുന്നവരും ദൈവങ്ങളെക്കാണുമ്പോൾ കൈകൂപ്പുന്നവരും, മയ്യത്ത് കൊണ്ടുപോകുന്ന രംഗം കാണുമ്പോൾ എഴുന്നേറ്റ് നിന്ന് പ്രാർത്ഥിക്കുന്നവരും ധാരാളമുണ്ടായിരുന്നു. മൂന്ന് അണ കൊടുത്താൽ കിട്ടുന്ന മൂന്നുമണിക്കൂർ വിനോദം നടന്നുപോകാവുന്ന ദൂരം മാത്രമുള്ള കരാറിനകക്കാർ നല്ലവണ്ണം ഉപയോഗപ്പെടുത്തിയിരുന്നു. അവർ കുമരപ്പാടാക്കീസിലെ തറക്ലാസ്സിലെ പൂഴിയിലിരുന്നും കിടന്നും, മുട്ടിനു മുട്ടിനു വരുന്ന വാൾപ്പയറ്റും വടിപ്പയറ്റും കണ്ടു "കൊാസ്സിയായി". ശനിയാഴ്ച കൂലികിട്ടിയ ഉടൻ പലരും സെക്കന്റ് ഷോ "സിൽമ" കാണാൻ, ചൊവ്വയിലേക്ക് കുതിക്കുകയായിരുന്നു. പലരും കണ്ടു കഴിഞ്ഞ സിനിമയിലെ "അന്ത കുട്ടപ്പനും കട്ടപ്പനും ഒരേ ആളുതാൻ" എന്നൊക്കെയുള്ള തട്ടുപൊളിപ്പൻ തമിഴ് സിനിമാസംഭാഷണങ്ങളും വിളിച്ചു പറഞ്ഞു കൊണ്ടായിരുന്നു. അർദ്ധരാത്രി കൂട്ടം ചേർന്നു തിരിച്ചു വന്നിരുന്നത് അങ്ങനെ വരുമ്പോഴുണ്ടായ ഒരത്യാഹിതത്തെപ്പറ്റി വിവരിക്കുവാനാണു ഇത്രയും കാര്യങ്ങൾ പറഞ്ഞത്.

മരിച്ചിട്ടും മരിക്കാത്ത ഉമ്മർ

കുറുവയിലെ സി.എച്ച് ഉമ്മർ എന്ന ചെറുപ്പക്കാരൻ മേൽപ്പറഞ്ഞ ചൊവ്വ കുമരപ്പാടാക്കീസ്സിൽ നിന്നും സെക്കന്റ്ഷോ സിനിമ കഴിഞ്ഞു ചങ്ങാതിമാരോടൊപ്പം വീട്ടിലേക്കു തിരിച്ചുവരികയായിരുന്നു. വഴിമധ്യേ പെരുംവനം എന്ന സ്ഥലത്തെത്തിയപ്പോൾ കാലിൽ എന്തോ തറച്ചതായി ഉമ്മറിനു അനുഭവപ്പെട്ടു. മുള്ളു തറച്ചതായിരിക്കുമെന്ന് കരുതി അപ്പോൾ അതു അത്ര കാര്യമാക്കാതെ യാത്ര തുടർന്നു. കുറുവയിലെത്തി വെളിച്ചത്തിൽ പരിശോധിച്ചപ്പോഴാണു കാൽവിരലിൽ ഒരു വലിയ മുറിവ് കാണപ്പെടുന്നത്. "നടന്നുവരുമ്പോൾ കാരമുള്ളു തറച്ചതാണെന്നാ"ണു, മുറിവിനെപ്പറ്റി ഉമ്മർ മറ്റുള്ളവരോടു പറഞ്ഞത്. എങ്കിലും സംശയം തോന്നിയ കൂട്ടുകാർ മുറിവേറ്റ വിരലിനൽപ്പം മുകളിലായി തൂവാലകൊണ്ടു മുറുക്കിക്കെട്ടുകയും സംശയനിവൃത്തിക്കായി കുഞ്ഞപ്പ വൈദ്യരുടെ അടുക്കൽ പോകണമെന്നു ഉമ്മറിനെ

നിർബന്ധിക്കുകയും ചെയ്തു. കാലിനു മുള്ളു തറച്ചത് തന്നെയായിരിക്കാമെന്നു ഉറച്ചു വിശ്വസിച്ച ഉമ്മർ ആദ്യമൊക്കെ വൈദ്യരുടെ അടുക്കലേക്കു പോകാൻ വിസമ്മതം പ്രകടിപ്പിച്ചെങ്കിലും ചങ്ങാതിമാരുടെ സമ്മർദ്ദം മുറുകിയപ്പോൾ അതിനു തയ്യാറായി പുറപ്പെട്ടു. ആ കാലത്ത് ഉത്തരകേരളത്തിലെ പ്രഗത്ഭ വിഷചികിത്സകരിൽ ഒരാളായിരുന്നു കാഞ്ഞിരയിലെ പി.വി.കുഞ്ഞപ്പ വൈദ്യർ. പാമ്പു കടിയേൽക്കുന്നവരെ, ബന്ധുക്കളും, നാട്ടുകാരും ചേർന്നു, ചികിത്സാർത്ഥം കൂട്ടിക്കൊണ്ടുപോയിരുന്നത് കുഞ്ഞപ്പ വൈദ്യരുടെ അടുക്കലേക്കായിരുന്നു. കാഞ്ഞിരയിലെ വീട്ടിൽ വെച്ചായിരുന്നു കുഞ്ഞപ്പ വൈദ്യർ ആ കാലത്തു ചികിത്സ നടത്തിയിരുന്നത്. പാമ്പുകടി നിത്യസംഭവമായിരുന്നു, ആ കാലത്ത്. കുഞ്ഞപ്പ വൈദ്യർക്ക്, എന്നും തിരക്കോടു തിരക്കായിരിക്കും. സർപ്പദംശനമേറ്റവരും അവരുടെ അടുത്ത ബന്ധുക്കളും നാട്ടുകാരുമൊക്കെയായി, ഒരു വലിയ പുരുഷാരം തന്നെ, രാത്രിയും പകലുമെന്നില്ലാതെ കുഞ്ഞപ്പവൈദ്യരുടെ വസതിയിൽ തിങ്ങിനിറയുമായിരുന്നു.

കൂട്ടുകാരുടെ കൂടെ ഉമ്മർ വൈദ്യരുടെ വീട്ടിലെത്തുമ്പോൾ ഏകദേശം ഒന്നരമണിയായിട്ടുണ്ടാവും. അപ്പോഴും പുറത്തിരുന്നു പുസ്തകം വായിക്കുകയായിരുന്നു കുഞ്ഞപ്പവൈദ്യർ. എത്തിയപാടെ ഉമ്മറിനെ ഒരു ബഞ്ചിലിരുത്തി, വിവരങ്ങൾ അന്വേഷിച്ചുകൊണ്ട് വൈദ്യർ കാലിലെ കെട്ടഴിച്ചു. എന്നിട്ടു ഭൂതക്കണ്ണാടി വെച്ചു കാലിലെ മുറിവു പരിശോധിച്ചു. അപ്പോൾ കടിവായയിൽ നിന്നും രക്തം കിനിഞ്ഞിറങ്ങുന്നുണ്ടായിരുന്നു. വൈദ്യരുടെ ചോദ്യങ്ങൾക്ക്, തന്റെ കാലിൽ മുള്ളു തറച്ചതാണെന്ന, പഴയ പല്ലവി തന്നെയാണു ഉമ്മർ ആവർത്തിച്ചുകൊണ്ടിരുന്നത്. മുറിവിൽ നിന്നും രക്തം ഒഴുകിക്കൊണ്ടിരിക്കുന്നതിനെപ്പറ്റിയുള്ള ചോദ്യത്തിനു, തന്റെ ശരീരത്തിൽ രക്തം കൂടുതലുള്ളതു കൊണ്ടാണെന്ന തമാശയും ഉമ്മർ വൈദ്യരോടു പറയാതിരുന്നില്ല. തന്റെ ശരീരത്തിൽ ചോര കൂടുതലുണ്ടെന്ന തമാശ ഉമ്മർ ചങ്ങാതിമാരോടും പൊട്ടിക്കുന്നുണ്ടായിരുന്നു.

കുറച്ചു സമയം കഴിഞ്ഞപ്പോൾ ഉമ്മറിന് ഛർദ്ദിക്കണമെന്ന് തോന്നി. വൈദ്യർ അകത്തുനിന്നും ഒരു കോളാമ്പി എടുത്തുകൊണ്ടുവന്നു ഉമ്മറിന്റെ മുമ്പിൽ വെച്ചു. ആ കോളാമ്പി നിറയെ ഉമ്മർ ഛർദ്ദിച്ചു. അതു മുഴുവനും രക്തമായിരുന്നു. ഇവിടുത്തെ നാട്ടുഭാഷയിൽ പറഞ്ഞാൽ “കട്ടക്കട്ട ചോരേന്റെ ഒരു പെരളിയം”, പിന്നീടു ഉമ്മറിനു, കലശലായ മൂത്രശങ്കയുണ്ടായി, ചങ്ങാതിമാരുടെ ചുമൽ പിടിച്ച് പുറത്തെ വാഴത്തടത്തിൽ ചെന്നു മൂത്രമൊഴിക്കാനിരുന്നു. പക്ഷേ, ഒരു തുള്ളിമൂത്രം പോലും പുറത്തു വന്നില്ല. കുറെ സമയം ശ്രമിച്ചപ്പോൾ മൂത്രം കുറേശ്ശെയായി പുറത്തുവന്നു. അതും ചോരയായിരുന്നു. നിലാത്തിരികത്തിച്ചിതറുന്നതുപോലുള്ള ആ ചോരധാര ഉമ്മർ കാണാതിരിക്കുവാനായി ചങ്ങാതി ഭാസ്കരൻ തന്റെ കൈപ്പത്തി കൊണ്ടു ഉമ്മറിന്റെ കണ്ണുകൾ പൊത്തിപ്പിടിച്ചു. അതോടെ ഉമ്മർ തികച്ചും അവശനായിത്തീർന്നു. ചിരിച്ചും തമാശ പറഞ്ഞും കൊണ്ടു മിനുട്ടുകൾക്കു മുമ്പേ കണ്ട ഉമ്മറിനെയല്ല പിന്നെ കണ്ടത്. അവശതയ്ക്ക് പുറമെ പരിസര

ബോധമില്ലാത്ത ചില പെരുമാറ്റങ്ങളും ഉമ്മറിൽ പ്രകടമായി. മരണവെപ്രാളം എന്നൊക്കെപ്പറയാവുന്ന ഒരവസ്ഥയായിരുന്നു അത്. വൈദ്യർ അപ്പോഴും പ്രതീക്ഷ കൈവിടാതെ മരുന്നും മന്ത്രവുമായി വീട്ടിനകത്തും പുറത്തും ഓടിനടക്കുകയായിരുന്നു. ചെറുപ്പക്കാരായ ആളുകളെ തരംതിരിച്ച്, പച്ച മരുന്നുകൾ ശേഖരിക്കുവാൻ വേണ്ടി നിയോഗിച്ചു. പച്ചമഞ്ഞൾ, രക്തചന്ദനം, നീലക്കൊടുവേലി, നെന്മേനി വാക, കരിംതുളസി മുതലായവയൊക്കെ ശേഖരിക്കാവുന്ന പറമ്പുകളും കുറ്റിക്കാടുകളും ചെറുപ്പക്കാർക്കു പറഞ്ഞു കൊടുത്തു. രോഗിയുടെ അപ്പപ്പോഴുള്ള അവസ്ഥ സംസ്കൃതശ്ലോകം ചൊല്ലി നാട്ടുകാർക്ക് വിശദീകരിച്ചു കൊടുത്തുകൊണ്ടുമിരുന്നു.

“വ്യാപേവം സകലം ദേഹ
മുവരുദ്യച വാഹിനീ,
വിഷം വിഷമിവ ക്ഷിപ്രം
പ്രാണനസ്യനിരസ്വതി'

കൂടാതെ സർപ്പദംഷ്ട്രകൻ ഉറങ്ങാതിരിക്കുവാനും, സന്ദർഭത്തിന്റെ പിരി മുറുക്കത്തിനു അയവു വരുത്തുവാനും വേണ്ടി പുരാണകഥകളും, തമാശ കളും പറഞ്ഞുകൊണ്ടുമിരുന്നു. രാമായണത്തിലെ, മാരീചൻ പൊന്മാനായ കഥ, അഹല്യ കല്ലായിത്തീർന്ന കഥ, കരുണയിലെ വാസവദത്തയ്ക്ക് ഉപ ഗുപ്തൻ മോക്ഷം നൽകിയ കഥ, ഒറ്റ രാത്രികൊണ്ടു മനഃപരിവർത്തനം വന്ന പിംഗള എന്ന വേശ്യയുടെ കഥ ഇവയൊക്കെ കുഞ്ഞപ്പ വൈദ്യർ ഈണത്തിൽ പാടിയും അഭിനയിച്ചും വിശദീകരിച്ചുകൊണ്ടിരുന്നു. ആയുർവ്വേദത്തിലെ സർവ്വചികിത്സകളും, തന്ത്രമന്ത്രാദികളും ഉമ്മറിൽ വൈദ്യർ പരീക്ഷിച്ചുനോക്കിയെങ്കിലും ഉമ്മർ അവശതയിൽ നിന്നും കൂടു തൽ അവശതയിലേക്ക് ആണ്ടു പോവുകയായിരുന്നു.

ഈ അവസ്ഥയിൽ കാര്യം മോശമാണെന്നു ബന്ധുക്കൾക്കും നാട്ടു കാർക്കും തോന്നിത്തുടങ്ങി. അവർ ഉമ്മറിനെ വിദഗ്ധ ചികിത്സയ്ക്കായി മറ്റൊരു സ്ഥലത്തേക്കു കൊണ്ടുപോകുന്നതിനെപ്പറ്റി ആലോചിച്ചു. അങ്ങനെ പുലർച്ചെ മൂന്നുമണിയോടെ കാറിൽ ഉമ്മറിനെയും കൂട്ടി കണ്ണൂരാസ്പത്രി യിലേക്ക് പുറപ്പെടുകയും ചെയ്തു. ടാക്സികാർ താഴെചൊവ്വയിലെത്തിയ പ്പോൾ അവിടെ ഒരു തടസ്സം. റെയിൽവേ ഗേറ്റ് അടഞ്ഞുകിടക്കുന്നു. ഉമ്മറാ ണെങ്കിൽ കാറിൽ മരണവെപ്രാളത്തിൽ എരിപൊരികൊള്ളുന്നു. ഒരിക്കൽ ഡോർ തുറന്നു പുറത്തിറങ്ങാനും ഉമ്മർ ശ്രമം നടത്തിയിരുന്നു. പുലർച്ചെ ഏകദേശം നാലുമണിയോടെയാണു കണ്ണൂരാസ്പത്രിയിൽ എത്തിയത്. ഡോക്ടർ പരിശോധിച്ചതിനുശേഷം മരുന്നിനു എഴുതിക്കൊടുത്തു. എന്നാൽ പ്രധാനപ്പെട്ട ഒരു മരുന്നു ആസ്പത്രിയിൽ അപ്പോൾ സ്റ്റോക്കുണ്ടായിരു ന്നില്ല. മരുന്നിന്റെ കുറിപ്പടിയുമായി, കണ്ണൂരിലെ മരുന്നു ഷാപ്പുടമകളുടെ വീടന്വേഷിച്ചു കാറിൽ ചിലർ പുറപ്പെട്ടു. ബർണശ്ശേരിയിലെ ഒരു വീടിന്റെ മുമ്പിൽ കാർ നിർത്തി ഉച്ചത്തിൽ വിളിച്ചു “ദാമോട്ടാ” - “ദാമോട്ടാ” കുറേ പ്രാവശ്യം വിളിച്ചപ്പോൾ വീട്ടിൽ ലൈറ്റ് തെളിഞ്ഞു. നിശാവസ്ത്രം ധരിച്ച

ഒരു മധ്യവയസ്കൻ പുറത്തുവന്നു. ആവശ്യം അറിയിച്ചപ്പോൾ യാതൊരു മടിയും കൂടാതെ, താക്കോലുമെടുത്ത് ഷോപ്പിലേക്ക് വരാൻ തയ്യാറായി ആ മധ്യവയസ്കൻ അങ്ങനെ, കണ്ണൂർ റെയിൽവേസ്റ്റേഷനു മുൻവശത്തുള്ള ദി ജനറൽ മെഡിക്കൽ സപ്ലൈസ് എന്ന മരുന്നു ഷാപ്പ് തുറന്നു ദാമോട്ടൻ മരുന്നെടുത്ത് ബില്ലെഴുതി. മരുന്നിന്റെ വില കേട്ടപ്പോൾ എല്ലാവരും ഞെട്ടിപ്പോയി. കൈയിൽ കരുതിയ പണത്തിന്റെ പത്തുമടങ്ങുവിലയുള്ള മരുന്നു. ബാക്കിപ്പണം കാലത്ത് പീടികയിലെത്തിക്കാമെന്ന ഉറപ്പിൽ ദാമോട്ടൻ മരുന്നു കൊടുത്തു. അതേ കാറിൽ ദാമോട്ടനെ വീട്ടിലാക്കിയതിനു ശേഷം മരുന്നുമായി ആസ്പത്രിയിലേക്കു കുതിച്ചു. എന്നാൽ വിലപിടിപ്പുള്ള അലോപ്പതി മരുന്നിനൊന്നും കാത്തുനിൽക്കാതെ ഉമ്മർ അപ്പോഴേക്ക് ഈ ലോകത്തോടു യാത്ര പറഞ്ഞിരുന്നു.

കാലത്തു തന്നെ ഉമ്മറിന്റെ ശവമഞ്ചവും വഹിച്ചു നാട്ടുകാർ സിറ്റിയിലൂടെ കാൽനടയായി കുറുവയിലേക്ക് പുറപ്പെട്ടു. വഴിയരികിൽ കണ്ടുനിന്നവരിൽ പലരും ആദരസൂചകമായി ശവമഞ്ചത്തെ ചുമലിൽ വഹിക്കുകയും കുറച്ചു ദൂരം വരെ അനുഗമിക്കുകയും ചെയ്തു. രാവിലെ എട്ടു മണിയോടെ മയ്യത്ത് ഉമ്മറിന്റെ ഭവനമായ കുറുവയിലെ ചെറിയാണ്ടിത്തറവാട്ടിൽ കൊണ്ടുവന്നുകിടത്തി. ഏതാനും നിമിഷങ്ങൾക്കുള്ളിൽത്തന്നെ, വിവരമറിഞ്ഞെത്തിയ ബന്ധുക്കളെക്കൊണ്ടും നാട്ടുകാരെക്കൊണ്ടും ഉമ്മറിന്റെ വീടും പരിസരവും നിറഞ്ഞുകവിഞ്ഞു. ഹൃദയഭേദകമായിരുന്നു, ആ വീട്ടിലെ അപ്പോഴത്തെ അവസ്ഥ. തലേന്നു ഉച്ചഭക്ഷണം കഴിച്ചു വീട്ടിൽ നിന്നിറങ്ങിയ ആളാണു മയ്യത്തായി തിരിച്ചെത്തിയിരിക്കുന്നത്. മാറത്തടിച്ചു കരയുന്ന സഹോദരികൾ, വിതുമ്പിക്കരയുന്ന സഹോദരങ്ങൾ, നിലവിളിക്കുന്ന കുട്ടികൾ, കരായൻപോലും ആരോഗ്യമില്ലാത്ത പടുവൃദ്ധയായ ഉമ്മറിന്റെ മാതാവ്. ദുഃഖം ഘനീഭവിച്ച മുഖങ്ങളുമായി നിൽക്കുന്ന ബന്ധുക്കളും അയൽവാസികളും. ഇവർക്കൊക്കെ നടുവിലായി പാതി തുറന്ന കണ്ണുകളോടെ വരണ്ട മന്ദഹാസത്തോടെ ഉമ്മർ ഒരു കട്ടിലിൽ കിടക്കുന്നു.

പിന്നീടു നടന്ന സംഭവവികാസങ്ങൾ ആ കാലത്ത് പാമ്പുകടിയെപ്പറ്റിയും, വിഷചികിത്സയെപ്പറ്റിയും ഈ നാട്ടിലെ ജനങ്ങൾ വെച്ചു പുലർത്തിയിരുന്ന അന്ധവിശ്വാസങ്ങളും, അബദ്ധധാരണകളും എത്രമാത്രം കഠിനതരമായിരുന്നുവെന്നു വ്യക്തമാക്കുന്നതാണ്.

തറവാട്ടിലെ മുതിർന്നകാരണവന്മാരെല്ലാം വന്നുചേർന്നതോടെ, ഉമ്മറിന്റെ ശവസംസ്കാരകർമ്മങ്ങൾക്കുള്ള പ്രാഥമികനടപടികൾ ആരംഭിച്ചു. കുഴിയൊരുക്കുന്നതിന്നുവേണ്ടി, മൈതാനപ്പള്ളി കബറിസ്ഥാനിലേക്ക് ആളുകളെ പറഞ്ഞുവിട്ടു. ചരമവൃത്താന്തമറിയിക്കുവാൻ, ബന്ധുജനങ്ങളുടെ വീടുകളിലേക്ക് വേണ്ടപ്പെട്ടവരെ നിയോഗിച്ചു. അടുത്തപടി മൃതദേഹം കുളിപ്പിക്കലാണ്. അതിനുവേണ്ടിയുള്ള പ്രവർത്തനങ്ങളിലേർപ്പെട്ടിരുന്ന നാലമ്പ്രത്ത് ഹുസൈൻ എന്നയാൾക്ക് ഒരു സംശയം. മൃതദേഹത്തിനു ചൂടുണ്ടെന്നും, കണ്ണുകൾ ചലിക്കുന്നുണ്ടെന്നും. ആ സംശയം അയാൾ കൂട്ടുകാരുമായി

പങ്കുവെച്ചു. കൂട്ടുകാർ മൃതദേഹത്തിനടുത്തുപോയി ചില നിരീക്ഷണപരീക്ഷണങ്ങൾ നടത്തിയപ്പോൾ ഹുസൈൻ പറഞ്ഞതിൽ കാര്യമുണ്ടെന്നു അവർക്കും തോന്നി. അവർ പുറത്തുവന്ന് അടുത്ത ബന്ധുക്കളായിട്ടുള്ളവരോടു ഹുസൈനും തങ്ങൾക്കുമുണ്ടായ, ആശ്ചര്യകരമായ അനുഭവത്തെപ്പറ്റി, വിശദീകരിച്ചു. ഇതുകേട്ടമാത്രയിൽ അത്ഭുതപരതന്ത്രരായ ബന്ധുക്കളും, നാട്ടുകാരും ഓരോരുത്തരായി വന്നു. മൃതദേഹം സൂക്ഷ്മ നിരീക്ഷണത്തിനു വിധേയമാക്കി, അപ്പോൾ അവർക്കും സംശയങ്ങളുണ്ടായി. ചില പ്രത്യേകതരം പാമ്പുകൾ കടിച്ചാൽ, രോഗി മരിച്ചത് പോലെ കാണപ്പെടുമെന്നും, വിദഗ്ധ ചികിത്സ ലഭിച്ചാൽ ഒരുപക്ഷേ സുഖം പ്രാപിച്ചേക്കാമെന്നും ചിലർ അഭിപ്രായപ്പെട്ടു. അതോടെ ഉമ്മർ മരിച്ചിട്ടില്ല എന്ന വാർത്ത നാടു മുഴുവൻ പരന്നു. ഒരു നാട് മുഴുവനും ആശയക്കുഴപ്പത്തിന്റെ നീർച്ചുഴിയിൽ അകപ്പെട്ടു തപ്പിത്തടയുന്ന കാഴ്ചയാണു പിന്നീടവിടെ കണ്ടത്. ഒരു മൃതദേഹത്തിനു ജീവനുണ്ടെന്നു ആർക്കെങ്കിലും ഒരാൾക്ക് തോന്നിയാൽ, ആ മൃതദേഹം മറവു ചെയ്യാൻ സാധിക്കുകയില്ലല്ലോ? ഉമ്മറിന്റെ തറവാടായ ചെറിയാണ്ടിത്തറവാട് ഇവിടുത്തെ എണ്ണപ്പെട്ട ഒരു മുസ്ലീം തറവാടായിരുന്നു. ആ തറവാട്ടിലെ സമ്പന്നരായ ആളുകളൊക്കെ അപ്പോഴവിടെ സന്നിഹിതരായിരുന്നു. അവർ ഉമ്മറിന്റെ ജീവൻ രക്ഷിക്കുവാൻ എത്ര പണം വേണമെങ്കിലും ചിലവഴിക്കുവാനും, ഏതറ്റം വരെ പോകാനും തയ്യാറുമായിരുന്നു. അവർ പലവട്ടം ഈ സമസ്യയെപ്പറ്റി നാട്ടുകാരുമായി ചർച്ച ചെയ്തു. അവസാനം എല്ലാവരും ചേർന്നു ഒരു തീരുമാനത്തിലെത്തിച്ചേർന്നു.

ആ തീരുമാനം, കുഞ്ഞപ്പവൈദ്യരെ കൂട്ടിക്കൊണ്ടുവന്നു ഉമ്മറിനെ പരിശോധിപ്പിക്കണമെന്നായിരുന്നു, അതിവിചിത്രമായ തീരുമാനമായിരുന്നു അത്. കാരണം, പുലർച്ചെ കുഞ്ഞപ്പവൈദ്യരുടെ വീട്ടിൽ നിന്നു ഉമ്മറിനെ വിദഗ്ധചികിത്സക്ക് ആസ്പത്രിയിലേക്ക് കൂട്ടിക്കൊണ്ടുപോകുന്നത്, വൈദ്യർ നിർദേശിച്ചിട്ടായിരുന്നില്ല. മറിച്ചു ഉമ്മറിന്റെ നില അനുനിമിഷം മോശമാകുന്നുവെന്നു വേണ്ടപ്പെട്ടവർക്ക് തോന്നിയതുകൊണ്ടായിരുന്നു. അങ്ങനെ ആസ്പത്രിയിലെത്തിച്ച രോഗി മരണപ്പെടുകയും അവിടെ നിന്നു ശവമഞ്ചത്തിൽ കിടത്തി വീട്ടിലേക്ക് കൊണ്ടുവരപ്പെടുകയും ചെയ്ത ഒരു മൃതദേഹത്തിനാണു ജീവനുണ്ടോ എന്നു പരിശോധിക്കുവാനും തുടർന്നു ചികിത്സിച്ചു ഭേദമാക്കുവാനും വേണ്ടി, ആദ്യം ചികിത്സിച്ച വൈദ്യരെത്തന്നെ പോയി വിളിക്കുന്നത്.

നാട്ടുകാരിൽ ലക്ഷ്മണനും ഹമീദുമാണു വൈദ്യരെ വിളിക്കുവാൻ പോയത്. അവർ ചെന്നു വിവരം പറഞ്ഞയുടൻ യാതൊരു വൈമനസ്യവുമില്ലാതെ വൈദ്യർ വരാൻ തയ്യാറായി. ധൃതിയിൽ വസ്ത്രം മാറി കുടയും ചൂടി, മുണ്ടിന്റെ കോന്തല കയറ്റിപ്പിടിച്ച് ആഗതർക്കൊപ്പം ഉമ്മറിന്റെ വീട്ടിലേക്ക് പുറപ്പെട്ടു. ആകാംക്ഷഭരിതരായ ഒരു വലിയ ജനക്കൂട്ടം അപ്പോൾ ദിനേശ്മുക്ക് മുതൽ ഉമ്മറിന്റെ വീടുവരെ നിരനിരയായി നിൽക്കുന്നുണ്ടായിരുന്നു.

വൈദ്യർ എത്തിയ പാടെ തന്റെ വളയൻകാലൻ കുട വീടിന്റെ ഇറയിൽ തൂക്കി, കൈയിൽക്കരുതിയ രുദ്രാക്ഷമാലയുടെ കുരുക്കൾ എണ്ണിക്കൊണ്ടു കുന്തിരിക്കത്തിന്റെ മണം പരന്നൊഴുകുന്ന നടുമുറിക്കകത്ത് കയറി പരിശോധന തുടങ്ങി. കൈപിടിച്ച് നാഡിമിടിക്കുന്നുണ്ടോയെന്നും, നെഞ്ചിൽ കൈവച്ചു ഹൃദയം സ്പന്ദിക്കുന്നുണ്ടോയെന്നും, കൺപോളകൾ വിടർത്തി, കൃഷ്ണമണികൾ ചലിക്കുന്നുണ്ടോയെന്നും പരിശോധിച്ചു. വെള്ളം കൊണ്ടുവന്നു വായിലും, കണ്ണുകളിലും ഒഴിച്ചു നോക്കി, വാഴക്കൂമ്പിന്റെ അല്ലികൊണ്ടുവന്നു കണ്ണുകളിൽ കുത്തിനോക്കി. എല്ലാ പരിശോധനയുടെയും ഫലം ഉമ്മറിന്റെ മരണം സ്ഥിരീകരിക്കുന്നതായിരുന്നു. എന്നാൽ ഇത്തരം പരിശോധനകൾ കൊണ്ടു മാത്രം ഒരു സർപ്പദംശകൻ മരിച്ചുവെന്നു ഉറപ്പിച്ചു പറയുവാൻ ഒരു നാടൻ വിഷഹാരിക്കും സാദ്ധ്യമല്ല. കാരണം നാടൻ വിഷചികിത്സയെന്നത് അനേകം അന്ധവിശ്വാസങ്ങളും അബദ്ധ ധാരണകളും കൂടിക്കലർന്ന ഒരു ചികിത്സാ സമ്പ്രദായമായിരുന്നു. ഒരാളുടെ ശരീരത്തിൽ പാമ്പിൻ വിഷം പ്രവേശിച്ചാൽ, ആ വിഷത്തെ നശിപ്പിക്കുന്നത് മരുന്നുകൊണ്ടു മാത്രമല്ല മന്ത്രം കൊണ്ടും കൂടിയാണ്. കടിയേറ്റയാളുടെ നാളും, പക്കവും, കടിയേറ്റ വിവരം പറയാൻ വരുന്ന ദൂതന്റെ പെരുമാറ്റ രീതിപോലും, ഒരു വിഷഹാരിക്ക് ചികിത്സയുടെ ഭാഗമായി സൂക്ഷ്മനിരീക്ഷണത്തിനു വിധേയമാക്കേണ്ടതുണ്ടത്രെ! മറ്റൊരു കാര്യം ഒരാളെ പാമ്പ് കടിച്ച് വിഷം അയാളുടെ ശരീരത്തിൽ പ്രവേശിച്ചു കഴിഞ്ഞാൽ അയാളുടെ ജീവനെ പിടിക്കുവാൻ ശരീരത്തിലെ ഓരോ ധാതുവിലൂടെയും കോണിപ്പടി കയറിപ്പോകുന്നത് പോലെ വിഷം കയറുകയാണത്രെ! അങ്ങനെ കയറിപ്പോകുന്ന വിഷത്തെ തടയാനാണു മരുന്നും മന്ത്രവും പ്രയോഗിക്കുന്നത്. മരുന്നും മന്ത്രവും കൊണ്ടു വിഷത്തെ തടുക്കുവാൻ സാധിക്കുന്നില്ലെങ്കിൽ ജീവനെ പിന്തുടരുന്ന പണി വിഷം തുടർന്നുകൊണ്ടേയിരിക്കും. പ്രാണൻ എവിടെ ചെന്നൊളിച്ചാലും വിഷം പിന്തുടർന്നു പിടികൂടും. ഒരു തരത്തിലും, വിഷത്തിന്റെ മുമ്പിൽ നിന്നു, ജീവനു രക്ഷപ്പെടാൻ സാധിക്കുകയില്ലെന്നു വന്നാൽ, അവസാനമായി പ്രാണൻ കരണ്ടകം എന്ന സ്ഥലത്ത് ചെന്നൊളിക്കുമത്രെ! കരണ്ടകത്തിൽ മാത്രം വിഷത്തിനു പ്രവേശിക്കാൻ സാധിക്കുകയില്ല. അതുകൊണ്ടു കരണ്ടകത്തിൽ ഒളിച്ചിരിക്കുന്ന പ്രാണൻ, വരുന്നതും കാത്ത് വിഷം പുറത്തു കാത്തു നിൽക്കും. പ്രാണൻ കരണ്ടകത്തിൽ പോയൊളിച്ചാൽ, ശരീരം മരിച്ചുതിന്നു തുല്യമായിരിക്കുമത്രെ! ഒരുപക്ഷേ അതായിരിക്കാം, ഉമ്മറിന്റെ ഇപ്പോഴത്തെ അവസ്ഥയെന്നു, നാടൻവിഷവൈദ്യശാസ്ത്രത്തിന്റെ പ്രമാണമനുസരിച്ച് പറയുവാനേ കുഞ്ഞപ്പവൈദ്യർക്ക് സാധിക്കുമായിരുന്നുള്ളൂ. ശാരീരികമായി ഉമ്മർ മരിച്ച അവസ്ഥയിലാണെങ്കിലും നാടൻ ചികിത്സാവിധി പ്രകാരം , ഉമ്മർ മരിച്ചുവെന്നു പറയാൻ ഒരു വിഷഹാരിക്കും സാധിക്കുമായിരുന്നില്ല. കാരണം വാതിൽക്കൽ കാത്തുകിടക്കുന്ന വിഷം നീങ്ങിയാൽ കരണ്ടകത്തിലൊളിച്ച ജീവനു പുറത്തുവരാമല്ലോ.

ഇതൊക്കെക്കാണിക്കുന്നത് മുമ്പ് സൂചിപ്പിച്ചപോലെ, വിഷചികിത്സയുടെ കാര്യത്തിൽ നമ്മുടെ നാടൻ വൈദ്യശാസ്ത്രത്തിന്റെ പരിമിതിയും, ആ

ചികിത്സാസമ്പ്രദായത്തെ പൊതിഞ്ഞിരിക്കുന്ന അന്ധവിശ്വാസത്തിന്റെ കാഠിന്യത്തിലേക്കുമാണ്. എപ്പോഴാണു ജീവൻ കരണ്ടകത്തിൽ നിന്നു പുറത്തു വരികയെന്നു ആർക്കും പ്രവചിക്കുവാൻ സാധിക്കുകയില്ലല്ലോ? അത്തരത്തിലുള്ള ഒരു ശരീരം സംസ്കരിക്കുവാനും പറ്റുകയില്ല. അനിശ്ചിതത്വത്തിന്റെ നിമിഷങ്ങൾ ചുടുനെടുവീർപ്പുകളായി ഇഴഞ്ഞു നീങ്ങിക്കൊണ്ടിരുന്നു. ഈ പ്രതിസന്ധിയിൽ നിന്നു കരകേറുന്നതിനെക്കുറിച്ച് ഒരു നാടു മുഴുവൻ, വിശപ്പും ദാഹവും മറന്നു തലപുകച്ചു. മുമ്പ് സൂചിപ്പിച്ചപോലെ ചില തരം പാമ്പുകൾ കടിച്ചാൽ രോഗി മരിച്ചത് പോലെ കിടക്കുമെന്നുള്ള വിശ്വാസത്തിൽ തൂങ്ങി നിൽക്കുകയായിരുന്നു പലരും. അത്തരത്തിൽ മൃതാവസ്ഥയിലെത്തി നിൽക്കുന്ന രോഗികളെ ചില വിഷഹാരികൾ അത്ഭുതകരമായി രക്ഷിച്ച കഥകൾ ഓരോരുത്തർ തങ്ങളുടെ ഭാവനയ്ക്കനുസരിച്ച് പൊടിപ്പും തൊങ്ങലും ചേർത്ത് അവതരിപ്പിക്കുന്നുമുണ്ടായിരുന്നു.

കുറച്ചു നാൾ മുമ്പ് തോട്ടടയിൽ പാമ്പ് കടിയേറ്റ് മരണാസന്നനായ ഒരാളെ കൂത്തുപറമ്പിലുള്ള "ഹാജി" എന്നറിയപ്പെടുന്ന ഒരു വിഷഹാരി അദ്ഭുതകരമായി ജീവിതത്തിലേക്ക്, തിരിച്ചു കൊണ്ടുവന്ന ഒരു സംഭവമുണ്ടായിരുന്നു.

വട്ടക്കുളം സാധുബീഡി ബ്രാഞ്ചിലെ കുമാരൻ എന്ന തൊഴിലാളിക്ക്, ജോലികഴിഞ്ഞു രാത്രി വീട്ടിലേക്ക് പോകുമ്പോൾ, വഴിവക്കിൽ വെച്ചു പാമ്പുകടിയേൽക്കുന്നു. പ്രസിദ്ധരായ ഒരുപാടു വിഷഹാരികൾ മാറിമാറി ചികിത്സിച്ചിട്ടും വിഷമിറക്കാൻ കഴിഞ്ഞില്ല. ദിവസങ്ങളോളം അബോധാവസ്ഥയിൽ കിടന്ന കുമാരൻ മരണപ്പെട്ടുപോയെന്നു വരെ നാട്ടിൽ കിംവദന്തി പരന്നിരുന്നു. അങ്ങനെ മരണത്തിനും ജീവിതത്തിനുമിടയിലെ നൂൽപ്പാലത്തിൽ കിടന്നിരുന്ന കുമാരനെ മേൽപ്പറഞ്ഞ ഹാജിയാണു ചികിത്സിച്ചു സുഖപ്പെടുത്തിയത്. കുമാരനെ മരണത്തിൽ നിന്നും രക്ഷപ്പെടുത്തിയ ഹാജിയെ, നാട്ടുകാർ ചേർന്നു വടക്കുളത്തുവെച്ച് പൗരസ്വീകരണം നൽകി ആദരിക്കുകയും ചെയ്തിരുന്നു. അങ്ങനെ നാട്ടുകാരുടെ ഇടനിൽ ഒരു ദിവ്യപരിവേഷമുള്ള ഹാജിയെ കൂട്ടിക്കൊണ്ടു വന്നാൽ, ഇപ്പോഴത്തെ അനിശ്ചിതത്വത്തിനു പരിഹാരമാകുമെന്നു ചിലർ അഭിപ്രായപ്പെട്ടു. അതുപ്രകാരം ഹാജിയെ കൂട്ടിക്കൊണ്ടുവരാൻ തീരുമാനിക്കുകയും അതിനുവേണ്ടി ചിലരെ കൂത്തുപറമ്പിലേക്കു പറഞ്ഞുവിടുകയും ചെയ്തു.

തികച്ചും അനിശ്ചിതത്വത്തിന്റെ കയത്തിലാണ്ടുപോയ ഒരു സമൂഹത്തിനു കിട്ടിയ പിടിവള്ളിയായിരുന്നു ഹാജി എന്ന രണ്ടക്ഷരം. കാരണം മേൽപ്പറഞ്ഞ കുമാരൻ സംഭവത്തോടെ ഹാജിക്ക് ഒരു വിഷഹാരി എന്നതിലുപരി ഒരു ദിവ്യന്റെ പരിവേഷമായിരുന്നു ഈ നാട്ടുകാർ കൽപ്പിച്ചിരുന്നത്. വിഷം തീണ്ടിയ ആൾ, സുഖം പ്രാപിക്കുമോ, മരണപ്പെടുമോ, എന്നതൊക്കെ, വീട്ടിൽ വന്നു കേറുന്ന ദൂതന്മാരുടെ ലക്ഷണത്തിൽ നിന്നു ഹാജിക്കു മനസ്സിലാക്കാനാകുമത്രെ! ദൂതലക്ഷണത്തിൽ, രോഗി രക്ഷപ്പെടുമെന്നു കണ്ടാൽ മാത്രമേ ഹാജി, സർപ്പദംശകന്റെ അടുത്തേക്ക് പോകുകയുള്ളൂ.

അതിനർത്ഥം ഹാജി വരികയാണെങ്കിൽ ഉമ്മറിനു ജീവനുണ്ടെന്നും രക്ഷപ്പെടുമെന്നുമാണല്ലോ?

ഹാജി വരണമേ, എന്നു പ്രാർത്ഥിച്ചുകൊണ്ട് ജനങ്ങൾ ജലപാനംപോലുമില്ലാതെ ഉമ്മറിന്റെ വീട്ടുവളപ്പിൽ കുത്തിയിരുന്നു. പലർക്കും പാമ്പിന്റെ കഥകളുടെ കെട്ടഴിക്കാൻ കിട്ടിയ അവസരമായിരുന്നു അത്. ഓരോരുത്തർക്ക് പാമ്പിനെക്കുറിച്ച് എന്തെങ്കിലും പറയുവാൻ കാണുമല്ലോ? "പാമ്പിന്റെ കഥ പറഞ്ഞതുപോലെ" എന്ന ഒരു പഴഞ്ചൊല്ലു ഇവിടെയുണ്ട്. പാമ്പിനെക്കുറിച്ച് ഇവിടെ ചിലർ പുലർത്തിയിരുന്ന അബദ്ധധാരണകൾ എത്രമാത്രം വലുതാണെന്നു ആ കഥകളിൽ നിന്നു വ്യക്തമാകും. അതിൽ ഹംസക്ക പറഞ്ഞ കഥയാണു ബഹുരസം.

പതിവുപോലെ, പുലർച്ച സമയത്ത്, ജോലിക്കു പോകുവാനായി, ഹംസക്ക വീട്ടിൽ നിന്നും ഇറങ്ങിയതായിരുന്നു. അപ്പോൾ വഴിയിൽ ഒരു പാമ്പ് ഫണം വിടർത്തി നിൽക്കുന്നു. ഹംസക്കയുടെ ഭാഷയിൽ പറഞ്ഞാൽ "തങ്കത്തിൻ റങ്കുള്ള, നിറുകയിൽ പൂവുള്ള ഒരു മൊഞ്ചത്തി" സർപ്പം. ഉടനെ ഹംസക്ക മുന്നോട്ടു വെച്ച വലതുകാൽ പിന്നോട്ടു വെച്ച് സ്റ്റഡിയായി നിന്ന്, സലാം ചെയ്തു. എന്നിട്ടു തുടർന്നു "നിങ്ങക്ക് ബയി തെറ്റീനു നിങ്ങ ഈട ബെരണ്ടയാളല്ല. ഞമ്മന്റെ ഭാഗത്ത്, എന്തെങ്കിലും കൈക്കുറ്റപ്പാട് വന്നു പോയിറ്റുണ്ടെങ്കില് നിങ്ങ ശമിച്ചാള" ഞാൻ ഹംസയാണു പളുങ്കുവീട്ടിലെ ഹംസ. ഇതുകേട്ട പാടെ സർപ്പം പത്തി താഴ്ത്തി അടുത്തുള്ള കുറ്റിക്കാട്ടിലേക്ക് ഇഴഞ്ഞുപോയത്രെ.

കടലായിക്ക്യഷ്ണനോടു പരമഭക്തിവെച്ചു പുലർത്തിയിരുന്ന ഒരു കരുണേട്ടൻ പറഞ്ഞ കഥ അതിലും വിചിത്രമായിരുന്നു. കുരുണേട്ടനെ പാമ്പു കടിച്ചപ്പോൾ, അയാൾ പാമ്പിനെ കൈ കൊണ്ടെടുത്ത് കടലായിക്ക്യഷ്ണനെ മനസ്സിൽ ധ്യാനിച്ച് തിരിച്ചു കടിച്ചുവത്രെ. അതു കാരണം കുരുണേട്ടനു വിഷം തീണ്ടിയില്ല. പാമ്പാണെങ്കിൽ ഉടനെ ചത്തുപോകുകയും ചെയ്തു. കടിച്ച പാമ്പിനെ തിരിച്ചു കടിച്ചാൽ കടിയേറ്റയാൾക്ക് വിഷമേൽക്കില്ലെന്നുള്ള ഒരു വിശ്വാസം ഇവിടെ രൂഢമൂലമാണ്. മനുഷ്യനു പാമ്പിനേക്കാൾ വിഷമുണ്ടെന്നു വരുത്തിത്തീർക്കുവാൻ ആരോ കെട്ടിച്ചമച്ച കഥയായിരിക്കാം അത്.

എന്നാൽ കുരുണേട്ടൻ പാമ്പിനെ കടിച്ച കഥ സശ്രദ്ധം കേട്ടുകൊണ്ടിരുന്ന പതിനാറു വയസ്സുകാരനായ ചെറുപ്പക്കാരനു ഒരു സംശയം. ആ സംശയം അവൻ ചോദിക്കുകയും ചെയ്തു. "അല്ല കുരുണേട്ടാ നിങ്ങൾ പാമ്പിനെ കടിച്ചു എന്നല്ലേ പറഞ്ഞത്? എങ്കിൽ പാമ്പിന്റെ രുചിയെന്താണു, മധുരമോ കയ്പോ? "അല്പം മധുരമാണു മനിച്ചന്റെ എറച്ചിപോലെ" എന്നായിരുന്നു അതിനുള്ള കുരുണേട്ടന്റെ മറുപടി.

ഇങ്ങനെ പാമ്പിനെക്കുറിച്ചുള്ള കെട്ടുകഥകൾ തുടരുന്നതിനിടയിൽ ഒരു ടാക്സി കാർ ഉമ്മറിന്റെ വീട്ടുപരിസരത്ത് വന്നു നിന്നു. ആ ടാക്സി കാറിൽ നിന്നു ഒരു മധ്യവയ്സകനും, മറ്റു ചിലരും പുറത്തിറങ്ങി. ജനങ്ങൾ ഹാജിയെ

തിരിച്ചറിഞ്ഞു ആദരപൂർവ്വം വണങ്ങി. ആശ്വാസവും സന്തോഷവും സ്ഫുരിക്കുന്ന മുഖവുമായി അവർ ഹാജിയെ ഉമ്മറിന്റെ വീട്ടിലേക്ക് ആനയിച്ചു. നിർണ്ണായകമായ നിമിഷങ്ങളായിരുന്നു അത്. ഉമ്മറിനു ജീവനുണ്ടോ, ഇല്ലയോയെന്നു ഏതാനും നിമിഷങ്ങൾക്കകം തീരുമാനിക്കപ്പെടും.

ഹാജി വീട്ടിൽ കയറി ഉമ്മറിനെ വിശദമായി പരിശോധിച്ചു. കുഞ്ഞപ്പ വൈദ്യരുടെ പരിശോധനയുടെ ഒരാവർത്തനംപോലെയായിരുന്നു ഹാജിയുടെയും പരിശോധന. എന്നിട്ടു ഹാജി പറഞ്ഞു. "ഉമ്മറിനു റുഹുണ്ട്" നാട്ടുകാരുടെ പ്രതീക്ഷകൾ വാനോളം ഉയർന്ന നിമിഷമായിരുന്നു അത്. ഉടനെ ഹാജി വിശദീകരിച്ചു. പക്ഷേ, ലോകത്തുള്ള ഒരു വിഷഹാരിക്കും ഉമ്മറിനെ രക്ഷപ്പെടുത്തുവാൻ സാധിക്കുകയില്ല. പിന്നെ ഹാജി അവിടെ നിന്നില്ല. ഉടനെ കാറിൽ കേറി സ്ഥലം വിട്ടു. നാട്ടുകാർ എന്തു പറയണമെന്നറിയാതെ മുഖത്തോടു മുഖം നോക്കി നെടുവീർപ്പുമിട്ടു.

കോമരത്തിന്റെ വരവ്

ഹാജിയുടെ അഭിപ്രായപ്രകടനം നിലവിലുള്ള പ്രതിസന്ധി രൂക്ഷതരമാക്കാനേ സഹായിച്ചുള്ളൂ. "ജീവനുണ്ട് പക്ഷേ, ആർക്കും രക്ഷപ്പെടുത്തുവാൻ സാധിക്കുകയില്ല" എന്നതിന്റെ അർത്ഥം ഇനി ചികിത്സിച്ചിട്ടു കാര്യമില്ല എന്നാണല്ലോ? ജീവനുള്ള ശരീരം മറവു ചെയ്യാനും പറ്റുകയില്ല. ഇനി എന്ത് എന്ന ചോദ്യം നാട്ടുകാരുടെ മുമ്പിൽ വീണ്ടും ഉയർന്നു. അപ്പോഴാണു കിഴുന്നയിലെ കോമരം എന്ന വിഷഹാരിയുടെ അസാമാന്യമായ കഴിവിനെപ്പറ്റി ചിലർ ഓർമ്മിപ്പിക്കുന്നത്.

കടിച്ച പാമ്പിനെ മന്ത്രം ജപിച്ചുവരുത്തി, കടിവായയിൽ നിന്നും വിഷം കൊത്തിയെടുപ്പിക്കാൻ കഴിവുള്ള വിഷഹാരിയാണത്രെ കോമരം. പിന്നെ ഒന്നും ആലോചിച്ചില്ല. ഉടൻ കോമരത്തെ കൂട്ടിക്കൊണ്ടുവരുവാൻ വേണ്ടി കീഴുന്നയിലേക്ക് ആളുകളെ പറഞ്ഞയച്ചുവിട്ടു. അതോടെ കരാറിനകത്തെ പൗരാവലി പ്രതീക്ഷയുടെ മറ്റൊരു പിടിവള്ളിയിൽ തൂങ്ങിയാടാൻ തുടങ്ങി. വിഷഹാരികൾ, കടിച്ച പാമ്പിനെ വരുത്തി, കടിവായയിൽ നിന്നു വിഷം കൊത്തിയെടുപ്പിക്കുമെന്നു എല്ലാവരും കേട്ടിട്ടേയുള്ളൂ. അതാരും നേരിട്ടു കണ്ടിട്ടില്ല. അതു നേരിട്ടു കാണുവാനുള്ള അവസരം കൂടിയാണു ഒത്തു കിട്ടിയിരിക്കുന്നത്. കോമരം വന്നു, മന്ത്രം ജപിച്ച്, കടിച്ച പാമ്പിനെ വരുത്തി, ഉമ്മറിന്റെ ശരീരത്തിൽ പ്രവേശിച്ച വിഷം, കടിവായയിലൂടെ പുറത്തേക്ക് എടുപ്പിക്കുന്ന ദൃശ്യം, ഭാവനയിൽ കണ്ടുകൊണ്ടു പലരും, പുതിയ പുതിയ, പറഞ്ഞാൽ തീരാത്ത പാമ്പിൻകിസ്സകൾ മെനഞ്ഞുകൊണ്ടേയിരുന്നു. കാലത്തു മുതലേ ജലപാനമില്ലാതെ ഉമ്മറിന്റെ ജീവനു വേണ്ടി, ഓടിച്ചാടിയും പ്രാർത്ഥിച്ചും കൊണ്ടു കഴിയുകയായിരുന്നവർക്ക് കഥകൾ കേട്ടു നേരം പോക്കാനല്ലാതെ മറ്റെന്താണു സാധിക്കുക?

വൈകുന്നേരം ഏകദേശം ആറുമണിയോടെ കോമരവും കാറിൽ വന്നിറങ്ങി. മെലിഞ്ഞ ശരീരപ്രകൃതിയുള്ള കോമരത്തെ ഒരു ജേതാവിനെ എന്ന

പോലെ നാട്ടുകാർ ഉമ്മറിന്റെ വീട്ടിലേക്ക് ആനയിച്ചു. കടിച്ച പാമ്പുവരുന്നതും കടിവായയിൽ നിന്നും വിഷംകൊത്തിയെടുക്കുന്നതും കാണാൻ ഓരോരുത്തർക്കും ആകാംക്ഷയായി. ആളുകൾക്കിടയിലൂടെ സാവധാനം നടന്നു കോമരം വീട്ടിൽ പ്രവേശിച്ച്, ഉമ്മറിനെ വിശദമായി പരിശോധിച്ചു. ഉടനെ പുറത്തുവന്ന കോമരം പരിസരത്തെവിടെയെങ്കിലും കുളമുണ്ടോ എന്നു അന്വേഷിച്ചു. ഇതുകേട്ടതോടെ ജനങ്ങൾ മുഴുവൻ പ്രതീക്ഷയോടെ കോമരത്തെ നോക്കി. പലരും കരുതിയത് ഉമ്മറിനെ കടിച്ച പാമ്പ് ഏതെങ്കിലും കുളത്തിലുണ്ടാകുമെന്നായിരുന്നു. എന്നാൽ കോമരം ഉദ്ദേശിച്ചത്, ഉമ്മറിന്റെ ശരീരത്തിൽ ജീവനുണ്ടോ ഇല്ലയോയെന്നു തീരുമാനിക്കുവാൻ വേണ്ടി വെള്ളത്തിലിട്ടു നോക്കാമെന്നായിരുന്നു. അപ്പോൾ സമീപത്തുള്ള പള്ളിയിൽ കുളമുണ്ടെന്നു ചിലർ പറഞ്ഞതനുസരിച്ചു കോമരത്തിന്റെ നേതൃത്വത്തിൽ ഉമ്മറിനേയും വഹിച്ച് നാട്ടുകാർ പള്ളിക്കുളക്കരയിലേക്ക് നീങ്ങി. കുളക്കരയിൽ നിന്നു ഉമ്മറിനെ സാവധാനത്തിൽ കുളത്തിലേക്കിട്ടു. ഇട്ടപാടെ വെള്ളത്തിൽ താണുപോയ ഉമ്മറിന്റെ ദേഹം ഉടനെ ജലോപരിതലത്തിലേക്ക് പൊങ്ങിവന്നു. പിന്നീടു ശരീരം വെള്ളത്തിലേക്ക് താണുപോയില്ല. ഉപരിതലത്തിൽ തന്നെ ഒരേ നിൽപ്പ് നിന്നു. ഉടനെ കോമരം എല്ലാവരോടുമായി ഒരു പ്രഖ്യാപനം നടത്തി. "പ്രിയപ്പെട്ട നാട്ടുകാരെ ദുഃഖാകുലരായ ബന്ധുജനങ്ങളെ, സർപ്പദംശകനായ ഉമ്മറിന്റെ ദേഹത്തിൽ നിന്നും ദേഹി ഒഴിഞ്ഞു പോയിരിക്കുന്നു. ഇനി ദേഹത്തെ സംസ്കരിക്കുവാനുള്ള ചടങ്ങുകൾ നടത്താം.

കത്തിച്ച ചന്ദനത്തിരികൾ മുന്നിൽ പിടിച്ചു മൃദുസ്വരത്തിൽ ലാഇലാഹ ഇല്ലള്ളാ എന്ന, തക്ദീർ മന്ത്രമുരുവിട്ടു കൊണ്ട് പുതിയപുരയിൽ ആദംകുട്ടിയുടെ നേതൃത്വത്തിൽ ഒരു വിലാപയാത്ര മൈതാനപ്പള്ളി കബറിസ്ഥാൻ ലക്ഷ്യമാക്കി നീങ്ങി. അനിശ്ചിതത്വത്തിന്റെ ഒരു പകൽ അതോടെ അവസാനിക്കുകയായിരുന്നു.

വിഷഹാരിക്ക്, വിഷഹാരി പാര

പാമ്പു കടി പ്രശ്നം സങ്കീർണ്ണമാകുന്നതിന്നു ഒരുപാടുകാരണങ്ങൾ പറയുവാനുണ്ട്. അതിൽ ഒന്നു അലോപ്പതി ചികിത്സയോടു അന്നത്തെ സമൂഹം വെച്ചുപുലർത്തിയ നിഷേധാത്മക നിലപാടുകളായിരുന്നു. പാമ്പിൻവിഷത്തെ ചെറുക്കാൻ രോഗിയിൽ മറ്റൊരു വിഷം കുത്തിവെക്കുന്നു, എന്നായിരുന്നു ഇംഗ്ലീഷ് ചികിത്സയെപ്പറ്റി അന്നു പൊതുവെ ജനങ്ങൾ ധരിച്ചിരുന്നത്. ആസ്പത്രിയിൽ പോകാതെ സ്വയം ചികിത്സ നടത്തി അപകടത്തിൽപ്പെടുന്നവരും ധാരാളമുണ്ടായിരുന്നു. പാമ്പു കടിച്ചയുടനെ സ്വന്തം മൂത്രം കുടിച്ചാൽ വിഷമേൽക്കില്ലെന്നുള്ള വിശ്വാസവും ഇവിടെ രൂഢമൂലമായിരുന്നു. അങ്ങനെ ചെയ്ത് അപകടത്തിൽപ്പെട്ടവരും ധാരാളമുണ്ടായിരുന്നു. മറ്റൊന്നു നാടൻവിഷഹാരികളുടെ ഊതിവീർപ്പിച്ച കഴിവുകളിൽ അന്ധമായ വിശ്വാസം വെച്ചുപുലർത്തി അപകടത്തിൽപെടുന്നവരും ചില്ലറയായിരുന്നില്ല. ഒരു മനുഷ്യശരീരത്തിൽ ഒരു നിശ്ചിത അളവിൽ കൂടുതൽ

പാമ്പിൻ വിഷം പ്രവേശിക്കുകയാണെങ്കിൽ, ആ രോഗിയെ ചികിത്സിച്ച് സുഖപ്പെടുത്തുവാൻ, ഈ ഭൂമിമലയാളത്തിലെ ഒരു നാടൻ വിഷഹാരിക്കും സാധിക്കുകയില്ല എന്നതാണു വാസ്തവം. അത്തരം പ്രശ്നസങ്കീർണ്ണമായ പാമ്പുകടി "ക്കേസ്സുകൾ" വന്നാൽ നാട്ടുവൈദ്യന്മാർ തികച്ചും നിസ്സാഹായരായിരിക്കും. ഈ രംഗത്ത് നാട്ടുവൈദ്യശാസ്ത്രത്തിന്റെ പരിമിതി കാരണം ഏറെ ക്ലേശിക്കേണ്ടിവരുന്നതും നാട്ടുവൈദ്യന്മാർ തന്നെയായിരുന്നു. വിഷം തീണ്ടിയ ഒരാൾ ചികിത്സാർത്ഥം വീട്ടിൽ വന്നുകേറുന്നതു മുതൽ നാടൻ വിഷഹാരി അനുഭവിക്കുന്ന മാനസികപിരിമുറുക്കം ചില്ലറയൊന്നുമല്ല. നിർഭാഗ്യവശാൽ ആ രോഗിയുടെ നില വഷളാകുക കൂടിയാണെങ്കിൽ ആ പിരിമുറുക്കം ഉച്ചസ്ഥായിയിലെത്തിച്ചേരും. അതുവരെ വൈദ്യരോടു വിനീതവിധേയരായി നിന്ന രോഗിയുടെ ബന്ധുക്കൾ വരെ പുതിയ ആവശ്യങ്ങളുമായി രംഗത്തു വരും. "വൈശറെ ഓന്റെ അവസ്ഥയിൽ മാറ്റമൊന്നും കാണുന്നില്ലല്ലോ?" "തിലാന്നൂരെങ്ങാനും ഒരു കുമാരൻ വൈശരില്ലെ, അയാളു നല്ലയാളാപോലും" "ഞാളു ഇവനെയും കൂട്ടി അങ്ങോട്ടു പോയാലെന്താന്നാ വിചാരിക്കുന്നത്." അതുവരെ വൈദ്യർ ഉറക്കമില്ലാതെ പാടുപെട്ടതൊക്കെ ഒരു നിമിഷം കൊണ്ടു തകർന്നടിയും ഇതിൽ ബന്ധുക്കളെ ഒരിക്കലും കുറ്റം പറയുവാൻ പറ്റുകയില്ല. കാരണം രോഗിയെ എവിടെ കൊണ്ടുപോയെങ്കിലും രക്ഷപ്പെടുത്തുന്നതാണല്ലോ പരമപ്രധാനം. പക്ഷേ, അതിനിടയിൽ ചതഞ്ഞരയുന്ന വിഷഹാരികളുടെ അഭിമാനത്തെപ്പറ്റി ആരും ചിന്തിക്കുകയില്ല. ചിലപ്പോൾ ആഴ്ചകളോളം തന്നെ രോഗിക്ക് വിഷഹാരിയുടെ വീട്ടിൽ തങ്ങേണ്ടിയും വരും. ആ ദിവസങ്ങളിൽ വൈദ്യർക്ക് മാത്രമല്ല വീട്ടിലെ മറ്റുള്ളവർക്കും ഉറക്കമില്ലാത്ത രാവുകളായിരിക്കും. മറ്റൊന്നു, നാടൻ, വിഷചികിത്സാരംഗത്ത് വിഷഹാരികൾ തമ്മിലുള്ള താൻപോരും പ്രശ്നങ്ങൾ സൃഷ്ടിക്കാറുണ്ട്. "വിഷഹാരിക്ക് വിഷഹാരിയെ കണ്ടുകൂടായെന്നുള്ള ഒരു ചൊല്ല് തന്നെ ഇവിടെയുണ്ട്. വിഷമിറക്കുന്നതുമായി ബന്ധപ്പെട്ടു, രണ്ടു വിഷഹാരികൾ തമ്മിൽ, കടലായിയിലെ ഒരു വീട്ടിൽ വെച്ചുണ്ടായ കലഹത്തെഥറിച്ചും പറഞ്ഞുകേട്ടിട്ടുണ്ട്. അലിയെന്ന ചുരുട്ടുതൊഴിലാളിക്ക്, ജോലി കഴിഞ്ഞുവരുമ്പോൾ കടലായിപ്പറമ്പിൽ വെച്ചു സർപ്പദംശനമേറ്റു. ഉടനെ ചിലർപോയി ഒരു വിഷഹാരിയെ തേടിപ്പിടിച്ചുകൊണ്ടുവന്നു, വീട്ടിൽ വെച്ചു ചികിത്സ തുടങ്ങി. കുറച്ചു കഴിഞ്ഞപ്പോൾ, മറ്റു ചിലർ, പേരുകേട്ട വേറൊരു വിഷഹാരിയെയും, ചികിത്സാർത്ഥം വീട്ടിൽ കൂട്ടിക്കൊണ്ടു വന്നു. ആദ്യം ചികിത്സിച്ചുകൊണ്ടിരുന്ന വിഷഹാരിക്ക് മറ്റൊരു വിഷഹാരി ചികിത്സിക്കാൻ വന്നത് തീരെ ഇഷ്ടമായില്ല. അയാൾ രണ്ടാമതു വന്ന വിഷഹാരിയോടുയാതൊരു സഹകരണവും കാണിക്കാതെ മുഖവും കറുപ്പിച്ചുകൊണ്ടു തന്റെ പ്രവർത്തനങ്ങൾ തുടർന്നുകൊണ്ടേയിരുന്നു. ഇതുമനസ്സിലാക്കിയ രണ്ടാം വിഷഹാരി, ഒന്നാം വിഷഹാരിയെ കുഴക്കണമെന്നുള്ള ഉദ്ദേശ്യത്തിൽ ചില ചോദ്യങ്ങൾ തൊടുത്തു വിട്ടു. "അല്ലയോ സർപ്പവിഷഗ്വരാ, സർപ്പദംശകനായ നമ്മുടെ അലിയുടെ സ്ഥിതി ഇപ്പോൾ എന്താണ്? ഏതു വർഗ്ഗത്തിൽപ്പെട്ട ഉരഗവേന്ദ്രനാണ് അലിയെ ദംശിച്ചിരിക്കുന്നത്? കടിവായയിൽ

എത്ര ദംഷ്ട്രങ്ങൾ ഉണ്ടായിരുന്നു? ദൂതലക്ഷണപ്രകാരം വിഷമിറങ്ങാൻ എത്ര നാഴികകൾ വേണ്ടി വരും? ഇപ്പോൾ വിഷം ഏതു ധാതുവിലാണു വന്നു നിൽക്കുന്നത്? ഇത്തരത്തിലുള്ള ചോദ്യങ്ങൾ കാളമൂത്രം പോലെ തുടർച്ചയായി വന്നപ്പോൾ ഒന്നാം വിഷഹാരി പരിസരബോധമില്ലാതെ പൊട്ടിത്തെറിച്ചു. "ഇപ്പോൾ വിഷം മൂലധാതുവിലാണു ഉള്ളത്. എന്താ ഇറക്കാൻ സാധിക്കുമോ?" ഇതു രണ്ടാം വിഷഹാരിയെ പരിഹസിച്ചതാണെന്നു കൂടി നിന്നവർക്ക് വരെ മനസ്സിലായി. കാരണം "മൂലം" എന്ന വാക്ക് ഇവിടെ അശ്ലീലമായും ഉപയോഗിക്കാറുണ്ട്. അതു മനസ്സിൽ വെച്ചുകൊണ്ടുതന്നെയാണ് ഒന്നാം വിഷഹാരി. രണ്ടാം വിഷഹാരിയെ കളിയാക്കിയത്. തുടർന്നു രണ്ടുപേരും തമ്മിൽ പൊരിഞ്ഞ വാക്ക് തർക്കം നടന്നു. രണ്ടുപേരുടെയും മനസ്സിലുണ്ടായിരുന്ന അസൂയയും കുശുമ്പും സംസ്കൃതം പുരണ്ടു പുറത്തു വന്നു. "കുറുന്തോട്ടി പൊരിച്ച് വൈദ്യരായതല്ലേ, നീയെന്നു ഒരാൾ", എണ്ണ കാച്ചാൻ സഹായിക്കാൻ പോയി വൈദ്യരായ ആളല്ലേ നീ," എന്നു മറ്റേയാൾ. ഇങ്ങനെ എണ്ണകാച്ചി വൈദ്യരുടെയും, കുറുന്തോട്ടി വൈദ്യരുടെയും പാണ്ഡിത്യപ്രകടനങ്ങളും തർക്കവിതർക്കങ്ങളും രാത്രിയുടെ അന്ത്യയാമം വരെ നീണ്ടുപോയി. അതിനിടയിൽത്തന്നെ പാവപ്പെട്ട ചുരുട്ടുകാരനായ അലി ഈ ലോകത്തോടു യാത്ര പറയുകയും ചെയ്തിരുന്നു.

കുഞ്ഞപ്പവൈദ്യർ, ഒരു ജൈവബുദ്ധിജീവി

ഒരു പ്രഗത്ഭ ഭിഷഗ്വരൻ എന്നതിലുപരി, കരാറിനകത്ത് ജീവിച്ച ഒരു മഹാപണ്ഡിതൻ എന്ന നിലയിലാണു കുഞ്ഞപ്പവൈദ്യരെ അടയാളപ്പെടുത്തേണ്ടത്.

ഭാരതീയവേദങ്ങളും വേദാന്തങ്ങളും, വേദാന്തസാരവുമെല്ലാം കരതലാമലകംപോലെ സ്വായത്തമായിരുന്ന കുഞ്ഞപ്പവൈദ്യരെപ്പറ്റി, ഈ നാട്ടിലെ വിജ്ഞാനകുതുകികളായിട്ടുള്ളവർക്കെല്ലാം ഒരുപാടു ധൈഷണികമാനമുള്ള സ്മരണകൾ പങ്കു വെയ്ക്കുവാനുണ്ടാകും. പൗരാണിക വിജ്ഞാനത്തിന്റെ ഒരു ഭണ്ഡാകാരം തന്നെയായിരുന്ന കുഞ്ഞപ്പ വൈദ്യരെ ഈ നാട്ടുകാർ, ഒരു സഞ്ചരിക്കുന്ന സംസ്കൃതസർവ്വകലാശാല എന്നതുപോലെ പ്രയോജനപ്പെടുത്തിയിരുന്നു! തന്നിലുള്ള അറിവുകൾ മുഴുവനും, ആരുമായും എവിടെവെച്ചും പങ്കുവെക്കുവാൻ പാണ്ഡിത്യത്തിന്റേതായ യാതൊരു തലക്കനവും ബാധിക്കാത്ത ഈ എളിയ മനുഷ്യൻ സദാസന്നദ്ധനായിരുന്നു. ഭാരതീയപുരാണങ്ങളെ സംബന്ധിക്കുന്ന ഏതൊരു സംശയത്തിനും, അതിന്റെ സൂത്രവാക്യം മുതൽ അന്വയം, വാച്യാർത്ഥം, വ്യംഗ്യാർത്ഥം, ദ്വന്ദ്വാർത്ഥം വരെ, സരസമായി, ചോദ്യകർത്താവിന്റെ അഭിരുചിക്കനുസരിച്ച്, ഭക്തി, ശൃംഗാരം മുതലായ മേമ്പൊടികളൊക്കെച്ചേർത്ത് നാട്ടുഭാഷയിൽ വിവരിച്ചുകൊടുക്കുമായിരുന്നു കുഞ്ഞപ്പ വൈദ്യർ.

ഇവിടെ പണ്ടുകാലത്ത് ഗണിപതിഹോമംപോലുള്ള വൈദികകർമ്മങ്ങൾ ചെയ്തിരുന്നത് ജ്യോതിഷവും, താന്ത്രിക വിദ്യയുമൊക്കെ വശമുള്ള കുഞ്ഞപ്പ

വൈദ്യരായിരുന്നു. അതുപോലെ ക്ഷേത്രങ്ങളിൽ ആധ്യാത്മികപ്രഭാഷണം നടത്തുവാനും കുഞ്ഞപ്പവൈദ്യരെ നാനാദിക്കുകളിൽ നിന്നും ആളുകൾ വന്നു കൂട്ടിക്കൊണ്ടു പോകാറുണ്ടായിരുന്നു. കാവി വസ്ത്രം ധരിച്ച്, ആധ്യാത്മികവേദികളിൽ മണിക്കൂറുകളോളം പ്രഭാഷണം നടത്തുന്ന കുഞ്ഞപ്പ വൈദ്യർ, ഒരുറച്ച കമ്മ്യൂണിസ്റ്റ് അനുഭാവികൂടിയായിരുന്നുവെന്നതും മനസ്സിലാക്കേണ്ടതുണ്ട്. ഇ.എം.എസ്സിന്റെ ഉറച്ച അനുഭാവിയായിരുന്ന കുഞ്ഞപ്പ വൈദ്യർ 64-ൽ പാർട്ടി പിളർന്നപ്പോൾ സി.പി.എമ്മിന്റെ പക്ഷത്താണ് നിലയുറപ്പിച്ചിരുന്നത്.

വൈദിക കർമ്മങ്ങൾ നടത്തുകയും, ക്ഷേത്രങ്ങളിൽ ആദ്ധ്യാത്മിക പ്രഭാഷണം ചെയ്യാൻ പോകുകയും ചെയ്യുന്ന ഒരാളെ എങ്ങനെയാണു ഒരുറച്ച കമ്മ്യൂണിസ്റ്റനുഭാവി എന്ന് വിശേഷിപ്പിക്കുവാനാവുക എന്നു ചിലരെങ്കിലും ചിന്തിക്കുന്നുണ്ടാവും. എന്നാൽ അതിനുള്ള ഉത്തരവും കുഞ്ഞപ്പവൈദ്യരുടെ പക്കൽ ഉണ്ടായിരുന്നു. “ലോകാ സമസ്താസുഖിനോ ഭവന്തു” എന്ന ഭാരതീയവേദമന്ത്രവും, സമത്വസുന്ദരലോകം എന്ന മാർക്സിയൻ കാഴ്ചപ്പാടും ഒന്നുതന്നെയാണെന്നായിരുന്നു കുഞ്ഞപ്പവൈദ്യരുടെ വ്യാഖ്യാനം. അതുപോലെ വസുധൈവകുടുംബകം അഥവാ ലോകമേ തറവാട്, എന്ന വേദമന്ത്രം മാർക്സിന്റെ ഏകലോക സങ്കല്പവുമായി പൊരുത്തപ്പെട്ടു പോകുന്നവയാണെന്നും കുഞ്ഞപ്പവൈദ്യർ വാദിക്കാറുണ്ട്. കൂടാതെ കർമ്മത്തിന്നു പ്രാധാന്യം നൽകുന്ന ഭഗവദ്ഗീതയും, ഉല്പാദനോപകരണങ്ങളായ അരിവാളും, ചുറ്റികയും സ്വന്തം പതാകയിൽ കൊണ്ടുനടക്കുന്ന കമ്മ്യൂണിസവും, ഒരേ ലക്ഷ്യത്തിനു വേണ്ടി നിലകൊള്ളുന്ന രണ്ടു ധാരകളാണെന്നും കുഞ്ഞപ്പവൈദ്യർ വാദിക്കാറുണ്ട്.

ഏതൊരു ദർശനവും തന്റേതായ, ബുദ്ധിയുടെ മൂശയിലിട്ടു ഉടച്ചു വാർക്കാൻ കെൽപ്പുള്ള കുഞ്ഞപ്പവൈദ്യർ എന്ന ചിന്തകനിൽ, അന്റോണിയോ ഗ്രാംഷി പറഞ്ഞതുപോലുള്ള ഒരു “ജൈവബുദ്ധിജീവി” (Organical Intelectuel) കുടികൊണ്ടിരുന്നു. കുഞ്ഞപ്പവൈദ്യരുമായി അടുത്ത് ബന്ധപ്പെട്ടവർക്കെല്ലാം, അതിനുള്ള എത്രയോ ഉദാഹരണങ്ങൾ പറയുവാനാകും. അതിൽ ഒന്നു ഇവിടെ വ്യക്തമാക്കാം. അഞ്ചു പെൺമക്കളുള്ള, കുഞ്ഞപ്പ വൈദ്യർ-മാധവി ദമ്പതികൾക്ക് ഒരുപാടു പ്രാർത്ഥനകൾക്കും കാത്തിരിപ്പിനും ശേഷമാണ് ഒരു ആൺതരി പിറക്കുന്നത്. കുടുംബത്തിന്റെ ഐശ്വര്യമായി വൈകി വന്ന ആ ആൺ സന്താനത്തിന്, ഗുരുവായൂർ ക്ഷേത്രത്തിൽ വെച്ചു പേരിടൽ കർമ്മം നടത്തണമെന്നു ബന്ധുജനങ്ങളെല്ലാം ചേർന്നു കുഞ്ഞപ്പ വൈദ്യരോട് ആഗ്രഹം പ്രകടിപ്പിച്ചു. എന്നാൽ കുഞ്ഞപ്പ വൈദ്യർ അതിനോടു യോജിച്ചില്ല. കാരണം ഒരു പേരിടാൻ വേണ്ടി മാത്രം വലിയ തുകയും മുടക്കി, കുടുംബസമേതം ഗുരുവായൂർ പോകേണ്ടതില്ലെന്നായിരുന്നു. കുഞ്ഞപ്പ വൈദ്യരുടെ നിലപാട്. ഭഗവാൻ ശ്രീകൃഷ്ണ സന്നിധിയിൽ വെച്ചുതന്നെ പേരിടുമെന്നു, ആരെങ്കിലും നേർച്ച നേർന്നിട്ടുണ്ടെങ്കിൽ, അതു കണ്ണൂരിൽ തന്നെയുള്ള ഏതെങ്കിലും ശ്രീകൃഷ്ണക്ഷേത്രത്തിൽ

വെച്ചാകാമല്ലോ എന്നായിരുന്നു കുഞ്ഞപ്പവൈദ്യരുടെ അഭിപ്രായം. എന്നാൽ കുടുംബത്തിലെ മുതിർന്ന സ്ത്രീകളൊന്നും കുഞ്ഞപ്പവൈദ്യരുടെ അഭിപ്രായത്തോടു യോജിച്ചില്ല. അവർ പറഞ്ഞത്, കണ്ണൂരിലെ ശ്രീകൃഷ്ണ ക്ഷേത്രത്തിലെ ശാന്തിക്കാരൊക്കെ സാധാരണ നമ്പൂതിരിമാരാണെന്നും, ഗുരുവായൂരിലെ തന്ത്രിമുഖ്യന്മാർ, പഠിപ്പും, പത്രാസുമുള്ള നമ്പൂതിരിപ്പാടുമാരാണെന്നുമായിരുന്നു.

ആ സമയത്താണു കുഞ്ഞപ്പ വൈദ്യരിലെ ജൈവ ബുദ്ധിജീവി സട കുടഞ്ഞെഴുന്നേൽക്കുന്നത്.

അടുത്ത ദിവസം രാവിലെ തന്നെ, കുഞ്ഞപ്പ വൈദ്യർ പിഞ്ചുമകനെയും മാറിൽ കിടത്തി നേരെ പോയത് കണ്ണൂർ ടൗണിലേക്കായിരുന്നു. അവിടെ മാർക്സ്റ്റ് പാർട്ടിയുടെ ഒരു വലിയസമ്മേളനം നടക്കുന്നുണ്ടായിരുന്നു. കമ്മ്യൂണിസ്റ്റ് പാർട്ടിയിലെ പിളർപ്പിനുശേഷം കണ്ണൂരിൽ നടക്കുന്ന സി.പി.എമ്മിന്റെ ആദ്യസമ്മേളനമായിരുന്നു അത്. രാവിലെ ടൗൺ ഹാളിൽ പ്രതിനിധി സമ്മേളനവും വൈകിട്ടു പോലീസ് മൈതാനിയിൽ പൊതുസമ്മേളനവുമായിരുന്നു അന്നത്തെ പരിപാടികൾ. കാലത്ത് ടൗൺഹാളിൽ വെച്ചുനടക്കുന്ന പ്രതിനിധി സമ്മേളനത്തെ അഭിസംബോധന ചെയ്യുന്നത് ഇ.എം.എസ്സായിരുന്നു. മകനെയും മാറിൽ കിടത്തി ടൗൺഹാളിലെത്തിയ വൈദ്യർ, തന്റെ കുട്ടിക്ക് ഇ.എം.എസ്സിനെക്കൊണ്ടു പേരിടൽകർമ്മം നടത്തിത്തരണമെന്നുള്ള ആഗ്രഹം സമ്മേളനഭാരവാഹികളോടു പ്രകടിപ്പിച്ചു. സമ്മേളനഭാരവാഹികൾ ആ കാര്യം ഇ.എം.എസ്സിനെ അറിയിക്കുകയും ഇ.എം.എസ്സ് സന്തോഷപൂർവ്വം അതിനു തയ്യാറാകുകയും ചെയ്തു.

കേരളത്തിലങ്ങോളമിങ്ങോളമുള്ള മാർക്സിസ്റ്റ് പാർട്ടിനേതാക്കളും സമ്മേളനപ്രതിനിധികളും സന്നിഹിതമായ ടൗൺഹാളിൽ വെച്ചു, ഇ.എം.എസ്സ് കുട്ടിക്ക് പേരുവിളിച്ചു. "മധുസൂദനൻ" തുടർന്ന ഇ.എം.എസ്സ് കുട്ടിയെ സദസ്സിന്നഭിമുഖമായി ഉയർത്തിപ്പിടിച്ചുകൊണ്ട് പേരു ഒന്നുകൂടി ആവർത്തിച്ചപ്പോൾ ടൗൺഹാൾ കരഘോഷത്താൽ മുഖരിതമായി. ആഹ്ലാദം അലതല്ലുന്ന മനസ്സുമായാണു കുഞ്ഞപ്പവൈദ്യർ മകനെയും കൊണ്ടു തിരിച്ച് വീട്ടിൽ വന്നു കയറിയത്. എന്നിട്ടു വീട്ടിലെ എല്ലാവരോടുമായി മകന്റെ പേരിടൽ കർമ്മം നിർവ്വഹിച്ച കാര്യം അറിയിച്ചു. "ഗുരുവായൂരിലെ താന്ത്രിമുഖ്യൻ, നമ്പൂതിരിപ്പാടിനേക്കാൾ പേരുകേട്ട ഒരു നമ്പൂതിരിപ്പാടു മകനു പേരിടൽ കർമ്മം നടത്തിയിരിക്കുന്നു എന്നായിരുന്നു" കുഞ്ഞപ്പവൈദ്യരുടെ ആദ്യ വാചകം. "ആ പേരാകട്ടെ, ഗുരുവായൂരപ്പനായ ഭഗവാൻ ശ്രീകൃഷ്ണന്റെ പേരു തന്നെ, "മധുസൂദനൻ." ആരാണു പേരിട്ടതെന്ന വീട്ടുകാരുടെ ജിജ്ഞാസ നിറഞ്ഞ ചോദ്യത്തിനുള്ള കുഞ്ഞപ്പ വൈദ്യരുടെ മറുപടി, "അതു നാളെ രാവിലെ പത്രം വരുമ്പോൾ അറിയാ" മെന്നായിരുന്നു. അടുത്ത ദിവസമിറങ്ങിയ എല്ലാ പത്രങ്ങളിലും, "കാഞ്ഞിരയിലെ കുഞ്ഞപ്പ വൈദ്യരുടെ മകനു ഇ.എം.എസ്സ് പേരിടൽ കർമ്മം നടത്തിയ വാർത്ത വളരെ പ്രാധാന്യത്തോടെ തന്നെ പ്രസിദ്ധീകരിച്ചിരുന്നു. ദേശാഭിമാനിയിൽ,

അതിന്റെ വിശദാംശങ്ങളുൾപ്പെടെ ഒരു വലിയ റിപ്പോർട്ടു തന്നെ കൊടുത്തിരുന്നു.

ഒരു താത്ത്വിക സംവാദം

എന്നാൽ ഈ സംഭവം കേരളത്തിലെ രണ്ടു പ്രമുഖ കമ്മ്യൂണിസ്റ്റ് പാർട്ടികൾ തമ്മിൽ ചൂടു പിടിച്ച സംവാദനത്തിനു തിരി കൊളുത്തി. ഇ.എം.എസ്സിന്റെ പേരിടൽ കർമ്മത്തെ വിമർശിച്ചുകൊണ്ടുള്ള ഒരു ലേഖനം സി.പി.ഐയുടെ മുഖപത്രമായ നവജീവനിൽ എൻ.ഇ.ബലറാമിന്റേതായി അടുത്ത ദിവസം പ്രത്യക്ഷപ്പെട്ടു. "കുട്ടികൾക്ക് പേരിടൽ കർമ്മങ്ങളൊക്കെ നടത്തുന്നത് ക്ഷേത്രത്തിലെ പുരോഹിതന്മാരാണെന്നും, ഇ.എം.എസ്സ് കമ്മ്യൂണിസ്റ്റ്കാരെ പൗരോഹിത്യത്തിന്റെ പാതയിലേക്കാണോ കൊണ്ടുപോകുന്നത് എന്നൊക്കെയിരുന്നു ബലറാമിന്റെ വിമർശനത്തിന്റെ കാതൽ. തൊട്ടടുത്ത ദിവസം തന്നെ ദേശാഭിമാനിയിൽ ബാലറാമിനുള്ള മറുപടിയും വന്നു. "ടി.വി തോമസ്സിന്റെയും, കെ.ആർ ഗൗരിയമ്മയുടെയും, വിവാഹകർമ്മം നടത്തിയത് അവിഭക്ത കമ്മ്യൂണിസ്റ്റ് പാർട്ടിയുടെ നേതൃത്വത്തിലായിരുന്നുവെന്നും, അതിനുകാർമ്മികത്വം വഹിച്ചിരുന്നത് ആർ.ശങ്കരനാരായണൻ തമ്പിയും, ജോസഫ് മുണ്ടശ്ശേരിയുമാണെന്നത് ബാലറാം മറക്കരുതെന്നും, പല കമ്മ്യൂണിസ്റ്റ് നേതാക്കളുടെയും വിവാഹം പാർട്ടി ഓഫീസുകളിൽ വെച്ചു നടന്നിട്ടുണ്ടെന്നും, അതിനു കാർമ്മികത്വം വഹിച്ചിരുന്നത് കമ്മ്യൂണിസ്റ്റ് നേതാക്കന്മാർ തന്നെയാണെന്നുമൊക്കെ ദേശാഭിമാനി ബലറാമിനെ ഓർമ്മിപ്പിക്കുകയും ചെയ്തു. തുടർന്നുള്ള ദിവസങ്ങളിൽ നവജീവനിൽ വിമർശനവും ദേശാഭിമാനിയിൽ മറുപടിയും വന്നുകൊണ്ടേയിരുന്നു. ചുരുക്കിപ്പറഞ്ഞാൽ കേരളത്തിലെ രണ്ടു കമ്മ്യൂണിസ്റ്റ് പാർട്ടിപത്രങ്ങളിൽ ഇരുവിഭാഗം പാർട്ടി സൈദ്ധാന്തികരുടെ വാദപ്രതിവാദങ്ങൾകൊണ്ടു കേരളരാഷ്ട്രീയം പ്രക്ഷുബ്ധമായി. രണ്ടാഴ്ചകളോളം നീണ്ടുനിന്ന ആ സംവാദം പിന്നീടു അനുയായികൾ ഏറ്റെടുക്കുകയും, തൊഴിൽ സ്ഥലങ്ങളിലെല്ലാം അതിന്റെ പ്രതിധ്വനികൾ മുഴങ്ങുകയും ചെയ്തു. ഇതിൽ ഏറ്റവും കൂടുതൽ സന്തോഷിച്ചത് കുഞ്ഞപ്പവൈദ്യരായിരുന്നു. കാരണം ഒരു വയസ്സിനുള്ളിൽ തന്നെ, മകൻ മധുസൂദനൻ കേരളം മുഴുവൻ പ്രസിദ്ധനായിരിക്കുന്നു!

ഒമ്പത്

നൂറുമേനി കൊയ്യുന്നവർ

ഒരു സമുദായമെന്ന നിലയിൽ നോക്കുമ്പോൾ, കരാറിനകത്ത് ഏറെ അഭിവൃദ്ധിപ്രാപിച്ചത് ഇവിടുത്തെ മാവിലാൻ സമുദായമാണ്. ഏകദേശം നൂറ്റമ്പതു കൊല്ലങ്ങൾക്ക് മുമ്പ് കിഴക്കൻ മലനിരകളിൽ നിന്നു മുളയുൽപ്പന്നങ്ങൾ നിർമ്മിക്കുവാൻ വേണ്ടി ഒറ്റയായും കൂട്ടമായും വന്നു ചേർന്നവരായിരുന്നു അവർ. കുറുവപ്പള്ളിക്കടുത്തുള്ള ഒരു വിശാലമായ സ്ഥലത്തു വെച്ചായിരുന്നു അവർ കൊട്ട, വട്ടി, മുറം, പായ തുടങ്ങിയ മുള ഉൽപ്പന്നങ്ങൾ നിർമ്മിച്ചിരുന്നത്. ആ സ്ഥലം മാവുക്കുണ്ട് എന്ന പേരിലാണു ഇപ്പോൾ അറിയപ്പെടുന്നത്. "മാവിലോർകുണ്ട്" എന്നതാണ് മാവുക്കുണ്ടായി മാറിയത്. മാവുക്കുണ്ടു പണ്ടുകാലത്ത് അംബരചുംബികളായി വളർന്നു നിൽക്കുന്ന മുളവൃക്ഷങ്ങളുടെ ഒരു കൊച്ചുകാനനം തന്നെയായിരുന്നു. കുറുവയിലെ പുതിയപുരക്കുടുംബക്കാരുടെ അധീനതയിലായിരുന്നു ആ സ്ഥലം. പുതിയപുരക്കുടുംബക്കാർക്ക്, തയ്യിലിലും, ചൊവ്വയിലും കൊട്ട, വട്ടി, മുറം, പായ മുതലായ സാധനങ്ങൾ വിൽക്കുന്ന പീടികകളുണ്ടായിരുന്നു. ആ പീടികയിലേക്ക് വേണ്ടുന്ന ഉൽപ്പന്നങ്ങളാണു മാവുക്കുണ്ടിൽ നിന്നു നെയ്ത് കൂട്ടിയിരുന്നത്. ആ കാലത്ത് ഇവിടുത്തെ തേങ്ങാക്കച്ചവടക്കാർക്ക് അത്യാവശ്യം വേണ്ടുന്ന ഒരു ഇനമായിരുന്നു മുളകൊണ്ടു നിർമ്മിക്കുന്ന വള്ളിക്കൊട്ടകൾ. മുള ഇവിടെ ഓട, കായൽ, ഈറ്റ, പനമ്പ് എന്നീ പേരുകളിലും അറിയപ്പെടുന്നുണ്ട്. ചില സ്ഥലങ്ങളിൽ കുറുവയെന്നും മുളയ്ക്ക് വിളിപ്പേരുണ്ട്. മുളയിൽ നിന്നു കിട്ടുന്ന ഒരു കായയാണു ഓടക്കായ ആദിവാസി പാരമ്പര്യ വൈദ്യശാസ്ത്രത്തിലെ പ്രധാനപ്പെട്ട മരുന്നാണു ഓടക്കായ. മുളയിൽ നിന്നു വീഴുന്ന അരിമണിപോലുള്ള വിത്ത് നിലത്ത് നിന്നും പെറുക്കിയെടുത്ത് ഉണക്കിപ്പൊടിച്ചാണു ഔഷധമുണ്ടാക്കുന്നത് വയറുവേദനയ്ക്ക് ഫലപ്രദമായ ഒരു മരുന്നാണത്രെ ഓടക്കായപ്പൊടി. ഓടക്കായ പെറുക്കിയെടുത്ത് ഉണക്കിസൂക്ഷിക്കുന്ന വീടുകളുമന്നുണ്ടായിരുന്നു. വയറുവേദനയുള്ളവർ അത്തരം വീടുകളിൽ പോയി ഓടക്കായപ്പൊടി വാങ്ങി സേവിക്കുന്നത് സാധാരണമായിരുന്നു. അങ്ങനെയാണു ഇവിടെ ഒരു കുടുംബത്തിനു "ഓടക്കായി" എന്ന പേരുണ്ടാകുന്നത്. ഇതുപോലെ തന്നെയാണു കൂവക്കായി എന്ന തറവാട്ടുപേരുമുണ്ടാകുന്നത്. കൃഷിയെ ബാധിക്കുന്ന കീടങ്ങളെ നശിപ്പിക്കുവാൻ പറ്റിയ ഒരു ഔഷധമായിരുന്നു കൂവച്ചെടി. കൂവയുടെ കൈ (തണ്ട്),

ചെറുതായി അരിഞ്ഞു ചാണകവും ചേർത്തു കൃഷിയിടങ്ങളിൽ തളിക്കുന്നു. കൂവക്കൈ വിതരണം ചെയ്ത വീട്ടുകാരാണു പിന്നീടു കൂവക്കായി തറവാട്ടുകാരായത്.

മാവുക്കുണ്ടിൽ നിന്നു കൊട്ടയും വട്ടിയും ഇഴയടുപ്പിച്ചു നെയ്തു കൂട്ടിയവർ, സാഹചര്യം അനുകൂലമായപ്പോൾ, സാമൂഹ്യജീവിതത്തിന്റെ പുതിയ മേച്ചിൽപ്പുറങ്ങളിലും വ്യാപരിക്കാൻ തുടങ്ങി. ബീഡി, ചുരുട്ട്, നെയ്ത്ത് തുടങ്ങിയ തൊഴിൽ മേഖലകളിലും അവർ സാന്നിധ്യമറിയിച്ചു. പലരും തൊഴിലാളി യൂണിയൻ രംഗത്തും സജീവമായി. ചാലിൽ കുഞ്ഞമ്പു, പി.വി രാമൻ, പി.പി കണ്ണൻ (ബറിയക്കണ്ണൻ എന്നു വിളിപ്പേര്) തുടങ്ങിയവർ ഇവിടുത്തെ സജീവ, തൊഴിലാളിപ്രവർത്തകരായിരുന്നു. ഇവരുടെ പുത്തൻതലമുറ, വിദ്യാഭ്യാസത്തിനു പ്രാധാന്യം നൽകുകയും ലഭ്യമായ അവസരങ്ങൾ യഥായോഗ്യം ഉപയോഗപ്പെടുത്തുകയും ചെയ്തു. തൽഫലമായി അവരുടെ ഇടയിൽ പോലീസ് ഓഫീസർമാരും, എഞ്ചിനീയർമാരടക്കമുള്ള ഉയർന്ന ഉദ്യോഗസ്ഥന്മാരുടെ ഒരു നിരതന്നെയുണ്ടായി. ഓലക്കുടിലുകളെല്ലാം കോൺക്രീറ്റ് വീടുകൾക്ക് വഴിമാറി. ഏതൊരു സമൂഹത്തിനും, ഉയരങ്ങളിൽ എത്തിച്ചേരാൻ പ്രോത്സാഹനവും സഹായവും ചെയ്യുന്ന ഈ നാടിന്റെ നന്മയുടെ അംശങ്ങൾ, സ്നേഹശീലരും വിനയാന്വിതരുമായ മാവിലാൻ സമൂഹം നല്ലവണ്ണം ഉപയോഗപ്പെടുത്തുകയായിരുന്നു. മാവിലാൻ സമുദായക്കാർ ഈ നാട്ടിൽ വന്നു താമസിച്ചവർ എന്നു പറയുന്നതിന്നു പകരം, അവർ ഈ നാടിന്റെ ഉർവ്വരമണ്ണിൽ ലയിച്ചുചേർന്നവർ എന്നു പറയുന്നതാകും ഭംഗി. ഇതുതന്നെയാണു അവരുടെ വിജയരഹസ്യവും. ഏതെങ്കിലും ഒരു സമുദായം ഇവിടെ നൂറു ശതമാനം അഭിവൃദ്ധി പ്രാപിച്ചിട്ടുണ്ടെങ്കിൽ അതു മാവിലാൻ സമുദായക്കാർ മാത്രമാണ്. ഇവരുടെ ഈ വിജയം മറ്റു നാടുകൾക്കും മാതൃകയാണ്. അധഃസ്ഥിതവിഭാഗക്കാരെ ഒരു പ്രത്യേക കോളനിയാക്കിപ്പാർപ്പിക്കുന്നതിനു പകരം അവരെ മുഖ്യധാരാസമൂഹത്തിൽ ഇടകലർത്തി പാർപ്പിക്കുന്നതായിരിക്കും അവരുടെ പുരോഗതിക്ക് സഹായകരമെന്നു ഇവിടുത്തെ മാവിലാൻ സമുദായക്കാരുടെ അസൂയാവഹമായ പുരോഗതി കാണുമ്പോൾ തോന്നിപ്പോകുന്നു.

ഇന്ത്യയിൽ ഏതെങ്കിലുമൊരു അധഃസ്ഥിതവിഭാഗം, നാട്ടിലെ മുഖ്യധാരാസമൂഹത്തെക്കാൾ ഉയർന്നുനിൽക്കുന്നത് ഒരുപക്ഷേ കരാറിനകത്തുള്ള മാവിലാൻ സമുദായക്കാർ മാത്രമായിരിക്കും. ഈ കാര്യത്തിൽ കരാറിനകം മറ്റു ദേശങ്ങൾക്ക് ഒരു മാതൃക തന്നെയാണ്.

കിഴക്കൻ മലനിരകളിൽ നിന്നും കുനിഞ്ഞ ശിരസ്സുമായി എത്തിയവർ, മാവുക്കുണ്ടിൽ വിതച്ച സ്വപ്നത്തിന്റെ വിത്തുകൾ കനം തൂങ്ങുന്ന കതിർക്കുലകളായി നൂറുമേനി വിളഞ്ഞിരിക്കുന്നു!

കരാറിനകത്തിനുണ്ട് എന്നു തുടക്കത്തിൽ സൂചിപ്പിച്ച ആന്തരിക സൗന്ദര്യത്തിന്റെ ഒരു ദൃഷ്ടാന്തം ഈ സമൂഹത്തിന്റെ ഉയർച്ച തന്നെയാണ്. ആരും ആരെയും നയിക്കാതെ എല്ലാവരും ഒരുമിച്ചു ഗമിക്കുമ്പോളാണല്ലോ.

“പുരോഗമനം” എന്ന വാക്ക് അന്വർത്ഥമാകുന്നത്. കെട്ടുക്കാഴ്ച്ചകൾക്കപ്പുറം ഇത്തരം ചെറിയ വലിയ കാര്യങ്ങളാണു ചരിത്രമായി ഘോഷിക്കപ്പെടേണ്ടത്.

1970 വരെയുള്ള കരാറിനകത്തിന്റെ ഒരു ലഘുചിത്രമാണ് ഇതിനകം വരച്ചു കാണിച്ചിട്ടുള്ളത്. 1970–നു ശേഷമുള്ള ഏതാനും കാര്യങ്ങൾ സന്ദർഭത്തിന്റെ പ്രാധാന്യത്തിനനുസരിച്ചു ചേർത്തിട്ടുമുണ്ട്.

പല പ്രധാനപ്പെട്ട സംഭവങ്ങളും വ്യക്തികളും ഈ വിവരണത്തിൽ ഉൾപ്പെടാതെ പോയിട്ടുണ്ടാകും. അതു മനപ്പൂർവ്വമല്ല. 1970–നു ശേഷവും രേഖപ്പെടുത്തേണ്ട ഒരുപാടു സംഭവങ്ങൾ കരാറിനകത്തുണ്ട്. സാഹചര്യം അനുകൂലമാണെങ്കിൽ ആ കാര്യം പിന്നീട് പരിഗണിക്കുന്നതാണ്. ഇതിൽ വിട്ടുപോയ സംഭവങ്ങളെക്കുറിച്ചും വ്യക്തികളെക്കുറിച്ചും അപ്പോൾ സമഗ്രമായി പരിശോധിക്കുമെന്നു ഉറപ്പുതരുന്നു. ഇപ്പോൾ വിടവാങ്ങുന്നു. ചരിത്രം അവസാനിക്കുന്നില്ലല്ലോ? നന്ദി നമസ്കാരം.

■

ഗ്രന്ഥ സൂചി

1. **തിരഞ്ഞെടുത്ത പ്രബന്ധങ്ങൾ -**
   ചിറയ്ക്കൽ.ടി.ബാലകൃഷ്ണൻ നായർ
2. **മലബാർ മാന്വൽ -**
   വില്യം ലോഗൻ
3. **കേരളചരിത്രം -**
   പ്രൊഫസ്സർ എ.ശ്രീധരമേനോൻ
4. **കേരളപ്പഴമയും മറ്റും -**
   ഹെർമ്മൻ ഗുണ്ടർട്ട്
5. **അറയ്ക്കൽ രാജവംശം -**
   ഡോക്ടർ കെ.കെ.എൻ.കുറുപ്പ്
6. **റിജന്റ് ഓഫ് ദി സി (ആഴിരാജ) -**
   ജനിനീവ് ബുഷോർ
7. **മാടായിഗാരി -**
   ഡോക്ടർ ടി.പി.സുകുമാരൻ
8. **ഡച്ചുകാർ കേരളത്തിൽ -**
   വേലായുധൻ പണിക്കശ്ശേരി
9. **കോലത്തു പഴമ -**
   എം.പി.കുമാരൻ
10. **വടക്കൻ ഐതിഹ്യമാല -**
    വാണിദാസ് എളയാവൂർ
11. **മാക്കം ഭഗതി -**
    സി.എം.എസ്.ചന്തേര

12. **വാസ്കോഡിഗാമയും ചരിത്രത്തിന്റെ കാണാപ്പുറങ്ങളും** -
സത്യൻ എടക്കാട്

13. **കണ്ണൂരിന്റെ കാണാപ്പുറങ്ങൾ** -
കൊറ്റിയത്ത് സദാനന്ദൻ

14. **കണ്ണൂർ മഹിമയും തെയ്യവും** -
കീച്ചേരി രാഘവൻ

15. **പട്ടോലപ്പഴമ** -
സി.രാഘവൻ

16. **ഐതിഹ്യമാല** -
കൊട്ടാരത്തിൽ ശങ്കുണ്ണി

17. **ഹരിശ്രീമാസിക** -
ഒരു മാതൃഭൂമി പ്രസിദ്ധീകരണം

18. **കമ്മ്യൂണിസ്റ്റ് പാർട്ടിയുടെ കണ്ണൂർ ജില്ലാചരിത്രം**

19. **നവോത്ഥാനാചാര്യൻ വാഗ്ഭടാനന്ദൻ** -
പാട്യം രാമകൃഷ്ണൻ

www.ingramcontent.com/pod-product-compliance
Lightning Source LLC
LaVergne TN
LVHW090305051026
849518LV00005B/1647
* 9 7 8 8 1 8 4 2 3 3 9 5 7 *